സി വി ശ്രീരാമൻ
കഥകൾ

C V Sreeraman
Kadhakal

Study
Dr. P R Jayasheelan

CHINTHA PUBLISHERS
Thiruvananthapuram

First Edition
March 2022

Typesetting and Published
Chintha Publishers, Thiruvananthapuram

Cover Design
Vinod Mangoes

ISBN : 978-93-93468-26-0

CO - 3090 / 5956

Email: chinthapublishers@gmail.com
Website: www.chinthapublishers.com

A version is available at National Libraries
Kolkata, Mumbai, Chennai and Delhi

Distribution
DESHABHIMANI BOOKHOUSE
H O Thiruvananthapuram 695035

Branch
Head Office Kunnukuzhi • Statue Thiruvananthapuram
KSRTC Bus Terminal Thampanoor • Saphalyam Complex Thiruvananthapuram
KSRTC Bus Station Alappuzha • KSRTC Bus Station Ernakulam
Machingal Lane Thrissur • IG Road Kozhikode
Mavoor Road Kozhikode • NGO Union Building Kannur
Central Bus Terminal Complex Thavakkara Kannur

സി വി ശ്രീരാമൻ
കഥകൾ

പഠനം
ഡോ. പി ആർ ജയശീലൻ

ചിന്ത പബ്ലിഷേഴ്സ്
തിരുവനന്തപുരം-695 035

സി വി ശ്രീരാമൻ

മലയാളത്തിലെ പ്രമുഖ ചെറുകഥാകൃത്തും നോവലിസ്റ്റുമാണ് സി വി ശ്രീരാമൻ (1931 ഫെബ്രുവരി 7– 2007 ഒക്ടോബർ 10). *അനായാസേന മരണം, റെയിൽവേ പാളങ്ങൾ* എന്നിവ അദ്ദേഹത്തിന്റെ പ്രശസ്തമായ കഥകളാണ്. 1983 ൽ കേരള സാഹിത്യ അക്കാദമി അവാർഡും *ശ്രീരാമന്റെ കഥകൾ* എന്ന ചെറുകഥാ സമാഹാരത്തിന് 1999 ൽ കേന്ദ്ര സാഹിത്യ അക്കാദമി പുരസ്കാരവും ലഭിച്ചിട്ടുണ്ട്. 1931 ഫെബ്രുവരി 7 ന് കുന്നംകുളം പോർക്കുളം ചെറുതുരുത്തി വീട്ടിൽ ജനിച്ചു. അച്ഛൻ: വേലപ്പൻ, അമ്മ: ദേവകി. സിലോണിലായിരുന്നു ബാല്യം. പ്രാഥമിക വിദ്യാഭ്യാസവും സിലോണിൽ ആയിരുന്നു. തുടർന്ന് കുന്നംകുളം ഗവൺമെന്റ് ഹൈസ്കൂൾ, തൃശ്ശൂർ സെന്റ് തോമസ് കോളേജ്, മംഗലാപുരം സെന്റ് അലോഷ്യസ് കോളേജ്, മദ്രാസ് ലോ കോളേജ് എന്നിവിടങ്ങളിൽ നിന്നായി വിദ്യാഭ്യാസം.

പ്രധാന കൃതികൾ: *വാസ്തുഹാര* (ചെറുകഥ), *ക്ഷുരസ്യ ധാര, ദുഃഖിതരുടെ ദുഃഖം, പുറം കാഴ്ചകൾ, ചിദംബരം, എന്റോസി വല്യമ്മ, പുതുമയില്ലാത്തവരുടെ നഗരം, ചക്ഷുശ്രവണ ഗളസ്ഥമാം, വെളുത്ത പക്ഷിയെക്കാത്ത്, ശ്രീരാമന്റെ കഥകൾ, ഇഷ്ടദാനം, മലയാളത്തിന്റെ സുവർണ്ണകഥകൾ.*

ഡോ. പി ആർ ജയശീലൻ

അദ്ധ്യാപകൻ, നിരൂപകൻ, ഗ്രന്ഥകാരൻ. ഗണിത ശാസ്ത്രത്തിലും മലയാളത്തിലും ബിരുദാനന്തര ബിരുദം, കണ്ണൂർ സർവ്വകലാശാലയിൽനിന്ന് ഡോ. എസ് എസ് ശ്രീകുമാറിന്റെ മാർഗ്ഗനിർദ്ദേശത്തിൽ 'സി വി ശ്രീരാമന്റെ ചെറുകഥകളിലെ ബഹുസ്വരത' എന്ന വിഷയത്തിൽ പി എച്ച് ഡി ബിരുദം. ആനുകാലികങ്ങളിൽ പഠനങ്ങളും നിരൂപണങ്ങളും ആസ്വാദനങ്ങളും എഴുതുന്നു.

പാലക്കാട് ചിറ്റൂരിൽ തെക്കേഗ്രാമം തുഞ്ചൻമഠത്തിനടുത്ത് താമസം.

കൃതികൾ: *വാക്ക് മറുവാക്ക്, കുഞ്ഞുണ്ണി ജീവിതരേഖകൾ, ഹൃദയത്തിൽ ഗാന്ധിയുടെ കൈയൊപ്പ്, മുണ്ടൂർ കൃഷ്ണൻകുട്ടി–അദൃശ്യ സാന്നിദ്ധ്യം.*

സഹധർമ്മിണി : ശ്രീജ

മക്കൾ : പാർവ്വതി, രേവതി

ഫോൺ : 9495579121

ഉള്ളടക്കം

സി വി ശ്രീരാമന്റെ കഥകളുടെ പഠനം
ഡോ. പി ആർ ജയശീലൻ

പ്രസാധകക്കുറിപ്പ്

ഇന്ത്യ എന്ന വിസ്തൃതഭൂമികയിൽ പിറവിയെടുത്ത കഥകളാണ് സി വി ശ്രീരാമന്റേത്. ബഹുസ്വരതയുടെ വർണ്ണരാജി പരിലസിതമാകുന്ന കഥകൾ. സാധാരണ മനുഷ്യരുടെ പങ്കപ്പാടുകൾ പകുത്തെടുക്കാൻ പോന്ന രാഷ്ട്രീയ ബോധം ഈ കഥകളിൽ ദൃശ്യപ്പെടുന്നു. മിഖായേൽ ബക്തിൻ ചൂണ്ടിക്കാട്ടിയിട്ടുള്ളതുപോലെ ഒരു വ്യക്തിയുടെ ആന്തരിക നവീകരണം എന്നാൽ അയാൾ രൂപപ്പെട്ടതിനു പിന്നിലുള്ള സാമൂഹ്യചര്യം എന്നർത്ഥം. ഓരോ എഴുത്തുകാരനും ഇതു ബാധകമാണ്. അനന്തമായ യാത്രകളും ഓർമ്മകളും ചരിത്രവും രാഷ്ട്രീയവും ശ്രീരാമന്റെ കഥാതന്തുക്കളെ ബലപ്പെടുത്തുന്നു. മലയാളി ഒരിക്കലും മറക്കാത്ത കഥകളാണ് ഈ സമാഹാരത്തിൽ ചേർത്തിട്ടുള്ളത്.

ഡോ. പി ആർ ജയശീലൻ സാഹിത്യപഠനത്തെ ആധുനിക സാഹിത്യ സിദ്ധാന്തങ്ങളുടെ വെളിച്ചത്തിൽ വികസിപ്പിച്ച സാഹിത്യപഠിതാവാണ്. ശ്രീരാമന്റെ കഥകളിലെ അടിയൊഴുക്കുകളെ സമഗ്രമായി മനസ്സിലാക്കാൻ ഉതകുന്ന ബൃഹത് പഠനമാണ് ഈ പുസ്തകത്തിന്റെ ഒരു ഭാഗം. സാഹിത്യവിദ്യാർത്ഥികൾക്കും കഥാപഠനത്തിൽ ഏർപ്പെട്ടിട്ടുള്ളവർക്കും സൂക്ഷിച്ചുവച്ചു വായിക്കാവുന്ന അപൂർവ്വ കൃതികളിലൊന്നായി ഇതു മാറുമെന്ന് ഞങ്ങൾ പ്രത്യാശിക്കുന്നു.

ചിന്ത പബ്ലിഷേഴ്സ്

ആമുഖം

വിശാലവും അഗാധവുമായ മനുഷ്യജീവിതമാണ് സി വി ശ്രീരാമന്റെ ചെറുകഥകളിൽ ആവിഷ്കരിക്കുന്നത്. തീവ്ര ആധുനികത മലയാളസാഹിത്യത്തിൽ അരങ്ങേറിയ കാലത്തും പിന്നീട് ഉത്തരാധുനികതയുടെ കാലത്തും അവയ്ക്കനുഗുണമായ രചനാരീതികൾക്കുവേണ്ടിയുള്ള യാതൊരു പരീക്ഷണങ്ങളും നടത്താതെ തന്റെ യഥാതഥരചനകളിൽത്തന്നെ ഉറച്ചുനിന്ന് കഥയെഴുതുകയും ചെറുകഥയുടെ ആനുകാലികലോകത്ത് സജീവമായി നിലനില്ക്കുകയും ചെയ്ത വ്യക്തിത്വമാണ് സി വി ശ്രീരാമന്റേത്. മാറിയ ലോകവും ജീവിതവും ആവശ്യപ്പെടുന്നതെന്ന് നിരൂപകർ വിലയിരുത്തിയ സങ്കേതങ്ങളൊന്നും സി വി ശ്രീരാമൻ സ്വീകരിച്ചില്ല.

ചെറുകഥയെക്കുറിച്ചുള്ള പ്രബലമായ പരികല്പനകളിൽ ഒന്ന് അത് ഒരൊറ്റ ഭാവത്തിലൂന്നിക്കൊണ്ടുള്ള ആവിഷ്കാരമാണ് എന്നതാണ്. ഒരു സംഭവം, ഒരു കഥാപാത്രം, ഒരു വികാരം, ഒരവസ്ഥ എന്നതായിരിക്കണം ചെറുകഥാരചനയിലെ മർമ്മം എന്നും മറ്റുസംഭവങ്ങളും കഥാപാത്രങ്ങളുമെല്ലാം കേന്ദ്രസ്ഥാനത്തുള്ളതിനെ പരിപോഷിപ്പിക്കാൻ പാകത്തിൽ മാത്രം വിന്യസിക്കണമെന്നുമുള്ളതാണ് സങ്കല്പം. സി വി ശ്രീരാമന്റെ ചെറുകഥകൾ വായിക്കുമ്പോൾ ഇതിൽനിന്ന് വ്യത്യസ്തമായ അനുഭവങ്ങൾ കാണാൻ കഴിയുന്നു. വർണ്ണനയ്ക്കും ആഖ്യാനത്തിനും സംഭാഷണങ്ങൾക്കും സുലഭമായ അവസരങ്ങൾ കഥയ്ക്കകത്തുണ്ട്. വ്യത്യസ്തഭാഷാശൈലികൾ, സമൂഹഭാഷണങ്ങൾ, ഉദ്ധരണികൾ എന്നിവയെല്ലാം ചെറുകഥയ്ക്ക് വൈപുല്യവും വൈവിദ്ധ്യവും നല്കുന്നുണ്ട്. അതുപോലെ ഇന്ത്യക്കകത്തുള്ള വ്യത്യസ്തഭൂപ്രദേശങ്ങൾ സ്ഥലരാശിയാകുകയും അവിടത്തെ പലജാതി മനുഷ്യർ കഥയിലെ

കഥാപാത്രങ്ങളാകുകയും ചെയ്യുന്നു. ഇവയെല്ലാം കണക്കിലെടുത്തു കൊണ്ട് സി വി ശ്രീരാമന്റെ ചെറുകഥകളെ ബഹുസ്വരതയുടെ അടിസ്ഥാനത്തിൽ നിർവ്വചിക്കാൻ കഴിയുമോ എന്നന്വേഷിക്കുകയാണ് ലക്ഷ്യം.

റഷ്യൻ സാഹിത്യമീമാംസകനായ മിഖായേൽ ബക്തിന്റെ ബഹുസ്വരതാസിദ്ധാന്തം ഉപയോഗപ്പെടുത്തി അപൂർവ്വം മലയാളനോവലുകൾക്ക് പഠനങ്ങൾ മുമ്പുണ്ടായിട്ടുണ്ട്. ഇവിടെ സി വി ശ്രീരാമന്റെ ചെറുകഥകളെ ബഹുസ്വരതാതത്ത്വത്തിന്റെ അടിസ്ഥാനത്തിൽ പഠനവിധേയമാക്കുകയാണ്. ബഹുസ്വരതയുടെ അടിസ്ഥാനത്തിൽ ചെറുകഥകളെ പഠിക്കാനുള്ള ഒരു തുടക്കം കൂടിയാണിത്.

സി വി ശ്രീരാമന്റെ ചെറുകഥകളിൽനിന്ന് ഒരു കാലഘട്ടത്തിലെ കേരളീയ മനുഷ്യജീവിതത്തിന്റെ രാഷ്ട്രീയ-സാമൂഹിക-സാംസ്കാരികനിലപാടുകളും ഒപ്പം കീഴാളവും ജനകീയവും ദേശീയവുമായ ഒരു രാഷ്ട്രസങ്കല്പവും വായിച്ചെടുക്കാൻ കഴിയുന്നുണ്ടോ എന്നുള്ള ഒരന്വേഷണവും നടത്തുന്നുണ്ട്. സി വി ശ്രീരാമന്റെ ചെറുകഥകളും കഥാപാത്രങ്ങളും ഉത്തരാധുനികതയുടെ സാമൂഹികപരിസരത്തിൽ ഒരു നവസംസ്കാരരാഷ്ട്രീയം ജനിപ്പിക്കുന്നുണ്ടോ എന്നുള്ള അന്വേഷണവും ഈ പഠനത്തിന്റെ ഭാഗമാകുന്നു.

"സി വി ശ്രീരാമന്റെ ചെറുകഥകൾക്ക് ഒരു പ്രവേശിക" എന്ന ഒന്നാം അദ്ധ്യായത്തിൽ ആയിരത്തിത്തൊള്ളായിരത്തി എഴുപതുകളിലെ ആധുനികതയുടെ പൊതുധാരണകളോട് സന്ധിചെയ്യാത്ത സി വി ശ്രീരാമന്റെ രചനാരീതി പഠനവിഷയമാക്കുന്നു. കഥാംശമില്ലാത്ത കഥകൾ എന്ന അവസ്ഥയെ ഇല്ലാതാക്കുന്നവയാണ് സി വി ശ്രീരാമന്റെ ചെറുകഥകൾ. പല നിരൂപകരാലും വിശേഷിപ്പിക്കപ്പെട്ട ഇന്ത്യൻതലം (ഭാരതീയമായ വൈവിദ്ധ്യങ്ങൾ) സി വി ശ്രീരാമന്റെ ചെറുകഥകൾക്കുണ്ടെന്ന് സാമാന്യവല്ക്കരണം നടത്തുന്നു.

മിഖായേൽ ബക്തിന്റെ അഭിപ്രായത്തിൽ, ഒരു വ്യക്തിയുടെ ആന്തരികനവീകരണം എന്നതുകൊണ്ടുദ്ദേശിക്കുന്നത് ആ എഴുത്തുകാരന്റെ രൂപപ്പെടലിനു പിന്നിലുള്ള സാമൂഹികചരിത്രസാഹചര്യങ്ങളെ വിലയിരുത്തുക എന്നതാണ്. അതുകൊണ്ട് സി വി ശ്രീരാമന്റെ ജീവിതപശ്ചാത്തലം ഈ അദ്ധ്യായത്തിൽ വിശകലനവിധേയമാക്കുന്നുണ്ട്. സി വി ശ്രീരാമന്റെ രചനാരീതിയെക്കുറിച്ച് സി വി ശ്രീരാമനും ഒപ്പം മറ്റു നിരൂപകരും പറഞ്ഞിട്ടുള്ള പ്രസക്തമായ വിലയിരുത്തലുകൾകൂടി ഇവിടെ രേഖപ്പെടുത്തിയിട്ടുണ്ട്. കൂടാതെ സി വി ശ്രീരാമന്റെ ചെറുകഥകളുടെ സവിശേഷതകളായ യാത്രകൾ, ഓർമ്മകൾ, ചരിത്രം, രാഷ്ട്രീയം, സ്ഥലവൈവിദ്ധ്യം, കാലദൈർഘ്യം വ്യത്യസ്ത ന്യൂക്ലിയസുകൾ എന്നിവയെല്ലാം വേറെ വേറെ പഠിക്കപ്പെടുന്നുണ്ട്. സി വി ശ്രീരാമന്റെ ചെറുകഥകളിലെ റിയലിസം പഠനവിധേയമാക്കുന്നുണ്ട്. മലയാളത്തിലെ

ആദ്യകാല റിയലിസ്റ്റുകളുടെ തുടർച്ച സി വി ശ്രീരാമന്റെ ചെറുകഥകളിൽ എപ്രകാരമാണെന്ന് വിശകലനം ചെയ്യുന്നു.

ബഹുസ്വരത എന്ന രണ്ടാം അദ്ധ്യായത്തിലെ ചെറുകഥയും കാല്പനികതയും എന്ന ഖണ്ഡത്തിൽ പത്തൊമ്പതാം നൂറ്റാണ്ടു മുതല്ക്കുള്ള ചെറുകഥയുടെ വളർച്ചയും ചരിത്രവും പ്രതിപാദിക്കുന്നുണ്ട്. ഒപ്പം ചെറുകഥ എന്ന സാഹിത്യരൂപത്തിൽ കാല്പനികതയുടെ സാന്നിദ്ധ്യവും തല്ഫലമായുള്ള ആത്മനിഷ്ഠത, ഭാവഗാനാത്മകത എന്നീ പ്രത്യേകതകളും മലയാളത്തിൽ എഴുതപ്പെട്ട ചെറുകഥകളെയും ഏകസ്വരവും ഏകഭാവവുമായ ഒരവസ്ഥയിൽ എത്തിച്ചിട്ടുണ്ടെന്ന് നിരീക്ഷിക്കുന്നു. കാല്പനികതയ്ക്കു വിരുദ്ധമായാണ് ആധുനികത പ്രവർത്തിച്ചതെങ്കിലും കാല്പനികത ഇന്നും ശക്തമായി തുടരുന്നു. ആധുനികതയുടെ പ്രശ്നപരിസരത്തിൽ വെച്ചുകൊണ്ടു കൂടിയാണ് സി വി ശ്രീരാമന്റെ ചെറുകഥകളെ ഈ പുസ്തകത്തിൽ പഠനവിധേയമാക്കുന്നത്. ചെറുകഥ എന്ന സാഹിത്യരൂപത്തെ അന്നത്തെ കാലത്ത് എങ്ങനെയൊക്കെയാണ് നോവലിൽനിന്ന് വ്യത്യസ്തമായി നിരീക്ഷിച്ചത് എന്നും പുതിയ സാഹിത്യസിദ്ധാന്തങ്ങൾ വെച്ചു പരിശോധിക്കുമ്പോൾ നോവലിന്റെ ദൈർഘ്യവും ചെറുകഥയുടെ ദൈർഘ്യമില്ലായ്മയും ഗണപരമായ വിഭജനത്തിന് നമ്മെ പ്രേരിപ്പിക്കുംവിധം സാഹിത്യശില്പവുമായി ബന്ധപ്പെട്ടതാണോ എന്നും പരിശോധിക്കുന്നുണ്ട്. പുതിയ സാഹിത്യസിദ്ധാന്തങ്ങൾ വെച്ചുകൊണ്ട് ചെറുകഥയെയും നോവലിനെയും താരതമ്യപ്പെടുത്തുമ്പോൾ പ്രസക്തമാവുന്നത് ചെറുകഥയോ നോവലോ എന്നല്ല ഒരൊറ്റ ആഖ്യാനമാതൃക എന്നതാണ്. സി വി ശ്രീരാമന്റെ ചെറുകഥകളിലെ ഇന്ത്യൻ യാഥാർത്ഥ്യം ഒന്നാം അദ്ധ്യായത്തിൽ തന്നെ വ്യക്തമാക്കപ്പെട്ടിട്ടുണ്ട്. സി വി ശ്രീരാമന്റെ ചെറുകഥകളെ, ഇന്ത്യയുടെ വൈവിദ്ധ്യം മുൻനിർത്തിക്കൊണ്ട് പഠനവിധേയമാക്കുന്നുണ്ട്. സി വി ശ്രീരാമന്റെ ചെറുകഥകളിലെ ആത്മീയത എന്ന ഭാഗത്ത് ചർച്ച ചെയ്യപ്പെടുന്നു.

ഇന്ത്യയുടെ സവിശേഷമായ സാംസ്കാരികവൈവിദ്ധ്യവും ഭൂപ്രദേശവൈവിദ്ധ്യവും മുൻനിർത്തിയാണ് കഥകളെയും കഥകളിലെ സാധാരണമനുഷ്യരെയുംപറ്റി പഠിക്കുന്നത്. ഇരുപതാംനൂറ്റാണ്ടിലെ സാഹിത്യസൈദ്ധാന്തികരിൽ ശ്രദ്ധേയനായ മിഖായേൽ ബക്തിന്റെ സാഹിത്യസിദ്ധാന്തങ്ങളിൽ ഫോർമലിസത്തിന്റെയും മാർക്സിയൻ നിരൂപണരീതിയുടെയും സമന്വയം കാണാൻ കഴിയുന്നുണ്ട്. ഏതൊരു ഗദ്യകൃതിയെയും അതാതിന്റെ സാമൂഹികസന്ദർഭത്തിൽ വിലയിരുത്തുക എന്നതാണ് ഈ സമീപനത്തിന്റെ ഏറ്റവും വലിയ സവിശേഷത. കൂടാതെ കഥകളുടെ സംവാദാത്മകത, കഥാപാത്രങ്ങളുടെ സംഭാഷണം (ഉരിയാട്ടം), പ്രതിജനഭിന്നവിചിത്രമായ മനുഷ്യജീവിതം, അടച്ചുപൂട്ടലുകൾക്ക് വിധേയമാകാത്ത *unfinalizable* എന്ന ആശയം എന്നിവയെല്ലാം കഥാപഠനങ്ങൾക്കായി ഉപയോഗപ്പെടുത്തുന്നുണ്ട്. കഥാപാത്രങ്ങളെ നന്മതിന്മകളുടെ അടിസ്ഥാനത്തിൽ വേർതിരിക്കാതെ പഠിക്കപ്പെടുന്ന രീതിയാ

ണിവിടെ അവലംബിച്ചിരിക്കുന്നത്. പൂർണ്ണമായ ശരിതെറ്റുകൾ ഇല്ലെന്നും ഏതു ജീവിതവും കലർപ്പിന്റേതാണെന്നും ശുദ്ധവ്യക്തി എന്ന സങ്കല്പം മിഥ്യയാണ് എന്നുമുള്ള സമീപനങ്ങൾ വെച്ചുകൊണ്ട് സി വി ശ്രീരാമന്റെ ചെറുകഥകളെ പഠിക്കുന്നു.

"ചെറുകഥ ഏകസ്വരതയിൽനിന്ന് ബഹുസ്വരതയിലേക്ക്" എന്ന മൂന്നാം അദ്ധ്യായത്തിൽ ടി പത്മനാഭൻ, മാധവിക്കുട്ടി, എം ടി വാസുദേവൻനായർ എന്നിവരുടെ ചെറുകഥകളുമായി സി വി ശ്രീരാമന്റെ *വസന്തത്തിന്റെ ചിറകുകൾ* എന്ന കഥ താരതമ്യപഠനത്തിനു വിധേയമാക്കുന്നു. കാല്പനികത, ഭാവഗാനാത്മകത, ആത്മനിഷ്ഠത എന്നീ ഘടകങ്ങളെ സി വി ശ്രീരാമന്റെ ചെറുകഥകൾ എങ്ങനെ പ്രതിരോധിക്കുന്നു എന്നും വിശദാംശങ്ങളുടെ (പുസ്തകങ്ങൾ, ഉദ്ധരണികൾ, കത്തുകൾ, കോടതിപ്പകർപ്പുകൾ) സമൃദ്ധികൊണ്ട് മറ്റു കഥാകൃത്തുക്കളിൽനിന്നും വ്യത്യസ്തമായി സി വി ശ്രീരാമന്റെ ചെറുകഥകൾ എങ്ങനെ ബഹുസ്വരത എന്ന സങ്കല്പത്തിലേക്ക് വികസിച്ചു നില്ക്കുന്നു എന്നും നിരീക്ഷിക്കപ്പെടുന്നു.

നാലാം അദ്ധ്യായത്തിൽ ബഹുസ്വരതയുടെ ഇന്ത്യൻ യാഥാർത്ഥ്യവും ബക്തിന്റെ ബഹുസ്വരതാസങ്കല്പവും വെച്ചുകൊണ്ട് *വാസ്തുഹാരാ, ചിദംബരം, ഇരിക്കപ്പിണ്ഡം, ക്ഷുരസ്യധാരാ, ഒട്ടുചെടി* എന്നീ അഞ്ചുകഥകൾ പഠനവിധേയമാക്കുന്നുണ്ട്. "സി വി ശ്രീരാമന്റെ ചെറുകഥകളിലെ സ്ത്രീപ്രതിനിധാനങ്ങൾ" എന്ന അഞ്ചാം അദ്ധ്യായത്തിൽ സി വി ശ്രീരാമന്റെ ചെറുകഥകളിലെ സ്ത്രീകഥാപാത്രങ്ങളെക്കുറിച്ചുള്ള വിശദമായ പഠനമുണ്ട്. സ്ത്രീപക്ഷമോ സ്ത്രീവിരുദ്ധമോ അല്ലാതെ മനുഷ്യൻ എന്ന പദത്തിനുകീഴിൽ സ്ത്രീയെയും നിർത്തുന്ന സമീപനമാണ് സി വി ശ്രീരാമന്റേത്. *സാക്ഷി, നിർമ്മലമായ പ്രഭാതം, പന്തയം, ഒളിച്ചോട്ടം, സൂനിമാ, മുഖം പത്മദളാകാരം, വെളുത്തപക്ഷിയെ കാത്ത്, ഇമ്മീഡിയറ്റ് ഡീസന്റ് മാര്യേജ്, സൗമിനിയേച്ചിയുടെ മാർക്സിസ്റ്റ് വീക്ഷണം* എന്നീ കഥകൾ പഠിക്കപ്പെടുന്നു. സമൂഹത്തിലെ സംഘർഷഭരിതമായ ബഹുസ്വരങ്ങളായ സ്ത്രീജീവിതങ്ങളെ അടയാളപ്പെടുത്താനുള്ള ഒരിടം സി വി ശ്രീരാമന്റെ മേല്പറഞ്ഞ ചെറുകഥകൾ സാദ്ധ്യമാക്കുന്നുണ്ടോ എന്നുള്ള അന്വേഷണമാണിത്.

"ദേശീയതയും ബഹുസ്വരതയും" എന്ന ആറാം അദ്ധ്യായത്തിൽ ഒരേസമയം ദേശീയത എന്ന സങ്കല്പനവും ബഹുസ്വരത എന്ന ആശയവും പ്രയോഗത്തിൽകൊണ്ടുവരുകയാണ്. സി വി ശ്രീരാമന്റെ ദളിത്-ആദിവാസി പ്രമേയമുള്ള കഥകൾ, ദേശീയത വിഷയമായി വരുന്ന കഥകൾ എന്നിവയെല്ലാം ഈ അദ്ധ്യായത്തിൽ പഠനവിധേയമാക്കുന്നുണ്ട്. സ്ത്രീപ്രതിനിധാനങ്ങൾ ഒരൊറ്റ അദ്ധ്യായമായി നേരത്തേ പഠിക്കപ്പെട്ടു കഴിഞ്ഞു. ദേശീയതയുടെയും ആധുനികതയുടെയും നിർവ്വചനങ്ങൾ ഈ നാട്ടിലെ പലരെയും അപരവല്ക്കരിച്ചുകൊണ്ടുള്ളതായിരുന്നു. അതിലിവിടത്തെ സ്ത്രീകൾ, അരികുവല്ക്കരിക്കപ്പെട്ട ദളിതർ, പ്രകൃതിയോ

ടൊട്ടിച്ചേർന്നു കഴിയുന്ന ആദിവാസികൾ, ചില ഒറ്റപ്പെട്ട മനുഷ്യർ ഇവരെയെല്ലാം തന്റെ കഥയ്ക്കകത്തേക്ക് സി വി ശ്രീരാമന് കൊണ്ടുവരാൻ കഴിഞ്ഞിട്ടുണ്ടോ എന്ന് പരിശോധിക്കുന്നുണ്ട്. വ്യത്യസ്ത ഭാഷാഭേദങ്ങൾ, ശൈലീവിശേഷങ്ങൾ, ഭൂപ്രകൃതികൾ, ആചാരവിശേഷങ്ങൾ, സാമൂഹ്യസ്മരണകൾ, സംസ്കാരവൈവിദ്ധ്യങ്ങൾ എന്നിങ്ങനെ ബഹുസ്വരതയ്ക്കു നിദാനമായ ഘടകങ്ങളെല്ലാം നിരീക്ഷണത്തിലും പഠനത്തിലും കടന്നുവരുന്നുണ്ട്. സി വി ശ്രീരാമന്റെ കാല്പനികേതരവും ഭാവഗാനാത്മകതയ്ക്കു വിരുദ്ധവും ആത്മനിഷ്ഠേതരവുമായ സമീപനങ്ങൾ ഇന്ത്യക്കകത്തെ പ്രാദേശികതകളെയും വൈവിദ്ധ്യങ്ങളെയും ഉൾക്കൊള്ളാൻ സഹായകമാകുന്നുണ്ടോ എന്നു പരിശോധിക്കുന്നു. അടച്ചുപൂട്ടലുകൾക്ക് വിധേയമാകാത്ത മിഖായേൽ ബക്തിന്റെ സമീപനവും ഇവിടെ താരതമ്യത്തിനു വിധേയമാക്കുന്നുണ്ട്. അതുപോലെ ആഖ്യാനത്തിന്റെ ആധികാരികമായ വസ്തുനിഷ്ഠതയ്ക്ക് ആധാരമായ തെളിവുകളെ സി വി ശ്രീരാമൻ കഥയ്ക്കകത്ത് കൊണ്ടുവരുന്ന രീതിയും വിശകലനവിധേയമാക്കുന്നു. മനുഷ്യാവബോധത്തിൽ അധിഷ്ഠിതമായ അനവധി ഘടകങ്ങൾ പ്രതിജനഭിന്നവിചിത്രമായ മനുഷ്യജീവിതത്തോട് ചേർത്തുവെച്ചുകൊണ്ടുള്ള ജീവിതവൈവിദ്ധ്യവും രചനാവൈവിദ്ധ്യവും സി വി ശ്രീരാമന്റെ കഥകൾക്കുണ്ടോ എന്നും പഠിക്കുന്നു. ഒപ്പം ഉത്തരാധുനികതയുടെ വിശകലനപരിസരങ്ങളിൽ സി വി ശ്രീരാമന്റെ ചെറുകഥകളുടെ ബഹുസ്വരത ഒരു നവസംസ്കാരരാഷ്ട്രീയം സൃഷ്ടിക്കുന്നുണ്ടോ എന്നും അന്വേഷണവിധേയമാക്കുന്നു.

ഡോ. പി ആർ ജയശീലൻ

കഥകൾ

എന്റോസി വല്യമ്മ

മനസ്സ് നിറയെ ഇത്തിൾ ചിപ്പികളായിരുന്നു. അതു നീക്കാൻ തൂകിയ തെളിനീരൊക്കെ കൂടുതൽ നീറ്റിയെടുത്തതേയുള്ളൂ. സ്വന്തം സ്വസ്ഥതയുടെ ഭംഗം മാത്രമായിരുന്നില്ല സ്വന്തക്കാരുടെ മുള്ളുവാക്കുകളും ചെന്നു വീണത് മനസ്സിലെ ഇത്തിൾ കൂമ്പാരത്തിൽതന്നെ. എല്ലാവർക്കും അറിയാം വലിയമ്മയുടെ സ്ഥിതിയെന്താണെന്ന്. അവർക്കു വർഷങ്ങളായി തലയ്ക്കു വെളിവില്ല. എവിടേയെങ്കിലും ഇറങ്ങി പോകും. മറ്റാരുടെയും വീട്ടിലേക്കായിരിക്കില്ല. ഏതെങ്കിലും സ്വന്തക്കാരുടെ വീട്ടിലേക്കായിരിക്കും. ഭക്ഷണം കഴിക്കും. ഓരോ കറിക്കും കുറ്റം കണ്ടുപിടിക്കും. പാകം ചെയ്ത് ആദരവോടെ മേശപ്പുറത്തു കൊണ്ടുവച്ച സ്ത്രീകളെ മുഴുവൻ വഴക്കു പറയും. ഏതെങ്കിലും വീട്ടമ്മ തർക്കുത്തരം പറഞ്ഞാൽ അവിടെനിന്നും ഇറങ്ങിപ്പോകും. മറ്റേതെങ്കിലും സ്വന്തക്കാരുടെ വീട്ടിൽ കയറിച്ചെല്ലും. സുന്ദരമായി ചിരിക്കും. ആ ചിരികൊണ്ടു വീടു മുഴുവൻ കൈയിലെടുക്കും. ഭക്ഷണം പാകം ചെയ്ത സ്ത്രീകളെ പുകഴ്ത്തി പുകഴ്ത്തി വീർപ്പുമുട്ടിക്കും. സമൃദ്ധമായി ഭക്ഷണം കഴിച്ച് വലിയമ്മ രാത്രിയിൽ ഒന്നുറങ്ങും. പിന്നെ എഴുന്നേറ്റ് പുറത്തെ എല്ലാ ലൈറ്റുകളും ഇട്ടുവയ്ക്കും. കുളിമുറിയിൽ കയറി വസ്ത്രങ്ങൾ അലക്കിഅലക്കി വെളുപ്പിക്കും. പിന്നെ ഒരു നീണ്ട കുളി. എന്നിട്ടും വീട്ടിലെ ആളുകൾ എഴുന്നേറ്റിട്ടില്ലെങ്കിൽ അവരെ ചീത്ത പറയാൻ തുടങ്ങും. വീട്ടിലെ സ്ത്രീകൾ പ്രാർത്ഥിക്കുമായിരുന്നു. പണ്ടാരം പകൽ വന്നാൽ മതിയായിരുന്നു. ഇതൊക്കെ എല്ലാവർക്കും അറിയാമായിരുന്നു. എന്നിട്ടും വലിയമ്മയെ ഒരു സൈക്യാട്രിസ്റ്റിനെ കാണിച്ചു ചികിത്സിക്കണമെന്ന് ദാസൻ പറഞ്ഞപ്പോൾ കുടുംബവൃത്തം എതിർത്തു.

"നിനക്ക് ഇനി വേണ്ടത് അവരൊരു ഭ്രാന്തിയാണെന്നു തെളിയിക്കണം. അല്ലേ..." കുടുംബവൃത്തം ഇന്നുവരെ ദാസൻ പറയുന്നതെന്തും

സംശയത്തോടെയേ കണ്ടിരുന്നുള്ളൂ. അലക്കും കുളിയും ഭക്ഷണത്തിനു കുറ്റം കണ്ടുപിടിക്കലും നിത്യസംഭവമായിരുന്നതിനാൽ ആ ശീലവുമായി എല്ലാവരും ഇണങ്ങി. ഈയിടെയായി വലിയമ്മയെപ്പറ്റി പറഞ്ഞുകേട്ടത് രാത്രിയിൽ ഒന്ന് ഉറങ്ങിയെഴുന്നേറ്റാൽ അവർ അരുകിൽ കിടത്തി ഉറക്കിയ അവരുടെ മകളെ കാണാനില്ലെന്നു പറഞ്ഞ് നേരം പുലരുന്നതു വരെ കരയുമെന്നാണ്. വലിയമ്മ പ്രസവിച്ചിട്ടില്ല. അമ്മ എന്നും പറയാറുണ്ടായിരുന്നു. കണംകാല് കനത്ത പെണ്ണാണ്. അതുകൊണ്ടാണ് ഭർത്താവ് വാഴാതിരുന്നത്. ചെറുപ്പത്തിൽ കല്യാണം കഴിച്ചു. അധികം നാൾ കഴിയുന്നതിനു മുമ്പേ ഭർത്താവ് മരിച്ചു. അവർ സ്വന്തം വീട്ടിലേക്കു തിരിച്ചുപോന്നു. പിന്നെ വീണ്ടും ഒരു കല്യാണം നടന്നു. പൊന്നുംപൊടി പോലെ ആ വീട്ടുകാർ അവരെ കൊണ്ടുപോയി. ആ വീട്ടിൽ രണ്ടാഴ്ച പോലും നിന്നില്ല. മൂന്നാമതൊരു വിവാഹാലോചന വന്നു. വെറും ആലോചനയായിരുന്നില്ല. കല്യാണത്തിന്റെ നാൾ വരെ കുറിച്ചതായിരുന്നു. അതിനകം ഓണം വന്നു. വരന്റെ വീട്ടുകാർ ഓണക്കോടി കൊണ്ടുവന്നു. ഓണക്കോടിക്ക് നേർമ്മ പോരാ എന്നു പറഞ്ഞ് കൊണ്ടുവന്ന ആളുടെ മുഖത്തേക്ക് അത് വലിച്ചെറിഞ്ഞു. അതിനുശേഷം വിവാഹവും വിവാഹാലോചനകളൊന്നും ഉണ്ടായില്ല. കുടുംബഭാഗനിശ്ചയത്തിൽ പടിക്കലെ നിലം വലിയമ്മയ്ക്ക് വിക്രിയ സ്വാതന്ത്ര്യത്തോടെ തന്നെ വച്ചു. വലിയമ്മ ആ നിലം വളരെ ശ്രദ്ധിച്ചു പണിയിപ്പിക്കുമായിരുന്നു. അവരുടെ ഒരാളുടെ ചെലവിനു വേണ്ട നെല്ലിന്റെ കറ്റകൾ മാത്രം വീട്ടിലേക്കയയ്ക്കും. ബാക്കി കറ്റകൾ കണ്ടത്തിൽവച്ചുതന്നെ മെതിച്ച് നെല്ല് കച്ചവടക്കാർക്ക് വില്ക്കും. ഇന്നും ഓർക്കുന്നു. അന്നൊന്നും അവർക്ക് ഒരസുഖവും ഉണ്ടായിരുന്നില്ല. തന്റേടം അല്പം ഏറും എന്നു മാത്രം, സ്വാർത്ഥയും.

നിലം കൈവിട്ടുപോയതിനുശേഷമാണ് വലിയമ്മയ്ക്ക് അസുഖം വന്നത്. ഈ സത്യം മറച്ചുപിടിക്കാൻ ദാസൻ ഒരിക്കലും തയ്യാറല്ല. അപ്പോൾ ആരാണ് കാരണക്കാരൻ? താനോ തന്റെ അന്നത്തെ അവസ്ഥയോ? ദാസൻ അന്നത്തെ ദിനരാത്രങ്ങളെക്കുറിച്ച് ഓർത്തുപോകുകയാണ്. പഠിപ്പും കഴിഞ്ഞ് തൊഴിലില്ലാത്തവന്റെ ദിനരാത്രങ്ങൾ. എല്ലാവരും എതിരാണെന്ന് ഒരു തോന്നൽ. തന്നെ നോക്കുന്ന കണ്ണുകളിൽ പുച്ഛം കലർന്നിരിക്കുന്നു എന്ന ഒരു ബോദ്ധ്യം. ഒരിക്കലും തൊഴിൽ കിട്ടാൻ സാദ്ധ്യതയില്ല എന്ന തീർത്ത അറിവ്. ഒടുവിലൊടുവിൽ രണ്ട് കാര്യങ്ങളേ ചിന്തയിലുണ്ടായിരുന്നുള്ളൂ. തീവണ്ടിക്ക് മുമ്പിൽ ചാടണമെങ്കിൽ ഏറ്റവും സുരക്ഷിതമായ സ്ഥലം. കൂടുതൽ നന്നായി തോന്നിയത് എൻഡ്രീൻ കഴിക്കുന്നതാണെന്നു ബോദ്ധ്യമുണ്ട്. ആയിടയ്ക്ക് വളരെ അടുത്ത രണ്ട് സുഹൃത്തുക്കൾ മരിച്ചത് എൻഡ്രീൻ കഴിച്ചായിരുന്നു. അത്യാവശ്യമായ ഒരു കാര്യമായതുകൊണ്ട് ഇനി അധികം ആലോചിക്കേണ്ടതില്ലെന്നു തീരുമാനിച്ചു. അന്നു വൈകുന്നേരം ഉമ്മറത്തേക്കു കയറിയപ്പോൾ വലിയമ്മ വളരെനേരം ദാസന്റെ മുഖത്തേക്കുതന്നെ നോക്കിനിന്നു.

"എന്താ ദാസാ നിന്റെ മുഖം കാണുമ്പോ പേടിയാകുന്നല്ലോ. നീ എന്തിന്റെ പുറപ്പാടിനാ? ഇങ്ങനെ ആണെങ്കിൽ നിന്നെ സൂക്ഷിക്കണല്ലോ?"

അന്നു വൈകുന്നേരം വിദേശത്തുനിന്നു ലീവിൽ വന്ന തന്റെ സുഹൃത്ത് വിശ്വം തന്നെ കാണാൻ വന്നിരുന്നു. ദാസന്റെ മാനസികാവസ്ഥ നീങ്ങുന്നത് ഒരു കുരുടൻ കോണിലേക്കാണെന്ന് വിശ്വവും കണ്ടുപിടിച്ചിരുന്നു. ലീവ് കഴിഞ്ഞു പിരിഞ്ഞുപോകുന്നതുവരെ വിശ്വം കൂടെയുണ്ടാവുമായിരുന്നു. ചെന്നെത്തിയപ്പോൾ എഴുത്തയച്ചു. നിന്നെ ഇങ്ങോട്ടു കൊണ്ടുവരാൻ എല്ലാ ഏർപ്പാടുകളും ചെയ്തിട്ടുണ്ട്. യാത്രാച്ചെലവ് അടക്കം ഒമ്പതിനായിരം ഉറുപ്പിക ഉടനെ ഉണ്ടാക്കിക്കൊള്ളു. മുട്ടാത്ത വാതിലുകളില്ല. അധികം ആളുകളുടെയും മറുപടി ഇതായിരുന്നു. പോകാനുള്ള കടലാസുകൾ കൈയിൽ കിട്ടട്ടെ. അപ്പോൾ എന്താ വേണ്ടത് എന്നുവച്ചാൽ നോക്കാം... പൈസ കൊടുത്താലേ കടലാസുകൾ കിട്ടു എന്നു പറഞ്ഞതൊന്നും ആരും ശ്രദ്ധിച്ചില്ല. അന്നും എൻഡ്രീനെപ്പറ്റിത്തന്നെ ചിന്തിച്ചു. അന്നും വലിയമ്മ ചോദിച്ചു:

"ഇന്ന് എന്താ ദാസാ നിന്റെ മുഖം കാണുമ്പോ പേടിയാവണൂലോ. നിന്റെ വെഷമം എന്താണെങ്കിലും നമ്മുടെ കുടുംബത്ത് ഉള്ളോരോടെങ്കിലും തുറന്നു പറഞ്ഞു ശീലിക്കണം."

ദാസൻ കടുത്ത വെറുപ്പോടെ പറഞ്ഞു:

"എനിക്ക് ഒൻപതിനായിരം ഉറുപ്പിക വേണം. എന്താ തരാൻ കഴിയോ?"

"നിനക്ക് എന്തിനാ ഒമ്പതിനായിരം ഉറുപ്പികയുടെ ആവശ്യം?"

"എനിക്ക് വിദേശത്തു പോവാൻ, അവിടെ ചെന്നാൽ എന്തെങ്കിലും ജോലി കിട്ടും."

പിന്നെ വലിയമ്മ ചോദിച്ചത് ദാസനെ കൂടുതൽ അരിശം കൊള്ളിച്ചു.

"പോകാൻ പറ്റൂന്ന് ഉറപ്പുണ്ടോ ദാസാ?"

"പോകാൻ പറ്റും. അല്ലെങ്കിൽ പറ്റാതിരിക്കും. വലിയമ്മ എന്തിനാ ഇതൊക്കെ അന്വേഷിക്കുന്നെ."

അതിനു വലിയമ്മ പറഞ്ഞ മറുപടി തന്റെ വിധി തന്നെ തിരുത്തിയെഴുതിയ മറുപടി.

"പോകാൻ പറ്റുന്നുണ്ടെങ്കിൽ ഞാൻ പടിക്കലെ നിലം വിറ്റിട്ടു കാശ് തരാം."

ദാസന് ഒരു നേരിയ വിശ്വാസമുണ്ടായിരുന്നു. പക്ഷേ, കുടുംബത്തിൽ ആരും അത് വിശ്വസിച്ചില്ല. ആ കുടുംബത്തിൽ കല്യാണങ്ങൾ നടന്നിട്ടുണ്ട്. അടിയന്തിരങ്ങൾ നടന്നിട്ടുണ്ട്. അന്നൊക്കെ വലിയമ്മ ഏല്ക്കാറുണ്ടായിരുന്നു. ഏറ്റവും ഒടുവിൽ വാക്കുമാറും.

പക്ഷേ, വലിയമ്മ സന്തോഷത്തോടെ നിലം വിറ്റു. രജിസ്ത്രോഫീസിൽനിന്ന് ഇറങ്ങുമ്പോൾ അവർ പൊട്ടിക്കരഞ്ഞു:

"എന്റെ ഏക ആശ്രയം അതും കൈവിട്ടല്ലോ ദൈവമേ..."

ആ രാത്രിയിൽ അവർ ഭക്ഷണം കഴിച്ചില്ല. ദാസൻ അവരെ സമാധാനിപ്പിച്ചു.

"എനിക്ക് എന്നു പൈസ ഉണ്ടാവുന്നുവോ അന്ന് എത്ര ഇരട്ടി വില കൊടുത്തും ആ നിലം വലിയമ്മയുടെ പേരിൽ തന്നെ വാങ്ങിത്തരും."

പിറ്റേന്നാൾ തൊട്ട് അവർ ചോദിക്കാൻ തുടങ്ങി:

"എവിടെ നിന്റെ എന്റോസി?"

പിന്നെ പടിക്കൽ ചെന്നു പോസ്റ്റുമാനെ കാത്തു നില്ക്കുമായിരുന്നു. ആരോടും പരാതി പറയുമായിരുന്നു:

"എന്റെ ദാസ് മോന്റെ എന്റോസി വന്നില്ല."

പിന്നെപ്പിന്നെ പോസ്റ്റോഫീസിൽ പോയും അന്വേഷിക്കുമായിരുന്നു.

"എന്റെ മോന്റെ എന്റോസി."

അങ്ങനെ നാട്ടുകാർ കൊടുത്ത പേരായിരുന്നു എന്റോസി വലിയമ്മ.

പൈസ മുഴുവനും കൊടുത്തിട്ടും നാലോ അഞ്ചോ മാസം കഴിഞ്ഞിട്ടും ഒരു വിവരവുമില്ലായിരുന്നു. ഒരു ദിവസം പുലരുന്നതിനു മുമ്പേ വലിയമ്മ എല്ലാവരെയും വിളിച്ചുണർത്തി.

"ഞാൻ ഇന്നലെ രാത്രി ഒരു സ്വപ്നം കണ്ടു. ദാസ് മോന്റെ എന്റോസി വന്നൂന്ന്."

"എങ്ങനെ വലിയമ്മേ എന്റോസി? കാഴ്ചയിൽ എങ്ങനെയിരിക്കും?"

എൻ ഒ സി എന്നു പറയാൻ കഴിയുന്നവർ പോലും ആ നാട്ടിൽ വലിയമ്മയെ അനുകരിച്ച് എന്റോസി എന്ന് ഉച്ചരിച്ചുപോന്നിരുന്നു.

"കേക്കണോ കൂട്ടരെ, സ്വപ്നത്തിൽ ഞാൻ കണ്ടതാ, കോട്ടും സൂട്ടൊക്കെ ഇട്ട ഒരാള് മോട്ടോർ സൈക്കിൾ പറപറപ്പിച്ചുകൊണ്ട് ഇങ്ങട് വന്നു. ഹരിദാസ് ഇവിടെ ഉണ്ട്. ആരോടുമൊന്നും ഉരിയാടാതെ തലയും കീഴോട്ട് ഇട്ട് അകത്ത് കുത്തിയിരിക്കണ്ണ്ട്. ഞാൻ അകത്തുപോയി ദാസനെ വിളിച്ചുകൊണ്ടുവന്നു. അയാള് കോട്ടിന്റെ പോക്കറ്റിൽനിന്ന് ഒരളുക്ക് പുറത്തേക്കെടുത്തു. അതിൽനിന്ന് എന്റോസി പുറത്തേക്കെടുത്തു. ചുണ്ടാണിവിരലിന്റെ പകുതീന്നു ലേശം കൂടും. തിളങ്ങണ സ്വർണ്ണത്തിന്റെ ഒരു തകിട്. ഉരുണ്ടിട്ട്."

എന്തുമാത്രം ഉദ്വേഗത്തോടെയാണ് വലിയമ്മ വർണ്ണിച്ചത്. വർണ്ണന നാട്ടിൽ ആകെ പാട്ടായി. രണ്ട് ദിവസങ്ങൾക്കുശേഷം ശരിക്കും എൻ ഒ സി വന്നു. ഒരട്ടി കടലാസുകൾ. ഓടിച്ചെന്ന് സന്തോഷം വലിയമ്മയെ അറിയിച്ചു. കടലാസുകൾ കാണിച്ചുകൊടുത്തു. അവർ സ്വപ്നത്തിൽ മാത്രം ലയിച്ചു.

"എന്നെ കളിപ്പിക്കാനൊന്നും നോക്കണ്ട. ഞാൻ അത്രയ്ക്കു പൊട്ടിയൊന്നുമല്ല."

അന്നു രാത്രി വലിയമ്മയ്ക്ക് കലശലായ പനി വന്നു. പിറ്റേന്നാളും പനി തുടർന്നു. അപ്പോഴാണ് ദാസന്റെ ഒരു സുഹൃത്ത് മോട്ടോർ സൈക്കിളിൽ വന്നത്. മോട്ടോർ സൈക്കിളിന്റെ ശബ്ദം കേട്ടപ്പോൾ വലിയമ്മ എഴു

ന്നേറ്റ് പുറത്തേക്കുവന്നു. ആ സുഹൃത്ത് ഒരു സിഗരറ്റ് ലൈറ്റർ പുറത്തേക്കെടുത്തപ്പോൾ വലിയമ്മ നിന്ന് തുള്ളിച്ചാടി.

"ഇതാ എന്റോസി"

വലിയമ്മതന്നെ ആ സിഗരറ്റ് ലൈറ്റർ വാങ്ങി ദാസനെ ഏല്പിച്ചു.

"ഇനി വേഗം പോകാൻ നോക്ക്."

യാത്ര പറയുമ്പോൾ വലിയമ്മയുടെ കാൽതൊട്ടിട്ട് ദാസൻ പറഞ്ഞു:

"ഏതെങ്കിലും ഭൂമി ഞാൻ വാങ്ങുന്നുണ്ടെങ്കിൽ അത് പടിക്കലെ നിലമായിരിക്കും. വാങ്ങുന്നത് വലിയമ്മയുടെ പേരിലും."

പിന്നെ പലതും വാങ്ങിക്കൂട്ടി. പടിക്കലെ നിലം മാത്രം വാങ്ങാൻ കഴിഞ്ഞില്ല. അത് പണത്തിന് ബുദ്ധിമുട്ടില്ലാത്തവരുടെ കൈയിലാണ് ചെന്നമർന്നത്. വിലയും നാലഞ്ചിരട്ടി കയറി. ഇന്ന് എങ്ങനെയോ അത് വില്ക്കാനിട്ടിരിക്കുന്നു. വിലയും ഇറങ്ങിവന്നിരിക്കുന്നു. വലിയമ്മയുടെ പേരിൽ തന്നെ വാങ്ങണം. പക്ഷേ, എതിർപ്പുകൾ ഏറിവരുന്നു.

"ആ വെളിവില്ലാത്ത തള്ളയുടെ പേരിൽ നിലം വാങ്ങണം എന്നു പറയുന്ന നിങ്ങൾക്കാ ഇപ്പോൾ വെളിവില്ലാത്തത്."

ഭാര്യയുടെ വാക്കുകൾ.

ഇത് ശരിയാണെന്ന് പലരും. അത് വലിയമ്മയുടെ നിലം തന്നെയല്ലേ? വാങ്ങേണ്ടത് വലിയമ്മയുടെ പേരിൽ തന്നെ. അതും പറയാനാളുണ്ടായിരുന്നു. ആ നിലം കൈവിട്ടതിനുശേഷമാണ് തള്ളയ്ക്ക് വെളിവുകേട് വന്നതുതന്നെ.

ഇന്ന് കടലാസ് വാങ്ങേണ്ട ദിവസമാണ്. നാളെ തീറ് നടത്തേണ്ട ദിവസവും. തല തരിക്കുന്നു. ദാസൻ എഴുന്നേറ്റു.

കഴിഞ്ഞ കുറേ ദിവസങ്ങളായി വലിയമ്മ അനിയന്റെ വീട്ടിലാണ്. അനിയൻ പറയാറുണ്ട്.

"നമ്മുടെ കുടുംബം ഇങ്ങനെ ഒരു വൃക്ഷം പോലെ പടർന്നതു നന്നായി. വലിയമ്മയ്ക്ക് ഏതെങ്കിലും കൊമ്പിൽ ചേക്കേറാമല്ലോ."

മറ്റ് വാഹനങ്ങൾക്ക് കാത്തുനിന്നില്ല. ഒരു ഓട്ടോറിക്ഷ വിളിച്ച് അനിയന്റെ വീട്ടിലേക്കുചെന്നു. പുറത്താരെയും കണ്ടില്ല. അകത്തെ മുറിയിൽ ഒരു കട്ടിലിൽ വലിയമ്മ കിടക്കുന്നു. കണ്ണുമിഴിച്ച് ദാസനെ കണ്ടപ്പോൾ വലിയമ്മ എഴുന്നേറ്റിരുന്നു. അയാൾ കട്ടിലിൽ തന്നെയിരുന്നു.

ദാസൻ ഒരു മുഖവുരയ്ക്കും നിന്നില്ല. മുഖവുര പറഞ്ഞുതീരുമ്പോഴേക്കും അവരുടെ ഓർമ്മയെങ്ങാനും കരണം മറിഞ്ഞെങ്കിലോ.

"വലിയമ്മേ, ഞാൻ പടിക്കലെ നിലം വാങ്ങാൻ പോവുകയാണ്. ഞാൻ പറഞ്ഞ വാക്ക് തെറ്റിക്കില്ല. ഞാൻ വലിയമ്മയുടെ പേരിൽതന്നെ വാങ്ങിക്കുകയാണ്."

"എന്റെ പേരിലോ? എന്തിനാ? ആ നിലം ഞാൻ നിനക്ക് എന്റോസി വാങ്ങാൻ തന്നതല്ലേ...? എനിക്കിനി നിലം പണിയാനൊന്നും വയ്യാ മോനെ. നിന്റെ പേരിൽതന്നെ വാങ്ങിക്കോളൂ... നീ പണിതോളൂ..."

ദാസന്റെ ഉള്ള് നിറഞ്ഞു. തന്റെ പേരിൽ വാങ്ങാൻ പറഞ്ഞതു

കൊണ്ടല്ല. വലിയമ്മയ്ക്ക് ഇപ്പോൾ ഒരു വെളിവുകേടും ഇല്ല. ദാസൻ അവരെത്തന്നെ നോക്കിയിരുന്നു. പെട്ടെന്ന് അവരുടെ ദൃഷ്ടി കരണം മറിഞ്ഞു.

“ദാസാ നീ എന്റെ മോളേ കണ്ടോ. പെറ്റിട്ട് രണ്ട് ദിവസം തികയാത്ത എന്റെ മോളെ. ഇന്നലെ ഉച്ചയ്ക്ക് മോളെ അടുത്തു കിടത്തിയിട്ട് ഞാൻ ഒന്ന് കണ്ണടച്ചതായിരുന്നു. പിന്നെ എന്റെ മോളെ കണ്ടില്ല. എന്റെ മോളെ...”

വലിയമ്മ വാവിട്ടു കരയുന്നു. ദാസൻ മിഴിച്ചിരുന്നു.

വലിയമ്മയുടെ ദുഃഖത്തിന്റെ ആഴം താൻ അറിയുന്നതിലും എത്രയോ കാതം അഗാധമാണെന്നറിഞ്ഞപ്പോൾ ദാസന് വാക്കുകളുണ്ടായിരുന്നില്ല.

വർഗ്ഗവിഷം

ഇന്ന് കിസാൻ വേലുണ്ണിയുടെ തൊഴുത്തിൽ കന്നുകാലികളില്ല. ഒരു ട്രാക്റ്റർ വാങ്ങിയിട്ടിരിക്കുന്നു. ആ പ്രദേശത്തൊന്നുമില്ലാത്ത ഒരത്ഭുതം. ഇളയമകൻ അങ്ങനെ ഒരാഗ്രഹം പറഞ്ഞപ്പോൾ വേലുണ്ണി എതിരൊന്നും പറഞ്ഞില്ല. അതിന് കുടുംബസ്വത്തുക്കൾ ബാങ്കിൽ ഈട് കൊടുക്കാനും വേലുണ്ണി മടികാണിച്ചില്ല. അവന്റെ ആഗ്രഹം നടക്കട്ടെ എന്ന് മാത്രം പറഞ്ഞു. കാരണം തന്റെ ഒരാഗ്രഹം നടക്കാതെ പോയതിന്റെ ഖേദം ഇന്നും വേലുണ്ണിക്കുണ്ട്. തൊഴുത്ത് ഓടിട്ടപ്പോൾ ആശിച്ചു പോത്തുകളെ മാറ്റി കാളകളെ വാങ്ങി തൊഴുത്തിൽ നിർത്തണമെന്ന്. കഴിഞ്ഞില്ല. കുടുംബം പെരുകി. പ്രാരാബ്ധങ്ങളും പെരുകി. ആൺമക്കളുടെ വിദ്യാഭ്യാസവും പെൺമക്കളുടെ ചുമതലകളും വർദ്ധിച്ചുകൊണ്ടേയിരുന്നു. മറ്റെല്ലാം സാധിച്ചു. ചില്ലിട്ട പൂമുഖം. പൂമുഖം നിറയെ സോഫയും കസേരകളും ആൺമക്കളുടെ ഭാര്യമാർ കൊണ്ടുവന്നു നിറച്ചിരിക്കുന്നു.

വേലുണ്ണി അതിലൊന്നും ഇരിക്കാറില്ല. സോഫയിൽ ഇരുന്നാൽ ഇരിപ്പിനെന്തോ ഉറപ്പ് കിട്ടാത്തതുപോലെ. ഗ്രില്ലിട്ട മുറിയിൽ ഇരിക്കുമ്പോൾ താൻ ഇടുങ്ങിപ്പോകുന്നു. വേലുണ്ണി എന്നും ഇരിക്കാൻ ഇഷ്ടപ്പെടുന്നത് ഗ്രില്ലിട്ട പൂമുഖത്തിന് പുറത്ത് നീളം കോലായിലാണ്. മാനം നോക്കി ഇളവെയിലും പോക്കുവെയിലും കാല്പാദങ്ങളിലേറ്റ്. കനത്ത മരക്കസേരയിൽ.. താൻ ആദ്യം വാങ്ങിയ കസേര. ചായക്കട നടത്തി കടം പേറി എല്ലാം വിറ്റുപോകുന്ന നമ്പ്യാരിൽ നിന്ന് താൻ വാങ്ങിയ വരിക്കപ്ലാവിന്റെ മരക്കസേര.... നമ്പ്യാരുടെ ചായക്ലബ്ബ് അന്നത്തെ വായനശാലയായിരുന്നു. തപ്പാതെ മലയാള പത്രം വായിക്കാൻ പഠിച്ചത് ആ ചായ ക്ലബ്ബിൽ സ്ഥിരം ചെന്നതുകൊണ്ടായിരുന്നു. സ്വന്തം പുര കത്തിയത് താൻ മറന്നത് ബോംബാക്രമണത്തിൽ ലണ്ടൻ നഗരം എരിയുന്നു എന്നറിഞ്ഞപ്പോഴാണ്. തന്റെ പ്രാരാബ്ധങ്ങളിൽ മുഴുകിയത് അന്നത്തെ പത്രവായ

നയിലായിരുന്നു.... വേലുണ്ണി ചിന്തയിൽനിന്നും ഉണർന്നു. ഇപ്പോൾ സമയം എത്രയായിക്കാണും. ഇന്ന് കാലത്തു തൊട്ടേ മാനം മഴക്കാറിൽ പൊതിഞ്ഞ് നിന്നതുകൊണ്ട് സമയം നിർണ്ണയിക്കാൻ കഴിഞ്ഞില്ല. അതു കൊണ്ട് കോലായിലിരുന്നപ്പോൾ സമയാതീതമായ കാര്യങ്ങളേ മനസ്സിൽ വന്നുള്ളൂ. താൻ ഇപ്പോഴും തട്ടിൻമേൽ കളിക്കുന്നതായി തോന്നി... ഉടനെ പാടി...

"കാർമുല്ല ചൂടുന്ന മങ്കമാരെ നിങ്ങൾ കാർവർണ്ണനാരാനും കണ്ടോ... രുണ്ടൊ... തരികിട തൈ."

ചോട് മാറി പിന്നിൽ നില്ക്കുന്നവർ മുന്നോട്ട് കയറി.... തട്ടിൻമേൽ കളി തകർക്കുന്നു.

ഇന്നും വേലുണ്ണി ഓർക്കുന്നു. രാത്രി മുഴുവൻ വേലപ്പറമ്പിൽ തട്ടിൻമേൽ കളി. പകൽ മുഴുവനും മുടങ്ങാതെ കന്ന് പൂട്ട്. അങ്ങനെ നീങ്ങിയ വേനൽക്കാലങ്ങൾ. എവിടെയും തളർന്നില്ല.... ഇന്നും രണ്ടു നേരവും മാഞ്ചോട്ടിലെ നിലം വരെ നടക്കും. ആ നിലത്തിന്റെ വരമ്പു കൾ വലം വയ്ക്കും... കുമാരന്റെ ചായക്കടയിൽക്കയറി ഒരു ചായയും പപ്പടവടയും കഴിക്കും. പണ്ടൊക്കെ മൂന്നും നാലും പപ്പടവടകൾ കഴി ക്കുമായിരുന്നു... ഇന്ന് പല്ലുകൾ ഇളകിയതുകൊണ്ട് വളരെ നേരമെടുത്ത് ഒരു പപ്പടവട കഴിക്കും. തിരിച്ച് വീട്ടിലേക്ക് പോരും. കാലത്തും മാഞ്ചോ ട്ടിലെ നിലം വരെ പോകാറുണ്ടായിരുന്നു. ഇപ്പോൾ എഴുന്നേറ്റാൽ ശക്തി യായ ക്ഷീണം തോന്നാറുണ്ട്. ഒരു പണിയും എടുക്കാൻ മക്കൾ അനു വദിക്കാറില്ല. എന്നാലും വൈകുന്നേരങ്ങളിലെ നടത്തം മുടക്കാറില്ല. സമയം എത്രയായിക്കാണും. വേലുണ്ണി ക്ലോക്ക് നോക്കാൻ എഴുന്നേറ്റ പ്പോഴാണ് പടിക്കൽ കാറ് വന്ന് നിന്നത്. ബിന്ദുമോള് വരുന്നു. നാല് മണിക്ക് വിട്ടാൽ പതിനഞ്ച് മിനിറ്റ് മതി ഇവിടെ എത്താൻ. സമയം നാലേ കാലേ ആയിക്കാണുള്ളൂ. അഞ്ച് മണിക്ക് ശേഷമാണ് വേലുണ്ണി നട ക്കാൻ ഇറങ്ങാറ്. വേലുണ്ണി കസേരയിൽ തന്നെ ഇരുന്നു. ബിന്ദുമോള് പതിവുപോലെ സഞ്ചിയും തൂക്കി ഓടിയല്ല വരവ്. ചവിട്ടുകല്ല് കയറു മ്പോൾ ബിന്ദുമോള് തേങ്ങുന്നുണ്ടായിരുന്നു...

"അച്ഛാച്ഛാ എന്നെ അച്ചായിമിസ്സ് ചെവിക്ക് പിടിച്ച് തിരുമ്മി. തലയ്ക്ക് കിഴുക്കി... ഒരുപാട് ചീത്ത പറഞ്ഞു. അച്ഛാച്ഛാനെയും ചീത്ത പറഞ്ഞു..."

"മോള് എന്ത് വികൃതിയാണ് കാട്ടിയത്..."

"ഞാൻ ഒരു വികൃതിയും കാട്ടിയില്ല. അച്ചായിമിസ്സ് ഒരു ചോദ്യം ചോദിച്ചു. കുടിയാന്മാർ എന്ന വാക്കിന്റെ അർത്ഥം പറയുക. ഞാൻ പറ ഞ്ഞു, ട്രങ്കാർഡ്സ്... അച്ചായിമിസ്സ് എന്റെ നേരെ ഓടിവന്നിട്ട് എന്റെ ചെവി പിടിച്ച് തിരുമ്മിയിട്ട് ഒരു കിഴുക്കും തന്നു. കുടിയാൻ ആരാണെന്നറിയാത്ത ഒരു രാജകുമാരി വന്നിരിക്കുന്നു. ഒടുവിൽ പറഞ്ഞു നെന്റെ വീട്ടില് ഒരു കൊരണ്ടി തന്തയില്ലേ. കിസാൻ വേലുണ്ണി. അവനോട് പോയി ചോദിക്ക് ആരാ കുടിയാൻന്ന്... ആരാ അച്ഛാച്ഛാ ഈ കുടിയാൻ..."

"മോള് ജന്മീന്ന് കേട്ടിട്ടുണ്ടോ" വേലുണ്ണി ചിരിച്ചുകൊണ്ട് ചോദിച്ചു.

"അറിയാം, അച്ഛാച്ഛാ. ഞാൻ കണ്ടിട്ടുമുണ്ട്..."

"അതെവിടെയാ. മോള് ജന്മിയെ കണ്ടത്..."

"ഞാൻ ടീവീല് കണ്ടിട്ടുണ്ട് അച്ഛാച്ഛാ... കസവിന്റെ ഒരു മുണ്ടും ഉടുത്തിട്ട്. കസവിന്റെ മുണ്ടുകൊണ്ട് ഒരു പുതപ്പും. കൈയിൽ ഞങ്ങളുടെ മീൽ ബോക്സ് പോലെ ഒരു പിച്ചളപ്പെട്ടിയിൽ നിറയെ വെറ്റിലയും അടയ്ക്കായും ഒരു വിഡ്ഢിച്ചിരിയും..."

വേലുണ്ണിക്ക് ഖേദം തോന്നി. ഇപ്പോഴത്തെ കുട്ടികളുടെ അറിവിലെ ജന്മി. വിഡ്ഢിച്ചിരി. ജന്മിയുടെ പിശാചിന്റെ ചിരി അവർ കണ്ടിരിക്കില്ലല്ലോ?...

"അച്ഛാച്ഛനെ എന്താ എല്ലാവരും കിസാൻ വേലുണ്ണീന്ന് വിളിക്കുന്നത്. അത് ഒരു ചീത്തപ്പേരാണോ..."

"ഒരിക്കലുമല്ല മോളെ. അതൊരു വളരെ വളരെ നല്ല പേരാണ്..."

"ബിന്ദുമോളെ കാപ്പി എടുത്ത് വച്ചിട്ടുണ്ട്. പോയി യൂണിഫോറം മാറ്റിവന്ന് കാപ്പി കുടിക്കൂ. എന്നിട്ട് ഹോം വർക്ക് ചെയ്യാൻ നോക്ക്യേ.."

ബിന്ദുവിന്റെ അമ്മ അകത്തുനിന്നും വിളിച്ചു പറഞ്ഞു.

ബിന്ദു അകത്തേക്കോടിപ്പോയി.

കിസാൻ വേലുണ്ണി തന്റെ മരക്കസേരയിൽ അമർന്നിരുന്നു. തിണ്ണയിലേക്ക് കാലും നീട്ടിവച്ചു. മഴക്കാറ് കനത്ത് വരുന്നു... പുറത്തൊന്നും ഇന്ന് പോകാൻ പറ്റില്ല. ഈ ഇരുപ്പിൽ വേലുണ്ണി ഓർത്തുപോകുകയാണ്. പാടം മുഴുവൻ ആർപ്പും വിളിയും ഞാറ് നടുന്ന പെണ്ണുങ്ങളുടെ വടക്കൻ പാട്ടും ഇരമ്പുന്ന നേരം. താൻ ഒരു കിസാൻ സമ്മേളനത്തിൽ പങ്കെടുത്ത് വളണ്ടിയർ വേഷത്തിൽത്തന്നെയാണ് മടങ്ങിയത്. കാപ്പിത്തൊപ്പി. തോളിൽ വിലങ്ങനെ ഒരു കാക്കിസഞ്ചിയും. ക്യാൻവാസ് ഷൂസ്. പുതുതായി ചളി കോരിയിട്ട് പണിതുയർത്തുന്ന വരമ്പിലൂടെ ചുവട് ഒപ്പിച്ച് ഒരു നടത്തവും. ഞാറ് നടുന്നവരും കന്ന് പൂട്ടുന്നവരും ഊർച്ചക്കാരും ചുറ്റും വന്ന് വളഞ്ഞു. കരിപ്പിടി വിട്ടു വരുന്നവരെ തേടി കന്നുകാലികളും ചുറ്റും വന്ന് മോന്ത ഉയർത്തി നിന്നു...

"മീറ്റിങ്ങിൽ എന്തേ തീരുമാനം ഇണ്ടായെ." എല്ലാവരും ഒരൊറ്റ ശ്വാസത്തിൽ ചോദിച്ചു.

"ജന്മിത്തം പാടെ അവസാനിപ്പിക്കാൻ തീരുമാനിച്ചു..."

വേലുണ്ണി ഒരു പാഴ്മോഹം പറഞ്ഞതാവും... കേട്ടവർ അതൊന്നും വിശ്വസിച്ചില്ല. അവർ തിരിച്ച് കണ്ടങ്ങളിലേക്ക് പോയി. തോട്ടുവരമ്പത്ത് നിന്ന് ഒരു പൊട്ടിച്ചിരി ഉയർന്നു. അത് വാറപ്പൻ മുതലാളിയുടേതായിരുന്നു.

"വേലുണ്ണ്യേ... നെന്റെ കാലത്തോ നെന്റെ മക്കളുടെ കാലത്തോ അതിന്റെ മക്കളുടെ കാലത്തോ അത് നടക്കൂന്ന് നീ കരുതേണ്ട..."

വേലുണ്ണി മറുപടി പറഞ്ഞില്ല. എങ്കിലും അന്ന് തല ഉയർത്തിപ്പിടിച്ച് തന്നെ നടന്നു. അന്ന് മുതൽ കിട്ടിയ പേരാണ് കിസാൻ വേലുണ്ണി.

ബിന്ദുമോൾ ഒരു നേന്ത്രപ്പഴവും കടിച്ചുകൊണ്ട് പുറത്തേക്ക് വന്നു.

ഒരു പ്ലെയിറ്റിൽ രണ്ട് നേന്ത്രപ്പഴം വേലുണ്ണിയുടെ മുമ്പിൽ കൊണ്ടുവച്ചു.

"അച്ഛാച്ഛാ അച്ചായിമിസ്സ് പറയാണ് അച്ഛാച്ഛൻ അവരുടെ നില മൊക്കെ തട്ടി എടുത്തൂന്ന്... നേരാണൊ അച്ഛാച്ഛാ..."

"ഞാൻ ആരുടേം നെലം തട്ടിയെടുത്തിട്ടില്ല മോളെ. കാലങ്ങളായി പാട്ടത്തിന് പണിത് വന്ന നെലം. ഞാനെന്നല്ല എല്ലാ പാട്ടക്കാരും ഒന്നിച്ചു ഓട്ട് ചെയ്തു നമ്മുടെ ഭരണോം വന്നു. ആയിരത്തിത്തൊള്ളായിരത്തി അമ്പത്തി ഏഴ് ഏപ്രിൽ മാസം പതിനൊന്നാം തീയതി..."

"അച്ഛാച്ഛന് എല്ലാ ഇംഗ്ലീഷ് മാസങ്ങളുടേയും പേരറിയോ?"

"ഇല്ല മോളേ..."

"പിന്നെ ഏപ്രിൽ പതിനൊന്നാം തീയതി എന്നൊക്കെ പറയുന്ന ത്..."

"ആ തീയതി അച്ഛാച്ഛൻ ജീവിതം മുഴുവൻ ഓർക്കും മോളേ..."

ബിന്ദുമോൾ അകത്തേക്ക് പോയി. വേലുണ്ണി അതെല്ലാം ഓർത്തു പോകുകയാണ്. വാറച്ചൻ മുതലാളി ചെറുതായി തുടങ്ങിവച്ച കോടതി കെണി. പിന്നെ അച്ചായി ടീച്ചർ ക്രൂരമായി പിൻതുടർന്ന നിയമയുദ്ധം. മാഞ്ചോട്ടിലെ നിലം ഒഴിപ്പിക്കാൻ വിധിയായി. ഏപ്രിൽ പന്ത്രണ്ടാം തീയതി പൊലീസ് സഹായത്തോടെ നിലം ഒഴിപ്പിച്ചെടുക്കുവാൻ അച്ചായി ടീച്ചർ വിധി സമ്പാദിച്ചു. കണ്ണീരോടെയാണ് കോടതിയിൽ നിന്നും ഇറങ്ങിപ്പോ ന്നത്. ഏപ്രിൽ പതിനൊന്നാം തീയതി സർക്കാർ ഇറക്കിയ ഒരു ഉത്ത രവ്, എല്ലാ ഒഴിപ്പിക്കൽ നടപടികളും നിർത്തിവച്ച കല്പന. ആ ഏപ്രിൽ പതിനൊന്ന് എന്ന തീയതി മറക്കുമോ?...

ബിന്ദുമോൾ പുറത്തേക്ക് വന്നു. പെൻസിൽ ചെത്തിയ പൊടി പുറ ത്തേക്ക് തട്ടുമ്പോൾ അവൾ ചോദിച്ചു:

"എന്താ അച്ഛാച്ഛാ ഈ കാവടി കേസ്..."

"ആരാ മോളേ ഇതൊക്കെ പറഞ്ഞു തരുന്നെ..."

"അച്ചായിമിസ്സ് പറഞ്ഞതാണ് അച്ഛാച്ഛാൻ അഹമ്മതിക്കാരനാണ്. അച്ഛാച്ഛൻ കാവടി എടുത്ത് പള്ളിയുടെ മുന്നിൽ കൂടെ ചെന്ന് കൊട്ടി ക്കൊണ്ട് പോയി..."

"പള്ളിയുടെ മുമ്പിൽ കൂടെയല്ല. സർക്കാർ റോഡിൽ കൂടെയാണ് മോളെ."

"അച്ചായി മിസ്സ് പറയുന്നത് ആ സംഭവം ഇവിടത്തെ കമ്യൂണൽ ഹാർമണി."

"എന്താ മോളേ മനസ്സിലായില്ല..."

"അച്ഛാച്ഛാ കമ്യൂണൽ ഹാർമണി എന്നു പറഞ്ഞാൽ..."

അവൾ മലയാള വാക്കിന് തപ്പി. പിന്നെ പറഞ്ഞു:

"സമുദായ ഹാർമണി.."

"ഹാർമോണിയം ഒന്നും ഉണ്ടായിരുന്നില്ല. പത്ത് കുറ്റിച്ചെണ്ടയുണ്ടാ യിരുന്നു. നൂറ് കണക്കിന് ആളുകളും."

ബിന്ദുവിന്റെ അമ്മ ഇംഗ്ലീഷിൽ എന്തോ വിളിച്ചു പറഞ്ഞു. ബിന്ദു മോൾ അകത്തേക്ക് പോയി.

വേലുണ്ണി വീണ്ടും ഓർമ്മകൾ പകുത്തു. അന്നത്തെ കാവടിഘോഷയാത്ര. തലേന്നാൾ നടന്ന ഒരു ചെറിയ സംഭവം. കുരിശ് പള്ളിയുടെ മുന്നിലൂടെ ചെണ്ടകൊട്ടി പോയ കാവടിക്കാരെ തല്ലി തെറ്റ് പറയിപ്പിച്ചു. ചെണ്ടക്കാരെ അങ്ങാടിയുടെ അതിർത്തിയും കടത്തി ഓടിച്ചു. കാവടികൾ തല്ലിത്തകർത്ത് ചീളുകളാക്കി റോഡിൽ വിതറി. പീലിക്കെട്ട് പുസ്തകത്തിന്റെ ഏടുകളിൽ ഒട്ടിക്കാൻ അവരുടെ കുട്ടികൾക്ക് വീതിച്ചു.

അതിനെതിരെ പിറ്റേന്നാൾ പുറപ്പെട്ട കാവടിഘോഷയാത്ര.

താൻ നേരെ മുൻനിരയിൽ നിന്നില്ല. നില്ക്കാൻ ധൈര്യം ഉണ്ടായിരുന്നില്ല.

അങ്ങാടിയിലെ അന്നത്തെ മുതലാളിമാർ. അവർ അഭ്യാസികളും നായാട്ടുകാരുമായിരുന്നു. കാഴ്ചയിൽ ആജാനബാഹുക്കളും! അങ്ങാടിക്ക് ചുറ്റുമുള്ള മുഴുവൻ ഇടത്തരക്കാരുടെയും ആധാരങ്ങൾ അവരുടെ പെട്ടികളിൽ കിടന്ന് നിറംമങ്ങിയിരുന്നു. ഇടത്തരക്കാർ ഒപ്പിട്ടുകൊടുത്ത പ്രോനോട്ടുകൾ അവരുടെ പെട്ടികളിലിരുന്ന് പലിശപ്പണം പെറ്റുപെരുകുന്നത് അവർക്കേ അറിയുമായിരുന്നുള്ളൂ. വേലുണ്ണി കാവടി തന്റെ മുന്നിൽ നിലത്ത് വച്ചപ്പഴേ അന്ന് ഓർത്തു, തന്റെ ആധാരവും അവരുടെ പെട്ടിയിലാണല്ലോ താനെന്നല്ല ഘോഷയാത്രയിലെ മുഴുവൻ ഇടത്തരക്കാരും അന്ന് അങ്ങാടിയിലെ മുതലാളിമാരുടെ ഒറ്റാലിൽ കിടന്ന് തലങ്ങും വിലങ്ങും മേല്പോട്ടും കീഴ്പോട്ടും ചാടിത്തളർന്ന് ചാകുന്ന സമയം. അന്നത്തെ നീണ്ടുനീണ്ട് പോകുന്ന അങ്ങാടി. ആ അങ്ങാടി മുഴുവനും തങ്ങളുടേത്. അവിടെ കാലുകുത്താൻ ആരുണ്ട്. ഇതിന് മറുപടി പറയാൻ തന്നെയാണ് ഘോഷയാത്രക്കാർ ഒത്തുകൂടിയതും. ആ കൊത്തളത്തിൽ കാലുകുത്താൻ തന്നെ. പണത്തിന് മീതെ പരുന്ത് പറക്കും എന്ന് കാണിക്കാൻ തന്നെ.

എന്നിട്ടും താൻ ഭയന്നിരുന്നു. അങ്ങാടിയിലെ അന്നത്തെ മുതലാളിമാർ ഒരേസമയത്ത് ഭൂപ്രഭുക്കന്മാരും കച്ചവടക്കാരുമായിരുന്നു. അവരുടെ കെണികൾക്ക് നീട്ടിയാൽ ഒതുങ്ങാത്ത കണ്ണികളുണ്ടായിരുന്നു. ഇതെല്ലാം അറിയാമായിരുന്നു. എന്നിട്ടും അങ്ങാടിയിൽ കടന്നപ്പോൾ തന്റെ കാവടി തോളിൽ ഉറച്ചിരുന്നു. ഓരോ മുതലാളിയുടെയും വീടുകൾ പിന്നിടുമ്പോൾ തന്റെ കാൽവെപ്പിനൊത്ത് തന്റെ നട്ടെല്ല് നിവർന്ന് വരുന്നതായി അന്ന് വേലുണ്ണിക്ക് തോന്നി. ആ നീട്ടിയ കാൽവെപ്പും നിവർന്ന് നിവർന്ന് വന്ന നട്ടെല്ലുമാണ് തന്നെ ഒടുവിൽ എത്തിച്ചത്, കിസാൻ പ്രസ്ഥാനത്തിൽ! കിസാൻ വേലുണ്ണിയാക്കിയത്...

ബിന്ദു അകത്തുനിന്ന് വിളിച്ചു ചോദിച്ചു:

"അച്ഛാച്ഛാ.. അച്ഛാച്ഛൻ അവിടെത്തന്നെ ഇരിക്കണണ്ടൊ. അതോ പോയോ..."

"ഇല്യാ മോളെ അച്ഛാച്ഛൻ ഇവിടത്തന്നെ ഇണ്ടല്ലോ."

ബിന്ദുമോൾ പുറത്തേക്ക് വന്നു. "അച്ചായിമിസ്സ് പറയാണ് അച്ഛാച്ഛൻ ഏഷണിക്കാരനാണെന്ന്."

വേലുണ്ണിക്ക് വിഷമം തോന്നി. മനസ്സിൽ ഓർത്തു. എന്തുപറ്റി ഈ കുട്ടിക്ക് പഠിക്കുന്നതൊന്നും തലയിൽ കയറുന്നില്ല. എപ്പോഴും അച്ചായി ടീച്ചറുടെ വാക്കുകൾ തന്നെ മനസ്സിൽ..

"ഇത് എന്തൊരു കൂത്താണ് മോളെ. മോളും മോളുടെ അച്ചായി ടീച്ചറും മാത്രമേ ഈ ലോകത്തിലുള്ളൂ..." അവൾ ചിരിച്ചുകൊണ്ട് അകത്തേക്കുപോയി.

വേലുണ്ണി അച്ചായി ടീച്ചർ പറഞ്ഞ വാക്കുകളുടെ തോട് പൊട്ടിച്ചുകൊണ്ട് പരിശോധിക്കുകയായിരുന്നു.... ഇന്ന് ഈ അറുപതാം വയസ്സിലും അച്ചായി ടീച്ചർ അതുതന്നെ വിശ്വസിക്കുന്നു. ഏഷണി എന്നല്ല ആ കാര്യങ്ങൾ ചേർത്ത് ഇന്നുവരെ താൻ ചിന്തിക്കാറില്ല. അതുകൊണ്ട് പറയേണ്ട ആവശ്യവും വരാറില്ല. ആരോട് പറയാൻ? എന്തിന്? അന്ന് ആ ധനിക കുടുംബത്തിന്റെ കുടിയാൻ മാത്രമായിരുന്നില്ല. കാര്യസ്ഥനുമായിരുന്നു. ആ വർഷത്തിൽ നേരത്തെ അടയ്ക്ക പറിച്ചു. പുഞ്ച അടയ്ക്ക. പച്ചടയ്ക്ക തൂക്കുന്നതിന് തുലാക്കല്ലെടുക്കാൻ താഴത്തെ പറമ്പിലെ വെണ്ണീറുപുരയിലേക്ക് ചെന്നു. വെണ്ണീറുപുരയുടെ സൈഡ് മുറിയിലാണ് തുലാക്കല്ലും വെള്ളിക്കോലും സൂക്ഷിക്കാറ്. നട്ടുച്ചനേരം മുറി തള്ളിത്തുറന്നപ്പോൾ കണ്ട കാഴ്ച...

അച്ചായിടീച്ചറും താരു മുതലാളിയും. താരുമുതലാളി അച്ചായി ടീച്ചറുടെ ജ്യേഷ്ഠത്തിയുടെ ഭർത്താവായിരുന്നു. തന്നെകണ്ട് അവർ രണ്ട് പേരും വിറച്ചുനിന്നു. പിന്നെ താരു മുതലാളി തലയും താഴ്ത്തി അവിടെ നിന്നും ഇറങ്ങിപ്പോയി. അച്ചായി ടീച്ചർ അവിടെത്തന്നെ നിന്നു.

"ദൈവത്തെ ഓർത്ത് ഇതാരോടും പറയരുത്. അപ്പൻ അറിഞ്ഞാൽ എന്നെ കൊന്നു കളയും."

അത് നേരാണെന്ന് തനിക്കും അറിയാമായിരുന്നു. വാറപ്പൻ മുതലാളി അറിഞ്ഞാൽ അവളെ ഒരു ചവിട്ടിന് കൊല്ലും. വാറപ്പൻ മുതലാളി അത്രയ്ക്ക് അച്ചടക്കത്തിലാണ് ആ രണ്ട് പെൺകുട്ടികളെയും വളർത്തിയിരുന്നത്. കണ്ട കാര്യം സ്വപ്നത്തിലല്ലെന്നറിയാൻ താൻ കുറെ നേരം മിഴിച്ച് നിന്നു. അപ്പോൾ അച്ചായി ടീച്ചർ കൈയിൽ കിടക്കുന്ന ഒരു സ്വർണ്ണ വളയാണ് ഊരിത്തന്നത്. താൻ അത് വാങ്ങാതെ വേഗം നടന്നകന്നു. അച്ചായി ടീച്ചർ എന്തൊക്കെയോ എണ്ണിപ്പെറുക്കിക്കൊണ്ട് അവിടെത്തന്നെ നിന്നു. വേലുണ്ണി ഓർക്കുന്നു. താൻ ഇന്നു വരെ ഈ ഭൂമി മലയാളത്തിൽ ആരോടും പറഞ്ഞിട്ടില്ല. പഴയ കാഴ്ച തന്നെ ആവർത്തിച്ച് പലപ്പോഴും കണ്ടപ്പോൾ അന്നൊരിക്കൽ വേലുണ്ണി പറഞ്ഞു:

"ഈ പോക്ക് നല്ലതിനല്ല."

അത് അറം പറ്റുന്ന വാക്കുകളായിരുന്നു.

അച്ചായി ടീച്ചറുടെ ജ്യേഷ്ഠത്തി ആത്മഹത്യ ചെയ്തു. മഞ്ഞളറളിക്കായ മോരിൽ കലക്കി കുടിച്ചു. മരിച്ച് കിടത്തിയത് വെണ്ണീറുപുരയുടെ

അതേ സൈഡ് മുറിയിൽ തന്നെ. വേലുണ്ണി ഇന്ന് ഓർത്തു പോകുകയാണ്. എന്തായിരുന്നു അവരുടെ പേര്. എത്ര ഓർത്തിട്ടും ആ പേര് ഓർമ്മയിൽ എങ്ങും എത്തുന്നില്ല. അച്ചായി ടീച്ചർ കരുതിയിരുന്നു താൻ ഏഷണി പറഞ്ഞിട്ടാണ് അവരുടെ ജ്യേഷ്ഠത്തി ആത്മഹത്യ ചെയ്തതെന്ന്. വർഷങ്ങൾ എത്ര കഴിഞ്ഞു. ഇന്നും കരുതുന്നു.

ബിന്ദു കരഞ്ഞുകൊണ്ടുതന്നെ പുറത്തേക്ക് വന്നു.

"അച്ഛാച്ഛാ... അച്ചായി മിസ്സ്."

"മോള് അച്ചായിടീച്ചറുടെ കാര്യം മറക്കൂ, മോളെ. പോയി ഇരുന്ന് പഠിക്കൂ..."

"അച്ചായി മിസ്സ് പറയാണ്, ഈ അസത്ത് കിസാൻ വേലുണ്ണിയുടെ പേരക്കുട്ടിയാണെന്ന് അറിഞ്ഞിരുന്നെങ്കിൽ ഞാൻ അതിനെ ഈ സ്കൂളിന്റെ പടി കയറ്റില്ലായിരുന്നു. ഞാൻ വേണന്ന് വിചാരിച്ചാൽ ഇനീം നെന്നെ ഇവിടേന്ന് പുകച്ച് വിടും.."

കിസാൻ വേലുണ്ണി ഒന്ന് നിവർന്ന് ഇരുന്നു. കാലിൽ തേള് കടിച്ചതുപോലെ പൊടുന്നനെ എഴുന്നേറ്റു നിന്നു. പഴയ ഓർമ്മകൾ. സിരകളിൽ പുതുരക്തമാണ് അല്പം നേരമായി ഒഴുകിക്കൊണ്ടിരുന്നത്. അച്ചായി ടീച്ചറിൽ ഇന്നും വർഗ്ഗവിഷമോ?

വേലുണ്ണി വിരൽ ചൂണ്ടിക്കൊണ്ട് പറഞ്ഞു:

"മേലിൽ അവർ ഇത് പറഞ്ഞാൽ മോള് പറയണം. അവളെപ്പോലെയുള്ള കോലംകെട്ട കോപ്പുകൾ പഠിപ്പിക്കുന്ന സ്കൂളാണെന്നറിഞ്ഞിരുന്നെങ്കിൽ ഇവിടെ ചേർക്കില്ലായിരുന്നു... ഇത് കിസാൻ വേലുണ്ണി പറഞ്ഞൂന്ന്..."

നന്നേ ചെറിയ കാര്യം

വാതിൽ അടച്ചിട്ടിരിക്കുന്നു. ബെല്ലിൽ വളരെ നേരം വിരലമർത്തി നിന്നു. ഒരനക്കവുമില്ല. അപ്പോഴാണ് വാതിലിൽ തട്ടിവിളിച്ചത്. കനത്ത സാക്ഷ നീങ്ങിനിരങ്ങുന്ന ശബ്ദം. വാതിൽ ഒരട്ടഹാസത്തോടെ തുറന്നു. വാതില്ക്കൽ പരിചയമില്ലാത്ത ഒരു സ്ത്രീ. നെറ്റിയിൽ പച്ച കുത്തിയിരിക്കുന്നു. പഴയ പണിക്കാരികളിൽ ആരുമല്ല.

"ചന്ദ്രഅമ്മ കുളിക്ക്യാണ്. ഇരിക്കാൻ പറഞ്ഞിട്ടുണ്ട്..."

അയാൾ എഴുന്നേറ്റു. തിരക്കുണ്ട്. പിന്നെ വന്നു കണ്ടോളാം എന്ന് പറയാൻ ഭാവിച്ചതായിരുന്നു. തന്റെ ഷർട്ടിന്റെ പിൻതലയിൽ ആരോ പിടിച്ചിരുത്തുന്നു എന്നു തോന്നി. അത് ഈ വീടിന്റെതന്നെ മാസ്കരമായിരുന്നു.

നന്നേ അടുത്തുനിന്നും കടൽ ഇരമ്പുന്നു. ഇരമ്പി പൊളിക്കുന്നു. അന്നൊക്കെ ഇവിടത്തെ ആൺകുട്ടികളും താനും ഈ കോലായിൽ ആണ് ഉറങ്ങിയിരുന്നത്. കടൽ ഇരമ്പി ഉമ്മറത്തേക്ക് കയറി വരുന്നത് പേക്കിനാവ് കാണുമായിരുന്നു. ഇന്ന് പേടി തോന്നിയില്ല. ഒരാരവത്തോടെ ഓർമ്മകളുണർത്തുന്നു. മുറ്റത്തേക്ക് നോക്കി ഇരുന്നു. മുറ്റത്ത് പുല്ലും പാഴ്ച്ചെടികളും വളമിട്ട് നട്ടുവളർത്തിയതുപോലെ തഴച്ചു നില്ക്കുന്നു. മുറ്റത്തിന്റെ കോണിൽ കുപ്പിച്ചില്ലുകളും അങ്ങിങ്ങായി അണ്ണാൻ കരണ്ട മാങ്ങകളും ഉതിർന്നു കിടക്കുന്നു. പുരാവസ്തു വകുപ്പിന്റെ ഏതോ അത്ഭുതം കാണുന്നതുപോലെ അയാൾ മിഴിച്ചിരുന്നു. അന്ന് ഈ വീട്ടിലെ അംഗങ്ങളുടെ ഇരട്ടിയെങ്കിലും ജോലിക്കാരുണ്ടായിരുന്നു. ചുറ്റുപാടുമുള്ള ആണും പെണ്ണും കുട്ടികളും മുലകുടിമാറിയാൽ ഇവിടെ വരികയായി. അടുക്കളയിലും തൊഴുത്തിലും നെല്ലുകുത്തുപുരയിലുമായി... അന്നൊക്കെ ഈ വീട്ടിൽ വലക്കുടകളിൽ ഉറങ്ങുന്ന കുട്ടികൾക്ക് കാവൽ

ഇരിക്കാൻവരെ പണിക്കാരുണ്ടായിരുന്നു. അന്നത്തെ പണിക്കാരിൽ രാവുണ്ണിയെ ഓർക്കുന്നു. ഉച്ചതിരിഞ്ഞാൽ വീട്ടിലെ മുഴുവൻ വിളക്കുകളും കിഴക്കേ ഉമ്മറത്ത് കൊണ്ടു നിരത്തും. പെട്രോമാക്സ്, അനേകം കമ്പിറാന്തലുകൾ, ജർമ്മൻ മേശവിളക്കുകൾ. തുടച്ച് മിനുക്കി കത്തിക്കുമ്പോഴേക്കും നേരം ഇരുട്ടും.

പക്ഷേ, എത്ര പണിക്കാരികളുണ്ടായിരുന്നെങ്കിലും പാടു അമ്മാമന് ഒന്ന് നിർബ്ബന്ധമാണ്. വീട്ടിലെ പെൺകുട്ടികൾതന്നെ മുറ്റമടിക്കണം, ഇരുട്ടിനെ മുറിച്ച് വരുന്ന സൂര്യപ്രകാശം തട്ടുന്നത് അഴകിന് നല്ലതാണ്. അന്ന് ഈ ലോകത്തെ മുഴുവൻ പ്രാകിക്കൊണ്ടാണ് ചന്ദ്രയും മാലുവും മുറ്റമടിച്ചെത്തിക്കുക, അതൊരു ചട്ടം. അങ്ങനെ പാടു അമ്മാമന് എന്തൊക്കെ ചട്ടങ്ങളുണ്ടായിരുന്നു. പാടു അമ്മാമൻ അര ഇഞ്ചിൽ കൂടുതൽ തലമുടി നീട്ടാറില്ല. എല്ലാ മാസവും ഒന്നാം തീയതി ഒരു ബാർബർ വരും. തന്റെ തലമുടി വെട്ടുന്നതോടൊപ്പം ആ വീട്ടിലെ ആൺകുട്ടികളുടേയും തലമുടി അതേ അളവിൽ വെട്ടിക്കും. ഒരിക്കൽ ഇവിടത്തെ ഒരു പണിക്കാരി ആസ്പത്രിയിൽ നിന്ന് പനി മാറിവന്നപ്പോൾ അവരെ നോക്കി അയാൾ പറഞ്ഞു. പാടു അമ്മാമന്റെ ഹെയർ സ്റ്റൈൽ.... മാധവിയമ്മായി പോലും പൊട്ടിച്ചിരിച്ചു.

ഇപ്പോഴത്തെ പണിക്കാരി അല്പം മുമ്പെ പറഞ്ഞ വാക്കുകൾ. ചന്ദ്ര അമ്മ കുളിക്ക്യാണ്. അന്നത്തെ ചന്ദ്രയുടെയും മാലുവിന്റെയും കുളി പ്രസിദ്ധമാണ്. തലയിൽ എണ്ണ തേച്ചിട്ടാണ് മുറ്റമടിക്കുക. മുറ്റമടിച്ചു കഴിഞ്ഞാൽ രണ്ടുപേരും വേറെ വേറെ കുളിമുറികളിലേക്ക് കയറും. ഒപ്പം ഓടത്തിൽ തൈലവുമായി ഓരോ പണിക്കാരികളും തൈലം പുരട്ടാനും ഈഞ്ചകൊണ്ട് പുറംതേയ്ക്കാനും തലതോർത്തി ഉണക്കാനും...

അയാൾ മുറ്റത്തേക്കുതന്നെ നോക്കിയിരുന്നു. ഒരാവശ്യവുമില്ലെങ്കിലും ഓർമ്മിക്കാൻ ഒരു രസം. വെയിലിനെതിരെ നേർത്ത മഴനൂലുകൾ. മഴനൂലുകളെ തട്ടിമാറ്റിക്കൊണ്ട് കൂർത്ത കാറ്റടിച്ചു. ഉണങ്ങിയ മാവിൻകൊമ്പ് നെട്ടനെ വീണു. നിലത്തുകുത്തിനിന്നു... ഉണങ്ങിയ മാവിൻകൊമ്പിലും ഇത്തിക്കണ്ണി. അതിന് പച്ചപ്പൊടിപ്പ്. അയാൾ മാവുകളിലേക്ക് നോക്കി. എല്ലാ മാവുകളും നിവരാനാവാത്ത വിധം ഇത്തിക്കണ്ണികൾക്ക് അധീനപ്പെട്ടിരിക്കുന്നു. കാറ്റിലടഞ്ഞ ഉമ്മറത്തെ വാതിൽ മലർക്കെ തുറക്കുന്ന ശബ്ദം.

അയാൾ ഭയന്നു പോയി.

മാധവിഅമ്മായി. ഉടനെ ആ ധാരണയെ തിരുത്തി.

ചന്ദ്ര. സെറ്റുമുണ്ടാണ് വേഷം. അതും പരുക്കൻ കൈത്തറി. അവൾ തികച്ചും മാധവിഅമ്മായിതന്നെ. പുനർജന്മം സ്വന്തം മക്കളിലൂടെയാവാം എന്ന മുറ തെളിയിക്കുന്നു... തനിക്ക് ഓർമ്മവെച്ച കാലത്തെ മാധവിഅമ്മായി ഇങ്ങനെതന്നെയായിരുന്നു.

"ആര്. ആനന്ദേട്ടനോ..."

ചന്ദ്ര അതിലേറെ അമ്പരന്നിരിക്കുന്നു.

"ആനന്ദേട്ടൻ വരുമെന്ന് എനിക്കറിയാം. പക്ഷേ, ഇത്ര പെട്ടെന്നൊന്നും."

"അതെന്താ."

"ഞാൻ മിനിയാന്നല്ലെ എഴുത്തയച്ചത്..."

"ഇന്നലെ കിട്ടി."

"എന്നാലും ഇന്നുതന്നെ വരുമെന്ന് എങ്ങനെ പ്രതീക്ഷിക്കാൻ..."

"അതെന്താ..."

"ആനന്ദേട്ടൻ ഇപ്പോഴൊക്കെ എത്ര ബിസിയാണെന്ന് ആർക്കാ അറിയാത്തത്. ഇന്ന് ഏതെല്ലാം ഫീൽഡിൽ ഉണ്ട്. എന്നും പത്രമെടുത്താൽ ആനന്ദേട്ടൻ എവിടെയെങ്കിലും പ്രസംഗിച്ചതായി കാണാം. ഫോട്ടോ വരുമ്പോഴൊക്കെ ഞാൻ കുട്ടികൾക്ക് കാണിച്ചു കൊടുക്കും. ഇന്നാള് ടിവിയിൽ ഇന്റർവ്യൂ വന്നില്ല്യെ. ഞാൻ അടുത്ത വീട്ടിൽ കൊണ്ടുപോയാണ് കുട്ടികൾക്ക് കാണിച്ചുകൊടുത്തത്. ഇവിടെ ടി വി ഇല്ല.."

"ചന്ദ്ര എന്താ ഒരു ടി വി വാങ്ങാത്തെ..."

അവൾ ഒന്നു വിളറി.

"ഈശ്വരനാണെ സത്യം പൈസ ഇല്ലാത്തതുകൊണ്ടല്ല. കുട്ടികൾ അത് ഇട്ട് ഇരുന്നാൽ പഠിപ്പ് മുടങ്ങ്യേങ്കിലോ എന്നോർത്തു... വരൂ ആനന്ദേട്ടൻ അകത്തേക്കിരിക്കൂ.."

"വേണ്ട ഇവിടെയിരുന്നാൽ മുറ്റത്തേക്ക് നോക്കി ഇരിക്ക്യാം..."

"ഓ എന്തൊരു ചന്തള്ള മുറ്റോം ഉമ്മറോം.. ഈ വീടൊണ്ട് ഇനി എന്തുവേണംന്നാ ആർക്കും അറിയാത്തത്. ഗോപേട്ടൻ തൃക്കാക്കരയിലും മധു കൂർഞ്ചേരിയിലും വീട് പണിത് ഇട്ടിരിക്കുന്നു. മാലു വല്ലപ്പോഴും വരും. ഇവിടേന്ന് എന്തെങ്കിലും കിട്ടിയാൽ അതും കൊണ്ടു പോവായിരുന്നു. പിന്നെ ഈ നശിച്ച കടവും കടന്ന് ഇവിടെ വരേണ്ടല്ലോ. ആദ്യമൊക്കെ അവൾ അത് പറയുന്നത് കേക്കുമ്പോ എനിക്ക് കലി വരും. ഇപ്പൊ തോന്നാണ് അവൾ പറയുന്നതല്ലേ ശരി. ഈ പറയുന്ന എനിക്കും എന്തെങ്കിലും കിട്ടിയാൽ ഇവിടന്ന് പോവായിരുന്നു. അവിടെ ഭാഗം തിരിച്ചിട്ടിട്ടുണ്ട്. കഷ്ടകാലത്തിന് കുട്ടികളെ വന്നു പെട്ടല്ലോ. അതൊക്കെ പോട്ടെ ആനന്ദേട്ടൻ അകത്തേക്കിരിക്കൂ..."

"വേണ്ട ചന്ദ്ര. ഇവിടെയിരിക്കുമ്പോൾ പഴയ ഓർമ്മകളിൽ മുഴുകാം.."

"ആനന്ദേട്ടൻ എന്തിനാ പഴയ കാര്യങ്ങൾ മനസ്സിൽ കൊണ്ടു നടക്കുന്നെ. അന്നത്തെ അറിവില്ലായ്മകൊണ്ട് എന്തൊക്കെ പറഞ്ഞിരിക്കും..."

"ചന്ദ്ര, ഒരു പത്ത് നിമിഷം ഇവിടെത്തന്നെ ഇരിക്കട്ടെ. പ്ലീസ്.."

"ആനന്ദേട്ടന് കുടിക്കാൻ എന്താ വേണ്ടത്."

"ലിക്കറ് ഒഴികെ എന്തും.."

"കളിയാക്കൊന്നും വേണ്ട. ഇവിടെ ലിക്കറ് കരുതീട്ടില്ലെങ്കിലും പത്ത് മിനിറ്റുകൊണ്ട് കിട്ടാവുന്നതല്ലെ. ഏതാ വെറൈറ്റി വേണ്ടത്."

"ഞാൻ കഴിക്കാറില്ല."

"നൊണ.."

ചന്ദ്ര കണ്ണിൽ ചിരിച്ചുകൊണ്ട് അയാളെ നോക്കി.

"നേര്. ഞാൻ അഞ്ചു വർഷമായി കഴിക്കാറില്ല.."

"നിർത്താൻ വല്ല ചികിത്സയുമെടുത്തോ.."

"ഇല്ല..."

"കാലങ്ങളായി കഴിക്കുന്നവർക്ക് ചികിത്സ വേണ്ടി വരും നിർത്താൻ എന്ന് മാസികയിൽ വായിച്ചു.."

അയാൾ ചിരിച്ചു. ആ ചിരി തന്റെ വിജയത്തെ ഓർത്തുകൂടിയായിരുന്നു.

"ആനന്ദേട്ടൻ അകത്തേക്ക് കയറിയിരിക്കൂ പ്ലീസ്.."

"വേണ്ട ചന്ദ്ര. ഞാൻ അല്പസമയം കൂടി ഇവിടെ ഒറ്റയ്ക്കിരുന്നോട്ടെ."

"ചായയ്ക്ക് മധുരം വേണോ."

"സമൃദ്ധിയായി.."

ചാറ്റൽ മഴ നിലച്ചു. താഴെ വട്ടം ചുറ്റിനിന്ന കാറ്റ് മേല്പോട്ട് ചുഴറ്റി കയറുന്നു. മൂന്ന് നാല് മാവിൻ കൊമ്പുകൾ അടർന്നുവീണു. ഒപ്പം ഒരു പുളി ഉറുമ്പിൻകൂടും. പുളി ഉറുമ്പുകൾ ചിതറിപ്പായുന്നു. കൂടുംവിട്ട് മറ്റേതോ സുരക്ഷിതത്വം തേടി...

സൈക്കിൾ ബെല്ലടിച്ചു. പോസ്റ്റുമാൻ ഒരു കവർ തിണ്ണയിലിട്ട് തിരിച്ചുപോയി. എഴുത്ത് കാറ്റിൽ നിരങ്ങി തിണ്ണയിൽനിന്ന് ഉമ്മറത്തേക്കുവീണു. അയാൾ എണീറ്റ് ചെന്ന് അതെടുത്തു. ഇൻഷുറൻസ് കമ്പനിക്കാരുടെ കത്ത്.

ചന്ദ്രലേഖ

വിഡൊ ഓഫ് ലെയിറ്റ് സദാശിവൻ. അയാൾ ചന്ദ്രയുടെ മുഴുവൻ പേര് ചന്ദ്രലേഖ എന്നാണെന്ന് ഇപ്പോൾ ഓർമ്മ പുതുക്കുന്നു.

ചന്ദ്ര പുറത്തേക്കുവന്നു. അയാൾ കവർ അവൾക്ക് കൊടുത്തു. അവൾ കവർ തുറക്കാതെ കൈയിൽ തന്നെ വെച്ച് പറയാൻ തുടങ്ങി.

"ആനന്ദേട്ടന്റെ ഓർമ്മിക്കലൊക്കെ കഴിഞ്ഞില്ലേ. വരൂ. ചായ കഴിക്കൂ.."

അയാൾ അകത്തേക്ക് ചെന്നു. ഒരു ടീപ്പോയിൽ ചായയും ഒരു പ്ലേയിറ്റിൽ പുഴുങ്ങിയ രണ്ട് നേന്ത്രപ്പഴവും വെച്ചിരിക്കുന്നു. നെയ്യും പഞ്ചസാരയും പുരട്ടിയ പുഴുങ്ങിയ പഴം. അത് ആ വീട്ടിലെ ഒരു പഴയ പലഹാരമാണ്... അയാൾ പഴം കഴിക്കുന്നതും നോക്കി ചന്ദ്ര നിന്നു.

"ഞാൻ ഇന്ന് ആനന്ദേട്ടനെ സത്യത്തിൽ ഓർത്തു. ഇവിടെ ഇന്ന് കുറെ കരിമ്പാളി കിട്ടി. ഐസ് ഇടാത്ത പിടിച്ച പാടെ."

ലോകപ്രസിദ്ധമായ കരിമീനിന് ഇവിടെ ഇന്നും കരിമ്പാളി എന്ന് വിളിക്കുന്നു. അന്നൊക്കെ മീൻപിടിക്കാൻ ജോലിക്കാരും സ്വന്തം തോണിയുമുണ്ടായിരുന്നു. നേരം പുലരുന്നതോടെ കരിമീൻ കൊണ്ടുവരും. മാധവി അമ്മായി കരിമീൻ എള്ളെണ്ണയിലായിരുന്നു വറുത്തിരുന്നത്...

"ആനന്ദേട്ടന് ഒരു പത്ത് മിനിറ്റ് ഇവിടെ ഇരുന്നൂടെ. എന്റെ പണിക്കാരത്തി വണ്ടിത്താവളം എന്ന സ്ഥലത്തുകാരിയാണ്. നാട്ടിൽ പോകാൻ ഒരുങ്ങി നില്ക്കുന്നു. കണക്കുനോക്കി പൈസ കൊടുത്ത് പറഞ്ഞയക്കണം..."

"ചന്ദ്രേ... എന്തിനാ വരാൻ എഴുതിയതെന്ന് പറഞ്ഞാൽ എനിക്ക് പോകാമല്ലോ. ഞാൻ അത്രയ്ക്ക് തിരക്കിലാണ്..."

"പറയാനുള്ള കാര്യം വളരെ ഗൗരവപ്പെട്ടതാണ്. സ്വല്പം സമയം പിടിക്കും. ഞാൻ അതിനെ ഒന്ന് പറഞ്ഞയക്കട്ടെ. അതിന് ഒരുപാട് ദൂരം പോവേണ്ടതല്ലെ..."

"എന്തിനാ ഈ വണ്ടിത്താവളത്ത് നിന്നൊക്കെ പരിചയമില്ലാത്ത സ്ത്രീകളെ പണിക്ക് നിർത്തുന്നത്. ഇവിടെ ചുറ്റുപാടുമുള്ള ആരെയെങ്കിലും..."

"ആനന്ദേട്ടൻ ഏത് നൂറ്റാണ്ടിലാ... ഇവിടെ ചുറ്റുപാടുമുള്ളവരുടെയൊക്കെ സ്ഥിതി എന്താ? അവർ എന്നെ ജോലിക്ക് വിളിക്ക്യാ. അവരുടെ കുട്ടികൾക്ക് അവരുടെ വീട്ടിൽ ചെന്ന് ഇംഗ്ലീഷ് പഠിപ്പിക്കാൻ. ഒക്കെ ഇംഗ്ലീഷ് മീഡിയത്തിലല്ലെ. എന്നോടു പറയുന്നു പൈസ എന്തുവേണമെങ്കിലും തരാം. എനിക്കങ്ങ്ട് കലിവന്നു. ഇങ്ങട് അയച്ചോട്ടെ രണ്ടു വാക്ക് പറഞ്ഞുകൊടുക്കൂ എന്നല്ല ചോദിക്കണത്. എന്നോട് അങ്ങോട്ട് ചെല്ലാൻ സർവ്വ എണ്ണത്തിനേയും ആട്ടിപ്പായിച്ചു.."

ചന്ദ്ര ചുമന്ന മുഖവുമായി അകത്തേക്കുപോയി. അവൾ അപ്പോഴും പാടു അമ്മാവന്റെ വരികൾ ഓർക്കുന്നുണ്ടാവുമോ... നമ്മളൊക്കെ തിയ്യത്തമ്പുരാക്കന്മാരാണ്. സാമൂതിരി രാജാവ് കല്പിച്ചുതന്ന അവകാശങ്ങള്... പാടു അമ്മാവൻ ഒരുപാട് അവകാശങ്ങളെപ്പറ്റി പറയുമായിരുന്നു. ഒന്ന് അയാൾ നേരിൽ കാണാറുണ്ടായിരുന്നു. കല്യാണച്ചെക്കൻ പുറപ്പെട്ടിറങ്ങുമ്പോൾ സ്ഥാനിനായര് കുട ചൂടിക്കൊടുത്തുകൊണ്ട് ഒപ്പം നടക്കും.... അങ്ങനെ ഒരാചാരത്തിന്റെ ഉത്ഭവം എവിടെ നിന്നെന്നറിയില്ല പാടു അമ്മാമന്റെ വാക്കുകൾ ഇപ്പോഴും അവളുടെ തലയിൽ ഉരുകാതെ കിടക്കുന്നുണ്ടാവും..

അയാൾ ചുമരിലേക്ക് നോക്കി ഇരുന്നു. പാടു അമ്മാമന്റെയും മാധവി അമ്മായിയുടെയും ഫോട്ടോ. ഒന്നിച്ചെടുത്ത ഫോട്ടോ അല്ല. രണ്ട് ഫോട്ടോകൾ ഒട്ടിച്ച ഒരു ഫ്രെയിം.

ചന്ദ്ര ആ മുറിയിലേക്ക് വന്നു. മേശ തുറന്ന് ഒരു ഡോട്ട് പെൻ എടുത്ത് പോവാൻ തുടങ്ങുമ്പോൾ അയാൾ ചോദിച്ചു:

"പാടു അമ്മാമന്റെയും അമ്മായിയുടെയും ഒന്നിച്ചുള്ള ഒരു ഫോട്ടോ ഉണ്ടായിരുന്നില്ലേ..."

"പിന്ന്യോ അച്ഛൻ ഒരു വാക്കിങ് സ്റ്റിക്കും പിടിച്ച് ഇരിക്കുന്നതും അമ്മ അടുത്ത് നില്ക്കുന്നതുമായ ഒരു ഫോട്ടോ. ഫോട്ടോഗ്രാഫർ സൈമൺ മാഷ് എടുത്തത്. ഗോപേട്ടൻ അത് എൻലാർജ് ചെയ്യിച്ച് കൊണ്ടുവരാന്ന് പറഞ്ഞ് കൊണ്ടോയതാ. അതെവിടെ കൊണ്ടോയിട്ടൂന്ന്

അറിയില്ല. ഞാൻ പിന്നെ വേറെ വേറെയുള്ള രണ്ട് ഫോട്ടോകൾ ഒരേ മൗണ്ടിൽ ഒട്ടിച്ചതാണ്..."

ചന്ദ്ര അടുക്കളയിലേക്ക് പോയി. ആ മുറിയിൽ ഒറ്റയ്ക്കിരുന്നപ്പോൾ അയാൾ തന്നെപ്പറ്റി മാത്രമാണ് ഓർത്തത്. ഒരാചാരത്തിനും വഴങ്ങാതെ സദാചാരത്തിൽ ഒട്ടും, പിന്നിട്ട യുവത്വം കടന്നുപോയ തന്റെ നാളുകൾ. തന്റെ വീട്ടിൽ ആരും, താൻ ഒട്ടും തന്നെ ആശിച്ചില്ല. നാരായണി ഇളേമ്മ മാത്രം അത് ആശിച്ചു. അവർ മാധവി അമ്മായിയോട് പറഞ്ഞു. മാധവി അമ്മായി പതുക്കെ ഒഴിഞ്ഞു. നമ്മളാരും പുറമെയല്ലല്ലോ. നേരിട്ട് ചന്ദ്രയോട് ചോദിച്ചോളൂ. നാരായണി അമ്മായി ചന്ദ്രയോട് ചോദിച്ചു. അവളുടെ മറുപടി.... ഒരു നായാടിയുടെ കൂടെ പൊറുക്കാം. അച്ഛനും അമ്മയും പറഞ്ഞാൽ. എന്നാലും ഒരു തെമ്മാടിയുടെ കൂടെ ഒരു നിമിഷം പോലും കഴിയില്ല. ഈ മറുപടി ആരേയും നിരാശപ്പെടുത്തിയില്ല. നാരായണി ഇളേമ്മയെ പോലും. അവർ പറഞ്ഞു. രണ്ടുപേരും നല്ല യോജിപ്പുള്ളതായി തോന്നി. അതുകൊണ്ട് പറഞ്ഞു, വേണ്ടെങ്കിൽ വേണ്ട... ജീവിതം മുഴുവൻ കല്യാണം കഴിക്കാതെ കഴിഞ്ഞ നാരായണി ഇളേമ്മയ്ക്ക് യോജിപ്പുകളെപ്പറ്റി ഉറച്ച സങ്കല്പമുണ്ടായിരുന്നു. അന്നും ഇന്നും ഓർക്കുന്നു. ചന്ദ്രയാണ് ശരി... ഇതുവരെ താൻ അതിനെപ്പറ്റി ഓർത്തിട്ടേ ഇല്ല. ഇന്ന് ഓർക്കുന്നത്? ഒരുപക്ഷേ, ഇതായിരിക്കാം. ഇന്ന് ഈ പുരാവസ്തുവിൽ വെച്ച് പുരാവൃത്ത വിചാരം!... പാടു അമ്മാമന്റെയും മാധവി അമ്മായിയുടെയും പഴയ ഫോട്ടോ. പാടു അമ്മാമൻ വാക്കിങ് സ്റ്റിക്കും പിടിച്ച് കസേരയിൽ ഇരിക്കുന്ന ഫോട്ടോ. ഏത് വാക്കിങ് സ്റ്റിക്കായിരിക്കും. വെള്ളികെട്ടിയ ചൂരലോ? ആവണമെന്നില്ല. പാടു അമ്മാമന് എന്തെല്ലാം തരം വാക്കിങ് സ്റ്റിക്കുകൾ ഉണ്ടായിരുന്നു. അന്നൊക്കെ ആ പ്രദേശത്തുകാർ എത്രയോ മലേഷ്യയിൽ ജോലി ചെയ്തിരുന്നു. പാടു അമ്മാമന്റെ ആശ്രിതരോ സുഹൃത്തുക്കളോ ആയിരുന്നു. വരുമ്പോൾ മറ്റ് പല സാധനങ്ങൾക്ക് പുറമെ പാടു അമ്മാമന് ഒരു വാക്കിങ് സ്റ്റിക്കും സമ്മാനിക്കും. ഏറ്റവും ഒടുവിൽ കിട്ടിയതും ഏറ്റവും ഇഷ്ടപ്പെട്ടതും വെള്ളികെട്ടിയ ഒരു ചൂരൽ വടിയായിരുന്നു. അതില്ലാതെ പാടു അമ്മാമൻ പുറത്തിറങ്ങില്ല. ചൂരൽവടിയെപ്പറ്റി ഓർത്തപ്പോൾ ജാനുവിനെപ്പറ്റി ഓർക്കാതിരുന്നില്ല. അവിടത്തെ പണിക്കാരി കറുത്ത കുഞ്ഞുവിന്റെ മകൾ. കുഞ്ഞു കറുത്തിട്ടായിരുന്നു. ആ കടങ്കഥ പറയും... അമ്മ കറുത്തിട്ട് മോള് വെളുത്തിട്ട്... സുന്ദരിച്ചിയായ ഒരു മോള് ജാനുവിന് ഉണ്ടായോ എന്തോ? അതൊരു തൊഴിലായി എടുത്തപ്പോൾ നാട്ടുകാർ കറുത്ത കുഞ്ഞുവിനെയും ജാനുവിനെയും നാട്ടിൽനിന്നും ഓടിച്ചു. കുഞ്ഞുവിനെപ്പോലെ കുതിരക്കരുത്തുള്ള പെണ്ണുങ്ങളെ ഇന്നത്തെ തലമുറയിൽ കാണാറേയില്ല. അന്ന് ജാനു ചെല്ലാൻ പറഞ്ഞിട്ട് പോയതാണ്. പോകുമ്പോൾ പാടു അമ്മാമന്റെ വെള്ളികെട്ടിയ ചൂരലും കൈയിലെടുത്തു. ഇരുട്ടിൽ ഊന്നി നടക്കാൻ. ജാനു പറഞ്ഞതുപോലെ ജനൽ തുറന്നിട്ടിരുന്നു. പക്ഷേ, ഒരനക്കവുമില്ല. ചൂരൽവടി ജനാലയിലൂടെയിട്ട് അവൾ കിടക്കുന്ന സ്ഥലം തപ്പി

നോക്കി. വളകിലുങ്ങുന്ന ശബ്ദം. അകത്തുനിന്ന് ചൂരൽവടിയിൽ കരുത്തോടെ ഒരു പിടുത്തം. ചൂരൽവടി അകത്തേക്ക് വലിച്ചിട്ടും അയാൾ തേങ്ങിക്കരഞ്ഞുകൊണ്ട് ഓടി. നാണപ്പുനായരുടെ വീട്ടിലേക്ക്. നാണപ്പുനായർ പാടുഅമ്മാവന്റെ കോടതിക്കാര്യങ്ങളിലെ കാര്യസ്ഥനായിരുന്നു. നാണപ്പുനായരോട് നേര് മാത്രം പറഞ്ഞു. ഇനി അവിടെ പൂവില്ലാന്ന് സത്യം ചെയ്യൂ. സത്യം പൂവില്ല. പോരാ ചിറയ്ക്കിലെ ഭഗവതിയാണെ സത്യം പറയൂ. പറഞ്ഞു: ചിറയ്ക്കിലെ ഭഗവതിയാണെ സത്യം.. ശരി പൊയ്ക്കോളൂ. പുലരുന്നതിന് മുമ്പെ വടി ഞാൻ അവിടെ എത്തിക്കും.

രാത്രി മുഴുവൻ തിണ്ണയിൽതന്നെ ഇരുന്നു. ആ രാത്രിയിലാണ് താൻ എട്ടുനാഴിക പൊട്ടൻ എന്ന നക്ഷത്രം കണ്ടുപിടിച്ചത്. നേരം വെളുക്കാറായപ്പോൾ നാണപ്പുനായരെ തിരഞ്ഞുപോയി. നാണപ്പുനായർ ചായക്കടയിൽ ഇരിക്കുന്നു. അപ്പോൾ നേരം വെളുത്തിരുന്നു. അയാൾ ചായക്കടയുടെ പിൻവശത്തുനിന്ന് എത്തിനോക്കി. നാണപ്പുനായരുടെ കൈയിൽ വെള്ളികെട്ടിയ ചൂരൽവടിയുണ്ട്. എങ്കിലും ചൂരൽവടിയെപ്പറ്റി സംസാരമായി. അധികാരിയുടെ ചൂരൽവടി കുഞ്ഞുവിന്റെ വീട്ടിൽനിന്ന് നാണപ്പുനായർ കൊണ്ടുവരുന്നതൊക്കെ കണ്ടവരുണ്ട്... അയാളുടെ പേരാണ് ആദ്യം പൊന്തിവന്നത്. അധികാരിയുടെ പെങ്ങളുടെ മകനില്ല്യ. ആ ലോകജഗല്. അവൻ അവിടെ പോയിരിക്കാം. ഈ കാര്യത്തിൽ അധികാരിയുടെ മക്കളും മോശക്കാരല്ല. ആരോ പറഞ്ഞ് ചിരിച്ചു. അധികാരി തന്നെ അവിടെ പോയില്ല്യാന്ന് എങ്ങനെ പറയും? പാടു അമ്മാവന്റെ ശത്രുക്കൾ ആരോ പറഞ്ഞു. ഈശ്ശ്... ചുണ്ടിൽ വിരൽവെച്ച് ചായപ്പീടികക്കാരനും നാണപ്പുനായരും അത് തടഞ്ഞു. പിന്നെ അത് പറയാൻ ആരും മുതിർന്നില്ല. താൻ വേഗം മടങ്ങി. നാണപ്പുനായർ ചൂരൽവടി പാടു അമ്മാമനെ ഏല്പിക്കുന്നതു കണ്ടു. അധികാരിയുടെ വെള്ളി കെട്ടിയ ചൂരൽ വഴിയിൽ കിടക്കുന്നു. ഏത് തിരുമാലി കട്ട് കൊണ്ടുപോയി ഇട്ടതോ എന്തോ... പാടു അമ്മാമൻ ചിരിച്ചു. പക്ഷേ, മാധവി അമ്മായി നാണപ്പുനായരെ നീണ്ട നേരം എതിർ വിസ്താരം നടത്തി. അന്ന് കുഞ്ഞു പണിക്ക് വന്നപ്പോൾ മാധവിഅമ്മായി പൂമുഖത്തേക്ക് വന്നു. ഉറക്കെ പറഞ്ഞു. കുഞ്ഞുവിനെ ഈ വീട്ടിൽ കയറ്റാൻ പാടില്ല. പൂമുഖത്തേക്ക് വന്ന വരവും ഉച്ചത്തിലുള്ള സംസാരവും പാടു അമ്മാമന് ഇഷ്ടപ്പെട്ടു കാണില്ല.

എന്റെ വീട്ടിൽ ആരെ പണിക്ക് നിർത്തണം ആരെ നിർത്തേണ്ട എന്ന് നിശ്ചയിക്കേണ്ടത് ഞാനാ. ഇവിടെ കൊണ്ടുവന്ന പെണ്ണുങ്ങളല്ല... അമ്മാമന്റെ അഹന്ത... അഹന്തയിൽ ഒട്ടും കുറവ് മാധവി അമ്മായിക്കില്ലായിരുന്നു. അവർ പിണങ്ങിപ്പോയി സ്വന്തം വീട്ടിൽ നിന്നു. കറുത്ത കുഞ്ഞുവിനെ ആ വീട്ടിൽനിന്നും പറഞ്ഞയച്ചു. ആരൊക്കെയോ ഇടപെട്ടു. മാധവി അമ്മായി തിരിച്ചുവന്നു. ഈ വീട്ടിൽ ഒരു മോന്തായത്തിന് താഴെ ജീവിച്ചിട്ടുപോലും അവർ അന്യോന്യം മിണ്ടാതെ എത്രയോ വർഷങ്ങൾ കഴിഞ്ഞു. പാടു അമ്മാമൻ മരിച്ചത് മെഡിക്കൽകോളേജ് ആശുപ

ത്രിയിലായിരുന്നു. മരിക്കുന്നതിന് അല്പം മുമ്പെ മാധവി അമ്മായി ആശുപത്രിയിൽനിന്നും ഇറങ്ങിപ്പോയി..

ചന്ദ്ര മുറിയിലേക്ക് വന്നു.

"ആ സ്ത്രീയുടെ ഒരു കണക്ക്. വാങ്ങിയതൊന്നിനും കണക്കില്ല. കിട്ടാനുള്ളതിന് കേമൻ കണക്കും.."

"ചന്ദ്രേ എന്നെ പോകാൻ വിടൂ. പറയൂ എന്തിനാ വരാൻ എഴുതിയത്."

"ഞാൻ രണ്ടു കരിമ്പാളി വറുത്ത് തരട്ടെ. അഞ്ച് മിനിറ്റ്. വേറെ ഒന്നും ആയിട്ടില്ല. തൈരും അമ്പഴങ്ങ ഉപ്പിലിട്ടതുമുണ്ട്... സ്വല്പം ഊണ് കഴിച്ച് പോകൂ."

"വേണ്ട, ചന്ദ്ര. ഞാൻ ആകെ തിരക്കിലാണ്... ഒന്ന് നോക്ക്യേ... പുറത്ത് ജീപ്പിൽ നാലഞ്ചുപേർ ഇരിക്കുന്നു. ക്ഷമയറ്റ്, ഞങ്ങൾ ഒരു വലിയ കാര്യത്തിന് പോവ്വാണ്... എന്താ ഞാൻ ചെയ്യേണ്ടത്?"

"ഞാൻ പറയുന്നത് ആനന്ദേട്ടൻ ശ്രദ്ധിച്ച് കേൾക്കില്ലേ? ഈ പറമ്പിന് മീതെ മൂന്ന് വീട്ടുകാർ ലൈൻ വലിച്ചിട്ടുണ്ട്. ഞാൻ അതിന് കൺസന്റും കൊടുത്തിരുന്നു. ഇപ്പോൾ അപ്പുറത്ത് പഞ്ചായത്ത് റോഡിൽ വേറെ പോസ്റ്റ് വന്നു നില്ക്കുന്നു. അവർക്ക് അടുത്തതും അതാണ്. ഞാൻ പറഞ്ഞു. ഇനി നിങ്ങൾ ആ പോസ്റ്റിൽ നിന്നും ലൈൻ വലിച്ചോളൂ. അവർ വഴക്കിന് വരുന്നു. വിവരം എഴുതിയപ്പോൾ ഗോപേട്ടനും മധുവും മാലുവും എന്റെ നേർക്ക്.... അവരോട് ചോദിക്കാതെ കൺസന്റ് കൊടുക്കാൻ നിങ്ങക്കെന്ത് അധികാരമുണ്ട്. ആളുകൾ പറയുന്നു ഇവരൊക്കെ ആനന്ദേട്ടന്റെ ആൾക്കാരാണ്. ആനന്ദേട്ടൻ പറഞ്ഞാൽ അവർ വഴങ്ങും. അല്ലെങ്കിൽ ഏതെങ്കിലും ഉയർന്ന ഉദ്യോഗസ്ഥന്മാരെ കണ്ട് ആനന്ദേട്ടൻ ഈ ലൈൻ ഒന്ന് മാറ്റിത്തരണം."

"അവരോട് പറയാം. വഴങ്ങിയില്ലെങ്കിൽ വലിയ ഉദ്യോഗസ്ഥന്മാരെ കാണാം. വേണ്ടതു ചെയ്യാം തീർച്ച... പക്ഷേ, ഇത്ര ചെറിയ ഒരു കാര്യത്തിനാണോ എന്നെ എഴുത്തെഴുതി വരുത്തിയത്.."

അയാൾ തമാശയ്ക്ക് ചോദിച്ചതാണ്..

"ആനന്ദേട്ടാ ഞങ്ങളൊക്കെ ചെറിയ മനുഷ്യരല്ലേ. പിന്നെയും പിന്നെയും ചെറുതായിക്കൊണ്ടേയിരിക്കുന്നു. ഞങ്ങൾക്കൊക്കെ ചെറിയ കാര്യങ്ങളല്ലേ ഉണ്ടാവൂ..."

അത് മുള്ളുവാക്കാണെന്ന് അയാൾ ആദ്യം കരുതി. അല്ല ആഴങ്ങളിൽനിന്നും എത്തിനോക്കുന്ന വാക്കുകൾ. അതിന്റേതായ ശബ്ദവും. മുഖത്ത് നോക്കിയപ്പോൾ അവളുടെ കണ്ണുകൾ കലങ്ങുന്നു

അയാൾ എഴുന്നേറ്റു. ജീപ്പിന്റെ നേരെ നടന്നു. പുല്ലും പാഴ്ച്ചെടികളും വളർന്ന മുറ്റവും പിന്നിട്ട്...

മരണം ഗഡുക്കളായി

കൗതുകത്തോടെ നോക്കി നിന്നു. കരയിലെ വെളിച്ചം തെങ്ങോലകളിൽ തടഞ്ഞുനില്ക്കുന്നു. കടലിന്റെ വെളിച്ചമാണ്. കടലോരം തെളിച്ചത്.

അന്നൊക്കെ കപ്പൽ എപ്പോൾ എത്തിയാലും ഒരാൾ ഉണർന്നിരിക്കും. ബിഷപ്പ് റിച്ചാർഡ്സൺ. ജെട്ടി നിറഞ്ഞു നില്ക്കും. കപ്പൽജോലിക്കാർ ഇറങ്ങിച്ചെന്ന് മെത്രാന്റെ മോതിരം മുത്തുമായിരുന്നു.

ഈ പ്രദേശത്തെ അന്നത്തെ ആദ്ധ്യാത്മികദൈവം ബിഷപ്പ് റിച്ചാർഡ്സൺ ആയിരുന്നു. ഭൗതിക ദൈവം സൂറത്തിൽനിന്നും ഇവിടെ വന്ന് പാണ്ടികശാലകൾ പണിത സൂറത്ത് ബൊഹ്റാ മുതലാളിമാരായിരുന്നു. അവർ കൊപ്ര പെറുക്കിക്കൂട്ടി കയറ്റി സൂറത്തിൽ വെച്ച് എണ്ണയാക്കുമായിരുന്നു. വീണ്ടും അവിടെ കൊണ്ടുവരുമായിരുന്നു.

ബിഷപ്പ് റിച്ചാർഡ്സണും സൂറത്തിലെ ബൊഹ്റ സേട്ടുമാരും ചേർന്ന് ഇവിടെ ഭരിച്ചു. സർക്കാർ ഇവിടെ വെറും കാണി മാത്രം. അന്നത്തെ മുറ അങ്ങനെയായിരുന്നു. ഇന്നു മാറിയോ എന്തോ..?

ബിഷപ്പ് റിച്ചാർഡ്സൺ ഇന്നു ജീവിച്ചിരിക്കാൻ ഇടയില്ല. അന്നേ ഊന്നുവടിക്കാരനായിരുന്നു. ബിഷപ്പ് റിച്ചാർഡ്സണിന് പിൻതുടർച്ചയില്ലേ? അരിയിട്ട് വാഴ്ചയില്ലേ?

ഇന്നു കപ്പലിൽനിന്ന് ആരും ഇറങ്ങിച്ചെന്ന് ആരുടെയും മോതിരം മുത്തുന്നതു കണ്ടില്ല.

പക്ഷേ, സൂറത്ത് മുതലാളിമാരുടെ പേര് എഴുതിയ ബോട്ടുകളുടെ അർമേഡാ ഇന്നും കടലോരം കീഴടക്കി ഭരിക്കുന്നു.

ഈ പ്രദേശം ഗോത്രക്കാരുടേതാണ്. വെളുത്ത നിറമുള്ള കോലൻ തലമുടിയുള്ള ചതുരൻ ശരീരമുള്ള ഒരു ഗോത്രം. സൈക്കിളും ഗ്രാമ

ഫോണും അവരുടെ കളിക്കോപ്പുകളായിരുന്നു. അവരെ അന്നൊക്കെ ഒലുച്ചുകൾ എന്നു വിളിച്ചിരുന്നു. ഇന്ന് അങ്ങനെതന്നെയാണോ വിളിക്കുന്നത്? അതോ അതിൽ കവിഞ്ഞ ശ്രേഷ്ഠനാമങ്ങൾ സർക്കാർ നല്കിയിട്ടുണ്ടോ എന്തോ...

ഒരു പറ്റം ഒലുച്ചുകൾ ഒരു തോണിയിൽ വന്നു. അരമണിക്കൂറിനകം അതു നടന്നു. അൺലോഡിങ്... ഒരു പതിനഞ്ചു നിമിഷങ്ങൾക്കകം അതും നടന്നു. ലോഡിങ്, അവർ ചൂളംവിളിച്ച് പാട്ടുപാടി തിരിച്ചുപോയി. അവർ കാലുറകൾ മാത്രം ധരിച്ചിരുന്നു. പൂക്കളുടെ പ്രിന്റുകളുള്ള കാലുറകൾ.. ഹാഫ്കാലുറകളായിരുന്നു. അവർക്ക് ഇഷ്ടമുള്ള നിറത്തിലുള്ള ഹാഫ് കാലുറകൾ. ഒരുപക്ഷേ, ലോകത്തിൽ ഇവിടെ മാത്രമായിരിക്കാം കപ്പലിലെ കയറ്റിറക്കത്തൊഴിലാളി യൂണിഫോറം ധരിക്കാതെ പ്രവൃത്തി ചെയ്യുന്നത്. യൂണിഫോറം പണിയെ ബന്ധിക്കാത്തതാകാം അവരുടെ പോരായ്മ.

“ഇനി ഇവിടെനിന്നുള്ള യാത്ര നിശ്ചയിക്കേണ്ടത് അവരാണ്. ആ ജെട്ടിയിൽ നിരന്നുനില്ക്കുന്ന ദൈവങ്ങൾ.”

ശബ്ദം കേട്ട് അയാൾ തിരിഞ്ഞുനോക്കി. ഇന്നലെ കപ്പലിൽവെച്ച് പരിചയപ്പെട്ട ആ മനുഷ്യൻ. ഹെഡ് ക്വാർട്ടേഴ്സിൽ ഒരു സായാഹ്ന പത്രം നടത്തുന്നു.

“ഇവിടെ ഒന്നും നേരെയാവില്ല. കാരണം ഇവിടെ ആ ബ്യൂറോക്രസി തന്നെ. എന്നാൽ ഈ പ്രദേശത്ത് നടമാടുന്നത് വെറും ബ്യൂറോക്രസിയല്ല. ദൽഹി ബ്യൂറോക്രസിയല്ല സാക്ഷാൽ ഈസ്റ്റ് ഇന്ത്യാ കമ്പനിയുടെ ബ്യൂറോക്രസി.”

ഇന്നലെയും ഇതുതന്നെയാണ് പറഞ്ഞത്. ഉറക്കം വരുന്നു എന്നു പറഞ്ഞാണ് ഇന്നലെ രക്ഷപ്പെട്ടത്. ഇപ്പോൾ എന്തു പറയും. രക്ഷപ്പെടാൻ മാർഗ്ഗംതേടുകയായിരുന്നു.

ആ മനുഷ്യൻ ജെട്ടിയിലേക്ക് വിരൽചൂണ്ടിയിട്ട് പറഞ്ഞു:

“ആ നില്ക്കുന്ന ദൈവങ്ങളുടെ നിര കണ്ടില്ലേ്യ... അതിൽ നീലനിറത്തിലുള്ള സാരിയുടുത്തിരിക്കുന്ന സ്ത്രീയാണ് രേവമ്മ. ഇവിടത്തെ റവന്യൂ കമ്മീഷണർ... എ വെരി ബ്രില്യന്റ് ഓഫീസർ. നോ ഡൗട്ട്. ഈ അഡ്മിനിസ്ട്രേഷന്റെ തന്നെ ഒരു അസറ്റ്. പക്ഷേ, ബ്യൂറോക്രേറ്റ്... കണ്ണിൽ ചോരയില്ലാത്ത ബ്യൂറോക്രേറ്റ്..”

അയാളുടെ കണ്ണുകൾ ഈ നീലനിറം തേടുകയായിരുന്നു. ജെട്ടിയിൽ നീല എന്നല്ല സാരിയുടുത്തു നില്ക്കുന്നത് ആ രൂപം മാത്രമായിരുന്നു. അയാൾ അതുതന്നെ നോക്കിനിന്നു.

പ്രസംഗം ഏല്ക്കുന്നില്ലെന്നറിഞ്ഞതുകൊണ്ടാവാം ആ മനുഷ്യൻ പുതിയ ശ്രോതാവിനെ തേടിപ്പോയി. ജെട്ടിയിൽ അവശേഷിച്ചവർ ഒരു ബോട്ടിൽ കയറി. ബോട്ട് കപ്പലിനടുത്തേക്കു നീങ്ങുന്നു. അടുത്തു വന്നപ്പോൾ അയാൾ അറിഞ്ഞു. വെറും നീലനിറമല്ല. കറുപ്പിനോട് നന്നേ

അടുക്കുന്ന നീലനിറം. ആ സാരി നിറയെ മുല്ലപ്പൂവിന്റെ കസവുകളും. കപ്പലിലെ ഹയറാർക്കി വന്ന് അവരെ സ്വീകരിച്ചു. എല്ലാവരും കോവണി കയറി മുകളിലേക്കു പോയി. ഡൈനിങ് സലൂണിൽ നിന്ന് പ്രാതലിന്റെ മണി മുഴങ്ങി. പ്രാതലിന്റെ സമയം വളരെ വൈകിയിരിക്കുന്നു. അയാൾ ഒരു മേശയ്ക്കരുകിൽ ഇരുന്നു. എല്ലാ കേബിൻക്ലാസുകാർക്കും ഒരേ ഡൈനിങ് സലൂണാണ്. എങ്കിലും കുറേ മേശകൾ റിസർവ്വ് എന്നെഴുതി പന്തി തിരിച്ചിടും...

രേവമ്മയും കൂടെ വന്നവരും ആ പന്തിയിൽ ഇരുന്നു. അയാൾ അവളെതന്നെ നോക്കിയിരുന്നു. അവൾ നിഷ്ഠയോടെ ടേബിൾ മാനേഴ്സ് പാലിക്കുന്നു. മുള്ളും കത്തിയും ഉയർത്തി സമയമെടുത്ത് സംസാരിക്കുന്നു. മറ്റുള്ളവർ പറയുന്നത് മുഖം നീട്ടി ശ്രദ്ധിക്കുന്നു.

അയാൾ പ്രാതൽ കഴിച്ചു. നാപ്കിൻ കൊണ്ട് ചുണ്ടുകൾ തുടച്ചാലും താഴെ പോയി വായയിൽ വെള്ളം ഒഴിച്ച് കഴുകുമായിരുന്നു. കൈയും കഴുകുമായിരുന്നു. പിന്നെ നിന്നു. സ്വന്തം ക്യാബിനിൽ പോകാൻ തോന്നിയില്ല. വീണ്ടും കോണി കയറി മുകളിൽ വന്നു. ജെട്ടിയിലേക്ക് നോക്കി നിന്നു. ജെട്ടി മറിയുകയാണ്. ഒടുവിലത്തെ ദൃശ്യങ്ങൾ.

ജെട്ടി.

ദൂരെ ഒരു നീളൻ മരപ്പലക കരയിൽ അടിഞ്ഞതുപോലെ...

യാദൃച്ഛികം മാത്രം.

ഏറ്റവും ഒടുവിൽ അവളെ കണ്ടതും ഇവിടെവെച്ച്, അന്നവൾ ഒരു ഉയർന്ന ഉദ്യോഗസ്ഥ തന്നെയായിരുന്നു. ഇന്നത്തെപ്പോലെ ഈ പ്രദേശത്തിന്റെ മുഴുവൻ അധീശയൊന്നുമായിരുന്നില്ല. അയാൾ എഴുതിയിരുന്നു. പോകുന്നു. ഇതിലെ കടന്നുപോകുന്നു. ജെട്ടിയിൽ വരണം. ഇവിടം വിട്ടുപോകുന്നു. ഗോയിങ് ഫോർ ഗുഡ്... അവൾ കൃത്യമായി എത്തി. വരുമ്പോൾ പുറകിൽ ഒരു ഒലുച്ചുവുമുണ്ടായിരുന്നു. അയാൾ ഒരു ചാക്ക് ഏറ്റിയിരുന്നു. ചാക്കിൽ ഒരു കുല ചെന്തെങ്ങിൻ കരിക്കും ഒരുകുല ചെങ്കദളിയുമുണ്ടായിരുന്നു. അന്നൊക്കെ ചെന്തെങ്ങും ചെങ്കദളിയും ഈ പ്രദേശത്തെ കാട്ടുവിളകളായിരുന്നു. പോകുന്നത് ശരിയല്ല എന്നവൾ ശഠിച്ചു. ഉയർന്നുയർന്നു പോകാൻ സാദ്ധ്യതയുള്ള ഒരു ജോലി. അത് ഇട്ടെറിഞ്ഞ് പോകാൻ തീരുമാനിക്കുന്നത് ശുദ്ധഭ്രാന്ത്. അന്ന് എത്രനേരം ശ്രമിച്ചു. അവളെ ബോദ്ധ്യപ്പെടുത്താൻ..

ഇന്നതൊക്കെ ഓർക്കുന്നതേ പാഴ്വേലയാണ്. ജെട്ടിയിലേക്ക് നോക്കി നില്ക്കുന്നതും. അയാൾ കപ്പലിൽ നടക്കാനിറങ്ങി.

ഒരൊഴിഞ്ഞ കോണിൽ കുറേ കസേരകൾ നിരത്തിയിട്ടിരിക്കുന്നു. അവളും നേരത്തെ കൂടെ കണ്ട മനുഷ്യരും ഇരിക്കുന്നു. ഒരാൾ മടിയിൽ ഒരു മേപ്പ് നിവർത്തിവെച്ചിരിക്കുന്നു. ചർച്ചയാണ്. അവൾ തല ഉയർത്തി. മുഖം കുറെ നേരം അയാളുടെ നേരെ തന്നെ പിടിച്ചു. അയാൾ കുറച്ചു കൂടെ അടുത്തേക്ക് ചെന്നു.

മടിയിൽ മേപ്പ് നിവർത്തിവെച്ച മനുഷ്യൻ പറഞ്ഞു. അയാൾ മാത്രമേ കൂട്ടത്തിൽ സഫാരി ധരിച്ചിരുന്നുള്ളൂ. പിന്നെയുള്ളവർ മുഴുവൻ സ്യൂട്ട് ധാരികളായിരുന്നു.

"കൈൻഡ്‌ലി ലീവ് ആസ് എലോൺ. വി ആർ ഓൺ എ ഹീറ്റഡ് ഡിസ്കഷൻ.."

ശബ്ദം ഒട്ടും പരുഷമായിരുന്നില്ല. എന്നിട്ടും അത് അയാളെ വേദനിപ്പിച്ചു. അയാൾ തിരിഞ്ഞുനടന്നു. പിന്നിൽ ഝടുതിയിൽ കാലൊച്ച.

"പ്ലീസ് ഒന്ന് നില്ക്കണേ."

അയാൾ തിരിഞ്ഞു നോക്കി. രേവമ്മ അയാളുടെ മുഖത്തേക്കു നോക്കി നില്ക്കുന്നു.

"ഞാൻ കൊറെ നേരം കൊണ്ട് ശ്രദ്ധിക്കായിരുന്നു. ഇപ്പഴേ ശരിക്കും മനസ്സിലായുള്ളൂ.."

അയാൾ മിഴിച്ചുനിന്നു, അവളുടെ ശബ്ദത്തിൽ ലയിച്ച്.

"ഏതാ കേബിൻ.."

"താഴെ മൂന്നുപേർക്കുള്ള കേബിൻ."

"ഇപ്പോൾ റെഗുലറായി പ്ലെയിൻ സർവ്വീസ് ഒള്ളതൊന്നും അറിഞ്ഞില്യേ. ഇക്കാലത്ത് ആരെങ്കിലും നാലഞ്ച് ദിവസം കപ്പലിൽ കിടന്ന് നരകിക്ക്വോ?"

അയാൾ മറുപടി പറഞ്ഞില്ല. തന്റെ മറുപടി ഇന്ന് അവൾക്ക് തമാശയായേ തോന്നൂ. കപ്പലിൽ ഒരിക്കൽക്കൂടി കയറാൻ എത്ര കൊതിച്ചു! ഓപ്പൺ ഡെക്കിൽ മലർന്നു കിടക്കാനും. ഇന്നത്തെ കപ്പലുകളിൽ ഓപ്പൺ ഡെക്കുകൾ ഇല്ല. ഇങ്ങനെ ഒരു ക്ലാസ് ഇന്നില്ലെന്ന് തോന്നുന്നു.

"പിന്നെ ഇവിടെ വീണ്ടും വരാൻ. വല്ല ബിസിനസ് പ്രോജക്ടും.."

"വെറുതെ ഈ സ്ഥലമൊക്കെ ഒരിക്കൽക്കൂടി കാണാൻ, പഴയ കുറെ ആളുകളെയും.."

"എന്റെ കൂടെയുള്ളവർ കേന്ദ്ര പ്ലാനിങ് ബോർഡ് ഉദ്യോഗസ്ഥന്മാരാണ്. നാല് ദിവസമായി തുടരുന്ന ഡിസ്കഷൻ. പ്രോജക്ട് ഇനിയും രൂപമായിട്ടില്ല... തല വേദനിക്കുന്നു. കേട്ടതു തന്നെ കേട്ട്. ഞാൻ പറയാൻ പൂവ്വാണ്. ഡിസ്കഷൻ സംഅപ്പ് ചെയ്യാൻ.."

അവളുടെ പ്രോജക്ടുകളിലൊന്നും അയാൾക്ക് താല്പര്യം തോന്നിയില്ല. അയാൾ അവളുടെ മുഖത്തേക്കു നോക്കി നിന്നു.

"സെ. മേക്സിമം അരമണിക്കൂർ. അതു കഴിഞ്ഞാൽ ഞാൻ ഫ്രീ.."

അവൾ വേഗം തിരിഞ്ഞു നടന്നു, അകന്നുപോകുന്നുവോ?

അയാൾ നടന്നു. പുറംകടലിലേക്ക് നോക്കിനിന്നു. മൃദുവല്ലാത്ത കടൽക്കാറ്റ്. കടൽ ഒരു മത്സ്യം വളർത്തുകേന്ദ്രത്തെ ഓർമ്മിപ്പിക്കുന്നു. നിറയെ ഡോൾഫിൻ മത്സ്യങ്ങൾ. അവ കൂട്ടായി പൊങ്ങുകയും താഴുകയും ചെയ്യുന്നു. ഒരു സംഘനൃത്തത്തിന്റെ താളത്തിൽ, അവയ്ക്ക് മുന്നിൽ ഒരു പറ്റം മത്സ്യങ്ങൾ നിരയൊത്ത് പറക്കുന്നു. ഫ്ളയിങ് ഫിഷ്.

പണ്ടൊക്കെ ഇതു കാണുമ്പോൾ ഒന്നും തോന്നിയിരുന്നില്ല. ഇപ്പോൾ കടൽ ജീവികളുടെ താളം അറിയുന്നു. ഇന്നലെ പകൽ മുഴുവൻ രണ്ട് വമ്പൻ സ്രാവുകൾ കപ്പലിന്റെ ഒപ്പം ഓടിയിരുന്നു. ഒടുവിൽ സന്ധ്യക്ക് അല്പം മുമ്പെ അവ പിൻവാങ്ങി. കപ്പൽ വിഴുങ്ങാൻ കഴിയാത്ത നിരാശയോടെ. അയാൾ കുറേനേരം അതും കണ്ടുനിന്നു ചിരിച്ചു. എവിടെ നിന്നും ഊറിക്കൂടിയെന്നറിയില്ല. പുറംകടലിൽ മഴക്കാറ്. നീല തിരശ്ശീല വിടർത്തിയതു പോലെ... ആകാശം മുട്ടി നില്ക്കുന്നു. അല്പം നിമിഷങ്ങൾക്ക് മുമ്പുവരെയും കടൽപ്പരപ്പിന് മീതെ വരണ്ട വേനൽ വിങ്ങി നിന്നിരുന്നു.

അയാൾക്ക് ബോദ്ധ്യമായി. ടെൻത് ഡിഗ്രി ചാനലിനോടടുക്കുന്നു. പണ്ട് പായക്കപ്പലുകൾ ഇവിടെ തോറ്റുമടങ്ങും. ഒഴുക്കിൽ പെട്ടാൽ ലക്ഷ്യം മുറിയും. താൻ ആദ്യം യാത്രചെയ്ത ആവിക്കപ്പലും ടെൻത് ഡിഗ്രി ചാനൽ കടക്കാൻ വിറച്ച് കുളിച്ചിട്ടുണ്ട്. കപ്പൽ ഉദ്യോഗസ്ഥന്മാർ യാത്രക്കാരെ ലൈഫ് ബെൽട്ട് കെട്ടാൻ പഠിപ്പിക്കും. ലൈഫ് ബെൽട്ട് കെട്ടിത്തീരുമ്പോൾ വൃദ്ധന്മാർ ദൈവത്തെ വിളിച്ച് ഒന്നലറും. തുടർന്ന് കപ്പലാകെ പടരുന്ന നിലവിളി. കപ്പലുകൾ പായവിടർത്തിയും ആവി ഊതിയും ഇപ്പോൾ ഡീസൽ കുടിച്ചും വളർന്നുവന്നു... എന്നിട്ടും ഇന്നും ടെൻത് ഡിഗ്രി ചാനൽ കാണുമ്പോൾ വിറയ്ക്കുന്നു. ആ ചുറ്റുവട്ടത്തിൽ എന്നും മഴക്കാറ് പാറി നില്ക്കും. എപ്പോൾ വേണമെങ്കിലും കനക്കും. ഒഴുക്ക് ആഴങ്ങളിൽനിന്നും നുരഞ്ഞ് നുരഞ്ഞ് പരശതം കരടികളെപ്പോലെ മേൽപ്പരപ്പിൽ വന്ന് അമറും. കാറ്റടിക്കുന്നു. അയാൾ താഴെ ഇറങ്ങി സ്വന്തം കേബിനിലേക്ക് നടന്നു. വാതിൽക്കൽ ഒരാൾ കാത്തുനില്ക്കുന്നു. വളരെ ആദരവോടെ പറഞ്ഞു.

"റവന്യൂ കമ്മീഷണർ മോംസാബ് ഗാരു കൂട്ടിക്കൊണ്ടു വരാൻ പറഞ്ഞു."

ഏറെ അതിശയം തോന്നിയത് അവന്റെ ഭാഷയാണ്. തെലുങ്കിലാണ് പറഞ്ഞത്.

അവൻ പിന്നിൽ നടന്ന് വഴി പറഞ്ഞു തന്നു. കോവണിക്കയറി. വലത്തോട്ട്, പിന്നെ കോറിഡോർ. പിന്നെയും വലത്തോട്ടേക്ക്. ഒടുവിലത്തെ കേബിൻ. സ്റ്റെയിറ്റ് കേബിൻ. അതോ ഡീലക്സൊ... വാതിൽ തുറന്ന് കിടക്കുന്നു. രേവമ്മ ഒരു സോഫയിൽ ഇരിക്കുന്നു. കേബിൻ മുറിക്ക് ഒരു സ്റ്റാർ ഹോട്ടൽമുറിയുടെ പ്രൗഢി. രേവമ്മ വസ്ത്രം മാറിയിരിക്കുന്നു. ഒരു പരുക്കൻ സാരി.

അവൾ ഓർഡർലിയോട് പറഞ്ഞു: "പോയി ഊണു കഴിച്ചോളൂ. ഇവിടെ വേണ്ട ആവശ്യം ഇപ്പോൾ ഇല്ല. പ്ലേനിങ് ബോർഡുകാർ എന്നെ ചോദിച്ചാൽ പറയണം, നാളെ സെക്രട്ടേറിയറ്റിൽവെച്ച് കാണാം."

ഓർഡർലി പോയി.

"നല്ല സുന്ദരമായി തെലുങ്കു സംസാരിക്കുന്നല്ലോ..."

"അന്ന് അങ്ങനെ ഒരു ക്രൈയിസ് തോന്നി. ആറ് ഏഴ് ഭാഷ പഠിച്ചു. സാറ് തെലുങ്കൊക്കെ മറന്നോ. നമ്മുടെ നാട്ടിൽനിന്ന് വന്നവരിൽ ആദ്യം തെലുങ്കു പഠിച്ചത് സാറായിരുന്നല്ലോ. ഞാൻ ഓർഡർലിയോട് പറഞ്ഞിരുന്നു സാറിന് നന്നായി തെലുങ്കറിയാം..."

"പറയാനൊക്കെ എന്നോ മറന്നു. കേട്ടാൽ മനസ്സിലാവും."

അവൾ സാറെ സാറെ എന്ന് വിളിച്ചപ്പോൾ അകല്ച്ച തോന്നി. നിയന്ത്രിച്ചിട്ടും അത് പറയാതിരിക്കാൻ കഴിഞ്ഞില്ല.

"എന്നെ സാറെ സാറെ എന്ന് വിളിക്കുന്നത് കേൾക്കുമ്പോൾ ഒരു തരം വല്ലായ്മ. പണ്ടെന്താ വിളിച്ചിരുന്നതെന്ന് ഓർമ്മയുണ്ടോ?..."

അവൾ തരിച്ചിരുന്നു. മുഖം സ്വന്തം നിറത്തിൽ കവിഞ്ഞ് വെളുക്കുന്നു. ഏറെ വെളുത്തത് ചുണ്ടുകളായിരുന്നു. പിന്നെ രക്തോട്ടം വന്നപ്പോൾ ചുണ്ടുകൾ പതുക്കെ ഇളകി.

"ഞാൻ എന്തുമാത്രം ആഗ്രഹിക്കുന്നു. അങ്ങനെ തന്നെ വിളിക്കാൻ, അങ്ങനെ വിളിക്കാൻ ഇനിയൊരിക്കലും എനിക്ക് കഴിയില്ല..."

ചുണ്ടുകൾ വീണ്ടും വെളുത്തു. അയാൾ പറഞ്ഞത് കവിഞ്ഞുവോ? സ്വയം ഓർത്തു. പിന്നെ മിണ്ടാതിരുന്നു.

അവൾ സമനിലയ്ക്കെത്തുന്നു. വാക്കുകൾ ഉതിരുന്നു.

"ഞാൻ എവിടെയൊക്കെ തിരക്കി മേൽവിലാസം കണ്ടെത്തി. എന്റെ മകളുടെയും മകന്റെയും കല്യാണങ്ങൾ അറിയിച്ചിരുന്നു. ഒരു മറുപടിയും കിട്ടിയില്ല.."

ഏതോ ഇൻവിറ്റേഷൻ കിട്ടിയതായി ഓർക്കുന്നു. മറുപടി അയക്കാതിരിക്കാൻ പ്രത്യേക കാരണങ്ങളൊന്നുമില്ല.

അയാൾ ഒന്നും പറയാതിരുന്നപ്പോൾ അവൾ അകല്ച്ച കണ്ടെത്തിയോ? വാചാലയാകുന്നു.

"ഞാൻ മറന്നില്ല. മറക്കുമോ? എനിക്ക് വേണ്ടി സഹിച്ചതെല്ലാം..."

തൊണ്ടയിടറുന്നു.

സാന്ത്വനപ്പെടുത്തിയാലും ഒതുങ്ങാത്തവിധം അവൾ പഴയ പച്ചപ്പെണ്ണാകുന്നു. അവൾക്ക് മിണ്ടാൻ കഴിയുന്നില്ല. അയാൾക്കും. ആ മൗനം കൈമാറിയ വാക്കുകൾ അസംഖ്യമായിരുന്നു.

"എന്നെ രക്ഷിച്ചതൊന്നും ഞാൻ മറന്നിട്ടില്ല..."

മൗനം കനക്കാൻ അവൾ കണ്ടെത്തിയ വാക്കുകൾ...

അയാൾ അതുതന്നെ ഓർക്കുകയായിരുന്നു. കുറേനേരത്തേക്ക് അവൾ ഒന്നും മിണ്ടരുതേ എന്നുപോലും ആശിച്ചു... അവളുടെ ഔദ്യോഗിക ജീവിതത്തിന്റെ ഹരിഃ ശ്രീ നാളുകളിൽ. അവളുടെ ചുമതലയിൽ ഒരു ഫീഡിങ്സെന്റർ നടന്നിരുന്നു. അവിടെനിന്ന് പാൽപ്പൊടി പുറത്ത് വില്ക്കുന്നു എന്ന് നാട്ടുകാരുടെ ആരോപണം. അത് അന്വേഷിക്കാൻ സർക്കാർ നിയമിച്ചത് അയാളെയായിരുന്നു. അന്വേഷിച്ചു. വൻ ഷോർട്ടേജ് അന്നത്തെ അവളുടെ പ്രാരാബ്ധങ്ങൾ. രക്ഷിക്കാനേ മനസ്സ് വന്നുള്ളൂ.

പ്രവർത്തിക്കാത്ത മറ്റൊരു സെന്ററിൽനിന്ന് പാൽപ്പൊടി ആരും അറിയാതെ വരുത്തി ഷോർട്ടേജ് നികത്തി. ഒരാപകതയുമില്ലെന്ന് റിപ്പോർട്ടും അയച്ചു. നാട്ടുകാർ ഇളകിമറിഞ്ഞു. അയാളുടേയും അവളുടെയും പേരുകൾ കൂട്ടിയിണക്കി മരച്ചുവരുകൾ എഴുതിനിറച്ചു. സർക്കാരും വിശ്വസിച്ചത് ചുവരെഴുത്തുകളെയാണ്. ഒരു വയർലെസ് മെസേജാണ് കിട്ടിയത്. സ്ഥലം മാറ്റം.

അവൾ ഓർമ്മകളിൽ മുഴുകിയിരിക്കെ തന്നെ ഉറക്കെ ചിരിച്ചു.

"നമ്മുടെ പഴയ ഫീഡിങ് സെന്റർ കെട്ടിടമുണ്ടല്ലോ. ഇപ്പോൾ റെവന്യൂ ഡിപ്പാർട്ട്മെന്റിന്റെ സ്ഥലമാണ്. പട്ടാരി ഓഫീസ്. ഞാൻ രണ്ടു കൊല്ലം മുമ്പ് ആ ഓഫീസ് ഇൻസ്പെക്ട് ചെയ്തിരുന്നു. അതിന്റെ മേൽക്കൂരയുടെ ടിൻഷീറ്റിന്റെ അടിയിൽ കീലുകൊണ്ട് എഴുതിയിരിക്കുന്നു. നമ്മുടെ പേരുകൾ പ്ലസ് ചേർത്ത് കൂട്ടിയിണക്കി."

"കണ്ടപ്പോൾ ഭയം തോന്നിയോ?"

"നെവർ, ചിരിവന്നു. ദിവസങ്ങളോളം ഒറ്റയ്ക്കിരുന്ന് ചിരിച്ചു... അതുപോലെ ഈ അടുത്തയിടെ ഞാൻ ഹവാമഹൽ വഴിക്ക് പോയിരുന്നു ഇന്ന് ഹവാമഹൽ ഹെൽത്ത് ഡിപ്പാർട്ട്മെന്റിന്റെ ഗോഡൗൺ ആണ്."

അയാൾ ഹവാമഹലൊക്കെ ഓർത്തിട്ടുപോലും വർഷങ്ങൾ എത്രയായി. ഒരു മുറി തന്റെ ക്വാർട്ടേഴ്സ്. മറ്റ് മുറികളിൽ ടിൻഷീറ്റും മരപ്പലകകളും അട്ടിയിട്ട് പൂട്ടിക്കിടന്നിരുന്നു. ഗൊറയ്യ തന്റെ ശിപായിയും.

"അന്ന് ബാഡ്ജുകൾ മാറിയത് ഓർക്കുന്നുണ്ടോ? ഹവാമഹൽ കണ്ടപ്പോൾ അതോർത്ത് കുറേ ചിരിച്ചു.." അവൾ ഇപ്പോഴും ചിരിക്കുന്നു. തോട് തകർത്ത് പുറത്ത് വരുന്നു

അന്നത്തെ സർക്കാർ സെമിനാർ, ആ പ്രദേശത്തുള്ള മുഴുവൻ സർക്കാർ ഉദ്യോഗസ്ഥന്മാരും നിർബ്ബന്ധ പ്രതിനിധികൾ. മേഖല തിരിഞ്ഞ് റിസപ്ഷൻ കൗണ്ടറുകൾ. ബാഡ്ജുകൾ അനുഷ്ഠാനത്തോടെ ധരിച്ചിരിക്കണം. ചായയും ബിസ്കറ്റും. ഉച്ചയ്ക്ക് കിച്ചടി.

സെമിനാർ ഉച്ചയ്ക്ക് പിരിഞ്ഞപ്പോൾ അയാൾ ചോദിച്ചു – രേവമ്മ വരുന്നോ? ഊണ് കഴിച്ചിട്ട് വരാം. മാനിറച്ചിയുണ്ട്. പർസാ മത്സ്യം വെച്ചതും വറുത്തതും.

നടന്നോണ്ടാ മതി. ഞാൻ പയ്യെ എത്തിക്കോളാം. ഒന്നിച്ച് പോകേണ്ടാ... ഹവാമഹലിന്റെ പിൻവശം പാഴ്ച്ചെടികളും കാട്ടുവാഴകളും മുറ്റിനിന്നിരുന്നു. അവൾ അതിലെയാണ് കയറി വരുന്നത്. ഗൊറയ്യ ഭക്ഷണം വിളമ്പിവെച്ചിട്ട് പറഞ്ഞു. ചെയിൻ സ്റ്റോറിൽ പോയിട്ട് വരാം. അവിടത്തെ സഹകരണ സ്റ്റോറുകൾക്ക് ചെയിൻ സ്റ്റോർ എന്നായിരുന്നു പേര്, ഗൊറയ്യ പോയി. പോകുമ്പോൾ വാതിൽ പുറത്തുനിന്നടച്ചിട്ടിരുന്നു. പിന്നെ ശ്വാസം നിന്ന നിമിഷങ്ങൾ. ശ്വാസം നിന്ന നിമിഷങ്ങളിലൊക്കെ രേവമ്മ കരയുകയായിരുന്നു. ഖേദത്തിന്റേതായിരുന്നില്ല തീർച്ച. ശ്വാസം നേരെ വീണപ്പോൾ അവൾ എഴുന്നേറ്റു. കണ്ണാടിക്ക് മുന്നിൽനിന്ന് കൺമഷി നേരെ

യാക്കി. മേശയിൽ ഇരുന്ന ബാഡ്ജ് എടുത്ത് കുത്തി. പിൻവശത്തുകൂടെ തന്നെ ഇറങ്ങി വേഗം നടന്നുമറഞ്ഞു. അല്പസമയത്തിനുശേഷം അയാളും പുറകുവശത്തുകൂടെ തന്നെ ഇറങ്ങി. ചുറ്റി മുൻവശത്തേക്ക് വന്നു. തെളിഞ്ഞ സ്ഥലത്തേക്ക്. പതുക്കെ സെമിനാർ പന്തലിലേക്ക് നടന്നു. പന്തലിന്റെ ഗെയിറ്റിന് വളരെ ഇപ്പുറം രേവമ്മ വിളറി നില്ക്കുന്നു. ബാഡ്ജ് മാറിപ്പോയി. അയാൾ സ്വന്തം ബാഡ്ജ് പിൻ ഊരിയെടുത്ത് വായിച്ചു. അത് അവളുടേതായിരുന്നു. ആരും കാണാതെ ബാഡ്ജുകൾ കൈമാറി...

"ബാഡ്ജ് മാറിപ്പോയത് മാത്രമേ ഓർക്കുന്നുള്ളൂ."

അവൾ ഓർമ്മകളിൽനിന്നു ഞെട്ടിയാണ് ഉണർന്നത്. പിന്നെ രണ്ടു ചുണ്ടുകളും ചേർത്തമർത്തി ചിരിച്ചു. ചിരി നിമിഷാർദ്ധം മാത്രം പിന്നെ മുഖം മ്ലാനം.

അയാൾ സെമിനാർ തുടർന്നും ഓർക്കുന്നു. അവൾ പോലും ഇപ്പോൾ ഓർമ്മകൾ തകർക്കല്ലേ എന്നു പ്രാർത്ഥിച്ചുകൊണ്ട് ഒതുക്കി വെക്കുന്നു. വൈകുന്നേരം നാലുമണിയായപ്പോൾ സെമിനാർ ഹാളിൽ ഒരറിയിപ്പ്– ദൂരത്തുനിന്ന് വന്നവർക്കെല്ലാം വേണമെങ്കിൽ പോകാം. അവൾ പുറത്തിറങ്ങി. കൂടെയുള്ളവരെ യാത്രയാക്കി. അയാൾ ഇറങ്ങിച്ചെന്നപ്പോൾ എന്തോ പറയാനുള്ളതുപോലെ നില്ക്കുന്നു.

ഇപ്പോൾ ഇവിടെയിരിക്കുമ്പോൾ അയാൾക്ക് തമാശ തോന്നി. അയാൾ അവളുടെ ചുണ്ടുകളിലേക്ക് തന്നെ നോക്കിയിരുന്നു. ഇതേ ചുണ്ടുകൾകൊണ്ട് അന്ന് പറഞ്ഞ വാക്കുകൾ...

'ഞാൻ പോകുന്നില്ല. നേരം വൈകിയാൽ ചെറിയാൻ സാറിന്റെ കുടുംബത്തോടൊപ്പം താമസിക്കും എന്ന് വീട്ടിൽ പറഞ്ഞിട്ടുണ്ട്.' സ്ത്രീയുടെ സാഹസകരുത്തിനെപ്പറ്റിയൊന്നും അറിഞ്ഞിരുന്നില്ലാത്ത കാലം. അയാൾ ചോദിച്ചു. 'ചെറിയാൻ സാറിന്റെ വീട്ടിൽ പൊയ്ക്കോളു വേഗം.' 'അല്ല ഞാൻ ഹവാമഹലിൽ വരുന്നു.' സ്ത്രീയെക്കുറിച്ച് തന്റെ അറിവിനെതിരെ ആദ്യത്തെ ആക്രമണം.. അയാൾ തളർന്നുപോയി.

ഗൊറയ്യ ഭക്ഷണം ഒരുക്കിവെച്ചു. ഞാൻ ബിജിൻവരെ പോയി വരട്ടെ. തെലുങ്കു കൂലിക്കാർ കുടുംബത്തോടെ താമസിക്കുന്ന സ്ഥലമാണ് ബിജിൻ. ഗൊറയ്യ എന്ന് അവിടെ ചെന്നാലും അടിയുണ്ടാക്കും. പിറ്റേന്നാൾ അയാൾ ചെന്ന് മദ്ധ്യസ്ഥം പറയും. ഗൊറയ്യ പോയി, ഗെയിറ്റ് താഴിട്ട് പൂട്ടി താക്കോലും കൊണ്ടു വാതിലും ജനലുകളും അടച്ച് കാറ്റും വെളിച്ചവും അണച്ചു. ഒരു വിളക്കുപോലും കത്തിക്കാൻ ധൈര്യം വന്നില്ല. വിയർത്തപ്പോൾ ധൈര്യം പകർന്നത് രേവമ്മയുടെ ചുണ്ടുകളായിരുന്നു. ഒന്ന് നേരെ ചൊവ്വേ മിണ്ടീട്ടുപോലുമില്ലാത്ത കാലത്തും കേട്ട അപരാധങ്ങൾ ചില്ലറയാണോ, അതിൽ കവിഞ്ഞ് ഇനി എന്ത് കേൾക്കാനാ ഇനിയും എലിക്കുഞ്ഞുപോലെ വിറയ്ക്കുന്നോ സെമിനാറിൽ ഡോക്ടർമാർ പറഞ്ഞതൊന്നും ശ്രദ്ധിച്ചില്ലേ... സെയ്ഫ് ഡെയ്സിനെ

കുറിച്ച്. കാറ്റും വെളിച്ചവും മുറിഞ്ഞ മുറി ക്രമേണ ഒരു കവചമായി. പുറത്ത് കനത്തമഴ പെയ്ത ഇരുമ്പിൻ തുള്ളികൾ. പിന്നെ പിറന്നു വീണ ധൈര്യം, പകൽവെളിച്ചത്തിന് അല്പം മുമ്പെ ഗൊറയ്യ വന്നു വിളിച്ചുണർത്തി. അപ്പോഴാണ് അറിഞ്ഞത് തലേ രാത്രിയിൽ ഇരുവരും ഭക്ഷണം കഴിച്ചിരുന്നില്ല. രാത്രിയിലെന്നല്ല തലേദിവസം ഉച്ചയ്ക്കും ഭക്ഷണം കഴിച്ചിരുന്നില്ല, അത്തരം പകലുകളും രാത്രികളും പിന്നെയും എത്ര?

ഇന്നവൾ കൺമുമ്പിൽ കൈയെത്തിച്ചാൽ എത്തും ദൂരത്തിൽ... അവൾ തികച്ചും അനന്യഹൃത്താണ്. തല കുനിച്ചിരിക്കുന്നു. മനസ്സ് എന്തോ നെയ്തെടുക്കുന്ന ഏകാഗ്രതയിൽ... പെട്ടെന്ന് അവൾ തല ഉയർത്തി.

"നിങ്ങടെ പഴയ ഗൊറയ്യയുണ്ടല്ലൊ. പെൻഷൻ പറ്റിയിട്ട് ആന്ധ്രയിലേക്കൊന്നും പോയില്ലെന്ന് തോന്നുന്നു. ബജാറിൽ പച്ചക്കറി വില്ക്കാൻ കൊണ്ടുവരും. ഇന്നും ഗൊറയ്യയെ കാണുമ്പോൾ ഞാൻ ചമ്മും."

അയാൾക്ക് വിസ്മയം തോന്നി. അവളുടെ മൂകതയുടെ അർത്ഥം ഇതായിരുന്നോ? അവളും ഓർത്തത് അതൊക്കെ തന്നെയായിരുന്നെന്നോ?

സ്ഥല-കാല മർമ്മങ്ങൾ മറന്നുകൊണ്ട് അയാളുടെ കൈ നീണ്ടു. അവളുടെ കവിളിൽ തലോടി നിന്നു.

"നിന്റെ തെലുങ്കൻ ഓർഡർലിയോ പ്ലാനിങ് ബോർഡുകാരോ ആരും ഇവിടെ വരില്ലല്ലോ."

"ഒരുത്തരും വരികേല്ല.."

കപ്പൽ ആടി ഉലയുന്നു. കോള് കൊണ്ട കടൽ കപ്പൽ പള്ളയിൽ കാലൂന്നി മേല്പോട്ട് കുതിക്കുന്നു.

അവൾ മുഖമുയർത്താതെ പറയുന്നു.

"ഇത്രയും വർഷങ്ങൾകൊണ്ട് ഞാൻ എവിടെയെത്തിയിരിക്കുന്നു എന്ന് വല്ലതും അറിയുന്നുണ്ടോ. ആദ്യം കണ്ണിന് കാഴ്ച കുറഞ്ഞു വന്നു. കണ്ണിന് ഒരു ഓപ്പറേഷൻ വേണ്ടി വന്നു. ഈ കണ്ണടച്ചില്ല് ഒന്നുകൊണ്ടു മാത്രം ഞാൻ ആളെ തിരിച്ചറിയുന്നു. പിന്നെ ഇയർഡ്രമ്മിന് കുഴപ്പം വന്നു. ഓപ്പറേഷൻ വേണ്ടിവന്നു. കഷ്ടിച്ചു കേൾക്കുന്നു. പല്ലുകളുടെ ഇനാമൽ തേയുന്ന ഒരസുഖം വന്നു. പല്ലുകൾ പുതിയതായി വെച്ചു. പിന്നെ ഒരു ബ്രെസ്റ്റ് റിമൂവ് ചെയ്തു. ഏറ്റവും ഒടുവിൽ യൂട്ടറസും റിമൂവ് ചെയ്തു. ആകെ ചവറ് പോലെ തുന്നിക്കെട്ടിയ എന്റെ ശരീരത്തിലേക്ക് നോക്കാൻ എനിക്കുപോലും അറപ്പു തോന്നുന്നു. ഭയവും. ഐയാം വെർച്വലി ഡെഡ്... ഡെഡ് ഇൻ ഇൻസ്റ്റാൾമെന്റ്സ്..."

ആർദ്രമായ കവിളിൽ മദാതുരനായി തടവി നില്ക്കുന്നത് അധമമാണോ? അയാൾ കൈ പിൻവലിച്ചു.

തലോടിയ കൈ അല്ല. പിൻവലിച്ച കൈ ആണ് അവളെ ഉണർത്തിയതെന്നു തോന്നുന്നു. അവൾ പിടഞ്ഞെഴുന്നേറ്റ് പറഞ്ഞു.

“ഇന്ന് കണ്ടപ്പോൾ ഞാൻ വളരെ ഹേപ്പിയാണ്. ഇൻഫാക്ട് ആശിച്ചു. ഫെയിസ്ടു ഫെയിസ് നോക്കിയിരുന്നു കഴിഞ്ഞതൊക്കെ ഇൻ ഓൾ ഡിറ്റേയിൽസ് ഓർക്കുക..”

അവളുടെ കണ്ണുകൾ അവളിൽ ആഴ്ന്നിറങ്ങുന്നു... ഒപ്പം കുത്തിയൊലിക്കുന്ന കണ്ണീരും...

അണിമുറിയാതെ

നിർദ്ദേശങ്ങൾ ഒരിക്കൽക്കൂടി പറഞ്ഞു: പോകാനുള്ള വാഹനങ്ങൾ ഞങ്ങൾ ഉണ്ടാക്കിത്തരും. കൃത്യം രണ്ട് മണിക്ക് ബസ് വരും. അതിൽ വളണ്ടിയർമാർ പോകണം. വളണ്ടിയർമാർ യൂണിഫോറം ധരിച്ച് അതത് സെന്ററുകളിൽ വന്ന് നില്ക്കണം. പിന്നെ നാല് മണിക്ക് മറ്റേ ബസ് വരും. പ്രകടനത്തിൽ പങ്കെടുക്കേണ്ടവർ ഒരുങ്ങിയിരിക്കണം. അതിൽ പോകണം. സ്ത്രീകൾ കഴിയുന്നതും ചുവപ്പ് ബ്ലൗസ് ധരിച്ചിരിക്കണം. രണ്ട് ബസിന്റെയും ബാദ്ധ്യതകൾ ഞങ്ങൾ ഏല്ക്കും. യൂണിഫോറം വളണ്ടിയർമാർ സ്വയം കണ്ടെത്തണം. ഇതിൽ ഒരു വിട്ടുവീഴ്ചയുമില്ല. ഇത് ജില്ല എന്നല്ല സംസ്ഥാനതല തീരുമാനമാണ്...

ഈ അറിയിപ്പ് അർഹിക്കുന്ന കാർക്കശ്യത്തോടെ വിളംബരം ചെയ്തു. ഇതറിയിച്ചപ്പോൾ ഒരു പയ്യൻ കരയാൻ തുടങ്ങി. പിന്നെ വിക്കി വിക്കി പറഞ്ഞു:

"എനിക്ക് പങ്കെടുക്കണം. പക്ഷേ, യൂണിഫോറം ഇല്ല. ഉണ്ടാക്കാൻ കഴിവുമില്ല.."

'യൂണിഫോറം ഉണ്ടാക്കാൻ പറ്റില്ലെങ്കിൽ പ്രകടനത്തിൽ വേണമെങ്കിൽ പങ്കെടുത്തോളൂ. വളണ്ടിയർ മാർച്ചിൽ പങ്കെടുക്കാൻ കഴിയില്ല. ഇതൊക്കെ എന്റെ തീരുമാനമൊന്നുമല്ല മോളിൽ നിന്നുള്ളതാണ്..."

ആ പയ്യന് വാക്കുകളില്ല. കരച്ചിൽ മാത്രം. ആ കരച്ചിൽ തേങ്ങുമ്പോൾ മുള്ളാണിയുടെ മൂർച്ച. ഒടുവിൽ ഒട്ടും ചിന്തിക്കാതെ അയാൾ പറഞ്ഞുപോയി:

"ശരി നിത്യം ട്രെയിനിങ്ങിന് പോകൂ. നോക്കട്ടെ യൂണിഫോറം സംഘടിപ്പിച്ച് തരാൻ പറ്റുമോ എന്ന്..."

കൂടെയുള്ളവർ ഉടനെ വിലക്കി:

"ഇതൊരു തീരുമാനമാണ്. ഇതിൽ വിട്ടുവീഴ്ചയില്ല. പങ്കെടുക്കുന്ന വർ യൂണിഫോറം സ്വയം കണ്ടെത്തണം..."

വാക്കുകൾ കർശനമായിരുന്നു. കേട്ടുനിന്നവർക്കെന്നല്ല അയാളുടെയും നേരെ ഓങ്ങിയ ഒരു റൂൾ തടി.

എന്നിട്ടും അയാൾ പറഞ്ഞുനോക്കി:

"ആ കുട്ടി കരഞ്ഞത് കണ്ടില്ലേ, മാർച്ചിൽ പങ്കെടുക്കാനുള്ള ആഗ്രഹം കൊണ്ടല്ലേ?'

ഇതേ കരച്ചിൽ നമ്മുടെ പതിനൊന്ന് ബ്രാഞ്ചിൽനിന്നും കേൾക്കാം. അവിടെയൊക്കെ വാഗ്ദാനം ചെയ്യാൻ തുടങ്ങിയാൽ നമ്മൾ എവിടേം എത്തില്ല..."

അയാൾ മറുപടിയൊന്നും പറഞ്ഞില്ല. പക്ഷേ, മുന്നോട്ടുള്ള ഓരോ കാൽവെപ്പിലും ആ പയ്യന്റെ കരയുന്ന മുഖം തെളിഞ്ഞുവന്നു, പിന്നെ അയാൾ ചോദിച്ചു:

"ഏതാ ആ പയ്യൻ, മുഖപരിചയമുള്ളതുപോലെ തോന്നുന്നു..."

"അവൻ നമ്മുടെ അശോകന്റെ അനിയനാ; ദേവയാനി ഏടത്തിയുടെ രണ്ടാമത്തെ മകൻ അനിരുദ്ധൻ... അനി എന്ന് വിളിക്കും."

"നിങ്ങൾ എന്താ അപ്പോൾ പറയാതിരുന്നത്. യൂണിഫോറത്തിന് ആ കുട്ടിയെ കരിയിപ്പിച്ചത് നന്നായോ...?"

ആ അറിവ് അയാളെ കൂടുതൽ വേദനിപ്പിച്ചു.

"നമുക്ക് തിരിച്ചുപോകാം. ആ വീട്ടിൽ പോയി ആ കുട്ടിയെ സമാധാനപ്പെടുത്തണം. യൂണിഫോറം ഞാൻ ഉണ്ടാക്കിക്കൊടുക്കുമെന്ന് ഉറപ്പ് പറയണം."

"ഇപ്പോൾ ഈ രാത്രിയിൽ ദേവയാനി ഏടത്തിയുടെ വീട്ടിലേക്കോ... ദേവയാനി ഏടത്തിയുടെ സ്ഥിതിയൊന്നും അറിയാത്തത് കൊണ്ടാണ്, ഇരുട്ടായാൽ ആ വീട്ടിലേക്കൊന്നും ആരും ചെല്ലില്ല."

"എന്ത് പറ്റി."

"അത് പറഞ്ഞാൽ അറിയില്ല. കൊണ്ടുപോയി കാണിച്ചുതരാം... അപ്പോൾ ബോദ്ധ്യമാകും..."

കൂടെയുള്ളവർക്ക് നേരിൽ കാണിക്കണമെന്ന് ആഗ്രഹമുണ്ട്. അവർ വേഗം തിരിഞ്ഞ് നടന്നു. എത്രയോ പരിചിതമായ സ്ഥലമായിരുന്നു. പക്ഷേ, ആ പ്രദേശം അപരിചിതമാകുംവിധം മാറിയിരിക്കുന്നു. അവിടെ പൊന്തി വന്ന പുതിയ കെട്ടിടങ്ങളും അവയെ ചുറ്റിപ്പറ്റിയ വെളിച്ചവും.

ഇല്ലിപ്പടി തുറന്നു.

"എന്റെ മുറ്റത്ത് കാലു കുത്തിയാൽ കാല് ഞാൻ തല്ലി ഒടിക്കും.."

ദേവയാനി ഒരു ഉലക്കയും ഓങ്ങി നില്ക്കുന്നു. മറ്റേ കൈയിൽ വെട്ടുകത്തി.

കൂടെയുള്ളവർ തിരിച്ചുപോകാൻ ശ്രമിക്കുന്നു.

"ഇപ്പോൾ ഞങ്ങള് പറഞ്ഞത് ബോദ്ധ്യമായില്ലേ?"

കൂടെയുള്ളവർ പറഞ്ഞത് അയാൾ ശ്രദ്ധിച്ചില്ല. ഒരടി കൂടി മുന്നോട്ട് വച്ചിട്ട് വിളിച്ചു പറഞ്ഞു:

"ദേവയാനി, ഇന്ന് ഞാനാണ് കരുണാകരൻ. കരുണേട്ടൻ."

കുറെ നേരത്തേക്ക് ഒരു ശബ്ദവുമില്ല. പിന്നെ ഒട്ടും പ്രതീക്ഷിക്കാത്ത സ്വരത്തിൽ.

"കരുണേട്ടനോ, കരുണേട്ടൻ എന്താ അവിടെത്തന്നെ നില്ക്കണത്, കയറിവരൂ.."

കൂടെയുള്ളവർ അപ്പോഴും മടിച്ച് നില്ക്കുന്നു. അയാൾ വീട്ടിലേക്ക് നടക്കാൻ തുടങ്ങിയപ്പോൾ ഒപ്പം വന്നു.

ഉമ്മറത്തേക്ക് കയറിയപ്പോൾ ദേവയാനി എഴുന്നേറ്റുനിന്നു.

"കരുണേട്ടനെ കണ്ട കാലം മറന്നു. ഇതിലെ ഒക്കെ വരുന്നു പോണു എന്നൊക്കെ കേൾക്കുന്നുണ്ട്. ഞങ്ങളൊക്കെ എങ്ങനെ കഴിയുന്നൂന്ന് ആലോചിക്കാറുണ്ടോ.."

"ഞാൻ ഈ പ്രദേശത്ത് എന്ന് വന്നാലും ദേവയാനിയെ അന്വേഷിക്കാറുണ്ട്. പിന്നെ എന്റെ സമയക്കുറവ് ദേവയാനിക്കും അറിയാത്തതല്ലല്ലോ?"

അപ്പോഴാണ് ദേവയാനി കൂടെയുള്ളവരെക്കണ്ടത്. ദേവയാനിയുടെ മുഖം കറുക്കുന്നത്. ചിമ്മിനി വിളക്കിൻനാളം തെളിച്ച് കാണിച്ചു.

"ഇവരുണ്ടല്ലോ..."

കൂടെ വന്നവരുടെ നേരെ വിരൽ ചൂണ്ടിയിട്ട് ദേവയാനി നിന്ന് വിറയ്ക്കുന്നു:

"ഇവരുണ്ടല്ലോ, ഇവരും ഈ കരക്കാരോടൊപ്പം ചേർന്ന് എനിക്ക് ഭ്രാന്തുണ്ടെന്ന് പറഞ്ഞ് നടക്കുന്നു. ഒരിക്കൽ മന്ത്രവാദിയെ വിളിച്ചുകൊണ്ടുവന്നു. എല്ലാവരും നിർബ്ബന്ധിച്ചപ്പോൾ ഞാൻ ചമ്രം പടിഞ്ഞ് ഇരുന്നു. മന്ത്രവാദി മണിക്കൂറ് കണക്കിൽ എന്തൊക്കെയോ ഉരുവിടുകയും ചുണ്ടുകൾ വിടർത്തുകയും ഒക്കെ ചെയ്തുകൊണ്ടിരുന്നു. ഒടുവിൽ ചൂരൽ പൊക്കിയിട്ട് എന്റെ നേരെ ഒരട്ടഹാസം: ഒഴിഞ്ഞുപോകാൻ. കണ്ടിട്ടില്ലേ്യ... എനിക്ക് പഴയ കുടികിടപ്പ് കാലത്തെ കാര്യങ്ങളാണ് ഓർമ്മയിൽ വന്നത്. ഞാൻ പറഞ്ഞു. ചത്താലും ഒഴിഞ്ഞുപോകാൻ കണ്ടിട്ടില്ല. ആ മനുഷ്യൻ ഓങ്ങിയ ചൂരൽകൊണ്ട് എന്റെ കൈപ്പലകയ്ക്ക് ഒരടി. ഞാൻ ആ ചൂരല് ഇങ്ങട് പിടിച്ച് വാങ്ങീട്ട് ആ ചൂരൽ കൊണ്ട് നാലങ്ങട്ട് വച്ചുകൊടുത്തു. അയാളെ കഴുത്തിന് പിടിച്ച് ഒരു തള്ള് വെച്ചുകൊടുത്തു. മുറ്റത്തെ തെങ്ങിൻകുഴിയിൽ ചെന്ന് വീണു. അവിടേന്ന് എണീറ്റ് ഓടി."

അയാൾക്ക് ആദ്യം ചിരിയാണ് വന്നത്. പക്ഷേ, ദേവയാനിയുടെ മുഖം കണ്ടപ്പോൾ ചിരിക്കാൻ തോന്നിയില്ല.

"എനിക്ക് ഭ്രാന്തുണ്ടെന്നാണ് ഇവരൊക്കെ പറഞ്ഞ് നടക്കുന്നത്. ഈ കാര്യത്തിൽ ഈ കരക്കാര് മുഴുവൻ ഒന്നാണ്. എനിക്ക് തലയ്ക്ക് ഒരസുഖവും ഇല്ല. പിന്നെ ഒന്നുണ്ട്. ചിലപ്പോൾ എന്തെങ്കിലും ഓർത്ത് ഇരി

ക്കും. അപ്പോൾ എവിടെയാ ഇരിക്കണതെന്നും എന്താ പറയണതൊന്നും ഓർക്കില്ല.”

“എന്തെങ്കിലും ആവട്ടെ, ദേവയാനിക്ക് ഒരു മാനസികഡോക്ടറെ പോയി കണ്ടുകൂടെ...”

“മാനസികരോഗത്തിന് ചികിത്സിക്കുന്ന രണ്ട് ഡോക്ടർമാരും പറഞ്ഞത് എനിക്ക് മാനസികമായി ഒരസുഖവുമില്ലാന്നാ... പിന്നെ ശരീരം ക്ഷീണിക്കുമ്പോഴാണ് ഇങ്ങനെയൊക്കെ. അതിന് ഒരു ഡോക്ടർ ടോണിക്കാണ് എഴുതിത്തന്നത്. എനിക്കുണ്ടോ ടോണിക്ക് മേടിക്കാൻ കാശൊക്കെ...”

അവൾ ചിരിച്ചു. ചിരി പ്രാകൃതംതന്നെയായിരുന്നു. എവിടെയോ പന്തികേടുണ്ട്. തീർച്ച.

“ദേവയാനി, എനിക്ക് പരിചയമുള്ള ഒരു മാനസിക ഡോക്ടർ ഉണ്ട്. അയാളെ ഒന്ന് കാണിക്കാം...”

“എനിക്ക് വേണ്ടി ഒരു ഡോക്ടറെയും കാണിക്കേണ്ട. എനിക്ക് ഒരസുഖവും ഇല്ല...”

അയാൾ ഇരുന്ന് പരുങ്ങി.

“എനിക്ക് ഭ്രാന്ത് ഉണ്ടോ എന്ന് പരീക്ഷിക്കാനാണോ കരുണേട്ടൻ ഇപ്പോൾ വന്നത്?”

അവൾ അയാളെ എതിർ വിസ്താരം നടത്തുന്നു.

“അല്ല ദേവയാനി... ഞാൻ ഒരു കാര്യം പറയാൻ വന്നതാണ്.”

“പറയൂ... കരുണേട്ടാ..”

“അനിരുദ്ധന്, മാർച്ച് പാസ്റ്റിൽ പങ്കെടുക്കണമെന്ന ആഗ്രഹം. അവനെ ട്രെയിനിങ്ങിന് നിത്യം അയക്കണം.”

“എന്താ സംശയം കരുണേട്ടാ ഞാൻ അറിയില്യേ..”

ദേവയാനി ആകെ പരിഭ്രമിച്ച് നില്ക്കുന്നു.

“അതല്ല സംഗതി. മാർച്ച് പാസ്റ്റിൽ പങ്കെടുക്കുന്നവർ യൂണിഫോറം സ്വയം കണ്ടെത്തണമെന്നാണ് നിർദ്ദേശം. എങ്കിലും അനിരുദ്ധന്റെ യൂണിഫോറം ഞാൻ ഉണ്ടാക്കിത്തരാം..”

“വേണ്ട, അവന്റെ യൂണിഫോറം എന്റെ കൈയിലുണ്ട്...”

ദേവയാനി ചിരിച്ചു. വീണ്ടും പ്രാകൃതമായ ചിരി.

അയാൾ ഇറങ്ങിനടന്നു. കൂടെയുള്ളവർ ഇതിനകം ഇല്ലിപ്പടിവരെ എത്തിയിരുന്നു.

“കരുണേട്ടന് ഒരു കാപ്പി ഉണ്ടാക്കിത്തരാൻപോലും ഞാൻ മറന്നു. എന്തൊക്കെയോ ഓർത്തപ്പോൾ മറന്നുപോയതാണ്. ഈ വഴി വരുമ്പോൾ കരുണേട്ടൻ ഇവിടെ കയറാൻ വിട്ടുപോവരുതേ..”

ദേവയാനി ഉറക്കെ വിളിച്ചുപറയുന്നു. നല്ല സൗമ്യമായ സ്വരത്തിൽ.

ചെറുപ്പത്തിൽ ദേവയാനി കരുണാകരൻ എന്നാണ് വിളിച്ചിരുന്നത്. കുറെക്കാലമായി അവൾ കരുണേട്ടൻ എന്ന് വിളിക്കുന്നു.

വളരെ ദൂരം നടക്കുന്നതുവരെ അയാൾക്ക് ഒന്നും മിണ്ടാൻ തോന്നി

യില്ല. പിന്നെ കൂടെയുള്ളവരോട് ചോദിച്ചു:

"നിങ്ങൾ എന്തിനാ ആ മന്ത്രവാദിയെക്കൊണ്ടുവരാൻ കൂട്ടുനിന്നത്?"

"അല്ലാതെ എങ്ങനെ ഭ്രാന്ത് മാറ്റും."

"മന്ത്രവാദം ചെയ്തിട്ടാണോ ഭ്രാന്ത് മാറ്റുന്നത്. നമ്മൾ ഒരു ശാസ്ത്ര യുഗത്തിന്റെ വക്താക്കളല്ലേ? ഇനി ഭ്രാന്താണെന്ന് തന്നെ ഇരിക്കട്ടെ. ഒരു സൈക്കിയാട്രിസ്റ്റിനെ കാണിക്കണം, പിന്നെ ദേവയാനിക്ക് അങ്ങനെ ഒര സുഖം ഉള്ളതായി എനിക്ക് തോന്നുന്നില്ല..."

"കരുണേട്ടൻ ഒന്ന് തിരിച്ച് ചെന്നുനോക്കൂ... ദേവയാനി ഏടത്തി കൈയിൽ ഒരു വെട്ടുകത്തിയുമായി ഇരിക്കുന്നത് കാണാം..."

"എന്റെ മുറ്റത്ത് കാല് കുത്തിയാൽ കാല് ഞാൻ തല്ലിയൊടിക്കും. കഴുത്തിന് ഞാൻ വെട്ടും.."

"ഈ ഇരുപ്പ് പുലരുന്നത് വരെ ഇരിക്കും... അതുവഴി പോകുന്ന വർക്ക് എന്തൊരു ന്യൂയിസെൻസാണെന്ന് കരുണേട്ടന് അറിയില്ല.."

"അതൊക്കെ അവരുടെ മനസ്സിന്റെ വിഷമം കൊണ്ട് കാണിക്കുന്ന തല്ലേ... അവർ അനുഭവിച്ച ദുരിതങ്ങൾ വല്ല കഥേലോ, നോവലിലൊ അല്ലാതെ ഈ ഭൂമുഖത്ത് ഒരു സ്ത്രീയും അനുഭവിച്ച് കാണില്ല. ചെറു പ്പക്കാർ അറിയാൻ വേണ്ടി പറയുകയാണ്. നമ്മുടെ ഈ പ്രദേശത്ത് പാർട്ടി മെമ്പർഷിപ്പിൽ ആദ്യം വന്ന വനിതയാണ്..."

കൂടെയുള്ളവർ അയാളെ വീട്ടിൽ എത്തിച്ചിട്ട് തിരിച്ചുപോയി. ഊണ് കഴിച്ചു. പിന്നെ ഒരു നീണ്ട വായന പതിവുണ്ട്. വാരികയെടുത്തു ഒരു കഥ തേടിപ്പിടിച്ച് വായന തുടങ്ങി. പിന്നെ വാരിക താഴെ വച്ചു. എന്തിന് കഥ വായിക്കണം. ദേവയാനിയെപ്പറ്റി ഓർത്തിരുന്നാൽ പോരെ? ദേവയാ നിയുടെ ആദ്യനാളുകൾ തന്നെ ഓർത്തു. ഒന്നിച്ച് പഠിച്ചതായിരുന്നു. പഠി ക്കാൻ മിടുക്കിയൊന്നുമായിരുന്നില്ല. പക്ഷേ, ഒരു നല്ല അത്‌ലറ്റ് ആയി രുന്നു. ജൂനിയർ അത്‌ലറ്റ്. എട്ടിലോ, ഒമ്പതിലോ പഠിക്കുമ്പോൾ എന്നോർക്കുന്നില്ല, അവളുടെ കല്യാണം നിശ്ചയിച്ചു. അപ്പോൾ പഠിപ്പ് നിർത്തി. ഓണപ്പുടവയെ സംബന്ധിച്ച് എന്തോ തർക്കം വന്നു. ഇരു വീട്ടു കാരും ഇടഞ്ഞു. ആ കല്യാണം നടന്നില്ല. പഠിപ്പ് തുടർന്നില്ല. പിന്നെയും കല്യാണാലോചനകൾ വന്നു. ഒന്നും നടന്നില്ല. ഒടുവിൽ അവൾ തന്നെ വരനെ കണ്ടെത്തി. തന്നേക്കാളും താഴ്ന്ന ജാതിയിൽപ്പെട്ട ഒരു യുവാവ്. അവളുടെ വീട്ടുകാർ മാത്രമല്ല സ്വന്തം ജാതിയിൽപ്പെട്ടവരും അവളെ എതിർത്തു, ഒരു ചടങ്ങും നടത്താതെ ഭർത്താവിനോടൊപ്പം ഇറങ്ങി പ്പോയി മാടംവച്ച് താമസിച്ചു. കൂലിപ്പണിക്ക് പോയി. മടയിൽ നിന്ന് മണ്ണ് കോരുന്ന പണിയായിരുന്നു. ഭർത്താവും മറ്റ് ആണുങ്ങളും മണ്ണ് മുറിച്ച് കൂട്ടും. അവളും മറ്റ് പെണ്ണുങ്ങളും ലോറിയിൽ കയറ്റും. ഉച്ചയ്ക്ക് അവ ളുടെ ഭർത്താവും മറ്റൊരാളും മടയിൽ വിശ്രമിച്ചു. അവൾ ചായ വാങ്ങി ക്കാൻ പോയി. ചായക്കടയിൽ വിവരമറിഞ്ഞപ്പോൾ അവൾ കിതച്ചെത്തി. അവളുടെ ഭർത്താവും വേറെ ഒരാളും മണ്ണിനടിയിൽ ചതഞ്ഞു മരിച്ചു. പിന്നെ അവൾ നടത്തിയ സാഹസങ്ങൾ, കുഞ്ഞുങ്ങളെ പോറ്റാൻ, മാനം

പോറ്റാൻ ഒരു മേല്ക്കൂരയ്ക്ക് വേണ്ടിയും... റേഷൻ കടക്കാരനെ കുപ്പി കൊണ്ടടിച്ചു. ക്രിമിനൽ കേസ് വന്നു. അത് നേരിട്ടു. നിയമാനുസൃത മായ ഒരു വിവാഹം നടക്കാത്തതുകൊണ്ട് അവൾ ഭാര്യയല്ല. കുടികിട പ്പിന്റെ അവകാശം നിയമാനുസൃതം വിവാഹം കഴിഞ്ഞ ഭാര്യക്കേ കിട്ടൂ എന്ന നിയമവാദം പറമ്പ് ഉടമസ്ഥൻ നടത്തി അവളെ കൂരയിൽനിന്നും ഇറക്കാൻ വലിയ നിയമയുദ്ധം നടത്തി. പറമ്പ് ഉടമസ്ഥൻ അതിൽ ജയി ക്കുമായിരുന്നു. ഉടമസ്ഥൻ പക്ഷേ, അതിന് ക്ഷമിച്ചില്ല. പകരം പുര കത്തി ച്ചുകളഞ്ഞു. അവശേഷിച്ച പുരത്തറയിൽ അവളും കുഞ്ഞുങ്ങളും അള്ളി പ്പിടിച്ച് കിടന്നു. നാട് അല്പമൊന്ന് ഉണർന്നു. അവളുടെ അവകാശത്തെ ച്ചൊല്ലിയല്ല. ദുഃഖത്തെ ഓർത്ത്. നാട്ടുകാർ കൂരയ്ക്ക് പകരം മൺചുമര് തന്നെ വച്ചുകൊടുത്തു. ഈ യാതനകളൊക്കെ വെറും ആമുഖം മാത്രം. ഒടുവിൽ നടന്ന ദുരന്തം ഓർക്കുമ്പോൾ... എന്തോ ഈ രാത്രിയിൽ ഒറ്റയ് ക്കിരുന്ന് അത് ചിന്തിക്കുവാൻ അയാൾക്ക് ധൈര്യം വന്നില്ല...

മാർച്ച് പാസ്റ്റിൽ പങ്കെടുക്കേണ്ട വളണ്ടിയർമാരെ നേരത്തെ എത്തി ക്കണം. അതിനുള്ള ബസ് ആദ്യം വന്നു അതിൽ കയറി ഓരോ ബ്രാഞ്ചിൽ നിന്നും വളണ്ടിയർമാരെ കയറ്റിക്കൊണ്ട് വരേണ്ട ചുമതല അയാൾക്കാ യിരുന്നു. കുറേ ചുമന്ന പൂക്കൾ വാരിക്കൂട്ടുന്ന സന്തോഷത്തോടെ അയാൾ ആ യത്നത്തിൽ മുഴുകി. ഏറ്റവും ഒടുവിലാണീ കിഴക്കൻ ബ്രാഞ്ചിൽ ചെന്നത്. അനിരുദ്ധൻ കരഞ്ഞ് കലങ്ങിയ കണ്ണുകളോടെ അയാളെത്തന്നെ നോക്കുന്നു. യൂണിഫോറം അയാൾ കൊണ്ടുചെല്ലു മെന്ന് കരുതിയിരിക്കണം ദൂരെ നിന്നും ദേവയാനി ഓടിവരുന്നു. അവ ളുടെ തലമുടി കാറ്റിനെതിരെ പറക്കുന്നു. അവളുടെ കൈയിൽ ഒരു പൊതിയുണ്ടായിരുന്നു. അവൾ കിതപ്പ് മാറ്റാൻ കാത്തു നില്ക്കാതെ പറ യുന്നു:

“ബസിൽ ഇരിക്കുന്ന കുട്ടികൾ ഇറങ്ങിവരണം. എന്റെ മകൻ അനി ഇടാൻ പോകുന്ന യൂണിഫോം നിങ്ങൾക്കെല്ലാം കാണണ്ടേ..”

അവളുടെ വരവും നില്പും കൈയിലെ പൊതിയും എല്ലാവരെയും അമ്പരപ്പിച്ചു.

ദേവയാനി ഒരനുഷ്ഠാനത്തിന്റെ നിഷ്ഠയോടെ കടലാസ് പൊതി തുറന്നു. ഒരു ചുവന്ന ഷർട്ടും കാക്കി ട്രൗസറും പുറത്തെടുത്തു. പറ്റിപ്പി ടിച്ച് കിടന്ന ഷർട്ട് നിവർത്തിയപ്പോൾ കരകര ശബ്ദമുണ്ടായിരുന്നു. നിവർത്തിയ കുപ്പായം ഉയർത്തിപ്പിടിച്ചു.

“എന്റെ മകൻ അശോകൻ അന്ന് ഇട്ടിരുന്ന യൂണിഫോറം.”

എല്ലാവരും ഒപ്പം നടുങ്ങി. ദൂരെയൊന്നും നടന്ന കഥയല്ലല്ലോ? കേവലം മൂന്ന് വർഷങ്ങൾക്ക് മുമ്പ് ഏറ്റ നടുക്കം... ആ പ്രദേശത്തെ യാകെ മ്ലാനമാക്കിയ ഒരു പ്രഭാതം. കൂടിനിന്നവരിൽ ആർക്കുംതന്നെ ആ ഷർട്ടിലേക്ക് ഒന്നേ നോക്കാൻ കഴിഞ്ഞുള്ളൂ. കുപ്പായത്തിൽ വാളുകൊണ്ട് കീറിയ നീളൻ മുറിവുകൾ. ശൂലം കയറിയ പാടുകൾ ഉറച്ച രക്തക്കട്ട കൾ പൊടിയുന്നു...

“ഇതാ മോനെ, അനി. നീ ഈ യൂണിഫോറം ഇടു. ലോകം കാണട്ടെ. ഈ യൂണിഫോറം അണിയാൻ അശോകന് ഒരു അവകാശിയുണ്ടെന്ന് ഇതും അണിഞ്ഞിട്ട് ഒപ്പം ചെല്ലൂ. നമ്മുടെ പഴയ നേതാക്കന്മാർ പറയാറില്ലേ നമ്മുടെ മാർച്ചിനെക്കുറിച്ച്... അണിമുറിയാതെ...!”

പാതിരാത്രി ഇതുപോലെ ഒരു മാർച്ച് പാസ്റ്റ് കഴിഞ്ഞ് ബസിൽ നിന്നിറങ്ങി വീട്ടിലേക്ക് മടങ്ങുമ്പോൾ കൂട്ടത്തോടെ പതിയിരുന്ന്..... നിലവിളി കേട്ട് ദേവയാനി ഓടിച്ചെന്നു. തടുത്തു. അവളുടെ രണ്ട് വിരലുകൾ അറ്റുപോയി. അവർ വെറും കൈയോടെയാണ് ഓടിച്ചെന്നത്. അല്ലെങ്കിൽ മരണം മറുഭാഗത്തേക്കും പടരുമായിരുന്നു.

അയാൾ ദേവയാനിയെത്തന്നെ നോക്കിക്കൊണ്ടു നിന്നു.

തീയ്യ് തിന്ന് തിന്ന് ഒടുവിൽ തീയ്യ് തന്നെയായിത്തീർന്ന ദേവയാനി ആളിക്കത്തുന്നു...

അവളുടെ നാക്കിലും കണ്ണിലും പാറുന്നു കനത്ത തീപ്പൊരികൾ...

റെയിൽപ്പാളങ്ങൾ

അയാൾക്കറിയാം വണ്ടി വരേണ്ടത് രണ്ടാമത്തെ പ്ലാറ്റ്ഫോറത്തിലാണ്. ഓവർബ്രിഡ്ജും കടന്ന് അപ്പുറത്തെ പ്ലാറ്റ്ഫോമിൽ. എന്നിട്ടും അയാൾ യാത്രക്കാർ കടന്നുവരുന്ന വാതിലിനരികെതന്നെ ഇരുന്നു. ദൂരത്തുനിന്നേ വരുന്നത് കാണാൻ കാത്ത്. ഒരു തമിഴത്തി വൃദ്ധ കൈ നീട്ടി ഭിക്ഷ യാചിച്ചുകൊണ്ടു നടക്കുന്നു. അല്പം മുമ്പേ താൻ പ്ലാറ്റ്ഫോറം ടിക്കറ്റ് വാങ്ങാൻ നില്ക്കുമ്പോൾ കൈനീട്ടി യാചിച്ചു. പിന്നെ ആ വൃദ്ധ പോയി അടുത്ത കൗണ്ടറിലെ ക്യൂവിൽനിന്നു ടിക്കറ്റ് വാങ്ങി... ഇപ്പോൾ വീണ്ടും യാചിക്കാനിറങ്ങിയിരിക്കുന്നു. വണ്ടിയിൽ പോകേണ്ടതാണ്. അതിനുമുമ്പേ ഒരു റൗണ്ടുകൂടെ ഭിക്ഷാടനം. അയാൾ ഓർത്തു. അന്നൊക്കെ വയറെരിയുമ്പോൾ ഇവിടുത്തുകാർ യാത്ര ചെയ്തിരുന്നത് തമിഴ്നാട്ടിലേക്കായിരുന്നു. ഇന്നു കാലം കുലംകുത്തി. ഇന്ന് തമിഴ്നാട്ടിൽനിന്ന് തൊഴിലുംതേടി ഇവിടെ വരുന്നു... അന്നു താനും വേലതേടി തമിഴ്നാട്ടിൽ പോയതായിരുന്നു. കോയമ്പത്തൂർ, ഈറോഡ്, ഒടുവിൽ തൃശിനാപ്പള്ളി. അലഞ്ഞു. ഭിക്ഷാടനം ഒഴികെ മറ്റ് ജോലികൾ ചെയ്തു. ഒടുവിൽ റെയിൽവേയിൽ. ഗേങ് കൂലിക്കാരൻ... പിന്നെ റെയിൽവേ ഗെയ്റ്റ്മാൻ... അടുത്തിരിക്കുന്ന ആ തമിഴന്മാർ ഇവിടത്തെ അനുഭവങ്ങൾ പങ്കുവക്കുന്നു. കൂട്ടംകൂടിയിരുന്ന്.

കിട്ടിയ കാശ് പകുതി ആശുപത്രിയിലും പിന്നെ കള്ളുകടയിലും പിന്നെ ഫോറിൻ സാധനങ്ങൾക്കുമായി തീർന്നു. വെറും കൈയോടെ മടങ്ങുന്നു. ഇതാണ് എല്ലാവരുടെയും സ്ഥിതി? പക്ഷേ, കൂട്ടത്തിൽ സംതൃപ്തിയുടെ മുഖങ്ങൾ നന്നേ വിരളം. തിരിച്ചുപോകാനുള്ള വെമ്പൽ എല്ലാ മുഖങ്ങളിലും.

ഇന്ന് ഉച്ചയ്ക്ക് ലച്ച്മി പറഞ്ഞ വാക്കുകൾ അയാൾ ഓർത്തു.

കേരളം ഏഴകൾക്ക് പെഴയ്ക്കാൻ പറ്റിയ ഇടമേയല്ലെ. നാങ്കെല്ലാം തിരുമ്പി പോറോം...

തമിഴന്മാർ കൂടകളും പണിയായുധങ്ങളും തുണിസഞ്ചികളുമായി കടന്നുവരുന്നു. അയാൾ ഓർത്തു. എന്താണ് പണി കിട്ടുക എന്നറിയാത്തതുകൊണ്ട് താൻ പണിയായുധങ്ങൾ കരുതിയില്ല. ഒരു തുണിസഞ്ചിയുമായാണ് താൻ അന്ന് യാത്ര ആരംഭിച്ചത്.

കൈയാമം വച്ച ഒരു പ്രതിയെയും കൊണ്ട് രണ്ട് പൊലീസുകാർ വരുന്നു. അവർ സിമന്റ് ബഞ്ചിൽ ഇരുന്നു. ഒരു ചൂരലും ചുഴറ്റിക്കൊണ്ട് അതിലെ വന്ന റെയിൽവേ പൊലീസുകാരൻ ചോദിച്ചു:

"ഉം ഇതെന്താ വകുപ്പ്."

പ്രതിയുടെ കൂടെ വന്ന പൊലീസുകാരൻ പറഞ്ഞു:

"കളവുതന്നെ. തൊണ്ടി സാധനങ്ങൾ കണ്ടെടുക്കുവാൻ തൃശിനാപ്പള്ളിക്ക് എഴുന്നെള്ളിക്കുകാ.."

അപ്പോഴും അയാൾ ഓർത്ത് സ്വന്തം വളർച്ചയെക്കുറിച്ചുതന്നെയായിരുന്നു.

ഗേങ്മസ്ദൂരിൽനിന്ന് ഗെയിറ്റ്മാൻ വരെയുള്ള ഉയർച്ചയെപ്പറ്റി. തനിക്ക് ക്വാർട്ടേഴ്സ് കിട്ടിയപ്പോൾ അയാൾ അമ്മുവിനെഴുതി. അവൾ സന്തോഷിച്ചു. കൂടെ വന്നു താമസിക്കണമെന്ന് ആഗ്രഹം അറിയിച്ചു. റെയിൽവെ പാസുമായി ചെന്നു. ക്വാർട്ടേഴ്സ് കണ്ടപ്പോൾ അവൾ കരഞ്ഞു. ഒരു മുറിയും പിന്നിൽ ട്രില്ലീസടിച്ച വരാന്തയും... ഒരാഴ്ച കഴിഞ്ഞപ്പോൾ അവൾ പറഞ്ഞു. ഇതാ ക്വാർട്ടേഴ്സ്, ആകെ ഒരു അടയ്ക്കാത്തോടിന്റെ വലുപ്പം. വെള്ളം ഒരു നാഴിക അകലെ.... അവൾ തിരിച്ചു പോയി.. പിന്നീടൊരിക്കലും തന്റെ കൂടെവന്ന് താമസിച്ചിട്ടില്ല. ഓരോ തവണ ലീവ് കഴിഞ്ഞു പോരുമ്പോഴും അയാൾ ക്ഷണിക്കുമായിരുന്നു. ഒരിക്കൽ ലീവിനു വന്നപ്പോൾ അയാൾ പറഞ്ഞു. ഇനി ലീവിൽ വരില്ല. അടുത്ത വരവ് പെൻഷൻപറ്റി... അങ്ങനെയാണ് യാത്ര പറഞ്ഞത്...

സമയപുരം സ്റ്റേഷന്റെ റെയിൽവേ ഗെയിറ്റ്- സ്റ്റേഷൻമാസ്റ്റർ ഫോണിൽ പറഞ്ഞു:

"ഇന്ന് ഒരൊറ്റ വണ്ടിയും ഷെഡ്യൂളിൽ ഓടുന്നില്ല. നീ എന്തെങ്കിലും ബസിൽ കയറി നാട്ടിൽ പോകണം. നിന്റെ ഭാര്യക്കുവന്ന് ഒരു ആക്സിഡന്റ്."

അയാൾ എത്തുമ്പോഴേക്കും എല്ലാം കഴിഞ്ഞിരുന്നു. പോസ്റ്റ്മോർട്ടം നടത്തിയ ശവം വെള്ളത്തുണിയിൽ പൊതിഞ്ഞുകിടത്തിയിരിക്കുന്നു. ബസ് കമ്പനിക്കെതിരെ കേസ് കൊടുക്കേണ്ടതായിരുന്നു ബാലന്റെ വിഷയം... കേസ് കൊടുത്തു. മുപ്പത്തിഅയ്യായിരം ഉറുപ്പിക നഷ്ടപരിഹാരം. കേസ് വിധിയായപ്പോൾ വക്കീൽ തന്നെ വിളിച്ചു പറഞ്ഞു:

"ഇതിൽ നിങ്ങൾക്കും തുല്യ ഓഹരിയുണ്ട്..." ഭാര്യയുടെ ജഡത്തിൽനിന്ന് ഓരോഹരി... അയാൾ ഒന്നും വാങ്ങിയില്ല. ബാലനും ദാസനും സുമയും പങ്കുവച്ചു. പെൻഷൻപറ്റി നാട്ടിൽ വന്നപ്പോൾ ഒന്നുമാത്രം കൊണ്ട് സന്തോഷിച്ചു.... ഒറ്റമുറി ക്വാർട്ടേഴ്സ് അല്ല. വിസ്തൃതമായ മൂന്നു നാലു മുറികൾ ഏകാന്തത അവിടേക്ക് പറിച്ചുനട്ടു...

ഒരിക്കൽ സുമ പറഞ്ഞു: "നമ്മുടെ വീട് ഏലാ ഓഫീസിനു വാടകയ്ക്ക് ചോദിക്കുന്നുണ്ട്. അച്ഛൻ ഒറ്റയ്ക്കല്ലേ ഉള്ളൂ. പത്തായപ്പുരയുടെ തട്ടിമ്പുറത്തേക്ക് മാറി താമസിക്കാൻ കഴിയുമെങ്കിൽ ഈ വീട് വാടകയ്ക്ക് കൊടുക്കാം."

അയാൾ ഒന്നു മാത്രം പറഞ്ഞു. "ബാലന്റേയും ദാസന്റേയും അഭിപ്രായം അറിയേണ്ടേ." അയാൾ എഴുതി. ബാലനും ദാസനും കിട്ടിയ ദിവസം തന്നെ എഴുതിയിരിക്കുന്നു. മാക്സിമം വാടക കിട്ടാൻ ശ്രമിക്കണം.

ഓലമേഞ്ഞ പത്തായപ്പുരയുടെ ഒറ്റമുറിയിലേക്കാണ് അച്ഛൻ മാറിത്താമസിക്കേണ്ടിവരിക എന്നാരും ഓർത്തേയില്ല. ഇന്ന് വാടക മൂവർക്കും ഒപ്പമായി വീതിച്ചു മണിയോർഡർ അയച്ചുകൊടുത്തു.

പുതുമഴ അയാൾക്കിഷ്ടമാണ്. പറമ്പിൽ കൊത്തിക്കിളപ്പിക്കും. ഈ വർഷം തെങ്ങിൻതൈക്ക് കുഴി വെട്ടി. മൂന്ന് തമിഴ് കൂലിക്കാരാണ് വന്നത്. ഒന്നുമാത്രം നിർബ്ബന്ധിച്ചു. രണ്ടുനേരം നല്ല ശാപ്പാടുവേണം. ഞാൻ തന്നെയമ്മാ ഉണ്ട്. നന്നായി വെക്കും. സാധനങ്ങൾ അവർ തന്നെ വാങ്ങിക്കൊണ്ടുവരും പൈസാ കൊടുത്താൽ. എന്തെങ്കിലും കൂലിയും. അവർ ആ സ്ത്രീയെയും കൂട്ടിവന്നു. ഇരുത്തം വന്ന പ്രായം. ജീവിതത്തിൽ ഒരിക്കലും പട്ടിണി കിടന്ന പാട് ആ ശരീരത്തിനില്ലായിരുന്നു. അവർ തന്നെ പോയി സാധനങ്ങൾ വാങ്ങിക്കൊണ്ടുവന്നു. വെപ്പ് തുടങ്ങി. കടലയെണ്ണ തിളയ്ക്കുന്ന മാദകമായ ഗന്ധം. ഒന്നാന്തരം പൊങ്കൽ ചെയ്തിരിക്കുന്നു. ഉച്ചയ്ക്ക് ഉണക്കമീനും വഴുതനങ്ങയും ചേർത്ത കറി. ഉലുവയിൽ താളിച്ചതിന്റെ കൊഴുപ്പു മൂക്കിൽ കയറി. "അമ്മാ ചമയൽ പ്രമാദമായിരിക്കുന്നല്ലോ." അവർ മറുപടി പറഞ്ഞില്ല. നാഗരാജനാണ് പറഞ്ഞത്:

"സാർ, അവർക്ക് നമ്മ ഊരില് റ്റീക്കടൈ, ഹോട്ടൽ എല്ലാം ഇരുന്തത്."

പണിതീർന്നു പോകുമ്പോൾ അയാൾ പറഞ്ഞു:

"അമ്മ ഇങ്കവന്ത് എനിക്ക് ഏതാവത് ചമയ്പ് കൊടുങ്കൊ..."

അവൾ തലയാട്ടി.

പിറ്റേന്നാൾ അയാൾ എഴുന്നേറ്റപ്പോൾ കണ്ടത് മുറ്റം ചെത്തിയുരച്ച് പുല്ലുകൾ നീക്കി വൃത്തിയായി ഇട്ടിരിക്കുന്നു. ചവിട്ടുകല്ലിൽ അരിമാവുകൊണ്ട് കോലം വരച്ചിരിക്കുന്നു. താക്കോൽ കൊടുത്തപ്പോൾ താഴത്തെ മുറി തുറന്നു നിമിഷങ്ങൾക്കകം ചായയുണ്ടാക്കിക്കൊണ്ടുവന്നു തന്നു.

സാധനങ്ങൾ വാങ്ങിക്കുവാൻ കാശ് കൊടുത്തപ്പോൾ അവൾ ചോദിച്ചു:

"കൊഞ്ചം ആട്ട് കറി വാങ്ങട്ടുമാ..." ഉച്ചയ്ക്ക് ഒട്ടും വെള്ളമില്ലാതെ വരട്ടിയ ആട്ടിറച്ചിക്കറി. മല്ലിച്ചെപ്പും താളിയും ഇട്ടു കൊഴുത്ത രസം. അന്ന് ഉച്ചയ്ക്ക് നന്നായി ഉണ്ടെന്നു മാത്രമല്ല ഊണിന്റെ ആലസ്യത്തിൽ നീണ്ട നേരം ഉറങ്ങി. വൈകുന്നേരം മിതുവടയും വെങ്കായ ചട്ടിണിയും. അതു കഴിച്ചുകൊണ്ടിരിക്കുമ്പോൾ അയാൾ ചോദിച്ചു;

"ഉൻ പേരെന്നാ അമ്മ."

"എൻ പേരാ..."

"ഉൻ പേരല്ലാമൽ എൻ പേര് ഒങ്കിട്ടെ കേൾക്കുമാ."

അയാൾ തമാശ ചോദിച്ചിട്ടു ചിരിച്ചു. പറഞ്ഞത് എന്തൊ അബദ്ധമായതുപോലെ നിന്ന് പരുങ്ങി. പിന്നെ വേഗം പറഞ്ഞു: "മുത്തുലച്ച്മി, ലച്ച്മി എൻട് കൂപ്പിട്ടാ പോതും..."

"ഊരെങ്കെ അമ്മാ."

"തിരുച്ചിക്ക് അപ്പുറം കല്ലറപക്കം കാവേരികണക്കെട്ടില്യായാ അങ്കെ. കാറ്റും മളയും വന്ത് നമ്മ ഇടമെല്ലാം തണ്ണിക്ക് ഉള്ളിലാച്ച്.."

ലച്ച്മിക്ക് ആരെല്ലാം ഉണ്ടെന്ന് അയാൾ ചോദിച്ചു.

"ഒരുത്തരുമേയില്ല്യെ..." ആ ദുഃഖം ഒന്നു മാത്രമായിരിക്കാം അവളിലെ മിണ്ടാട്ടം നിലപ്പിച്ചത്. അത്യാവശ്യമുണ്ടെങ്കിൽ മാത്രം മിണ്ടും.

ഒരിക്കൽ അവൾ പറഞ്ഞു. ഇവിടെ അവളുടെ കൂടെയുള്ളവരെല്ലാം വേല തേടി കടപ്പുറത്തേക്കു പോകുന്നു. അവളും പോകുന്നു. ആ വാക്കുകൾ കവണയെറിഞ്ഞ കല്ലുപോലെയാണ് അയാളിൽ പതിച്ചത്. വാക്കുകൾ തൊലിയും കടന്ന് എല്ലുകളും തകർത്തതായി അയാൾക്കു തോന്നി. ഉടനെ അയാൾ പറഞ്ഞു. "നീ പോകേണ്ട. ഇവിടെ പാർത്തൊ. താഴെ കോവണിച്ചോട്ടിലെ മുറിയിൽ കിടന്നോളൂ."

അവൾക്കതു രുചിച്ചില്ലന്നാണ് തോന്നിയത്. പോകുമ്പോൾ ഒന്നും പറഞ്ഞില്ല. അവൾ കാലത്തുവന്നു. മൂന്നുനാല് മാറാപ്പുകളുണ്ട്. പഴന്തുണികളും പുതുതുണികളും. ഒരു മാറാപ്പിൽ ടിന്നുകളും അളുക്കുകളും സ്റ്റീൽ പിച്ചളപ്പാത്രങ്ങളും. നാല് മാറാപ്പുകളിൽ ഒരായുഷ്കാലം കൊണ്ടാർജ്ജിച്ച ആസ്തി. അവൾ കോണിച്ചോട്ടിലെ മുറിയിൽ ദൈവങ്ങളുടെ പടങ്ങൾ നിരത്തി. ചന്ദനത്തിരി കത്തിച്ചു.

അവൾ ഒന്നും മിണ്ടാതെ നിന്നു ഭക്ഷണം വിളമ്പിത്തരും. അയാൾ മിണ്ടാതെയിരുന്ന് കഴിച്ചെഴുന്നേല്ക്കും. അതൊരു ശീലമായി. മഞ്ഞുകാലം വന്നു. രാത്രിയിൽ കഫക്കെട്ടും ശ്വാസംമുട്ടും വന്നു. ഒരു ദിവസം അവൾ പറഞ്ഞു. വലിവിന് അവൾക്കൊരു നാട്ടുവൈദ്യമുണ്ട്. അയാൾക്കതിൽ താല്പര്യം തോന്നിയില്ല. ഇതിന്റെ വൈദ്യം ഒരു നാട്ടുവൈദ്യൻ എഴുതിത്തന്നിട്ട് മൂന്നുനാലു വർഷങ്ങളായി. ഉറങ്ങുന്നതിനുമുമ്പെ നെഞ്ചിൽ ചൂടോടെ ഒരു കിഴി നടത്തിയാൽ മതി. ഉണ്ടാക്കിത്തരാനോ

കിഴി ശരീരത്തിൽ പിടിപ്പിക്കാനോ ആളില്ലാത്തതുകൊണ്ട് അയാൾ അസുഖം വിഴുങ്ങിക്കഴിയുന്നു. കിഴിയുണ്ടാക്കേണ്ടവിധം ലച്ച്മിക്ക് പറഞ്ഞുകൊടുത്തു. അവൾ ശ്രദ്ധയോടെ ഉണ്ടാക്കി കൊണ്ടുവന്നു. നെഞ്ചിൽ കിഴി നടത്തി. ശ്വാസകോശം തുറന്നു തുറന്നുവരുന്നതായി അയാൾക്ക് കാണാമായിരുന്നു. നന്നായി ഉറങ്ങി... മഞ്ഞുകാലം മുഴുവനും ഉറങ്ങി. ഒരിക്കൽ കിഴി പിടിപ്പിച്ചുകൊണ്ടു നില്ക്കുമ്പോൾ അയാൾ അവളെ ആകെയൊന്നു നോക്കി.

"എന്ന അയ്യാ ഒരുമാതിരിയാ പാക്കറത്." അവൾ ചൊടിച്ചു. അയാൾ നോട്ടം തിരുത്തി.

അന്നു പതിവില്ലാതെ ബാലന്റെ ഭാര്യയുടെ അച്ഛൻ അവിടെ കയറി വന്നത് എന്തിനാണെന്ന് പിന്നീടറിഞ്ഞു. മുറ്റത്തേക്ക് നോക്കിയിട്ടു ബാലന്റെ ഭാര്യയുടെ അച്ഛൻ പറഞ്ഞു:

"പരമേട്ടാ മുറ്റമൊക്കെ ആകെ പൂങ്കാവനമാക്കിയിട്ടുണ്ടല്ലോ." കുറേ ചെണ്ടുമല്ലിച്ചെടികൾ പൂത്തുനില്ക്കുന്നു. കടലപ്പിണ്ണാക്ക് വളമിട്ടു നിത്യവും നനച്ചുവരുന്നു. ഇടതിങ്ങി പൂത്തു നില്ക്കുന്നു. അയാൾ അന്ന് മറുപടിയൊന്നും പറഞ്ഞില്ല. പിന്നെ ബാലന്റെ അമ്മാമനച്ഛൻ ചവുട്ടു കല്ലിൻമേലേക്ക് നോക്കി പറഞ്ഞു.

"വീടാകെ തമിഴ് മട്ടാക്കിയിരിക്കുന്നു."

ഊണ് കഴിക്കാൻ ക്ഷണിച്ചപ്പോൾ അയാൾ മുഖം ചുളിച്ചു. "നേരത്തിനും സമയത്തിനും കുളിക്കാത്ത വല്ല ചാറ തമിഴത്തികളും വച്ചുണ്ടാക്കിയ ചോറൊന്നും എനിക്ക് ഇറങ്ങില്ല." വല്ലാത്ത ഖേദം തോന്നി. ലച്ച്മി രണ്ടുനേരവും കുളത്തിൽപോയി മുങ്ങിക്കുളിക്കുമായിരുന്നു. കാവേരി തടത്തിൽ ജീവിച്ചതിന്റെ ശീലമാകാം...

അതൊരു തുടക്കം മാത്രമായിരുന്നു. അധികം ദിവസങ്ങൾ കഴിഞ്ഞില്ല. പടിക്കൽ വന്നുനിന്ന ഓട്ടോറിക്ഷയിൽ നിന്ന് ബാലനും ദാസനും സുമയും ഇറങ്ങി. അമ്മുവിന്റെ അടിയന്തിരത്തിനുശേഷം മൂന്നുമക്കളെയും ഒന്നിച്ച് ഒരേ സമയത്തു കാണുകയാണ്. അന്ന് അയാൾ ശ്രദ്ധിച്ചു. മൂന്നു പേരുടെ മുഖങ്ങളും തുല്യം കനത്തിരിക്കുന്നു. വന്നു കയറുന്നതിനു മുമ്പേ ബാലൻ ചോദിച്ചു.

"അച്ഛൻ ആരുടെ അനുവാദത്തോടെയാണ് ഒരു തമിഴത്തിയെ കൊണ്ടുവന്നു വീട്ടിൽ നിർത്തിയിരിക്കുന്നത്."

എന്റെ വീട്ടിൽ ആരെ നിർത്താനും എനിക്കധികാരമുണ്ട് എന്നു പറയാനാണ് തോന്നിയത്. പറഞ്ഞില്ല.

"അച്ഛന് എന്തെങ്കിലും സംഭവിച്ചാൽ ആ തമിഴത്തി ഭാര്യയാണെന്നും പറഞ്ഞ് വാദിച്ചാൽ സ്വത്തു കൊടുക്കേണ്ടിവരില്ലേ."

അന്നാണ് അയാൾ തികച്ചും അറിഞ്ഞത്. അയാളുടെ മരണം അവർ കൺമുമ്പിൽ കണ്ടുകഴിഞ്ഞിരിക്കുന്നു. തുടർന്നുള്ള സ്വത്തിനും അവർ

ബഡ്ജറ്റ് ഉണ്ടാക്കിക്കഴിഞ്ഞിരിക്കുന്നു.

ശബ്ദം ഉച്ചത്തിലായപ്പോൾ അയാൾ പടിക്കലേക്കു നോക്കി. നാട്ടുകാർ കൂടുന്നുണ്ടോ.

അയാൾ അന്ന് എല്ലാം നിയന്ത്രിച്ചത് ഓർക്കുന്നു. വിനീതനായി പറഞ്ഞത്.

“മക്കളെ എനിക്ക് എന്തെങ്കിലും വച്ചുണ്ടാക്കിത്തരാൻ ആരെങ്കിലും വേണ്ടേ...”

“അച്ഛൻ ജീവിതകാലം മുഴുവൻ ഒറ്റയ്ക്കാണ് വെച്ചുണ്ടാക്കിയത്. അമ്മ വച്ചതുപോലും അച്ഛനു പിടിക്കില്ല. ഇവിടെ വന്നാലും അച്ഛന് ഇഷ്ടപ്പെട്ട കറികൾ അച്ഛൻ തന്നത്താൻ വയ്ക്കുന്നു.” അത് പറഞ്ഞത് ആരാണെന്ന് ഓർക്കുന്നില്ല. പക്ഷേ, മൂന്നുപേരുടെ സ്വരവും കലർന്ന് ആരുടെയോ തൊണ്ടയിൽ നിന്ന് ഒഴുകി എന്നുമാത്രം... അയാൾ പതുക്കെ പറഞ്ഞ വാക്കുകളും ഓർക്കുന്നു.

“അന്നൊക്കെ ഞാൻ ചെറുപ്പമായിരുന്നില്ലേ ഇന്നു വയസ്സായില്ലേ...”

ഉടനെ സുമയുടെ മറുപടി: “വയസ്സായോര് വയസ്സായവരുടെ നിലയ്ക്കു നില്ക്കണം...”

പിന്നെ അന്ന് ദാസനാണ് സ്വരം മാറ്റി പറഞ്ഞത്. “അച്ഛനു തന്നത്താൻ വയ്ക്കാൻ വയ്യെങ്കിൽ വയ്ക്കണ്ട. ഇതിനു ചുറ്റും നമ്മുടെ ശേഷക്കാർ എത്ര പാർക്കുന്നു. ഉള്ളവരും ഇല്ലാത്തവരും ഉണ്ട്. ആരോടെങ്കിലും ഒന്നു പറഞ്ഞു വച്ചാൽ വച്ചുണ്ടാക്കി ഇവിടെ കൊണ്ടുവന്നു തരില്ലേ...”

അവർ മൂന്നുപേരും കോണിച്ചോട്ടിലെ മുറിയിലേക്കു പോയി. ലക്ഷ്മിയെ വിളിച്ചുകൊണ്ടുവന്നു. ബലം പ്രയോഗിച്ചോ എന്തോ ലക്ഷ്മി ചൊടിച്ചു നില്ക്കുന്നു. മുഖത്ത് അപമാനക്കറ...

“ഈ നിമിഷം നിങ്ങൾ ഇവിടെ നിന്നിറങ്ങണം.”

ലക്ഷ്മി ചൊടിച്ചു:

“എന്നെ ഇവിടെ ആറ് നിർത്തിയോ അവര് പറഞ്ചാൽ ഞാൻ ഇറംഗും.”

“അല്ല ഞങ്ങളാ പറയേണ്ടവർ. ഈ നിമിഷം ഇവിടെ നിന്നും ഇറങ്ങണം. അച്ഛൻ ഇവർക്കു ശമ്പളം എന്തെങ്കിലും നിശ്ചയിച്ചിട്ടുണ്ടോ.” ഇല്ലെന്നു പറഞ്ഞപ്പോൾ ബാലൻ പഠിച്ചുവന്നത് എന്തോ ഉരുവിടുന്നതുപോലെ പറയാൻ തുടങ്ങി. “ഇവർ ഇവിടെ നില്ക്കാൻ തുടങ്ങിയിട്ട് ഏഴ് മാസമായീന്ന് അറിഞ്ഞു.” അയാൾ അന്തംവിട്ടു ഏഴുമാസമോ ഏഴ് ദിവസത്തിലേറെ തോന്നുന്നില്ല. പിന്നെ ബാലൻ കണക്കുകൾ പറഞ്ഞു. മാസത്തേക്ക് നൂറു ഉറുപ്പിക വച്ച് എഴുന്നൂറ് ഉറുപ്പിക. ഞങ്ങളുടെ ഓരോരുത്തരുടെയും വക നൂറ് ഉറുപ്പിക വീതം. അങ്ങനെ ആയിരം ഉറുപ്പിക. പോക്കറ്റിൽനിന്ന് ഒരുകവറെടുത്ത് എല്ലാം കണക്കുകൂട്ടി കൃത്യമായി കവറിൽ ഇട്ടുകൊണ്ടു വന്നിരിക്കുന്നു. ലക്ഷ്മിയെ അങ്ങനെ ഇറക്കാൻ പറ്റു

മെന്നും അവർ കണക്കുകൂട്ടിയിരിക്കണം. ആ കവർ ലച്ച്മിയുടെ നേരെ നീട്ടി. അവൾ അതു നോക്കുകപോലും ചെയ്യാതെ പറഞ്ഞു:

"എന്നെ ഇവിടെ നിർത്തിയ ആള് പറഞ്ചാൽ ഞാൻ വാഗും." വലിയ ബലപരീക്ഷണത്തിനൊന്നും ശേഷിയില്ലായിരുന്നു.

"അത് വാങ്ങിക്കോ അമ്മാ..." ലച്ച്മി കവർ വാങ്ങി. മക്കൾ മൂന്നു പേരും ബലിച്ചോറ് കാക്കയെടുക്കുന്ന ഭാവത്തോടെ അതു നോക്കിനിന്നു.

ലച്ച്മി കോണിച്ചോട്ടിലെ മുറിയിൽ പോയി എല്ലാം ഒതുക്കി, പിന്നെ അടുക്കളയിൽ പോയി തിരിച്ചുവന്നു.

"രാത്രിക്കുള്ള ശാപ്പാട് ചെയ്തുവച്ചിട്ടുണ്ട്.."

യാത്ര പറഞ്ഞില്ല.

ആ രാത്രി അയാൾ ഉണ്ടില്ല. വിളമ്പിത്തന്ന ശീലം വളർന്നതുകൊണ്ട് എടുത്തുണ്ണാൻ മടിതോന്നി. പിറ്റേന്നാൾ ഉച്ചവരെയും വിശന്നിരുന്നു. പിന്നെ വയറെരിയാൻ തുടങ്ങിയപ്പോൾ സ്റ്റൗവ് കത്തിച്ചു. പനമ്പുതട്ടികൾകൊണ്ടു മറച്ച അടുക്കള. അതിൽ കയറിയിട്ട് നാളുകളായി, അടുക്കളയിലെ പനമ്പുതട്ടിയിൽ ഒരു സിനിമാ പോസ്റ്റർ ആ പോസ്റ്റർ അയാൾ കീറിക്കളഞ്ഞില്ല. കീറാൻ കൈ നീണ്ടതായിരുന്നു. ആ പോസ്റ്ററിൽ അയാൾ അവളെ കാണുമായിരുന്നു.

ഇന്നും രാവിലെ ഒട്ടും പ്രതീക്ഷിക്കാത്ത നേരത്ത് അങ്ങാടിയിൽവച്ച് അവളെ കണ്ടു. ഒട്ടും ക്ഷീണിച്ചിട്ടില്ല. കൂടെ സ്ത്രീകളും പുരുഷന്മാരുമായ ഒരുപറ്റം തമിഴരും. ശേഖരനാണു കാര്യങ്ങൾ പറഞ്ഞത്: "നാഗരാജനെ ഒരുകളവുകേസിൽ പൊലീസ് പിടിച്ചു. പൊലീസ് നിത്യം വന്ന് അവരെയെല്ലാവരെയും വിരട്ടുന്നു. എല്ലാവരും ഭയന്നിരിക്കുന്നു ഇന്നു രാത്രി പതിനൊന്നുമണി വണ്ടിക്ക് നാങ്കെല്ലാം കേരളം വിട്ടു പോകുത്."

ലക്ഷ്മി മാത്രം ഒന്നുകൂടെ കൂട്ടിച്ചേർത്തു:

"ഇന്ത കേരളം വന്ത് ഏഴകൾക്ക്..." അയാൾക്കു ലച്ച്മിയോട് എന്തൊക്കെയോ ചോദിക്കണമെന്നുണ്ടായിരുന്നു. അന്ന് കൊടുത്ത ആയിരം ഉറുപ്പിക കൈയിലില്ല്യെ. അതുണ്ടായാൽ ഒരു റ്റീക്കട തുടങ്ങാൻ കഴിയില്ലെ... ഒന്നും ചോദിച്ചില്ല.

സന്ധ്യയോടടുത്തപ്പോൾ ഏകാന്തത പുഴുക്കളായി തന്റെ ചുറ്റും ഉതിരുന്നതായി അയാൾക്കു തോന്നി. മനസ്സുകൊണ്ട് അതെല്ലാം തൂത്തുവാരി കളഞ്ഞപ്പോൾ ഒരു വെമ്പൽ. ലച്ച്മിയെ ഒന്നു കാണണം. ഒരിക്കൽക്കൂടി, അവളധികം പറഞ്ഞെന്നുവരില്ല. എങ്കിലും ആ മൂടിയ ചുണ്ടുകളിൽ വാക്കുതിരുന്നത് ഒരിക്കൽക്കൂടി കാണാൻ.. ദുഃഖം മാത്രം തിളങ്ങുന്ന അവളുടെ കണ്ണുകൾ ഒരിക്കൽക്കൂടി കാണാൻ.

തീവണ്ടി വരാൻ എത്രയോ സമയം ബാക്കി കിടക്കുന്നു. അയാൾ റെയിൽപ്പാളങ്ങളിലേക്കു നോക്കിയിരുന്നു. മഫ്ളർ തലയിൽ ചുറ്റി...

ഷർട്ടിനു മീതെ മറ്റൊരു കമ്പിളി ഷർട്ട് ധരിച്ചു. റെയിൽപ്പാളത്തിലേക്ക് നോക്കിയപ്പോൾ തീവണ്ടിയല്ല. ഒരു ട്രോളിയാണ് ഓർമ്മയിൽ വന്നത്. സൗത്ത് ഇന്ത്യൻ റെയിൽവെ കമ്പനി... അതിന്റെ ഏറ്റവും വലിയ സായ്‌വ് ഏജന്റ്... ട്രോളി പുഷേഴ്‌സ് തള്ളിക്കൊണ്ടുവരുന്നു. ജനറൽ മാനേജരൊന്നും അന്ന് ഉണ്ടായിരുന്നില്ല. ഏറ്റവും വലിയ സായ്‌വ് ഏജന്റ്... ഒരൊറ്റ ഏജന്റ് സായ്‌വിനെയേ അയാൾ കണ്ടിട്ടുള്ളു. ഏജന്റ് മൂർ സായ്‌വ്... അദ്ദേഹം ട്രോളിയിൽ നിന്നും ഇറങ്ങി ഗെയിറ്റിനടുത്തേക്ക് നടക്കും. ചുറ്റും കണ്ണോടിച്ചിട്ട് പറയും:

“ഗെയിറ്റുമേൽ പറമൻ... പൂന്തോട്ടമെല്ലാം നല്ലാ പാക്കണം..”

ഇന്ന് മൂർസായ്‌വ് ലോകത്തിന്റെ ഏതെങ്കിലും കോണിൽ ജീവിച്ചിരിപ്പുണ്ടോ എന്തോ.. പക്ഷേ, ഇന്നും റെയിൽവേ ഗെയിറ്റിനടുക്കൽ പൂന്തോട്ടങ്ങൾ ഉണ്ട്... നാല് പൂച്ചെടിയെങ്കിലും. മൂർസായ്‌വിനെ മറന്നു. അപ്പോൾ ഓർമ്മയിൽ വരുന്നതു രാമനെയായിരുന്നു... റെയിൽപ്പാളത്തിൽ ദൂരെനിന്നും നടന്നുവന്ന ഒറ്റക്കുരങ്ങൻ... നടന്നുവന്നു റെയിൽവേ ഗെയ്റ്റിനടുക്കലെ വേപ്പുമരത്തിൽ കയറി ഒരൊറ്റ ഇരിപ്പും. മാസങ്ങൾ എടുത്തു മെരുക്കിയെടുക്കാൻ. ഇണങ്ങി. രാമരാമ എന്നു വിളിച്ചാൽ വേപ്പുമരത്തിൽനിന്ന് താഴെ ഇറങ്ങി വരും... ഒന്നിച്ചിരുന്നു ഭക്ഷണം കഴിക്കും. സദാസമയവും കിട്ടാവുന്ന കൂട്ടുകാരൻ. ഒരു രാത്രി ശക്തിയായി കാറ്റടിച്ചു. വേപ്പുമരം കൊമ്പുകുത്തി. പിന്നെ ഒരിക്കലും രാമനെ കണ്ടില്ല. നഷ്ടപ്പെട്ട കൂട്ടുകെട്ടിൽ മറ്റൊന്ന്...

ടർക്കിഷ് ബാത്ത്ടവ്വലിനെയും കമ്പിളി കുപ്പായത്തെയും തുരന്നുകൊണ്ട് തണുപ്പു കയറുന്നു. അയാൾ കണ്ണുകളടച്ചു. എല്ലാം മായുന്നു. ഒരു ഫോൺകോൾ മാത്രം കാതിൽ മുഴങ്ങുന്നു.

ഫോർടിത്രി അപ്പ്... എസ് എം പിൻ നമ്പർ ണയൻ...

അയാൾ മറുപടി പറയുന്നു...

ജി എം പിൻ നമ്പർ ഫൈവ്... പിന്നെ ഫോൺ കോളുകൾ നിലയ്ക്കുന്നു.

പിന്നെ എപ്പോഴോ ഏതോ സമയത്ത് റെയിൽവെ സ്റ്റേഷനിൽനിന്നു കേൾക്കുന്നു.

യാത്രക്കാരുടെ ശ്രദ്ധയ്ക്ക് രണ്ടാമത്തെ പ്ലാറ്റ് ഫോറത്തിൽ വരാനിരുന്ന തിരുച്ചിറാപ്പള്ളി എക്സ്പ്രസ് കേൻസൽ ചെയ്തിരിക്കുന്നു. എന്നന്നേക്കുമായി കേൻസൽ ചെയ്തിരിക്കുന്നു. എന്നന്നേക്കുമായി കേൻസൽ ചെയ്തിരിക്കുന്നു.

അയാൾ കണ്ണുകൾ തുറന്നു. മുന്നിൽ ഒരു സിഗ്നൽ ലൈറ്റ് ചുമക്കുകയും കെടുകയും ചെയ്യുന്നതുപോലുള്ള വെളിച്ചം. അയാൾ സൂക്ഷിച്ചു നോക്കി. ഒരാൾ മുന്നിൽ ഇരുന്ന് ആർത്തിയോടെ ബീഡി വലിക്കുന്നു. അയാൾ സമയം നോക്കി. ഒരുമണി കഴിഞ്ഞു പത്തുമിനിറ്റ്. അയാൾ

മുന്നിലിരുന്നു ബീഡി വലിക്കുന്ന ആളോടു ചോദിച്ചു.

"തൃശ്ശിനാപ്പള്ളിക്കുള്ള വണ്ടി വന്നോന്ന് അറിയൊ..."

"തൃശ്ശിനാപ്പള്ളിക്കുള്ള വണ്ടി സമയത്തുവന്നു സമയത്തുതന്നെ പോയി. ഞാൻ ആ വണ്ടിയിലാണ് വന്നത്. എനിക്കിനി ബസ് കിട്ടാൻ നേരം വെളുക്കണം..."

അയാൾ ചുറ്റും നോക്കി. ആളൊഴിഞ്ഞിരിക്കുന്നു. അയാൾ അപ്പോൾ റെയിൽപ്പാളത്തിലേക്കു നോക്കി. ഇരുന്നു. തന്റെ ഏകാന്തതയുടെ എക്കാലത്തെയും സഹചാരിയായ റെയിൽപ്പാളങ്ങൾ... ഒപ്പത്തിനൊപ്പം എന്നും ഒന്നിച്ച് ഓടിയിട്ടും രണ്ടായിത്തന്നെ നില്ക്കുന്ന റെയിൽപ്പാളങ്ങൾ...

മുഖം പത്മാദളാകാരം

തീവണ്ടി ഇനി രാത്രിയിലേ ഉള്ളൂ. സിവിൽ സ്റ്റേഷന്റെ മുന്നിൽ നിന്നാൽ എപ്പോഴും തെക്കോട്ടേക്കുള്ള ബസ് കിട്ടും. ഇരിക്കാനും സ്ഥലം കിട്ടും. പക്ഷേ, സീറ്റ് മാത്രം കിട്ടിയില്ല. ചെറുവിരലിൽ പഴുപ്പുള്ള കാല് ഉയർത്തിപ്പിടിച്ച് അയാൾ ഒറ്റക്കാലിൽ നീങ്ങി. ചാരാൻ ഒരു കമ്പ് കിട്ടി. അതിൽ നടുവൂന്നി നിവർന്നപ്പോൾ അയാൾ അറിയാതെ പറഞ്ഞു ഹാവൂ.

മുൻസീറ്റിൽ ഇരിക്കുന്ന ഒരു സ്ത്രീ കഴുത്ത് തിരിച്ച് അയാളെ തന്നെ നോക്കുന്നു. അവരുടെ നോട്ടത്തിൽ തികഞ്ഞ അനുകമ്പ, അവർ രണ്ടു പേർക്ക് ഇരിക്കാവുന്ന സീറ്റിൽ ഒറ്റയ്ക്ക് ഇരിക്കുന്നു. ഒഴിഞ്ഞ സീറ്റിൽ കൈ തട്ടിക്കൊണ്ട് അവർ പറഞ്ഞു: "സാറെ ഇങ്ങോട്ട് വന്ന് ഇരിക്കാം." അയാൾ ഇരിക്കാൻ മടിച്ചിട്ടല്ല എങ്ങനെ ഒറ്റക്കാലിൽ അതുവരെ നീന്തും എന്നോർക്കുകയായിരുന്നു. ഇതിനകം ആ സീറ്റിന് വേണ്ടി ആരോ നീങ്ങിയപ്പോൾ അവർ തടഞ്ഞു.

"എന്റെ കുഞ്ഞെ പ്രായമായവര് ഇരിക്കട്ടെ..."

അയാൾ ഒറ്റക്കാലിൽ നീങ്ങിയെത്താൻ സമയമെടുത്തു. അവരുടെ അടുക്കൽ ഇരുന്നു. നില്ക്കുന്നവരിൽ ആരോ മുന്നോട്ട് നീങ്ങിയപ്പോൾ അയാളുടെ പഴുപ്പുള്ള ചെറുവിരലിൽ തന്നെ ചവുട്ടി. അയാൾ കണ്ണുകളിറുക്കി വേദന തിന്നു.

"സാറ് ഇപ്പറത്തോട്ട് ഇരി."

അവർ എഴുന്നേറ്റ് വളരെ അകന്ന് നിന്നു. അയാൾ ഒതുങ്ങി സൈഡ് സീറ്റിലേക്ക് നിരങ്ങി. എന്നിട്ടും അവരുടെ കനത്ത മാറിന്റെ ഒരു ചീള് അയാളുടെ തോളിൽ ഉരസി. അവിടെ തരിപ്പ് നുരയ്ക്കുന്നതായി അയാൾക്ക് തോന്നി. അവർ അറിഞ്ഞിരിക്കില്ല. അയാൾ കാലും നീട്ടിയി

രുന്നു. എന്നിട്ടും ചെറുവിരലിലെ പഴുപ്പ് അകത്തിരുന്ന് മുരളുന്നത് അയാൾക്ക് കേൾക്കാമായിരുന്നു. ആ സ്ത്രീയിൽ തട്ടി വന്ന കാറ്റിൽ കോടിത്തുണിയുടെ മണമുണ്ടായിരുന്നു. അയാൾ അറിയാതെ തലതിരിച്ച് ആ സ്ത്രീയെ തന്നെ നോക്കി... ആദ്യം മുഖത്തിന് മീതെ... മുൻനിരയിലെ തലമുടി നരയ്ക്കാൻ തുടങ്ങിയിരിക്കുന്നു.... മുടിയാകെ ചെമ്പും വെള്ളിയും കലർന്ന നിറം. കോടി മൽമൽ മുണ്ട് ഉടുത്തിരിക്കുന്നു. മാറ് മറച്ചത് കോടി കവണികൊണ്ട്. കവണിക്ക് ആമ്പൽപ്പൂവിന്റെ നിറം. അവരുടെ മുഖത്തിനും അതേ നിറം. കോടിത്തുണിയുടെ മണം അയാളെ ആലസ്യത്തിൽമുക്കി...

അയാൾ കണ്ണടച്ചിരുന്നു. അപ്പോൾ അയാൾ ആ വലിയ വാതിൽ കൺമുന്നിൽ കാണുകയായിരുന്നു... അകത്തെ ഇരുട്ടറകൾക്ക് കാവൽ നില്ക്കാൻ വിശാലമായ വാതിലോ... ആ വാതിലും കടന്ന് ചെന്നാൽ ചെറിയ മുറി കനത്ത ബഞ്ചുകൾ. ഇരിക്കാൻ തോന്നിയില്ല. സൂപ്രണ്ട് ആദരവോടെ തന്നെ ഇരുത്തി. പഴയ സിനിമകളിൽ ചിത്രഗുപ്തൻ രജിസ്റ്റർ നിവർത്തുന്ന ഓർമ്മയാണ് മനസ്സിൽ വന്നത്... പേരല്ല ഇവിടെ ഇംപോർട്ടന്റ്... ജയിൽ വാറണ്ട് നമ്പർ... ഏടുകൾ മറിക്കുന്നതിനിടയിൽ സൂപ്രണ്ട് വളരെ ആദരവോടെ ചോദിച്ചു.

"നാസ്ത കഴിച്ചോ?"

"കഴിച്ചു." അയാൾ പറഞ്ഞു: "കഴിച്ചില്ല. കഴിക്കാൻ സമയമായില്ല." ആകുന്നതേയുള്ളൂ...

ഒടുവിൽ നമ്പർ കണ്ടുപിടിച്ചു. എന്നിട്ടും സമയം എത്രയെടുത്തു ജ്യോതി അവിടെ എത്താൻ. ഗോചരമല്ലാത്തോളം വിസ്തൃതമാണ് അതിലൊതുങ്ങിയ ലോകം. ആകെ തണുപ്പിക്കുന്ന മുറികൾ. ഒന്നും ഉച്ചരിക്കാൻ തോന്നുന്നില്ല. ജ്യോതി ഇതിനകം എത്ര മാറിയിരിക്കുന്നു. കഠിനാദ്ധ്വാനം ദിനചര്യയാക്കിയതുകൊണ്ടാകാം ശരീരത്തിന്റെ ചുമപ്പ് ഇല്ലാതായിരിക്കുന്നു. ഏറെ കറുത്തത് ചുണ്ടുകളാണ്. നിയന്ത്രണം ഏല്ക്കുന്നതുകൊണ്ട് അമിതമായി ബീഡി വലിക്കുന്നുണ്ടാവും. ചുണ്ടുകൾ മഷി വീണതു പോലെ കരുത്തിരിക്കുന്നു. മഷി പുരണ്ട ചുണ്ടുകൾ ആവശ്യമുള്ള വാക്കുകൾക്ക് മാത്രം വിടർന്നു. പേനയിൽ വിരലമർത്തിയിട്ടും വിറയ്ക്കുന്നു. കടലാസുകൾ ഒപ്പിട്ട് തന്നു. ആരും ഒന്നും വിലക്കിയില്ല. ജ്യോതിയെ ആരും വലിച്ചിഴച്ചുംകൊണ്ടുപോയില്ല. തളയ്ക്കാറുള്ള കുറ്റിയിലേക്ക് സ്വയം തിരിച്ചുപോയി. ആ വലിയ വാതിൽ തുറന്നുതന്നെ കിടക്കുന്നു. എന്നിട്ടും ആഞ്ഞടഞ്ഞതായി അയാൾക്ക് തോന്നി. ഇപ്പോൾ എല്ലാം ഒരു ദുഃസ്വപ്നം കണ്ടതുപോലെ ഓർക്കണോ?

അയാൾ കണ്ണുകളടച്ചു. ബസ് ഇരമ്പുന്നു. എവിടേയൊ ഒരു നനഞ്ഞ ശബ്ദം തങ്ങിനിന്ന മഴ പൊട്ടിവീണു... കമ്പികളിൽ തട്ടിയ മഴത്തുള്ളികൾ ചിറകുമായി അകത്തേക്ക് വരുന്നു. അയാൾ ഷട്ടർ താഴ്ത്തിയിട്ടു.

ഷട്ടറിൽ നീളത്തിൽ ഒരു പൊത്ത്. ഒരു ഹോസ് നേരെ പിടിച്ചതു പോലെ മഴവെള്ളം തലയ്ക്ക് നേരെ നീളുന്നു. അടുത്തിരിക്കുന്ന സ്ത്രീ ഉടൻ ബാഗ് തുറന്നു. ഒരു തോർത്തു നീട്ടി. തോർത്തിനും കോടിമണം.

"സാറെ തല നല്ലവണ്ണം തോർത്തണം. മഴ നനഞ്ഞാൽ പനി വരും. പനി വന്നാൽ സാറിന്റെ കാലിലെ കഴപ്പ് ഏറും.."

അയാൾ തോർത്ത് വാങ്ങി. കണ്ണടയൂരി മടിയിൽവച്ചു. അയാൾക്ക് കേൾക്കാമായിരുന്നു.

"സാറെ ഇതെങ്ങാനും താഴെ പോയാലോ..."

മടിയിൽ നിന്നും കണ്ണടയെടുത്തത് അയാൾ അറിഞ്ഞു. തോർത്തി തീർന്നപ്പോൾ അവർ കണ്ണട തന്നു. കണ്ണട നനഞ്ഞിരിക്കുന്നു. അയാൾ മുണ്ടിന്റെ തലപ്പുകൊണ്ട് കണ്ണട തുടച്ച് മുഖത്തുവച്ചു. ഇരമ്പം നിലച്ചിരിക്കുന്നു. അയാൾ ഷട്ടർ ഉയർത്തി. മഴയില്ല.

"സാറിനെ ഒന്ന് കുളിപ്പിക്കാൻ തന്നെ വന്ന മഴ.."

ആ സ്ത്രീ ചിരിക്കുന്നു. അയാൾ പുറത്തേക്ക് നോക്കി. ഈ പ്രദേശത്തേക്കൊന്നും മഴ എത്തിനോക്കിയിട്ടേയില്ല.

അയാൾ സീറ്റിൽ ചാരിയിരുന്നു. കാലുകൾ കഴിയുന്നത്ര നീട്ടിയിരുന്നു. കണ്ണടച്ചു. ചക്രം ഉരുളുന്ന ഈണം. അതിന്റെ താരാട്ട്... നില്ക്കുന്നു. പിന്നെ ഈണം മാറുന്നു. താരാട്ട്... വീണ്ടും വീണ്ടും... ഉയർന്ന് ഉയർന്ന് പോകുന്നു.... പിന്നെ ഒന്നും കേൾക്കുന്നില്ല... എല്ലാം നിലച്ചു... അയാൾ കണ്ണുകൾ തുറന്നു. ചുറ്റും നോക്കി ഒരു ലെവൽ ക്രോസിന് പിന്നിൽ ബസ് തടഞ്ഞിട്ടിരിക്കുന്നു. അടുത്തിരിക്കുന്ന സ്ത്രീ ഊറിയൂറി ചിരിക്കുന്നു.

"എന്തുറക്കായിരുന്നു സാറെ. ഒന്നര മണിക്കൂറെങ്കിലും ഉറങ്ങിക്കാണും. തല ചെരിഞ്ഞ് ചെരിഞ്ഞ് ഇഞ്ഞോട്ട് വരും. ഞാൻ അത് പയ്യെ മാറ്റി കമ്പിയുടെ അടുത്തേക്ക് മാറ്റും. വീണ്ടും തിരിച്ച് വരും. ഒടുവിൽ എനിക്ക് ഖേദം തോന്നി. മാറ്റിയില്ല. പിന്നെ ഉറങ്ങിയത് മുഴുവൻ എന്റെ തോളേൽ തലവച്ച് തന്നെ..."

അയാൾക്ക് വല്ലായ്മ തോന്നി. കുറേക്കൂടെ അവരിൽ നിന്നും നീങ്ങി സൈഡിലേക്കിരുന്നു.

റെയിൽവേ ക്രോസിനരുകിൽ ഒരു വലിയ ജനക്കൂട്ടം. അവർ ക്ഷുഭിതരും.

"എന്റെ സാറെ അങ്ങ് ഇടത്തോട്ട് നോക്കിയെ. അത് തീവണ്ടിയാപ്പീസാ. തീവണ്ടീന്ന് ആരാണ്ട് വീണെന്നും അത് തീവണ്ടിയാപ്പീസിന് ഉള്ളിൽ വച്ചായതുകൊണ്ട് തീവണ്ടിക്കാര് തന്നെ ആ ആളിനെ ആശുപത്രീല് എത്തിക്കണോന്നും പറഞ്ഞ് കരക്കാര് തീവണ്ടി തടഞ്ഞിരിക്കുവാ... സാറിതൊന്നും അറിഞ്ഞ് കാണത്തില്ല. ഉറങ്ങ്വായിരുന്നല്ലോ."

അല്പസമയത്തിന് ശേഷം ഒരു തീവണ്ടി പതുക്കെ പുറകോട്ടടി

ക്കുന്നു. കൈകാലുകൾ വെറുങ്ങലിച്ചു. കണ്ണുകൾ കൂമ്പിയ ഒരു ശരീരം എടുത്തുകൊണ്ട് മുന്നിൽ നിർത്തിയ ഒരു ട്രക്കിൽ കയറ്റി തീവണ്ടി തിരിച്ചു പോയി... അടുത്തിരിക്കുന്ന സ്ത്രീ ബസിന്റെ മുൻസീറ്റിലേക്ക് നടന്നു.

എല്ലാം നോക്കിനിന്നു. തിരിച്ചുവന്നിട്ട് പറയുന്നു.

"എന്റെ ദൈവമെ, എനിക്കിതൊന്നും കാണാൻ മേലാ... നല്ലൊരു കൊച്ചൻ... മരിച്ചെന്നാ തോന്നുന്നെ.. ഇത് കൂട്ട് എന്തേലും കണ്ടാപ്പിന്നെ പത്ത് ദിവസത്തേക്ക് എനിക്ക് ഉറക്കം വരത്തില്ല..."

അവർ കരയുന്നു. കവണിയുടെ അറ്റം കൊണ്ട് കണ്ണീരൊപ്പുന്നു...

ഗെയ്റ്റ് തുറന്നു.

ബസിനെ വകഞ്ഞുകൊണ്ട് പിന്നിൽ നിരന്ന വാഹനങ്ങൾ മുന്നേറുന്നു. ഡ്രൈവറും കരയുന്നുണ്ടോ? ഏറ്റവും ഒടുവിലായി ബസ് നീങ്ങി.

പഴയ ഇരമ്പം. താരാട്ട്. ഉറങ്ങാൻ തോന്നിയില്ല. എന്തെങ്കിലും ഉരിയാടിയേ പറ്റൂ. അയാൾ അടുത്തിരിക്കുന്ന സ്ത്രീയോട് ചോദിച്ചു:

"എവിടെ പോവ്വാണ്..."

"ഇടത്വാവാ..."

"നാട് അവിടെയാണോ..."

"അല്ല സാറെ ഇടത്വവാ പള്ളീപ്പോകാന്നേ... ഒരു വഴിപാട് ഒണ്ടേ.. ശയനപ്രദക്ഷിണം."

"അപ്പോൾ നാട് എവിടെയാണെന്ന് പറഞ്ഞില്ലല്ലോ."

"നാട് ചേലക്കര..."

"ചേലക്കരയോ. ഭാഷ കേട്ടാൽ അങ്ങനെ തോന്നുന്നില്ലല്ലോ...?"

"നേരാ സാറെ, ഒത്തിരി നാള് കൊണ്ട് ചേലക്കര വന്ന് താമസിക്കുവാ... സ്വന്തം നാട് തൊടുപുഴയ്ക്കടുത്ത്... വാഴക്കുളം.."

ഇനി തുടരാൻ തോന്നിയ ചോദ്യങ്ങളില്ല. അയാൾ നിർത്തി. കണ്ണടച്ചില്ല.

"സാറ് എവിടെ പോകുവാ.."

"എറണാകുളത്ത്..."

"നാട് അവിടെയാണോ..."

"അല്ല..."

ഒറ്റവാക്കിൽ ഒതുക്കിയാൽ ചോദ്യങ്ങൾ നിലയ്ക്കുമെന്നയാൾ കരുതി.

"എന്നാൽ പിന്നെ നാട് ഇവിടെയാന്നോ സാറേ..."

"അല്ല.."

"പിന്നെ ഇവിടെ വന്നത്.."

ശുദ്ധമായ പെരുമാറ്റമുള്ള ആ സ്ത്രീയിൽനിന്നും ഒഴിഞ്ഞു മാറാൻ തോന്നിയില്ല.

"ഇവിടെ ജയിലില് എന്റെ ഒരു പയ്യൻ കിടക്കുന്നു. അവന്റെ കൈയിൽ നിന്ന് ഒരു കടലാസ് ഒപ്പീടിച്ച് വാങ്ങാൻ വന്നതാണ്..."

"പയ്യൻ മകനാണോ സാറെ?"

സ്ത്രീയുടെ അനുകമ്പയോടെയുള്ള ചോദ്യം. വേണ്ടെന്ന് തോന്നിയിട്ടും ഉതിരുന്നു. നേര് തന്നെ.

"അല്ല. ആ പയ്യനുവേണ്ടി ഞാൻ കീഴ്ക്കോടതിയിൽ കേസ് വാദിച്ചിരുന്നു."

ആ സ്ത്രീ ചിരിക്കുന്നു.

"എന്റെ ധാരണ എന്തുമാത്രം ശരിയാ. സാറിനെ കണ്ടപ്പോഴേ എനിക്കൊരു തോന്നൽ. സാറ് വക്കീലോ അതുകൂട്ട് എന്തെങ്കിലും ജോലി ചെയ്യുന്ന ഒരാളാണ്. എന്റെ ദൈവമെ എന്തുമാത്രം ശരിയാ.."

അവർ കുറേനേരം ചിരിച്ചിരുന്നു. പിന്നെ ചോദിച്ചു:

"സാറെ ആ കേസ് വിധി പറഞ്ഞോ."

അയാൾക്ക് എല്ലാം പറയണമെന്ന ഒരാഗ്രഹം തോന്നി.

"താഴെ കോടതിയിൽ ശിക്ഷിച്ചു. ഹൈക്കോടതിയിൽ അപ്പീലിലും ശിക്ഷിച്ചു. ഇനി സുപ്രീംകോടതിയിൽ അപ്പീൽ കൊടുക്കുന്നു. അതിനുള്ള വക്കാലത്ത് ജയിൽ സൂപ്രണ്ട് മുമ്പാകെ വച്ച് ഒപ്പീടിച്ച് വാങ്ങാൻ പോയതാണ്..."

"കൊലക്കേസാണോ സാറെ.."

"അവര് ബോംബ് എന്നൊക്കെ പറയുന്നു. ഒരു പന്നിപ്പടക്കമാണ് തെളിവിൽ വന്നത്."

"ശരിക്കും എറിഞ്ഞതാണോ സാറെ."

അയാൾ മറുപടി പറഞ്ഞില്ല.

എറിഞ്ഞാലും ഇല്ലെന്ന് വാദിക്കേണ്ട തന്റെ ചുമതലയെപ്പറ്റി ആ സ്ത്രീക്കറിയില്ല. അറിയിക്കാൻ മുതിർന്നതുമില്ല.

അപ്പോൾ ഒരാത്മഗതമെന്നോണം ആ സ്ത്രീ പറഞ്ഞു.

"അല്ലേലും കക്ഷികളെങ്ങാനും നേര് പറയുമോ..."

അയാൾക്കും ഒന്നും പറയാനുണ്ടായിരുന്നില്ല. വാക്കുകൾ മുറിയുമൊ എന്ന് ആ സ്ത്രീ ഭയപ്പെട്ടതുപോലെ.

ഉടനെ അവർ ചോദിച്ചു.

"സാറ് കൊലക്കേസ് നടത്താറുണ്ടോ?"

"അധികം കേസുകളില്ല. എങ്കിലും നടത്താറുണ്ട്.."

"സാറെ എങ്ങനെയാ പതിവ്. താഴെക്കോടതിയിൽ ശിക്ഷിച്ച കേസ് ഹൈക്കോടതിയിൽ വിടാറുണ്ടോ?"

ആ സ്ത്രീയുടെ വിഡ്ഢിച്ചോദ്യങ്ങൾ കേട്ട് അയാൾ ഉള്ളിൽ ചിരിച്ചു. പിന്നെ ചിരി തിരുത്തി. ബാരിസ്റ്റർ ശ്രീനിവാസന്റെ ക്രിമിനൽ ലോക്ലാസുകൾ ഓർമ്മ വന്നു. അദ്ദേഹത്തിന്റെ വാക്കുകൾ...

ദി ഗ്ലോറിയസ് അൺസെർട്ട്നിറ്റി ഓഫ് ലോ!

ആ സ്ത്രീ കൈയിലിരുന്ന പുതിയ ബാഗിൽ തിരുപ്പിടിച്ചുകൊണ്ടിരുന്നു. പിന്നെ വേഗം ബാഗ് തുറന്നു. ഒരു കടലാസ് കെട്ടെടുത്തു...

വളരെ താഴ്ത്തിയ സ്വരത്തിൽ പറഞ്ഞു.

"സാറെ ഇതൊന്ന് വായിച്ച് പറഞ്ഞു തരണം. വല്ല രക്ഷേം കിട്ട്വോന്ന്... മനഃപ്രയാസം കൊണ്ട് ചോദിച്ചു പോകുന്നതാണെ.."

അയാൾ ഏതോ പ്രേരണയിൽ കടലാസുകെട്ട് വാങ്ങിച്ചു. ഏടുകൾ മറിച്ചു.

ഒരു സെഷൻസ് കോടതിയുടെ ജഡ്ജ്മെന്റ്. നൂറോളം പേജുകൾ കാണും...

മുൻ പേജ് വിട്ട് വായന തുടങ്ങി.

The fact of the Case are the follows:

The last accused, a women aged 48 years is the wife of the deceased. The second accused is a man aged 45 years and is alleged to be the paramount of the Ist accused.

അയാൾ വായന നിർത്തി. ആകെ സംശയത്തിലായി. ഒന്നാം പേജ് നോക്കി. പ്രതികളുടെ പേരുകൾ മനസ്സിലാക്കി. എന്നിട്ട് ചോദിച്ചു. ആരാ ഈ റോസമ്മ മാത്തൻ എന്ന വെള്ള റോസാ...

"ഞാനാ സാറെ..."

ചിരിക്കാൻ ആ സ്ത്രീയുടെ ചുണ്ടും പല്ലും മത്സരിക്കുന്നു.

പിന്നെ അയാൾ ചോദിച്ചു.

"ആരാ ഈ സ്കറിയാ വർക്കി എന്ന വക്കച്ചൻ.."

അവർ സ്വരം പിന്നെയും താഴ്ത്തി പറഞ്ഞു. ആർദ്രമായ മുഖത്തോടെ...

"ഈ കേസിലെ രണ്ടാം പ്രതിയാ സാറെ. അതിയാന് ജാമ്യം കിട്ടിയില്ലാ സാറെ... അവിടെ കിടക്കുവാ... ഒരു സ്ത്രീ എന്ന പരിഗണനയിൽ എനിക്ക് ജാമ്യം കിട്ടി സാറെ. ഇന്ന് വെളുപ്പാൻകാലത്ത് എന്റെ ആങ്ങള ഹൈക്കോടതി കടലാസും കൊണ്ടുവന്ന് എന്നെ അങ്ങ് ജയിലീന്ന് എറക്കി സാറെ."

"എന്നിട്ട് ആങ്ങള എവിടെ.."

പിന്നെ ഈ സ്ത്രീ ഒറ്റയ്ക്ക് രണ്ട് പേർക്കിരിക്കാവുന്ന സീറ്റിൽ ഇരുന്നു എന്നതാണ് അത് ചോദിക്കാൻ ഓർമ്മപ്പെടുത്തിയത്...

"എനിക്ക് വേഗം ഈ പുതിയ തുണിയെല്ലാം വാങ്ങി തന്നേച്ച് ആങ്ങള അങ്ങ് മട്ടന്നൂരിന് പോയി.."

വായിക്കാൻ തുടങ്ങിയാൽ ആ സ്ത്രീയിൽ നിന്നും രക്ഷപ്പെടാം.

അയാൾ വായന തുടർന്നു.

The Ist and the 2nd accuseds were on terms of criminal intimacy.

On 28-7-1987 at midnight when the deceased returned home he found both the accuseds inflagrante delicto, A scuffie followed. Both the accuseds overpowered the deceased and the Ist accused stuffed a 'thorthu' into the mouth of the deceased and both accuseds jointly strangled him to death. അയാൾ വായന തുടർന്നു. ഒടുവിലൊടുവിൽ വ്യക്തി പരാമർശങ്ങളിലേക്ക് കടക്കുന്നു. The Ist accused remind us two Shakespearean women combined in one, Celepatra for her unfading bewitching beauty, and Lady Macbeth for her homicidal propensity, Prof. Kenny in his outline of criminal law quotes Havelock ELLIS. അയാൾ വായന നിർത്തി. പിന്നത്തെ വരികൾ സെഷൻസ് ജഡ്ജിയുടെ വിജ്ഞാനവും വേദാന്തവുമാണ്. അതിന് ഒരു നൂറ്റാണ്ടെങ്കിലും പഴക്കമുണ്ടാവും... പെൻഷൻ പറ്റാറാകുന്നു എന്ന് തോന്നുമ്പോൾ വിജ്ഞാനം സ്വയം പുറത്തുവരും...

അയാൾ പേജുകൾ തഴഞ്ഞ് ശിക്ഷ എന്ന ഭാഗത്തേക്കെത്തി.

Imprisonment for life for both the accuseds will alone meet the ends of justice...

ലോ ജെർണലുകളിൽ പ്രതിമാസവും വായിക്കുന്ന കഥകളും വിധിന്യായങ്ങളും പക്ഷേ, ഇത് വായിച്ച് തീർന്നപ്പോൾ ഒരു മുൾപടർപ്പിലൂടെ തിരക്കിട്ട് നുഴ്ന്നു കടന്നതുപോലെ... കൊച്ചു കൊച്ചുപോറലുകൾ... പക്ഷേ, ശരീരം ആകെ പോറലുകൾ. ശരീരം ആകെ നീറുന്നു.

അയാൾ കടലാസ് കെട്ടുകൾ മടക്കിക്കൊടുത്തു.

"എങ്ങനെ സാറെ അപ്പീലിൽ വല്ല രക്ഷേം..."

ബസ് ഇളകുന്നതുകൊണ്ട് വായനയിൽ ശ്രദ്ധിക്കാൻ പറ്റുന്നില്ല.,.

ഒരു ഭാവഭേദവുമില്ലാതെ അവർ ബാഗ് തുറന്ന് കടലാസ് കെട്ട് അതിൽവച്ചു. ആ കടലാസ് കെട്ടിലെ വരികൾ ഓർക്കാതിരിക്കാൻ അയാൾ ശ്രമിച്ചു. അതിലെ പാതാളകഥകൾ പാടെ മറക്കാനും കഴിയുന്നില്ല.

അയാൾ അകന്നിരുന്ന് ബസിന്റെ കമ്പികളിൽ തലചായ്ച്ച് കണ്ണടച്ചു. അപ്പോൾ ഓർമ്മകൾ ഉണരുന്നു. കൊല്ലപ്പെട്ട ആ മനുഷ്യന്റെ മുഖം കറുപ്പോ വെളുപ്പോ. കരുത്തനോ ബലഹീനനോ. പക്ഷേ, അഭിമാനിയായിരുന്നു. ഭാര്യയെയും അവളുടെ കാമുകനെയും കുറ്റകൃത്യത്തിൽ മുഴുകി കിടക്കുന്നത് കണ്ടപ്പോൾ തിളച്ചു. മല്പിടുത്തത്തിന് മുതിർന്നു. ഫലമോ? കഴുത്ത് ഞെരിച്ച് കൊല്ലപ്പെട്ടു. ഒരു രാത്രിയും ഒരു പകലും ശവശരീരം ചാക്കിൽ പൊതിഞ്ഞു കട്ടിലിനടിയിൽ ഒളിച്ചുവച്ചു. അജ്ഞാതരായ രണ്ട് തമിഴ് കൂലിക്കാരെക്കൊണ്ട് രണ്ടാം പ്രതി പുറംപറമ്പിൽ റിസർവ്വ് വനത്തിനരുകിൽ കമ്പോസ്റ്റിനെന്ന് പറഞ്ഞ് കുഴിവെട്ടിച്ചു. ആ രാത്രിയിൽ ഒന്നും രണ്ടും പ്രതികൾ ചേർന്ന് പെരുംമഴയത്ത് ശവശരീരം

വലിച്ചും ഇഴച്ചും കൊണ്ടുപോയി കുഴിയിൽ വെട്ടിമൂടി. ആ പറമ്പാകെ കിളച്ച് കപ്പ നട്ടു. തന്റെ ഭർത്താവ് ഒരു വലിയ കൺട്രാക്ടറുടെ കൂടെ ലക്ഷദ്വീപിൽ വണ്ടിക്ക് പോയെന്ന് വിശ്വസിപ്പിച്ചു... ഒന്നാംപ്രതിക്ക് ഭർത്താവിന്റെ എഴുത്തും മണിയോർഡറും മുറയ്ക്ക് വരുന്നു. ഗ്രാമത്തിന് സംശയമല്ല. ഒന്നാം പ്രതിയുടെ ഉയർച്ചയിൽ അസൂയയാണ് തോന്നിയത്.. ഒരു രാത്രിയിൽ പതിവിലേറെ വൈകി, പതിവിലേറെ മദ്യപിച്ച് ചെന്ന രണ്ടാം പ്രതിയോട് കേസിലെ മൂന്നാം സാക്ഷി വെറോണിക്ക കയർത്തു. വെറോണിക്കയുടെ തലമുടി ചുറ്റിപ്പിടിച്ച് രണ്ടാംപ്രതി പുറത്തിടിച്ചു. ഇടിക്കുമ്പോൾ പറഞ്ഞു. ഒരുത്തനെ ഞങ്ങള് തട്ടി. വേണ്ടി വന്നാൽ നിന്നെയും തട്ടുമെടി... അവൾ കുതറിക്കൊണ്ടോടി. നിലവിളിച്ചു. ഗ്രാമം ഉണർന്നു. ആ കടലാസ് കെട്ടിലെ വരികൾ അയാൾ കൺമുന്നിൽ കാണുകയായിരുന്നു.

വലിയ സംശയമൊന്നും ഉണ്ടായിട്ടല്ല. എങ്കിലും ഉറപ്പു വരുത്താൻ അയാൾ ആഗ്രഹിച്ചു. അടുത്തിരിക്കുന്ന സ്ത്രീയുടെ നേരെ കഴുത്ത് തിരിച്ച് നോക്കി. അവർ പതുക്കെ എന്തോ ഉരുവിടുന്നു പ്രാർത്ഥന എത്തിക്കുന്നുവോ? അവർ അയാളെ നോക്കി ചിരിച്ചു.

ഉടനെ അയാൾ ചോദിച്ചു:

“ആരാ ഈ വെറോണിക്കാ...”

പെട്ടെന്ന് അവരുടെ മുഖം ചുരുങ്ങിച്ചുരുങ്ങിവന്നു. ഒപ്പം മുഖത്തിനാകെ ഒരു വിറയലും... ഇതാണോ അവളിലെ ലേഡിമക്ബത്തിന്റെ മുഖം..

“എന്റെ സാറെ ആ പുല..”

അവർ ഒതുക്കി. മുഖം നേരെയാക്കി, പിന്നെ ചിരിച്ചു.

“എന്റെ സാറെ അവൾ രണ്ടാംപ്രതിയുടെ ഭാര്യയല്ലേ? ഒരു വകേല് എന്റെ പേരമ്മേടെ മകളാ.. സാറെ അവളൊരുത്തിയല്ലേ, ഈ കള്ളക്കേസ് മുഴുക്കേം ഒണ്ടാക്കുന്നേ..”

കള്ളക്കേസ് അയാളിലെ നിയമജ്ഞർ പ്രതിഷേധിച്ച് പിടഞ്ഞു. ആ കടലാസ് കെട്ടിലൂടെ നിയമം ഒഴുകിവന്ന ധാരകൾ... രണ്ടാംപ്രതി ആണായിട്ടും ആദ്യമേ പതറി.. പൊലീസിൽ നടത്തിയ കുറ്റസമ്മതം. കൂടെച്ചെന്ന് സ്ഥലം കാണിച്ചുകൊടുത്തു. അളിഞ്ഞ ശവം മാന്തിയെടുത്തു. ഒന്നാം പ്രതി പെണ്ണായിട്ടും അവസാനം വരേക്കും രഹസ്യം ഒളിപ്പിച്ചു. ഒടുവിൽ കുറ്റമൊഴി നടത്തി. ഒമ്പതാം സാക്ഷി മഹാദേവവർമൻ തിരുമുൽപ്പാട് രണ്ടാംക്ലാസ് മജിസ്ട്രേറ്റ് കുറ്റമൊഴി സ്വതന്ത്രമായി രേഖപ്പെടുത്തി... ഇതോർത്തപ്പോൾ അയാൾക്ക് ചിരിവന്നു. കള്ളക്കേസ്!

അയാൾ ആ കടലാസ് കെട്ടിലെ വരികൾ ഓർക്കാതിരിക്കാൻ ശ്രമിച്ചു. പുറത്തേക്ക് നോക്കിയിരുന്നു. അടുത്ത കാലത്തൊന്നും വടക്കോട്ട് യാത്ര ചെയ്തിട്ടില്ല. ഇവിടെയും അതുതന്നെ സ്ഥിതി. നെൽവയലുക

ളിൽ നെൻമണി ഒരു മണിമന്ദിരം വിളയിക്കുന്നു. ബസ് മേല്ക്കൂരയുള്ള ഒരു ഇരുമ്പുപാലം കടക്കുന്നു. ഒരു ഏലസും കൂട്ടിനകത്ത് കൂടെ കടന്ന് പോകുന്നതായി തോന്നി. വരൾച്ച എന്തെന്നറിയാത്ത കടലോരപ്പുഴകൾ..

ബസ് ഈണം കുറയ്ക്കുന്നു. ഇരുവശവും ഇടതിങ്ങിയ കൊച്ചു കൊച്ചു കെട്ടിടങ്ങൾ. നഗരത്തിന്റെ വാലോ തലയോ? ബസ് എങ്ങും ചുറ്റപ്പെടുന്നു. മുന്നിലും പിന്നിലും വാഹനക്കണ്ണികൾ... നിരങ്ങുന്നു. വലം വച്ച് ബസ് സ്റ്റേഷനകത്തേക്ക് തല നീട്ടി. പതുക്കെ ഉരുണ്ടു.

അയാൾ ഇറങ്ങി. തെക്ക് ഭാഗത്തേക്ക് പോകുന്ന ബസുകൾ നില്ക്കുന്ന കള്ളികളും തേടി കാലമർത്താതെ നടന്നു.

ഒറ്റ കള്ളിയിലും ബസില്ല. ബസുകൾ മതിലിനരുകിൽ കളിപ്പാട്ടങ്ങൾ പോലെ കൂട്ടിയിട്ടിരിക്കുന്നു.

ഒരു വലിയ ജനക്കൂട്ടം മിഴിച്ചു നില്ക്കുന്നു.

തെക്കോട്ടേക്ക് ഒരു വാഹനവും ഓടുന്നില്ല. ടാക്സിപോലും.

അയാൾക്ക് കരയണമെന്ന് തോന്നി. ഈ പ്രായത്തിൽ കരച്ചിലോ?

കാലിലെ പരുക്കും വച്ച് താൻ നടത്തിയ നീണ്ടയാത്ര നിഷ്ഫലമോ? ചുമതലയും കൂറും മാത്രമായിരുന്നില്ല. ജ്യോതിയോടുള്ള വാത്സല്യവും ഈ യാത്ര സ്വയം ഏറ്റെടുക്കാൻ പ്രേരിപ്പിച്ചു. രാത്രിയിലെങ്കിലും ഒപ്പിട്ട വക്കാലത്ത് പോറ്റി സാറിനെ ഏല്പിക്കണം. കാലത്തെ ഏതോ ഫ്ളൈറ്റിൽ അദ്ദേഹം ഡൽഹിക്കു പോകുന്നു.

ആ സ്ത്രീ അടുത്തെത്തി സംസാരിക്കാൻ തുടങ്ങിയപ്പൊഴേ അവരെ കണ്ടുള്ളൂ.

"സാറെ ആകെ കൊഴഞ്ഞല്ലോ..."

ബസിന്റെ ഇരമ്പലിൽ അത് ശ്രദ്ധിക്കാൻ കഴിഞ്ഞില്ല. അവരുടെ ശബ്ദത്തിന്റെ കുളിർമ്മ.

മുഖം പത്മദളാകാരം എന്ന ശ്ലോകത്തിന്റെ രണ്ടാമത്തെ വരിയും അയാൾ മനസ്സിൽ ചൊല്ലി.

വാചാ ചന്ദന: ശീതളം കുളിർമ്മയുള്ള ശബ്ദത്തിൽ തന്നെ അവർ ചോദിച്ചു.

"സാറ് മുറിയെടുക്കുന്നുണ്ടോ?"

"ഒന്നും തീരുമാനിച്ചിട്ടില്ല."

അവർ തിരിച്ചു പോകുന്നു. കനത്ത അരക്കെട്ടുള്ള സ്ത്രീകൾ വയ്ക്കുന്ന അടുത്തടുത്ത ചുവട് വയ്പോടെ, അവർ സ്ത്രീകൾക്കുള്ള ബഞ്ചിൽ ചെന്നിരുന്നു. ബസ് സ്റ്റേഷനിലെ ആൾക്കൂട്ടം പൊടുന്നനെ വലിയുന്നു... ആ ബഞ്ചിലെ സ്ത്രീകൾ എല്ലാവരും ഭാണ്ഡങ്ങളും തൂക്കി കൂടെയുള്ള പുരുഷന്മാരോടൊപ്പം നടന്നകലുന്നു. അയാൾ അവരെത്തന്നെ നോക്കിനിന്നു. അവരുടെ പേര് ഓർത്തു. റോസമ്മ മാത്തൻ. ഏലിയാസ് വെള്ള റോസ... അത് ഉരുവിട്ടപ്പോൾ മുൾച്ചെടിയും തുടർന്ന് ദേഹമാസകലം നീറ്റലും അനുഭവപ്പെട്ടു. എന്നിട്ടും അയാൾ അവരെത്തന്നെ നോക്കി

നിന്നു. അവർ ബാഗ് തുറക്കുന്നു. വേദപുസ്തകം എടുത്ത് നിവർത്തുന്നു. സ്വർണ്ണ നിറ ഫ്രെയിമുള്ള ഒരു കണ്ണട. അയാൾ ഭയത്തോടെ അവരെ തന്നെ നോക്കി നിന്നു. സ്വർണ്ണനിറ ഫ്രെയിമുള്ള കണ്ണട വച്ചപ്പോൾ അവർക്ക് നെറ്റിപ്പട്ടം കെട്ടിയ തിളക്കമുണ്ടായിരുന്നു.

കൗസല്യ മൂത്തമ്മ

അതൊരു മാളികവീടായി തോന്നിയില്ല. ഏതോ പടുമടിയൻ ജന്തു കൈകാലുകൾ നീട്ടി ഉറങ്ങിക്കിടക്കുന്നു. ഉണർന്നാൽ നിവർന്നുനിന്ന് ഗർജ്ജിക്കും. അതോർത്തയാൾ തട്ടുകയോ മുട്ടുകയോ ചെയ്തില്ല. കോളിങ് ബെൽ തെരഞ്ഞതുമില്ല. പൂമുഖം പിറന്നപടി കിടക്കുന്നു. അന്നൊക്കെ പൂമുഖം പറഞ്ഞ് മനസ്സിലാക്കാൻ ഈ വീട്ടിലെ സ്ത്രീകൾ ഗൈഡുപോലെ ശ്രദ്ധാലുക്കളായിരുന്നു. ബർമ്മാ തേക്ക്, സാക്ഷാൽ മഹാഗണി, ബ്രിട്ടീഷ് ഓക്ക്, നിലമ്പൂർ ടീക്ക്, കിഴക്കൻ ദ്വീപിലെ മാർബിൾ വുഡ് എന്നൊക്കെ പറഞ്ഞ് ഓരോ ഫർണിച്ചറും സന്ദർശകർക്ക് പരിചയപ്പെടുത്തുമായിരുന്നു. കുടുംബം മരക്കച്ചവടക്കാരുടേതായിരുന്നതുകൊണ്ട് തലമുറയായി അവർക്ക് ഈർന്ന് ഉരുപ്പടിയാക്കിയ മരംപോലും ഏതെന്ന് തിരിച്ചറിയാൻ കഴിയുമായിരുന്നു. അതൊരു സിദ്ധി, ജന്മവാസന എന്നൊക്കെ ഈ കുടുംബവുമായി ബന്ധപ്പെട്ട സ്ത്രീകൾ വിശ്വസിച്ചിരുന്നു. അന്നും മരക്കച്ചവടം സാഹസികരുടേതായിരുന്നു. മരം പൊന്നാണ്. വെറുതെ ഇട്ടാൽമതി. പൊന്നുപോലെ പൊന്നിനൊപ്പം വില ഉയരും. അമ്മ പറയുമായിരുന്നു മരക്കച്ചവടത്തിന്റെ വേദം.

ഇന്ന് പൂമുഖം ഒഴിഞ്ഞു കിടക്കുന്നു. ഫർണിച്ചർ എവിടേക്ക് മാറ്റിയെന്നറിയില്ല. പൂമുഖം താഴെ, ആപ്പീസ് മുറി നേരെ മുകളിൽ... അന്നത്തെ തച്ചുശാസ്ത്രം വിധിച്ചത് പടിഞ്ഞാറ്റിപ്പുരയായിരുന്നു. നടുമുറിയിൽ മച്ചും നെല്ലറയും പിന്നെ തെക്കിനി, വടക്കിനി, അടുക്കള, കൊട്ടത്തളം, കച്ചവടം വളർന്നു. സംസ്കാരം കലർപ്പായി. വ്യാവസായിക സംസ്കാരം. കയറ്റുമതി ഇറക്കുമതികൾ. വിദേശ സമ്പർക്കം കൊടികുത്തി. അഴിമുഖത്ത് പാണ്ടികശാലനേടാൻ കഴിയാത്തവർ സ്വന്തം വീടുകളിൽ ആപ്പീസ് മുറി പണിതു. പടിഞ്ഞാറ്റിപ്പുരയെ ബന്ധിച്ചുകൊണ്ട് കിഴക്ക് പടിഞ്ഞാ

റായി ഒരു നീളൻ മുറി പണിതു. പൂമുഖം. പൂമുഖത്തിന് മുകളിൽ മറ്റൊരു മുറി പണിതു. ആപ്പീസ് മുറി. പിന്നെ മറ്റൊരു സമയച്ചിട്ട വന്നു. ആപ്പീസ് അവേഴ്സ്. ആപ്പീസ് അവേഴ്സിൽ വീട്ടിലെ സ്ത്രീകളോ കുട്ടികളോ ഗൃഹനാഥനെ കാണണമെങ്കിൽ എൻഗേജ്മെന്റ് സമയം നേരത്തെ വാങ്ങി വയ്ക്കണം. ഗൃഹനാഥൻ കാലത്ത് വിസ്തരിച്ച് ബ്രേക്ഫാസ്റ്റ് കഴിക്കും. പിന്നെ തലപ്പാവും കോട്ടും ധരിച്ച് പരദേശത്തേക്ക് പോകുന്ന അകല്ച്ച യോടെ കോവണി കയറി ആപ്പീസ് മുറിയിലേക്ക് കയറിപ്പോകും. ഷൂസ് കോവണിപ്പടിയിൽ അമരുന്ന ശബ്ദം കേൾക്കുമ്പോൾ കുട്ടികൾ സന്തോഷിക്കും. ഇനി ആപ്പീസ് അവേഴ്സ് കഴിയുന്നതുവരേക്കും വിചാരണയോ ശിക്ഷയോ ഇല്ല.

അന്ന് ആപ്പീസ് മുറിയിൽ നിറയെ റൈട്ടർമാർ ഉണ്ടായിരുന്നു എന്ന് അമ്മ പറഞ്ഞുകേട്ടിട്ടുണ്ട്. പൈലു റൈട്ടർ, ജോൺസൺ റൈട്ടർ, വാസു റൈട്ടർ. ഒരു സഹസ്രനാമം ചൊല്ലുന്ന ഈണത്തിൽ അമ്മ റൈട്ടർമാരുടെ പേര് ഉരിയാടുമായിരുന്നു. താൻ കണ്ട ഏക റൈട്ടർ മുകുന്ദൻ റൈട്ടർ. കൃത്യം ഏഴരയ്ക്ക് കിഴക്കോട്ടു നോക്കിയാൽ മുകുന്ദൻ റൈട്ടർ വരമ്പിൽ കൂടി സൈക്കിൾ ഉരുട്ടി വരുന്നത് കാണാം. സൈക്കിൾ ഭദ്രമായി സ്റ്റാൻഡിൽ ഉയർത്തിവച്ച് താഴിട്ട് പൂട്ടും. റെയിലിന് അപ്പുറത്ത് നാലാമത്തേതോ അഞ്ചാമത്തേതോ ആണ് മുകുന്ദൻ റൈട്ടറുടെ വീട്. മുക്കാൽ ഭാഗത്തിലേറെ ദൂരം പൊക്കിയും ഉരുട്ടിയും ഒരു സൈക്കിൾ സാഹസം. പക്ഷേ, അന്നൊക്കെ റൈട്ടർമാർ സൈക്കിളിൽ സഞ്ചരിച്ചിരിക്കണം. സൈക്കിളിൽ കയറിയാലും ഇല്ലെങ്കിലും സൈക്കിൾ ഒപ്പം കരുതണം. മുകുന്ദൻ റൈട്ടർ മഴയിലും തണുപ്പിലും കോട്ടൺകോട്ടും വേനൽക്കാലത്ത് വൂളൻ കോട്ടും ധരിക്കുമായിരുന്നു. മഴയും മഞ്ഞുമേറ്റാൽ വൂളൻ കോട്ട് പിഞ്ഞിപ്പോകും. അതുകൊണ്ട് വേനൽക്കാലത്ത് വൂളൻകോട്ട് ധരിക്കുന്നു. സൈക്കിൾ സ്റ്റാൻഡിൽ നിർത്തിയിട്ട് കാത്ത് കിടക്കുന്ന ആദരാടോ മറുപടി പറയാനെന്നോണം മുകുന്ദൻ റൈട്ടർ ആപ്പീസ് മുറിയിലേക്ക് കയറും, പിന്നെ തടിച്ച പുസ്തകങ്ങളിൽ പെൻസിൽ ഓടിച്ചു കൊണ്ട് ഇരിക്കും.

ആ കുടുംബത്തിൽ ആദ്യത്തെ ജപ്തി വന്നപ്പോൾ സൈക്കിളിൽ നിന്ന് കമ്പനി ബോർഡ് അഴിച്ച് താഴെയെറിഞ്ഞു. മുകുന്ദൻ റൈട്ടർ സൈക്കിളും കൊണ്ട് ഓടിമറഞ്ഞു. പിന്നെ വന്നതേയില്ല.

ഇന്ന് ആപ്പീസ് മുറിയുടെ കോവണി വാതിൽ താഴ്ത്തിയിട്ട് താഴിട്ടു പൂട്ടിയിരിക്കുന്നു. ആപ്പീസ് മുറിയുടെ താഴെയുള്ള പൂമുഖത്തിന്റെ പടിഞ്ഞാറെ മുറിയിലാണ് കൗസല്യ മൂത്തമ്മയുടെ പിയാനോ ഇട്ടിരുന്നത്. പിയാനോ വായിച്ചും പാട്ട് പാടിയും പിയാനോ പോളിഷ് ചെയ്തും കൗസല്യ മൂത്തമ്മ നിറഞ്ഞ് നിന്നത് ആ മുറിയിൽ തന്നെയായിരുന്നു. ആദ്യമൊക്കെ പിയാനോവിൽ വിരൽ തള്ളി ഇംഗ്ലീഷ് പാട്ടുകൾ പാടുമായിരുന്നു. പിന്നെ പിന്നെ ഹിന്ദി പാട്ടുകളും. ഒരേ ഒരു മലയാളം പാട്ടേ കൗസല്യ മൂത്തമ്മ പിയാനോവിൽ വിരലോടിച്ച് പാടിയിട്ടുള്ളൂ. അതും

തികഞ്ഞ ഇംഗ്ലീഷ് ഈണത്തിൽ,

ദീപങ്ങൾ മങ്ങി
കൂരിരുൾ തിങ്ങി
മന്ദിരമൊന്നതാ
കാൺമു മുമ്പിൽ
....

ഇംഗ്ലീഷ് ഉച്ചാരണത്തിൽത്തന്നെ. നല്ലവണ്ണം ശ്രദ്ധിച്ചാലേ വാക്കുകൾ മലയാളമാണെന്ന് തോന്നു.

പുരാവസ്തുക്കളിൽ എന്നും ദയ കാണിക്കാറുള്ള താൻ എന്തുകൊണ്ട് കഴിഞ്ഞ തവണ വന്നപ്പോഴും കൗസല്യ മൂത്തമ്മയുടെ പിയാനോവിനെപ്പറ്റി ചോദിച്ചില്ല. അയാൾ ഓർത്തു... ഓർമ്മവച്ച നാൾ തൊട്ടേ കാണാറുള്ള അവരുടെ പിയാനോ, അവരുടെ വേഷം, അവരുടെ മുഖത്തെ ഇംഗ്ലീഷ് സ്തോഭങ്ങൾ... യൂണിഫോറം, കട്ടിയുള്ള കണങ്കാലും കവിയുന്ന അവരുടെ യൂറോപ്യൻ സ്കർട്ട്, ലെയിസ് പിടിപ്പിച്ച അവരുടെ ചെക്ക് ബ്ലൗസുകൾ.. അതിന്റെ ഞൊറികൾ... കാലിൽ മരച്ചെരുപ്പ്. അതിനവർ കട്ടയെന്ന് പറയുമായിരുന്നു. ഹോസ്റ്റലിൽ സിലോൺകാരികളും ബർമ്മക്കാരികളും ഉണ്ടായിരുന്നു. അവരെ അനുകരിച്ചുകൊണ്ട് ധരിച്ചിരുന്ന മരച്ചെരിപ്പ്-കട്ട... പെയിന്റടിച്ച മരമുട്ടിയിൽ റബ്ബറിന്റെ വാറിട്ട ചെരുപ്പ്- കട്ട. വസ്ത്രങ്ങൾ അവർ സ്വയം ഡിസൈൻ ചെയ്യുമായിരുന്നു. പിൻകാലങ്ങളിൽ കട്ടയും നാടൻ ആശാരിമാരെക്കൊണ്ട് പണിയിപ്പിച്ച് അവർ സ്വയം ചായമിടുകയായിരുന്നു. കഴിഞ്ഞ തവണ കണ്ടപ്പോൾ അവർ മഞ്ഞയും നീലയും കലർന്ന കട്ടയാണ് ധരിച്ചിരുന്നത്. അന്നുകണ്ടപ്പോൾ അയാൾ ഓർത്തു. ഓർമ്മ വച്ചനാൾ തൊട്ട് കണ്ടു തുടങ്ങിയതിൽനിന്ന് അവർക്ക് ഒരു മാറ്റവുമില്ല. അവരിൽ തേയ്ക്കാൻ കൊണ്ടുവന്ന ചമയങ്ങളുമായി കാലം തിരിച്ച് പോയിരിക്കുന്നു. കണ്ടപ്പോൾ അവർ ചിരിച്ച് കൊണ്ടു ചോദിച്ചു;

"യുവേഴ്സ് ഈസ് എ സർപ്രയിസ് വിസിറ്റ്."

"അല്ല മൂത്തമ്മേ. എന്നോട് വരാൻ എഴുതിയിരുന്നില്ല്യെ..."

അയാൾ പോക്കറ്റിൽനിന്നും എഴുത്തെടുത്തു. അവർ അത് മറ്റാരുടെയോ എഴുത്ത് വായിച്ചറിയുന്ന ഉദ്വേഗത്തോടെ മുഴുവൻ വരികളും വായിച്ചു തീർത്തു, കണ്ണടയുടെ സഹായമില്ലാതെ...

പിന്നെ ചോദിച്ചു: "ഈ എഴുത്ത് കണ്ടപ്പോൾ നിണക്ക് തോന്നിയിരിക്കും. ദാറ്റ് ഓൾഡ് വുമൺ ഈസ് സ്റ്റിൽ... മേഡ്..."

അയാൾ അപ്പോൾ മറുപടിയൊന്നും പറഞ്ഞില്ല. വാക്കുകൾ എവിടെയൊക്കെ നീങ്ങുമെന്നറിയില്ലായിരുന്നു. അവർതന്നെ പറയാൻ തുടങ്ങി. "എഴുത്തിൽ ഞാൻ ഒരു ഹിന്റ് തന്നിരുന്നു. എബൗട്ട് ദി ലീഗൽ ഇംപ്ലിക്കേഷൻസ്..."

അവർ ഒരു കസേരയിൽ ഇരുന്നു. അവർ ഇരിക്കാൻ കാത്തുനിന്നതുപോലെ ഒപ്പം അവരുടെ മടിയിൽ ഒരു വലിയ പൂച്ചക്കുട്ടിയും ചാടി

ഇരുന്നു. പൂച്ചക്കുട്ടി പിന്നെ നിവർന്ന് ഒരു കിടപ്പും, മൂത്തമ്മ പൂച്ചയുടെ മുഖം അയാളുടെ നേരെ തിരിച്ചിട്ട് പറയാൻ തുടങ്ങി.

"ഇവനാണ് നമ്മുടെ ചാവക്കാട്ടെ മൂത്തമ്മേടെ മകൾ ദേവകിയുടെ മകൻ. അവർ ഗ്രെയിറ്റ് വക്കീൽ.."

കൊച്ചു കുട്ടികൾ അപരിചിതനെ നോക്കുന്ന ഭാവത്തിൽ അല്പം കുസൃതിയോടെ പൂച്ച രണ്ട് കണ്ണുകളുമിറുക്കി ചുണ്ട് കൂർപ്പിച്ചു. അയാൾ അങ്ങോട്ട് നോക്കിയപ്പോൾ ഉടനെ മുഖം തിരിച്ച് അവരുടെ വയറിന് നേരെ ചേർന്നുകിടന്നു. പിന്നെ കരയാൻ തുടങ്ങി...

"ഇവളെപ്പറ്റി നിന്റെ അമ്മ പറഞ്ഞിരിക്കും. നീ ഓർക്കണുണ്ടാവില്ല. ഇവൾ നമ്മുടെ ലൈല പൂച്ചയുടെ പതിനാറാമത്തെ ജെനറേഷൻ ആണ്. ഫേമലി ട്രീ ഞാൻ കൃത്യമായി ട്രെയിസ് ചെയ്തുവച്ചിട്ടുണ്ട്. നമ്മൾക്ക് പണ്ട് ഒരു കൊട്ടുക ഉണ്ടായിരുന്നതായി നിന്റെ അമ്മ പറഞ്ഞ് തന്നിട്ടി ല്യെ."

കൊട്ടുക, എന്ത് ഭാഷയാണതെന്നറിയില്ല. അമ്മ കൊട്ടുകയെപ്പറ്റി പറയാത്ത ദിവസങ്ങളില്ല. വലിയ പത്തേമ്മാരിയോ ചെറിയ പായക്ക പ്പലോ ആയിരിക്കാം. അതിന്റെ മുകളിലത്തെ മുറിയിൽ കയറി കൈയെ ത്തിച്ചാൽ തേങ്ങ പറിക്കാം. അത്രയ്ക്ക് ഉയരം. കൊട്ടുകയെപ്പറ്റി പറഞ്ഞു വന്നാൽ ഈ വീടുമായി ബന്ധമുള്ള സ്ത്രീകൾ ഒടുവിൽ കരഞ്ഞ് പോകും. കയറും ഓടും കൈത്തറിത്തുണികളും കയറി കൊളമ്പിലേക്ക് പോകുമ്പോൾ തൂത്തുക്കുടിക്കപ്പുറം വച്ച് കൊട്ടുക മുങ്ങിപ്പോയി.

അന്ന് കൗസല്യ മൂത്തമ്മയും കൊട്ടുകയെ ഓർമ്മിപ്പിച്ചപ്പോൾ കുറേ നേരം മിണ്ടാനാവാതെ ഇരുന്നു.

ആ കൊട്ടുകയിലാണ് ലൈലയെ കൊണ്ടുവന്നത്. കൊളമ്പിൽനിന്ന്, അന്ന് ഞാൻ മദിരാശിയിൽ മെഡിസിന് പഠിക്കുകയായിരുന്നു.

അന്ന് അയാൾ ചോദിച്ചു:

"മൂത്തമ്മ എന്നാണ് മെഡിസിൽ പഠിപ്പ് നിർത്തിയത്." അത് കേട്ട് അന്ന് മൂത്തമ്മയുടെ ഭാവം മാറി.

"ഞാൻ എന്തിനാ പഠിപ്പ് നിർത്തിയത് എന്നൊന്നും നിന്റെ അമ്മ പറഞ്ഞ് തന്നിട്ടില്യെ."

"എന്തിനാ നിർത്തിയത് എന്നല്ല ഞാൻ ചോദിച്ചത്. എത്രാമത്തെ വർഷം പഠിക്കുമ്പോഴാണ്.."

മൂത്തമ്മ കൂടുതൽ ചൊടിച്ചു.

"അത്തരം സ്റ്റുപ്പിഡ് ചോദ്യങ്ങൾക്കൊന്നും മറുപടിപറയാൻ എനി ക്കിപ്പോൾ നേരമില്ല. ഞാൻ പറയുന്നത് നീ കേൾക്കുന്നുണ്ടോ,

കൊളമ്പിൽനിന്ന് കൊണ്ടുവന്ന ലൈല പ്യൂർലി സയാമിസ് പൂച്ച യായിരുന്നു. പത്തു ജെനറേഷൻസ് വരേക്കും കലർപ്പില്ലാതെ നിന്നു. പിന്നെ നാടനായി, എന്ത് ഭാഗ്യം കൊണ്ടാണെന്നറിയില്ല ഇവൾ വീണ്ടും അതേ പെഡിഗ്രിതന്നെ. ഇനി ഞാൻ കലരാൻ വിടൂല്ല. ഇവൾക്ക് കൂട്ടിന് ഇതേ പെഡിഗ്രിലുള്ള ഒരു സയാമീസ് കേറ്റിനെ മേട്ടുപ്പാളയത്ത് നിന്ന്

കൊണ്ടുവന്ന് നിർത്തിയിട്ടുണ്ട്. ഇണങ്ങുന്നതേയുള്ളൂ. ഞാൻ നിന്നെ എഴുത്തയച്ച് വരുത്ത്യേത് എന്തിനാന്നറ്യയൊ. ഞാൻ ഇല്യാത്ത കാലത്തും ഇവൾ ഇന്നത്തേപ്പോലെ തന്നെ കഴിയണം. ഐയാം കൗണ്ടിങ് മൈ ഡേയ്സ്... ഇവളുടെ പേരിൽ ഒരു ഒസ്യത്ത് എഴുതിവയ്ക്കണം. വിത്ത് ഓൾ വേലിഡിറ്റി."

പൂച്ചയുടെ പേരിൽ ഒസ്യത്തൊ. അന്ന് അയാൾ അതുകേട്ട് പൊട്ടിച്ചിരിച്ചത് തെറ്റായെന്ന് ഇന്ന് ഓർക്കുന്നു. ഉടനെ കൗസല്യ മൂത്തമ്മയുടെ ആർദ്രസ്വരം.

"ഇയ്യ് എന്തിനാടൊ ചിരിച്ചത്. അണക്ക് മനുഷ്യന്മാരുടെ ദുഃഖം ഇനിയും അറിയില്ല. വെസ്റ്റേൺ കൺട്രീസിൽ പെറ്റ്സിന് ഒസ്യത്ത് എഴുതുന്നത് സാധാരണ പതിവാണ്."

"മൂത്തമ്മേ പാശ്ചാത്യ രാജ്യങ്ങളിൽ മനുഷ്യർക്ക് സമൃദ്ധിയാണ്. ഇവിടെ മനുഷ്യർ ഭക്ഷണം കഴിക്കാതെ ചാകുന്നു. പട്ടിണി കിടക്കുന്ന ഒരു മനുഷ്യന്റെ പേരിൽ ഒരൊസ്യത്തെഴുതു..."

"അതിന് പറ്റിയ മനുഷ്യർ ആരുണ്ടെടോ ഇവിടെ. മനുഷ്യസ്നേഹം വേണ്ടെ? മനുഷ്യസ്നേഹമല്ല വെറും സ്നേഹം. ഇവളെപ്പോലെ എന്നെ സ്നേഹിക്കുന്നവർ ആരുണ്ടെടൊ ഈ കാലത്ത്. അണക്കറിയോ എനിക്ക് ആദ്യം എറ്റാക്ക് വന്നത്. ഞാൻ കട്ടിലിൽ ചാരിയിരുന്ന് ചക്രശ്വാസം വലിക്കണത് കണ്ട് എന്റെ ഈ മോളാ നേരത്തുമ്മെവരെ ഓടിച്ചെന്ന് സീമുനെ കൂട്ടിക്കൊണ്ടോന്നത്. ഞാൻ ഇന്റൻസീവ് കെയർ യൂണിറ്റിൽ കെടന്നപ്പോ എന്നെ കാണാൻ എന്റെ മോള് വന്ന വരവ്. എന്റെ മോള് കരഞ്ഞ കരച്ചില്. അത് കേട്ട നഴ്സുമാര് വരെ കരഞ്ഞു. എന്റെ മോളാ എന്റെ ഒപ്പം നിന്നത് ഇന്റൻസീവ് കെയർ യൂണിറ്റിൽ... രണ്ട് പ്രാവശ്യം ഇന്റൻസീവ് കെയർ യൂണിറ്റിൽ കയറി. ഇന്റൻസീവ് കെയർ യൂണിറ്റിൽ കിടക്കുന്നതും ശവപ്പെട്ടിയിൽ കിടക്കുന്നതും തമ്മിൽ ഒരു വ്യത്യാസവുമില്ല. അതുകൊണ്ടാ ഞാൻ പറയുന്നത് ഐയാം കൗണ്ടിങ്ങ് മൈ ഡേയ്സ്. എനിക്കൊരു ഒസ്യത്ത് എഴുതണം. എന്റെ ഈ മോളുടെ പേരിൽ." പൂച്ചയുടെ മുഖം അമർത്തിക്കൊണ്ടവർ പറഞ്ഞു.

"മൂത്തമ്മേ പൂച്ചയുടെ പേരിൽ ഒസ്യത്തെഴുതുന്ന നിയമമൊന്നും ഞാൻ ഇന്നു വരെ ഹേൻഡിൽ ചെയ്തിട്ടില്ല."

മൂത്തമ്മ കാലിലെ കട്ട നിലത്ത് ഉരച്ചുകൊണ്ട് ചോദിച്ചു: "പിന്നെ ഇയ്യ് എന്തിരുത്ത് വക്കീലാടൊ. അന്നെ ഒക്കെ വക്കീലാക്കിയ ഞങ്ങളെ പറഞ്ഞാൽ പോരെ. എന്റെ മോളടെ പേരിൽ ഒരു ഒസ്യത്ത് എഴുതാൻ പറ്റിയ വക്കീലന്മാർ ഈ നാട്ടിലുണ്ടോ എന്ന് ഞാൻ നോക്കട്ടെ."

അന്ന് അയാൾ ഉള്ളിൽ ചിരിച്ചു.

പൂച്ചയുടെ എന്നല്ല കൊതുകിന്റെ പേരിലും ഒസ്യത്തെഴുതിക്കൊടുക്കാൻ നിയമം കണ്ടെത്തുന്നവരുണ്ട്. രണ്ട് പ്രാവശ്യം ഇന്റൻസീവ് കെയർ യൂണിറ്റിൽ എത്തിയവരുടെ ഒപ്പിട്ട കടലാസുകൾ കൈയിൽ കിട്ടിയാൽ എന്തൊക്കെയാക്കാൻ കഴിയുമെന്നവർക്കറിയാൻ സിദ്ധിയുണ്ട്.

അതോർത്തപ്പോൾ അയാൾക്ക് ഭയം തോന്നി.

"ശരി, മൂത്തമ്മെ... ഞാൻ തന്നെ ഒരു ഡ്രാഫ്റ്റ് എഴുതിക്കൊണ്ടുവരാം. വായിച്ച് കേൾപ്പിക്കാം. മാറ്റുകയോ തിരുത്തുകയോ കൂടുതൽ ചേർക്കുകയോ ഒക്കെയാവാം."

അന്നു തിരിച്ചുപോരുമ്പോൾ വഴിനീളെ അയാൾ കൗസല്യ മൂത്തമ്മയെപ്പറ്റിത്തന്നെ മനസ്സിൽ തെരഞ്ഞു. അവരെപ്പറ്റി അറിഞ്ഞ കഥകൾ. അന്ന് ഈ മാളികവീട് ഒരു തേനീച്ചയറ പോലെ നിബിഡവും ഒച്ചയേറിയതുമായിരുന്നു. എന്നിട്ടു ഈ മാളികവീട്ടിൽ ഒരർദ്ധരാത്രിയിൽ കൗസല്യ മൂത്തമ്മയുടെ കിടപ്പറയിലെ കട്ടിലിൽ അവരോടൊപ്പം ഒരന്യ പുരുഷനെ കാണുകയുണ്ടായി. കണ്ടെത്തിയത് കുടുംബനാഥന്മാരായിരുന്നു. ആ അന്യപുരുഷൻ എവിടെത്തുകാരനെന്നോ ആരാണെന്നോ ഇന്നുവരെ ആർക്കും അറിയില്ല. പക്ഷേ, കരുത്തനായിരുന്നത്രെ. കൗസല്യ മൂത്തമ്മയെ വരിഞ്ഞുകെട്ടി മുറിയിൽ തള്ളി. അയാളെ പുറത്തേക്ക് ഇഴച്ചു. ഓരോ ചുവടിലും ആ മനുഷ്യൻ ചെറുത്തു നിന്നത്രെ. പിറ്റന്നാൾ ചകിരിചേറിൽ നിന്നും നുരച്ചു പൊന്തി ആ മനുഷ്യന്റെ ശരീരം ശവമായി പുഴയിൽ വേലിയേറ്റത്തിൽ ഒഴുകി നടന്നു. വേലിയിറക്കത്തിൽ ഇറങ്ങിപ്പോയി ചുള്ളിക്കാടിൽ പ്രദർശനത്തിനെന്നോണം മലർത്തിവച്ചു. ഓളങ്ങൾ ഒഴിഞ്ഞുപോയി. അടച്ചിട്ട മുറിയിൽ നിന്നും കൗസല്യ മൂത്തമ്മ എങ്ങനെ ആ പരാതി പൊലീസ് സ്റ്റേഷനിൽ എത്തിച്ചു എന്ന് ഇന്നും ആർക്കുമറിയില്ല. ആ കുടുംബം കുളം തോണ്ടുന്നതായിരുന്നു പിന്നെ വന്ന ക്രിമിനൽ കേസ്. ആ കുടുംബത്തിലെ മുതിർന്ന പുരുഷന്മാരെ മാത്രമല്ല മുഴുവൻ പണിക്കാരേയും കുരുക്കിയെറിഞ്ഞ നീളൻ വീശൽ വല. കൗസല്യ മൂത്തമ്മക്കിഷ്ടപ്പെട്ടതുപോലെ തന്നെ നിയമം നടമാടി.

ആ മുഴുവൻ കുടുംബത്തിന്റെയും നൊന്ത നാദം കേൾക്കാതെ കൗസല്യ മൂത്തമ്മ ആഹ്ലാദത്തോടെ ആർത്തിരമ്പി ചിരിച്ചു. അവസാനകൈയായി ഗൃഹനാഥൻ പ്രശ്നം വയ്പിച്ചു. നല്ലൂർ ഗോപാലപ്പണിക്കരും പ്രശ്നത്തിൽ കണ്ടത് മറച്ചു വച്ചില്ല. കണ്ടകശനി, കുടുംബാംഗങ്ങൾക്കല്ല ആ കുടുംബത്തിനാകെ. ആ കുടുംബത്തിലെ കൽച്ചുമരും കഴുക്കോലും വിറച്ചു. ആ കുടുംബം ഒന്നിച്ചാണ് കൗസല്യ മൂത്തമ്മയുടെ കണങ്കാലിൽ വീണത്.

എങ്ങനെ എന്തിന് കൗസല്യ മൂത്തമ്മ അയഞ്ഞു എന്ന് ഇന്നും ആർക്കും അറിയില്ല. എന്നിട്ടും മൂന്ന് കണ്ടീഷൻ വച്ചു. ഒന്ന്, മെഡിക്കൽ കോളേജിലെ പഠിപ്പ് ഒരു ദിവസം പോലും തുടരില്ല. രണ്ട് കല്യാണം കഴിക്കണമെന്ന് ആരും പറഞ്ഞ് പോകരുത്. മൂന്ന് പിയാനോ വാങ്ങിത്തരണം. അത് ആസ്ത്രിയൻ പിയാനോ തന്നെ ആകണം. ഏറ്റവും പുത്തൻ.

ഏറ്റവും ഒടുവിലത്തെ കണ്ടീഷനാണ് ആ കുടുംബത്തെ ഉലച്ചത്. ഒരു പവന് മുപ്പത്തഞ്ച് ഉറുപ്പിക ഉണ്ടായിരുന്ന കാലം. ഒരു ആസ്ത്രിയൻ പിയാനോവിന് നാലായിരം ഉറുപ്പിക. അമ്മ പറയും. ഒരു പടന്ന വിറ്റിട്ടാണ് ഒരു പിയാനോ വാങ്ങിക്കൊടുത്തത്. പടന്ന എന്നാൽ പുഴ

യോര തെങ്ങിൻ തോപ്പ്. ആ പ്രദേശത്തെ ഭാഷയാണ്.

പിയാനോ വായിച്ചും പാടിയും വസ്ത്രങ്ങൾ ഡിസൈൻ ചെയ്തും സ്വയം തയ്ച്ചും മരച്ചെരുപ്പിൽ ചായം പുരട്ടിയും പൂച്ചകളോട് ചിരിച്ചും അവർ തോല്‌വി സമ്മതിക്കാതെ എത്ര പതിറ്റാണ്ടുകൾ പിന്നിട്ടു. തൃപ്തിയായിത്തന്നെ.

"ഇയ്യ് വന്നിട്ട് പെരുത്ത് നേരായടൊ..."

അയാൾ ഞെട്ടിപ്പോയി. ആ വീട്ടിൽ ഇന്ന് നേർത്ത ശബ്ദം പോലും അട്ടഹാസം പോലെയിരിക്കുന്നു. തിരിഞ്ഞു നോക്കി.

സീമു അമ്മ.

ഈ വീടിനോളം തന്നെ തനിക്ക് പഴക്കം തോന്നിക്കുന്ന അടുക്കളക്കാരി. ആ പഴക്കം തെരഞ്ഞുകൊണ്ടയാൾ അവരെതന്നെ നോക്കിയിരുന്നു. പല്ലും തോടയിലെ കല്ലുകളും ഇളകിപ്പോയിരിക്കുന്നു. അപ്പോൾ ഓർമ്മ വന്നു. താൻ എഴുതിക്കൊണ്ടുവന്ന ഒസ്യത്ത് പൂച്ചകളെ സംരക്ഷിക്കാനായിരുന്നില്ല. സീമു അമ്മയെ രക്ഷിക്കാൻ. അവരെയാണ് ഒസ്യത്തിൽ എക്സിക്യൂട്രിക്സ് ആക്കിയിട്ടുള്ളത്. അവർ പൂച്ചകളുടെ പേരിൽ രക്ഷപ്പെടും. ആയുഷ്കാലം എക്സിക്യൂട്രിക്സ്.

"ഞാൻ നെരത്തുമ്മെ പോയതാ മോനെ. പയേപോലെ കോയാമാരൊന്നും മീൻ കൂടിക്കൊണ്ടരില്ല. ഐസ് ഇടാത്ത മീൻ കിട്ടണങ്കെ പൊയവക്കത്ത് തന്നെ ചെല്ലണം.."

ഭാഷ കേട്ടപ്പോൾ ചിരിവന്നു. എല്ലാ മീൻ തോണിക്കാർക്കും ഇന്നും പഴയതു പോലെ പേര് ഒന്ന്! കോയ..

"മൂത്തമ്മ എന്ത് ചെയ്യാ..."

"ഒറങ്ങണ് ഇണ്ടാവും മോനെ"

"കാലത്ത് പത്തുമണിക്കോ..."

"ഇപ്പെ മൂപ്പത്തീടെ ഒറക്കം ഒക്കെ അങ്ങിനാ... കാലത്ത് ഏയ് ഏയരമണിക്ക് ബ്രേക്ക് ഫാസ്റ്റ് വേണം. പിന്നെ ഒറക്കം ഉച്ചയ്ക്ക് ഒന്ന് ഒന്നര രണ്ടുവരെ. പിന്നെ പകലും രാത്രീം ഒറക്കില്ല. വിളിച്ചാൽ ഒണരൂന്ന് നോക്കട്ടെ."

സീമു അമ്മ അകത്തേക്ക് പോയി.

പടിക്കൽ കാറിന്റെ ഹോൺ മുഴങ്ങി, അയാൾ അമ്പരന്ന്, എഴുന്നേറ്റു, ടാക്സിക്കാരനോട് പറഞ്ഞത് പതിനഞ്ച് ഏറിയാൽ ഇരുപത് മിനിറ്റ്. അയാൾ പടിക്കൽ ചെന്ന് ടാക്സിക്കാരന് പൈസ കൊടുത്തു. "മിസി മൂത്തമ്മ ഉറങ്ങ്വായിരിക്കും. നെരത്തുമ്മ കെടക്കണ ഒരു ടേക്ക്സീം ഈ വീട്ടിലേക്ക് വിളിച്ചാൽ വരില്ല. ടൗണിൽ പോണന്ന് പറഞ്ഞ് ടേക്സി വിളിക്കും. ഇവിടെ വന്നാൽ മിസി മൂത്തമ്മ ഒറങ്ങ്വാണ് ഇവിടെ വരെ വന്നതിന്റെ പൈസ തരും. വന്നോൻ കെണിഞ്ഞു."

അയാൾ തിരിച്ച് വീട്ടിലേക്ക് തന്നെ നടന്നു. കൗസല്യ മൂത്തമ്മ കാല് തപ്പിത്തപ്പിവരുന്നു. മരച്ചെരുപ്പ് ഇടാൻ മറന്നൊ.

"ടൗണിൽ പോകാൻ ഒരു ടേക്സി വരാൻ ആളെ വിട്ടിരുന്നു.

പോവാൻ വയ്യ. ഈ പൈസ കൊടുത്ത് ടേക്സി മടക്കി വിട്ടോ...'

"അല്ല മൂത്തമ്മേ അത് ഞാൻ വന്ന ടേക്സിയാണ്. തിരിച്ചയച്ചു."

കൗസല്യ മൂത്തമ്മ കൈ ഊന്നി. പിന്നെ കൈ തിണ്ണയിലമർത്തി ഇരുന്നു. ദൂരത്തേക്ക് ദൃഷ്ടിയുമായി ഒന്നും ഉരിയാടുന്നില്ല. ഒടുവിൽ അയാൾ തന്നെ വാക്കുകൾക്ക് ചാല് കീറി.

"മൂത്തമ്മ അന്ന് പറഞ്ഞ ഒസ്യത്തില്യേ. ഞാൻ ഏതാണ്ട് ഡ്രാഫ്റ്റ് ചെയ്തുകൊണ്ടു വന്നിട്ടുണ്ട്. എന്തുവേണമെങ്കിലും ഏഡ് ചെയ്യുകയോ ഡെലിറ്റ് ചെയ്യുകയൊ ആവാം.... എനി പ്രൊവിഷ്യൻസ്..."

"ഇനി എന്തിനാടോ ഒസ്യത്തൊക്കെ. എന്റെ മോള് പോയില്യേ. ചത്തില്യേ. കൊന്നില്യേ. അഞ്ച് ദിവസായി. സന്ധ്യക്ക് അവൾ എന്റെ അടുക്കൽ വന്ന് കിടക്കയായിരുന്നു. ജനാലയ്ക്കൽ വന്ന് ഒരു കാടൻ പൂച്ച ഒച്ചയുണ്ടാക്കി. കാടൻ പൂച്ചാന്ന് പറഞ്ഞാൽ ആരും തൊടീലും കൂടെ കയറ്റില്ല. കണ്ടാൽ കല്ലെടുത്തെറിയും. അവൾ പതുക്കെ എഴുന്നേറ്റു. ഞാൻ അവളെ തടഞ്ഞു. അവൾ എന്റെ കൈയിൽ മാന്തിയിട്ട് ജനാലയ്ക്കൽ കൂടെ പുറത്തേക്ക് ഒരൊറ്റച്ചാട്ടം. എന്റെ മോളല്ലെ അവൾ ഒരു ചതിയിൽചെന്ന് ചാടണത് എനിക്ക് നോക്കിയിരിക്കാൻ കഴിയ്യൊ. ഞാൻ പുറത്തേക്ക് ചെന്നു. എന്റെ കൈയിൽ കിട്ടിയത് ഒരു ഇരുമ്പു വടിയായിരുന്നു. ഞാൻ കാടൻ പൂച്ചയെ ഓടിക്കാൻ വടി ഓങ്ങി. അപ്പോ അവൾ എന്റെ നേരെ ഒരു ചാട്ടം. പിന്നെ എന്താ ഉണ്ടായെന്ന് എനിക്ക് തന്നെ അറിയാൻ വയ്യ. രണ്ടെണ്ണത്തിനേം... ഓർക്കുമ്പോൾ എനിക്ക് തല ചുറ്റുന്നു..."

കൗസല്യ മൂത്തമ്മ തിണ്ണയിൽ കൈ ഊന്നി. എഴുന്നേറ്റു. ചുമരിൽ തടഞ്ഞുകൊണ്ട് അകത്തേക്ക് തപ്പിത്തപ്പി നടന്നു.

ദുഃഖിതരുടെ ദുഃഖം

ചിറകാളിക്ക് ഇന്ന് ഒന്നിനും മുട്ടില്ല. ചിറകാളിയുടെ മക്കൾ ഉദ്യോഗസ്ഥന്മാരാണ്. അവരുടെ ഭാര്യമാരും ഉദ്യോഗസ്ഥകളാണ്. അവർ വരുന്നു. പോകുന്നു. സംസാരിക്കുന്നു. ചിരിക്കുന്നു. അവരുടെ മക്കളും ആർത്തുചിരിക്കുന്നു.

ചിറകാളിയോട് ആരും ഒന്നും ചോദിക്കാറില്ല. പറയാറില്ല. ചിറകാളി അങ്ങോട്ട് എന്തെങ്കിലും ചോദിച്ചാൽ കയർക്കുകയായി.

"അമ്മയ്ക്ക് ഒരു മൂലയിൽ മിണ്ടാതെ ഇരുന്നാൽ പോരെ. ഭാരിച്ച കാര്യങ്ങൾ അന്വേഷിക്കണോ ...."

ചിറകാളിയുടെ ഭാഷ മനസ്സിലാകുന്നില്ല എന്നായിരുന്നു രണ്ടാമത്തെ മരുമകളുടെ പരാതി. ഒരിക്കൽ അവൾ ഭർത്താവിനോട് ചോദിക്കുന്നത് കേട്ടു:

"അമ്മ ചിലപ്പോൾ പറയുന്നത് കേൾക്കാം.... കാസറട്ട്... എന്തോന്നാ ഈ കാസറട്ട്."

"അത് അമ്മേടെ നാട്ടിൽ മണ്ണെണ്ണയ്ക്ക് പറയുന്ന ഒരു വാക്കാണ്."

"അമ്മ ഇവിടെ വന്നിട്ടും അത് മാറ്റിയില്ലെ ...."

"അമ്മയ്ക്ക് അത്രയ്ക്കല്ലേ വിദ്യാഭ്യാസമുള്ളൂ."

"എന്റെ അമ്മയ്ക്ക് എന്ത് വിദ്യാഭ്യാസമുണ്ട്? പക്ഷേ, എന്റെ അമ്മ ഇങ്ങനെ എന്തെങ്കിലും പറയാറുണ്ടോ."

"അമ്മേടെ നാട്ടിൽ ചെറുപ്പത്തിൽ പറഞ്ഞു പഠിച്ചതല്ലെ ..."

"ഞാൻ ഇവിടെ വന്ന കൂട്ടാണോ ഇന്ന് എന്റെ ഭാഷ ഇരിക്കുന്നെ. അമ്മ അങ്ങനെ അല്ല. പറയാൻ അറിയാത്തതുകൊണ്ടല്ല. അങ്ങനേ പറയത്തൊള്ളൂ..... അത്രതന്നെ...."

ചിറകാളിക്ക് കൂട്ടുകാരില്ല.

''അയൽപക്കത്തൊന്നും പോയി അതും ഇതും പറഞ്ഞും ചോദിച്ചും മേടിച്ചും ഞങ്ങളുടെ പേര് ചീത്ത്യാക്കരുത്....''

ചിറകാളി ചിലപ്പോൾ ഒറ്റയ്ക്ക് ഇരുന്ന് ചിരിക്കും. ഒറ്റയ്ക്കിരുന്ന് വർത്തമാനം പറയും. അതിൽ ആർക്കും എതിർപ്പില്ല. പക്ഷേ, ചിറകാളി ഒറ്റയ്ക്കിരുന്ന് കരയുമ്പോൾ എല്ലാവരും ഒപ്പം കയർക്കും.

"ഈ അമ്മെ പിടിച്ച് വല്ല ഭ്രാന്താശുപത്രിയിലും കൊണ്ടിടണം."

പണ്ടൊക്കെ ചിറകാളിക്ക് അങ്ങനെയെങ്കിലും സമയം കളയാമായിരുന്നു. ഏതെങ്കിലും പേരക്കിടാങ്ങളെ വിളിച്ച് കഥ പറഞ്ഞുകൊടുക്കുമായിരുന്നു. ഇന്ന് കഥകളുടെ കൈയിരുപ്പ് അവസാനിച്ചതുകൊണ്ടല്ല, കഥ പറയാമെന്ന് വച്ചാൽ കേൾക്കാൻ ആളുവേണ്ടേ....

ചിറകാളി പുരയുടെ പടിഞ്ഞാറെ കോലായിൽ ഇരുന്ന് വിളിച്ചു പറയും:

''എന്റെ ഒടേമ്പ്രാനെ ഈ കഷ്ടപ്പാടീന്ന് എന്നെ അങ്ങാട് കൊണ്ടുപോണെ ....''

ഏതെങ്കിലും ഒരു സ്ത്രീശബ്ദം ഉടനെ ശ്രുതിമീട്ടും.

''ഈ അമ്മെ ഒന്ന് നിലയ്ക്ക് നിർത്തണുണ്ടോ. വഴീക്കൂടെ പോണോര് കേട്ടാൽ എന്താ വിചാരിക്കാ. അമ്മയ്ക്ക് ഇവിടെ ഇത്ര കഷ്ടപ്പാടാണെന്നല്ലെ .....''

ഒരു പുരുഷശബ്ദം ഉടനെ ഗർജിക്കും ....

"ഈ തള്ളയെ പിടിച്ച് നന്നങ്ങാടിക്ക് വെക്കണം."

''നന്നങ്ങാടിക്ക് വെക്കാൻമാത്രം എന്നെക്കൊണ്ട് നിങ്ങൾക്ക് എന്താ പുത്തിമുട്ട് ഇണ്ടായെ ....''

"ഇവിടെ കഷ്ടപ്പാടാണെന്ന് വിളിച്ചുപറയാൻ ഞങ്ങൾ എന്തു ദ്രോഹമാണ് അമ്മയ്ക്ക് ചെയ്തത്.....'' ചിറകാളി പിന്നെ മിണ്ടില്ല. പക്ഷേ, അവളുടെ ഏകാന്തത, അവൾ അനുഭവിക്കുന്ന തണുപ്പ് എങ്ങനെ പറഞ്ഞറിയിക്കും....

ചിറകാളി നന്നങ്ങാടിയെപ്പറ്റി സ്വപ്നം കാണാറുണ്ട്. കല്ലുവെട്ട് കുഴിയോളം വലുപ്പമുള്ള ഒരു മൺഭരണി.... അതിൽ കൂരാക്കൂരിരുട്ട്. ചിറകാളി ചുരുങ്ങി ചുരുങ്ങി ഇല്യാണ്ടാവണു .... കൈകാലുകൾ പരന്ന് വയറ് നിലത്ത് ഒട്ടുമ്പോൾ പതുക്കെ നീങ്ങുന്നു. പൂഴിത്തവളയായി. ദ്രവിച്ച മൺഭരണിയുടെ ദ്വാരങ്ങളിലൂടെ പുറത്തേക്ക് ചാടുന്നു. കാലാകാലമായി കിട്ടിയിട്ടില്ലാത്ത ശുദ്ധവായു ശ്വസിക്കുന്നു. മാനം വിരിയുന്നത് കാണുന്നു. പകലുറക്കത്തിലാണ് ഈ സ്വപ്നം കാണുന്നതെങ്കിൽ ചിറകാളി പുറത്തേക്കോടും. മാനത്തേക്ക് നോക്കിനില്ക്കും. പിന്നെ കരയും.

"തുടങ്ങി അമ്മേടെ നൊസ്സ് ..."

ആദ്യം ഈ പുര വൈക്കോൽ മേഞ്ഞതായിരുന്നു. പിന്നെ ഓലപ്പുരയായി. പുര മുമ്പോട്ടും പുറകോട്ടും പാർശ്വങ്ങളിലേക്കും വളർന്നു. പിന്നെ ഓട് പരന്നു. മേല്പുര തെച്ചിപൂത്ത് നില്ക്കണതുപോലെ

ചിറകാളിക്കു തോന്നി. പിന്നെ പൂമുഖം വന്നു. പൂമുഖത്തിനു മാത്രം ഒരു ചെറിയ വെൺമാടവും. അപ്പോൾ ചിറകാളിക്ക് സഹിക്കാൻ വയ്യാത്ത ഉഷ്ണം തോന്നി.

"ഞാൻ പടിഞ്ഞാറെ ഉമ്മറത്ത് കിടന്നോളാം. അകത്ത് ചുട്ടിട്ട് വയ്യാ....."

മരുമക്കൾക്ക് കടുത്ത ദേഷ്യം വന്നു.

"അല്ലെങ്കിലും ഒരു പഴഞ്ചൊല്ല് ഇല്ലെ. അട്ടെ പിടിച്ച് കട്ടിലിൽ....."

ചിറകാളിക്ക് ഒട്ടും ദേഷ്യം വന്നില്ല. അതിന് അനുവദിച്ചാൽ മതിയായിരുന്നു. ആരും അനുവദിച്ചില്ല.

"അമ്മെ പുറത്ത് കിടത്തിയിട്ട് നമ്മൾ അകത്ത് കിടക്കണൂന്ന് ആരെങ്കിലും അറിഞ്ഞാൽ ....."

ആ വീട്ടിൽ വൈദ്യുതി വരാൻ പോകുന്നു എന്നറിഞ്ഞപ്പോൾ ചിറകാളി പറഞ്ഞു.

"എന്റെ മുറീല് എലട്രി വേണ്ട കൂട്ടരെ ..... അത് പൊട്ടിത്തെറിച്ചിട്ട് എനിക്ക് വല്ലതും വന്നാലൊ ..."

അതിനെ മരുമക്കൾ ഇങ്ങനെ വ്യാഖ്യാനിച്ചു:

"അമ്മേടെ ദുഷ്ട മനഃസ്ഥിതി കണ്ടോ. ബാക്കി എല്ലാവരുടെ മുറീലും പൊട്ടിത്തെറി ഉണ്ടായി ചത്തുപൊയ്ക്കോട്ടെ അല്ലെ ...."

ചിറകാളിയുടെ മക്കളുടെ ഭാര്യമാർ എന്നും ആ വീട്ടിൽ കിടമത്സരം നടത്തുന്നു. പുകഞ്ഞും നീറിയുമിരിക്കുന്നു. പക്ഷേ, ഒന്നിൽ മാത്രം അവർ യോജിക്കുന്നു .....

ചിറകാളിയെ എതിർക്കുന്ന കാര്യത്തിൽ ....

വർഷകാലം ചിറകാളിക്ക് ആനന്ദം നല്കുന്നു. ചിറകാളി പടിഞ്ഞാറെ കോലായിൽചെന്ന് ഇരിക്കും.

പതിയുന്ന മഴയുടെ ശബ്ദം ചിറകാളിയിൽ എന്തെല്ലാം ഓർമ്മകൾ ഉണർത്തുന്നു. കാട്ടുകുവയും കരിവള്ളിച്ചെടികളും ഇടതിങ്ങി നില്ക്കുന്ന ഇരുണ്ട ഇടവഴികൾ..... തമ്പ്രാൻ പടിക്കലെത്തുമ്പോൾ ഇടതടവില്ലാതെ വിളിച്ചുപറയുന്നു.

ഇജ്ജാ .... ഇജ്ജാ ....

അപ്പോൾ മുന്നിൽനിന്ന് ഒരു വിളി കേൾക്കാം.

ഹാ ഹെ.....

ഹാ ഹെ ...

ഉടനെ പിൻതിരിയുന്നു. ഇടവഴിയിൽ നിന്ന് ഏതെങ്കിലും വെളിമ്പറമ്പിൽ കയറി നില്ക്കും....

അന്നൊക്കെ എത്ര എത്ര തമ്പുരാട്ടിമാര് ഉണ്ടായിരുന്നു. ഇന്ന് ആ തമ്പുരാട്ടിമാർ ഒക്കെ എവിട്യെ ..... ചിറകാളി കാലവർഷത്തിലെ നീണ്ട നെൽവയലുകളെപ്പറ്റി ഓർത്തു. നെല്ലിന്റെ മീതെ കുളചണ്ടികൾ ഒഴുകിവരുന്നത് അവൾ മനസിൽ കണ്ടു.

കൈതയോലകൾ ഒഴുക്കുവെള്ളത്തിൽ മുങ്ങിയും താണും കളി

ക്കുന്നത് അവൾ കാണുന്നു .....

അന്നൊക്കെ പാടം നിറയെ കാവല്മാടങ്ങളുണ്ടായിരുന്നു...

അന്നൊക്കെ കാട്ടുപൈക്കൾ ഇളകുമായിരുന്നു...

മഴ മുറുകിവന്നു. ഇപ്പോൾ മഴയുടെ ശബ്ദത്തിന്, കേട്ടുശീലിച്ച ഒരു താളം അവൾ ശ്രദ്ധിച്ചു..... മൂപ്പെത്തിയ, മിനുസമുള്ള കവുങ്ങിൻ കോലുകൾ തമ്മിൽ മുട്ടുമ്പോൾ ഉണ്ടാകുന്ന ശബ്ദം.... കോൽകളി മുറുകിവരുന്നു.... ചിറകാളി ഒപ്പം പാടി.

ഏട്ടൻ അനുജൻ വാരിയുമായിട്ട്
വാരിഷരം കടന്ന് അക്കരയ്ക്ക്
ഏട്ടൻ അനുജൻ വാരിയുമായിട്ട്
കാട്ടിൽ അകത്ത് നടക്കുംകാലം....
വെള്ളിപ്പണം പോലെ പുള്ളി
മാൻ ആയിട്ട് നേരെ ചെന്നു.
.....

വരികൾക്ക് എവിടെയോ തെറ്റ് പറ്റിയിട്ടുണ്ടെന്ന് അവൾക്ക് തോന്നി. തുടർന്നുള്ള വരികളും ചിറകാളി മറന്നിരിക്കുന്നു. ഓർമ്മ വരുത്തുവാൻ ശ്രമിച്ചു. ശ്രമം ഫലിച്ചില്ല. അപ്പോൾ ചിറകാളി ശ്രമം ഉപേക്ഷിച്ചു.

ഇപ്പോൾ മഴയുടെ ശബ്ദത്തിൽ മറ്റേതോ ധ്വനി അവൾ ശ്രദ്ധിച്ചു.... ഒരു വേലപ്പറമ്പിൽ വളരെ അധികം മനുഷ്യർ ഒന്നിച്ചുനിന്ന് ആർക്കുന്ന ശബ്ദം..... ചിറകാളി ആ ശബ്ദത്തിൽ ലയിച്ചിരുന്നു. അപ്പോൾ ആരോ ചിറകാളിയെ ഊണ് കഴിക്കുവാൻ വിളിച്ചു. ചിറകാളി ഇളകിയില്ല. ഇളകിയാൽ തന്റെ ലോകം നഷ്ടപ്പെടും.... അപ്പോൾ ആരോ വിളിച്ചുപറയുന്നത് കേട്ടു.

''മൂന്നു നേരവും വെച്ചൊരുക്കി കാക്കിലേക്ക് എത്തിച്ചാൽ അമ്മയ്ക്ക് തിന്നാൻ നേരമില്ല.''

അതിന് സമാധാനം പറയാൻ മിനക്കെട്ടാൽ തന്റെ ലോകം മാഞ്ഞുപോകും. ചിറകാളി അനങ്ങിയില്ല. മഴ തോരുമ്പോൾ മാനം പോലെ മനവും ശൂന്യമാകും....

അപ്പോൾ ചിറകാളി പടിഞ്ഞാറെ ഉമ്മറത്തുനിന്ന് എഴുന്നേ ല്ക്കും...

അന്ന് ചിറകാളിക്ക് വിശപ്പ് തോന്നിയില്ല. പക്ഷെ, ചിറകാളിക്ക് വിശപ്പ് തോന്നിയില്ല എന്ന് പറയാൻ ഭയമാണ്. പറഞ്ഞാൽ ഇങ്ങനെ ഒരു മറുപടി കേൾക്കാം.....

"ഈ വീട്ടിൽ ഒന്നും മിണ്ടാൻ പാടില്ല. മിണ്ടിയാൽ അമ്മ മോന്ത വീർപ്പിക്കും. പിന്നെ ഭക്ഷണോം കഴിക്കില്ല..."

ആദ്യമൊക്കെ അമ്മയുടെ മോന്തവീർപ്പിൽ അസ്വസ്ഥരായി മരുമക്കളും ഭക്ഷണം കഴിക്കാറില്ല... പിന്നീട് അവർ അത് നിർത്തി....

"അമ്മയ്ക്കു വേണ്ടെങ്കിൽ വേണ്ട..... അത് ഓർത്ത് ഞങ്ങൾ എന്തിനാ കഴിക്കാതിരിക്കുന്നെ..."

മഴ തോർന്നു...

ചിറകാളി ആകാശത്തേക്കു നോക്കി. ഒരു ചാറൽമഴയ്ക്കുള്ള കാറുകൾ അവശേഷിക്കുന്നു. ചിറകാളി ചാറൽമഴയും കാത്ത് ഇരുന്നു.

"ഇവിടെ ഇണ്ടടാ .....ഇതാ കയറീടാ..... ഈ ചാപ്പാടൻ തെങ്ങില് ഇണ്ടടാ...."

തുടർന്ന് ഒച്ചയും ബഹളവും..... നിലയ്ക്കാത്ത ശബ്ദങ്ങൾ...

ശബ്ദങ്ങൾ എന്നും ചിറകാളിക്ക് അരോചകമാണ്. അവളുടെ ചെവിയിൽ കടുക് വിതറി. ചിറകാളി ചെവികൾ പൊത്തി. അവൾ എഴുന്നേറ്റ് പടിഞ്ഞാറെ മുറ്റത്തേക്ക് ചെന്നു. അവിടെ ഒരുപറ്റം കുട്ടികൾ ആർത്ത് ചിരിക്കുന്നു. ഈ പറമ്പിന്റെ ഉടമസ്ഥന്റെ പേരക്കിടാങ്ങളുമുണ്ട്. വേറെയും കുട്ടികളും ചിറകാളിയുടെ പേരക്കിടാങ്ങളുമുണ്ട്... എല്ലാവരും ചാപ്പാടൻ തെങ്ങിലേക്ക് കല്ലെറിയുന്നു..... പെട്ടെന്ന് ചിറകാളി കണ്ടു. ഒരു അണ്ണാൻ ഇറങ്ങി വരുന്നു. അതിന്റെ ചുണ്ടിൽ അരിപ്പ ചീളുകളുണ്ട്. പെട്ടെന്ന് ആരോ എറിഞ്ഞു. ഏറ് തെങ്ങിൽക്കൊണ്ടു. അണ്ണാന്റെ കണ്ണിൽ മരണം നിഴലിച്ചു. അത് തിരിച്ച് തെങ്ങിൻമേലേക്ക് ഒരു മരണപ്പാച്ചിൽ നടത്തി.... ചിറകാളിയുടെ തലയ്ക്കകത്ത് കൂട്ടവെടികൾ പൊട്ടി. അവൾ ചീറിക്കൊണ്ടടുത്തു.

"ഓടടാ.... സർവ്വണ്ണം ....ഓടടാ..."

ചിറകാളി കൈയിൽ കിട്ടിയ എല്ലാത്തിനെയും അടിച്ചോടിച്ചു.... അവൾ ഉമ്മറത്ത് വന്നിരുന്നു.....അവൾ അപ്പോഴും കിതച്ചിരുന്നു. കൈമുട്ടിന് ഉളുക്ക് തോന്നി. വടി വലിച്ചെറിഞ്ഞ് കൈ രണ്ടുമൂന്ന് തവണ കുടഞ്ഞു. അകത്തുപോയി കിടക്കണമെന്നുണ്ടായിരുന്നു. എണീക്കാൻ വിഷമം തോന്നി. ചിറകാളി തൂണിൽ ചാരി ഇരുന്നു.

"....എന്തിനാ അമ്മെ ആ പിള്ളേരെ തല്ലിയത് ..... നമ്മുടെ വീട്ടിലെ പിള്ളേരാണെങ്കിൽ എന്തെങ്കിലുമാകട്ടെ,... കണ്ടോളൂ.... അവര് ലഹളയ്ക്ക് വരുന്നത്..... അവരായിട്ട് പത്തുസെന്റിന്റെ കേസും പുക്കാറും കഴിഞ്ഞിട്ട് വൈരാഗ്യം തീർന്ന് വരുന്നതേ ഉള്ളൂ."

പറയുന്നവളുടെ മുഖത്തുപോലും ചിറകാളി നോക്കിയില്ല.

പൊടുന്നനെ മഴ പെയ്തു... വലിയ മഴത്തുള്ളികൾ ചിറകാളിയുടെ ഓർമ്മകൾക്ക് തന്നാരം പാടി.

മഴവെള്ളം ചിറകാളിയുടെ ഓർമ്മയിൽ വരമ്പുകൾ ഭേദിച്ചുകൊണ്ട് ഒഴുകി, ഒപ്പം കാലത്തിന്റെ വരമ്പുകളെയും...

ചിറകാളി എല്ലാം കാണുന്നു... നിലയ്ക്കാത്ത മഴ.....

ചിറകാളി പയറിന്റെ ഇല നന്നാക്കുന്നു. ചിറകാളിയുടെ ഭർത്താവ് പട്ടച്ചൂട്ട് മുറ്റത്തെ നനഞ്ഞ മണ്ണിൽ കുത്തിക്കെടുത്തി. അകത്തേക്ക് വരുന്നു. തൊപ്പിക്കുട ചെറ്റയിലെ തൂണിന്റെ കമ്പിൽ തൂക്കിയിട്ട് ഒരു പാളസഞ്ചി കൊടുക്കുന്നു.

"ഇന്ന് ബജ്രയാണ്..... അതിന് തന്നെ കൺട്രോൾ പീടികയുടെ മുറ്റത്തുനിന്ന് പെയ്ത മഴ മുഴുക്കെ കൊണ്ടു ....."

ബജ്ര വറുത്ത് കുത്തി കഞ്ഞിവച്ചു. പയറിന്റെ ഇല വെന്തപ്പോൾ പിള്ളേരെ മൂന്നുപേരെയും വിളിച്ചു. കുപ്പൻ മാത്രം എഴുന്നേറ്റ് കഞ്ഞികുടിച്ചു. താഴെയുള്ള പിള്ളേർ ഉണർന്നില്ല. പാതിര കഴിഞ്ഞപ്പോൾ ഒരു ശബ്ദം കേട്ട് ചിറകാളി ഉണർന്നു. ഭർത്താവ് ഛർദ്ദിക്കുന്നു. അവൾ പുറം തടവി.

"ദൈവ്വേ .... നടപ്പീന ആവ്വാ."

കുറച്ചുകഴിഞ്ഞപ്പോൾ കാലിന് തണുപ്പു തോന്നി. ചിറകാളി ഉമി കൊണ്ട് കിഴി നടത്തി. അല്പം ചൂട് തോന്നി. രാവിലെ വീണ്ടും ഛർദ്ദിച്ചു.

"നടപ്പ് ദീനത്തിന് ഭൂമിമലയാളത്തിൽ മരുന്നില്ല..... കുറിങ്കൗശലെ ഉള്ളൂ....." കാലത്ത് ആരോ പറഞ്ഞു. "ഇത് തൊടക്കേ ആയിട്ടുള്ളു. ഒരു ആഴോക്ക് കാസറട്ട് കുടിച്ചാൽ മതി." അന്ന് മണ്ണെണ്ണയ്ക്കും ക്ഷാമമുള്ള കാലമായിരുന്നു. അന്നൊക്കെ കത്തിക്കാൻ കിട്ടിയിരുന്നത് ക്രൂഡോയിൽ ആയിരുന്നു. അവൾ എവിടെയോ ഇരന്ന് കുറച്ച് മണ്ണെണ്ണ വാങ്ങിക്കൊണ്ടുവന്ന് കൊടുത്തു. തൊണ്ടയിൽ ഇറങ്ങുന്നതിനു മുമ്പെ ഛർദ്ദിച്ചു.

"ഇനി ഒരു കുറിങ്കൗശലെ ഉള്ളൂ. കാൽകുപ്പി പുൽച്ചാരായം വാങ്ങി കുരുമുളക് പൊടിച്ച് ഇട്ട് കൊടുത്താൽ മതി."

"അതിന് കാശ് വേണ്ടെ ..." അവൾ അന്തം വിട്ടു.....

"ലേശം മയ്പ്പാവട്ടെ....."

കുപ്പൻ സമാധാനപ്പെടുത്തി. അന്ന് കുപ്പന് എത്ര വയസ്സുണ്ട്. എത്ര ആണാവൊ... താടീംമീശേം വന്നിട്ടില്ല.

"മയ്പ്പായാൽ നീ എന്താക്കാനാ....."

"ആ ചാപ്പാടൻതയ്യിൽ നിന്ന് നാല് തേങ്ങാ ഇട്ട് കൊണ്ടോയി കാശാക്കും...."

"അത് വേണ്ട മോനെ. ന്നാള്ന്നെ അവര് പറേണ് കേട്ടില്ലെ, തേങ്ങാ ആരാ കക്കണത് എന്ന് ഞങ്ങൾക്കറിയാം. ഒരു ദിവസം ഞങ്ങടെ കൈയിൽപെടും...."

നല്ലോണം ഉറക്കായിട്ടില്ല..... അപ്പോഴാണ് പടിഞ്ഞാറെ മുറ്റത്തുനിന്ന് കൂക്കും വിളിയും ബഹളവും കേട്ടത്. പുറത്ത് ഇറങ്ങിയപ്പോൾ കണ്ണ് മഞ്ഞളിച്ചു. നിറയെ ഞെക്ക് വിളക്കിന്റെ മിന്നൽ....

"കള്ളൻ—കള്ളൻ"

"ഇറങ്ങിക്കൊ..... അല്ലെങ്കിൽ ഞങ്ങൾ എറിഞ്ഞുകൊല്ലും....."

പിന്നെ അവൾ കണ്ട കാഴ്ച. കുപ്പൻ ഇറങ്ങിവരുന്നു. അന്ന് ചാപ്പാടൻ തെങ്ങിന് രണ്ടാൾക്ക് ഉയരം കഷ്ടിയേ ഉള്ളൂ. ഞെക്കുവിളക്കിന്റെ വെളിച്ചത്തിൽ അവൾ കുപ്പന്റെ കണ്ണുകൾ കണ്ടു.

ഞെക്ക് വിളക്കുകൾ പെട്ടെന്ന് കെട്ടു.

പിന്നെ മനുഷ്യന്റെ ഒച്ച ഒരിക്കലേ കേട്ടുള്ളു. പിന്നെ കേട്ടതെല്ലാം

അടിയുടെ ശബ്ദമാണ്.

അവൾ ഓടിച്ചെന്നു. ''അടുത്തുപോയാൽ നിണക്കും കിട്ടും. കക്കാനല്ല മക്കളെ പഠിപ്പിക്യാ. മിണ്ടിപ്പോകരുത്.... പുരയ്ക്ക് തീവെക്കും...''

എന്നിട്ടും ചിറകാളി നെഞ്ചത്തടിച്ച് നിലവിളിച്ചു.

അവർ പിരിഞ്ഞുപോയപ്പോൾ ചിറകാളി അരികിലേക്ക് ചെന്നു.

കുപ്പൻ ചെരിഞ്ഞു കിടക്കുന്നു. അപ്പോഴും കാലിൽ തളപ്പുണ്ട് ... അവൾ താങ്ങി എഴുന്നേൽപ്പിച്ചു. പതുക്കെ പുരയിലേക്ക് നടത്തി. നേരം പുലർന്നു. കുപ്പന്റെ മേലാകെ നീരുവന്നിരിക്കുന്നു. ആശുപത്രിയിൽ എത്തിച്ചെങ്കിലും ഏതാനും മണിക്കൂറുകൾക്കകം ആശുപത്രിയിൽ നിന്ന് മടക്കി. ചുരുട്ടിയ കീറപ്പായ നീക്കി ഒന്ന് നോക്കി. ആകെ വീർത്ത ശരീരം..... നീല വണ്ടിന്റെ നിറവും....

“പട്ടേൻമേൽകൂടെ ഇതാ വരുന്നൂടാ...”

“ഇതാ ചാടുന്നുടാ.....”

“അടിക്കിടാ .... അടിക്ക്”

കുട്ടികൾ ആർത്തു ചിരിക്കുന്നു. നനഞ്ഞ മണ്ണിൽ വടികൾ പതിയുന്ന ശബ്ദം...

ചിറകാളി അറിയാതെ തന്നെ എഴുന്നേറ്റ് മുറ്റത്തേക്കോടി.

“ആ തള്ളയ്ക്ക് പിരാന്താ .... തല്ലും ..... ഓടിക്കൊ..... ”

കുട്ടികൾ നാലുഭാഗത്തേക്കും ഓടി.

അണ്ണാൻ മലർന്നുകിടക്കുന്നു. അപ്പോഴും വായക്കകത്ത് അരിപ്പച്ചീളുകൾ ഉണ്ട്. വിറച്ച് വിറച്ച് അതിന്റെ കൈകാലുകൾ വിറങ്ങലിച്ചു.... വളരെ വളരെ പതുക്കെ.

ചിറകാളി പിന്നെ ഒന്നേ നോക്കിയുള്ളൂ. തൊണ്ടയടക്കിപ്പിടിച്ചു. ഒരു നിമിഷത്തേക്കു മാത്രം.

പിന്നെ ശബ്ദം ചിതറിവീണു.

“എന്റെ മോനേ.....

കുപ്പാ.....

കുപ്പാ...”

ദുരവസ്ഥ പിന്നെയും വന്നപ്പോൾ

കടന്നുചെല്ലുന്നത് വിശാലമായ ഒരു മുറിയിലേക്കായിരുന്നു. അവിടെ ആരൊക്കെയോ ഇരുപ്പ് ഉറപ്പിച്ചിരുന്നു. എന്നാലും മൂകത മാത്രം മുറ്റിനിന്നു. ആ വിശാലമായ മുറിയുടെ ഒരു മൂലയിൽ വച്ചിരുന്ന കരകൗശലവസ്തുക്കൾ നിരത്തിയ ഷോകെയ്സിന്റെ അരികിലൂടെ അവൾ കോവണി കയറി.

"പരിഭ്രമിക്കേണ്ട ... വേഗം ... പോരൂ..."

രാജപ്പൻനായർ തൊട്ടടുത്തുനിന്ന് സംസാരിച്ചിട്ടും മറ്റേതോ കരയിൽ നിന്ന് വിളിച്ചുപറയുന്നതുപോലെ തോന്നി.

അവൾക്ക് പരിഭ്രമം ഉണ്ടായിരുന്നില്ല. ഭയവുമില്ല. ശരീരത്തിനാകെ ഒരു മരവിപ്പ് മാത്രം. രാജപ്പൻ നായർ ഇത് സജസ്റ്റ് ചെയ്ത അന്ന് തുടങ്ങിയതായിരുന്നു ഈ മരവിപ്പ്. തന്റെ സ്വന്തം കൈപ്പടയിൽ എഴുതിത്തീർക്കേണ്ട ചില എൻറികൾ ബാക്കി കിടന്നിരുന്നു. അത് എഴുതിത്തീർക്കണം. ഓഫീസ്‌വരെ ചെല്ലണം എന്ന് അറിയിച്ചിരുന്നു. ആ ജോലിയും തീർത്ത് ഓഫീസിന്റെ മുമ്പിലെ പൂവരശിന്റെ ചുവട്ടിൽ ബസ് കാത്തുനില്ക്കുമ്പോൾ രാജപ്പൻനായർ വന്നു.....

"ഈ നില്പിന് അർത്ഥമില്ല. എന്നോട് ദേഷ്യം തോന്നില്ലെങ്കിൽ ഞാൻ ഒന്ന് സജസ്റ്റ് ചെയ്യാം." അവൾ എല്ലാം കേട്ട് മിഴിച്ചു നിന്നു. ശരീരത്തിലേക്ക് കയറിയ വാക്കുകൾ അവിടെ ഘനീഭവിച്ചു നിന്നു.... ക്രമേണ അതൊരു മരവിപ്പ് മാത്രമായി..... ഇന്ന് ആ മരവിച്ച ശരീരവുമായി ഒരു മുറിയുടെ വാതില്ക്കൽ നില്ക്കുന്നു. വാതിൽ അകത്തുനിന്ന് അടച്ചിരുന്നു.

"കുറച്ച് വെയിറ്റ് ചെയ്യേണ്ടി വരും. ഇരിക്കൂ..."

ചൂരൽക്കസേര നീക്കിത്തന്നിട്ട് രാജപ്പൻനായർ വരാന്തയുടെ

അറ്റത്തേക്ക് പോയി. അണക്കെട്ടിലേക്ക് നോക്കിനിന്നു. അണക്കെട്ട് കാണണമെന്ന് എന്തുമാത്രം ആഗ്രഹിച്ചിരുന്നു.... അവസാനം കാണുവാൻ നിർബ്ബന്ധിതയാകുന്നത് ഇങ്ങനെ... ആരോ കോവണി കയറിവരുന്നു. ദേഹത്തിലാകെ ഭസ്മം വാരിത്തേച്ചിട്ടുണ്ട്. കൈയില്ലാത്ത ബനിയനകത്തുനിന്ന് പൂണൂല് പുറത്തേക്ക് ഇഴഞ്ഞു കിടക്കുന്നു. കഴുത്തിൽ കല്ലുമാല അതിൽ ഒരു രൂപവും. അവളെ ആകെയൊന്ന് നോക്കി വെളുക്കെ ചിരിച്ചു. ശിപായി ആയിരിക്കും..... അവൾ ഊഹിച്ചു.... വളരെയധികം മേലധികാരികളെ ഒന്നിച്ച് ഒരൊറ്റ ചിരിയിൽ വിഴുങ്ങി പരിചയമുള്ള ശിപായി.....

"ഏമാൻ ഇപ്പോൾ കുളിച്ചതേ ഉള്ളൂ. ഇനി സന്ധ്യക്കിത്തിരി നാമജപം ഒക്കെ ഉണ്ട്. പിന്നെ ലഘുവായിട്ട് എന്തെങ്കിലും ഭക്ഷിക്കും.... എന്നിട്ടേ കാണാൻ പറ്റൂ...."

അയാൾ മുറി തുറന്ന് അകത്തു കടന്നു. പിന്നെ ഒഴിഞ്ഞ സോസറും ചന്ദനത്തിരി പാക്കറ്റുമായി തിരിച്ചുവന്നു. മുറിക്കകത്തുനിന്ന് നേരിയ ശബ്ദത്തിൽ നാമജപം കേട്ടിരുന്നു. അവൾ ഓർത്തു: .... തന്റെ കുടുംബത്തിൽ നിരീശ്വരവാദികളുടെ സമ്മേളനം എത്രയോ നടന്നിട്ടുണ്ട്. അന്നൊന്നും വിശ്വാസങ്ങൾക്ക് ഭംഗം വന്നിരുന്നില്ല. പക്ഷേ, ഇന്നോ..... ആർക്കും ഈശ്വരനെ വേണ്ട. ഈശ്വരനൊരിക്കലും തങ്ങളെ രക്ഷിക്കാനാവില്ലെന്ന് ആ കുടുംബം കരുതുന്നതുകൊണ്ടാണോ...

തന്റെ ചിന്തകളെ മായ്ച്ചുകളഞ്ഞുകൊണ്ട് കാലൊച്ച അടുത്തുവരുന്നു. ശിപായി ഇത്തവണ വരുമ്പോൾ കൈയിൽ ഒരു വലിയ ട്രേയും അതിൽ ഒരു പിഞ്ഞാണത്തിൽ മുതിരപ്പുഴുക്കും മറ്റൊരു ചെറിയ സോസർ നിറയെ ചെറിയ ഐസ്കട്ടകളും ഉണ്ടായിരുന്നു. പിന്നെ കടലാസിൽ പൊതിഞ്ഞ എന്തോ സാധനങ്ങളും. ശിപായി വീണ്ടും മുറിയിൽ കയറി വാതിൽ ചാരി. മുറിയിൽ പെട്ടെന്ന് സോഡാ പൊട്ടിക്കുന്ന ശബ്ദം മുഴങ്ങി.

ശിപായി വീണ്ടും പുറത്തേക്കു വന്നു.

"കുറച്ചുകൂടെ മുഷിഞ്ഞ് ഇരിക്കേണ്ടിവരും....." ശിപായി ചിരിച്ചിട്ട് താഴത്തേക്ക് ഇറങ്ങിപ്പോയി.....

അവൾ എണീറ്റ് തിണ്ണചാരി അണക്കെട്ടിലേക്ക് നോക്കിനിന്നു. മലകളിലെ മുളംകാട്ടിൽ നിന്ന് ഇരുട്ട് അണക്കെട്ടിലേക്ക് ഇറങ്ങിവരുന്നു. മലകളുടെ തടവറയിൽ തടാകം അക്ഷോഭ്യത അഭ്യസിച്ചു കഴിഞ്ഞിരിക്കുന്നു. ഒരു ഈയത്തകിട് വിരിച്ചപോലെ നിശ്ചലമാണ്... കരയിൽ പച്ചപ്പുല്ലിൽ പൊതിഞ്ഞ ഉരുളൻകല്ലുകൾ, കരയിൽകിടക്കുന്ന, ചെറുവഞ്ചികളിൽനിന്ന് വെള്ളം വളരെദൂരം വിടവാങ്ങിയിരിക്കുന്നു. ഒരുപറ്റം വെള്ളക്കൊക്കുകൾ താഴ്ന്നുപറന്ന് വഞ്ചികൾക്കു മീതെ വട്ടമിട്ടു. വഞ്ചിയിൽനിന്നും പുറത്തേക്ക് ഒരു കറുത്ത പൂച്ച തലനീട്ടി വന്നു.... കൊക്കുകൾ ചിറകടിച്ചു പറന്ന് മുളങ്കാടുകളെയും പിന്നിട്ട് മലയിടുക്കിലെവിടെയോ മറഞ്ഞു...

"രാജപ്പൻനായർ...."

ശബ്ദം പതുക്കെ തൊട്ടടുത്ത് മുറിയിൽ മുഴങ്ങിനിന്നു. രാജപ്പൻ നായർ മുറിയിലേക്ക് നടക്കാൻ മുതിർന്നപ്പോൾ അവളും എണീറ്റു. അവളോട് ഇരിക്കാൻ ആംഗ്യം കാണിച്ച്, രാജപ്പൻ നായർ മുറിയിലേക്ക് കടന്നു.

അൽപ്പസമയത്തിനു ശേഷം മുറിയുടെ വാതിൽ തുറക്കുമ്പോൾ മാത്രം ശബ്ദം ഒഴുകിവന്നു....

"കഴിഞ്ഞ വീക്ക് എൻഡിൽ, ഡി പി എന്നിന്റെകൂടെ കോവളത്തു ണ്ടായിരുന്നു. ഞാൻ തന്റെ സിസ്റ്ററിന്റെ കാര്യം വീണ്ടും പറഞ്ഞി ട്ടുണ്ട്..... മാർച്ച് ഫസ്റ്റ് വീക്കിൽ ഓർഡറാകും ..."

രാജപ്പൻനായർ പുറത്തു വന്നു.

"ഞാൻ താഴത്തെ മുറിയിലുണ്ടാകും..... എല്ലാ കടലാസുകളും എടുത്തോളൂ.... ഈശ്വരനെ നല്ലപോലെ വിചാരിച്ചോളൂ...."

രാജപ്പൻനായരെ, ഇതിനും വേണോ ഈശ്വരനെ ..... അവൾ പറയാൻ ആഗ്രഹിച്ചു.

എണീറ്റപ്പോൾ ശരീരം ശക്തിയായി വിറച്ചിരുന്നു. ... അണക്കെ ട്ടിലെ തണുത്തകാറ്റ് ഏറ്റിട്ടായിരിക്കാമെന്നവൾ സ്വയം സമാധാനിച്ചു. പക്ഷേ, അടച്ചിട്ട മുറിയിലേക്ക് കടന്നപ്പോഴാണ് കൂടുതൽ വിറയൽ അനുഭവപ്പെട്ടത്. അദ്ദേഹം ഒരു ചാരുകസേരയിൽ ഇരിക്കുന്നു. എത്ര നിയന്ത്രിച്ചിട്ടും ആ മുഖത്തേക്ക് ഒന്നു നോക്കാതിരിക്കാൻ അവൾക്ക് കഴിഞ്ഞില്ല. കാവിലെ കല്ലുവിളക്കിന്റെ എണ്ണമയം കലർന്ന കറുകറുപ്പ്. എന്തുമാത്രം വീതികുറഞ്ഞ നെറ്റി. തലമുടി ഒരൊറ്റെണ്ണം കൊഴിഞ്ഞി ട്ടില്ല; നരച്ചിട്ടുമില്ല.

"ഇരിക്കൂ...."

അവൾ മടിച്ചുനിന്നു.

തന്നെ മനസ്സിലാക്കിക്കാണുമോ....? അറിഞ്ഞില്ലെങ്കിൽ അറിയി ക്കരുത്..... അതാണ് രാജപ്പൻനായർ പറഞ്ഞത്. കാരണം, വലിയവർ എപ്പോഴും പരിചയക്കാരിൽനിന്ന് അകലുവാൻ ശ്രമിക്കും...

"പേപ്പേഴ്സ് എടുക്കൂ...."

ഒട്ടും അയവില്ലാത്ത ശബ്ദം....തന്നെ മനസ്സിലായില്ലേ... അവൾ കടലാസുകൾ കൊടുത്തു. എന്നിട്ട് വിറയൽ മാറ്റാൻ മേശയോട് ചേർ ന്നിരുന്നു. അവളുടെ കണ്ണുകൾ മേശമേൽ പരതിനടന്നു. ഒരു സ്റ്റീൽപാ ത്രത്തിൽ പൂവൻപഴം..... പഴത്തിന്മേൽ ചന്ദനത്തിരികൾ കുത്തിനിർത്തി യിരിക്കുന്നു. കർപ്പൂരം കത്തിയണഞ്ഞിട്ടുണ്ട്. കൊച്ച് സ്റ്റീൽവിളക്ക് അണഞ്ഞിട്ടില്ല. സ്റ്റീൽ വിളക്കിന്റെയും അപ്പുറത്ത് ഒരു ചില്ലിട്ട പടം അവൾ കണ്ടു. ഏതോ ഒരു പുത്തൻ ദൈവത്തിന്റെ രൂപം. ദൈവം വൃദ്ധനാണ്. തലയിൽ തുണികെട്ടിയിട്ടുണ്ട്. ഇരിക്കുന്നത് പാറപ്പുറ ത്താണ്. ദൈവത്തിന്റെ പേര് അവൾ വായിച്ചു..... സംസ്കൃതത്തിലോ ഹിന്ദിയിലോ എഴുതിയിട്ടുണ്ട്... "ശൃദ്ധിബാബ....."

"ഞാൻ എന്താണ് ചെയ്യേണ്ടത് എന്ന് പറയൂ....." ശബ്ദത്തിൽ ഒട്ടും സൗഹാർദ്ദത്തിന്റെ മയം കേട്ടില്ല.

അദ്ദേഹം കടലാസുകൾ മടക്കിവെച്ച് ഘനം തൂങ്ങിവരുന്ന കണ്ണുകൾ കൊണ്ട് അവളെ നോക്കിയിരുന്നു. അവൾ മേശമേൽ മുഖമമർത്തിയിരിക്കുന്നു. കണ്ണീര് മടിയിൽ ഇറ്റിറ്റ് വീഴുന്നു..... താൻ എന്തിന് കരയുന്നു എന്ന് ഓർത്തപ്പോൾ തേങ്ങിക്കരഞ്ഞു. അവളുടെ തലനാരിഴയിൽ അദ്ദേഹത്തിന്റെ വിരലുകളോടുന്നതവൾ അറിഞ്ഞു. അദ്ദേഹം മുഖം പിടിച്ചുയർത്തി.

"രാജപ്പൻനായർ പറഞ്ഞത് നിങ്ങൾ ബോൾഡ് ആയി പെരുമാറുമെന്നാണ് ... പോയി മുഖം കഴുകിവരൂ....."

അവൾ എണീറ്റ് കുളിമുറിയിൽ പോയി മുഖം കഴുകി.

ആ ടവ്വൽ എടുത്തോളൂ..... എന്ന് പറഞ്ഞതവൾ കേട്ടു. പക്ഷേ, എടുത്തില്ല. പകരം സാരിത്തലപ്പുകൊണ്ട് മുഖം തുടച്ചു.

കുളിമുറിയിൽ നിന്ന് പുറത്തുകടന്നപ്പോൾ പെട്ടെന്നാണത് സംഭവിച്ചത്. തികച്ചും ഓർക്കാപ്പുറത്തും. അദ്ദേഹം അടുത്തുവന്ന് അവളെ വട്ടംകെട്ടിപ്പിടിച്ചു. രണ്ടു കവിളിലും ചുംബിച്ചു. എന്നിട്ട് തന്റെ ചുണ്ടുകളോടടുത്തപ്പോൾ അയാളുടെ ശ്വാസോച്ഛ്വാസത്തിൽ തേട്ടിവന്ന വാർണിഷിന്റേയോ ചീഞ്ഞ പഴക്കുലയുടെയോ ഗന്ധം അവളെ ബോധവതിയാക്കി. അവൾ മുഖം തിരിച്ചു ....

"എന്നെ മനസ്സിലാക്കിയിട്ടും.... എന്നെ അപമാനിക്കുകയാണോ... ഞാൻ....." അവളാരാണെന്ന് ഒതുക്കിപ്പറഞ്ഞു. അവളുടെ മാറിനെ പൊതിഞ്ഞുനിന്ന കൈകൾ പെട്ടെന്നയഞ്ഞു... തനിക്കധികാരമില്ലാത്ത ഏതോ കോൺഫിഡൻഷ്യൽ കവർ പൊട്ടിച്ച ഉദ്യോഗസ്ഥന്റെ വെപ്രാളം.... അദ്ദേഹം അവളിൽനിന്നും അകന്നുനിന്നു..... അമരം ശരിയാക്കുവാൻ തോണിക്കാരൻ യത്നിക്കുന്നതുപോലെ... പിന്നെ നിശ്ശബ്ദത മാത്രം ...

ഏതോ സ്ഫടികപ്പാത്രം അവർക്കിടയിൽ വീണുടഞ്ഞു..... അതിന്റെ ചില്ലുകൾ അവരിരുവരും കരുതലോടെ പെറുക്കിയെടുക്കുന്നു...

"ഇതൊരിക്കലും സംഭവിക്കുമായിരുന്നില്ല. എനിക്കു രാജപ്പൻ നായർ എന്തെങ്കിലും ഒരു ഹിന്റ് തന്നിരുന്നുവെങ്കിൽ...."

അദ്ദേഹം ചാരുകസേരയിൽ ഇരുന്നു.

"ഞാൻ കാറ് അയച്ചുതരാം..... വീട്ടിൽ പൊയ്ക്കോളൂ ....."

അവൾ മിണ്ടിയില്ല... ഈ അസമയത്ത്...

....അതും മറ്റൊരാളുടെ കാറിൽ അവൾ വീട്ടിൽചെന്നാൽ.... അതുമാത്രമോ ... വന്നകാര്യത്തിന് ഒരു മറുപടിയും കിട്ടാതെ ...

അദ്ദേഹം എഴുന്നേറ്റ് ബെല്ലിൽ വിരലമർത്തി. പുറത്ത് വരാന്തയുടെ അറ്റത്തുനിന്ന് തുടങ്ങിയ കാലൊച്ച വാതിൽക്കൽ വന്നവസാനിച്ചു.... അദ്ദേഹം വാതിൽ തുറന്ന് പുറത്ത് പോയി..... പുറത്ത്

വരാന്തയിൽ കാലൊച്ച അകന്നുപോകുന്നതും വീണ്ടും വരുന്നതും അവൾ ശ്രദ്ധിച്ചു.... വരാന്തയിലെ തിണ്ണയിൽ ഗ്ലാസ് വയ്ക്കുന്ന ശബ്ദം; സോഡ പൊട്ടിക്കുന്ന ശബ്ദവും.... അദ്ദേഹം അകത്തേക്കു വന്നു..... മുഖത്തു പൊടിഞ്ഞുനിന്ന വിയർപ്പ് ടവ്വലെടുത്ത് തുടച്ചു ..... ചാരുകസേര ഫാനിന്റെ അടുക്കലേക്ക് നീക്കിയിട്ട് ... ചാരിയിരുന്നു.

അവളാണ് മൗനം ഭഞ്ജിച്ചത്...

"ഇപ്പോൾ നാട്ടിലൊന്നും വരാറില്ലേ...."

"സെലക്ഷൻ കിട്ടി മുസ്സൂറിയിലേക്ക് ട്രെയിനിങ്ങിന് പോകുന്നതിനു മുമ്പ് നാട്ടിൽ സ്വീകരണം വെച്ചിരുന്നു. അന്ന് വന്നതായിരുന്നു....."

സെലക്ഷൻ... മുസ്സൂറിയിലെ ട്രെയിനിങ്..... അവളുടെ ചിന്തകൾ കലങ്ങിമറിയുന്നു....

ഉമ്മറത്ത് അച്ഛൻ നില്ക്കുന്നു. അമ്മ മുറ്റത്തേക്കിറങ്ങി നിന്നു.

"ഇവറ്റൊക്കെ പഠിക്കാൻ നടന്നാൽ വളപ്പ് പണിക്ക് ആളെ കിട്ടോ.... ഇനി പഠിച്ചുവന്നാലത്തെ കഥയോ അമ്പലം പൊളിച്ച് അടുപ്പിലിടണം.... ജൻമീളൊക്കെ നന്നങ്ങാടിക്ക് വയ്ക്കണം.... മീറ്റിങ്ങായി....."

"നൊമ്മളു പഠിക്കണ്ടാന്ന് പറഞ്ഞാല് അവർ കേൾക്ക്വോ..... അതിലും ഭേദന്താ ..... കഴീണ സഹായം ചെയ്യാ.... കുട്ടി വരൂ...."

അമ്മ നടന്നു. അവളും ഒപ്പം നടന്നു... അന്ന് വടക്കേ പറമ്പ് എത്ര ദൂരത്തായിരുന്നു. കാട്പോലെ മരങ്ങളും. ഭാഗിച്ചും, വിറ്റും അന്യാധീനപ്പെട്ടും എല്ലാം പോയി. ഇന്ന് കുടിയിരിപ്പു മാത്രം.... അതിലും ഇനി മുറിക്കാൻ ബാക്കി ഒരൊറ്റ മരമുണ്ടോ.... വടക്കേ വളപ്പിന്റെ ഇതയ്ക്കൽ നിന്നു... സീതാർമുടി തഴച്ചു പടർന്ന വേലി.....

"ചെറുമി ഒന്ന് ഇങ്ങട് വരൂ....." മാടത്തിന്റെ മുറ്റത്ത് ഞവഞ്ഞിത്തോടുകൾ കുന്നുകൂടി കിടക്കുന്നു.....

"നെന്റെ ചെക്കനോ..."

"ഇവിടെ ഇല്ല....."

ഇന്നവൻ ഗോളേജിൽ ചേരാൻ പോണൂന്നു കേട്ടൂലൊ.... ഇത് അവന് കൊടുക്കൂ.....

അമ്മ ഒരു വെള്ളിഉറുപ്പിക ചെറുമിയുടെ കൈയിലേക്ക് എറിഞ്ഞു കൊടുത്തു.... അത് ഞവഞ്ഞിത്തോട്ടിൽ വീണ് ശബ്ദമുണ്ടാക്കി.... ചെറുമി കുനിഞ്ഞെടുക്കാൻ ശ്രമിച്ചപ്പോൾ ഞവഞ്ഞിത്തോടിൽ നിന്ന് ഈച്ചകൾ ആർത്ത് ഇരമ്പി പറന്നു.

"പഠിച്ച് ഒന്നാമനായി കാണാൻ എനിക്കാഗ്രഹണ്ട്ന്ന് പറയൂ...."

അമ്മയുടെ ആഗ്രഹം നന്നേ ഫലിച്ചു. അവൻ ഒന്നാമനായി മാത്രം ജയിച്ചു. പഠിത്തം കഴിഞ്ഞുവന്നപ്പോൾ അച്ഛൻ പറഞ്ഞതുതന്നെ സംഭവിച്ചു.....

നിരീശ്വരവാദിയായി.... കമ്യൂണിസ്റ്റായി..... പിന്നെ കുറെ കഴിഞ്ഞപ്പോൾ ഉദ്യോഗസ്ഥനായി.... പിന്നെ സെലക്ഷൻ കിട്ടി.... മുസ്സൂറിക്ക്

ട്രെയിനിങ്ങിന് പോയീന്ന് അറിഞ്ഞു.

"ഇനി നാട്ടിലേക്കില്ല്യ ...."

"ഇല്ല..... ഞാൻ തിരുവനന്തപുരത്ത് സെറ്റിൽഡ് ആയി.... ഞാൻ ഉണ്ടാക്കിയ വീട് കണ്ടോ....."

ദൈവത്തിന്റെ അടുക്കൽ മറ്റൊരു ഫോട്ടോ.... മനോഹരമായ ഒരു പടുകൂറ്റൻ കെട്ടിടം. മുറ്റത്ത് വെളുത്ത കാർ നില്ക്കുന്നു. അതിന്റെ അടുക്കൽ കറുത്ത സൂട്ടും തൊപ്പിയും ധരിച്ച് അദ്ദേഹം നില്ക്കുന്നു...

കുതിരയുടെ ഉടലുള്ള, നാവ് നീട്ടിയ നായുടെ ചങ്ങല പിടിച്ചു കൊണ്ട്... ഒരൊറ്റ നോട്ടത്തിൽ നായയെ ഒരു കരിമ്പനക്കുറ്റിയിൽ തളച്ചിട്ടിരിക്കുകയാണെന്നേ തോന്നൂ....

"സ്മൃതിഘാട്ടിന്റെ ആർക്കിടെക്ട്, ഡോ: മൽഹോത്ര ഡിസൈൻ ചെയ്ത വീടാണ്... ഫർണിഷിങ് സ്റ്റാറ്റസിനൊത്ത് ചെയ്തില്ല എന്നു പറയുന്നു....."

മേശപ്പുറത്തെ സ്റ്റീൽവിളക്കിന്റെ നാളം ഫോട്ടോയിൽ ചാഞ്ചാടി..... നോക്കുംതോറും തിരിനാളം അകന്നകന്ന് പോകുന്നു..... വികൃതമായ നിഴലുകൾ വിരിച്ച മനപ്പറമ്പ് ....

ഓവുമുറിയുടെ വടക്കേ കിളിവാതില്ക്കൽ നിന്ന് പുറത്തേക്ക് നോക്കി.... എന്താ അമ്മേ വെണ്ണീറ് പുരേന്ന് ഒരു വെളിച്ചം....

"ചെറുമീം ചെക്കനും ഇന്ന്വിടെ കെടക്കണ്.... അവരുടെ മാടം ഇന്നലെ കാറ്റിന് വീണില്ല്യേ...."

ചെറുമി ഉറക്കമൊഴിച്ചിരിക്കുന്നു. മകൻ ഇരുന്ന് വായിക്കുന്നു....

എല്ലാം ഈ യുഗത്തിൽ തന്നെ നടന്നതാണോ... അതോ വിസ്മൃതിയുടെ പ്രളയത്തിൽ കുത്തിയൊലിച്ചു പോയ അതീത യുഗത്തിലൊന്നിലോ.

"പോകുന്നില്ല എന്ന് ഡെഫനിറ്റാക്കിയോ...."

ഒരു തീരുമാനവുമെടുക്കാതെ അവൾ മിഴിച്ചിരുന്നു.

"ഭക്ഷണം കഴിക്കേണ്ടെ"

"വിശപ്പില്ല....."

"കുടിക്കാൻ എന്തെങ്കിലും...."

"ഒന്നും വേണ്ട....."

"എന്റെ ശിപായി ഇളയതിന്റെ വെപ്പാണ്.... പിന്നെ ഞാനും വെജിറ്റേറിയൻ ആണെന്ന് അറിയാമല്ലോ....."

അവൾ അന്തംവിട്ട് മുഖത്തേക്ക് നോക്കിയപ്പോൾ അദ്ദേഹം തന്നെ തിരുത്തി.

"കുറെ കാലമായിട്ട്..."

അദ്ദേഹം എഴുന്നേറ്റ് ബെല്ലിൽ വിരലമർത്തി ..... ശിപായി ഇളയത് വായുവേഗത്തിൽ വന്ന് ആദ്യം അടുത്തുനിന്നു. പിന്നെ രണ്ടടി പുറകോട്ട് മാറിനിന്നു.

"മീൽസ് കൊണ്ടുവരട്ടെ....."

"വേണ്ട ഞാൻ താഴത്തേക്ക് വരാം...."

"ഇവർക്ക് കോഴിക്കറി പ്രിപ്പെയർ ചെയ്തിട്ടുണ്ട് ....."

"ആരു പറഞ്ഞിട്ട്..."

അദ്ദേഹം രൂക്ഷമായി ശിപായിയെ നോക്കി....

"കഴിഞ്ഞ തവണ വന്നതിന്.... ഒരു കോഴിയെ കിട്ടാൻ വേണ്ടി ഈ വൃദ്ധൻ രാത്രി പെട്ട പാട്....."

അദ്ദേഹം ഒന്നുകൂടെ നോക്കി... ശിപായിയുടെ ശബ്ദം തൊണ്ടയിലമർന്നു....

വാലുമടക്കി ശിപായി നടക്കാൻ തുടങ്ങി. അപ്പോൾ അവൾ വിളിച്ചുപറഞ്ഞു...

"ഒരു ഗ്ലാസ് വെള്ളം..."

അദ്ദേഹം ഇറങ്ങിപ്പോയി.... കുറച്ചുകഴിഞ്ഞപ്പോൾ ശിപായി ഒരു വലിയ ട്രേയിൽ ഒരു ഗ്ലാസ് ഐസ്‌വാട്ടറുമായി വന്നു. അയാൾ അടുത്തുവന്നപ്പോൾ കളഭത്തിന്റെയും ചെവിയിൽ തിരുകിയ തെറ്റിപ്പൂവിന്റെയും മണം, വായ തുറന്നപ്പോൾ നീറ്റടയ്ക്കയുടെയോ സ്പിരിറ്റിന്റെയോ ഗന്ധം. അയാൾ നിവർന്നു നിന്നു. ഇളയതിന് ഇത്രയും ഉയരമുണ്ടെന്ന് അപ്പോഴാണവൾ മനസ്സിലാക്കുന്നത്.

"എനിക്ക് ഒരഞ്ച് മിനിറ്റ് നേരത്തേക്കധികാരം തരൂ..... ഈ സംവരണക്കാരനെ ഒക്കെ ഉണ്ടല്ലോ.... അന്ന് വെട്ടിവെയിലത്തിടും.... ഈ രൂപം ഉണ്ടല്ലോ അന്ന് കുപ്പത്തൊട്ടിയിലെറിയും...." വയസ്സൻ ദൈവത്തിന്റെ രൂപം തൊട്ടുകൊണ്ടയാൾ പറഞ്ഞു.....

"ഇത് വലിച്ചെറിയാൻ ഇത്ര വലിയ അധികാരം വേണോ....."

അവൾ അമ്പരന്നു.

"ഇവരുടെ കൂടെ നടക്കുമ്പോൾ അവര് കാട്ടിക്കൂട്ടുന്നത് നമ്മളും കാട്ടണ്ടെ.... എന്നാലും ഇവനെയൊക്കെ...." താഴെനിന്ന് ഇളയതിനെ വിളിക്കുന്നു..... ശബ്ദം കേട്ടതേയുള്ളൂ...

"ഏമാന്റെ ശബ്ദല്ലെ...." പെട്ടെന്ന് അയാളുടെ ശിരസ് കുനിഞ്ഞു.... നടുവൊടിഞ്ഞു ആകെ ചുരുണ്ടു..... അയാൾ ഓടിപ്പോയി.

എന്തെങ്കിലും വായിക്കുവാൻ കിട്ടിയിരുന്നെങ്കിൽ.

അവൾ മേശവലിപ്പ് തുറന്നു..... ഒരു ആൽബം.... നിറയെ ഫോട്ടോകൾ..... പെട്ടെന്നവൾ നടുങ്ങി... പിന്നെ ഛർദ്ദിക്കാൻ വരുന്ന അറപ്പും..... എന്തെല്ലാം വൈകൃതങ്ങൾ..... അവൾ ആൽബം മേശയിലേക്ക് വലിച്ചെറിഞ്ഞു... മേശവലിപ്പ് ആഞ്ഞടച്ചപ്പോൾ ദൈവത്തിന്റെ രൂപം നീങ്ങിപ്പോയതവൾ നേരെവച്ചു.

പെട്ടെന്നദ്ദേഹം കടന്നുവന്നു.... കണ്ണുകൾ കലങ്ങിയിരുന്നു..... കാൽവെപ്പിന് പാകതയില്ലായിരുന്നു. സൂട്ട്കേസ് തുറന്ന് കുറെ തുണികളെടുത്ത് കുളിമുറിയിലേക്ക് നടന്നു. ഇളം മഞ്ഞ പൈജാമയും പഴക്കമുള്ള ഷർട്ടും ധരിച്ച് പുറത്തിറങ്ങി. കണ്ണാടിക്ക് മുമ്പിൽ വന്നുനിന്ന് മുഖത്ത് ക്രീം പുരട്ടി... നെഞ്ചത്തും തോളിലും പൗഡറിട്ടു....

നേരെ ചെന്ന് കിടക്കയിൽ വീണു...

അവൾ എവിടെ കിടക്കുമെന്ന് ചോദിച്ചില്ല...

കുറച്ച് വാക്കുകളിലും അതിലേറെ ആംഗ്യത്തിലുമായി...

“കിടക്കുമ്പോൾ റ്റ്യൂബ്‌ലൈറ്റ് ഓഫ് ചെയ്തോളൂ.... ഡിഫ്യൂസ്ഡ് ലൈറ്റ് ഇട്ടോളൂ. ഇതാ സ്വിച്ച് .....”

അവൾ ചാരുകസേരയുടെ തണ്ടിൻമേൽ കാലുയർത്തിവെച്ച് കിടന്നു. പെട്ടെന്നാണവൾ അത് ശ്രദ്ധിച്ചത്..... തലയണയിൻമേൽ താടി അമർത്തിയ അദ്ദേഹത്തിന്റെ മുഖം....

കണ്ണുകൾക്ക് തീപ്പന്തത്തിന്റെ ചൂടുണ്ടായിരുന്നു. അവൾ കാലുകൾ ഇറക്കിവച്ച് കണ്ണുകൾ പൊത്തി ലൈറ്റിൽ നിന്ന് മുഖം തിരിച്ചു..... കണ്ണുകൾ അടച്ചപ്പോൾ അവൾ എല്ലാം കാണുന്നു. കുളച്ചണ്ടിനീക്കി പടവിലേക്ക് കയറുമ്പോൾ താമര പൊട്ടിക്കുവാൻ ആരോ ഇട്ടുപോയ ഇല്ലിമുള്ളിൽ കൊളുത്തി അവളുടെ മുണ്ട് അഴിഞ്ഞുപോയി.....

മുണ്ട് എടുക്കാൻ പാടുപെടുമ്പോൾ മൈലാഞ്ചിക്കാട് ഒന്നിളകി.... അതിൽനിന്ന് തീപ്പന്തങ്ങൾ പോലെ രണ്ടു കണ്ണുകൾ.... വർഷങ്ങൾ കടന്നുപോയിട്ടും ആ തീപ്പന്തം ഇന്നും അണയാതിരിക്കുന്നു...

അവൾ എഴുന്നേറ്റു..... അടുപ്പിച്ചിട്ട രണ്ട് കട്ടിലുകളിലെ കിടക്കയിലൊന്നിൽ നിന്ന് ഒരു വിരിയെടുത്ത് താഴെ വിരിച്ച് അതിൽ കിടന്നു...

ഞെട്ടിയുണർന്നപ്പോൾ അവൾ ആദ്യം തപ്പിനോക്കിയത് അരയിലെ ഏലസ്സാണ്.... ആ ഏലസ്സാണ് അവളെ സ്വപ്നങ്ങളിൽനിന്ന് രക്ഷിക്കുന്നതെന്ന് അവൾ വിശ്വസിക്കുന്നു.

തന്നെ പ്രാപിക്കുവാൻ വരുന്ന ഗന്ധർവ്വൻ.... പാറപ്പുറത്തേക്ക് തന്നെ വലിച്ചിഴച്ച് കൊണ്ടുപോകുന്നു.... അന്നൊക്കെ ഈ സ്വപ്നം നിരന്തരം കണ്ടിരുന്നു..... അപ്പോഴാണ് ഏലസ് നിറച്ചിട്ടത്.... ഏലസ് തപ്പിനോക്കിയപ്പോൾ അവൾ നടുങ്ങിപ്പോയി..... താൻ ബന്ധിച്ച് ഉടുത്തിരുന്ന വസ്ത്രങ്ങൾക്ക് സ്ഥാനഭ്രംശം സംഭവിച്ചതെങ്ങനെ— തന്റെ അറിവില്ലാതെ, സമ്മതമില്ലാതെ താൻ ദർശിക്കപ്പെട്ടിരിക്കുന്നു—

കുളിമുറിയിൽ വെള്ളം വീഴുന്ന ശബ്ദം അവളിൽ പരിസരബോധമുണ്ടാക്കി..... പിന്നെ ശബ്ദങ്ങൾ.... മന്ത്രോച്ചാരണങ്ങൾ, ഹരിനാമകീർത്തനമാണോ....

അല്ല....
കുമാരസംഭവത്തിലെ ശ്ലോകം.....
ആകാരമൊത്തളവിലും ലഭിയാതെ പോയി
തന്വംഗിതന്റെ തുടകൾക്കുപമാനഭാവം...
പാർവ്വതിയുടെ ശരീരവർണ്ണന.

പെട്ടെന്നവൾ ചിന്തിച്ചിരുന്നു.... പണ്ടൊക്കെ ഒരു വിഭാഗത്തിന്റെ കുത്തകയായിരുന്നല്ലോ ശൃംഗാരശ്ലോകങ്ങൾ..... ഇന്നോ.

അവൾ എഴുന്നേറ്റ് ജനാലയുടെ അടുത്തേക്ക് കസേര വലിച്ചിട്ട്

ഇരുന്നു. പുറത്ത് ഒന്നും വ്യക്തമല്ല. അണക്കെട്ടിന്റെ ഏതോ ഭാഗത്ത് ഒന്നുരണ്ടു വിളക്കുകൾ എരിഞ്ഞിരുന്നു. അതും മൂടൽമഞ്ഞിന്റെ നിയന്ത്രണത്തോടെ മാത്രം.....നോക്കുംതോറും ദിക്കിന്റെ ഒരു കോണിൽ മാത്രം..... നിറപ്പകർച്ച കണ്ടു... കിഴക്കായിരിക്കാം.

"ഞാൻ നാട്ടിലെ വർത്തമാനമൊന്നും ചോദിച്ചില്ല." അദ്ദേഹത്തിന്റെ ശബ്ദം.

"എ പി എൻ എങ്ങനെയിരിക്കുന്നു.... രാഷ്ട്രീയത്തിൽ ഇല്ല്യേ...."

ചേച്ചിയുടെ ഭർത്താവിനെ ഉദ്ദേശിച്ചാണ്.... അവിടെ രാഷ്ട്രീയത്തിൽ വിത്ത് പാകിയത്.... മുളപ്പിച്ചെടുത്തത്.... തീയിൽ വളർത്തിയെടുത്തത് എല്ലാം ചേട്ടനായിരുന്നു.

"കിടപ്പിലാണ്.... തീരെ കിടപ്പിലായിട്ട് രണ്ടു വർഷമായി ...."

"ചേച്ചിക്ക് സുഖംതന്നെയല്ലെ ...." ചേച്ചിയെ മറന്നിട്ടില്ല. ചേച്ചിയും പണ്ടൊക്കെ അകായിൽ നിന്ന് അരങ്ങത്തേക്കെത്തിനോക്കുമായിരുന്നു..... വ്യവസ്ഥിതി പൊളിച്ചുമാറ്റണം...ഭിത്തിയിലും മേശപ്പുറത്തും ഇടിച്ചുകൊണ്ട് പറയും..... ആദ്യത്തെ മാറ്റം അച്ഛൻ എന്നു വിളിക്കാൻ തുടങ്ങിയതും തന്നെക്കൊണ്ട് ചേച്ചി എന്ന് വിളിപ്പിച്ചതും ആയിരുന്നു ....

"പണ്ടേ ആസ്ത്മയായിരുന്നല്ലോ.... കപ്പംകൊടുത്ത് നിർത്തുന്നു....."

"മുതിർന്ന മക്കളില്ലേ...."

"ആകെ ഒന്നേയുള്ളൂ. ചെറുപ്പം മുതല്ക്കേ അപസ്മാരം .... പഠിക്കാനും കഴിഞ്ഞില്ല ....."

അച്ഛനെപ്പറ്റി ചോദിക്കുമെന്ന് കരുതി...

അച്ഛനെപ്പറ്റി എങ്ങനെ ചോദിക്കും ...

കുഞ്ചുത്തമ്പ്രാന് .....

..... അതോ ....

മിസ്റ്റർ കുഞ്ചു ....

അല്ലെങ്കിൽ..... ഫാദറിന്... ഒന്നും ചോദിച്ചില്ല, പകരം മറ്റൊന്നാണ് ചോദിച്ചത്.....

"സസ്പെൻഷനിലായിട്ട് എത്ര്യായി ....."

"രണ്ടുവർഷം.. ഒമ്പതുമാസം..... ഏഴുദിവസം....." പിന്നെ ചോദ്യങ്ങളുണ്ടായില്ല.

അവൾ പുറത്തേക്ക് നോക്കിയിരുന്നു. ദിക്കുകളുടെ ഭാവപ്പകർച്ച കൂടുതൽ സ്നിഗ്ദ്ധമായി..... മൂടൽമഞ്ഞിന്റെ പൊടി തുടച്ച് എല്ലാം നിരത്തിവച്ചിരിക്കുന്നു ... തലേദിവസത്തെ ചിട്ടയിലും ഒതുക്കിലും അതേ താലത്തിലും തട്ടുകളിലും ...

അവൾ എഴുന്നേറ്റ് കുളിമുറിയിലേക്ക് നടന്നു..... അവൾ കുളികഴിഞ്ഞ് വന്നിരുന്നപ്പോൾ, ചിന്തയിൽനിന്നുണർന്ന്, പെട്ടെന്നദ്ദേഹം പറഞ്ഞു ...

"ഞാൻ ഒരു കാര്യം പറയാൻ ആഗ്രഹിക്കുന്നു ....."

അവൾ അദ്ദേഹത്തിന്റെ മുഖത്തേക്ക് നോക്കി ...

പണ്ടൊക്കെ നീളൻമീശ വെച്ചിരുന്നു.... ഇന്ന് മീശയില്ല..... പകരം കൃതാവുണ്ട്... മുടി നീട്ടിയിട്ടുമുണ്ട്.

''ഇങ്ങനെ ഒരു സാഹചര്യത്തിൽവെച്ച് കണ്ടതിൽ എനിക്ക് ഖേദമുണ്ട് ..... സിംപതിയും ...''

അവൾ അനങ്ങിയില്ല....

"നല്ലവണ്ണം ആലോചിച്ചിട്ട് മറുപടി പറഞ്ഞാൽ മതി ..."

തുടർന്നു പറയാൻ നന്നെ ബുദ്ധിമുട്ട് അനുഭവിക്കുന്നതവൾ കണ്ടു....

"ഒരാളെ വ്രണപ്പെടുത്തേണ്ടിവന്നതിന് ചെയ്യാൻ കഴിയുന്ന ഏറ്റവും വലിയ പ്രായശ്ചിത്തത്തിന് ഞാൻ ഒരുക്കമാണ് ....." പെട്ടെന്നവൾക്ക് തലേദിവസത്തെ ഒരു രംഗം ഓർമ്മവന്നു..... ടാക്സി ഒരു ആടിന്റെ ദേഹത്തിടിച്ചു ..... ചാകുമെന്നുറപ്പായപ്പോൾ ഡ്രൈവർ പറഞ്ഞു ..... എന്റെ കൈയീന്ന് ഒരബദ്ധം പറ്റി..... എന്താ വിലാച്ചാൽ പറഞ്ഞോളൂ... വിലകൊടുത്തു വാങ്ങി രാജപ്പൻനായരും ഡ്രൈവറും ചേർന്ന് അതിനെ എടുത്ത് കാറിന്റെ ഡിക്കിയിലിട്ടു..... ഡിക്കിയിൽ കിടന്ന് ആട് ഒന്നുരണ്ടു തവണ പിടഞ്ഞു.

അവളെ വിലയ്ക്ക് വാങ്ങാൻ മുതിരുന്നു.

''എഗ്രിയബിൾ ആണെങ്കിൽ ആർഭാടം കുറച്ച് കനകക്കുന്ന് കൊട്ടാരത്തിൽ വച്ച്.... ഒഫ്കോഴ്സ്, മിനിസ്റ്റേഴ്സ് എല്ലാവരുമുണ്ടാകും.....ഗവർണറും ചീഫ് സെക്രട്ടറിയും ....."

അവൾക്ക് അടക്കാൻ വയ്യാത്ത ചിരി വന്നു..... കനകക്കുന്ന് കൊട്ടാരത്തിൽ.... സാവിത്രിയും .... ചാത്തനും.

അവളുടെ ഭാവത്തിൽ വന്ന വിക്ഷിപ്തത. അദ്ദേഹത്തെ ചൊടിപ്പിച്ചുവൊ!

''ചീഫ് സെക്രട്ടറി അറിഞ്ഞാൽ ഇഷ്ടപ്പെടില്ല ..... ഇങ്ങനെ പറയുമായിരിക്കും ..... ഒരു സീനിയർ ..... ക്ലാസ് വൺ ഓഫീസർ ...."

"ക്ലാസ് ത്രീ ജീവനക്കാരിയെ കല്യാണം കഴിക്കുന്നത് പൊറുക്കില്ലായിരിക്കും.....'' അവളുടെ ശബ്ദം ഉയർന്നു... അവൾ ശിരസ്സുയർത്തി..... അദ്ദേഹത്തിന്റെ കറുത്ത മുഖം പിന്നെയും കറുക്കുന്നതവൾ കൗതുകത്തോടെ നോക്കി.... അദ്ദേഹത്തിന്റെ പ്രൗഢിയെ ചുറ്റിനിന്ന പ്രഭാവത്തിലെവിടെയോ ഭൂതകാലത്തിന്റെ ശീതക്കാറ്റ് അടിച്ചു.... പ്രഭാവലയം ഉലഞ്ഞു; കോടി; വികൃതമായി.....

"അതല്ല, മിസ്സപ്രോപ്രിയേഷൻ കേസിൽ സസ്പെൻഷനിൽ കഴിയുന്ന ....."

"മിസ്സപ്രോപ്രിയേഷൻ ഇനിയും തെളിയിച്ചിട്ടില്ലല്ലോ. തെളിയിക്കാൻ മുതിർന്നിട്ടുണ്ടോ ....."

പിന്നെ രണ്ടുപേരും മിണ്ടാതിരുന്നു...

അവൾ ഓർത്തു.... തന്റെ ചുറ്റും നടക്കുന്ന തീവെട്ടിക്കൊള്ളയിൽ

നിന്ന് രക്ഷപ്പെടാൻ..... ഇന്നത്തെ സാവിത്രിയും നായകന്റെ കുടിലിലേക്ക് അഭയം തേടി ഓടിക്കയറുന്നു.... അണക്കെട്ടിലെ റസ്റ്റ് ഹൗസിലേക്ക്.....

“എന്താണ് ഡിസിഷൻ? ഇവിടെവച്ച് നടത്തേണ്ടെങ്കിൽ വേണ്ട... നമ്മൾക്ക് ‘പുട്ടബർത്തി’യിൽ പോകാം. ഭഗവാന്റെ ആശീർവാദത്തോടെ....”

അവൾ പുറത്തേക്ക് നോക്കിയിരുന്നു..... തലേന്നാളത്തെ ഉച്ഛിഷ്ടം ശിപായി കൊടിഞ്ഞിപ്പട്ടികൾക്കെറിഞ്ഞു കൊടുക്കുന്നു.... അതും നോക്കി രാജപ്പൻ നായർ ഇളംവെയിലുംകൊണ്ട് നില്ക്കുന്നു.... ക്ഷമയറ്റ് മുകളിലേക്കും നോക്കുന്നുണ്ട്.....

അത് കണ്ടപ്പോൾ പെട്ടെന്നവൾക്ക് ഉത്തരം പിടികിട്ടി ....

“നിങ്ങളുമായി ബന്ധപ്പെടുത്തുന്നതിന് രാജപ്പൻനായർക്ക് എല്ലാവരും പ്രതിഫലം നല്കാറുണ്ട് ..... രാജപ്പൻനായരുടെ മുറിയിൽ പോയി അത് കഴിച്ചുവരട്ടെ ..... കല്യാണം കഴിഞ്ഞാൽ അതിന് പറ്റീന്ന് വരില്ല.”

അയാൾ അനങ്ങാതെ നില്ക്കുന്നത് കണ്ടപ്പോൾ അവൾക്ക് വാചാലയാകാതിരിക്കാൻ കഴിഞ്ഞില്ല.....

“ഈ മുറിയിൽവെച്ച് നിങ്ങൾ പല സ്ത്രീകളുമായി അടുത്തിട്ടുണ്ട്. എനിക്കറിയാം, എനിക്കറിയാമെന്നും നിങ്ങൾക്കറിയാം.... എന്നിട്ടും ഞാനത് അറിഞ്ഞുകൊണ്ട് നിങ്ങളെ സ്വീകരിക്കണമെന്ന് നിങ്ങൾക്ക് പറയാമെങ്കിൽ..... ഒരിക്കൽമാത്രം, രാജപ്പനുമായി കിടപ്പറയിൽ കഴിഞ്ഞു വന്നാൽ.... എന്നെ എന്തുകൊണ്ട് സ്വീകരിച്ചുകൂടാ.....” വാക്ശരങ്ങളേറ്റ് മരിച്ചുവീണ പ്രതിയോഗിയുടെ ജഡം ഇതിനകം തണുത്ത് വിറങ്ങലിച്ചിരുന്നു. എന്നിട്ടും ധനുർധര ആവനാഴിയിൽ തപ്പുകയായിരുന്നു.

സൗമിനിയേച്ചിയുടെ മാർക്സിസ്റ്റു വീക്ഷണം

അയാൾക്ക് സൗമിനിയേച്ചിയുടെ എഴുത്ത് ഇന്നലെയാണ് കിട്ടിയത്. അവർ മോസ്കോവിൽനിന്ന് നാട്ടിലെത്തിയ അന്നുതന്നെ അയച്ച എഴുത്താണ്. ഒരുപക്ഷേ, മോസ്കോവിൽനിന്ന് വന്നതിനു ശേഷം ആദ്യം അയച്ച എഴുത്തും അതുതന്നെയായിരിക്കും.

അയാളുടെ കുടുംബങ്ങളിൽ എന്നും കേൾക്കാറുള്ള ഒരു പല്ലവിയാണ്—ആണിനോടും പെണ്ണിനോടും:

നിങ്ങളാ സൗമിനിയെ കണ്ടുപഠിക്കൂ.....

ആ കുടുംബങ്ങളിൽ സൗമിനിയേച്ചിയോട് അന്വേഷിക്കാതെ ഒരു തീരുമാനവും ഇല്ല. പരിഹരിക്കാൻ ബുദ്ധിമുട്ടുണ്ടെങ്കിൽ ആരും കൈയൊഴിയുന്നത് ഇങ്ങനെയാണ്.

"സൗമിനിയോടു ചോദിക്കൂ..... എന്നിട്ട് അവൾ പറയുന്നതുപോലെ ചെയ്യൂ....."

സൗമിനിയേച്ചി മൂന്നുപ്രാവശ്യം പത്താം ക്ലാസിലെ പരീക്ഷയ്ക്ക് എഴുതിത്തോറ്റിരുന്നു. എന്നിട്ടും വാശി വിട്ടില്ല. ആ ഇടയ്ക്കാണ് ആരോ പറഞ്ഞത് വനിതാവിദ്യാഭ്യാസം പ്രോത്സാഹിപ്പിക്കുന്നതിന് എവിടെയോ ഒരു മെട്രിക്കുലേഷൻ തുടങ്ങിയിട്ടുണ്ട്. പ്രൈവറ്റായി പരീക്ഷയ്ക്ക് എഴുതാം. പറയത്തക്ക കേടൊന്നും കൂടാതെ ആ സ്ഥലം വരെ എത്തി പരീക്ഷാഹാളിലേക്കു കടന്നാൽ മതി.... പാസ് ഉറപ്പാണ്; ചിലപ്പോൾ ക്ലാസും. സൗമിനിയേച്ചിയെത്തി, പാസായി. അങ്ങനെയിരിക്കുമ്പോൾ അറിഞ്ഞു: അതേസ്ഥലത്ത് ഇന്റർമീഡിയറ്റ് പരീക്ഷയും അതേ വ്യവസ്ഥയിൽത്തന്നെ നടക്കുന്നു. അതും അവസാനത്തെ ബാച്ച്. പക്ഷേ, ബി എയ്ക്ക് എഴുതിയത് അവിടെയൊന്നുമായിരുന്നില്ല. ഒരു പരസ്യം കണ്ടു. ഒരു സർവ്വകലാശാല ആകർഷണീയമായ നിരക്കിൽ

ഡിഗ്രികൾ കൊടുക്കുന്നു. പക്ഷേ, സർവ്വകലാശാലയുടെ ആസ്ഥാനം എവിടെ? ഉച്ചാരണത്തിൽ ഏതാണ്ട് ചില പേരുകളുമായി സാമ്യം തോന്നിയതുകൊണ്ട് ഭാരതത്തിൽതന്നെയാണെന്ന് മനസ്സിലായി.... പക്ഷേ, എവിടെ. വടക്കോ.... കിഴക്കോ....?

ഇന്ത്യ മുഴുവൻ വെറുംകാലിൽ ഭിക്ഷാടനം നടത്തിയിട്ടുള്ള ഷപ്പഡുപട്ടരോട് ചോദിച്ചു. അറിയില്ല ..... സൈനികസേവനം നടത്തിയിട്ടുള്ള കൊച്ചപ്പനോട് ചോദിച്ചു: അറിയില്ല.... അറ്റ്ലസ് നോക്കി.... റെയിൽവെ മാപ്പ് നോക്കി.... റോഡ്മാപ്പ് നോക്കി.... കാണാതിരിക്കുമ്പോഴാണ് ഒരു ഹസ്തരേഖക്കാരൻ കയറിവന്നത്.... അയാളുടെ കൈയിലുണ്ടായിരുന്ന വൃത്താകൃതിയിലുള്ള ചില്ലു മേടിച്ച് മാപ്പിൽ ഓടിച്ചുനോക്കിയപ്പോൾ പിടികിട്ടി... സൗമിനിയേച്ചി അവിടെപ്പോയി പരീക്ഷ എഴുതി. അവിടത്തെ സ്ഥിതി ഇതായിരുന്നു. ഒരു പേപ്പറും കൂടി കൂടുതലായി എഴുതിയാൽ കിട്ടുന്ന ഡിഗ്രി.... ബി എ (സ്പെഷ്യൽ) അങ്ങനെയായിരുന്നു അന്നൊക്കെ സൗമിനിയേച്ചി പേരിനു പിന്നിൽ എഴുതിയിരുന്നത്. അധികം താമസിച്ചില്ല. മറ്റൊരു പരസ്യം... ബി എ സ്പെഷ്യൽകാർക്ക്, ഒരു ഫീസ് അടച്ച് കോൺവൊക്കേഷന് എത്തിപ്പറ്റാമെങ്കിൽ എം എ ഡിഗ്രി നല്കപ്പെടും..... സൗമിനിയേച്ചി ഫീസ് അടച്ചു. കോൺവൊക്കേഷന് ചെന്നു. ഗൗൺ ഇട്ടു. ഫോട്ടോ എടുത്തു. ലെറ്റർഹെഡ് അടിപ്പിച്ചു... എം കെ സൗമിനി എം എ. എന്നിട്ട് തലയെടുത്തുപിടിച്ചു നടന്നു.... സംസാരത്തിലും ഭാവത്തിലും അല്പസ്വല്പം വ്യത്യാസം വരുത്തി.... 'നെഗളം' ...എതിർപ്പ് വന്നു. അപ്പോൾ പെരുമാറ്റത്തിൽ ആവശ്യത്തിലേറെ വിനയം കാണിച്ചു .....'സാധുക്കുട്ടി' ... ജനസമ്മതി നേടിയെടുത്തു. ഇങ്ങനെയിരിക്കുമ്പോൾ തികച്ചും യാദൃച്ഛികമായി സൗമിനിയേച്ചിയുടെ വിവാഹം നടന്നു. സൗമിനിയേച്ചി മെയിൻ പോസ്റ്റോഫീസിൽനിന്ന് ജോലിയും കഴിഞ്ഞ് ഇറങ്ങിവരുമ്പോൾ ഒരാൾ പിൻതുടരുന്നതായി കണ്ടു. ഒന്നോ രണ്ടോ തവണ സൗമിനിയേച്ചി തിരിഞ്ഞുനോക്കി... അപ്പോൾ അനുയാത്രികന്റെ മുഖം കൂടെക്കൂടെ പരുങ്ങി. പരുങ്ങുമ്പോൾ മുഖം ചുമക്കും..... ചുമക്കുന്ന മുഖത്തിന് നല്ല വശ്യതയും.... ഒത്ത ഉയരം. നല്ല ആരോഗ്യം. അയാൾ ആ പരുങ്ങലോടെ തന്നെ വന്ന് സ്വയം പരിചയപ്പെടുത്തി.... അന്ന് ദൃഷ്ടാന്തത്തിൽ ഇല്ലെങ്കിലും പണ്ടെങ്ങോ ഉണ്ടായിരുന്ന ഏതോ കുടുംബബന്ധം അയാൾ അനുസ്മരിപ്പിച്ചു..... കുറച്ചുദൂരം ഒപ്പം നടന്നു.... എന്നിട്ട് പറഞ്ഞു, ഇതാണ് എന്റെ വീട്. സൗമിനിയേച്ചി വീട്ടിനകത്തും പുറത്തും കണ്ണോടിച്ചു... രണ്ടുനില ക്കെട്ടിടം. ചുറ്റും കഷ്ടി ഒരേക്കർ പറമ്പ് അതും പട്ടണത്തിന്റെ ഹൃദയഭാഗത്ത്..... ഒരു നല്ല വില മതിക്കും..... സൗമിനിയേച്ചി മനസ്സിൽ കണ്ടു.... വീടിന്റെ നമ്പറും നോക്കിവച്ചു. പിരിയുമ്പോൾ വീട് ഒന്നുകൂടെ നോക്കി; കൂട്ടത്തിൽ അയാളുടെ നേരെ ഒരു കടാക്ഷവും..... അപ്പോൾ

അയാൾ വീണ്ടും ഒപ്പം നടന്നു. ആളൊഴിഞ്ഞ സ്ഥലത്തുവെച്ച് ഒരു എഴുത്തുകൊടുത്തു..... “ഞാൻ കുറെദിവസമായി ഇത് കൊണ്ടുനടക്കുന്നു. ഈയുള്ളോനെപ്പറ്റി എല്ലാം ഇതിലുണ്ട്..... ഇനി എല്ലാം ഭവതി സ്വയം തീരുമാനിക്കണം....” അയാൾ വിക്കി വിക്കി പറഞ്ഞു.

സൗമിനിയേച്ചി എഴുത്ത് വീട്ടിൽക്കൊണ്ടുപോയി പെട്ടിയിൽ വച്ചു..... സാമാന്യത്തിലേറെ ഘനമുള്ള ഒരു പ്രേമലേഖനം. വായിച്ചില്ല. അടിയിൽ എഴുതിയ പേരുമാത്രം പരിശോധിച്ചു. രഘുനന്ദനൻ..... എന്നിട്ട് ഓഫീസിൽ നിന്നുകൊണ്ടുവന്ന ഫയലു നോക്കിയിരുന്നു. പിറ്റേദിവസം പോസ്റ്റ്മാസ്റ്ററോട് ഒരു മണിക്കൂർ നേരത്തെ അവധി വാങ്ങി നേരെ മുനിസിപ്പൽ ഓഫീസിലേക്ക് നടന്നു..... അവിടത്തെ പരിചയക്കാരി സെക്ഷൻക്ലാർക്കിനോട് പറഞ്ഞു.... പ്ലീസ് നികുതി രജിസ്റ്റർ ഒന്ന് എടുക്കൂ.... മൂന്നാം വാർഡിലെ തൊണ്ണൂറ്റിരണ്ടാം നമ്പർ വീട്ടുടമസ്ഥന്റെ പേര്? ബോദ്ധ്യമായി ഉടമസ്ഥന്റെ പേര്: രഘുനന്ദനൻ... വീട് സ്വന്തം പേരിൽ തന്നെ. കൂട്ടുസ്വത്തൊന്നുമല്ല..... തിരിച്ചുവന്ന് പ്രേമലേഖനത്തിൽ ജോലി എന്താണെന്ന പ്രസക്തഭാഗം ഒരിക്കൽക്കൂടി വായിച്ചു.... ജോലി എന്തെന്നറിഞ്ഞു. ജോലിസ്ഥലം ഭോപ്പാൽ.... അപ്പോൾ ഓർത്തു.... റോസന്നയും ഭർത്താവും ഭോപ്പാലിലാണ്.... ഉടനെ എഴുതി: മി. രഘുനന്ദനന് ഇപ്പോൾ കിട്ടുന്ന ശമ്പളം, എത്ര ഇൻക്രിമെന്റ് കിട്ടി, ഇതേ ഗ്രേയിഡിൽ പോയാൽ പെൻഷന് തൊട്ടുമുമ്പ് കിട്ടാൻ ഇടയുള്ള ശമ്പളം, പ്രൊമോഷൻ സാദ്ധ്യതകൾ വല്ലതുമുണ്ടെങ്കിൽ അവ. സ്വഭാവത്തെപ്പറ്റി അന്വേഷിച്ചില്ല. കാരണം, അതിന്റെ ആവശ്യമില്ലെന്ന് തോന്നി. ഇനി ഏറ്റവും മോശസ്വഭാവക്കാരനാണെന്നു തന്നെ വരട്ടെ; എന്നാലും പുരുഷന്റെ സ്വഭാവമൊക്കെ സ്ത്രീകൾക്ക് രണ്ടേരണ്ടു ദിവസം കൊണ്ട് നേരെയാക്കാവുന്നതേയുള്ളൂ. മറുപടി കിട്ടി. അന്വേഷണം സംഭരിച്ച വിവരങ്ങൾ ആശയെ ഒരുപടികൂടി മുന്നോട്ടു നയിച്ചു. അടുത്ത ബാച്ചിൽ റഷ്യയിലേക്ക് ട്രെയിനിങ്ങിന് തെരഞ്ഞെടുത്തു നിർത്തിയിരിക്കുന്നു.... സൗമിനിയേച്ചി ഒരു നീണ്ട മറുപടിയെഴുതി. കണ്ടതുമുതൽ പ്രേമം... ഊണില്ല; ഉറക്കം ഒട്ടുമില്ല. സദാസമയവും കൺമുന്നിൽ കാണുന്നു. ഇത്രയും കലശലായ പ്രേമബന്ധം വിവാഹപാശത്തിൽ ബന്ധിച്ചില്ലെങ്കിൽ താൻ ഒരു ഉന്മാദിനിയാകുമെന്നുവരെ എഴുതി.... അല്പം കണ്ണീരും..... ഫലമോ? പിറ്റേന്നത്തെ മാസം കുംഭം. വിവാഹത്തിന് ചേർന്നതുമല്ല. അങ്ങനെ അതേ മാസത്തിൽ അവശേഷിച്ച നാലേനാല് ദിവസത്തിനകത്ത് സൗമിനിയേച്ചിയുടെ വിവാഹം നടന്നു. ഏതായാലും മുത്തശ്ശിമാരെന്നല്ല മുതുമുത്തശ്ശിമാർ വരെ പറഞ്ഞു..... ആ സൗമിനിയെ കണ്ടു പഠിക്കൂ.... അങ്ങനെ പ്രേമിക്കൂ..... അല്ലാതെ കണ്ട ചാക്കനേം പോക്കനേം ഒന്നുമല്ല..... നല്ല തറവാട്ടുകാരനെ, പഠിപ്പുള്ളവനെ, സ്വത്തുള്ളവനെ, നിറത്തിൽ അല്പം കുറഞ്ഞാലും.....

ഇന്ന് സൗമിനിയേച്ചി മോസ്കോവിൽനിന്ന് മാർക്സിസത്തിൽ

ഗാഢമായ പഠനം നടത്തി ഡിഗ്രിയെടുത്ത് വന്നിരിക്കുകയാണ്. ആദ്യം അവർക്ക് ഭർത്താവൊന്നിച്ച് മോസ്കോവിലേക്ക് പോകാൻ വലിയ താല്പര്യമുണ്ടായിരുന്നില്ല. അപ്പോഴാണ് അറിഞ്ഞത് ഇന്ത്യയിലെ ഒരു സർവ്വകലാശാല മാർക്സിസത്തിൽ ഒരു ഡിഗ്രി ക്ലാസ് ആരംഭിക്കുവാൻ പോകുന്നു.... വിദ്യാർഥികൾ ഉണ്ടെങ്കിലും ഇല്ലെങ്കിലും ഡിപ്പാർട്ടുമെന്റ് ഹെഡ്..... സീനിയർ പ്രൊഫസർ. ശമ്പളം ഇന്ന് കിട്ടുന്നതിന്റെ നാലിരട്ടി ...

അയാൾ കയറിച്ചെല്ലുമ്പോൾ സൗമിനിയേച്ചി പൂമുഖത്തു തന്നെയിരിക്കുന്നു..... കറുത്ത സിമന്റ് തറയിൽ, പുത്തൻ പുല്പായയിൽ ഒരു കുടുമക്കാരനും രണ്ട് ചെറുപ്പക്കാരും ചമ്രം പടിഞ്ഞിരിക്കുന്നു. തറയിൽ രാശിചക്രം വരച്ചിട്ടുണ്ട്. കവിടിസഞ്ചിയും പഞ്ചാംഗവും അടുത്തുവെച്ചിട്ടുണ്ട്. നിലവിളക്ക് കൊണ്ടുവന്നുവച്ചിട്ടുണ്ട്; കത്തിച്ചിട്ടില്ല. സൗമിനിയേച്ചി ഇരുന്ന ഇരുപ്പിൽ തന്നെ പിൻഭാഗത്തേക്ക് കൈയെത്തിച്ച് ഒരു കസേര നിരക്കി മുന്നിലേക്ക് കൊണ്ടുവന്നു.

‘‘ഇരിക്കൂ.... ഞാൻ അവിടെ വന്നില്യാച്ചിട്ട് ചെറ്യേമ്മയ്ക്ക് മുഷിച്ചിലൊന്നും ഇല്ലല്ലോ. സമയം കിട്ടേണ്ടേ?..... വന്ന അന്ന് പറശ്ശിനിക്കടവ്..... പിറ്റേന്നാൾ കല്ലടിക്കോട്..... ഗുരുവായൂരും കാടാമ്പുഴയും ഇന്നലെക്കൊണ്ട് കവറ് ചെയ്തു..... നീ അകത്തേക്ക് വായോ....’’ സൗമിനിയേച്ചി അയാളേയും കൂട്ടി അകത്തേക്കു നടന്നു.... ഓരോ മുറിയിലും പുത്തൻ സാധനങ്ങളുടെ സുഗന്ധം; ഇരിക്കാൻ ഇടവുമില്ല. അടുക്കളയിലേക്ക് അയാളെ കൂട്ടിക്കൊണ്ടുപോയി..... അയാൾ പുറത്തേക്ക് നോക്കിയിരുന്നു. വിവിധ വലുപ്പത്തിൽ അടുത്ത് കെട്ടഴിച്ച പാക്കിങ്കെയ്സുകളുടെ കുമ്പാരം മലപോലെ കിടക്കുന്നു..... അതിൽനിന്ന് പോളിഷിന്റെ മണം.... റഷ്യൻഭാഷയിലുള്ള വലിയതരം അക്ഷരങ്ങൾ...

“രഘുഏട്ടൻ ഇപ്പൊ പോയതേ ഉള്ളൂ.... ഭോപ്പാല് പോയി ജോയിന്റ് ചെയ്ത് ലീവെടുത്തുപോരും....”

“പിന്നെ മാർക്സിസം പഠിത്തമൊക്കെ എങ്ങനെയിരുന്നു.....”

‘‘മാർക്സിസം പോലെ അടിയുറച്ച ഒരു ശാസ്ത്രം വേറെയുണ്ടോ..... It is a science based upon Materialism, mechanical and dialectical starting from the ancient Greek Milesian School of Philosophy... travelling through Leucippus, Democritus, Bacon Loke, Hobbes, Hegel.... D'Holbach.... When all other sciences were gropping in darkness Marxism came forward and declared an open war against (a) Superstition (b) Religious anomalies..... (c) Feudalistic and Capitalistic fith, suppression, repression, oppression....”

ചോദിച്ചത് ആപത്തായി എന്നു തോന്നി. ഊതിക്കൊണ്ടിരിക്കുമ്പോൾ നിർത്താൻ ഉപയോഗിക്കുന്ന ഉപകരണത്തിനു മാത്രം എന്തോ തകരാറ് പറ്റിയ സൈറൺ പോലെ, പണ്ടെങ്ങോ കാണാപ്പാഠം പഠിച്ചതൊക്കെ ഒരേ ശ്വാസത്തിൽ പുറത്തേക്കൊഴുകുന്നു.

"റഷ്യൻ ജനത എങ്ങനെ?"

"റഷ്യൻജനതപോലെ ഒരു ജനത ഈ ഭൂലോകത്തിലില്ല. അവരുടെ പുരോഗതിക്കുള്ള കാരണം ശാസ്ത്രീയ മാർക്സിസത്തിൽ അവർക്കുള്ള അടിയുറച്ച വിശ്വാസം ഒന്നു മാത്രമാണ്. മനുഷ്യരാശിയാകുന്ന കപ്പലിന് ദുർഗ്ഗമമായ കല്ലോലമാലകളെ മല്ലിട്ട് മറികടക്കാൻ മാർക്സിസം എന്ന മഹത്തായ ശാസ്ത്രം...."

എന്താണ് മലയാളത്തിൽ ഇത്രയും വാക്കുകൾ കാണാപ്പാഠം പഠിക്കുവാൻ തോന്നിയത്..... അപ്പോൾ അയാൾ ആ പത്രവാർത്ത ഓർത്തു. രണ്ടു ദിവസം മുമ്പ് ഏതോ ഒരു സമാജം ടൗൺഹാളിൽ സൗമിനിയേച്ചിക്കൊരു സ്വീകരണം നല്കിയിരുന്നു. അതിന്റെ തലേ ദിവസം വീടിന് ചുറ്റും നടന്ന് ഉരുവിട്ട് പഠിച്ചതായിരിക്കും.... ഇതൊക്കെ.....

"പിന്നെ കരിക്കുലം എന്തൊക്കെയായിരുന്നു?"

"കുറെ അധികം സബ്ജക്ട്സ് ഉണ്ടായിരുന്നു. ഞാൻ ഗാഢമായി അപഗ്രഥിച്ച് പഠിച്ചത് ഇതായിരുന്നു.... ശാസ്ത്രീയ മാർക്സിസം എങ്ങനെ അന്ധവിശ്വാസങ്ങളെ എതിർത്ത് തോല്പിച്ചു.... ആ സബ്ജക്ട് വളരെ ടഫ് ആയിരുന്നു. പക്ഷേ, പറശ്ശിനിക്കടവ് മുത്തപ്പന്റെ അനുഗ്രഹം കൊണ്ട് എനിക്ക് ഏറ്റവും കൂടുതൽ മാർക്കു കിട്ടിയത് അതിലായിരുന്നു....."

"പിന്നെ റഷ്യയിലെ ജീവിതമൊക്കെ.....?"

"പരമസുഖമായിരുന്നു... റഷ്യക്കാർക്ക് വിദേശത്തു നിന്നുവരുന്ന വിദ്യാർത്ഥികളോടുള്ള സൗഹാർദ്ദം..... സർക്കാർ വിദേശവിദ്യാർത്ഥികൾക്ക് ചെയ്യുന്ന ആനുകൂല്യങ്ങൾ മാത്രമല്ല, വിദേശവിദ്യാർത്ഥികളോട് ചൊരിയുന്ന സ്നേഹവാത്സല്യങ്ങൾ ലോകത്തൊരിടത്തും കിട്ടില്ല...."

"ക്ലൈമറ്റൊക്കെ? ... സുഖക്കേടൊന്നും ഉണ്ടായില്ലല്ലോ....."

"സുഖക്കേട് എന്നു പറഞ്ഞാൽ മനുഷ്യൻ വരുത്തിത്തീർക്കുന്ന ദീനം.... നിനക്കറിഞ്ഞുകൂടേ, ഞാൻ റഷ്യയിലേക്ക് പഠിക്കാൻ പോയതില് ചിലർക്ക് ഉള്ള കണ്ണുകടി...."

അവരുടെ അമ്മായിഅമ്മയെ ഉദ്ദേശിച്ചാണ് പറഞ്ഞതെന്ന് അയാൾക്കറിയാം.

"ഞാൻ രണ്ടാമത്തെ കൊല്ലം പഠിക്കുന്ന അവസരത്തിൽ പെട്ടെന്ന് ഒരു ശ്വാസംമുട്ടൽ, പതിവില്ലാത്തത്. രണ്ടാഴ്ച കാത്തിരുന്നു. മാറുന്നില്ല. ഉടനെ ഒരാഴ്ചത്തെ ലീവെടുത്ത് നാട്ടിലേക്കു പോന്നു. ഇവിടെവന്ന് ചേലൂര് ചക്രപാണി കുറുപ്പശ്ശനെക്കൊണ്ട് ഒന്നു നോക്കിച്ചു. കുറുപ്പശ്ശൻ കവടി തൊട്ടേള്ളൂ, എടുത്തുപറഞ്ഞു: തള്ളയുടെ മാരണപ്രവൃത്തി എന്താന്നറിയോ? ഒരു മുട്ട് കെട്ട്യേതായിരുന്നു.... നേരാവാണ്ടിരിക്യാനെ.... ഞാൻ കാടാമ്പുഴയ്ക്ക് മുട്ട് ഇറക്കാൻ നേർന്നിട്ടു പോയി....."

"പിന്നെ ദീനം ഒന്നും ഉണ്ടായില്ലല്ലോ.....?" അയാൾക്കരിശം തോന്നി.

"അല്ലന്നെ.... ഫൈനൽ ഇയറിന് പഠിക്കുമ്പൊ പെട്ടെന്ന് പിടലിക്കൊരു കടച്ചിൽ. എനിക്ക് കാര്യം മനസ്സിലായി.... ഡ്രേക്കുളമ്മേടെ (റഷ്യയിൽ പോയതുകൊണ്ട് പരിഷ്കരിച്ചതൊന്നുമല്ല; പോകുന്നതിനു മുമ്പും സൗമിനിയേച്ചി അവരുടെ അമ്മായിഅമ്മയെ അവരില്ലാത്തപ്പോൾ ഡ്രേക്കുളമ്മ എന്നാണ് വിളിച്ചിരുന്നത്.) അവസാനത്തെ മോള്, ആ കവിതേം പാട്ടുമായി നടക്കണെ മണിവീണപ്പെണ്ണ് ഇല്ല്യേ... അവളേം കൊണ്ടോണം മോസ്കോവിലേക്കെന്ന്. രഘുഏട്ടന് അമ്മേം പെങ്ങന്മാരും എന്ത് പറഞ്ഞാലും ഒക്കെ..... ആ...ആ... ആ.... എന്നല്ലേ മറുപടി ഉള്ളൂ. ഞാൻ പറഞ്ഞു, പറ്റില്ല്യാന്ന്, കാരണം ഉണ്ട്. തള്ളേടെ മോളെ ങ്ങാനും റഷ്യയിൽ പോയാൽ പിന്നെ തള്ള നിലത്തെങ്ങാനും നില്ക്കില്ല..... പിടലി കടച്ചിൽ കണ്ടപ്പോൾ എനിക്ക് കാര്യം മനസ്സിലായി. നാട്ടിൽവന്ന് നോക്കിച്ചു. എന്താ പ്രയോഗം എന്നറിയോ..... കഴുത്ത് പൊട്ടാനുള്ള പ്രയോഗമായിരുന്നു. ഒന്ന് അടക്കം വെച്ചു. കല്ലടിക്കോട്ടേക്കൊരു ആടിനെ വെട്ടാൻ നേർന്നിട്ടു പോയി....."

പെട്ടെന്ന് അവർ എന്തോ ഓർത്തിട്ടു പറഞ്ഞു:

"നിണക്ക് ഞാൻ റഷ്യയിൽനിന്നൊരു സമ്മാനം കൊണ്ടുവന്നിട്ടുണ്ട്...." അവർ എണീറ്റ്, കൊണ്ടുവന്ന സാധനങ്ങളുടെ കൂമ്പാരങ്ങളിലൂടെ മുങ്ങിത്തപ്പിനടന്നു.

വോഡ്കയായിരിക്കുമോ.... അയാൾ ഓർത്തു. വോഡ്കയാണെങ്കിൽ സോഡയ്ക്ക് എവിടെപ്പോകും.... പച്ചവെള്ളം ചേർത്ത് എങ്ങനെ വോഡ്ക കഴിക്കും..... അതാവില്ല.... സൗമിനിയേച്ചി അതിനൊക്കെ എതിരല്ലേ..... ഒരുപക്ഷേ, പാന്റ്സിന്റെ തുണിയായിരിക്കും..... അല്ലെങ്കിൽ ഷർട്ടിന്റെ... അതോ റിസ്റ്റ്വാച്ചോ?

പെട്ടെന്നാണ് സൗമിനിയേച്ചി ഒരു പുസ്തകവുമായി വന്നത്....

"നിന്റെ ഇഷ്ടപ്പെട്ട ഗ്രന്ഥകർത്താവിന്റെ പുസ്തകം....."

അയാൾ വാങ്ങിച്ചു നോക്കി..... ടോൾസ്റ്റോയിയുടെ *ഉയിർത്തെഴുന്നേൽപ്പ്.....*

പഴയ പുസ്തകത്തിന്റെ ഒരു പ്രതി. പല പേരുകളും എഴുതിവെട്ടിയിട്ടുണ്ട്.... ആരുടെയെങ്കിലും കൈയിൽനിന്ന് വായിക്കുവാൻ വാങ്ങിയിട്ട് സ്വന്തമാക്കിയതാവാം... അതോ.... ഏതെങ്കിലും ചവറ്റുകൊട്ടയിൽ നിന്ന് പെറുക്കി എടുത്തതോ.... അതുവലിച്ച് മുറ്റത്തേക്ക് ഒരു ഏറു കൊടുക്കാൻ തോന്നി. അപ്പോഴാണ് അവർ പറഞ്ഞത്:

"ഞാൻ നിന്നെ എഴുതിവരുത്തിയത് എന്തിനാണെന്ന് അറിയാമോ...." എന്നിട്ടവർ പറഞ്ഞു;

"രണ്ടരമണിയായാൽ അഷ്ടമരാശിക്കൂറ് തീരും. കുറുപ്പശ്ശൻ പ്രശ്നം തുടങ്ങും. അത് രണ്ടുദിവസം നീണ്ടുനില്ക്കും. അതു കഴിഞ്ഞാൽ ഒരു ഹോമവും ഉണ്ട്. അത് തുടങ്ങുന്നതിനു മുമ്പ് സംഗതി പറഞ്ഞ് തീർക്കട്ടെ. നിണക്ക് മദിരാശിയിൽ വളരെ പ്രസിദ്ധനായ ഒരു സ്നേഹിതൻ ഉണ്ടെന്നറിഞ്ഞു. അദ്ദേഹത്തിന് എല്ലാ സർവ്വക

ലാശാലകളിലേക്കും ശാസ്ത്രപഠനത്തിനുള്ള സാധനങ്ങൾ സ്പ്ലൈ ചെയ്യുന്ന ബിസിനസാണ് അല്ലേ?"

ആണെന്നോ അല്ലെന്നോ ഉള്ള അയാളുടെ മറുപടിക്ക് അവർ കാത്തുനിന്നില്ല.

"അദ്ദേഹത്തിന് സർവകലാശാലകളിലൊക്കെ നല്ല പിടിയുണ്ടെന്ന് പറയുന്നത് ശരിയാണോ....."

"എനിക്കറിയില്ല..."

"വേണ്ട.....നിണക്കറിയേണ്ട.... എനിക്കറിയാം..... ഉണ്ട്" അയാൾ ഒഴിഞ്ഞുമാറാൻ ശ്രമിച്ചപ്പോൾ സൗമിനിയേച്ചി വിട്ടില്ല.

"നീ ഇന്ന് വൈകുന്നേരത്തെ വണ്ടിക്ക് മദിരാശിക്കു പോണം. ഉടുപ്പൊന്നും കൊണ്ടുവന്നിട്ടില്ലെങ്കിൽ രഘുവേട്ടന്റെ ഷർട്ടും പാന്റ്സും എടുത്തോളൂ. തിരിച്ച് ഇവിടെ കൊണ്ടോന്നാൽ മതി.... ഡ്രൈവാഷ് ഞാൻ ചെയ്യിച്ചോളാം. നാളെ വൈകുന്നേരത്തെ വണ്ടിക്കുതന്നെ തിരിച്ചുപോരുകയും വേണം.... കേട്ടോ" ഇത്രയും പറയുന്ന ആവേശത്തിൽ കാര്യം എന്താണെന്നു മാത്രം പറയാൻ വിട്ടുപോയി.

"എന്താ കാര്യം?"

"കാര്യമോ..... നീ ശ്രദ്ധിച്ച് കേൾക്കണം ....." പണ്ടൊക്കെ സൗമിനിയേച്ചി ശ്രോതാവിനെ പിച്ചിയും മാന്തിയുമൊക്കെയായിരുന്നു അവർ പറയുന്നത് അടിച്ചേൽപ്പിച്ചിരുന്നത്.

"കാര്യം പറയാം... നീ.... ശ്രദ്ധിക്കൂ..... വൺ...." അവർ ചെറുവിരൽ മടക്കി..... "എന്നെപ്പോലെ ഇത്രയും ക്വാളിഫൈഡ് കാൻഡിഡേറ്റ് വേറെയുണ്ടാവില്ല.... ടൂ...." സൗമിനിയേച്ചി മോതിരവിരൽ മടക്കി..... "മാർക്സിസം എന്ന ശാസ്ത്രത്തോട് ഇത്രയും ആത്മാർഥത കാണിക്കുന്ന ഒരു കാൻഡിഡേറ്റ് വേറെയുണ്ടാവില്ല... ത്രീ...." അവർ നടുവിരൽ മടക്കി....."എനിക്ക് റാങ്കും ഫസ്റ്റ് ക്ലാസുമുണ്ട്."

"സൗമിനിയേച്ചി കാര്യം എന്താണെന്ന് പറയൂ....."

"എനിക്ക് സേവയോ ശുപാർശയോ ആവശ്യമില്ല... ഞാൻ മോസ്കോവിലായിരുന്നപ്പോൾ ഒരു സർവകലാശാലയിലേക്ക് ഒരു ആപ്ലിക്കേഷൻ അയച്ചിരുന്നു. അത് എന്തായി എന്ന് അറിയണം. മാർക്സിസം പഠിപ്പിക്കുന്ന കോഴ്സ് അടുത്ത അക്കാഡമിക് വർഷത്തിൽ ആരംഭിക്കുന്നുണ്ടോ എന്നും അറിയണം. ഉടനെ പുറപ്പെടാൻ നോക്കൂ..... ഇനി ഏതെങ്കിലും അയ്യങ്കാർമാർക്ക് ഒരു വിരുന്നുകൊടുക്കേണ്ടി വന്നാൽ അശോകയിലോ ദാസപ്രകാശിലോ കൊണ്ടുപോയി മസാലദോശയോ വെജിറ്റബിൾ ബിരിയാണിയോ.... ഒരെടുത്തും ലുബ്ധത കാണിക്കരുത്..... വേഗം പുറപ്പെടൂ."

പെട്ടെന്നാണ് ഒരു കാക്കിവേഷം മുന്നിലെ ജനാലയെ പിന്നിട്ട് ഉമ്മറത്തേക്ക് കയറിയത്....

"പോസ്റ്റ് ....."

സൗമിനിയേച്ചി ഉമ്മറത്തേക്ക് നടന്നു. കുറച്ചുനേരത്തിനു ശേഷം

തുറന്ന ഒരു കവറുമായി അകത്തേക്കു വന്നു. എഴുത്ത് അയാൾക്ക് കൊടുത്തു..... എഴുത്തിൻമേൽ സർവകലാശാലയുടെ ചിഹ്നം.

"യുവർ ആപ്ലിക്കേഷൻ റിജക്റ്റഡ്....."

അതിന്റെ കാരണത്തെപ്പറ്റി ഒരു സൂചനയും ഉണ്ട്... മാർക്സിസം പഠിപ്പിക്കേണ്ട ശാഖ തുറക്കുന്ന കാര്യം ഇനിയും തീരുമാനമായിട്ടില്ല.

അയാൾക്ക് സന്തോഷം കൊണ്ട് ആർത്തുചിരിക്കണമെന്നുണ്ടായിരുന്നു. എങ്കിലും ഒതുക്കി. മനസ്സിൽ ഓർത്തു—അശ്രീകരം. അങ്ങനെ വേണം. അവരുടെ അഹങ്കാരം നിലച്ചല്ലോ!.... ഇനി പോസ്റ്റാഫീസിൽ കാർഡും കവറും വിറ്റുനടക്കട്ടെ. അവരുടെ ആശാഭംഗത്തെപ്പറ്റി ഒരു നോവൽ എഴുതണമെന്നുവരെ തോന്നി. തലക്കെട്ട് ഇങ്ങനെയാവാം ...."ഐരാവതം അടിപതറി....." പെട്ടെന്ന് അയാൾ ഓർത്തു. അവരുടെ ഈ ദുഃഖത്തിന്റെ പ്രതികരണം തന്നിലേറ്റിരിക്കുന്നു എന്ന് കാണിക്കാൻ മുഖത്ത് വരുത്തേണ്ട ഭാവം...? ശോകം? ദീനാനുകമ്പ? സർവകലാശാലയോടുള്ള രോഷം? അപ്പോഴാണ് അയാൾ അതു ശ്രദ്ധിച്ചത്..... സൗമിനിയേച്ചിയുടെ നേർത്ത ചുണ്ടിൽ ഒരു പുഞ്ചിരി അരിച്ചു കയറുന്നു.... മുഖത്താകെ പരക്കുന്നു ..... സ്ഥായിയായി അത് അവിടെത്തന്നെ നില്ക്കുന്നു....

"ഇവിടെ അത് തുടങ്ങാൻ ഇനിയും ഒന്നുരണ്ടുകൊല്ലം പിടിക്കുമായിരിക്കും.... അതുവരെ മറ്റ് എന്തെങ്കിലും ചെയ്തേ പറ്റൂ...." ഇതും പറഞ്ഞിട്ടവർ മറ്റൊരു മുറിയിലേക്കു പോയി. അൽപ്പസമയത്തിനകത്ത് ഒരു ടെലഗ്രാം ഫാറം പൂരിപ്പിച്ചത് അയാളെ ഏൽപ്പിച്ചു.

"നീ പോസ്റ്റാഫീസിൽ പോയി ഇതൊന്ന് അടിക്കണം....."

"എന്താ സംഗതി?"

"സംഗതി പറയാം.... എന്നെ രണ്ട് ദിവസങ്ങൾക്കു മുമ്പ് ഒരു വിദേശസംഘടനയുടെ ആൾക്കാർ സമീപിച്ചിരുന്നു... അവരുടെ ആവശ്യം ഇത്രയുമാണ്—മോസ്കൊവിൽ നിന്ന് മാർക്സിസത്തിൽ ഡിഗ്രി എടുത്ത ഒരു ഭാരതീയ വിദ്യാർഥിനിയുടെ സഞ്ചരിച്ചു കൊണ്ടുള്ള പ്രസംഗപരമ്പര. പ്രസംഗം ഒന്നുക്ക് അഞ്ഞൂറ്റിഅമ്പത് ഡോളർ. പ്രസംഗം നന്നായാൽ അറുനൂറു വരെ കൂട്ടിത്തരും. രാജ്യത്തിന്റെ നാനാഭാഗത്തുമായി മൊത്തം പ്രസംഗം നൂറ്.... പാസ്സേജ്ഫ്രീ..... താമസം ഫ്രീ..... പോരുമ്പോൾ എമ്പാടും ഫോറിൻ സാധനങ്ങളും കൊണ്ടുവരാം....."

"എന്തു വിഷയത്തെപ്പറ്റിയാണ് പ്രസംഗം?"

"വിഷയമോ.... ഒന്ന്; മാർക്സിസം ഒരു ശാസ്ത്രമേ അല്ല. രണ്ട്; മാർക്സിസം മനുഷ്യത്വത്തിന് എതിര്.... മൂന്ന്; റഷ്യ അവിടത്തെ വിദേശവിദ്യാർഥികളോട് കാണിക്കുന്ന കടുത്ത ക്രൂരതകൾ...."

അയാൾ സൗമിനിയേച്ചി പൂരിപ്പിച്ചുതന്ന കമ്പിയിലെ വാക്കുകളിലേക്ക് കണ്ണോടിച്ചു. അവിടെ വാർത്താവിവരം ചേർക്കേണ്ട കള്ളികളിൽ കണ്ടത് അവരുടെ കൈപ്പടയിൽ വലിയ അക്ഷരത്തിൽ ഒരേ ഒരു വാക്ക്— അക്സെപ്റ്റഡ് .....

മോസ്കൊ റോഡിന്റെ ഓർമ്മകൾ

അന്ന് ആ നഗരശാലക്ക് ചേറ്റുമണ്ണിന്റെ മണമുണ്ടായിരുന്നു.

ആ നഗരശാലയ്ക്ക് പുഞ്ചപ്പാടത്തിന്റെ കുളിർമയുണ്ടായിരുന്നു. നഗരശാലയുടെ കസേരകളിൽ അമരുന്നവരുടെ കൈവെള്ളകളിൽ കനത്ത തഴമ്പുണ്ടായിരുന്നു. അവരുടെ തഴമ്പുകൾ നിയാമകവ്യവസ്ഥി തികൾക്കൊത്ത് വളർന്നതായിരുന്നു. വല്യമ്പ്രാനും വല്ലിആളും ചേരുന്ന ഒരു സമൂഹത്തിന്റെ മൃതദേഹത്തിന്, തഴമ്പുകൾ ശവമഞ്ചമൊരുക്കി യിരിക്കുന്നു.....

പേരുകൾ വിളിക്കുന്ന മുറയ്ക്ക് വൃദ്ധകളും വൃദ്ധന്മാരും ഊന്നുവടി കളുടെ സഹായത്തോടെ വേദിയിലേക്ക് കയറുന്നു.

ചേമ്പാലയുടെ പേരുവിളിച്ചു. പെട്ടെന്ന് ചേമ്പാലയുടെ മുഖം വിളറി. അയാൾ ചേമ്പാലയെ കൈപിടിച്ച് നടത്തി. ചേമ്പാലയുടെ കൈകൾക്ക് കരിഞ്ചേമ്പിൻതണ്ടിന്റെ തണുപ്പുണ്ടായിരുന്നു.

വേദിയിൽ ഒരു യന്ത്രം കണക്കെ ചേമ്പാല കൈകൾ നീട്ടി.

ചേമ്പാല പതുക്കെ വേദിയിൽ നിന്ന് താഴെയിറങ്ങി... ഇരിപ്പിടത്തി ലേക്കല്ല പുറത്തേക്കാണ് തിരക്കിട്ട് നടന്നത്.... പുറത്തു വന്നപ്പോൾ ചേമ്പാല മുറ്റത്തേക്കിറങ്ങി....

"പുവ്വെല്ലെ....."

"അങ്ങനെ പോയാലൊ. കൂടെവന്ന മറ്റ് നാല് പെൻഷൻകാരില്ലെ.... അവരേംകൂടി കൊണ്ടുപോകേണ്ടെ....."

"എനിക്ക് ആവുതി എടക്കണൂ.... ഇപ്പൊ.... പോണം..."

അയാളുടെ മറുപടിക്ക് ചേമ്പാല കാത്തുനിന്നില്ല. ചേമ്പാല ഊന്നു വടി നിലത്തുകുത്താൻ തുടങ്ങിയിരുന്നു. ചേമ്പാലയുടെ തന്നിഷ്ടം അയാളെ വേദനിപ്പിച്ചു.... എങ്കിലും വഴിയറിയാത്ത ചേമ്പാലയെ ഒറ്റ യ്ക്കു വിടുന്നത് ശരിയല്ലല്ലൊ.

അയാളും ഒപ്പം നടന്നു. കുറച്ച് നടന്നപ്പോൾ ചേമ്പാല നിന്നു. ഊന്നുവടിയുടെ മണ്ടയിലെ വിയർപ്പ് ഉടുതുണികൊണ്ട് തുടച്ചു. പിന്നെ മുഖവും. മുഖം തുടയ്ക്കുന്നത് കണ്ടപ്പോഴാണ് അയാൾ അത് ശ്രദ്ധിച്ചത്. ചേമ്പാലയുടെ കവിളിൽ നിലയ്ക്കാത്ത കണ്ണുനീർ കുത്തിയൊഴുകുന്നു.

അപ്പോൾ അയാൾക്ക് വെറുപ്പ് തോന്നി. ഈ ആഘോഷങ്ങൾ കണ്ണീരിൽ മായ്ക്കുന്ന മനുഷ്യരുണ്ടോ!

അവർ മൈതാനിയിലേക്കു കയറി, വൃത്തത്തിലുള്ള അമ്പലപ്പറമ്പും അതിന്റെ നടുവിൽ ചതുരൻ അമ്പലമതിൽക്കെട്ടും....

"എനിക്ക് ഒട്ടും നടക്കാൻ പാങ്ങില്ല..... ഒന്ന് ഇരിക്കണം."

ചേമ്പാല ഊന്നുവടിയുടെ പിടിയിൽ കൈയമർത്തി ഒരു മടക്കു കസേരപോലെ ശരീരം ചുരുക്കി. ചേമ്പാല നിലത്തമർന്ന് ഇരുന്നു. കാലുകൾ നീട്ടി. പിന്നെ കരച്ചിലിന് വേഗം കൂട്ടി.

"എനിക്ക് പെരേലയ്ക്ക് മടങ്ങണംന്ന്തന്നെ ഇല്ല. ഇവടെ കെടന്ന് ചത്താൽ മതി."

"കർഷകത്തൊഴിലാളി പെൻഷൻ കിട്ടി മടങ്ങുമ്പോൾ ഇങ്ങനെ പറയുന്നത് ശരിയല്ല...."

അയാൾ ഉപദേശിച്ചു. ചേമ്പാല അതും ശ്രദ്ധിച്ചില്ല. ചേമ്പാല മലർന്നുകിടന്നു. ആകാശത്തിലേക്ക് നോക്കി. അയാളും ആകാശത്തേക്ക് നോക്കി. ആകാശം ഇന്ന് പതിവിലേറെ ഉയരത്തിലാണോ.....

ചേമ്പാല ആകാശത്തിൽ ആരെയോ കണ്ടെത്തിയിട്ടെന്നോണം പറഞ്ഞു:

"ഇന്റെ ഒഡേമ്പ്രാനെ ഇനിക്ക് കിട്ടണ്ടതൊക്കെ കിട്ടി. എനി ഒന്നും വേണ്ട. ഇന്നെ അങ്ങട് എടുത്താൽ മതി."

ചേമ്പാല യാത്രയ്ക്കൊരുങ്ങിക്കിടന്നു. അപ്പോഴും കണ്ണീർക്കണങ്ങൾ ഇരുവശത്തേക്കും ഒഴുകിക്കൊണ്ടിരുന്നു.

ആരും കൊണ്ടുപോകാൻ വരാൻ ഇല്ലെന്നറിഞ്ഞിട്ടാവാം ചേമ്പാലക്ക് പരിസരബോധമുണ്ടായി....

"അല്ല ഇങ്ങക്ക് എന്തേങ്കിലും പെൻഷൻ കിട്ടുണുണ്ടോ."

"എനിക്ക് എന്തു പെൻഷൻ കിട്ടാനാ....."

"അല്ല ഇങ്ങള് എത്രകാലായി ഇതിനൊക്കെ നടക്കാൻ തുടങ്ങിയിട്ട്."

"അതിനെന്താ നിങ്ങൾക്കൊക്കെ പെൻഷൻ കിട്ടുന്നത് കാണുന്നതല്ലേ എന്റെ മനസ്സിന്റെ പെൻഷൻ..."

അതിന്റെ മുഴുവൻ അർഥവ്യാപ്തിയും ചേമ്പാല മനസിലാക്കിയിരിക്കില്ല എന്നിട്ടും ചേമ്പാല പൊട്ടിക്കരഞ്ഞു. ആ കരച്ചിലിന്റെ അർഥം അയാൾക്കറിയാം. മറ്റാരേക്കാളും നന്നായയാൾക്കറിയാം.

ചേമ്പാല കണ്ണുകൾ അടച്ചു കിടന്നു. എന്നിട്ടും കണ്ണീർ പ്രവഹിച്ചു

കൊണ്ടേയിരുന്നു....

ദശാബ്ദങ്ങൾ ഓർമ്മകൾക്കെതിരെ കനത്ത കോട്ടകളുയർത്തി.... കോട്ടമതിലുകളിൽ പൂപ്പലും പാഴ്ച്ചെടികളും ഇടതിങ്ങി വളർന്നു.

പക്ഷേ പഴയ ഓർമ്മകൾ തെളിച്ചെടുത്ത ആ ദിവസം അയാളുടെ ഓർമ്മകളിൽ അന്ന് വന്നു.

ആ വാർഡിൽ അയാൾ സ്ഥാനാർഥിയായിരുന്നു. പ്രചരണാർഥം ഇറങ്ങിത്തിരിച്ചപ്പോൾ അയാൾ ചേമ്പാലയുടെ പടിക്കലും എത്തി.

“അവിടെ കേറേണ്ട. ആ മനുഷ്യൻ ഇന്നുവരെ ആർക്കും വോട്ടു ചെയ്തിട്ടില്ല. നമ്മളേന്നല്ല ഒരു പാർട്ടിക്കാരും അവിടെ പോകാറില്ല.... ആരെ കണ്ടാലും അപ്പോൾ മുഖം കറുപ്പിക്കും.....”

എന്നിട്ടും അയാൾ ചെന്നു. മുറ്റത്ത് പുളിമരത്തിന്റെ ചോട്ടിലിരുന്ന് ചേമ്പാല കുരുത്തി മുടയുന്നു. ചേമ്പാലയുടെ കൈകളിലെ മാംസ പേശികൾ അയഞ്ഞു തൂങ്ങുന്നു... നനഞ്ഞ പഞ്ഞികണക്കെ... ഒരു കൈക്കോട്ടോ, മഴുവോ ആ കൈക്ക് ഇനി ഇണങ്ങില്ല.....

പതിനാറ് വർഷത്തിനു ശേഷം നടക്കുന്ന ഒരു തിരഞ്ഞെടുപ്പിന്റെ രാഷ്ട്രീയപ്രാധാന്യം വിവരിക്കുവാൻ തുടങ്ങിയപ്പോൾ ചേമ്പാല എഴുന്നേറ്റ് അകത്തുപോയി..... കുരുത്തി മുടയാനുള്ള ഈറൻ വയറവള്ളികൾ എടുത്തുകൊണ്ട് വന്നു.... പിന്നെ വീണ്ടും കുരുത്തിമുടയാൻ തുടങ്ങി..... ചേമ്പാലയുടെ നിസ്സംഗത്വം അയാളെ നിർവാചനാക്കി; നിഷ്കാമനും.....

അയാൾ സ്ലിപ്പ് എഴുതിക്കൊടുക്കുവാൻ ബേഗിൽ നിന്ന് കണ്ണടയെടുത്തു.... അപ്പോൾ ചേമ്പാല കുരുത്തിമുടച്ചിൽ നിർത്തി അയാളെ സൂക്ഷിച്ചുനോക്കി....

“ഇങ്ങള് എന്തിനാ കണ്ണട വെക്കണെത്.....”

‘‘എനിക്ക് വായിക്കുവാൻ കണ്ണട വേണം.... വെള്ളെഴുത്ത് തുടങ്ങി...”

“വെള്ള എയിത്തൊ.....”

ചേമ്പാല ഒട്ടും പരിചയമില്ലാത്ത ആരെയോ നോക്കുന്നതുപോലെ അയാളെ ഉറ്റുനോക്കി...

പിന്നെ എവിടെ ഒക്കെയോ സഞ്ചരിച്ചുവന്ന മനസ്സുമായി അയാളെ നേരിട്ടു.

“ഇങ്ങളും കുട്ടനും കൂടുമ്പൊ ആരാ മൂപ്പ്.”

അയാൾ സ്തംഭിച്ചു നിന്നു.

ഓർമ്മകൾ ചുരം തുറക്കുന്നു. അയാൾ അന്ന് കണ്ണുകൾ താഴോട്ടു മാറ്റി. വയറവള്ളികളിൽ നിന്ന് കരിഉറുമ്പുകൾ ചേമ്പാലയുടെ നീരുവീണ കാലിന്റെ കുതിരമുഖത്ത് കയറുന്നത് ചേമ്പാല അറിയുന്നതേയില്ല.

അയാളും ജിജ്ഞാസുവായി. മനസ്സ് ആരാഞ്ഞു ആരാണ് മൂപ്പ്.... ഒടുവിൽ എത്തി...

"ഒരേ വയസ്സുകാരാണ്..." അപ്പോൾ ചേമ്പാല മൗനം പാലിച്ചു.. മൗനം ഒരു പകർച്ചവ്യാധിപോലെ അയാളിലേക്കും പടർന്നുപിടിച്ചു...

പിറ്റേന്നാൾ എല്ലാവരെയും അദ്ഭുതപ്പെടുത്തിക്കൊണ്ട് ചേമ്പാല വന്നു. വോട്ട് ചെയ്ത് നിശ്ശബ്ദനായി ഇറങ്ങിപ്പോയി.

അയാൾ എല്ലാം ഓർത്ത് നിശ്ശബ്ദനാകുന്നത് ചേമ്പാലയ്ക്ക് രുചിച്ചില്ല.... അയാൾ അടുത്തിരുന്നിട്ടും മറ്റേതോ ലോകത്തിലേക്ക് ചിറകുവിരിച്ച് പറക്കുന്നത് ചേമ്പാല കണ്ടിരിക്കണം. "ഇങ്ങക്ക് എങ്ങനാ പഴയ കാര്യങ്ങളൊക്കെ ഓർമ്മണ്ടൊ....."

അയാൾ സ്വന്തം മനസ്സിൽ നിന്നുമാത്രം അതിനുള്ള മറുപടി പെറുക്കിയെടുത്തു..... അത് ഓർമ്മയുടെ കരിഞ്ഞ കൊള്ളികൾ കൊണ്ടായിരുന്നു.

അയാളും കുട്ടനും ആദ്യമായി പങ്കെടുക്കുന്ന ക്ലാസ് കുട്ടന്റെ വീട്ടിൽവെച്ചായിരുന്നു. ആദ്യമായി അയാൾ ക്ലാസ് എടുക്കുന്ന ആളെ മാത്രം ശ്രദ്ധിച്ചു. ഖദർ ജുബ്ബ ധരിച്ച മനുഷ്യൻ.

ആദ്യം ആ പരസ്യത്തിലെ കാര്യങ്ങളെപ്പറ്റി ഓർത്തു...

വെളുത്തനിറം..... കൂർത്ത താടി.... കവിളിൽ കറുത്ത അരിമ്പാറ, അഞ്ചടി ഏഴിഞ്ച് ഉയരം..... പിടിച്ചുകൊടുക്കുന്നവർക്ക് ഇരുന്നൂറ്റി അമ്പത് രൂപ.... ഇനാം.....

ക്ലാസ് നൽകുന്ന ആൾ ഒടുവിൽ പറഞ്ഞു....

"ഇനി സംശയങ്ങൾ ഉണ്ടെങ്കിൽ ചോദിക്കാം...."

"വിപ്ലവത്തിനുശേഷം സാർരാജവംശത്തിലെ ആരെങ്കിലും രക്ഷപ്പെട്ടുവോ...."

"സാർവംശത്തിലെ എന്നുമാത്രമല്ല..... സാർരാജവംശവുമായി ബന്ധപ്പെട്ട ഒരു പ്രഭുകുടുംബവും രക്ഷപ്പെട്ടില്ല. എല്ലാവരെയും തടവിലാക്കി അവരുടെ സ്വത്തുക്കൾ കണ്ടുകെട്ടി."

അന്ന്, അപ്പോൾ ചേമ്പാല ചായ്പ്മുറിയുടെ ചെറ്റ അൽപ്പം പൊക്കിയിട്ട് ക്ലാസ് നടക്കുന്ന മുറിയിലേക്ക് തുറിച്ചുനോക്കി.....

പിറ്റേന്നാൾ അയാളെ കണ്ടപ്പോൾ ചേമ്പാല തീർത്തു പറഞ്ഞു.

"ആളുകളെ പിടിച്ച് തടവിൽ വെയ്ക്കാ..... അവരുടെ സ്വത്ത് പിടിച്ചെടുക്കുക.... ഈ തിമ്മർട് ഒക്കെ അല്ലെ എന്റെ മകനെ പഠിപ്പിക്കണത്. ഇനി ഇങ്ങളാരും എന്റെ പടികേറി പോവരുത്....."

പിന്നീട് ഒരിക്കൽ ചേമ്പാല ചോദിച്ചു....

"ഇങ്ങടെ നാട്ടിലൊക്കെ പണിടുക്കാൻ ആവുത് ഇല്ല്യാണ്ടാവുമ്പൊ വെടിവച്ചുകൊല്ലും..... അല്ലെങ്കിൽ വല്ലിച്ചോടത്തേക്കും കയറ്റിവിടും എന്നൊക്കെ കേക്കണുണ്ടല്ലൊ ...."

അയാളൊന്നും ഇവിടത്തുകാരനല്ല. അവർക്ക് മറ്റേതോ രാജ്യ മുണ്ടായിരുന്നു എന്നൊക്കെ മനുഷ്യർ വിശ്വസിച്ചിരുന്നു.... അതു കൊണ്ട് മാത്രമാണ് അയാൾ മറുപടി പറഞ്ഞത്. "നുണ പറയാട്ട്വൊ. അവിടെ ഒക്കെ ജോലിചെയ്യാൻ കഴിയാതെ വരമ്പൊ പെൻഷൻ കിട്ടും.

അവർക്ക് സൗജന്യമായ ഉല്ലാസയാത്രക്കുള്ള സൗകര്യം കിട്ടും.”

“വല്ലേ്യ പണിക്കരുമ്പ്രാക്കള് പറയുന്നത് അങ്ങനെ അല്ലല്ലൊ. മൂപ്പര് കണ്ണോണ്ട് കണ്ടതാത്രെ... വയസ്സായൊരൊക്കെ വെടിവച്ചുകൊല്ല ണത്...”

ഇതെല്ലാം ചേമ്പാലയുടെ മനസിൽ വേരുറച്ചു കഴിഞ്ഞിരുന്നു. ഒരിക്കലും ചേമ്പാലയ്ക്ക് അതിൽ നിന്ന് മോചനം ലഭിച്ചില്ല.

നുണപ്രചാരണം ഒരു വശത്ത്... മറുവശത്ത് നരവേട്ടയും ആരംഭിച്ചുകഴിഞ്ഞിരുന്നു...

അതൊന്നും ഓർക്കാതിരിക്കാൻ ശ്രമിച്ചുകൊണ്ട്, അയാൾ നിലത്ത് മലർന്നുകിടക്കുന്ന ചേമ്പാലയെ ഉറ്റുനോക്കി.... അപ്പോൾ അയാൾ കണ്ടു. ചേമ്പാലയും ഓർമ്മകളുടെ നിഴലാട്ടം നേരിൽ കാണുന്നു. ചേമ്പാല മൂകനായി ഓർമ്മകളെ പങ്കിടുവാൻ വിസമ്മതിച്ചുകൊണ്ട് കിടക്കുന്നു.

അപ്പോൾ അയാൾക്ക് ബാലിശമായ ഒരു വിനോദം തോന്നി. ചേമ്പാലയുടെ ഓർമ്മകൾ ചിന്നിച്ചെടുക്കുക.

ചേമ്പാല ഇപ്പോൾ ഓർക്കുന്നത്.... ക്ഷയരോഗാശുപത്രിയിൽ നിന്ന് കിട്ടിയ ചീട്ടും ഉയർത്തിപ്പിടിച്ച് കാറിന്റെ പിന്നിൽ ഓടിഓടി ഒപ്പം എത്തുന്ന രംഗം.....

ഇത് ചേമ്പാലയുടെ ചിന്തകളായി മിനഞ്ഞെടുക്കുവാൻ ശ്രമിച്ചപ്പോൾ, പെട്ടെന്ന് അത് സ്വന്തം ചിന്തകളായി മാറുന്നു.

പണ്ട് ...

ആ രാത്രി വളരെ മയങ്ങിയിട്ടാണ് അയാളും കുട്ടനും അവിടെ ചെന്നത്... ഒന്ന് കുളിക്കണം, വിശപ്പ് മാറുവോളം ഭക്ഷണം കഴിക്കണം.

ചേമ്പാല ഉറങ്ങിയിട്ടുണ്ടായിരുന്നില്ല.

കിണറ്റിൻകരയിൽ നിന്ന് പാളയിൽ വെള്ളംകോരി അയാളും കുട്ടനും കുളിച്ചു. പാളയിൽ നിന്ന് മുരുക്കിൻപൂവുകൾ എടുത്തു മാറ്റിയത് കുട്ടനായിരുന്നു.

പടവലങ്ങാക്കറിയും കഞ്ഞിയും കുടിച്ചു. കഞ്ഞികുടിക്കുമ്പോൾ ചേമ്പാല പറഞ്ഞു:

കുട്ടാ, നിന്നെ വല്ല്യ പണിക്കരുമ്പ്രാക്കള് ഒന്നു കാണണം എന്ന് പറഞ്ഞിട്ടുണ്ട്.

എന്തിനാണാവൊ....

നിനക്ക് ഒരു പണി ഉണ്ടാക്കിത്തരാനാണത്രെ.

“അയാളുടെ മക്കൾക്ക് ആദ്യം പണി ഉണ്ടാക്കി കൊടുക്കട്ടെ..”

പിന്നെ ചേമ്പാല മിണ്ടിയില്ല.

കുട്ടൻ അകത്തുപോയി രണ്ട് വാതിൽക്കീറുകൾ എടുത്തുകൊണ്ടു വന്നു.... അത് നിലത്ത് നിരത്തി. അതായിരുന്നു കുട്ടന്റെ കട്ടിൽ. അതിൽ പായ വിരിച്ച് അവർ കിടന്നു. ഒരു മഴ പെയ്തമർന്നപ്പോഴാണ് അയാൾ അറിഞ്ഞത് അതൊരു നിലാവുള്ള രാത്രിയാണെന്ന്. അയാൾ

നിലാവിന്റെ നിറം ഏറിവരുന്നത് നോക്കിക്കിടന്നു.

ചേമ്പാല പുറത്തേക്കിറങ്ങുന്നത് അയാൾ കണ്ടു. ഇല്ലിപ്പടി അകത്തിവെക്കുന്നത് അയാൾ കണ്ടു. ചേമ്പാല റോഡുമുറിച്ച് നടന്നു. റോഡിന്റെ മറുവശത്താണ് തമ്പ്രാന്റെ ഗേറ്റ്. അതും തുറന്ന് ചേമ്പാല നടന്നു മറഞ്ഞു.

കുട്ടൻ നല്ല ഉറക്കത്തിലായിരുന്നു. അയാൾ ഒന്ന് മയങ്ങിയതേയുള്ളൂ...

മുറ്റത്ത് തുരുതുരെ കാലടിശബ്ദം.

അയാൾ ഞെട്ടിയുണർന്നു. മുറ്റത്തേക്ക് നോക്കി.

അവരുടെ കാലുകളിൽ ബൂട്ട്സുകളുണ്ടായിരുന്നില്ല.

അവരുടെ ശരീരങ്ങളിൽ കാക്കിച്ചമയങ്ങളുണ്ടായിരുന്നില്ല.

എന്നിട്ടും അവരിൽ യമകിങ്കരന്മാരെ കാണാൻ ചേമ്പാലയുടെ വളർത്തുപട്ടിക്ക് കഴിഞ്ഞു. അത് പതുക്കെ ദൂരത്തേക്കു മാറി. എന്നിട്ട് ഇടതടവില്ലാതെ മോങ്ങി.

കാറ് നീങ്ങിക്കൊണ്ടിരുന്നപ്പോൾ ചേമ്പാല ഒപ്പം ഓടിവന്നു....

എന്റെ മോനെ ഒന്നും കാട്ടരുതെ. അവന് ക്ഷയാണ്. ഇതാ ആശുപത്രി ചീട്ട്.

"ഞങ്ങള് എന്ത് കാട്ടാനാണ്.... ചില കാര്യങ്ങൾ ചോദിച്ചറിയും... എന്നിട്ട് ഉപദേശിച്ച് വിട്ടയക്കും."

അന്നുരാത്രി കാര്യങ്ങളൊന്നും ചോദിച്ചറിഞ്ഞില്ല. ഉപദേശിച്ചതുമില്ല... പൊലീസുകാരൊക്കെ ക്ഷീണിച്ചിരുന്നുത്രെ... പിറ്റേന്നാൾ പകൽ ഒരു പൊലീസുകാരന്റെ കല്യാണമായിരുന്നു. ആർക്കും ഒന്നിനും സമയമില്ല.

അന്ന് രാത്രിയായിരുന്നു ചടങ്ങുകൾ.

ആദ്യം മോസ്കോറോഡ്... ലോക്കപ്പുമുറിയിൽ ചോക്കുകൊണ്ടൊരു വരവരച്ചു.... അതാണ് മോസ്കോറോഡ്. അതിലൂടെ നടത്തി. ഇരുവശത്തും അവർ നിന്ന് ഇരുവാരിയിലും പുറത്തും ഇടിക്കും..... അയാൾ നടന്നു.... പിന്നെ കുട്ടനെ വിളിച്ചു.....

എനിക്ക് ക്ഷയമാണ്....

അത് മാറാനാണ് മോസ്കോവിലേക്ക് വിടുന്നത്.....

ആദ്യത്തെ കൈപ്പെരുമാറ്റത്തിൽ തന്നെ കുട്ടൻ വീണു. പിന്നെ നിലയ്ക്കാതെ ചോര ഛർദ്ദിച്ചു. കുട്ടനെ ആശുപത്രിയിലേക്കു മാറ്റി. അവിടെനിന്ന് ക്ഷയരോഗാശുപത്രിയിലേക്കും... കൊണ്ടുപോകുന്ന വഴിക്കാണ് കുട്ടൻ മരിച്ചത്.

അന്ന് ചേമ്പാല കണ്ണീർ കടിച്ചമർത്തിക്കൊണ്ട് പറഞ്ഞു.

എനിക്ക് പണിയെടുക്കാൻ ആവതില്ലാണ്ടാവുമ്പൊ ഇനി ആരുണ്ട്...

ഇന്ന് പെൻഷൻ വാങ്ങിവരുമ്പോൾ ചേമ്പാലയും എല്ലാം അറിയാവുന്ന അയാളും എല്ലാം ഓർത്തു പോകുന്നു...

മൂന്ന് ദശാബ്ദങ്ങളുടെ പൂപ്പൽ ഉരച്ചുമാറ്റിയിട്ട്...

അയാൾ സ്വപ്നങ്ങളിൽ നിന്നുണർന്നു.

അയാൾ ചേമ്പാലയെ ഉറ്റുനോക്കി.

ചേമ്പാല അപ്പോഴും സ്വപ്നത്തിൽ തന്നെയാണ്.

ചേമ്പാലയുടെ കണ്ണുകൾ അപ്പോഴും ആകാശത്തേക്കു തന്നെ.

അതിന്റെ അനന്തതയിൽ അപ്പോഴും ചേമ്പാല തേടുന്നു..... കുട്ടനെ....

വേരുകൾ പുതിയതും പഴയതും

അദ്ദേഹം വന്നത് 'L ബോർഡ്' തൂക്കിയ, ചായം മങ്ങിയ അറുപത്തിരണ്ടിലെയോ അറുപത്തിമൂന്നിലെയോ മോഡൽ ഹെറാൾഡ് കാറിലായിരുന്നു. കടുംനീല ഷർട്ടും ഇളംനീല പാന്റ്സും കാറിന്റെ വർണത്തോട് യോജിച്ചിരുന്നുവെങ്കിലും സ്വന്തം കറുപ്പിനോട് ഇണങ്ങാൻ മടിച്ചു. ആ മുഖത്ത് എന്തിനോടും എല്ലാവരോടും പുച്ഛം നിഴലിച്ചിരുന്നു.

കയറിവന്ന ഉടൻ പറഞ്ഞു: "എന്നെ അറിയില്ലായിരിക്കും. ഞാൻ നിങ്ങൾ നടത്തുന്ന ഒ എസ് നൂറ്റിപതിനേഴ് ബാർ എഴുപത് എന്ന കേസിലെ പെറ്റീഷണറുടെ സൺ ആണ്..."

പതിവിലേറെ ഉച്ചരിച്ച് കേട്ടതുകൊണ്ട് ഒരിക്കലും മറക്കാനാവാത്ത നമ്പർ: ഒ എസ് നൂറ്റിപതിനേഴ് ബാർ എഴുപത് അയാൾ ഓർത്തു ....

വർഷങ്ങൾ ഒരു ഞൊടിയിടയിൽ ആറെണ്ണം പറന്നുപോയി .....

ചെറുങ്ങോരൻ തന്റെ മുന്നിൽ ആദ്യം വന്നുനിന്നത് അൽപ്പം നിമിഷങ്ങൾക്കു മുമ്പാണോ...

"ഇവിടത്തോട് ഒരു കാര്യം കൂടെ പറയണംന്നുണ്ട്."

ചെറുങ്ങോരൻ ചിരിച്ച് നിന്നതേയുള്ളൂ. കൂടെ വന്നവരാണ് കാര്യം പറഞ്ഞത്.

"ചെറുങ്ങോരന്റെ മകന് സീറ്റ് കിട്ടിയിട്ടുണ്ട്....."

ചെറുങ്ങോരൻ ഇത്രമാത്രം പറഞ്ഞു.

എല്ലാ ചെലവും സർക്കാരീന്ന് കിട്ടും. ഓരോ തവണ വരുമ്പോഴും ചെറുങ്ങോരൻ പറഞ്ഞു:

ഇനി..... അഞ്ച്..... നാല്... മൂന്ന്..... ആറ് മാസങ്ങൾക്കു മുമ്പ് ചെറുങ്ങോരൻ പറഞ്ഞു:

ഇവിടന്ന് ഒന്നുകൊണ്ടും അമാന്തിക്കരുത്. ഇനി അടുത്തുതന്നെ ഒരു ദിവസം അവൻ വരും...

ആറ് വർഷങ്ങൾ നീണ്ടുനിന്ന കേസ്. കയറാത്ത കോടതികളില്ല.....

"സേർ, ഞാൻ വന്നത് കുറച്ച് സീരിയസ് കാര്യങ്ങൾ സംസാരിക്കുവാനാണ്. തികച്ചും പേഴ്സണൽ ..... ഇപ്പോൾ ഫ്രീ അല്ലെങ്കിൽ പറയണം..... ഞാൻ എപ്പോൾ വരണം..."

സത്യത്തിൽ അയാൾ തികച്ചും ഫ്രീ ആയിരുന്നു. എന്നിട്ടും അദ്ദേഹത്തിന്റെ ചോദ്യത്തിന് ഇങ്ങനെ ഒരു മറുപടി പറയുവാൻ തോന്നി.

"സ്വൽപ്പം കഴിഞ്ഞിട്ട് വരാമോ....." അങ്ങനെ ഒരു അകൽച്ച അദ്ദേഹത്തിന്റെ പെരുമാറ്റം ചോദിച്ചു വാങ്ങിയതാണ്...

"എന്നാൽ ഞാൻ ഹാഫ് എൻ അവർ കഴിഞ്ഞു വരാം. എന്റെ വണ്ടീടെ ബേക്ക് വീലിൽ കുറച്ച് എയർ അടച്ചിട്ട് വരാം....."

അദ്ദേഹം ഇറങ്ങിപ്പോകുമ്പോൾ അയാൾ ഉറ്റുനോക്കിക്കൊണ്ടിരുന്നു. ചെറുങ്ങോരൻ വർഷങ്ങളെടുത്ത്, തന്നിൽ വളർത്തിയ, വാത്സല്യത്തോടെ, തനിക്കദ്ദേഹത്തെ കാണാൻ കഴിയാതെ വന്നതിൽ അയാൾ ഖേദിച്ചു.

ചെറുങ്ങോരനെ കാണുമ്പോഴൊക്കെ അയാൾ ഓർത്തുപോകാറുണ്ട്.

ഈ മനുഷ്യന്റെ മനസും ശരീരവും വാർത്തെടുത്ത മൂശ എന്താണ്....

കാരിരുമ്പോ ..... കരിങ്കല്ലോ.....

അതിന് ചെറുങ്ങോരൻ ഒരൊറ്റ വാചകത്തിൽ മറുപടി പറയും.

ഞാൻ ആരുടെ മുഖം കണി കണ്ടിട്ടാണീക്കണത് എന്നറീല്ല്യ.....

അയാൾക്കറിയാം.

കേട്ടുമടുത്തുവെങ്കിലും വർഷങ്ങളുടെ സമ്പർക്കത്തിൽ മനസിൽ നിറഞ്ഞുനിൽക്കുന്ന സങ്കൽപ്പം...

അന്ത്യാളൻ മൂപ്പൻ ....

ഓരോ തവണ വരുമ്പോഴും ചെറുങ്ങോരൻ പറയും. കഴിഞ്ഞ തവണ പറഞ്ഞത് അയാൾ മുഴുവനും ശ്രദ്ധിച്ചില്ല എന്ന് തോന്നിയതുകൊണ്ടാകാം. പിന്നെയും പറയും ആരായിരുന്നു അന്ത്യാളൻ മൂപ്പൻ. പന്ത്രണ്ടു ദേശത്തേക്ക് നാഥനായിരുന്നു. പന്ത്രണ്ട് ദേശത്തും ഓരോ മലങ്കുറത്തിത്തറയുണ്ടായിരുന്നു. ഓരോ ദേശത്തും കലശം നടത്തുന്നത് അന്ത്യാളൻ മൂപ്പൻ ആയിരുന്നു. ഓരോ ദേശത്തും അന്ത്യാളൻ മൂപ്പന് ഓരോ 'ചിറ്റം' ഉണ്ടായിരുന്നു. അതിലൊന്നിലും സന്തതികളുണ്ടായിരുന്നില്ല. സന്തതികളായി ചെറുങ്ങോരന്റെ വംശമുൻഗാമികൾ മാത്രം. അതും ഓരോ കുലയിൽ ഓരോന്നു മാത്രം.

മകരച്ചൊവ്വ തൊട്ട് തുടങ്ങുന്ന ഓരോ ചൊവ്വാഴ്ചയും ഓരോ ദേശത്തും ഓരോ കലശം..... എല്ലായിടത്തും പാഞ്ഞെത്തുന്നത് അന്ത്യാളൻ മൂപ്പൻ. പന്തീരാണ്ടിലൊരിക്കൽ പന്ത്രണ്ട് ദേശക്കാരും ചേർന്ന് ഒരു

വലിയ ഉത്സവം നടത്തും. ആ ഉത്സവത്തിന്റെ പേര് മൂപ്പൻവയലി. ഓരോ ദേശത്തു നിന്നും ഓരോ ആൾ വീതം പന്ത്രണ്ടു പേര് ചുമക്കുന്നു തേര് ..... തേരിൽ അന്ത്യാളൻമൂപ്പൻ നിവർന്നുനില്ക്കും..... ഒരിക്കൽ മൂപ്പൻവയലിൽവെച്ച് അന്ത്യാളൻ മൂപ്പൻ പറഞ്ഞു. പന്ത്രണ്ടു ദേശക്കാരുടെ, വരാൻ പോകുന്ന പന്ത്രണ്ട് തലമുറയുടെ കാര്യം പറഞ്ഞു.

പഞ്ചയെപ്പറ്റി പറഞ്ഞു.

മഹാമാരികളെപ്പറ്റി പറഞ്ഞു. പേമാരികളെപ്പറ്റി പറഞ്ഞു.

നാൽക്കാലിദീനങ്ങളെപ്പറ്റി പറഞ്ഞു. ദേശവഴക്കുകളെപ്പറ്റി പറഞ്ഞു.

ഒടുവിൽ പറഞ്ഞു:

ഇന്ന് മീനത്തിലെ മുപ്പെട്ട് ചൊവ്വാഴ്ചയാണ്; ഇന്ന് കറുംമയ്പ്പു നേരത്ത് ഞാൻ മരിക്കും...

കറുംമയ്പ്പ് നേരത്ത് പട്ട് ഉടുത്ത്, വാള് തോളോടു ചാരി, ചിലമ്പ് കോർത്ത കൈ മാറത്തടക്കി, ചമ്രം പടിഞ്ഞിരുന്ന് അന്ത്യാളൻ മൂപ്പൻ മരിച്ചു. ശിരസിന്റെ ഓടുപൊട്ടി പ്രാണവായു കാശാവ്പൂവിന്റെ നിറത്തിൽ മേൽപ്പോട്ട് ഉയർന്ന് മാനം കടന്ന് പിന്നെയും പറന്നുപോകുന്നത് പന്ത്രണ്ടു ദേശക്കാരും കണ്ടു. ഭാര്യയും പന്ത്രണ്ട് ചിറ്റകാരികളും കണ്ടു. ഇടനെഞ്ച് പൊട്ടി ഒച്ചയനക്കാതെ കരഞ്ഞു. അതേ ഇരുപ്പിൽ ഇരുത്തിക്കൊണ്ടു തന്നെ അന്ത്യാളൻ മൂപ്പനെ മറവുചെയ്തു.

ഈ കഥ ഇതേ ശൈലിയിൽ ചെറുങ്ങോരൻ എത്രയോ പ്രാവശ്യം പറഞ്ഞിട്ടുണ്ട്....

മകന് പഠിപ്പിന് ഒരൊറ്റ പൈസ പോലും ചെലവില്ല. എങ്കിലും അഞ്ചരകൊല്ലം വലിച്ച് എത്തിക്കേണ്ടതല്ലേ.... പക്ഷെ, ചെറുങ്ങോരന് ആശങ്കയില്ല, അന്ത്യാളൻ മൂപ്പൻ അന്നേ പറഞ്ഞുവച്ചിട്ടുണ്ട്.

അതിനിപുണനായ ഒരാൾ..... പന്ത്രണ്ട് ദേശത്തെ സകലരും മാനിക്കുന്ന ഒരാൾ..... അത്രയും കെങ്കേമനായ ഒരാൾ അന്ത്യാളൻവംശപരമ്പരയിൽ ഉണ്ടാകാൻ പോകുന്നു...

മകൻ ജനിച്ചപ്പോൾ ചെറുങ്ങോരന് ബോദ്ധ്യമായി..... അന്ത്യാളൻ മൂപ്പൻ എന്നോ പറഞ്ഞുവച്ച ആൾ ജനിച്ചുകഴിഞ്ഞു.....

ചെറുങ്ങോരൻ മകന് അന്ത്യാളൻ എന്നു പേരിട്ടു. സ്കൂളിൽ ചേരുവോളവും അതുതന്നെയായിരുന്നു പേര് ....

ചെറുങ്ങോരന്റെ മുറ്റത്ത് കുടിലിൽ നിന്ന് ഒന്നരഅടി മാറിയാണ് അന്ത്യാളൻ മൂപ്പന്റെ സമാധിത്തറ. അന്ത്യാളൻ മൂപ്പൻ ചെറുങ്ങോരന്റെ കുടിലിന് അഭിമുഖമായി ദശാബ്ദങ്ങളുടെ ആദരവുകൾ പറ്റി അതേ ഇരുപ്പിൽതന്നെ ഇരിക്കുന്നു. പന്ത്രണ്ട് ദേശക്കാരും കുമ്പിട്ടുപോരുന്നു. മുടങ്ങാതെ അന്തിത്തിരികൾ വെച്ചുപോരുന്നു....

ചെറുങ്ങോരൻ കുടികിടപ്പിന് ഹർജികൊടുത്തപ്പോൾ ഭൂവുടമ പറഞ്ഞു:

“ഞാൻ ജീവിച്ചിരിക്കുന്നുണ്ടെങ്കിൽ നിന്റെ പാട്ടും കൂത്തും

നിർത്തും. നിന്നെ ഇവിടേന്ന് നിലംതൊടാതെ പായിപ്പിക്കും. ഈ കുന്തം തട്ടിത്തരിപ്പണമാക്കും ...''

ചെറുങ്ങോരൻ അന്ത്യാളൻമൂപ്പന്റെ സമാധിത്തറ ചൂണ്ടിക്കാണിച്ചിട്ട് പറഞ്ഞു:

''ഞാൻ ആണായി രണ്ടു കാലിൻമേൽ നടക്കണുണ്ടെങ്കിൽ ഇവിടെന്ന് ഇറങ്ങില്ല ....''

അതൊരു പോർവിളിയും ചെറുത്തുനില്പ്പുമായിരുന്നു...

ആറുവർഷത്തെ പൊരിഞ്ഞ പോര് ... ഏകനായി, നിരായുധനായി, നിശ്ശബ്ദനായി, നിരന്തരം ചെറുങ്ങോരൻ ചെറുത്തുനില്ക്കുന്നു....

കയറാത്ത കോടതികളില്ല, ആദ്യത്തെ ക്രിമിനൽകേസിലെ ആരോപണം ഇതായിരുന്നു...

ഏഴ് തേങ്ങ മോഷ്ടിച്ചു. ചെറുങ്ങോരനെ പിടിച്ച് അകത്താക്കി, ഒരു രാവും പകലും സ്റ്റേഷനിൽ ഇരുത്തി. വൈകുന്നേരം കഥകളി ക്ലബിലേക്ക് തിരക്കിട്ട് ഇറങ്ങാൻ നില്ക്കുന്ന മജിസ്ട്രേട്ടിന്റെ വീട്ടിൽ ഹാജരാക്കി. പതിനാലു ദിവസത്തേക്ക് റിമാണ്ട് വാങ്ങിച്ചു. പിറ്റേദിവസം പ്രതി റിമാണ്ടിലാണെങ്കിലും ജാമ്യത്തിന് അപേക്ഷിച്ചു. കോടതി ഉത്തരവിട്ടു:

കുറ്റം: കളവാണ്. തെഫ്റ്റ്. തെഫ്റ്റ് ആയതുകൊണ്ട് നോൺബെയിലബിൾ, സർക്കാർ ഭാഗം വക്കീലിന് നോട്ടീസ്.

നോട്ടീസ് കൊടുത്തു.

സർക്കാർഭാഗം വക്കീലിന് പ്രഥമ റിപ്പോർട്ട് പഠിക്കുന്നതിന് ഒരു ദിവസത്തെ സമയം വേണം. ഒരു ദിവസം മാത്രം ...

ന്യായമല്ലേ?....

പക്ഷേ, പിറ്റേന്നാൾ സർക്കാർഭാഗം വക്കീൽ വന്നില്ല. ലീവെടുത്തു പതിനഞ്ചു ദിവസത്തേക്ക്. പതിനാറാം ദിവസം സർക്കാർ ഭാഗം വക്കീൽ ജാമ്യാപേക്ഷയ്ക്ക് മറുപടി പറഞ്ഞു.

ഇത് കളവ് അല്ല. തീർച്ച. അറിവോ സമ്മതമോ കൂടാതെ എടുക്കുമ്പോൾ കളവ്. പക്ഷേ, ഇവിടെ പറമ്പുടമസ്ഥൻ കണ്ടു; മുടക്കി. അപ്പോൾ അയാളെ ഭീഷണിപ്പെടുത്തി, വെട്ടുകത്തി കാണിച്ച് തുരത്തി ഓടിച്ചു.

ഇത് തെഫ്റ്റ് അല്ല.

റോബറി.

റോബറി വിചാരണ ചെയ്യാൻ ഈ കോടതിക്കധികാരമില്ല. ഇവിടെ വിചാരണ ചെയ്യുവാൻ അധികാരമില്ലെങ്കിൽ ജാമ്യം കൊടുക്കുവാനും അധികാരമില്ല.

അങ്ങനെയാണ് ജാമ്യഹർജി തള്ളിയത്. ജാമ്യഹർജി തള്ളിയെന്നു മാത്രമല്ല വെറും കളവും കൊള്ളയും തമ്മിലുള്ള അന്തരം ആധികാരികമായി എഴുതിവെച്ചു ആധികാരികമായതിനാൽ ദൈർഘ്യം കൂടി. ഫലമോ..... തള്ളിയ ജാമ്യഹർജിയുടെ പകർപ്പു കിട്ടാൻ രണ്ടു

ദിവസം വേണ്ടിവന്നു. തുർന്നുള്ള രണ്ട് മുടക്ക് ദിവസങ്ങളും കഴിഞ്ഞിട്ടാണ് മേലെ കോടതിയിലെത്തിയത്.

റോബറിയോ.

അവിടെയും ന്യായാധിപൻ നെറ്റി ചുളിച്ചു. തുടർന്ന് കടലാസുകൾ പഠിച്ചു. പുസ്തകം ചികഞ്ഞു. ഒടുവിൽ പറഞ്ഞു. ഇത് റോബറിയല്ല. ഇവിടെ പരുക്കേൽപ്പിച്ചിട്ടില്ല. അതുകൊണ്ട് എക്സ്ട്ടോർഷൻ..... താഴെ കോടതിക്ക് തെറ്റുപറ്റി. താഴെ കോടതിയെ നിശിതമായി വിമർശിച്ചു.

അങ്ങനെ തെഫ്റ്റും റോബറിയും എക്സ്ട്ടോർഷനും തമ്മിലുള്ള അന്തരം നിയമജ്ഞന്മാർ ഗ്രഹിക്കുന്നതോടൊപ്പം ചെറുങ്ങോരൻ ഇരുപത്തിഏഴ് ദിവസം സബ്ജയിലിൽ കിടന്നു...

പിന്നീട് തെഫ്റ്റ് ആണോ, റോബറിയാണോ, എക്സ്ട്ടോർഷനാണോ അതോ ഒരു കുറ്റവും ചെയ്തിട്ടില്ലെ എന്ന് തെളിയിക്കുന്നതിന് ഇരുപത്തിഒമ്പത് വിചാരണക്ക് കോടതിയിൽ വരേണ്ടിവന്നു...

പിന്നെയും ഒന്നിനു പുറകെ ഒന്നായി കേസുകൾ വന്നു....

അവസാനത്തെ ക്രിമിനൽകേസ് കഴിഞ്ഞ മീനത്തിലെ മുപ്പെട്ട് ചൊവ്വാഴ്ചയുടെ രണ്ടു ദിവസം മുമ്പ് ചെറുങ്ങോരനും ഭാര്യയും കുടിലിന്റെ മുറ്റത്തെ മൂപ്പൻതറയിൽ മണ്ണ് തേമ്പുകയായിരുന്നു. അപ്പോഴാണ് ജീപ്പ് നിറയെ പൊലീസു വന്നത്. പിടിച്ചപിടിയാലേ രണ്ടുപേരെയും കൊണ്ടുപോയി. പിറ്റേദിവസം പതിവുപോലെ മജിസ്ട്രേട്ടിന്റെ വീട്ടിൽ അസമയത്ത് ഹാജരാക്കി..... റിമാണ്ട് ചെയ്തു. പതിവിൻപടി പതിനാല് ദിവസത്തേക്ക്..... പിറ്റേന്നാൾ ജാമ്യഹർജി ബോധിപ്പിച്ചപ്പോൾ മജിസ്ട്രേട്ട് പറഞ്ഞു: .

"തെഫ്റ്റ് ഉണ്ടല്ലോ.... പറമ്പുടമയുടെ കൈവശത്തിലുള്ള സ്ഥലത്തുനിന്ന് മണ്ണ്, അറിവോ സമ്മതമോ കൂടാതെ എടുത്തിരിക്കുന്നു."

തെഫ്റ്റ്: സർക്കാർ ഭാഗത്തേക്ക് നോട്ടീസ്. സർക്കാർഭാഗം വാദം കേൾക്കുവാൻ നാലഞ്ച് ദിവസമെടുത്തു. വാദങ്ങൾക്ക് മൂർച്ചയുണ്ടായിരുന്നു. എന്ന് പട്ടയം കിട്ടുന്നുവോ അതുവരേക്കും കുടികിടപ്പുകാരന് കുടിലിൽ കഴിയാം. മുറ്റത്തുകൂടെ നടന്നുപോകാം. പക്ഷേ, മണ്ണ് എടുക്കുവാൻ പാടില്ല. വെറുതെ മുറ്റത്തേക്ക് ഇറങ്ങിയാൽ കയ്യേറ്റമാകില്ല. പക്ഷേ, കളവ് ചെയ്യണമെന്ന ഉദ്ദേശ്യത്തോടെ ഇറങ്ങുമ്പോൾ കയ്യേറ്റം. ഇവിടെ കുറ്റം: കയ്യേറ്റവും കളവും...

തെഫ്റ്റും ട്രെസ്സ്പാസ്സും .....

അങ്ങനെ എത്ര കേസുകൾ നടത്തിയിട്ടുണ്ട് ...

മുറിവുകൾ ഒന്നിനുപുറകെ മറ്റൊന്ന് ഏറ്റതുകൊണ്ട് പിന്നീടേല്ക്കുന്ന മുറിവുകൾ ഉണങ്ങാതെ ആദ്യത്തെ മുറിവുകളിലും മുറിവുകളേൽപ്പിച്ചുപോന്നു ... അയാൾ ഓർത്തു. ഇതിനെല്ലാം പ്രതികാരം ചെയ്യണം. ഇന്ന് എനിക്ക് അതിന് കഴിവുണ്ട്. ഇന്നും സ്ഥലമുടമയുടെ ഭീഷണിയുണ്ട്... അതിനെന്തെങ്കിലും പോംവഴി കാണണം. അങ്ങോട്ടെന്തെങ്കിലും കേസുകൊടുക്കുവാൻ കഴിയുമോ.... ഇതൊക്കെ

യായിരിക്കും ചെറുങ്ങോരന്റെ മകൻ പറയാൻ വന്നത്..... പേഴ്സണൽ മാറ്റേഴ്സ്.

അരമണിക്കൂറൊന്നും കാക്കേണ്ടിവന്നില്ല. അദ്ദേഹം കയറി വന്നു. ആദ്യം വന്നതിലും മുഖത്തിന് കനമുണ്ടായിരുന്നു. വണ്ടിയുടെ ചക്രങ്ങളിൽ മാത്രമല്ല സ്വന്തം മുഖവും കാറ്റടിച്ച് വീർപ്പിച്ചിട്ടുണ്ടോ.... ഒരു മുഖവുരയും കൂടാതെയാണ് പറഞ്ഞത്...

"കാര്യങ്ങൾ ഇത്രയും നീട്ടിക്കൊണ്ടുപോയത് ശരിയായോ...."

അയാൾ അമ്പരന്നു.

ചെറുങ്ങോരന് അനുകൂലമായ ഓരോ ഓർഡറിനുമെതിരായി ഭൂവുടമ കോടതി ആയ കോടതി മുഴുവൻ കയറി ഇറങ്ങിയത് അയാളുടെ കുറ്റമാണോ.....

"ഞാൻ നിങ്ങളെ ബ്ലെയിം ചെയ്യുകയല്ല. എന്റെ ഫാദർ റസ്റ്റിക്കും ഇല്ലിറ്ററേറ്റുമാണ്. നിങ്ങളുടെ അപ്രോച്ച് തെറ്റിപ്പോയി. കുറച്ചുകൂടെ ഡിപ്ലോമെറ്റിക്കായിരുന്നുവെങ്കിൽ ..."

അയാൾ മിഴിച്ചിരുന്നു.

അദ്ദേഹം വേഗം തുടർന്നു.

''ഞാൻ ലാൻഡ് ലോഡുമായി സംസാരിച്ചിരുന്നു. എന്റെ കൺക്ലൂഷൻ ഇതാണ്: ഹി ഈസ് എൻ അൾട്രാ ഡീസന്റ് മേൻ."

അയാൾ നടുങ്ങിപ്പോയി. ആറുകൊല്ലം നിരന്തരമായി, നീചമായി ചെറുങ്ങോരനെ ദ്രോഹിച്ചു... തുടരെത്തുടരെ ക്രിമിനൽ കേസുകൾ കെട്ടിച്ചമച്ചുണ്ടാക്കിയ ആ മനുഷ്യൻ ഡീസന്റോ ...

ഒട്ടും ചിന്തിക്കുവാൻ സമയം കൊടുക്കാതെ അദ്ദേഹം തുടർന്നു.

"ഡീസന്റ് എന്നു പറഞ്ഞാൽ അയാൾ റീസണബിൾ ആണ്."

അപ്പോൾ അയാൾക്കവിടെയും പൊരുത്തപ്പെടാൻ കഴിഞ്ഞില്ല.

"റീസണബിൾ എന്നു പറഞ്ഞാൽ അയാൾ ഓഫർ ചെയ്തത് എത്രയാണെന്നോ... ണയൻ തൗസണ്ട് റുപ്പീസ്..." ചെറുങ്ങോരന്റെ ആറുവർഷത്തെ ആത്മവീര്യത്തിന്റെ വില:

ണയൻ തൗസണ്ട് റുപ്പീസ് ....

ഏറ്റ പീഡനങ്ങളുടെ വില:

അന്ത്യാളൻ മൂപ്പന്റെ സമാധിത്തറയുടെ വില:

ണയൻ തൗസണ്ട് റുപ്പീസ് ...

''നിങ്ങളുടെ അച്ഛനെ ഇത്രയും ദ്രോഹിച്ച ആ മനുഷ്യൻ ഡീസന്റോ..."

"അതൊക്കെ കഴിഞ്ഞ കഥകൾ..... പ്ലീസ് നമ്മുടെ ഓൾഡ്മേനെ ഇനി അതൊന്നും ഓർമ്മിപ്പിക്കരുത്....."

"നിങ്ങളുടെ അച്ഛന് അത് മറക്കാനാവില്ല..." അയാൾ ശഠിച്ചു.

"എന്റെ അച്ഛന്റെ കാര്യത്തിൽ എനിക്കില്ലാത്ത ഒരു താൽപര്യം നിങ്ങൾക്കുണ്ടാകാൻ തരമില്ലല്ലൊ. എനിക്കറിയാം നിങ്ങൾക്കൊരു താൽപര്യമുണ്ട്. നിങ്ങളുടെ പ്രൊഫഷന്റെ താല്പര്യം..... ഇതൊക്കെ

എവിടെയും എത്തിക്കാതെ നീട്ടിനീട്ടിക്കൊണ്ടു പോകേണ്ട താൽപര്യം....."

മുഖത്തോഞ്ഞടിക്കുന്ന വാക്കുകൾ. എന്നിട്ടും അയാൾ സമചിത്തത പാലിച്ചു.

എന്തുകൊണ്ടോ വിജയം വിരൽത്തുമ്പു വരെ വന്നെത്തിയ ഈ മാത്രയിൽ സന്ധി എന്ന ഒന്നിനെക്കുറിച്ചയാൾക്ക് ചിന്തിക്കുവാൻ അറിയില്ലായിരുന്നു.

മറ്റെന്തിനേക്കാളുമേറെ അയാളിലെ വാഗ്മി ഉരുത്തിരിഞ്ഞു നിന്നു...

അത് മനസിലാക്കിയിട്ടാകാം അദ്ദേഹം ഉടനെ പറഞ്ഞു:

"സേർ അത്തരത്തിലുള്ള ഒരു കൺട്രിസൈഡിൽ പത്തുസെന്റ് സ്ഥലത്തിന് ണയൺ തൗസണ്ട് എന്തുകൊണ്ടും റീസണബിൾ അല്ലെ...."

അയാൾ ആദ്യം മറുപടിയൊന്നും പറഞ്ഞില്ല. പിന്നീട് പറഞ്ഞത് മറ്റൊന്നാണ് ...

"പക്ഷേ, ഒരു കാര്യം മനസിലാക്കണം. നിങ്ങളുടെ അച്ഛന് ആ സ്ഥലത്തിനോടുള്ള സെന്റിമെന്റൽ അറ്റാച്ച്മെന്റ് ....."

"സെന്റിമെന്റ്സൊ..... ഇത് സെന്റിമെന്റ്സ് അല്ല സേർ ..... ഇതിന്റെ പേര് സൂപ്പർസ്റ്റീഷ്യൻ ....."

അദ്ദേഹം തന്റെ കനത്ത ചുണ്ടുകൾ കോട്ടി ....

"നിങ്ങളുടെയൊക്കെ ആഗ്രഹം അതാണല്ലോ. എന്റെ ഫാദറെ പോലെയുള്ളവർ എന്നും അന്ധവിശ്വാസത്തിൽ മുഴുകിക്കഴിയണം. എന്നാലല്ലെ നിങ്ങൾക്കൊക്കെ എന്നും എക്സ്പ്ലോയിറ്റ് ചെയ്യാൻ കഴിയൂ..."

അയാൾ തരിച്ചിരുന്നു.

ഈ മനുഷ്യന് തന്നോട് എന്തോ കുടിപ്പകയുള്ളതുപോലെ.....

അദ്ദേഹം ഉടൻ പൊട്ടിച്ചിരിച്ചിട്ട് പറഞ്ഞു:

"ഈ ലോകത്ത് ആർക്കും ആരോടും ഒന്നിനോടും ഒരു സെന്റിമെന്റ്സുമില്ല. ഒരു കടപ്പാടുമില്ല. അങ്ങനെ ഉണ്ടെന്നു പറയുന്നത് വെറും അഭിനയം മാത്രം ..." അയാൾക്ക് വാക്കുകൾ ഇല്ലാതെയല്ല. എങ്കിലും മറുപടി പറയാൻ മുതിർന്നില്ല. തുടർന്ന്, അദ്ദേഹം സ്വന്തം ബുദ്ധിമുട്ടുകളെപ്പറ്റി പറഞ്ഞു. ജോലിയിൽ ചേർന്നിട്ട് ആറുമാസം തികഞ്ഞില്ല. അതിനിടയിൽ രണ്ടു സ്ഥലംമാറ്റം ഉണ്ടായി. ശമ്പളം തുടർച്ചയായി കിട്ടിത്തുടങ്ങിയിട്ടില്ല. ഈ കാറിന്റെ പണം കൊടുത്തുതീർത്തിട്ടില്ല. മാത്രമല്ല, കുറച്ചുകൂടെ പുതിയ മോഡൽ ആക്കിയേ പറ്റൂ. കൺസൾട്ടിങ് റൂം ഒന്ന് നന്നായി ഫർണിഷ് ചെയ്യണമെന്നുണ്ട്. കുറെ ലെയിറ്റസ്റ്റ് എക്വിപ്മെന്റ്സ് വാങ്ങി ഇടണം, ആരംഭത്തിലേ ഒരു വലിയ ഷോ കാണിച്ചില്ലെങ്കിൽ തന്റെ പ്രൊഫഷണിൽ പിടിച്ചുകയറാൻ പറ്റില്ല..... ഒരുപാട് ഫൈനാൻഷ്യൽ കമ്മിറ്റ്മെന്റ്സ് ഉള്ള സമയം."

ഒടുവിൽ പറഞ്ഞു:

"എന്റെ ഫാദറിനെ നല്ലവണ്ണം നിർബന്ധിക്കണം... എന്നിട്ട് ആ സ്ഥലം ഉടനെതന്നെ കൊടുപ്പിക്കണം..."

പിന്നീട് അദ്ദേഹം ശബ്ദം അൽപ്പം താഴ്ത്തിയിട്ട് പറഞ്ഞു:

"ഈ കേസിൽ എന്റെ ഫാദറിന് ഒരിക്കലും ജയം കിട്ടില്ലെന്ന് പറയണം. ഇനിയും ക്രിമിനൽ കേസുകൾ വരുമെന്ന് പറയണം. ഇനിയും ജയിലിൽ പോകേണ്ടി വരുമെന്ന് പറയണം."

അയാൾ എല്ലാം കേട്ട് ഇരുന്നു. വാചാലനും വാഗ്മിയുമായ അയാളുടെ നാക്കിന്റെ കൂമ്പടഞ്ഞോ?

"പ്ലീസ്. എങ്ങനെയെങ്കിലും ഇതൊന്ന് നേരെയാക്കിത്തരണം....."

അദ്ദേഹം എഴുന്നേറ്റ് പോകാൻ ഭാവിച്ചപ്പോൾ മാത്രം അയാൾ പറഞ്ഞു:

"ഒരു ആൾട്ടർനേറ്റ് സജഷൻ എന്ന നിലയിൽ ചോദിക്കുകയാണ്. ഞാൻ ഈ കേസ് നൂറു ശതമാനവും ജയിപ്പിച്ചുതരാം. എന്നിട്ട് ഈ സ്ഥലം പുറമെ ആർക്കെങ്കിലും വിറ്റാൽ പോരെ ..."

ഭൂവുടമയ്ക്ക് ആ സ്ഥലം വിട്ടുകൊടുക്കുക എന്നതിനോട് എന്തുകൊണ്ടും അയാൾക്ക് പൊരുത്തപ്പെടാൻ കഴിയുന്നില്ല. ആറ് കൊല്ലം നിവർന്നുനിന്ന് വാദിച്ചു ..... തനിക്ക് വന്ന ഭീഷണിക്കത്തുകൾ പകൽവെളിച്ചത്തിന്റെ ധൈര്യത്തിൽ വലിച്ചുകീറിക്കളഞ്ഞിട്ടും ഇരുളടയുമ്പോൾ ഭീഷണിക്കത്തിൽ പറയുന്ന, തനിക്കുവേണ്ടി പതിയിരിക്കുന്നവർ ഓടിക്കയറുന്നത് ചെവിയോർത്ത് കിടന്ന... അനേകം ഉറങ്ങാത്ത രാത്രികൾ... ഒരിക്കലും വിശ്വസിച്ചിട്ടില്ല, ആദരിച്ചിട്ടില്ല, എങ്കിലും എങ്ങനെയോ മനോധിഷ്ഠിതമായ അന്ത്യാളൻ മൂപ്പൻ എന്ന മായ്ക്കാനാവാത്ത മിഥ്യ...

അയാൾ എല്ലാം ഓർത്ത് ഇരുന്നു. പക്ഷെ, അദ്ദേഹത്തിന്റെ വാക്കുകൾ അയാളെ തട്ടിയുണർത്തി.

"ഛേ... ഛെ... ഞാൻ എത്ര പറഞ്ഞിട്ടും നിങ്ങൾക്ക് മനസിലായില്ലല്ലൊ.... മറ്റ് ഏത് ഫൂളാണ് ഇത്രയും വില തരാൻ പോകുന്നത്.... ലാന്റ്ലോഡിന്റെ എയിം എന്താ ..... ഞങ്ങളെ പറഞ്ഞയയ്ക്കണം. അതുകൊണ്ടല്ലേ എത്രയും ഹ്യൂജ് എമൗണ്ട്...."

അയാൾ സ്തംഭിച്ചിരുന്നു.

"സേർ. ഫാദറിന് ഇന്നുതന്നെ ഒരെഴുത്ത് അയയ്ക്കണം.... ഫാദർ വന്നാൽ ഈ കാര്യം ആ നിമിഷത്തിൽ സെറ്റിൽ ചെയ്യിക്കണം ..."

അയാൾ കാറിൽ കയറി ചില്ല് താഴ്ത്തിയപ്പോൾ അകത്തേക്ക് എടുത്തുചാടിയ കാറ്റിൽ, ചുണ്ടിൽ തിരുകിയ സിഗരറ്റിന്റെ നീണ്ടുനിന്ന ചാരം ചിതറിവീണു. അയാൾ പാന്റ്സിൽ നിന്ന് ചാരം ശ്രദ്ധയോടെ തട്ടിത്തെറിപ്പിച്ചിട്ട്, ദൂരത്തേക്ക് ദൃഷ്ടിയുറപ്പിച്ച്, മുഖം താഴ്ത്താതെ ശരീരമനക്കാതെ, കാറ് പതുക്കെ ഓടിച്ചുപോയി.....

അയാൾ അതേ ഇരുപ്പിൽതന്നെ ഇരുന്നു. എന്നിട്ട് ചിന്തിച്ചു.

സ്വൽപ്പം സാവകാശം കാണിക്കാമെങ്കിൽ, സ്വൽപ്പം കഠിനാദ്ധ്വാന

ത്തിന് തയ്യാറുണ്ടെങ്കിൽ, സ്വൽപ്പം ക്ഷമ പാലിക്കാമെങ്കിൽ ആ മനുഷ്യന് ഇതൊക്കെ സ്വന്തം സമ്പാദ്യത്തിൽ നിന്നുണ്ടാക്കാമല്ലോ..... അങ്ങനെ ഉപദേശിച്ചെങ്കിലോ...

പെട്ടെന്ന് അയാൾ ഓർത്തു. താൻ എന്തിന് ഇതിലൊക്കെ ചെന്ന് ചാടണം. മകൻ പറയുന്നത് ശരി എന്ന് ചെറുങ്ങോരൻ തന്നെ ഒരുവേള പറയില്ലെന്ന് ആരു കണ്ടു.

ഉടനെ അയാൾ ചെറുങ്ങോരന് ഒരെഴുത്തെഴുതി. ഉടനെ വരണം. ചില കാര്യങ്ങൾ നേരിൽ സംസാരിക്കുവാനുണ്ട്..... കൊച്ചുകുഞ്ഞനെ വിളിച്ച് എഴുത്ത് പോസ്റ്റ് ചെയ്യാൻ കൊടുത്തു. അൽപ്പസമയത്തിനു ശേഷം എഴുത്ത് പോസ്റ്റ് ചെയ്യാൻ പോയ കൊച്ചുകുഞ്ഞൻ ആ എഴുത്തുമായിത്തന്നെ തിരിച്ചുവന്നു.

"പോസ്റ്റ് ചെയ്യേണ്ട ആവശ്യം വന്നില്ല. ചെറുങ്ങോരൻ വരണ് ണ്ട്..." കൊച്ചുകുഞ്ഞന്റെ എന്തോ മായാജാലം കൊണ്ടാണ് അങ്ങനെ സംഭവിച്ചതെന്ന നാട്യത്തോടെ കൊച്ചുകുഞ്ഞൻ ചിരിച്ചു.

ചെറുങ്ങോരൻ തികഞ്ഞ സന്തുഷ്ടിയോടെയാണ് കയറിവന്നത്....

"ഞാൻ അറിഞ്ഞു മോൻ വന്നൂന്ന്... അവൻ എന്താ തന്നത്....."

അയാൾ മിണ്ടാതിരുന്നപ്പോൾ ചെറുങ്ങോരൻ അതേ നിഷ്കള ങ്കതയോടെതന്നെ ചോദിച്ചു:

"ഞാൻ അഞ്ഞൂറ് ഉറുപ്പിക തരാനാണ് പറഞ്ഞത്. ഇവിടത്തേക്ക് എത്ര തന്നാലും പോരാന്ന് ഞാൻ പറഞ്ഞു. അത് അവനും അറിയാം..."

അയാൾ അപ്പോഴും മിണ്ടിയില്ല.

ചെറുങ്ങോരന്റെ മുഖം മങ്ങി. "എന്താ അതിലൊക്കെ കൊറ ഞ്ഞോ....."

അയാൾ ഓർത്തു. എന്തിന് ഇനിയും മറ....

"മകൻ പറഞ്ഞു. കാര്യങ്ങൾ പറഞ്ഞുതീർക്കുവാൻ..."

ചെറുങ്ങോരൻ അന്ധാളിച്ചു നിന്നു. ഒന്നും പറയാതെ മുറിയിൽ നിന്നും ഇറങ്ങിപ്പോയി. റോഡ് മുറിച്ചുകടന്ന് അപ്പുറത്തെ ചായക്കടയിൽ കയറി ഒരു പാത്രം വെള്ളം വാങ്ങി മുഖം കഴുകി. രണ്ടു ഗ്ലാസ് വെള്ളം കുടിച്ചു. നിന്നുകൊണ്ട് വെറ്റിലയിൽ ചുണ്ണാമ്പ് തേച്ചു. എന്നിട്ട് മുറുക്കാൻ മറന്നിട്ടെന്നപോലെ വേഗം നടന്നുവന്നു.

"മനസിലായില്ല. മകൻ എന്തു പറഞ്ഞൂന്നാ..."

"കാര്യങ്ങൾ പറഞ്ഞുതീർക്കാൻ."

"എങ്ങനെ...."

"ഭൂവുടമ ഒരു മര്യാദക്കാരനാണ്. അതുകൊണ്ട് അയാളുമായി..... സംസാരിച്ച് ...."

"ജൻമീടെ മര്യാദ ഇവിടത്തേക്കറിയില്ലേ... ആറ് കൊല്ലം നടത്തി നട്ടംതിരിച്ചിട്ട് നിത്യംന്ന് പറോണം പൊലീസ് സ്റ്റേഷനിൽ കയറ്റീട്ട് ... അതൊക്കെ ഞാൻ ഇവിടത്തോട് പറേണോ..."

"അതൊക്കെ കഴിഞ്ഞ കഥകളല്ലേ... ഇന്ന് ഭൂവുടമ പറയുന്നു.

ഒമ്പതിനായിരം ഉറുപ്പിക തരാം അവിടെ നിന്ന് ഇറങ്ങിയാൽ...''

''ഒമ്പതിനായിരം ഉറുപ്പിക. ഞാൻ സബ്ജയിലിൽ കിടന്ന് അന്ത്യാളൻ മൂപ്പാ എന്നു വിളിച്ച ഓരോ വിളിക്കും എനിക്ക് ഒമ്പതിനായിരം കിട്ടിയാൽ എന്റെ കേതം തീരില്ല.....''

ചെറുങ്ങോരൻ പൊട്ടിക്കരയുമെന്ന് തോന്നി. കണ്ണീര് ഉതിർന്നുവീണില്ല. എങ്കിലും ശബ്ദം കരയുന്നവന്റേതു തന്നെയായിരുന്നു.

''ഈ കേസ് തുടങ്ങിയ അന്നുതൊട്ട് ഇന്നുവരെയും പാതിരാക്കോഴി മൂന്നുവട്ടം കൂവണവരെ ഞാനും എന്റെ പെണ്ണൊരുത്തിയും ഉറങ്ങിയിട്ടില്ല. ഇരുന്ന് പരമ്പ് നെയ്യും. പകല് മുഴുവൻ കൂലിപ്പണി എടുക്കും. ആ കാശ് കൊണ്ട് കുടുംബം കഴിയും. പരമ്പ് നെയ്ത കാശ് കൊണ്ടാണ് കേസ് നടത്തണ്.... കാരണംന്താ... എന്റെ ആണത്തം കളേല്യ... ഞാൻ ഇറങ്ങീന്ന് പറഞ്ഞാ എന്താണ്ടാവ്വാ..... ജന്മി ജയിച്ചു. ഞാൻ തോറ്റു.... ജന്മി ആണായി. ഞാൻ ആണും പെണ്ണും അല്ലാത്തോനായി... ഞാൻ ചാവണവരെ അവിടേന്ന് ഇറങ്ങില്ല ... ചാവണവരെ കേസ് നടത്തും..... ഇവിടെത്തേക്ക് തന്റേടംണ്ടോ കേസ് നടത്തിത്തരാൻ.....''

ചരിത്രത്തിന്റെ ഏതോ കോണിൽനിന്ന് ചങ്ങല പൊട്ടിച്ചുകൊണ്ടോടി എത്തിയ ഭീമാകാരൻ അടിമയെ അനുസ്മരിപ്പിച്ചുകൊണ്ട് ചെറുങ്ങോരൻ നിവർന്നപ്പോൾ, അയാളുടെ മുറിയിലെ നാല് ചുമരും തട്ടും മുട്ടിനിന്നു.

ഭീരുവിന്റെ പത്രിക

ഇത്തരം ചടങ്ങുകൾ നടക്കുമ്പോൾ, നേരത്തെ കോടതി പിരിയും. എല്ലാവർക്കും വീട്ടിൽ പോയി ഗൗണും കോട്ടും കോളറില്ലാത്ത ഷർട്ടും അഴിച്ചുവെച്ച് വേറെ എന്തെങ്കിലും വേഷത്തിൽവന്ന് ചടങ്ങുകളിൽ പങ്കെടുക്കാം. അയാൾ എവിടേക്കും പോയില്ല. കോടതി പിരിഞ്ഞപ്പോൾ ബാർ അസോസിയേഷൻ മുറിയിൽ ചെന്നിരുന്നു. കുറെനേരം ഇങ്ങനെയിരുന്നപ്പോൾ എഴുന്നേൽക്കുവാനും തോന്നിയില്ല. തന്നെ വലയം ചെയ്തുവെച്ച ഓർമ്മകളുടെ നടുവിൽ മൂകനായി ഇരിക്കുവാൻ ഒരു സുഖം തോന്നി. എന്തെല്ലാം ഓർമ്മകൾ മനസിൽ ഉറപൊട്ടുന്നു. കാലത്തുതൊട്ടേ അങ്ങനെയാണ്. കണ്ണിൽ പതിയുന്നതെന്തിൽ നിന്നും ഒരു പറ്റം സംഭവങ്ങൾ ഉരുത്തിരിയുന്നു.

എത്രനേരം അങ്ങനെയിരുന്നു. ഓർക്കുന്നില്ല. മുറ്റത്തെ റയിൻട്രീയുടെ നിഴൽ കോടതികെട്ടിടത്തിന്റെ ഓടിൽനിന്നും താഴെയിറങ്ങി കിഴക്കോട്ട് ഇഴയാൻ തുടങ്ങിയിരിക്കുന്നു. ആ കൂറ്റൻ തണൽമരത്തിൽ ദൃഷ്ടിപതിഞ്ഞപ്പോൾ മുന്നിൽ തെളിഞ്ഞു വരുന്നത് മറ്റൊരു മുഖമാണ്.

വാട്ടർഫോൾസ് സായിപ്പിന്റെ മുഖം. ഒരിക്കൽ ഈ കോടതി പരിശോധിക്കുവാൻ വന്നപ്പോൾ വാട്ടർ ഫോൾസ് സായിപ്പ് ഈ ചെടികൂടെ കൊണ്ടുവന്ന് ഇവിടെ നട്ടു. വളർത്തിയും വെള്ളമൊഴിച്ചതുമെല്ലാം ആമീനും ശിപായിമാരും. ഇന്ന് വാട്ടർഫോൾസ് സായിപ്പിനെപ്പറ്റി ഓർക്കുമ്പോൾ അദ്ദേഹത്തിന്റെ വാക്കുകളും ഓർത്തുപോകുന്നു. വാട്ടർഫോൾസ് സായിപ്പ് അവിവാഹിതനായിരുന്നു. അങ്ങനെകഴിയാൻ തോന്നിയ ന്യായങ്ങൾ അന്ന് ബാലിശവും മുടന്തനുമായി തോന്നിയിരുന്നു.

“എന്റെ അച്ഛനും മുത്തച്ഛനും ഞാനും ഇവിടെ ഭരിച്ചു. മൂന്നുപേരും സിവിൽ സർവീസ് ഉദ്യോഗസ്ഥൻമാരായിരുന്നു.....ഞങ്ങൾ ഭരിക്കാൻവേണ്ടി ജനിച്ചു. എന്റെ മകനും ഭരിക്കാൻവേണ്ടി ജനിക്കും. പക്ഷെ, അന്ന് ഒന്നുമുണ്ടാവില്ല.”

ബ്രിട്ടീഷ് എമ്പയർ...

അയാൾക്ക് ചിരിവന്നു. സമയമാകുന്നതിനുമുമ്പെ പെൻഷൻ വാങ്ങി ഇന്ത്യ ഉപേക്ഷിച്ചുപോയ വാട്ടർഫോൾസ് സായിപ്പിനെ ഇന്ന് എന്തിന് ഓർക്കണം. ബാർ അസോസിയേഷൻ മുറിയിലേക്ക് മുത്തുകൃഷ്ണയ്യർ കയറിവന്നു.

“ഞാൻ ഒന്ന് മഠത്തിൽ പോയിവരാം. ശ്രീകൃഷ്ണഭഗവാന്റെ ആൾക്കാർ ടീപാർട്ടി ഐറ്റംസ് കോണ്ടുവരുമ്പോൾ ഇവിടെ വാങ്ങിവയ്ക്കുക. ഷാർപ്പ് ഫോറിന് ഫോട്ടോഗ്രാഫർ അയ്യപ്പൻവരും.....” കോട്ട് അഴിച്ച് അലമാരയിൽ വെക്കുമ്പോൾ മുത്തുകൃഷ്ണയ്യർ പറഞ്ഞു.

“അനിയേട്ടൻ ഭഗവാനാണേ.....”

പെട്ടെന്ന് മുത്തുകൃഷ്ണയ്യർ സ്വയംതിരുത്തി.

“അതിനുവേണ്ട സേക്രിഫൈസ് അദ്ദേഹം ചെയ്തുന്നും കരുതിക്കോളൂ....നമ്മളോ...വി വേർ സ്ലീപ്പിങ്ങ്....”

മുത്തുകൃഷ്ണയ്യരുടെ വാക്കുകൾ മനസ്സിൽ മറ്റൊരു ചാലുകൂടെ തുറന്നുവിട്ടു. ഒഴുകിയതോ നിലയ്ക്കാത്ത ഓർമ്മകളുടെ പ്രവാഹം.....

മൂന്ന് ദശാബ്ദങ്ങളുടെ മഴയും വെയിലും മഞ്ഞുമേറ്റിട്ടും മങ്ങാത്ത ഓർമകൾ...എല്ലാം സ്പഷ്ടമായി കാണുന്നു. ശബ്ദങ്ങൾ വ്യക്തമായി കാതിൽ മുഴങ്ങുന്നു. എല്ലാം പച്ചയായി കാണാൻ കഴിയുമ്പോൾ.... കേൾക്കാൻ കഴിയുമ്പോൾ...അയാൾ ഓർത്തുപോകുന്നു. അല്ലെങ്കിൽ കാലങ്ങൾ എന്ന ഒന്ന് ഉണ്ടോ. ഉണ്ടെങ്കിൽ ഒന്നുമാത്രം.

വർത്തമാനം...

രമണമഹർഷിയുടെ വരികളാണ് ഓർമ്മവന്നത്...

ഭൂതം ഭവിഷ്യച്ച ഭവത്സ്വകാലെ.....

തദ്വർത്തമാനസ്യ വിഹായതത്വം...

എല്ലാം ഓർമ്മിക്കുകയല്ല. കാണുകയാണ് ചെയ്യുന്നത്. കാലങ്ങളുടെ തിരശ്ശീല ഇല്ലാതെ അവിരാമം....

തീയതി ഇന്ന് വ്യക്തമായി ഓർക്കുന്നില്ല. ആഗസ്റ്റ് പതിനാലോ പതിനഞ്ചോ....ഒരു ശനിയാഴ്ച ആണെന്ന് ഇന്നും ഓർക്കുന്നു.

അന്നും അനിയേട്ടനെ ഈ ബാറിൽ എല്ലാവരും അനിയേട്ടൻ എന്നുതന്നെയാണ് വിളിച്ചിരുന്നത്.....ആ പേര് എങ്ങനെവന്നു എന്നറിയില്ല.

അനിയേട്ടൻ അന്ന് ഒരു ആമുഖത്തോടെയാണ് കേസിന്റെ പ്രസംഗം ആരംഭിച്ചത്.

ഉച്ചക്കുമുമ്പെ തീരുമോ എന്തോ.

ഉച്ചക്കുമുമ്പെ എന്നല്ല ഈ കേസിന്റെ പ്രസംഗം എപ്പോഴെങ്കിലും കേൾക്കാൻ പറ്റുമോ എന്നാണ് എന്റെ ഭയം.....

ഇത്രയും പറഞ്ഞിട്ട് മുൻസിഫ് പുറത്തേക്ക് എത്തിനോക്കി. ഒപ്പം എല്ലാവരും പുറത്തേക്കു എത്തിനോക്കി. മഫ്ടിയിലാണെങ്കിലും മുഖപരിചയമുള്ള ഒരു പറ്റം പൊലീസുകാർ കോടതിമുറ്റത്ത് നില്ക്കുന്നു. അനിയേട്ടൻ കേസിന്റെ പ്രസംഗം നിർത്തി. ഇറങ്ങിപ്പോകുമ്പോൾ പൊലീസുകാർ ഓരോരുത്തരായി അടുത്തേക്കുവന്നു. നിമിഷങ്ങൾക്കകം ഒരു വലയമുണ്ടാക്കി. പടിക്കൽ എമ്പറർ കുഞ്ഞുമോന്റെ സവാരിക്കാളവണ്ടി നിർത്തിയിരുന്നു. വീട്ടിൽ പോയി കോട്ടും ടൈയും അഴിച്ചുവെക്കാൻപോലും അനുവദിക്കാതെ വണ്ടിയിൽ കയറ്റിക്കൊണ്ടുപോയി.

അന്ന് അയാൾക്ക് അതെല്ലാം കണ്ടിരിക്കാൻ കഴിഞ്ഞില്ല. മനസ്സ് പിടഞ്ഞുകൊണ്ടേയിരുന്നു. വൈകുന്നേരം മുത്തുകൃഷ്ണയ്യരുടെ മഠത്തിലേക്ക് ഓടി.

കോടതി പ്രമിസ്സസിൽവെച്ച് അറസ്റ്റ് ചെയ്തത് ഒട്ടും ശരിയായില്ല, മുറിയിൽപോയി ഡ്രസ്മാറ്റാൻ അനുവദിക്കാതിരുന്നത് അതിലേറെ തെറ്റ്. ഇത് ചൂണ്ടിക്കാണിച്ച് ഒരു പ്രതിഷേധപ്രമേയം എഴുതണം. ബാർ അസോസിയേഷൻ പാസാക്കണം. അന്ന് മുത്തു കൃഷ്ണയ്യരും അയാളും ചേർന്ന് പ്രമേയം എഴുതി. അടുത്തദിവസം കോടതിയിൽ വന്നപ്പോൾ സംഗതികൾ ഗുരുതരമായിരുന്നു. സബ്ഇൻസ്പെക്ടറും പരിവാരവും കോടതിമുറ്റത്ത് താവളമടിച്ചിരുന്നു. സബ് ഇൻസ്പെക്ടറുടെ വാക്കുകൾ ഇന്നും കാതിൽ മുഴങ്ങുന്നു.

നിങ്ങൾക്കൊക്കെ എന്നേക്കാളും നിയമം അറിയാം. എങ്കിലും ഇങ്ങനെയൊരു പ്രമേയം എഴുതി അറിയിച്ചാലത്തെ ഭവിഷ്യത്ത് അറിയാമല്ലൊ. ഞാൻ പറയണോ. എന്നിട്ടും ബാർ അസോസിയേഷന്റെ ചില മെമ്പർമാർക്കൊക്കെ ഒരു തോന്നൽ. എന്താ അങ്ങനെ അയച്ചാൽ.

അതിനെ ഏറ്റവും എതിർത്തത് കൊച്ചുവർക്കിയും ശ്രീനിവാസനുമായിരുന്നു. ശ്രീനിവാസൻ സബ് ഇൻസ്പെകടർ സെലക്ഷൻ കഴിഞ്ഞ് ഓർഡറും കാത്തിരിക്കുകയായിരുന്നു. എന്നിട്ടും അയാളെക്കാളേറെ ക്ഷോഭംകൊണ്ടത് കൊച്ചുവർക്കിയായിരുന്നു.

റെയില് പൊളിക്യേം പോസ്റ്റാപ്പീസ് കത്തിക്യേം ചെയ്യണ കുറെ തെണ്ടികള്. ഇതൊക്കെ കണ്ടിട്ട് കണ്ണടച്ചിരുന്ന് നൂൽനൂൽക്കുന്ന ഒരു തൊണ്ണൻതന്തേം. ഇതല്ലേ നിങ്ങളുടെ ഇന്ത്യ. ഇവരുടൊക്കെ ഭരണം വന്നാൽ അന്നു ഞാൻ കിണറ്റിൽ ചാടി മരിക്കും....

അന്ന് സബ്ഇൻസ്പെക്ടറുടെ നിർദ്ദേശപ്രകാരം മറ്റൊരു പ്രമേയം എഴുതി അയച്ചു. നിയമം അറിയുന്നവർ നിയമവാഴ്ചയെ എതിർക്കുന്നത് ഖേദകരം, അവരുടെ നേരെ ബാർഅസോസിയേഷൻ നടപടിയെടുക്കുവാൻ തീരുമാനിച്ചിട്ടുണ്ടെന്നും അനിയേട്ടന്റെ പ്രവൃത്തികളെ അപലപിച്ചുകൊണ്ടും വൈസ്രോയ് തിരുമനസിലേക്ക് പ്രമേയം.....അടിച്ചത്

കമ്പിയായിരുന്നു. പണം ചെലവഴിക്കാൻ മുൻകയ്യെടുത്തത് കൊച്ചുവർക്കിയും. അന്നത്തെ അന്തരീക്ഷം....

ഇളകിമറിയുന്ന ഇന്ത്യ. വാക്കിന്റെ അർഥമറിയാത്തവൻപോലും ആർത്തനാദം മുഴക്കുന്നു.

ക്വിറ്റ് ഇന്ത്യ...

അനിയേട്ടന്റെ അറസ്റ്റിൽ നാട്ടുകാരുടെ പ്രതിഷേധയോഗങ്ങൾ ഉണ്ടായി.

ഉടനെ നാട്ടുകാർക്കൊക്കെ അന്ന് സുപരിചിതമായ കല്പന വന്നു.

നൂറ്റിനാൽപ്പത്തിനാല്....

നൂറ്റിനാൽപ്പത്തിനാലിനൊപ്പം ഒരു പറ്റം പൊലീസുകാരും വന്നു. അവരൊക്കെ എമ്പറർ കുഞ്ഞുമോന്റെ എമ്പറർ സ്റ്റോഴ്സ് എന്ന സ്റ്റേഷനറി കടയുടെ തട്ടിൻപുറത്താണ് താമസിച്ചിരുന്നത്. ഭക്ഷണത്തിന്റെ കോൺട്രാക്റ്റ് എമ്പറർ കുഞ്ഞുമോനുതന്നെ. എമ്പറർ സ്റ്റോഴ്സിന്റെ ബോർഡ് ഇന്നും മനസിൽ തെളിഞ്ഞുവരുന്നു. എമ്പറർ എന്നവാക്ക്. പിന്നെ ചക്രവർത്തിയുടെ കിരീടത്തിന്റെ ചിത്രം. പിന്നെ സ്റ്റോഴ്സ് എന്ന വാക്കും.

നിരോധനാജ്ഞ ലംഘിക്കണമെന്ന് ആരും തന്നോട് അന്ന് ആവശ്യപ്പെട്ടില്ല. മറിച്ച്, കമ്മിറ്റി ആപ്പീസിൽ അയാൾ പോയി സ്വയം പേര് കൊടുത്തതായിരുന്നു. നിരോധനാജ്ഞ ബേച്ച് ബേച്ചായി ലംഘിക്കണം. അയാൾ ലംഘിക്കേണ്ട ദിവസവും നിശ്ചയിച്ചു. ഒട്ടും ഭയം തോന്നിയില്ല. ക്ലേശവും ഇല്ലായിരുന്നു.

അന്ന് അയാൾ നേരത്തെ കോടതിയിൽ എത്തി. ഫയലുകൾ ഒരാളെ ഏൽപ്പിക്കണോ അതോ വീതിച്ചു കൊടുക്കണോ...അപ്പോഴാണ് ബ്രഹ്മന്തട്ടമനയ്ക്കലെ കാര്യസ്ഥൻ വന്നത്. നാല് അന്യായം ഫയല് ചെയ്യണം. രണ്ട് എണ്ണം പാട്ടബാക്കി. രണ്ട് എണ്ണം പ്രൊനോട്ട് പിടിച്ച്. പ്രൊനോട്ട് കാലഹരണമാകാൻ മണിക്കൂറുകൾ മാത്രം ബാക്കി.

അയാൾ അന്ന് വെട്ടിത്തുറന്നു പറഞ്ഞു: ഒട്ടും വൈകണ്ട. ആരേങ്കിലും ഏൽപ്പിച്ചോളൂ. ഒരു മറയും കൂടാതെ സ്വന്തം തീരുമാനവും അറിയിച്ചു.

അയാൾ ഇന്നും ആ രംഗം അന്നുണ്ടായ അതേ ഞെട്ടലോടെ മുന്നിൽ കാണുന്നു. കാര്യസ്ഥൻ ചുണ്ണാമ്പുകരണ്ടം തുറന്നു. ആനക്കൊമ്പിന്റെ പിടിയുള്ള പേനാക്കത്തികൊണ്ട് വെറ്റിലയിൽ ചുണ്ണാമ്പ് തേച്ചിട്ട് ഒരു ചോദ്യം. നിർദ്ദയം തേച്ച ചുണ്ണാമ്പ് പൊള്ളലേൽപ്പിച്ചത് സ്വന്തം മനസ്സിലായിരുന്നു.

കുടുംബത്തെപ്പറ്റി നല്ലോണം ഓർത്തിട്ടല്ലേ ഈ പുറപ്പാട്...

മറുപടി പറയാനും പറയാതിരിക്കാനും ധൈര്യം വന്നില്ല.

മുഴുത്ത ഭ്രാന്തുള്ള അമ്മ. അകാലത്തിൽ വിധവയായ ചിന്നു ഓപ്പോള്...

ഒന്നും മിണ്ടാതിരുന്നപ്പോൾ കാര്യസ്ഥൻ മനസിനെ ലാഘവപ്പെടുത്താൻ കഥകളാരംഭിച്ചു.

ഇതെന്ന്യാ കേളുക്കുട്ടി വക്കീലിന്റെ മകനും ഇണ്ടായെ. ഒരു വിധം പ്രാറ്റീസൊക്കെ ഇണ്ടായി വരായിരുന്നു. അപ്പോൾ ഒരു തോന്നല്. കോൺഗ്രസാവണം, കോൺഗ്രസാവണം. കേളുക്കുട്ടി വക്കീല് എന്താ ചെയ്തെന്നോ.....പയ്യന്നൂരീന്ന് ഒരു മന്ത്രവാദിയെ വിളിച്ച് ഒരു അടക്കം വച്ചു. ആറുമാസത്തേക്ക് സമാധാനമായിരുന്നു, പിന്ന്യേം തൊടങ്ങി. കോൺഗ്രസാവണം കോൺഗ്രസാവണംന്ന്. അപ്പോൾ കേളുക്കുട്ടി വക്കീല് ഒന്നും ആലോചിച്ചില്ല. ഒടപ്പെറന്നോളടെ മകള് മദിരാശിയിൽ പ്രൊഫസ്സർ ഭാഗം പഠിക്കണ്ണ്ടായിരുന്നു. കമ്പി അടിച്ച് ഇങ്ങട് വരുത്തി. പിടിച്ച പിടിയാലെ രാത്രിക്കു രാത്രി സംബന്ധങ്ങ്ട് നടത്തി. പിന്നെ കോൺഗ്രസാവണം എന്ന പൂതിന്നെ കണ്ടില്ല.

കാര്യസ്ഥന്റെ പേര് ഇന്ന് ഓർമ്മയില്ല. ശബ്ദം ഇന്നും കാതിൽ മുഴങ്ങുന്നു. മുഖം കൺമുന്നിൽ തെളിയുന്നു.

അന്ന് കാര്യസ്ഥന്റെ വേദാന്തമോ ഫലിതമോ തന്നെ അലട്ടിയില്ല. കാര്യസ്ഥൻ പറയുന്നത് കേൾക്കുമ്പോഴൊക്കെ ഒന്നുമാത്രം മനസിൽ മുന്നിട്ടുനിന്നു. വൈകുന്നേരത്തെ പൊതുയോഗത്തിന്റെ കാര്യം. അന്നൊക്കെ എമ്പറർ കുഞ്ഞുമോനും കയ്യാളരും ചേർന്ന് യോഗങ്ങൾ അലങ്കോലപ്പെടുത്തിയിരുന്നു. കാര്യസ്ഥൻ പറയുന്നതിലൊന്നും തനിക്ക് താൽപര്യമില്ലെന്ന് തികച്ചും ബോദ്ധ്യം വന്നപ്പോൾ കാര്യസ്ഥൻ എഴുന്നേറ്റു. പോകുമ്പോൾ ഇത്രയും പറഞ്ഞു.

ഇതൊരു എടുത്തുചാട്ടമാണ്. ഖേദിക്കേണ്ടിവരിക എപ്പോഴാണെന്നോ.... ഒടുവിൽ....

വാക്കുകൾ അയാളെ ഒട്ടും ഭയപ്പെടുത്തിയില്ല.

അന്ന് അതേ ഇരുപ്പിൽ ഇരുന്നപ്പോൾ ഒന്നുമാത്രം തന്നെ വ്യാകുലപ്പെടുത്തി. കാളവണ്ടിയിൽ കുലവാഴകൾ കെട്ടി മുന്നിലും പിന്നിലും ചെണ്ടവാദ്യങ്ങളോടെ ബേബി ടാക്കീസിന്റെ പുതിയ തമിഴ് സിനിമയുടെ പരസ്യം കടന്നുപോയപ്പോൾ അയാൾ ഓർത്തു. എത്ര വർഷങ്ങൾക്കുശേഷമായിരിക്കും ഇനി ഒരു സിനിമകാണാൻ വിധിയുണ്ടാകുക....മുഖം തിരിച്ച് ഇരുന്നു. ഏതാണ് സിനിമ എന്ന് അറിയാൻ ധൈര്യം വന്നില്ല. അന്ന് എന്ത് വലിയ സിനിമാക്കമ്പക്കാരനായിരുന്നു.....

അന്ന് പിന്നീട് നടന്ന സംഭവങ്ങൾ എന്തുമാത്രം ആകസ്മികമായിരുന്നു. അതിലേറെ നാടകീയവും...

അന്ന് ആ പെരുംമഴയത്ത് ഒരു കുടപോലും കയ്യിലെടുക്കാൻ മറന്നിട്ടാണ് കൊച്ചുണ്ണി ഓടിവന്നത്. ആ കമ്പി എങ്ങനെ നനയ്ക്കാതെ എത്തിച്ചു. അലഹബാദിൽ നിന്നുള്ള കമ്പി. കൊച്ചുണ്ണിക്ക് ഗ്രൗണ്ട് എഞ്ചിനീയറിങ്ങിന് സീറ്റ് കിട്ടിയിരിക്കുന്നു. അന്ന് വൈകുന്നേരം പുറപ്പെടണം. എന്നിട്ടും അയാൾ അന്ന് ഉറച്ചു നിന്നു. കൊച്ചുണ്ണിയോട് ഉറച്ച ഭാഷയിൽ സ്വന്തം തീരുമാനങ്ങൾ അറിയിച്ചു. കമ്പിയെപ്പറ്റി ഇത്രയും പറഞ്ഞു: "എനിക്ക് കമ്പി കാണേണ്ട.....കേൾക്കേണ്ട.....ഒന്നും അറിയേണ്ട..." എന്ന്. മറ്റൊരു തോന്നൽകൂടെ ഉണ്ടായിരുന്നു. ബ്രിട്ടീഷുകാ

രന്റെ ഡിഗ്രികൾതന്നെ സ്വതന്ത്രഭാരതം അംഗീകരിക്കുമോ എന്തോ. എന്തെങ്കിലുമാകട്ടെ. ഞാൻ ഇന്ന് വൈകുന്നേരം നിരോധനാജ്ഞ ലംഘിക്കും. എന്നിട്ട് നേരെ ജയിലിലേക്ക്.

കൊച്ചുണ്ണി ഒന്നും മിണ്ടിയില്ല. മഴതോർന്നപ്പോൾ ഇറങ്ങി പുറത്തേക്കുപോയി. കൊച്ചുണ്ണി എന്തെങ്കിലും മിണ്ടിയിരുന്നെങ്കിൽ....എന്തെങ്കിലും പ്രകോപനം തന്നിരുന്നെങ്കിൽ...ആവേശത്തോടെ ഒരു രാഷ്ട്രത്തോട് തനിക്കുള്ള കടപ്പാടിനെക്കുറിച്ച് പറയാമായിരുന്നു, കൊച്ചുണ്ണി മൂകനായപ്പോൾ തന്റെ വാക്കുകളും മുറ്റിപ്പോയി....

വളരെ നേരത്തിനുശേഷം അയാൾ അന്ന് പുറത്തേക്കുനോക്കി. കൊച്ചുണ്ണി അപ്പോഴും മുറ്റത്ത് കയ്യും കെട്ടി നില്ക്കുന്നു. അവന്റെ കവിളിൽ കണ്ണീര് കുത്തിയൊഴുകുന്നു.

ആ നിമിഷത്തിൽ എല്ലാം തട്ടിമാറ്റി; ഒരൊറ്റ ചിന്തമാത്രം മനസ്സിൽ സ്ഥലം പിടിച്ചു.

ഒരേ ഒരു അനിയൻ. അവൻ സ്വന്തം സാമർത്ഥ്യം കൊണ്ട് സ്വന്തം പാത വെട്ടിത്തുറന്നിരിക്കുന്നു. അവനുവേണ്ടത് ഒന്നുമാത്രം. സാമ്പത്തികസഹായം. ആവശ്യപ്പെടുന്നതോ കൊടുക്കാൻ കടപ്പാടുള്ള ഒരാളോട് മാത്രം.....

പിന്നെ ഒന്നും ആലോചിച്ചില്ല. ആ ബ്രഹ്മന്തട്ടമനക്കലെ കാര്യസ്ഥൻ ആ കാപ്പിക്ലബിൽ ഉണ്ടാകും. ഇന്നും ഓർക്കുന്നു, കാര്യസ്ഥന്റെ കുട പുറത്ത് തൂക്കിയിട്ടിരുന്നത്. ആ കുടയ്ക്ക് പുറത്ത് വെളുത്ത തുണിയും അകത്ത് കറുത്ത ശീലയുമായിരുന്നു. കാര്യസ്ഥൻ വന്ന ഉടനെ പറഞ്ഞു.

"ഇനേങ്കിലും ധരിച്ചോള്ണ്ടോ. ബ്രഹ്മന്തട്ട ഭാഗോതീടെ ഊറ്റം ചില്ലറ അല്ലെന്ന്. ഞാൻ മനസ്സ് ഉരുകീട്ടാ വിളിക്കണെ... കോൺഗ്രാസ്സാവാൻ തോന്നിക്കല്ലേ."

കൈനിറയെ കാശുമായിട്ടാണ് കൊച്ചുണ്ണിയെ അന്ന് അയച്ചത്.

സ്വന്തം കടപ്പാടുകളിൽ മുഴുകിക്കഴിഞ്ഞപ്പോൾ അനർഹമായി നേടിയതൊന്നും മനസ്സാക്ഷിക്കുത്തിന് ഇരയായില്ല. സ്വന്തം കടപ്പാടുകളിൽനിന്ന് മൂരിനിവർന്നപ്പോൾ രാഷ്ട്രത്തിനൊന്നും ചെയ്യേണ്ടിവന്നില്ല. അതിനകം രാഷ്ട്രത്തിന്റെ സ്വാതന്ത്ര്യം കിട്ടിക്കഴിഞ്ഞിരുന്നു.

ഇത്രയുമായപ്പോൾ അയാൾ സ്വയം ചോദിച്ചു. എന്നിട്ട് എന്തുനേടി.

പഠിത്തം പൂർത്തിയാക്കുന്നതിനുമുമ്പെ കൊച്ചുണ്ണി അയൽപക്കത്തെ ഒരു പെൺകുട്ടിയെ പ്രേമിക്കാൻ തുടങ്ങിയിരുന്നു. ശഠിച്ചപ്പോൾ വിവാഹം നടത്തിക്കൊടുത്തു. പിന്നീട് ഉദ്യോഗം കിട്ടി. ഭാര്യയൊന്നിച്ച് ജോലി സ്ഥലത്തേക്ക് പോകാൻ ഭാവിച്ചപ്പോൾ പറഞ്ഞുനോക്കി കുറച്ചു കാലത്തേക്ക് നിന്റെ ഭാര്യയെ അമ്മക്ക് ഒരു സഹായത്തിന് നിർത്തിത്തരണം. ഏട്ടത്തിഅമ്മേടെ ദേഹസ്ഥിതി അറിയാലോ.....

കൊച്ചുണ്ണി ഒട്ടും ശങ്കിക്കാതെ പറഞ്ഞ മറുപടി:

"ഭ്രാന്തുള്ളോരെ നോക്കാൻ ഒരു വാല്യേക്കാരുത്തിയെ നിർത്തി

ക്കോളുണ്ടോ, പത്മത്തിന് അതല്ല പണി." അടുത്തതവണ അവധിയിൽ വന്നപ്പോൾ ഭാഗം കിട്ടണമെന്ന് ശഠിച്ചു. കനത്ത ചികിത്സകൊണ്ട് അൽപ്പം വെളിവുവീണ അമ്മയോ നിന്നത് കൊച്ചുണ്ണിയുടെ ഭാഗത്ത്. കൊച്ചുണ്ണി ഇന്ന് ഒരു വൻനഗരിയിൽ ആഡംബരങ്ങളോടെ കുടിയേറി പാർത്തു ജീവിക്കുന്നു. കണ്ടിട്ട് പത്തുവർഷങ്ങൾ കഴിഞ്ഞു. ഒരെഴുത്ത് വന്നിട്ടുപോലും അഞ്ചോ ആറോ വർഷങ്ങൾ കഴിഞ്ഞിരിക്കണം.

കടപ്പാടുകൾ....അയാൾ അതുപറഞ്ഞത് രോഷത്തോടെയായിരുന്നു. അൽപ്പം ശബ്ദം ഉയർന്നുപോയിരുന്നു. പെട്ടെന്ന് അയാൾക്ക് പരിസരബോധമുണ്ടായി. അയാൾ ചുറ്റും കണ്ണോടിച്ചു. ബാർ അസോസിയേഷന്റെ മിക്കവാറും അംഗങ്ങൾ എത്തിച്ചേർന്നു കഴിഞ്ഞിരുന്നു. അവരൊക്കെ ഒരു വലിയ ചർച്ചയുടെ മദ്ധ്യത്തിലാണ്. അനന്തനാരായണന്റെ സ്ത്രൈണശബ്ദം.

"ഇൻഫാക്ട്. ഞാൻ വിചാരിച്ചത് ഇതിന്റെ പേര് താമരപത്രം എന്നാണ്....ലോട്ടസ്‌ലീഫ്...ബിക്കോസ് മിത്തോളജിയിൽ ലോട്ടസ്‌ലീഫിന് വളരെ പ്രാധാന്യമുണ്ടല്ലോ. എന്തിന് ഈവൺ ശാകുന്തളത്തിൽ ശകുന്തളയുടെ എമോറസ് ലെറ്റേഴ്സ് അഡ്രസ്ഡ് ടു ദുഷ്യന്താ ഒക്കെ ലോട്ടസ് ലീഫിൽ ആയിരുന്നല്ലോ....."

അനന്ത നാരായണൻ പൊട്ടിച്ചിരിച്ചു. കൂടെ ചിരിക്കാൻ ആരെയും കിട്ടിയില്ല, എല്ലാവരും ബാർ അസോസിയേഷൻ കെട്ടിടത്തിന്റെ മുറ്റത്തേക്കു നീങ്ങിവരുന്ന പരിചയമില്ലാത്ത പുതിയ കാറിൽ മാത്രം ശ്രദ്ധിച്ചിരുന്നു. കാർ നിന്നു. കാറിൽ നിന്ന് കൊച്ചുവർക്കിയും എമ്പറർ കുഞ്ഞുമോനും ഇറങ്ങിവന്നു. രണ്ടുപേരും ഇളംമഞ്ഞ ഖദർസിൽക്ക് ഷർട്ട് ധരിച്ചിരിക്കുന്നു. ബാർ അസോസിയേഷൻ മുറിയുടെ വാതിൽക്കൽ നിന്ന് വാച്ചിൽനോക്കിയിട്ട് കൊച്ചുവർക്കി ചോദിച്ചു:

"അനിയേട്ടൻ വന്നില്ലേ..."

ഇല്ലെന്നറിഞ്ഞപ്പോൾ അയാൾക്ക് കൂടുതൽ വിമ്മിട്ടം തോന്നി. പ്രകടിപ്പിക്കുകയും ചെയ്തു.

കുഞ്ഞുമോൻ കഴുത്തിൽ കിടക്കുന്ന ഷോള് കാറിന്റെ സീറ്റിലേക്ക് ഇട്ടിട്ട് ഒരു വലിയ പ്രസംഗത്തിന് തയ്യാറെടുക്കുന്നതുപോലെ ആരംഭിച്ചു.

"ഇന്ന് ഈ ബാറിലെ വക്കീലൻമാരെ സംബന്ധിച്ചിടത്തോളം ഒരു വലിയ സുദിനമാണ്. ഈ ബാറിലെ ഒരു വക്കീലിന് പരമോന്നത ബഹുമതി കിട്ടിയിരിക്കുന്നു...."

ആരൊക്കെയോ എഴുന്നേറ്റു വന്ന് കുഞ്ഞുമോനെ അകത്തേക്ക് കയറിയിരിക്കാൻ ക്ഷണിച്ചു. എമ്പറർ കുഞ്ഞുമോൻ പുറത്തുനിന്നതേയുള്ളു.

"എനിക്കും ഇതിൽ സന്തോഷമുണ്ട്. കാരണം അനിയേട്ടൻവക്കീൽ എന്റെ ഒരു ഉത്തമസുഹൃത്തും സ്വാതന്ത്ര്യസമരകാലത്തെ സഹപ്രവർത്തകനും ആണ്....."

ആരും മിണ്ടിയില്ല, മിഴിച്ച് ഇരുന്നതേയുള്ളു. അച്ചടക്കമുള്ള ഒരു നല്ല 'ഓഡിയൻസി'നെ കിട്ടിയ ചാരിതാർഥ്യത്തോടെ കുഞ്ഞുമോൻ വളരെയേറെ വാചാലനായി.

"എനിക്ക് ഒന്നേ പറയാനുള്ളു. ഈ കൊച്ചുവർക്കിവക്കീലിനെ നിങ്ങൾ ഒന്ന് ഉടനെ ഒഴിവാക്കി വിട്ടുതരണം. ഞങ്ങൾക്ക് ഇന്ന് മോഹനാലയത്തിൽ ഒരു വലിയ മീറ്റിങ് നടക്കുന്നുണ്ട്. വളരെ പ്രധാനപ്പെട്ട വിഷയങ്ങൾ....ചിലപ്പോൾ ചില കാര്യങ്ങൾ വോട്ടിന് ഇട്ടെന്നുവരും. ഞങ്ങടെ ഗ്രൂപ്പിലെ ആരും എത്താതിരിക്കരുത്...നിർദ്ദേശം കേന്ദ്രത്തിൽ നിന്നാണ്..."

ആരും മിണ്ടാതിരിക്കുന്നത് മീറ്റിങ്ങിന്റെ പ്രാധാന്യം ഗ്രഹിക്കാത്തതുകൊണ്ടാവാം എന്നു കരുതിയിട്ടാവാം കുഞ്ഞുമോൻ ആവേശത്തോടെ തുടർന്നു. "ഞങ്ങളെ സംബന്ധിച്ചിടത്തോളം ഞങ്ങൾ ഇന്ന് വെറും കുരുക്ഷേത്രത്തിലല്ല. കുരുക്ഷേത്രത്തിന്റെ അമ്പലക്കുളത്തിൽ കഴുത്തറ്റം അന്ധകാരപ്പരപ്പിൽ അനുസ്യൂതം....."

ആരോ രണ്ടുദിവസങ്ങൾക്കുമുമ്പ് പറയുന്നത് അയാൾ കേട്ടതായി ഓർത്തു. എമ്പറർ കുഞ്ഞുമോൻ ഈയിടയായി പ്രസംഗിക്കാനും തുടങ്ങിയിട്ടുണ്ടത്രെ. അയാൾ അതോർത്തപ്പോൾ ചിരിച്ചുപോയി. അതായിരിക്കും വാക്കുകൾക്കുള്ള പരക്കം പാച്ചിൽ. കുരുക്ഷേത്രമെന്നാൽ മലബാർഭാഗത്തുള്ള ഏതോ അമ്പലമാണെന്ന് കുഞ്ഞുമോൻ ധരിച്ചുകാണും. കൊച്ചുവർക്കി പാടുപെട്ട് സംസാരം നിർത്തിച്ച് ഇടയ്ക്കുകയറി പറഞ്ഞു. "എനിക്ക് അനിയേട്ടനെ ഒന്നുകണ്ടിട്ടു പോകണമെന്നുണ്ട്..."

എമ്പറർ കുഞ്ഞുമോൻ വ്യാഖ്യാനിച്ചു.

"ഷുവർ...ഷുവർ.....കൊച്ചുവർക്കി വക്കീലിന്റെ വികാരം ഞാൻ മാനിക്കുന്നു. ഈ വക്കീലും പഴയസ്വാതന്ത്ര്യസമരകാലംതൊട്ടേ ഒരു ഉറച്ച....."

കൊച്ചുവർക്കി കൂടുതൽ പറയിപ്പിക്കാൻ അനുവദിക്കാതെ എല്ലാവരെയും മൊത്തത്തിൽ ഏൽപ്പിച്ചു.

"അനിയേട്ടൻ വന്നാൽ പറയണം. ഞാൻ വന്നിരുന്നൂന്ന്...."

അവർ കാറിൽ കയറിപ്പോയി.

അൽപ്പസമയത്തിനുശേഷം അനിയേട്ടൻ വന്നു. അന്ന് ഉച്ചയ്ക്ക് കോടതിയിൽ നിന്ന് പോരുമ്പോൾ ഈ സ്വീകരണത്തിന് വരാൻ കാർ അയക്കാമെന്ന് പറഞ്ഞപ്പോൾ അനിയേട്ടൻ വേണ്ടെന്ന് പറഞ്ഞു. പതിവുപോലെ അന്നും അനിയേട്ടൻ നടന്നു വന്നു. അനിയേട്ടനെ കണ്ടപ്പോൾ ഓർത്തുപോയി, പഴയ മുഖം, ഒരു കൊല്ലവും പതിനൊന്ന് മാസവും വെല്ലൂർ സെൻട്രൽ ജയിലിൽ കിടന്ന്, മോചിതനായി പ്രാക്ടീസ് പുനരാരംഭിക്കുവാൻ എത്തിയ ആ ദിവസത്തെ മുഖം. ഇന്നും മുഖം അതുതന്നെ. സ്ഥാനമാനങ്ങൾക്കുള്ള ഓട്ടപ്പന്തയത്തിൽ ഇറങ്ങാത്തതുകൊണ്ട് ഇന്നും ആ മുഖത്ത് ഒന്നുമാത്രം കളിയാടുന്നു —സംതൃപ്തി.

അനിയേട്ടൻ അകത്തേക്കു കയറി ഇരുന്നു. ആരും ആദരവും ബഹുമാനവും കാണിച്ചില്ല. സ്നേഹത്തോടെ എതിരേറ്റു. ഏറ്റവും ഒടുവിൽ എത്തിയത് മുത്തുകൃഷ്ണയ്യരാണ്. വന്നപാടെ ഒരു കടലാസ് അയാളെ ഏൽപ്പിച്ചു.

"ഇന്ന് ഇവിടെ എന്തെങ്കിലും പ്രസംഗിക്കേണ്ടിവരുമല്ലോ എന്നു കരുതി പഴയ *യങ്ങ് ഇന്ത്യ*യുടെ കോപ്പികൾ തപ്പി നോക്കിയപ്പോൾ കിട്ടിയതാണ്...."

അയാൾ കടലാസ് നിവർത്തി, വെള്ളനിറം മങ്ങി മങ്ങിവന്ന്, മഞ്ഞയിലേക്ക് എത്തിയിരിക്കുന്ന കടലാസ്. അങ്ങിങ്ങായി എണ്ണ പുരണ്ട പാടുകൾ. കടലാസിൽ സ്വന്തം കയ്യക്ഷരം....

അപ്പോൾ ഓർമ്മവരുന്നു.....മുപ്പത്തിരണ്ട് വർഷങ്ങൾക്കുമുമ്പ് മുത്തുകൃഷ്ണയ്യരുടെ മഠത്തിലെ ബഞ്ചിലിരുന്ന് തൂക്കു വിളക്കിന്റെ താഴെ തിണ്ണയിൽ വെച്ച് ബ്ലാക്ക് ബേർഡ് പേന കൊണ്ട് എഴുതിയ അക്ഷരങ്ങൾ...

അനിയേട്ടനെ അറസ്റ്റു ചെയ്ത അന്നു രാത്രി എഴുതിയ പ്രതി ഷേധ പ്രമേയം. എന്നെന്നും ത്രസിക്കാതെ പോയ സ്വന്തം മോഹങ്ങളെ പ്പോലെതന്നെ ഒരിക്കലും വെളിച്ചം കാണാതെപോയ പ്രമേയം. അതിലടങ്ങിയ പ്രതിഷേധവും.....

സ്വന്തം പഴയ കയ്യക്ഷരങ്ങളിലേക്ക് നോക്കിയിരുന്നപ്പോൾ തോന്നി യ ആവേശം ക്ഷണം കൊണ്ട് മാഞ്ഞുപോയി. പിന്നെ തോന്നിയത് വെ റുപ്പാണ്..... കടുത്ത വെറുപ്പ്. ഉള്ളുകൊണ്ട് ശപിച്ചു ഭീരുവിന്റെ പത്രിക.

യതീന്ദ്രദാസിന്റെ ആത്മാവ്

അന്നും മാധവൻമാസ്റ്ററെ കാണാൻ പോകുമ്പോൾ അയാൾ ചിന്തിച്ചു.

ഒരു വിദ്യാലയത്തിലും പഠിപ്പിച്ചിട്ടില്ലാത്ത, ഒരു വിദ്യാർഥിക്ക് ട്യൂഷൻപോലും എടുത്തിട്ടില്ലാത്ത അദ്ദേഹത്തെ എന്തിന് മാധവൻമാസ്റ്റർ എന്നുവിളിക്കുന്നു. വർഷങ്ങൾക്കുമുമ്പ് ഞങ്ങൾക്ക് ചർക്കയിൽ നൂൽ നൂൽക്കാൻ പഠിപ്പിച്ചിരുന്നു. അന്ന് കിട്ടിയതാണോ മാസ്റ്റർ എന്ന പേര്. ആകാൻ തരമില്ല. കാരണം, അതിനും എത്രയോമുമ്പെ നാട്ടുകാർ അദ്ദേഹത്തെ മാധവൻമാസ്റ്റർ എന്നുവിളിക്കാൻ തുടങ്ങിയിരിക്കുന്നു. മാധവൻ മാസ്റ്ററെ മാഷ് എന്നല്ല വിളിച്ചിരുന്നത് മാസ്റ്റർ എന്ന് തികച്ചും വിളിക്കും.

മാധവൻമാസ്റ്റർ ചർക്കയിൽ നൂൽനൂൽക്കാൻ പഠിച്ചിരുന്ന കാലം ഓർമ്മയിൽ വരുന്നു. ആരെങ്കിലും കുളിക്കാതെ വന്നാൽ മാധവൻമാസ്റ്റർ പറയും:

"ഇതാ ഈ സോപ്പ് എടുത്തോളൂ. ഈ തോർത്ത് എടുത്തോളൂ. കുളിമുറിയിൽ വെള്ളം നിറച്ചുവെച്ചിട്ടുണ്ട്."

നൂൽനൂൽക്കാൻ ആരംഭിക്കുന്നതിനു മുമ്പ് മൂന്ന് പ്രാവശ്യം വന്ദേമാതരം ചൊല്ലിക്കും. പിന്നെ ഭാരതാംബെ നമസ്തുതെ എന്നുതുടങ്ങുന്ന മാധവൻമാസ്റ്റർ സ്വയം എഴുതിയ പ്രാർഥനാശ്ലോകം ചൊല്ലിക്കും. എന്നിട്ടേ നൂൽനൂൽപ്പ് ആരംഭിക്കൂ...

എല്ലാം ഓർമ്മയുടെ മൂടൽമഞ്ഞിനപ്പുറത്ത്.....

നീങ്ങുകയും അടിഞ്ഞുകൂടുകയും ചെയ്യുന്ന മൂടൽമഞ്ഞിലകപ്പെട്ട, മായുകയും തെളിയുകയും ചെയ്യുന്ന ഓർമ്മകളിൽ....

ഒന്നുമാത്രം ഇന്നും അചഞ്ചലമായി അവശേഷിക്കുന്നു.

കറുപ്പോ കടുംനീലയോ എന്ന് തീർത്തുപറയാൻ വയ്യാത്ത ഒരു വാൻ പടിക്കൽ പെട്ടെന്ന് ബ്രേക്കിട്ട് നിന്നു. വാനിന്റെ മുന്നിലും പിന്നിലും നിന്ന് കാക്കിക്കുപ്പായക്കാർ ഉതിർന്നു. അന്നാണ് ആദ്യമായി കാക്കിത്തൊപ്പി ധരിച്ച പൊലീസുകാരെ കണ്ടത്. അന്നുവരേയും ചുമന്ന തൊപ്പിധരിച്ച പൊലീസുകാരെ മാത്രമെ കണ്ടിട്ടുള്ളു. മുന്നിൽ വന്ന ഉദ്യോഗസ്ഥൻ മാധവൻ മാസ്റ്ററുടെ ചെവിയിൽ എന്തോ മന്ത്രിച്ചു. മാധവൻ മാസ്റ്റർ ഞങ്ങളുടെ നേരെനോക്കി പറഞ്ഞു.

"ബോലോ ഭാരത് മാതാ കീ....." നാക്കിറങ്ങിപ്പോയ ഞങ്ങളാരും ജയ് വിളിച്ചില്ല. മാധവൻമാസ്റ്റർ അവരൊന്നിച്ച് നടന്നുപോയി. അറസ്റ്റ് എന്ന ദുഃഖസത്യം ആദ്യമായി നേരിൽ കണ്ടതും അന്നുതന്നെയായിരുന്നു.

എല്ലാം ഏതോ കാലത്ത് നടന്ന കഥകൾ.....

പ്രാതഃസ്മരണീയങ്ങളായ സംഭവകഥകൾ.

ഇന്ന്, കഴിഞ്ഞതൊക്കെ അടുക്കും ചിട്ടയിലും ക്ലിപ്തപ്പെടുത്തി ഓർക്കാനെങ്കിലും കഴിഞ്ഞെങ്കിൽ..... കാത്തുസൂക്ഷിക്കുവാൻ കടപുഴക്കിയെടുക്കുമ്പോൾ ചിതറിപ്പോകുന്ന ചിതൽപ്പുറ്റുപോലെ....

ഓരോ തവണയും ജയിലിൽ നിന്ന് വരുമ്പോൾ മാധവൻ മാസ്റ്റർ പറയും:

"ഇനി ഞാൻ ആക്റ്റീവ് പൊളിറ്റിക്സിൽ നിന്ന് പിൻവാങ്ങുകയാണ്, എന്തെങ്കിലും സോഷ്യൽ വർക്സ് മാത്രമായി...."

മിക്കവാറും അതുപറഞ്ഞ് തീർന്നതിന്റെ പിറ്റേദിവസം പുലർച്ചക്കായിരിക്കും ആരെങ്കിലും ഓടിവന്ന് പറയുക: "അറിഞ്ഞില്ല്യെ ഇന്നലെ രാത്രി രണ്ടുമണിക്ക് ആ പെരുംമഴയത്താണ് മാധവൻമാസ്റ്ററെ കൊണ്ടുപോയത്."

അന്ന് എന്തെല്ലാം പേരുള്ള ജയിലുകൾ: വെല്ലൂർ.... ബല്ലാരി.... കടപ്പ.... രാജമന്ദ്രി.....

.....ഒരിക്കൽ രാജമന്ദ്രി ജയിലിൽ നിന്നുവന്ന അന്ന് അയാൾ മാധവൻമാസ്റ്ററെ കാണാൻ പോയിരുന്നു. ജയിലിന്റെ പേര് സുന്ദരമായി ത്തോന്നി.....രാജമന്ദ്രി...അന്ന് മാധവൻ മാസ്റ്റർ പറഞ്ഞു...

"വരൂ, ഇത്തവണ ഒരു പുതിയ സ്കീമുമായിട്ടാണ് ഞാൻ വന്നിരിക്കുന്നത്. അദ്ദേഹത്തിന്റെ തോട്ടം മുഴുവനും കൊണ്ടുനടന്ന് കാണിച്ചു. കണ്ണെത്താത്ത അത്രയും നീളത്തിൽ തോട്ടം. ഇടതിങ്ങി, ഇരുളടഞ്ഞ ഫലവൃക്ഷങ്ങളുടെ നിര.... ഓരോ മരത്തിന്റെ ചുവട്ടിൽ എത്തുമ്പോഴും പറയും: ഇത് ജഹാംഗീർ, അത് നൂർജഹാൻ, മറ്റേത് സേലംമാവ്: അതിന്റെ അപ്പുറത്ത് ഓളോർമാവ്; ഈ ഓളോർമാവിന്റെ പ്രത്യേകതയെന്തെന്നോ; "ഇതിന്റെ മാങ്ങ പച്ചയിൽ പുളിക്കില്ല. പഴുത്താൽ നല്ല മധുരവും. പക്ഷേ, ഏറ്റവും നല്ലത് ഏതാണ്ട് പഴുക്കാറായത് എടുത്ത് പുളിശേരിവെച്ചാൽ...." ഉടനെ കൈതട്ടി ഏതെങ്കിലും ജോലിക്കാരനെ വിളിക്കും. "ഇതിൽനിന്ന് നാലെണ്ണം പറിച്ചെടുക്കൂ... അടുക്കളയിൽകൊ

ണ്ടുപോയി കൊടുക്കൂ. അരമണിക്കൂറിനകത്ത് മാങ്ങപുളിശ്ശേരി വേണമെന്ന് പറയൂ." അന്ന് ഒരു പ്ലാവിന്റെ അടുക്കൽ എത്താറായപ്പോൾ മാധവൻമാസ്റ്റർ പറഞ്ഞു: "ഇത് കൊളമ്പു പ്ലാവാണ്. ഇതിന്റെ ജാം കഴിച്ചിട്ടുണ്ടോ." ഉടനെ കൈതട്ടി ഏതോ ജോലിക്കാരനെ വിളിച്ചിട്ടു പറഞ്ഞു. "തട്ടിൻപുറത്ത് ഒരു സ്ഫടികഭരണിയിൽ ചക്കവരട്ടിയത് എടുത്തുവച്ചിട്ടുണ്ട്. കൊടുത്തയക്കാൻ പറയൂ." ആ പ്ലാവിന്റെ ചുവട്ടിലിരുന്നുകൊണ്ട് ചക്കവരട്ടിയതു കഴിച്ചു. നടന്നുനടന്ന് തോട്ടത്തിന്റെ അറ്റത്ത് സമനിരപ്പായ സ്ഥലത്തെത്തിയപ്പോൾ മാധവൻമാസ്റ്റർ പറഞ്ഞു;

"ഇവിടെ ഞാൻ തൽക്കാലം ഒരു നിശാപാഠശാല ആരംഭിക്കുവാൻ പോകുന്നു. വയോജനവിദ്യാഭ്യാസത്തിന്. താമസിയാതെ അപ്പുറത്ത് ഒരു പ്രൈമറി സ്കൂൾ തുടങ്ങും. തികച്ചും ദേശീയമായ അധ്യയനരീതി. രാഷ്ട്രഭാഷയും സംസ്കൃതവും നിർബന്ധ വിഷയങ്ങൾ. മറ്റ് വിഷയങ്ങൾ പഠിപ്പിക്കുന്നത് മലയാളത്തിൽ. ചരിത്രമോ നമ്മുടെ ദേശീയ നേതാക്കൻമാർ എഴുതിയിട്ടുള്ള ചരിത്രം മാത്രം. ക്രമേണ ഹൈസ്കൂൾ പിന്നെ കോളേജ്. ഇയ്യിടെ ജയിലിൽവച്ച് ഞാൻ പലരുമായി ഇതിനെപ്പറ്റി ചർച്ചചെയ്തിരുന്നു. അവരുടെ അഭിപ്രായത്തിൽ അവിടെയൊന്നും നിർത്താൻ പാടില്ല. ഉയർത്തണം സർവ്വകലാശാലയായി. അവരെല്ലാവരും സഹായിക്കാമെന്ന് ഏറ്റിട്ടുണ്ട്. ഡിഗ്രികൊടുക്കുന്നത് എങ്ങനെയെന്നോ. നിലവിളക്ക് കത്തിച്ചുവെച്ച് ചെമ്പോലയിൽ....ദേവനാഗരി ലിപിയിൽ....കോൺവൊക്കേഷൻ വേഷമെന്താണെന്നോ വെളുത്ത ഖാദിജൂബയും ദോത്തിയും ഗാന്ധിതൊപ്പിയും. അന്ന് മാധവൻ മാസ്റ്റർ പറയാനാരംഭിച്ച് സംസാരം അവസാനിക്കാറായപ്പോൾ തോന്നിപ്പോയി സർവ്വകലാശാലയുടെ പ്രവർത്തനമാരംഭിച്ചുകഴിഞ്ഞു, ആദ്യത്തെ ബാച്ചിന്റെ കോൺവൊക്കേഷനും നടന്നുകഴിഞ്ഞിരിക്കുന്നു....

ഒന്നും സംഭവിച്ചില്ല. നിശാപാഠശാലപോലും നാമ്പെടുത്തില്ല.

ഏതാനും ദിവസങ്ങൾക്കകം മാധവൻമാസ്റ്റർ വീണ്ടും അറസ്റ്റുവരിച്ചു.

ഇതെല്ലാം എന്നോ നടന്ന കഥകൾ.

ഇന്ന് മാധവൻമാസ്റ്റർ അയാളെ കാണാനാഗ്രഹിക്കുന്നു. എഴുതിയിരിക്കുന്നു.

ഒന്ന് നേരിൽ കാണണം, ചിലത് സംസാരിക്കുവാനുണ്ട്. ഈ വൃദ്ധന്റെ ആഗ്രഹം.

മൂന്നുമാസം മുമ്പാണ് മാധവൻമാസ്റ്ററെ കണ്ടത്. അന്ന് വൃദ്ധനാണെന്ന് അദ്ദേഹം പറഞ്ഞില്ല. ഞങ്ങൾ പറഞ്ഞപ്പോൾ അത് അംഗീകരിച്ചതുമില്ല. എഴുപത് തികഞ്ഞപ്പോൾ വൃദ്ധനായില്ല. എഴുപത് വയസ്സും മൂന്നുമാസവും കഴിയുമ്പോൾ ഒരാൾ വൃദ്ധനാകുമോ.... ഇതിനുമുമ്പും മാധവൻമാസ്റ്റർ കാണണമെന്ന് എഴുതാറുണ്ട്. ചെല്ലുമ്പോൾ പറയും. ഒന്നുമില്ല, വെറുതെ. ഒന്നു കാണണമെന്നുതോന്നി അത്രതന്നെ. പിന്നീട് രണ്ടുദിവസം കഴിഞ്ഞപ്പോൾ ഒരെഴുത്തുകിട്ടി. എനിക്ക് നേരിൽ കണ്ട

പ്പോൾ മുഖത്തുനോക്കി ചോദിക്കുവാൻ മടിയുണ്ടായിരുന്നു. എനിക്ക് ആയിരം ഉറുപ്പിക ഒരാഴ്ചയ്ക്കകത്തുവേണം. പണം ഒതുക്കി പുറപ്പെടാൻ തയ്യാറാവുമ്പോഴാണ് മറ്റൊരു എഴുത്തുകിട്ടിയത്, നിന്നെ ബുദ്ധിമുട്ടിച്ചതിൽ ക്ഷമിക്കണം. എനിക്ക് ഉദ്ദേശിച്ച പണം കിട്ടി.

എല്ലാം പഴയ കഥകൾ. ഇന്ന് മാധവൻമാസ്റ്റർ എഴുതിയിരിക്കുന്നു:

ഒന്ന് നേരിൽ കാണണം.

അയാൾ ഉമ്മറത്തേക്കുകയറി. സ്വീകരണമുറി തികച്ചും ശൂന്യം. സ്വീകരണമുറിയുടെ ഇടതുവശത്താണ് മാധവൻമാസ്റ്ററുടെ സ്റ്റഡി. വാതിൽ ചാരിയിട്ടിരിക്കുന്നു. കൊത്തുപണിയുള്ള വാതിലും കനത്ത കട്ടളയും. ആ കട്ടളയ്ക്ക് ഇരുവശത്തും കട്ടളയോളം തന്നെ ഉയരത്തിൽ വീതികുറഞ്ഞ ജനാലകൾ. ജനാലകൾക്ക് പിച്ചള അഴികൾ. പണ്ടൊക്കെ ആ പിച്ചള തുടുത്ത അഴികൾ കൊന്നപൂത്തപോലെ തിളങ്ങിയിരുന്നു. അയാൾ ജനാലയിൽകൂടെ അകത്തേക്കുനോക്കി. മാധവൻമാസ്റ്റർ ബർമാതേക്കിന്റെ നിലക്കട്ടിലിൽ ചുരുണ്ടുകിടന്നുറങ്ങുന്നു. ടീപ്പോയിലും മേശമേലും നിറയെ മരുന്നുകുപ്പികൾ. ഒരാശുപത്രിയെ ഓർമ്മിപ്പിച്ചു.

അയാൾ ക്ഷമയോടെ പുറത്തിരുന്നു. അയാൾക്കഭിമുഖമായി വർഷങ്ങൾക്കുമുമ്പുള്ള മാധവൻമാസ്റ്ററുടെ ഫോട്ടോ...അയാൾ പറഞ്ഞുകേട്ടിട്ടുണ്ട്. മാധവൻമാസ്റ്റർ ആദ്യമായി ഖാദിധരിക്കുവാൻ തുടങ്ങിയ അന്ന് എടുത്ത ഫോട്ടോ. മാധവൻമാസ്റ്ററുടെ ഖാദിജൂബയ്ക്ക് ഒരു പ്രത്യേകതയുണ്ട്. മുറിക്കൈയനായിരിക്കും. ഒരു ബനിയനേക്കാൾ കുറച്ചുകൂടി ഇറക്കമുണ്ടായിരിക്കും. ഇത് അദ്ദേഹം തന്നത്താൻ ഡിസൈൻചെയ്ത ഒരു വേഷമാണ്. മാധവൻമാസ്റ്റർ മദിരാശിയിലെ പ്രഭുക്കൻമാരുടെ കോളേജിൽ ഏറ്റവും ബുദ്ധിമുട്ടുള്ള അസുലഭമായ ഒരു വിഷയം പഠിക്കുന്നതിന്റെ അവസാനവർഷ വിദ്യാർഥിയായിരുന്ന കാലം, കോളേജിന്റെ ഗയ്റ്റിനുമുമ്പിൽ ഒരു അഗ്നികുണ്ഡമുണ്ടാക്കി അതിൽ പാന്റും കോട്ടും എരിയിച്ചുകളഞ്ഞ് സ്വയം ഡിസൈൻചെയ്ത ഖാദിജൂബയും ദോത്തിയും ധരിച്ച് ക്ലാസിലേക്ക് കയറിച്ചെന്നു, സ്കോട്ട്ലന്റുകാരൻ പ്രൊഫസർ തന്റെ ഏറ്റവും പ്രിയപ്പെട്ട വിദ്യാർഥിക്ക് ബാധിച്ച വിഭ്രാന്തികണ്ട് നടുങ്ങിപ്പോയി. പ്രവേശനം നിഷേധിച്ചു. മാധവൻ മാസ്റ്റർ അവസാനമായി ക്ലാസിൽ കയറിയതും അന്നുതന്നെയായിരുന്നു. മാധവൻമാസ്റ്ററുടെ ഫോട്ടോയുടെ അടുക്കൽ യതീന്ദ്രദാസിന്റെ ഫോട്ടോ. നീലസൂട്ടും തൊപ്പിയും ധരിച്ച്....ഒരു കളേർട് ഫോട്ടോ. അയാളിൽ എന്തെല്ലാം ഓർമ്മകൾ തെളിഞ്ഞുവരുന്നു.....

മകൻ ജനിക്കുമ്പോൾ മാധവൻ മാസ്റ്റർ തഞ്ചാവൂർ ജയിലിലായിരുന്നു. ഉടനെ എഴുതി മകന് യതീന്ദ്രദാസ് എന്നപേര് ഇടണം. മാധവൻമാസ്റ്റർ ജയിൽവിമുക്തനായ അന്ന് അയാൾ കാണാൻ ചെന്നിരുന്നു. മാധവൻ മാസ്റ്റർ മകനെ മടിയിലിരുത്തി പാടുന്നു. തമിഴിലായിരുന്നു പാട്ട്. പിന്നീട് അയാളും അറിയാവുന്ന രീതിയിൽ അത് കാണാപാഠം പഠിച്ചിരുന്നു.

പത്തൊമ്പതും ഇരുപത്തൊമ്പതാം വരുഡം
പകർന്നിടും സെപ്തംബർ പതിമൂന്നാം നാൾ
പതിമൂന്നാം നാൾ
പകർന്നിടും മണി ഒന്റേകാൽ ഒന്റേകാൽ
യതീന്ദ്രരൻ പരമപദം അടൈന്തതും
മണി ഒന്റേകാൽ...ഒന്റേകാൽ...

മകന്റെ ശിരസിൽ തൊട്ടുകൊണ്ട് പറയുന്നു:

ബ്രിട്ടീഷുകാരനെതിരായി അറുപത്തിനാല് ദിവസം നിരാഹാരമെടുത്ത് മരിച്ചില്യെ ആ യതീന്ദ്രദാസിന്റെ ആത്മാവാണ് ഇവനിൽ കുടികൊള്ളുന്നത്.....ബ്രിട്ടീഷുകാരനോടു സന്ധിയില്ലാസമരം നടത്തുന്ന..... യതീന്ദ്രദാസ്....

യതീന്ദ്രദാസിനെ കാണുമ്പോഴൊക്കെ പഴയ പാട്ട് ഓർമ്മവരും; ഒപ്പം മാധവൻമാസ്റ്ററുടെ പ്രവചനവും.....

യതീന്ദ്രദാസ് നിഷാദൻനീലകണ്ഠന്റെ മകളെ വിവാഹം കഴിക്കാൻ പോകുന്നു എന്നറിഞ്ഞപ്പോൾ അയാൾ നടുങ്ങിയില്ല; കാരണം അത് സംഭവിക്കില്ല എന്നറിയാമായിരുന്നു. പക്ഷെ, യതീന്ദ്രദാസ് പറഞ്ഞ മറുപടി അയാളെ നടുക്കിക്കളഞ്ഞു.

പെൺകുട്ടിയെ കണ്ടിട്ടില്ല. കണ്ട് എനിക്ക് പറ്റിയാൽ അതുതന്നെ നടക്കും.

നിഷാദൻ നീലകണ്ഠന്റെ മകളുമായി ഒരു പ്രേമവിവാഹം നടക്കുന്നു എന്നറിഞ്ഞാൽ നടുങ്ങില്ലായിരുന്നു. കാരണം-കണ്ടു, പ്രേമിച്ചു. പിരിയാൻ പറ്റാത്തവിധം പ്രേമബന്ധം മുറുകിയിരിക്കുന്നു.....അങ്ങനെയൊക്കെ സംഭവിക്കാം. പക്ഷേ, നിഷാദൻ നീലകണ്ഠന്റെ മകളുമായി ഒരു അറേഞ്ച്ഡ് മേരേജൊ.....

“യതീന്ദ്രദാസ്; അത് ശരിയായില്ല.”

അയാൾ അത് പറഞ്ഞപ്പോൾ യതീന്ദ്രദാസ് മറുപടിപറയുവാൻ ഒട്ടും സമയമെടുത്തില്ല.

“മിസ്റ്റർ നീലകണ്ഠനെപ്പോലെ ഒരു മഹാനെ ഞാൻ ഇന്നുവരെ കണ്ടിട്ടില്ല, അദ്ദേഹത്തിന് കൈക്കൂലി വാങ്ങിക്കാനും അറിയാം കൊടുക്കാനും അറിയാം. മിസ്റ്റർ നീലകണ്ഠന്റെ മക്കളൊക്കെ ഇന്ന് എത്ര വലിയ പൊസിഷനിലാണെന്നറിയാമൊ...” അധികം താമസിച്ചില്ല. ആ വിവാഹം നടന്നു. സാമാന്യത്തിലേറെ ആഢ്യതയിൽ ആഘോഷിക്കപ്പെട്ടതുകൊണ്ട് അയാളെ ക്ഷണിച്ചതുമില്ല. ജീവിതത്തിൽ ഒരിക്കലും മറ്റൊരാളുടെ കാര്യങ്ങളിൽ ഇടപെട്ടു പരിചയമില്ലാത്ത മാധവൻമാസ്റ്റർ ആ വിവാഹത്തെക്കുറിച്ച് മകനോട് പറഞ്ഞത് ഇത്രയുമാണ്.....

“നിനക്ക് ഇഷ്ടപ്പെട്ടിരിക്കുന്നുവല്ലേ. എങ്കിലത് നടക്കട്ടെ.”

എങ്കിലും മാധവൻമാസ്റ്റർ അതൊന്നും മറന്നു കാണില്ല.

വർഷങ്ങൾക്കുമുമ്പ് നീലകണ്ഠൻ എന്ന ഉദ്യോഗസ്ഥമേധാവിയെക്കുറിച്ച് മാധവൻമാസ്റ്റർ പൊലീസ് മൈതാനിയിൽ നിന്ന് പ്രസംഗിച്ചു.

നീലകണ്ഠനെപ്പോലെയുള്ള നിഷാദൻമാരെ.....

പൊലീസ് മൈതാനിയിൽ വെച്ചായിരുന്നതുകൊണ്ട് പൊലീസ് ലൈനിൽ താമസിക്കുന്ന കോൺസ്റ്റബിൾമാരുടെ ഭാര്യമാരും പ്രസംഗം കേട്ടു. കേട്ടു എന്ന് മാത്രമല്ല അവർ പൊട്ടിച്ചിരിച്ചു. ഇത് നീലകണ്ഠന്റെ ഭാര്യ ബംഗ്ലാവിൽനിന്ന് കാണുകയും ചെയ്തു.

നിഷാദൻ നീലകണ്ഠൻ ആദ്യം ചെയ്തത് ഇതാണ്; തന്റെ കീഴിലുള്ള എല്ലാ സ്റ്റേഷനിലുമുള്ള ലോക്കപ്പ് മുറികളിലും കയറി സ്വാതന്ത്ര്യസമരക്കാരെ തേടിപ്പിടിച്ച് രണ്ടും മൂന്നും റൗണ്ട് തല്ലി, അന്നൊക്കെ 'നീലകണ്ഠൻ പ്രയോഗം' എന്ന ഒരു തല്ലുമുറ തന്നെയുണ്ടായിരുന്നു. ന്യൂട്ടൺ തിയറി....രാമൻ ഇഫക്ട്.....സൂര്യട്രാൻസ്മിഷ്യൻ എന്നൊക്കെ പോലെ നീലകണ്ഠൻപ്രയോഗം, നടുവിരലും ചൂണ്ട് വിരലും ചേർത്ത് ഇടയറിയാതെ വയറ്റത്ത് ഒരു പിടുത്തവും ക്ഷണത്തിൽ ഒരു വലിയും. ഇതാണ് നീലകണ്ഠൻ പ്രയോഗം. അന്ന് സ്വാതന്ത്ര്യസമരക്കാരുടെ നേരെ ഇതൊക്കെ പ്രയോഗിച്ചിട്ട് അരിശം തീരാതെയാണ് മാധവൻ മാസ്റ്ററുടെ പേരിൽ മാനനഷ്ടക്കേസ് കൊടുത്തത്. നീലകണ്ഠന്റെ കയ്യിലകപ്പെട്ട ഒരു സ്വാതന്ത്ര്യസമരക്കാരനും ഒരു വർഷത്തിൽ കൂടുതൽ ജീവിച്ചിട്ടില്ല. സ്വാതന്ത്ര്യലബ്ധിക്കുമുമ്പ് നിഷാദൻ നീലകണ്ഠന്റെ അധികാരാതിർത്തിയിൽപെട്ട ലോക്കപ്പ് മുറികളിൽവെച്ച് പലരും പേപ്പട്ടി കടിച്ച് മരിച്ചിട്ടുമുണ്ട്.

എല്ലാം പഴയ കഥകൾ...

നിഷാദൻനീലകണ്ഠൻ ഔദ്യോഗികജീവിതത്തിൽ ഉയർന്ന് ഉയർന്ന് പോയി. ഏറ്റവും ഉയർന്നത് സ്വാതന്ത്ര്യലബ്ധിക്കു ശേഷമാണ്.

അയാൾ എല്ലാം ഇന്ന് ഓർത്തുപോകുന്നു.

മാധവൻമാസ്റ്ററുടെ വീട്ടിൽ എന്ന് ചെന്നാലും പുതുമ നശിക്കാതെ മണിക്കൂറോളം ഉറ്റുനോക്കാവുന്ന ഒന്നുണ്ട്–അവിടെ ചില്ലിട്ട് വെച്ചിരിക്കുന്ന ഫോട്ടോകൾ... പഴമയുടെ ഏതോ ലോകത്തിൽ എത്തിപ്പെട്ടതുപോലെ തോന്നും. ഇന്ന് വൃദ്ധരും വയോവൃദ്ധരും കഥാവശേഷരുമായ നേതാക്കൻമാരുടെ യുവത്വം കനിഞ്ഞുനില്ക്കുന്ന മുഖങ്ങൾ. അയാൾ പതിവുപോലെ അന്നും അതെല്ലാം ഉറ്റുനോക്കിനിന്നു. പെട്ടെന്നാണ് ഒരു പുതിയ ഫോട്ടോ കണ്ണിൽപെട്ടത്. ഏതോ പേപ്പർ കട്ടിങ്ങ് ചില്ലിട്ട് വെച്ചതാണ്. ഇന്ത്യൻ രാഷ്ട്രീയനേതാക്കൻമാർ എല്ലാവരും വക്കീലൻമാരുടെ ഗൗൺ ധരിച്ച് നിരന്നുനില്ക്കുന്നു. ഷെർവാണിയുടെ അതിന്റെ ബട്ടൺഹോളിൽ സദാ കാണാറുള്ള റോസാപ്പൂവുമില്ല. പകരം ആ രാഷ്ട്രശിൽപ്പി കറുത്ത കോട്ടും ഗൗണും ധരിച്ചിരിക്കുന്നു. അതിന്റെ അപ്പുറത്ത് മറ്റൊരു രാഷ്ട്രശിൽപ്പി നിൽക്കുന്നു. ഒരൊറ്റ ദിവസംകൊണ്ട് ചിന്നിച്ചിതറിക്കിടന്നിരുന്ന നാട്ടുരാജ്യങ്ങളെ ഒരൊറ്റ ചരടിൽ കോർത്തിണക്കിയ.....നേതാവ്.....അങ്ങനെ.....അങ്ങനെ ഒട്ടേറെ നേതാക്കൻമാർ വക്കീലൻമാരുടെ വേഷത്തിൽ ഒരേ ഗ്രൂപ്പ് ഫോട്ടോവിൽ....അയാൾക്ക് ഒരു പിടിയും കിട്ടിയില്ല.

"ഈ ഫോട്ടോ ഏതാണെന്ന് മനസിലായില്ല്യേ..."

മാധവൻമാസ്റ്ററുടെ കനത്ത ശബ്ദം....അയാൾ തിരിഞ്ഞുനോക്കി. ഒരു രോഗത്തിനും അടിമപ്പെടുത്തുവാൻ കഴിയാത്ത മാധവൻമാസ്റ്ററുടെ മിഴിവുള്ള മുഖം. അദ്ദേഹം പതുക്കെ നടന്നുവന്ന് ഒരു കസേരയിലിരുന്നു.

"മനസിലായില്ലെ....ഈ ഫോട്ടൊയുടെ പശ്ചാത്തലം ഏതെന്നോ, റെഡ്ഫോർട്ട്. വക്കീലൻമാരുടെ വേഷത്തിൽ നിൽക്കുന്നവരോ....നമ്മുടെ നേതാക്കൻമാർ...രംഗം ഏതാണെന്നോ? ഐ എൻ എ ട്രയൽ. ഐ എൻ എക്കാർക്കുവേണ്ടി ഹാജരാകാൻ രാഷ്ട്രത്തിന്റെ നാനാഭാഗത്തുനിന്നുമായി എത്തിയ വക്കീലൻമാരുടെ പാനലാണത്....പാനലിന് നേതൃത്വം കൊടുത്തതാരാണെന്നോ.....ബൂലുഭായ് ദേശായി...."

ചോദ്യോത്തരരൂപത്തിലുള്ള മാധവൻമാസ്റ്ററുടെ സംഭാഷണശൈലി, ശൈലി എന്നും പഴയത്. പക്ഷെ, സ്വരത്തിൽ രോഗം കലരാൻ തുടങ്ങിയത് അയാൾ ശ്രദ്ധിച്ചു.

മാധവൻമാസ്റ്ററുടെ ശബ്ദം പുറത്തെ മുറിയിൽ നിന്ന് കേൾക്കാൻ തുടങ്ങിയപ്പോൾ അതുവരെ ഉമ്മറത്ത് കാത്തിരുന്ന ഒരാൾ അകത്തേക്ക് കയറിവന്ന് ഒരു കവർ മാധവൻമാസ്റ്ററെ ഏൽപ്പിച്ചു. മാധവൻ മാസ്റ്റർ കവറ് തുറന്ന് ഒരു കടലാസ് പുറത്തെടുത്തു.

"എന്റെ കണ്ണടയുടെ പവർ കുറഞ്ഞിരിക്കുന്നു. ടെസ്റ്റു ചെയ്ത് വേറെ വെക്കുവാൻ സമയം വൈകിയിരിക്കുന്നു. ഇതിലെ എമൗണ്ട് ഒന്നുവായിക്കൂ...."

അയാൾ കടലാസ് വാങ്ങി വായിച്ചു.

"എമ്പത്തിയേഴ് ഉറുപ്പിക അറുപത് പൈസാ....."

''കേട്ടില്ല...'' മാധവൻ മാസ്റ്റർ പറഞ്ഞു, അപ്പോൾ അയാൾ ഓർത്തു.

മാധവൻ മാസ്റ്ററുടെ ശ്രവണ ശക്തിയും ക്ഷയോന്മുഖമായിരിക്കുന്നു. അയാൾ അൽപ്പം കൂടെ ഉച്ചത്തിൽ അതാവർത്തിച്ചു.

"എമ്പത്തിഏഴ്, അറുപത്...."

മാധവൻമാസ്റ്റർ എന്തോ ഓർത്തിരുന്നു. എന്നിട്ട് അൽപ്പം വല്ലായ്മയോടെ പറഞ്ഞു:

"മൂന്നാഴ്ചത്തെ മെഡിക്കൽബില്ലാണ് ഇത്....."

എന്നിട്ട് ബില്ല് കൊണ്ടുവന്ന ആളെ നോക്കി പറഞ്ഞു.

"ഇന്ന് ട്രഷറി മുടക്കായിരുന്നു. നാളെ വരൂ....."

ബില്ല് കൊണ്ടുവന്ന ആൾ സ്വൽപ്പം മടിച്ചുനിന്നു. എന്നിട്ട് പറഞ്ഞു:

''മരുന്നു ഷാപ്പിൽനിന്ന് പറഞ്ഞയച്ചിട്ടുണ്ട്. ഇനി ഇഞ്ചക്ഷൻ ചെയ്യാൻ മരുന്നുഷാപ്പിൽ നിന്ന് ആരേം അയക്കാൻ പറ്റില്ല. വേറെ ആരെയെങ്കിലും കണ്ടുവെക്കണം....."

പെട്ടെന്ന് മാധവൻമാസ്റ്ററുടെ മുഖംവിളറി.

''ശരി...പോയ്ക്കൊളൂ....'' അസ്വസ്ഥത ഇരമ്പിക്കയറുന്ന മാധ

വൻമാസ്റ്ററുടെ മുഖത്തേക്കുനോക്കിയിരിക്കാൻ കഴിഞ്ഞില്ല. അയാൾ പുറത്തേക്ക് നോക്കിയിരുന്നു. ആ വലിയ വീടിന് ആവശ്യമായ ഒരു മുറ്റംപോലും ബാക്കിവരാതെ മാധവൻമാസ്റ്ററുടെ തോട്ടം മുഴുവനും മുറിച്ചുമുറിച്ച് വിറ്റിരിക്കുന്നു. മുറ്റത്തുനില്ക്കുന്ന തെങ്ങ് ഇടിവെട്ടേറ്റ് തലയറ്റിരിക്കുന്നു. അത് ശൂന്യാകാശത്തിലേക്ക് ആരോ ചൂണ്ടിയ വിരൽപോലെ നില്ക്കുന്നു.

പെട്ടെന്ന് മുറിയിലേക്ക് കടന്നുവന്ന ആരുടെയോ ശബ്ദം അയാളെ ഉണർത്തി. അയാൾ തിരിഞ്ഞുനോക്കി. മുറിയിൽ കടന്നുവന്ന ആൾ മാധവൻമാസ്റ്റർക്ക് ചെറിയ ഒരു കുറിപ്പുകൊടുത്തു.

"ഇന്ന് ട്രഷറി മുടക്കായിരുന്നു. നാളെ വരൂ..."

"രണ്ടുമാസത്തെ ബാക്കിയെങ്കിലും ഒന്നിച്ചുതരണം...."

"നാളെ വരൂ..."

മുറിയിൽ കയറിവന്ന ആൾ മുറ്റത്തിറങ്ങി പ്രസിദ്ധ ഇംഗ്ലീഷ് ദിനപത്രത്തിന്റെ പരസ്യപ്പലകയുള്ള സൈക്കിൾ ഉരുട്ടിക്കൊണ്ടുപോയി...

വളരെനേരം ചിന്തിച്ചതിനുശേഷമാണ് അയാൾക്ക് മാധവൻമാസ്റ്ററും ട്രഷറിയുമായുള്ള ബന്ധം പിടികിട്ടിയത്. ഈയിടെയായി മാധവൻമാസ്റ്റർക്ക് ഇരുന്നൂറ് ഉറുപ്പിക പെൻഷൻ അനുവദിച്ചിട്ടുണ്ടല്ലോ....

ഇത്തവണ ഒരു രോഗിയുടെ ശബ്ദത്തിൽതന്നെയാണ് മാധവൻമാസ്റ്റർ പറഞ്ഞത്:

"മരുന്നുകൾക്കൊക്കെ എന്താ വില. ഇപ്പോൾ പ്രശ്നം മറ്റൊന്നുകൂടിയായി. അതൊന്ന് ശരീരത്തിൽ കുത്തിവെക്കാൻ ഇനി ആരെ കിട്ടും....."

രോഗം തന്റെചുറ്റും സൃഷ്ടിച്ച ഭീഷണമായ പഞ്ജരത്തിന്റെ അഴികളെണ്ണി കഴിയുന്ന മാധവൻ മാസ്റ്ററോടയാൾക്ക് നിറഞ്ഞ സഹതാപംതോന്നി. എന്തുകൊണ്ടോ ക്ഷണമാത്രയിൽ അയാൾക്ക് ഒരു ഡോക്ടർകൂടിയായ മാധവൻമാസ്റ്ററുടെ മകന്റെ ഓർമ്മവന്നു.

"എപ്പോ വരുമ്പോഴും ഞാൻ ചോദിക്കുവാൻ വിട്ടുപോകുകയാണ്. നമ്മുടെ യതീന്ദ്രദാസ് ഇപ്പോൾ എവിടെയാണ്...."

"യതീന്ദ്രദാസ് ഇപ്പോൾ ഇംഗ്ലണ്ടിലാണ്. അവിടെ ഒരു ആശുപത്രിയിലെ ഡോക്ടറാണ്. ഇന്ത്യൻ പൗരത്വം ഉപേക്ഷിച്ച് അവൻ ബ്രിട്ടീഷ് പൗരത്വം എടുത്തിരിക്കുന്നു....."

"അപ്പോൾ യതീന്ദ്രദാസിനെക്കൊണ്ട് മാസ്റ്റർക്ക് ഇനി ഒരു സഹായം പ്രതീക്ഷിക്കാൻ വയ്യ അല്ലേ....."

"ഞാൻ ഒരു സഹായം പ്രതീക്ഷിക്കുന്നു. അവൻ യതീന്ദ്രദാസ് എന്ന പേരുകൂടി ഉപേക്ഷിച്ചിരുന്നെങ്കിൽ....."

കടലാസ് പെരുമാൾ

വാഹനത്തിരക്കുള്ള നടപ്പാതയിൽ ഇടുങ്ങി നില്ക്കുന്ന വഴിമുടക്കിപ്പാലം കടക്കുമ്പോൾ എന്നത്തെയുംപോലെ ഇന്നും അയാൾ ആ വരികൾ ഉരുവിടുന്നു...

വേലികെട്ടി കോലുനാട്ടി
നാടുഭരിച്ചേ...
നാടുവാഴിതമ്പുരാക്കള്
നാടുമുടിച്ചേ.....

അന്നൊക്കെ ഈ വരികളിൽ എന്തുമാത്രം പര്യുത്സുക്യം കണ്ടെത്തിയിരുന്നു.....

വഴിമുടക്കിപ്പാലത്തിന്റെ ഇരുവശവും രണ്ട് മുളവടികൾ കാണാം.

തെക്ക് ഗോശ്രീരാജ്യം. വടക്കോ....

കടലായകടലിനൊക്കെ അധീശനായ ആറാമൻ ചക്രവർത്തിയുടെ സാമ്രാജ്യം...എങ്ങനെ ഓടി എത്തിയാലും അന്നൊക്കെ സൂര്യനുപോലും ആറാമൻ ചക്രവർത്തിയുടെ ചെങ്കോലിനപ്പുറത്ത് അസ്തമിക്കുവാൻ കഴിയാറില്ല.

ഗോശ്രീരാജവംശത്തിന്റെ കുലഖ്യാതിയോ....?

"ഞങ്ങൾക്ക് മാനം കുലധനം..."

കാഴ്ചവസ്തുവായി പരിണമിച്ച ഏതോ ഡർബാർ കോച്ചിൽ ആ വരികൾ ഇന്നും കാണാം... ഞങ്ങൾക്ക് മാനം കുലധനം.

അന്നൊക്കെ മാടഭൂപതി മാത്രമല്ല സൽപ്രജകളും വിശ്വസിച്ചുപോന്നു.....

ഞങ്ങൾക്ക് മാനം കുലധനം.....

മാടഭൂപതി...എന്ന് തുടങ്ങുന്ന എന്തെല്ലാം സ്തുതിഗീതങ്ങളുണ്ടാ

യിരുന്നു.

ആ ശീലുകൾ ഇന്ന് മനസിൽ എവിടെയോ ഉറങ്ങിക്കിടക്കുന്നു.... ഒരു ചരിത്രസത്യമാരായുന്ന ഔത്സുക്യത്തോടെ ആ വരികൾ പുനർജീവിപ്പിക്കുവാൻ ശ്രമിച്ചു.....തികച്ചും വിഫലം....

ഗോശ്രീരാജാക്കൻമാർ കുരുവംശജരെന്ന് അറിയപ്പെട്ടിരുന്നു...

എന്നിട്ടും ഇന്ന്, ജീവിച്ചിരുന്ന അന്നത്തെ പ്രജകളുടെ ഓർമ്മയിൽ ഒരു തിരിപോലും വലിച്ചെറിയാതെ ഗോശ്രീരാജവംശം കാലഗ്രസ്തമായി..... പഴയ ഓർമകളിൽ സഞ്ചരിക്കുമ്പോൾ....

ഇന്ന് അവധിയാണ്.....എന്താ മുടക്ക്.....

ഇന്ന് തമ്പുരാന്റെ അരിയിട്ട് വാഴ്ചയാണ്.....

അധികദിവസം കഴിയില്ല. മറ്റൊരു മുടക്കം.....

കാരണം...

നാട് വാണരുളുന്ന തമ്പുരാൻ തീപ്പെട്ടു....അല്ലെങ്കിൽ ഇങ്ങനെ ഒരു അവധി.....

തൊണ്ണൂറാംകൂറ് തമ്പുരാൻ ഭൂജാതനായി....തമ്പുരാക്കൻമാരുടെ പടങ്ങൾ അന്നൊക്കെ പത്രങ്ങളിൽ നിരന്തരം വരുമായിരുന്നു....അവരുടെ ചമയങ്ങളിലെ ഗോസായിത്തം മാത്രം ഇന്ന് ഓർമയിലുണ്ട്. തമ്പുരാക്കൻമാരെപ്പറ്റി ഓർക്കുമ്പോൾ ഒരു രൂപം മനസിൽ നിന്നൊഴിയുന്നില്ല.

കടലാസ് പെരുമാൾ...അന്നൊന്നും കടലാസ് പെരുമാൾ എന്നതിന്റെ അർഥം അറിയില്ലായിരുന്നു. പിന്നീട് ചോദിച്ചുമനസിലാക്കി...കടലാസ് പുലി എന്നപോലെ.....

അന്ന് കടലാസ് പെരുമാളിന്റെ നാട്ടിൽ ജനക്ഷോഭം കൊടുമ്പിരിയിലെത്തിയിരുന്നു...

പ്രക്ഷോഭക്കാരുടെ ദിനപത്രം മലബാറിൽ നിന്നിറങ്ങിയിരുന്നു.

പ്രക്ഷോഭം പിന്നെയും മുറുകിവന്നപ്പോൾ തമ്പുരാന്റെ ആ ദിനപത്രം തന്റെ നാട്ടിൽ നിരോധിച്ചു.... അങ്ങനെ വഴിമുടക്കിപ്പാലത്തിന്റെ മറുകരവരെ പത്രം വന്നു...വായിക്കുവാൻ ആഗ്രഹിക്കുന്നവർ പാലത്തിന്റെ മറുകരയിലെ, തോട്ടുവരമ്പത്തെ പാലമരക്കീഴിൽ, കൈതക്കാട്ടിൽ ഇരുന്ന് പത്രം വായിക്കുമായിരുന്നു. വായിച്ച് തീരുമ്പോൾ പാലക്കൊമ്പിന്റെ വിള്ളലിൽ പത്രം തിരുകിവെച്ച് തിരിച്ചുപോരും...പിന്നെയും വായനക്കാർ അവിടെ വരും...പാലക്കൊമ്പിൽ അങ്ങനെ ഒരു വായനശാല പിറന്നു.....

അന്ന് ആ ദിനപത്രത്തിൽ തുടർച്ചയായി പരസ്യം....ഒരു വിശേഷാൽപ്രതി ഇറങ്ങുന്നു...കഥ ആരുടേതെന്നോ? തൂലികയേന്തിയ പടയാളിയുടേത്.....വെറും കഥയല്ല...വാഗ്സ്ഫോടനം...കഥയുടെ പേരോ.....

കടലാസ് പെരുമാൾ...അരമനയിൽ പള്ളിയുറങ്ങുന്ന കടലാസ്

പെരുമാൾ...

ഒരു കോപ്പി സ്വന്തമായി സമ്പാദിക്കണമെന്ന മോഹം തീവ്രമായി... പക്ഷെ, മുളയിലേ ഒരാശങ്ക. എവിടെ ഇരുന്ന് വായിക്കും. സ്വന്തം വീട്ടിൽ, സ്വന്തം മുറിയിലിരുന്ന് അയവിറക്കി വായിക്കാനാവില്ലല്ലൊ...അവിടം കടലാസ് പെരുമാളിന്റെ മണ്ണല്ലേ...പാലക്കീഴിലിരുന്നോ....ശ്രദ്ധാപൂർവ്വം ഓരോ വരിയും ഒന്നോ രണ്ടോ ആവർത്തി വായിക്കേണ്ട കഥ.... അവിടെ ഇരുന്ന് അങ്ങനെ വായിക്കാനൊക്കുമോ...

എന്തെങ്കിലുമാവട്ടെ, ഒരു പ്രതി സമ്പാദിക്കുക.....വളരെ നേരത്തെ തന്നെ പത്രം ഏജന്റിനെ കണ്ട് ഒരു കോപ്പിക്ക് ഏൽപ്പിച്ചു.

കോപ്പി കയ്യിൽ കിട്ടിയപ്പോൾ അമ്പരന്നു നിന്നു... ഏടുമറിച്ച്, നോക്കാൻപോലും സമയം കളഞ്ഞില്ല. പത്രം കുടയിൽ തിരുകി....നിരത്തിലൂടെ നടക്കാൻ ധൈര്യം വന്നില്ല. തോട് മുറിച്ചുകടന്നു... വയലും ഇടവഴികളും പിന്നിട്ട് ശീഘ്രം നടന്നു. ഏതോ മൂടിക്കെട്ടിയ ഇടവഴിയിൽവെച്ച് കുട കുടഞ്ഞ് വിശേഷാൽപ്രതി പുറത്തേക്ക് എടുത്തു.... ചുറ്റും തിരിഞ്ഞ് നോക്കിയിട്ട് വിശേഷാൽപ്രതി ഒന്ന് ഏട് മറിച്ചു... കടലാസ് പെരുമാളിന്റെ വര നന്നെ രസിച്ചു....വീട്ടിലേക്ക് പോകാൻ ധൈര്യംവന്നില്ല. അമ്പലപ്പറമ്പിലെ പത്തായപ്പുരയുടെ തട്ടിൻമുകളിലേക്ക് കയറി....ഇതിനകം മറ്റാരോ കൂടെ കൂടിയിരുന്നു. അതാരാണെന്ന് ഓർക്കുന്നില്ല. എവിടെനിന്നോ ഒരു ചിമ്മിനിവിളക്ക് തപ്പിയെടുത്തിരുന്നു....മങ്ങിയ വെളിച്ചത്തിൽ വിശേഷാൽ പ്രതി ഏട് മറിച്ചു. ഒരു ഭാരിച്ച വാഹനം പെട്ടെന്ന് നിർത്തിയതിന്റെ നടുക്കം സമീപത്തെവിടെ നിന്നോ കേട്ടു. അന്നൊക്കെ ഒഴിഞ്ഞ സ്ഥലങ്ങളിൽ നിന്ന് വെളിച്ചം കാണുമ്പോൾ മഴപ്പാറ്റകൾപോലെ പൊലീസുകാരും പറന്നെത്തുമായിരുന്നു. അന്ന് ആ ഗ്രാമത്തിന്റെ ദേഹത്തിൽ തലങ്ങും വെലങ്ങും ഓടിയ പൊലീസ് വണ്ടികൾ സൃഷ്ടിച്ച വസൂരിവ്രണങ്ങൾ മായ്ച്ചുകളയാൻ എത്രയോ വർഷങ്ങളെടുത്തു.

അയാൾ പത്തായപ്പുരയിൽനിന്നും പതുങ്ങി താഴെയിറങ്ങി..... വാർഷികപതിപ്പ് ബനിയനിൽ തിരുകി ഒളിപ്പിച്ചു. അജ്ഞാതമായ ഏതോ രക്ഷാബോധത്തിൽ അയാൾ ഓടിക്കയറിയത് സ്വന്തം വീട്ടിലേക്ക് തന്നെയായിരുന്നു.... ഇറയത്ത് തൂക്കിയ വിളക്കിന് താഴെയിരുന്ന് തങ്കോപ്പോള് ഒരു അഞ്ചൽ കാർഡ് വായിക്കുന്നു...

അയാൾ കിതപ്പൊതുക്കി പറഞ്ഞു:

എന്റെ ഒപ്പം പൊലീസ് വരണണ്ടന്നാ തോന്നണെ.... ഈ വിശേഷാൽപ്രതി ഒന്ന് ഒളുപ്പിച്ചു വെക്കണം.

അയാൾ വിശേഷാൽപ്രതി തിണ്ണയിൽവെച്ചു....പടിക്കലേക്ക് നോക്കി....പടിക്കൽ ഇരുട്ടിലെ പൂച്ച കണ്ണടച്ചപോലെ വണ്ടിയുടെ വെളിച്ചം പൊടുന്നനെ അണഞ്ഞു....

അയാൾ ഇരുട്ടിൽ മറഞ്ഞു. ഞെക്കുവിളക്കിന്റെ നാളത്തിന് പാഞ്ഞെത്തി പിടിക്കാൻ കഴിയാത്ത ദൂരം വരെ അയാൾ വയലിലേക്ക് ഓടി....തോട്ടുവക്കത്തെ നായക്കരിമ്പിന്റെ ഓലകൾ കൊണ്ട് കീറിയ തെല്ലാം ഭയം നല്ലവണ്ണം അകന്നുപോയപ്പൊഴേ അയാൾ അറിഞ്ഞു ള്ളൂ....വെയിലിന്റെ ആദ്യത്തെ ചൂട് തട്ടിയപ്പോൾ തന്നിലെ തണുപ്പും ഉരുകാൻ തുടങ്ങി....

അയാൾ വീട്ടിലേക്ക് മടങ്ങി. തങ്കോപ്പോള് നടപ്പുരയിലിരുന്ന് തൈര് കടയുന്നു....അയാളെ കണ്ടപ്പോൾ അവരുടെ കണ്ണുകൾ നനഞ്ഞു.

അയാൾ സ്വന്തം മുറിയിലേക്കുപോയി. അയാൾ ശ്വാസമടക്കി നിന്നു....മുറിക്കകത്ത് കാട്ടുപൈക്കൾ ഇറങ്ങിയതുപോലെ....

"എവിടെ എന്റെ വിശേഷാൽ പ്രതി....."

"അത് അടുപ്പിലിട്ടു....."

അയാൾക്ക് കരച്ചിൽ വന്നു.....ഒന്നും മിണ്ടാനും കഴിഞ്ഞില്ല....

പിറ്റേന്നിന്റെ പിറ്റേദിവസമാണ് ഉണ്ണിഏട്ടൻ വന്നത്.

അന്ന് നടന്നതെല്ലാം ഇന്നും അതേപടി കാണുന്നു.....കേൾക്കുന്നു.....

തങ്കോപ്പോള് ഉമ്മറത്തെ പത്തായപ്പെട്ടിയിൽ കരിമ്പടം വിരിച്ച് തുണികൾ തേയ്ക്കുന്നു...

ഉണ്ണിഏട്ടന്റെ നടത്തത്തിന് ചുഴലിക്കാറ്റിന്റെ വേഗമുണ്ടായിരു ന്നു.....ഇരമ്പവും....

വന്നപാടെ അയാളുടെ നേരെ ഒന്നുനോക്കി. ദഹിപ്പിക്കുന്ന നോട്ടം...

"മിനിയാന്ന് രാത്രി എന്താ ഇവിടെ ഉണ്ടായേ..."

ചോദ്യം ഉച്ചത്തിൽ ഒന്നുകൂടെ ആവർത്തിച്ചപ്പോൾ മാത്രം തങ്കോ പ്പോള് മുഖമുയർത്തി.

"ഇത്ര ചീറാൻമാത്രം ഒന്നും ഉണ്ടായില്ല."

"ഇവിടെ രാത്രിസമയത്ത് പൊലീസ് വന്നോ...."

"വന്നു...."

"എന്നിട്ട്"

"ഇവിടെ പരിശോധിക്കണമെന്നു പറഞ്ഞു. ഞാൻ പരിശോധിച്ചോ ളാൻ പറഞ്ഞു."

"അവര് എപ്പഴാ പോയെ..."

"പരിശോധിച്ചുകഴിഞ്ഞപ്പോൾ...."

"അവര് എത്ര ആളുണ്ടായിരുന്നു."

"ഞാൻ എണ്ണിനോക്കിയില്ല....."

"അകത്തേക്ക് എത്ര ആള് വന്നു....."

അതിന് തങ്കോപ്പോള് മറുപടിയൊന്നും പറഞ്ഞില്ല. ചോദ്യം മൗനം കൊണ്ട് തണുപ്പിക്കാൻ കഴിഞ്ഞില്ല.

"ഹെഡ്കൊൺസ്റ്റബിൾ കുഞ്ഞയ്യപ്പൻ ഉണ്ടായിരുന്നോ."

"എനിക്ക് അയ്യപ്പനേം വാവരേം ഒന്നും അറിയില്ല."

തങ്കോപ്പോള് ഇത്രയും തുറന്ന് തർക്കുത്തരം പറയുന്നത് അതിനു മുമ്പൊരിക്കലും കേട്ടിട്ടില്ല.

"പെണ്ണുങ്ങൾമാത്രമുള്ള വീട്ടിൽ രാത്രി പൊലീസുവന്നാൽ എന്താ നടന്നൂടാത്തത് എന്ന് എന്നെ ആരും പഠിപ്പിക്കേണ്ട....ഞാൻ അതൊക്കെ കണ്ടുമടുത്ത ആളാണ്....."

ഉണ്ണിഏട്ടൻ പൊലീസിലെ ജോലി ഉപേക്ഷിച്ചിട്ടാണ് പെരിങ്ങൽകുത്തിൽ ജോലിക്കുപോയത്...

അന്ന് ഉണ്ണിഏട്ടൻ പൊട്ടിത്തെറിച്ചു...പുലഭ്യം പറഞ്ഞു.

"നീ പുറത്തെറങ്ങി ഒന്ന് അന്വേഷിച്ചുനോക്ക്...രാത്രി ആയാൽ പൊലീസുകാര് ഇവിടങ്ങളിൽ വീട് വീടാന്തരം കേറിയിറങ്ങി കാട്ടിക്കൂട്ടണ കഥകള്..."

അതിനൊന്നും തങ്കോപ്പോള് മറുപടി പറഞ്ഞില്ല,

"ഈ നിമിഷം നീ എന്റെകൂടെ ഈ വീടുവിട്ട് ഇറങ്ങിപ്പോരണം....."

തങ്കോപ്പോള് തേപ്പുപെട്ടി തുണിയിൽ കൂടുതലമർത്തി മുഖംകുനിച്ച്.... തേപ്പുപെട്ടി നീക്കി... കനത്ത കഞ്ഞിപ്പശയുള്ള തുണി ചെറുത്തു നില്ക്കാൻ ശ്രമിച്ചു.

"നീ മറുപടി പറയില്ല അല്ലേ..."

ഉണ്ണിഏട്ടൻ കയ്യിലുണ്ടായിരുന്ന ഏതോ പൊതികൊണ്ട് തങ്കോപ്പോളുടെ നേരെ എറിഞ്ഞു...ദേഹത്ത് കൊണ്ടില്ല. തുണിയിൽ കുടയാൻ വെള്ളംനിറച്ച തണ്ണീർകിണ്ണത്തിൽ കൊണ്ടു...അത് തെറിച്ച് താഴെ വീണു.

അപ്പോൾ തങ്കോപ്പോള് പൊട്ടിക്കരഞ്ഞു....കണ്ണുനീർതുള്ളികൾ ചുട്ടുപഴുത്ത തേപ്പുപെട്ടിയിൽ വീണു.....

"നീ വരണില്ല അല്ലേ. നിന്റെ ഉദ്യോഗോം സമ്പാദ്യോം കണ്ടല്ല ഞാൻ വിളിക്കണത്..."

"ഞാൻ പോണൂ..."

അപ്പോൾ മാത്രം തങ്കോപ്പോള് തേപ്പുപെട്ടിയിൽ നിന്ന് കൈവിടർത്തി. കൈകൾ താഴെയിട്ട് സ്വതന്ത്രയായി നടന്നു.

"എന്റെ ദുഃഖം എന്താ മറ്റുള്ളോര് അറിയാത്തെ...ഞാൻ ആരെ കണ്ടിട്ടാ ഇവിടേന്ന് ഇറങ്ങി പോരണംന്ന് പറയുന്നെ...ഒരച്ഛനാണെങ്കിൽ ഉള്ളതും ഇല്യാത്തതും തുല്യാ...പിന്നെ തലയ്ക്ക് തെളിവില്ലാത്ത ഒരു അമ്മേ ഇട്ടെറിഞ്ഞിട്ടോ അതോ തൃത്താവിൽ തിരിപോലെ ഉള്ള ഈ ചെക്കനെ ഇട്ടെറിഞ്ഞിട്ടോ....."

"തൃത്താവിൽ തിരിപോലുള്ള ചെക്കന് കൊടിപിടിക്കാനറിയാം. അല്ലെ....ഇനി ഇപ്പൊ ഇവനും ഇവന്റെ ഒപ്പം കുറെ തെണ്ടികളും നിന്ന് രാജവാഴ്ച അവസാനിപ്പിക്കുമെന്ന് ഓരി ഇട്ടതോണ്ടൊന്നും തമ്പുരാക്കൻമാര് ഓടി പോവ്വില്ലാട്ടോ..."

കാലത്തിന്റെ കുതിപ്പ് ശക്തിസമ്പന്നമായിരുന്നു....അവിശ്വസനീയമാംവിധം ത്വരിതവും...

ഗോശ്രീരാജവംശം കേമദ്രുമാ തമ്പുരാനോടെ അസ്തമിച്ചു....വഴിമുടക്കിപ്പാലത്തിന്റെ മുമ്പും പിമ്പും ഇന്ന് കീചകദണ്ഡുകളില്ല.

എല്ലാം ഓർക്കുമ്പോൾ ഒരു സത്യംമാത്രം തീരാദുഃഖം പകരുന്നു...

ആരെല്ലാം എങ്ങനെയെല്ലാം ശ്രമിച്ചു.... എന്നിട്ടും ഫലമുണ്ടായില്ല.....

തങ്കോപ്പോളും ഉണ്ണിഏട്ടനും പിന്നീടൊരിക്കലും യോജിച്ചില്ല....

യുഗങ്ങൾ

പൗലോസിനെ കണ്ടപ്പോൾ അയാൾ സ്തംഭിച്ചു നിന്നു. ഒപ്പം പൗലോസിനെക്കുറിച്ചുള്ള മറ്റനേകം ദൃശ്യങ്ങൾ മനസിൽ തെളിഞ്ഞു വന്നു.

പൗലോസ് ഇളംമഞ്ഞ സിൽക് ഷർട്ട് ധരിച്ചിരിക്കുന്നു. അടുത്തേക്ക് വന്നപ്പോൾ ഏതോ സുഗന്ധതൈലത്തിന്റെ മണം. വാ തുറന്നപ്പോൾ മദ്യത്തിന്റെ നേരിയ ഗന്ധം.

"ഞാൻ കേസിൽ ഹാജരാക്കിയ ചില രേഖകൾ തിരിച്ചുവാങ്ങാൻ വന്നതാണ്."

പൗലോസ് വരാന്തയിൽ നിന്ന് കോടതിമുറിയിലേക്ക് കയറി. കോടതി ആരംഭിച്ചിട്ടില്ല.

അന്നൊക്കെ പൗലോസിനെ പൊലീസുകാർ നടത്തിക്കൊണ്ടുവരും. ഈ വരാന്തയിൽവെച്ച് കയ്യാമം ഊരിയെടുത്ത് ഈ തൂണിന്റെ കീഴെ ഇരുത്തും. കയ്യാമത്തിന്റെ തുരുമ്പും വിയർപ്പും ഉടുതുണിയിൽ തുടച്ചിട്ട് ശിരസ്സ് കുനിച്ച് പൗലോസ് ഇരിക്കും. ചിലപ്പോഴൊക്കെ ബേബിമാസ്റ്ററെയും പൗലോസിനെയും ഒരേ കയ്യാമത്തിലായിരിക്കും ബന്ധിച്ച് നടത്തിക്കൊണ്ടുവരിക.

എല്ലാം കേവലം മാസങ്ങൾക്കു മുമ്പുമാത്രം നടന്നു കഴിഞ്ഞ കാര്യങ്ങൾ.

എങ്കിലും ഒരു യുഗം പിന്നിട്ട അനുഭൂതി.

ആദ്യമൊന്നും പൗലോസിനെ ശ്രദ്ധിച്ചതേ ഇല്ല. അതിന്റെ ആവശ്യവും ഇല്ലായിരുന്നു. പൗലോസിനെ പരിചയപ്പെടുത്തിയത് ബേബിമാസ്റ്ററാണ്. സബ്ജയിലിൽവെച്ച് ബേബിമാസ്റ്ററുടെ ജാമ്യത്തിന്റെ കാര്യം സംസാരിക്കുകയായിരുന്നു. ഏതോ ജയിൽവാർഡറുടെ കാരുണ്യ

ത്തോടെ ബേബിമാസ്റ്റർക്ക് ഒരു ചായ വരുത്തിക്കൊടുത്തു. ചായഗ്ലാസിന്റെ മുമ്പിൽ ബേബിമാസ്റ്റർ മൂകനായി നിന്നു. ഒരിക്കൽ ഗ്ലാസ് കയ്യിലെടുത്തതായിരുന്നു. പിന്നെ എന്തോ ഓർത്തിട്ട് ഗ്ലാസ് അവിടെ തന്നെ വെച്ചു. എന്നിട്ട് പറഞ്ഞു.

"ഒരു ഗ്ലാസ് ചായകൂടി വേണം."

"ഇത് കഴിക്കൂ, പിന്നെ വരുത്തിത്തരാം."

"എനിക്കല്ല. എന്റെ ഒപ്പം ജയിലിൽ കഴിയുന്ന ഒരാൾക്ക് കൊടുക്കുവാനാണ്."

ചായ വരുത്തിയപ്പോൾ ബേബിമാസ്റ്റർ പറഞ്ഞു.

"ആ മുറിയിൽ ഒരു പാട് ആളുകൾ ഉണ്ട്. പൗലോസിനെ ഒന്ന് ഇവിടേക്ക് വിളിപ്പിച്ചാൽ മതിയായിരുന്നു."

പൗലോസ് വന്നു. വെളിച്ചവും വായുവും കിട്ടാത്ത ചെടിയുടെ വിളർപ്പ് അയാളുടെ ശരീരത്തിൽ ഉടനീളം കണ്ടു. ഇടതിങ്ങി താടിരോമങ്ങൾ ഇല്ലാത്തതുകൊണ്ട് നല്ലമുഖം പ്രാകൃതമായിരുന്നു. പൗലോസ് ഒരൊറ്റ അക്ഷരം മിണ്ടിയില്ല. കണ്ണീരിന്റെ ലാഞ്ഛനയുള്ള ഒരു നോട്ടത്തിൽമാത്രം നന്ദി കുറിച്ചിട്ട് സൂപ്രണ്ടിന്റെ മുറിയിൽ നിന്ന് ജയിലറയിലേക്കു പോയി.

ബേബിമാസ്റ്റർക്ക് ദിനേശ് ബീഡിക്കെട്ടുകൾ കൊടുത്തപ്പോൾ അയാൾ വാങ്ങാൻ മടിച്ചുനിന്നു. എന്നിട്ട് വളരെ വിഷമിച്ചിട്ടാണ് പറഞ്ഞത്.

"രണ്ട് പാക്കറ്റ് പനാമ സിഗററ്റ് വാങ്ങിത്തരാമോ. പൗലോസ് സിഗററ്റേ വലിക്കൂ."

സെഷൻസിൽനിന്ന് ബേബിമാസ്റ്ററുടെ ജാമ്യഹരജി തള്ളിക്കളഞ്ഞപ്പോൾ വിവരം അറിയിക്കുന്നതിന് സബ്ജയിലിൽ പോയിരുന്നു. വിവരം പറഞ്ഞപ്പോൾ ബേബിമാസ്റ്റർ ഒന്ന് ചിരിച്ചു. എന്തുമാത്രം ഗുരുതരമായിരുന്നു ബേബിമാസ്റ്ററുടെ കുറ്റങ്ങൾ. കൂരിരുട്ടിൽ കരിങ്കൊടിയുമായി ജാഥ, ഭാരതയക്ഷി എന്ന് മുദ്രാവാക്യം വിളിച്ചു. പക്ഷെ, ഒരു വ്യക്തിയാണ് ഭാരതം എന്ന് വിശ്വസിച്ചിരുന്ന ഒരു യുഗം. പിന്നെ, ജാമ്യം നിഷേധിക്കപ്പെട്ടതിൽ അദ്ഭുതമുണ്ടോ. മേലേക്കോടതിയിൽ വീണ്ടും ജാമ്യാപേക്ഷ കൊടുക്കുവാൻ ശ്രമിക്കുന്നുണ്ട്. കിട്ടുമായിരിക്കാം എന്നൊക്കെ പറഞ്ഞപ്പോഴും ബേബിമാസ്റ്റർക്ക് ആശയോ ആശങ്കയോ കണ്ടില്ല. തിരിച്ചുപോരാൻ എഴുന്നേറ്റപ്പോൾ ബേബിമാസ്റ്റർ പറഞ്ഞു.

"പൗലോസിനെ ഒന്ന് സമാധാനിപ്പിക്കണം. പൗലോസ് അത്രയും നിരാശയിലാണ്. അയാളുടെ ജാമ്യാപേക്ഷയും മേലേക്കോടതിയിൽ കൊടുപ്പിക്കണം. ഒന്ന് വിളിപ്പിച്ച് സംസാരിക്കൂ."

മാസ്റ്റർ പിന്നെയും നിർബന്ധിച്ചപ്പോൾ അയാൾ അന്ന് സൂപ്രണ്ടിന്റെ അനുവാദത്തോടെ പൗലോസിനെ വിളിപ്പിച്ചു.

ഇന്നും ഓർക്കുന്നു.

കോരിച്ചൊരിയുന്ന മഴ. തിങ്ങിക്കഴിയുന്ന ജയിലറയുടെ ചൂട് നഷ്ട

പ്പെട്ടതുകൊണ്ടാവാം പൗലോസ് ശക്തിയായി വിറച്ചിരുന്നു. മഴയുടെ ഇരമ്പലും പൗലോസിന്റെ പതിഞ്ഞ ശബ്ദവും ഒരു പ്രത്യേക അന്തരീക്ഷം സൃഷ്ടിച്ചു. പറഞ്ഞുതീർക്കാൻ വളരെയേറെ സമയമെടുത്തു.

സേർ എന്നെ ശങ്കരൻകുട്ടി പിടിപ്പിച്ചതാണ്. ഇതിലും ഭദ്രമായ സ്ഥലത്താണ് ഞാൻ വെളിച്ചെണ്ണ സൂക്ഷിച്ചിരുന്നത്. ഒന്നും ഭയപ്പെടാനില്ലെന്ന് ശങ്കരൻകുട്ടി ഉറപ്പുപറഞ്ഞതുകൊണ്ടാണ് ഞാൻ ഗോഡൗണിലേക്ക് മാറ്റിയത്. പിന്നെയും ശങ്കരൻകുട്ടി കാശ് ചോദിച്ചു. ഞാൻ പറഞ്ഞു. കഴിഞ്ഞ പതിമൂന്നു മാസമായിട്ട് ഞാൻ നിങ്ങൾക്ക് തന്ന പണത്തിന് വല്ലകണക്കുമുണ്ടോ. സംഭാവന തന്നാൽ എന്തെങ്കിലുമൊരു രശീതിപോലും നിങ്ങൾ തരാറുണ്ടോ. പെട്ടെന്ന് ശങ്കരൻകുട്ടി ചാടി എഴുന്നേറ്റു. തന്നില്ലെങ്കിൽ കാണിച്ചുതരാം. എനിക്ക് സഹിക്കാൻ വയ്യാതായപ്പോൾ ഞാൻ പറഞ്ഞു. നീ എന്തുവേണമെങ്കിൽ ചെയ്യ്. അന്നുരാത്രി കൂടെവന്നുനിന്നിട്ടാണ് ശങ്കരൻകുട്ടി എന്നെ പിടിപ്പിച്ചത്. പൗലോസ് അന്ന് പിന്നെയും പ്രാരാബ്ധങ്ങൾ പറഞ്ഞു.

ഭാര്യ ദീനക്കാരിയാണ്. രണ്ട് അനിയൻമാരുണ്ട്. അവരോ ശങ്കരൻകുട്ടിയെ ഭയന്ന് ഒരു കാര്യത്തിനും വരുന്നില്ല. അവരുടെ ഗോഡൗണിലും കണക്കിലേറെ വെളിച്ചെണ്ണയുണ്ട്. പിന്നെ അവർക്ക് ശങ്കരൻകുട്ടിയെ ഭയമില്ലാതെ ഇരിക്കോ....പിന്നെ അന്ന് പൗലോസ് കേസ് വന്നതിനുശേഷം വന്ന പണനഷ്ടത്തെപ്പറ്റി പറഞ്ഞു. ആദ്യം ഒരു ബന്ധു വന്നു. തിരുവനന്തപുരം വരെ പോയി കേസ് ഒതുക്കിക്കളഞ്ഞ് ഉടനെ പുറത്തിറക്കിത്തരാമെന്നു പറഞ്ഞ് മൂവായിരം ഉറുപ്പിക വാങ്ങി. ഒന്നും ചെയ്തില്ല. വേറെ ഒരു ബന്ധു പറഞ്ഞു. ഇവിടെകൊണ്ട് ഒന്നും നടക്കില്ല. ദൽഹിവരെ പോയാൽ സെക്കന്റ്കൊണ്ട് വിടീപ്പിച്ചുതരാം. അയാളും വാങ്ങിയ പണത്തിന് കണക്കില്ല. പൗലോസ് അന്ന് പൊട്ടിക്കരഞ്ഞിട്ടാണ് പറഞ്ഞത്. ഞാൻ മുപ്പത്തിയേഴ് ദിവസമായി ജാമ്യം കിട്ടാതെ റിമാണ്ടിൽ കഴിയുന്നു. എന്റെ ജാമ്യാപേക്ഷയും മേലേക്കോടതിയിൽ ബോധിപ്പിക്കണം.

"ഇതിനൊക്കെ പണം വേണ്ടേ പൗലോസെ."

"പണമോ."

അപ്പോൾ മാത്രം പൗലോസ് ചിരിച്ചു.

"അതൊക്കെ സമയത്തിന് വീട്ടിൽ എത്തും."

അന്നുരാത്രി ഒരു കവർച്ചക്കാരൻ വരുന്നതുപോലെ പതുങ്ങി പ്പതുങ്ങിയാണ് പൗലോസിന്റെ അനിയൻ വന്നത്. പറഞ്ഞതിലും കൂടുതൽ പണം തന്നു. പക്ഷെ, വ്യവസ്ഥ ഒന്നുമാത്രം, താനാണ് ഇതിന് വന്നതെന്ന് ആരും അറിയരുത്. ആരെങ്കിലും അറിഞ്ഞാൽ ശങ്കരൻകുട്ടിയുടെ ചെവിയിൽ എത്തും. പിന്നെ തനിക്ക് കിടന്നുപൊറുക്കാൻ പറ്റില്ല. ശങ്കരൻകുട്ടിക്ക് അത്ര വാശിയുള്ള കാര്യമാണ്.

മേലേക്കോടതിയിൽ ബേബിമാസ്റ്ററുടെ ജാമ്യഹരജിയും പൗലോസിന്റെ ഹരജിയും തള്ളപ്പെട്ടു. ഒരു വ്യക്തിയെ യക്ഷി എന്നു വിളിച്ചതും

നൂറ് ടിന്ന് വെളിച്ചെണ്ണ സൂക്ഷിച്ചതും ഒരേ നിയമാവലി കോർത്തിണക്കിയ കാലം....

കേസ് പിന്നെയും നീണ്ടുപോയി.

ജയിലിലെ ദിനങ്ങളും നീണ്ടുപോയി.

ഒരു ദിവസം ഏതോ കളവുകേസിലെ റിമാണ്ട് പുള്ളിയാണ്...അറിയിച്ചത്.

“ഒന്ന് സബ്ജയിൽവരെ ചെല്ലണം. അവിടെ ബേബിമാസ്റ്ററും വാർഡർമാരുമായി പോരിഞ്ഞ വഴക്കിലാണ്.”

അന്നൊക്കെ സബ്ജയിലിൽ ചെല്ലുന്നത് എന്തുമാത്രം ദുഃഖകരമായിരുന്നു. ഒപ്പം ആത്മനിന്ദയും. അയാൾ സുഭിക്ഷമായി ഊണ് കഴിച്ചായിരിക്കും ജയിലിൽ ചെല്ലുക, പക്ഷെ, ആരെക്കാണാൻ ചെല്ലുന്നുവോ അവരുടെ സ്ഥിതിയോ. ജയിലിലെ ഗോതമ്പു കഞ്ഞി കഴിക്കാനാവാതെ അന്തിപ്പട്ടിണി കിടന്ന്, നാളുകളായി കുളിക്കാതെ മുഷിഞ്ഞ ഒറ്റമുണ്ടു മാത്രം ധരിച്ച് മുന്നിൽ നിൽക്കുന്ന ബേബിമാസ്റ്ററെ കാണുമ്പോൾ ഒരു സാന്ത്വനവാക്കിനുപോലും നാക്കുയരാതെ തരിച്ചുനിൽക്കാറുണ്ട്. ആദ്യമൊക്കെ ബേബിമാസ്റ്റർ വാതോരാതെ ഓരോന്ന് ആരായുമായിരുന്നു. പിന്നെ പിന്നെ വാക്കുകൾ കുറഞ്ഞുവന്നു. ഒടുവിലൊടുവിൽ ‘ഇന്റർവ്യൂ’ഒരൊറ്റ വാക്കിലോ ഒരു മൂളലിലോ മാത്രം ഒതുങ്ങിനിന്നു. അന്ന് ബേബിമാസ്റ്റർ പതിവിലേറെ പരവശനായിരുന്നു. കൂടുതൽ പ്രക്ഷുബ്ധനും.

സൂപ്രണ്ട് മുറിയിലേക്കു കയറിവന്നപ്പോൾ എല്ലാ ശക്തിയും എടുത്തിട്ട് പറഞ്ഞു.

ഇവിടത്തെ കാര്യങ്ങൾ വല്ലതും അറിയുന്നുണ്ടോ. മൂന്നുദിവസമായി പൗലോസിന് കടുത്തപനിയാണ്. സൂപ്രണ്ട് ലീവിൽ ആണ്. പിന്നെ ഇവിടെ ഉള്ള കോന്തൻമാരുണ്ടല്ലോ.....ഒക്കെ ശങ്കരൻകുട്ടിയുടെ അടിമകളാണ്. ഞാൻ നിരാഹാരം ആരംഭിച്ചിരിക്യാണ്. പൗലോസിന് വൈദ്യസഹായം കിട്ടുന്നതുവരെ തുടരും....”

ബേബിമാസ്റ്ററുടെ നിരാഹാരവ്രതമോ പൗലോസിന്റെ അസുഖം മൂർഛിച്ചതോ...കാരണം എന്തെങ്കിലുമാകാം...പൗലോസിന് തക്കസമയത്ത് വേണ്ടതിലേറെ വൈദ്യസഹായം ലഭിച്ചു.

ഇതെല്ലാം കഴിഞ്ഞിട്ട് ഏതാനും മാസങ്ങളെ കടന്നുപോയിട്ടുള്ളൂ.

പക്ഷേ, മാസങ്ങളല്ല ഒരു സമ്പൂർണയുഗം...ജലപ്രളയവും അഗ്നിവർഷവും, ഇല്ലാതെതന്നെ ഒരു കൽപ്പാന്തം.

ദ്വാപരയുഗാധിപരുടെ ഹിംസ്രദന്തങ്ങളും നിശിതനഖങ്ങളും കൊഴിഞ്ഞുവീണു. ഒപ്പം അവയിൽ കുടികൊണ്ട രാജനീതിയും.

ഇന്ന് പൗലോസിനെ കണ്ടപ്പോൾ ആ യുഗത്തിലെ നരമേധങ്ങളെപ്പറ്റി ഓർത്തുപോയി. ശിലീഭൂതനായി അയാൾ അനേകം ദൃശ്യങ്ങളിൽ മുഴുകിനിന്നു.

പൗലോസ് തോളിൽ തട്ടിയപ്പോഴാണ് ഇദാനീന്തനബോധം വീണ്ടു

കിട്ടിയത്. പൗലോസ് ചിരിച്ചുകൊണ്ട് മുന്നോട്ടുപോകാൻ നിന്നപ്പോൾ അയാൾ പറഞ്ഞു:

"പൗലോസ് പോകാണോ. എന്റെ മുറിയിൽ ഇരിക്കുന്നുണ്ട്. ഒരു കേസിൽ അറസ്റ്റുചെയ്തു കൊണ്ടുവന്നിരിക്കുന്നു...."

"എന്ത് കേസിൽ?"

പൗലോസ് അൽപ്പം നിന്നു.

"കോൾപ്പാടത്ത് ഒരു കൊയ്ത്തുസമരം നടക്കുന്നുണ്ട്, അവിടെ കൊയ്ത്ത് തടഞ്ഞു, കറ്റ കട്ടു എന്നൊക്കെ എലിഗേഷൻസ് ഉള്ള ഒരു കേസിൽ. വരൂ, ബേബിമാസ്റ്ററെ കണ്ടിട്ട് പോകാം...."

"അയ്യോ.....പ്ലീസ്....എനിക്ക് നിൽക്കാൻ സമയമില്ല. ഞാൻ തിരുവനന്തപുരത്തേക്ക് പോകുന്നവഴിയാണ്....ഒരു പെർമിറ്റിന്റെ....വെരി.... അർജന്റ്.....കൂടെ ശങ്കരൻകുട്ടിയുമുണ്ട്."

അപ്പോഴാണ് അയാൾ കാറിലേക്ക് നോക്കിയത്. ശങ്കരൻകുട്ടി ഇരിക്കുന്നു. പൗലോസ് കാറിന്റെ അടുക്കലേക്ക് തിരക്കിട്ട് നടന്ന് കാറിൽ കയറി. കത്തിക്കാതെ ചുണ്ടിൽ ഇരിക്കുന്ന സിഗററ്റിന് പൗലോസ് തീപ്പെട്ടിക്കൊള്ളി ഉരസി കത്തിച്ചുകൊടുത്തു...എന്തോ ഫലിതം പറഞ്ഞ് ഒരു പൊട്ടിച്ചിരി കൈമാറി. കാർ ഇളക്കത്തോടെ മുന്നോട്ടാഞ്ഞു..... കാറിന്റെ പിന്നിലെ ഗ്ലാസിനരികെ കിടക്കുന്ന കുപ്പികൾക്കു ചുറ്റും ചെറുനാരങ്ങകൾ ഓടിക്കളിക്കുന്നതും നോക്കി അയാൾ നിന്നു.

കല്ലെറിയുന്നവർ

ഈ മുസ്സാവരി ബംഗ്ലാവിന്റെ വാതിൽക്കൽ കാത്തിരിപ്പ് ആരംഭിച്ചിട്ട് അധികം നാളുകളായിട്ടില്ല. പക്ഷേ, ക്ഷമയുടെ യുഗങ്ങളായിരുന്നു.

പിന്നീടൊക്കെ, ആകാംക്ഷയോടെയല്ല, ആശങ്കയോടെയുമല്ല, ഒരു വഴിപാട് എത്തിക്കുന്ന നിഷ്ഠയോടെ മാത്രം ഇവിടെ വരുന്നു.

കാത്തിരിക്കുന്നു.

വെയിൽ വർധിച്ചുവരുമ്പോൾ ഉറങ്ങുന്നു. ഉണരുമ്പോൾ വെയിൽ മങ്ങിക്കാണും. അപ്പോൾ പതുക്കെ എഴുന്നേറ്റ് ചെന്ന് ചോദിക്കും....

"ഇന്ന് എൻക്വയറി ഉണ്ടാവില്ലെന്നുണ്ടോ?"

കേൾക്കാത്തതുകൊണ്ടല്ല, വാച്ച്മേൻ മറുപടി പറയില്ല.

ചോദ്യം ആവർത്തിച്ചാൽ ഇങ്ങനെയൊരു മറുപടി കിട്ടും.

"ഓഫീസർ വരുമ്പോൾ മുറി തുറന്നുകൊടുക്കുവാൻ എനിക്ക് ആർഡർ ഉണ്ട്..."

"ഓഫീസർ വരുമോ?"

ക്ഷീണിച്ച സ്വരത്തിലുള്ള ഈ ചോദ്യങ്ങൾക്ക് ഒരിക്കലും മറുപടി കിട്ടാറില്ല.

കഴിഞ്ഞ എല്ലാ തവണയും ഇങ്ങനെയൊക്കെതന്നെ സംഭവിച്ചു.

ഏതാണ്ട് സന്ധ്യയോടടുക്കുമ്പോൾ വാച്ച്മേൻ വന്നു പറയും;

"ഫോൺ വന്നിരിക്കുന്നു. ഇന്ന് ഓഫീസർ വരില്ല...."

"എൻക്വയറി എന്നേക്കാണ് നീട്ടിയത് എന്ന് വല്ലതും പറഞ്ഞിട്ടുണ്ടോ?"

വാച്ച്മേന് ദേഷ്യംവരും.

"ഉണ്ടെങ്കിൽ ഞാനത് പറയില്ല്യെ ഹെ..."

പിന്നെ വാച്ച്മേൻ അധികാരം കാണിക്കും.

എല്ലാവരും പുറത്തുപോണം. ഞാൻ പടി അടയ്ക്കാൻ പോകുന്നു.

അടുത്ത എൻക്വയറിയുടെ തീയതി എന്നും ഇരുട്ടിൽതന്നെ. അയാളും സാക്ഷികളും തിരിച്ചുപോകും.

ദിവസങ്ങൾക്കുശേഷം, ചിലപ്പോൾ മാസങ്ങൾക്കുശേഷം എൻക്വയറി തീയതി നിശ്ചയിച്ചുകൊണ്ടുള്ള കൽപ്പന കിട്ടും.

അന്നും തിരിച്ചുപോരുമ്പോൾ സന്ധ്യമയങ്ങും. മനസ്സിലോ, അനിശ്ചിതത്വത്തിന്റെ ഇരുട്ട് പരക്കെ പടർന്നിരിക്കും.

അങ്ങനെ തവണകളായി എൻക്വയറി നീളുന്നു.

ഇന്നും അയാൾ നേരത്തെ എത്തിയിരുന്നു. ഒരു പോറൽപോലും ഏൽപ്പിക്കാതെ, ടാക്സിയിൽ നിന്ന് സാക്ഷികളെയും ഇറക്കി. ഓരോ തവണ വരുമ്പോഴും സാക്ഷികളുടെ മുഖം കൂടുതൽ വീർത്തിരിക്കും. അവരുടെ സ്വരത്തിൽ മുറുമുറുപ്പ് വർധിച്ചുവരുന്നു.

ഇവിടെ എത്തിയാൽ അയാൾക്കും സാക്ഷികൾക്കും ഒന്നേ ചെയ്തുതീർക്കാനുള്ളു.

കാത്തിരിപ്പ്...ചായകുടി....പിന്നെയും ചായ...ഉച്ചഭക്ഷണം...പിന്നെ മുസ്സാവരി ബംഗ്ലാവിന്റെ ഉമ്മറത്ത് ഉച്ചയുറക്കം....

ഇന്ന് വാച്ച്മേൻ വാതിൽ മാത്രമല്ല ജനലുകളും മലർക്കെ തുറന്നിട്ടിരിക്കുന്നു. കസേരയുടെ മുകളിൽ പങ്ക ഉച്ചത്തിൽ തിരിയുന്നു. സർക്കാർസ്ഥാപനങ്ങളിൽ ആളുകൾക്കല്ല പങ്ക തിരിയുന്നത്, കസേരക്കാണല്ലോ.....

വാച്ച്മേൻ വിളംബരം നൽകി. ഓഫീസർ സ്ഥലത്തെത്തിയിട്ടുണ്ട്. സത്രത്തിലുണ്ട്.....ഇപ്പോൾ അമ്പലത്തിൽ തൊഴാൻ പോയിരിക്കുന്നു...

"എൻക്വയറി ഉണ്ടാവും. ആളുകൾ ഇവിടെത്തന്നെ ഉണ്ടാവണം."

അയാൾ ബഞ്ചിലിരുന്നു. പൊടിതുടച്ച് സാക്ഷികളെയും ഇരുത്തി.

അയാൾ ഓർത്തു.....

എൻക്വയറി മറ്റെന്നത്തേയും പോലെയല്ല.

ഇന്ന് അതൊരു മിഥ്യയല്ലാതാവാൻ പോകുന്നു. ചോദ്യങ്ങൾ പ്രവഹിക്കും.

ചോദ്യങ്ങളെ കീഴ്പെടുത്തുന്ന ഉത്തരങ്ങൾ അയാൾ സംഭരിച്ചുവെച്ചിരുന്നു. സാക്ഷികളെയും പഠിപ്പിച്ചിരുന്നു.

പെട്ടെന്ന് മനസിൽ ആരുടെയോ വാക്കുകൾ മുഴങ്ങുന്നു.

ഇങ്ങനെ ഇരുന്നതുകൊണ്ടൊന്നും ഫലമില്ല. തലസ്ഥാനത്തു പോയി ഓഫീസറെ ഒന്ന് നേരിൽ കാണരുതോ. പരിചയമുള്ള ആളല്ലേ...

അയാൾ സങ്കോചപ്പെട്ടു. ഓഫീസറുമായി വർഷങ്ങൾക്കുമുമ്പ് ഏതാനും നാളത്തെ പരിചയമുണ്ട്. പക്ഷേ, സമുദ്രംപോലെ പരന്നുകിട

ക്കുന്ന വകുപ്പ് അതിലെ ഒരു കീഴ്ജീവനക്കാരനെ ഓഫീസർ ഓർത്തില്ലെന്നുതന്നെ വരും.

ഒരുപക്ഷെ. ഫലം മറിച്ചാകില്ലെന്ന് ആരു കണ്ടു.

ഒരു എൻക്വയറി ഓഫീസറെ സ്വാധീനിക്കാൻ വന്നിരിക്കുന്നു. അല്ലേ?

എന്നാലും ഇന്ന് കണ്ണിയറ്റ ചിന്തകളിൽ അതും സ്ഥലം പിടിക്കുന്നു.

ഒന്നു നേരിൽ കാണാമായിരുന്നു.

നേരിൽ കണ്ടാൽ തിരിച്ചറിയുമെന്നുവരില്ല. താൻ ഇന്നു എന്തു മാത്രം മാറിപ്പോയിരിക്കുന്നു...

അകാലവാർധക്യവും അകാല ചരമവും താൻ ജോലി ചെയ്യുന്ന വകുപ്പിന്റെ കനിവും പാരിതോഷികങ്ങളുമാണ്. ഈ വകുപ്പിലെ ജോലിക്കാർക്ക് ദാരിദ്ര്യംകൂടാതെ ലഭിക്കുന്ന ഒന്നുണ്ട്.

മദ്യം.

അമിതമായി, കാലങ്ങളായി ശീലിച്ചുപോന്നതിന്റെ പാടുകൾ ശരീരത്തിനകത്തും പുറത്തും കാണാം.

കുടുംബക്ലേശംകൊണ്ട് മനസും ശവപ്പറമ്പായിരിക്കുന്നു.

ഇരുപത്തഞ്ച് വർഷങ്ങൾ തുനിഞ്ഞിട്ടും ഔദ്യോഗിക ജീവിതത്തിൽ കയറാൻ കഴിഞ്ഞത് ഒരുപടി മാത്രമാണ്. ഒപ്പമുണ്ടായിരുന്നവർ ഏണിപ്പടികൾ കയറിക്കയറി പോകുമ്പോൾ ബൊക്കെയും മാലയും പുഞ്ചിരിയും സമ്മാനിച്ചിട്ടുണ്ട്. പുഞ്ചിരിക്കുമാത്രം അമിതമായ വില കൊടുത്തിട്ടുണ്ട്.

ഇന്ന് പടികയറാനുള്ള മോഹംപോലും അസ്ഥാനത്താണ്. സസ്പെൻഷൻ പിൻവലിച്ച് എങ്ങനെയെങ്കിലും ജോലിയിൽ കയറിപ്പറ്റിയാൽ മതിയായിരുന്നു....

ഇന്ന് എൻക്വയറിയുടെ സമയം അടുത്തപ്പോൾ അയാൾ ഓർത്തു. എന്താണ് തന്റെ പേരിലുള്ള ആരോപണം.

വാങ്ങിക്കുന്നത് കോഴയാണെന്ന് വാങ്ങുന്നവൻ ചിന്തിക്കാറുണ്ടോ.....

കൊടുക്കുന്നത് കൈക്കൂലിയാണെന്ന് കൊടുക്കുന്നവൻ ചിന്തിച്ചിട്ടുണ്ടോ.....

ഒരു സമ്പ്രദായം.

ആവശ്യക്കാർ അംഗീകരിച്ച ഒരു സമ്പ്രദായം....

പക്ഷെ, തന്റെ പേരിൽ ഇന്ന് അതൊരു ചാർജായി ഉന്നയിക്കപ്പെട്ടിരിക്കുന്നു.

അതിന്റെ സ്വരത്തിന് ദാർഢ്യം മൂർച്ചരിക്കുന്നു.....

ഒരു പൗരനോട് കൈക്കൂലി ചോദിച്ചിരിക്കുന്നു.

ഉടനെ നടപടികളായി.....

അന്വേഷണവിധേയമായ സസ്പെൻഷൻ.

വകുപ്പ് മേലധികാരിയെക്കൊണ്ട് അന്വേഷണം.

പതിവുപോലെ ഇന്നും അയാൾ ഓർത്തു.

ആദ്യമായി കിട്ടിയ കൈക്കൂലി...സർക്കാർ ഉദ്യോഗസ്ഥന്റെ ഉടുപ്പു മാത്രം ധരിക്കാൻ തുടങ്ങിയ കാലം....സർക്കാർ ഉദ്യോഗസ്ഥന്റെ മുഖമോ മനസ്സോ എടുത്തണിയാൻ കൈവിരുത് നേടിയിട്ടുണ്ടായിരുന്നില്ല.

ഒരു ചെറിയ കെട്ടിടത്തിന്റെ ഏറ്റവും ഒടുവിലത്തെ മുറിയായിരുന്നു അന്നത്തെ ഓഫീസ്. അയാൾ അധികസമയവും പുറത്തേക്കുനോക്കിയിരിക്കും. ചുറ്റും, പടിപടിയായി ഉയർന്നുപോകുന്ന നെൽപ്പാടങ്ങൾ, നെൽപ്പാടങ്ങൾ അകലെ മലയിടുക്കുകളിൽ ചെന്നവസാനിക്കുന്നു. അവിടത്തെ മഴയ്ക്ക് എന്തു ഭംഗിയായിരുന്നു, പ്രത്യേകിച്ചും കരിമ്പനക്കാടുകളിൽ ഉതിരുന്ന മഴയ്ക്ക്.

അന്നത്തെ സഹപ്രവർത്തകരെ മുഴുവനും ഓർക്കുന്നു. മേലുദ്യോഗസ്ഥനെ ഇന്നും ഓർക്കുന്നു. അദ്ദേഹം എന്തുമാത്രം ഉയർന്നുപോയി.

അന്നൊരുദിവസം ഒരു കോൺട്രാക്ടർ ലൈസൻസ് പുതുക്കുവാൻ വന്നിരുന്നു. തികച്ചും അർഹിക്കുന്ന കാര്യം. കഴിയും വേഗത്തിൽ ചെയ്തുകൊടുത്തു. കാര്യം സാധിച്ചുകൊടുത്തപ്പോൾ ആ മനുഷ്യൻ കീശയിൽ നിന്നൊരു കവർ എടുത്തു.

"ഉം."

അയാൾ മുഖമുയർത്തി.

"ഇത് പതിവുള്ളതാണ്."

"കൊണ്ടുപോകൂ....മിസ്റ്റർ നിങ്ങളുടെ പതിവ്."

കൂടുതൽ പറയണമെന്നുണ്ടായിരുന്നു. പക്ഷേ, അയാൾക്ക് കിതപ്പുതോന്നി. നാക്കിന് വരൾച്ചയും.

കോൺട്രാക്ടർ അതൊരിക്കലും പ്രതീക്ഷിച്ചതല്ല. അയാൾ ഭയന്നുനിന്നു. പിന്നെ ഇറങ്ങിപ്പോയി.

കുറച്ചുസമയത്തിനുശേഷം മേലുദ്യോഗസ്ഥൻ അയാളെ വിളിച്ച് ആ കോൺട്രാക്ടർ പോയോയെന്ന് ആരാഞ്ഞു.

"പോയി സേർ..."

"താൻ എന്താ എന്നെ കണ്ടിട്ട് പോകാൻ പറയാതിരുന്നത്...ഇത്രക്ക് വിവരം ഇല്ല്യേ?"

അയാൾ കുറ്റബോധത്തോടെ മിഴിച്ചുനിന്നു.

"എന്തേടൊ മിഴിച്ചുനിൽകുന്നേ, പോയി ആ മനുഷ്യനെ വിളിച്ചുകൊണ്ട് വരൂ. വന്നില്ലെങ്കിൽ അവന്റെ ലൈസൻസ് ഞാൻ തെറിപ്പിക്കും എന്ന് പറയൂ..."

അയാൾ ആ മനുഷ്യനെ തേടി പുറപ്പെട്ടു. വിവരം പറഞ്ഞപ്പോൾ ആ മനുഷ്യൻ ആകെ വിഷമിച്ചു. ഒരു കടക്കാരനെപ്പോലെ പരുങ്ങി. കൂടെപ്പോരാൻ ഭയന്നു. പകരം കുറെ നോട്ടുകൾ ഒരു കവറിലിട്ട് തന്നു. പിഴയും പ്രായശ്ചിത്തവും ചേർത്ത്.

ആ കവർ അയാൾ മേലുദ്യോഗസ്ഥനെ ഏല്പിക്കുമ്പോൾ വിവശനായി ഇങ്ങനെയൊക്കെ ഓർത്തിരുന്നു. മേലുദ്യോഗസ്ഥൻ പരിഭ്രമിച്ചു. കണ്ണുകൾ ചിമ്മി. വേഗത്തിൽ കവർ കീശയിലേക്കു തിരുകും. പക്ഷെ, മേലുദ്യോഗസ്ഥൻ കവർ തുറന്ന് സൂക്ഷ്മതയോടെ നോട്ടുകൾ രണ്ട് പ്രാവശ്യം എണ്ണി. ശമ്പളം വാങ്ങുമ്പോഴും മേലുദ്യോഗസ്ഥൻ ഇങ്ങനെ രണ്ട് പ്രാവശ്യം എണ്ണി തിട്ടപ്പെടുത്താറുണ്ടായിരുന്നു.

"തനിക്കുള്ളത് താൻ ചോദിച്ച് മേടിച്ചുവോ?"

"ഇല്ല സേർ...."

"തനിക്ക് ഹരിശ്ചന്ദ്രനാവാനാണെങ്കിൽ ഈ വകുപ്പിൽ ചേരേണ്ടിയിരുന്നില്ല."

മേലുദ്യോഗസ്ഥന്റെ മുഖത്ത് അനുകമ്പ നിഴലിച്ചു. അദ്ദേഹം കവറിനകത്തു നിന്ന് രണ്ട് പത്തുരൂപനോട്ടുകൾ എടുത്ത് അയാൾക്കു കൊടുത്തു. എന്നിട്ട് ഉപദേശിച്ചു.

"പുതിയ ആളായതുകൊണ്ട് പറഞ്ഞുതരുന്നതാണ്. മേലാൽ തനിക്കുള്ളത് താൻ ചോദിച്ചുമേടിച്ചോണം..."

വർഷങ്ങൾ എത്ര കഴിഞ്ഞു. അയാൾ ഓർത്തുനോക്കുന്നു. എത്രയോ ചോദിച്ചുമേടിച്ചു. ഭീഷണിപ്പെടുത്തിയിട്ട് എത്ര വാങ്ങിയിട്ടുണ്ട്. തടഞ്ഞുനിർത്തിയിട്ടും വാങ്ങിയിട്ടുണ്ട്.

അന്നൊന്നും കൈക്കൂലിക്കാരനായിരുന്നില്ല.

ഒടുവിൽ.....

രണ്ടുവർഷങ്ങൾക്കുമുമ്പ് ഒരു പരാതി വന്നപ്പോൾ താൻ കൈക്കൂലിക്കാരനായി.....

അത് അന്വേഷണവിധേയമായിരിക്കുന്നു.

താൻ പാപം ചെയ്തിരിക്കുന്നു. കല്ലേറിയുവാൻ വിധിക്കപ്പെട്ടിരിക്കുന്നു.

മുസ്സാവരി ബംഗ്ലാവിന്റെ മുറ്റത്തേക്ക് ഒരു കാറ് കയറിവന്നു. തണൽതേടി കാറ് തൈമാവിന്റെ ചുവട്ടിലേക്കുനീങ്ങി. കാറിന്റെ കേരിയറിൽ തട്ടി കണ്ണിമാങ്ങകൾ ഉതിർന്നു.

അന്വേഷണ ഉദ്യോഗസ്ഥൻ കാറിൽ നിന്നും ഇറങ്ങി മുസ്സാവരി ബംഗ്ലാവിന്റെ ഉമ്മറത്തേക്ക് സൂക്ഷ്മതയോടെ നോക്കി.

പണ്ട് നോട്ടുകൾ എണ്ണുമ്പോൾ കാണിച്ച അതേ സൂക്ഷ്മത.

പിന്നെ കാറിൽനിന്ന് ഫയല് എടുത്തു. അമർത്തിച്ചവിട്ടിക്കൊണ്ട് നടന്നടുക്കുന്നു.....

അയാളുടെ മനസിൽ ഭീതിയുടെ മഞ്ഞ് അടിഞ്ഞുകൂടുന്നു. കണ്ണുകളിൽ നിസ്സഹായതയുടെ കൂരിരുട്ടും.

ഇരുട്ടിൽ കാഴ്ച നഷ്ടപ്പെടുന്നതിനുമുമ്പ് അയാൾ ഒന്നുകൂടെ നോക്കി. കയ്യിലെ ഫയലിന് രൂപാന്തരമുണ്ടാകുന്നു....

അത് കാരിരുമ്പിന്റെ നിറമുള്ള, ഘനമുള്ള, കൂർത്ത ഒരു പാറക്കല്ലായി മാറുന്നു.

സ്വാതന്ത്ര്യ

ഈ അമ്പലനടയിൽ പാർപ്പ് ഉറപ്പിക്കാൻ വരുമ്പോൾ അവൾ കന്യകയായിരുന്നില്ല. എങ്കിലും തൊഴിലിനുചേർന്ന തടിമിടുക്കും തൊലിമിനുസവും അന്ന് അവൾക്കുണ്ടായിരുന്നു. ഒരു ഉത്സവകാലത്താണ് ആദ്യമായി അവൾ ഇവിടെ വന്നത്. പിന്നെ അവൾ തിരിച്ചുപോയില്ല. അതിന് കാരണമുണ്ട്. ഈ അമ്പലനടയിൽ മറ്റെവിടത്തേക്കാളും സുരക്ഷിതത്വം അവൾക്ക് തോന്നിയതുകൊണ്ട്.

അന്ന് കാമാവേശം ചൂളംകുത്തിയ നാളിലൊന്നും അവൾ പ്രസവിച്ചില്ല. പതിവുകാർ പെരുകിവന്ന് ഊഴംകാത്ത് പതിയിരുന്നകാലത്തൊന്നും അവൾ ഗർഭംധരിച്ചില്ല. തനിക്ക് താൻ ഭാരമായി ഭവിച്ച നാളുകളൊന്നിൽ അവൾ ഒരമ്മയായി.

ഇന്ന് ഇതെല്ലാം അവൾ ദുഃഖത്തോടെ ഓർക്കുന്നു.

അതിന്റെ കാരണം അവൾ കാള്യേമ്മയോടുമാത്രം പറഞ്ഞു. മറ്റാരും കേൾക്കാതെ വളരെ ശ്രദ്ധിച്ച്.

"എന്നെ ഒരാൾ ബോംബെക്ക് ജോലിക്കുകൊണ്ടുപോകാന്ന് പറഞ്ഞിട്ടുണ്ട്; കുറച്ചുകാലം ബോംബെല് കഴിഞ്ഞാൽ പിന്നെ അറബിരാജ്യത്തിലേക്കും. സമ്മതമാണോ, ഇല്ല്യോ എന്ന് ഇന്നു വൈകുന്നേരത്തിനകത്ത് മറുപടി പറയണം..."

ഇന്നും വല്ലപ്പോഴുമൊക്കെ വല്ല പതിവുകാരെയും തേടിക്കൊണ്ടുവരുന്നത് കാള്യേമ്മയാണ്. അവരുടെ മറുപടിക്ക് എന്നും ആത്മാർഥതയുണ്ട്.

"കൊണ്ടുപോയി ആർക്കെങ്കിലും വിൽക്കാനാവും....."

കാള്യേമ്മ ചിരിച്ചുകൊണ്ട് പറഞ്ഞു.

"ആർക്ക് വേണമെങ്കിലും അങ്ങട് വിറ്റോട്ടെ. കൊത്തി നുറുക്കിതി

ന്ത്വന്നൂല്യല്ലോ....ഇവിടത്തെ പുരുഷൻമാര് കാണിക്കുന്നതിലും കവിഞ്ഞ് അവര് എന്തുകാണിക്കാനാ....."

അവളുടെ ഉത്തരം കാള്യേമ്മയുടെ സ്വരത്തിന് മാറ്റം വരുത്തി.

"നിയ്യ് ഇപ്പളും ചെറുപ്പല്ലെ. നല്ല നെലേല് എത്തിപ്പെടില്ലാന്ന് ആരു കണ്ടു. ആ നാട് കോടീശ്വരൻമാരുടെ നാടല്ലേ....."

ഒരൊറ്റ കാര്യം മാത്രം അവൾ കാള്യേമ്മയിൽ നിന്ന് മറച്ചുപിടിച്ചു.

ഒരൊറ്റ തടിയായിരിക്കണം.....

അവൾ അങ്ങനെയാകാനുള്ള വഴികൾ ആരാഞ്ഞു.

മനസിൽ ഒരു രംഗം തള്ളിവന്നു. അധികം ദിവസങ്ങൾ കഴിഞ്ഞിട്ടില്ല. മലയാളി അല്ലാത്ത ഒരു സ്ത്രീ ചോദിച്ചു: ആ സ്ത്രീയുടെ വാക്കുകളല്ല... ശരീരമാണ് ഇന്ന് ഓർമയിൽ ആദ്യം വരുന്നത്. അങ്ങാടിപ്പശുവിനെപ്പോലെ കൊഴുത്തരൂപം. കൊന്നപൂത്തതുപോലെ ആഭരണങ്ങൾ മെയ്യിലാകെ ചിതറിക്കിടന്നിരുന്നു.

"ഈ കുട്ടിയെ എനിക്ക് തരുന്നുവോ, ഞാൻ നോക്കിക്കൊള്ളാം...."

അവൾക്ക് അന്ന് ദേഷ്യംവന്നു. ആ സ്ത്രീയെ നാവ് തളരുവോളം ചീത്തപറഞ്ഞു. അഗതിസന്തതിയായതുകൊണ്ട് ചോദിക്കുന്നതിൽ ഒരു ദൂഷ്യവുമില്ലെന്ന് കരുതിയാണ് ആ സ്ത്രീ ചോദിച്ചത്.

ഇന്ന് അവൾ ആ സ്ത്രീയെപ്പറ്റി ചിന്തിക്കുന്നു.

ആ സ്ത്രീ തിരിച്ചുപോയിരിക്കുമോ, ചിലരൊക്കെ നാൽപത്തി ഒന്ന് ദിവസം ഭജനമിരിക്കുവാൻ ഇവിടെ വരാറുണ്ട്. ഒരുപക്ഷെ, ഏതെങ്കിലും ലോഡ്ജിലോ സത്രത്തിലോ അവരെ കണ്ടുമുട്ടാനിടയില്ലെന്ന് ആരുകണ്ടു.

അവൾ എഴുന്നേറ്റ് അമ്പലക്കുളത്തിലേക്ക് നടന്നു. കുഞ്ഞിനെ കുളിർക്കെ എണ്ണതേച്ച് കുളിപ്പിച്ച് പുതിയ ഉടുപ്പ് ധരിപ്പിച്ചു; രണ്ടുദിവസങ്ങൾക്കുമുമ്പ് ഒരു ടൂറിസ്റ്റ്ബസിന്റെ അഴികളിൽ ഉണക്കാനിട്ടതിൽ നിന്ന് അവൾ കട്ടെടുത്ത ഒരു ഉടുപ്പ്. ചാന്തുപൊട്ട് തൊടുവിപ്പിച്ചു. കുട്ടിയെ എടുത്ത് അവൾ നടന്നു.

അന്ന് അമ്പലനടയിൽ തിരക്ക് കുറവായിരുന്നു. നാലുനടകളിലും ചുറ്റിത്തിരിഞ്ഞു. മധ്യവയസ്കരായ ഒറ്റപ്പെട്ട ദമ്പതികളെ കണ്ടപ്പോഴേ അവൾ കെഞ്ചി.

"ഈ കുഞ്ഞിനെ നിങ്ങൾ എടുത്തോളൂ....എനിക്കുപോറ്റാൻ കഴിയാത്തതുകൊണ്ട് പറേണതാണ്....."

കേട്ടവർ ഒഴിഞ്ഞുമാറി നടന്നു. അവൾക്ക് ഭ്രാന്താണെന്ന് അവർ തീർപ്പുകൽപ്പിച്ചിരിക്കണം. ഭ്രാന്തി കൂടെ വരുന്നുണ്ടോ...അവർ തിരിഞ്ഞുനോക്കി വേഗം നടന്നു.

ഒരു സ്ത്രീമാത്രം അവളുടെ വാക്കുകൾ ചെവിക്കൊണ്ടു. ആ സ്ത്രീ അവൾ പറഞ്ഞുതീരുന്നതിനുമുമ്പെ കുഞ്ഞിനെ വാരിയെടുത്തു. കുഞ്ഞിന്റെ കവിളിലും നെറ്റിയിലും ഉമ്മവെച്ചു. കടിച്ചെന്നും തോന്നുന്നു. കുഞ്ഞ് ചിരികോട്ടുകയും, കൈകൊണ്ട് ആ സ്ത്രീയുടെ

മുഖം തള്ളിമാറ്റുകയും ചെയ്തു. അപ്പോൾ ആ സ്ത്രീ കുട്ടിയെ കൂടുതൽ അടക്കിപ്പിടിച്ചുകൊണ്ട് തനിക്ക് വേണമെന്ന് ശാഠ്യം പിടിച്ചു.

അപ്പോൾ ആ സ്ത്രീയുടെ കൂടെയുള്ള പുരുഷൻ അവളെ അൽപ്പം അകലെ മാറ്റിനിർത്തി അവൾക്ക് അമ്പതുപൈസകൊടുത്തു.

"ആ കുഞ്ഞിനെ ഉടനെ ഇവിടെനിന്ന് കൊണ്ടുപോകൂ...എന്റെ ഭാര്യക്ക് തലക്ക് നല്ല സുഖമില്ല....."

അവൾ കുഞ്ഞിനെ എടുത്ത് ഓടാൻ ഭാവിക്കുമ്പോഴേക്കും ആ സ്ത്രീ നിലത്തുകിടന്ന് ഉരുളാൻ തുടങ്ങിയിരുന്നു.

അവൾ പിന്നെയും നടന്നു. ചൂടും പാരവശ്യവും അവളെ പരാജയപ്പെടുത്തി. വയറ്റിൽ ഒരു തിരിനാളം പോലെ എരിയാൻ തുടങ്ങിയ വിശപ്പ് അവളുടെ കൈകാലുകളിലും കണ്ണിലും പടർന്നുകയറിയിരിക്കുന്നു.

അവൾ ഊട്ടുപുരയിലേക്ക് നടന്നു. ഊട്ടുപുര ശൂന്യമായിരുന്നു. നക്കിത്തോർത്തിയ ഇലയിൽ തലയമർത്തി കൊടിഞ്ഞിപ്പട്ടിയുറങ്ങുന്നു.

അവൾ കല്യാണമണ്ഡപത്തിന്റെ അടുക്കലേക്ക് നടന്നു. അന്ന് കല്യാണങ്ങളൊന്നും നടന്ന ലക്ഷണമില്ല. പിന്നെ എങ്ങനെ മിച്ചമുണ്ടാവാൻ...

അവൾ നടയ്ക്കലേക്കുനടന്നു. ധർമക്കാരെല്ലാം ഉച്ചയുറക്കത്തിലാണ്.

ഭജനപ്പാട്ടുപാടുന്ന കുരുടന്റെ തലയ്ക്കരികെ ഇരിക്കുന്ന ഉടുക്കിൽ പറ്റിപ്പിടിച്ച പായസച്ചോറിൽ കാക്ക കൊത്തുന്നു. ഉടുക്ക് ശബ്ദിക്കുന്നു. എന്നിട്ടും കുരുടൻ അറിയുന്നില്ല.

അവൾക്ക് കൊടുംവിശപ്പുതോന്നി. അവളുടെ തോളിൽ ഉറങ്ങിക്കിടന്നിരുന്ന കുഞ്ഞ് ഉണർന്നു. ചോറിനുവേണ്ടി കൈകാലുകൾ നിലത്ത് തല്ലിക്കരയാൻ തുടങ്ങി. അവൾ പിച്ചിയും മാന്തിയും കുഞ്ഞിനെ എതിരിട്ടു. അപ്പോൾ കുഞ്ഞ് ഉറക്കെ കരഞ്ഞു. ധർമക്കാരിൽ ആരോ കണ്ണു തുറന്ന് നോക്കി. കുഞ്ഞിന്റേത് വെറും കരച്ചിലായിരുന്നില്ല. വിശപ്പിന്റെ അലർച്ചയായിരുന്നു....വെറുപ്പും ഭീതിയും ജനിപ്പിക്കുന്ന അലർച്ച....

കൂടുതൽ ധർമക്കാർ ഉണരാൻ തുടങ്ങി. ഉച്ചയുറക്കമാണ് അവർക്ക് പഥ്യം. വാകച്ചാർത്തിന് ഉണരുന്നവരല്ലേ.

"എന്തിനാ കൊച്ചിനെ ഉപദ്രവിക്കുന്നേ....."

ആരോ ചോദിച്ചു.

"താൻ ആരാ ചോദിക്കാൻ...."

അവളുടെ മറുപടി പിന്നെ ചോദ്യങ്ങൾക്ക് വളം വെച്ചില്ല.

കുഞ്ഞ് പിന്നെയും കരഞ്ഞു. തളരുവോളം കരഞ്ഞു.

അമ്പലനടയിലെ കരിങ്കൽവിരിയിൽ കിടന്നപ്പോൾ അവൾക്ക് കുളിർമതോന്നി. അവൾക്ക് ഉറക്കം വന്നില്ല. അങ്ങനെ കിടക്കുമ്പോഴൊക്കെ അവൾ ഒരാളെപ്പറ്റി ഓർത്തുപേകും. അവളുടെ അമ്മയെപ്പറ്റി. പുതിയ പാലംവന്നപ്പോൾ പഴയ റോഡ് പിച്ചക്കാർമാത്രം ഉപയോഗിച്ചു

പോന്നു. ആ റോഡരുകിൽ ചാക്കുകൊണ്ടുണ്ടാക്കിയ കൂരയിൽ അവളും അമ്മയും ജീവിച്ചു. ഒരിക്കൽ കാലത്തുണർന്നപ്പോൾ അവൾ അമ്മയെ കണ്ടില്ല. അന്നൊരു ശനിയാഴ്ചയായിരുന്നു. മറ്റ് തെണ്ടികൾ ഇറങ്ങി നടക്കുന്നതുകണ്ടപ്പോൾ അവളും നടന്നു. ഒരു വീട്ടമ്മ ചോദിച്ചു.

"ഈ കുട്ടിക്ക് അമ്മയില്ലെ....."

"അമ്മ മരിച്ചു."

അമ്മ മരിച്ചു. അന്നുമുതൽ അവളുടെ മനസ്സ് അത് ഉറപ്പിച്ചു.....

അശ്രീകരം.

അവൾ വിളിച്ചുപറഞ്ഞു. വഴിയരുകിൽ തന്നെ കിടത്തി ഉറക്കി കടന്നുകളഞ്ഞ അമ്മയെയാണോ അവൾ അങ്ങനെ വിളിച്ചത്...

അതോ....

മറുകരയിലെ മുക്തിക്കുവേണ്ടി നീന്തുമ്പോൾ മേലാകെ പടരുന്ന മകൾ എന്ന പായലിനെയോ...

പെട്ടെന്ന് അവൾക്ക് ബോധം വീണു.

അവൾ കുട്ടിയെ ഉണർത്തി. ഒപ്പം വിശപ്പും ഉണർന്നു. കുട്ടി കരയാൻ തുടങ്ങി. അശ്രീകരം.

അവൾ പിന്നെയും വിളിച്ചു...

മടിയിലെ അമ്പതു പൈസാത്തുട്ടെടുത്ത് പഴം വാങ്ങി കുട്ടിക്കു കൊടുത്തു. അപ്പോൾ കുട്ടി വെള്ളത്തിനുവേണ്ടി കരഞ്ഞു. അവൾ കുട്ടിയെ പൈപ്പിന്റെ അടുക്കലേക്ക് കൊണ്ടുപോയി. അവൾ വളരെ നേരം പൈപ്പിന്റെ പിടിയിൻമേൽ കയ്യമർത്തി നിന്നു. ഒരിറ്റുപോലും വീണില്ല.

അശ്രീകരം.

കുട്ടി പൈപ്പിന്റെ തടത്തിൽ കെട്ടിനിന്ന വെള്ളം വാരി കുടിക്കുന്നു.

പിന്നെ അവൾ മറ്റൊന്നും ചിന്തിച്ചില്ല.

വേഗം നടന്നു.

അകലുംതോറും താൻ സ്വതന്ത്രയായി എന്ന ബോധം അവളെ മത്തുപിടിപ്പിച്ചു.

ഒരൊറ്റ തടി.....

സമൃദ്ധിയുടെ വൻനഗരം ഒന്ന്. അവളുടെ കൺമുന്നിൽ പടവുപടവുകളായി ഉയരുന്ന ആ നഗരത്തിൽ കുറച്ചുനാളുകൾമാത്രം. പിന്നെ വിദേശത്തേക്കും. അവിടെ ഷെയ്ക്കുമാരുടെ അരമനയിലൊന്നിൽ... ഉയർന്നുയർന്ന് പോകണം... പിന്നെ നാട്ടിലേക്ക് തിരിച്ചുവരണ്ടെ... പിന്നെ വരേണ്ടേ.... അവൾ സ്വയംപറഞ്ഞു. വന്നിട്ട് ഒരു വലിയ വീടുണ്ടാക്കണം. വീടിന് മഞ്ഞപെയിന്റ് കൊടുക്കണം...

അവൾ മഞ്ജുളാലും കടന്ന് ഇടത്തോട്ടു തിരിഞ്ഞു.

"അയ്യോ ഒന്നവിടെ നിന്നെ..."

പുറകിൽ കാല്യേമ്മയുടെ ശബ്ദം.

അവൾ നിന്നില്ല. എങ്കിലും നടത്തത്തിന് വേഗത കുറച്ചു.

"ഇതാ നോക്ക്യെ, നെന്റെ മോളടെ മേല് കാറ് മുട്ടി. നടയ്ക്കൽ വലിയ ബഹളമാണ്....."

അവൾ നിന്നു. എന്നിട്ടും മുന്നോട്ടുതന്നെയാണ് കാലുവെച്ചത്. കാള്യേമ്മ ഒപ്പം എത്തി.

"എന്നാൽ സത്യത്തിൽ കാറുകാരുടെ അടുക്കൽ ഒരു കുറ്റോം ഇല്ല്യേട്ടോ.....തമിഴൻമാരാണെന്നാ തോന്നുന്നത്....അവര് കുട്ടീടെ അമ്മെ വിളിച്ചുകൊണ്ടു വരാൻ പറഞ്ഞിരിക്കുന്നു. അമ്മയ്ക്ക് എത്ര പണം വേണമെങ്കിലും തരാമെന്ന് പറേണൂ..."

പിന്നെ അവൾ മുന്നോട്ട് നടന്നില്ല. കാള്യേമ്മയൊത്ത് വേഗം തിരിച്ചുനടന്നു.

പത്തേൻമാരിപോലെയുള്ള ഒരു വലിയ കാറ് നടയ്ക്കലെ ജനക്കൂട്ടം തടഞ്ഞുവെച്ചിരിക്കുന്നു. കാറിനകത്ത് ഉപ്പുമാങ്ങാഭരണിപോലെയുള്ള ഒരു സ്ത്രീ ബോധംകെട്ട് കിടക്കുന്നു...

കുട്ടിയെ ആശുപത്രിയിലേക്കു കൊണ്ടുപോയിരിക്കുന്നു.

ആ വലിയ കാറിന്റെ ഒരു മൂലയിൽ അവൾ ചാരിയിരുന്നു. ആശുപത്രിയിലേക്കു പോയി...അവളുടെ ശരീരത്തിന് മരവിപ്പും കൺമുന്നിലെ പ്രപഞ്ചം മഞ്ഞനിറത്തിലും തോന്നി.

കുട്ടി മരിച്ചുകഴിഞ്ഞിരുന്നു.

വാർത്ത അവളെ നടുക്കിയില്ല. പക്ഷെ, ഇപ്പോൾ കൺമുന്നിൽ ഇരുട്ട് പടരുന്നതായി അവൾക്ക് തോന്നി.

ഒരു കിനാവിന്റെ കരവലയത്തിലെന്നോണം അവൾ എവിടെയൊക്കെയോ സഞ്ചരിച്ചു. പൊലീസ് സ്റ്റേഷനിൽ പോയതായി അവൾക്ക് തോന്നുന്നു. ഏതോ കടലാസിൽ ഒപ്പ് വെക്കുമ്പോൾ വിരലിലെ വിയർപ്പ് ഉടുതുണിയിൽ തുടച്ചതായി അവൾക്ക് തോന്നുന്നു.

സ്റ്റേഷന്റെ മുന്നിൽനിന്ന് റോഡിലേക്ക് നടക്കുമ്പോൾ കാറ് ഓടിച്ചിരുന്ന മനുഷ്യൻ ഒപ്പം വന്നു. അവളുടെ കയ്യിൽ കുറെ നോട്ടുകൾ കൊടുത്തു. പറഞ്ഞത് തമിഴിലായിരുന്നു. എങ്കിലും അവൾ ഊഹിച്ചെടുത്തത് ഇതാണ്.

ഇത് അഞ്ഞൂറ് ഉറുപ്പികയുണ്ട്. ഞങ്ങൾ എല്ലാ ഒന്നാം തീയതിയും തൊഴാൻ വരുന്നവരാണ്. അടുത്ത ഒന്നാം തീയതി വരുമ്പോൾ കാണാം.

അവൾ നോട്ടുകൾ മടിയിൽ വെച്ചു.

വേഗം നടന്നു.

ഇപ്പോൾ അവൾ ഒരൊറ്റത്തടിയാണ്. അത് ഓർക്കുവാൻ അവൾക്ക് ദുഃഖമോ സങ്കോചമോ തോന്നിയില്ല.

സ്വതന്ത്ര.

സ്വതന്ത്ര മാത്രമല്ല, അഞ്ഞൂറ് ഉറുപ്പികയുടെ ഉടമയും. ദൂരത്തേക്കുള്ള യാത്ര അൽപ്പം നീണ്ടാലും അവൾക്ക് ഭയപ്പെടാനില്ല. നല്ല വസ്ത്രം ധരിച്ചാൽതന്നെ ശരീരത്തിന് മിനുസംതോന്നും. അവൾ

ഓർത്തു.

മഞ്ഞ് വീഴാൻ തുടങ്ങിയിരിക്കുന്നു. തണുത്ത കാറ്റാണ് അവൾക്ക് വിശപ്പിനെ ഓർമിപ്പിച്ചത്...

ചൂടുള്ള ചോറുതന്നെവേണം.

അവൾ സ്വയംപറഞ്ഞു. ഒരു വലിയ ഹോട്ടലിന്റെ മുമ്പിൽ വന്നു നിന്ന് അവൾ അകത്തേക്ക് നോക്കി....

വിളമ്പുന്ന ചോറിന് ചൂടുണ്ടോ...

ആവി പൊങ്ങുന്ന ചോറ് ഇലയിൽ വീഴുന്ന ദൃശ്യം അവളിൽ ലഹരിയുണ്ടാക്കി, അവൾ ഇലയ്ക്ക് മുന്നിൽ ഇരുന്നു. അവളുടെ ഇലയിൽ ചൂടുള്ള ചോറ് ഒരു കൂടാരംപോലെ ഉയർന്നു.

അവൾ ഓർത്തു.

തലേന്നാൾ ഉച്ചയ്ക്ക് അമ്പലത്തിലെ അൽപ്പം ഉണക്കച്ചോറ് ഉണ്ടതാണ്. രാത്രിയിൽ ഒരു തമിഴത്തി ഒരു ഇഡ്ഡലി തന്നിരുന്നു. അവൾക്ക് അതിൽ നിന്ന് കിട്ടിയത് ഒരു പൊട്ടുമാത്രമാണ്. ബാക്കിയെല്ലാം വാശിപിടിച്ചു കരയുന്ന കുഞ്ഞിന്റെ വായ അടയ്ക്കാൻ അവൾ ശപിച്ചുകൊണ്ട് തിരുകിവെച്ചു. അമ്പലത്തിലെ ഉണക്കച്ചോറും ഇന്നോളം അവൾ തൃപ്തിയോടെ ഉണ്ടിട്ടില്ല. കുഞ്ഞിന് ആദ്യം കൊടുക്കും. എന്നിട്ട് അവൾ ഉണ്ണാൻ തുടങ്ങുമ്പോൾ കുഞ്ഞ് ചോറിന് വാശിപിടിച്ച് കരയും.അവളുടെ വായിലേക്ക് നീങ്ങുന്ന അവളുടെ കയ്യിൽ കുഞ്ഞ് കടന്നുപിടിക്കും....കുഞ്ഞിന്റെ വായ അവൾ ഉരുട്ടിയ ഉരുളയോടടുക്കും... ആ രംഗങ്ങൾ അവളുടെ ഓർമയിൽ പഴുതാരകളെപ്പോല ഇഴഞ്ഞുനടന്നു.

മുമ്പിൽ ഇലയിൽ ചോറിന്റെ കൂടാരം. ചോറിൽ വലിയ കുഴിയുണ്ടാക്കിയതിൽ ഒഴിച്ച കറി മനം കവരുന്ന ഗന്ധത്തോടെ പുറത്തേക്കൊഴുകുന്നു...

നെഞ്ചിൽ കനത്ത ഭാരം കയറുന്നതുപോലെ അവൾക്കുതോന്നി. അവൾ നിവരാൻ ശ്രമിച്ചു. അവളുടെ കണ്ണുകൾ നിറഞ്ഞൊഴുകി. മുന്നിലെ ഇല തട്ടിമാറ്റിക്കൊണ്ട് അവൾ എഴുന്നേറ്റു.

"എന്റെ മോളേ...." അവൾ അലറിക്കൊണ്ട് പുറത്തേക്കോടി.....

വെളിച്ചം

അവിടെ അഭിഭാഷകരും സംഘടനാപ്രവർത്തകരും കാഴ്ചക്കാരും കേൾവിക്കാരും ഉണ്ടായിരുന്നു. ആകാംക്ഷാനിർഭരരായ ബന്ധുക്കളും അവരുടെ കൺമുന്നിൽവെച്ച് വാദം മുറുകുന്നു.

"ഈ പണിമുടക്ക് വെളിച്ചം നിർമിക്കുന്നവരുടേതാണ്, പലരും ജയിലിലാണ്. അനേകം ദിവസങ്ങളായി. അവരുടെ അവകാശങ്ങൾ അനുവദിച്ചുകൊടുക്കുന്നില്ലായെന്നു മാത്രമല്ല..."

"അവകാശങ്ങൾ അനുവദിക്കുവാൻ എനിക്ക് അധികാരമുണ്ടോ..."

ന്യായാധിപൻ ഇടയ്ക്കുകയറി ചോദിച്ചു.

"ഉണ്ടെന്ന് ഞാൻ പറയുന്നില്ല. പക്ഷെ, അവരെ ജയിലിൽ വെക്കുന്നത്.....ജാമ്യം അനുവദിക്കാതിരിക്കുന്നത്, അത് ശരിയാണോ.... ഇത്രയും പരിഗണിക്കുവാൻ അധികാരമുണ്ടോ. ഇല്ലയോ...."

"ജാമ്യം അനുവദിക്കുവാൻ പാടില്ലായെന്ന് നിയമം പറയുന്നു."

"നിയമം പറയുന്നുവെന്നോ..." അമർഷം ആ അഭിഭാഷകന്റെ സ്വഭാവത്തിലെവിടെയും മുളക്കാറില്ല. എങ്കിലും ഇത് കേട്ടപ്പോൾ അദ്ദേഹത്തിന് അടക്കാൻ കഴിഞ്ഞില്ല. മൈതാനപ്രസംഗം അദ്ദേഹത്തിന് വശമില്ലായിരുന്നു. ഒരു ആഡിറ്റോറിയൽപ്രസംഗംപോലെ ഒരു കേസിന്റെ പ്രസംഗം തരംതാഴാൻ പാടില്ലായെന്ന് അദ്ദേഹത്തിന് നിർബന്ധമുണ്ടായിരുന്നു.

"നിയമം എന്ത് പറയുന്നുവെന്നോ.....ആരുടെ നിയമം....നിയമം എന്നും പണിമുടക്കുകൾക്കെതിരായേ നിന്നിട്ടുള്ളു. പണിമുടക്കാം എന്ന് എന്നെങ്കിലും നിയമമുണ്ടായിട്ടുണ്ടോ...പക്ഷെ, പണിമുടക്കാൻ പാടില്ല എന്ന് എക്കാലത്തും നിയമം വന്നിട്ടുണ്ട്...."

"ഇവിടെ പണിമുടക്കുകളുടെ ന്യായവും നീതിയുമൊന്നുമല്ലല്ലോ ചർച്ചാവിഷയം...."

“പക്ഷെ, പണിമുടക്കിയവരെ ജയിലിൽ അയക്കുക...ജാമ്യം നിഷേധിക്കുക ഇത് ശരിയാണോ...”

“എന്നാൽ അതിന്റെ നിയമവശംമാത്രം പറയൂ...”

“ഒരൊറ്റവാക്കിൽ പറയാൻ വയ്യ. സംഭവം ഇത്രയുമാണ്.....ഒരു പണിമുടക്കം വരുന്നു. അതിനെ, അതിനുവേണ്ടിമാത്രം ചമച്ചുണ്ടാക്കിയ ഒരു നിയമംകൊണ്ട് നേരിടുന്നു. ആ നിയമം ഉപയോഗിച്ച് പ്രതികളെ അറസ്റ്റ് ചെയ്യുന്നു. എന്നിട്ട് ആ നിയമത്തിന്റെതന്നെ മറപിടിച്ചുനിന്നുകൊണ്ട് പറയുന്നു. ജാമ്യംകൊടുക്കുവാൻ പാടില്ല. ഇത് ശരിയാണോ.....ചോദ്യം ഒന്നേയുള്ളു. കൂട്ടായി വിലപേശാനുള്ള സ്വാതന്ത്ര്യം ഉണ്ടോ ഇല്ലയോ...ഉണ്ടെങ്കിൽ അങ്ങനെ കൂട്ടായി വിലപേശൽ എന്ന അവകാശം എടുത്ത് പ്രയോഗിക്കുന്നവരുടെ നേരെ ഇത്തരം ഒരു ആയുധംകൊണ്ട് നേരിടുന്നത് ഒരു ഭരണകൂടത്തിന് യോജിച്ചതല്ല....അത്തരം പ്രാകൃതനിയമങ്ങൾ വെച്ചുപുലർത്തുന്നത് നീതിന്യായക്കോടതികൾ അനുവദിച്ചുകൂടെ.....”

ഇരുപതിലേറെ പുസ്തകങ്ങൾ നിരത്തിവെച്ച് വസ്തുനിഷ്ഠമായ ഉദ്ധരണികൾ ഉന്നയിച്ചുകൊണ്ട് അയാൾ സധൈര്യം സുദീർഘം വാദം തുടർന്നു. വിദേശാധിപത്യത്തിന്റെ കാലത്ത് ഇത്തരം നിയമങ്ങൾ കൊണ്ടുവന്നപ്പോൾ അന്നത്തെ നീതിപീഠം അതിനെ എങ്ങനെ വ്യാഖ്യാനിച്ചു. ഇതെല്ലാം വിശദമായി വിവരിച്ചു. കാരണം, ന്യായാധിപൻ സാധാരണക്കാരനല്ല. സ്വാതന്ത്ര്യത്തിനുമുമ്പ് ന്യായാധിപൻ ജയിലിൽ കിടന്നിട്ടുണ്ട്, പണിമുടക്കുകൾ സംഘടിപ്പിച്ചിട്ടുണ്ട്. ചേരികളിൽ ഒളിവിൽ കഴിഞ്ഞിട്ടുണ്ട്. അങ്ങനെ കഴിയുമ്പോൾ വെറും ചിമ്മിനിവിളക്കിന്റെ തിരിനാളത്തിൽ വിപ്ലവസാഹിത്യങ്ങളും ഭൗതികമീമാംസകളും തൊഴിലാളിവർഗപ്രത്യയശാസ്ത്രങ്ങളും ഉരുവിട്ട് പഠിച്ചിട്ടുണ്ട്—എന്നൊക്കെ ന്യായാധിപൻ പറഞ്ഞതായി അയാൾ കേട്ടിട്ടുണ്ട്.

പെട്ടെന്ന് ന്യായാധിപൻ വാച്ചിൽനോക്കുന്നത് കണ്ടപ്പോൾ അഭിഭാഷകന് കാര്യം മനസിലായി. സമയം അഞ്ചിനോടടുക്കുന്നു. കാലത്ത് വായിച്ച ഒരു പത്രവാർത്ത ഓർമ്മയിൽവന്നു. വൈകുന്നേരം ഒരു വലിയ ക്ളബിൽവെച്ച് ഒരു പുസ്തക പ്രകാശന കർമം നടക്കുന്നു. ഗവേഷണ പ്രധാനമായ ഒരു പുസ്തകം എന്നാണ് പത്രവാർത്ത. ഏതോ ഒരു മഹിളാരത്നം രചിച്ച പുസ്തകം. “പുഴഞണ്ടുകൾ കൊണ്ട് നൂറ്റൊന്നു തരം കറികൾ.” ഒരു കോപ്പി ന്യായാധിപന്റെ പത്നിക്ക് വിറ്റുകൊണ്ട് പ്രകാശനകർമം നടക്കുന്നു. ന്യായാധിപൻ അവിടത്തെ മുഖ്യ അതിഥിയും...

അഭിഭാഷകൻ എല്ലാ ഉദ്ധരണികളും ഒരിക്കൽക്കൂടി കൂട്ടിയിണക്കിപ്പറഞ്ഞിട്ട് വാദം വേഗത്തിൽ സമാപിപ്പിച്ചു. മറുഭാഗത്തുനിന്ന് കൂടുതലായി ഒന്നും പറയാനില്ല എന്നറിയിച്ചപ്പോൾ ന്യായാധിപൻ പറഞ്ഞു:

“നാളെ വിധി പറയാം. എല്ലാ പുസ്തകങ്ങളും ഞാൻ വീട്ടിൽ കൊണ്ടുപോകാം. നല്ലവണ്ണം വായിച്ചു പഠിക്കട്ടെ...”

അഭിഭാഷകൻ എല്ലാപുസ്തകങ്ങളിലും വേണ്ട സ്ഥലത്തൊക്കെ ഫ്ളേഗ് വെച്ചുകൊടുത്തു. വളരെയധികം സംതൃപ്തി തോന്നി. പെട്ടെന്നയാൾക്ക് തലേരാത്രിയിലെ സംഭവങ്ങൾ ഓർമ്മവന്നു. ജാമ്യം നിഷേധിച്ചിട്ട് ജയിലിൽ കിടക്കുന്നവരുടെ വേണ്ടപ്പെട്ടവർ അയാളെ സമീപിച്ചു. അഭിഭാഷകന് ഒരു സമരത്തോടും പ്രതിപത്തിയില്ല. എങ്കിലും ഇത്രയും ദിവസങ്ങൾ കുറെ മനുഷ്യർ ജയിലിൽ കിടക്കുന്നു എന്നറിഞ്ഞപ്പോൾ ദുഃഖം തോന്നി. ഉടനെ താഴെക്കോടതി ജാമ്യം നിഷേധിച്ചതിന്റെ അർഥശൂന്യതയെക്കുറിച്ച് ചിന്തിച്ചു. അതു നേരിടാനാവശ്യമായ പുസ്തകങ്ങളെക്കുറിച്ച് ഓർത്തപ്പോൾ ഒരു കാര്യം അയാളെ കുഴപ്പത്തിലാക്കി.

വെളിച്ചം ഇല്ലല്ലൊ...

മേശവിളക്കിന്റെ ചിമ്മിനി എന്നോ ഉടഞ്ഞു പോയിരിക്കുന്നു.....മെഴുകുതിരികൾ നനഞ്ഞ്, കത്താൻ ശങ്കിച്ചുനിന്നു. ഒരു റാന്തൽവിളക്കെടുത്ത് കത്തിച്ചു. പക്ഷെ, തിരി കയറിയാൽ ഇറങ്ങില്ല....ഇറങ്ങിയാൽ കയറുകയുമില്ല....അപ്പോഴാണ് അയാളുടെ ഭാര്യ ഓർമപ്പെടുത്തിയത്...

“നമ്മുടെ തൂക്കുവിളക്ക് എടുത്ത് കത്തിച്ചാലോ....”

വർഷങ്ങൾക്കുമുമ്പ് അയാളുടെ ഭാര്യ അവളുടെ വീട്ടിൽ നിന്ന് ഒരു തൂക്കുവിളക്ക് കൊണ്ടുവന്നിരുന്നു. പണ്ടൊക്കെ സന്ധ്യാനേരത്ത് അത് തൂക്കിപ്പിടിച്ച് ദീപം, ദീപം എന്നുപറയുമായിരുന്നു. എങ്ങനെയോ ആ ചടങ്ങ് വീട്ടിൽനിന്നും നഷ്ടപ്പെട്ടുപോയിരിക്കുന്നു. എപ്പോഴാണ് നഷ്ടപ്പെട്ടതെന്ന് ഓർക്കാൻ ശ്രമിച്ചു.

അവൾ തൂക്കുവിളക്കിൽ നിറയെ എണ്ണയൊഴിച്ചു നിരത്തി തിരിയിട്ട് കത്തിച്ചു. തിരിനാളത്തിനൊത്ത് ഓർമ്മകളുടെ അസംഖ്യം നാളങ്ങൾ ജ്വലിച്ചു.

വിളക്ക് കത്തിക്കുമ്പോൾ അവൾ പറഞ്ഞു:

“എനിക്ക് വെളിച്ചം ഇല്ലെങ്കിൽ അത്രേം ബുദ്ധിമുട്ടൊന്നുമില്ല. ഫാൻ ഇല്ല്യാണ്ടിരിക്ക്യാച്ചാൽ വലിയ കഷ്ടം തന്ന്യാണേ.....”

അയാൾ ചിരിച്ചു.

ചിരിയുടെ അർഥം അവൾക്ക് മനസിലായി.

“കാറ്റുപോയിട്ട് ഒരു കിളിവാതിലും കൂടി ഇല്ലാത്ത മച്ചിനകത്തല്ലേ നീ വളർന്നത് എന്നായിരിക്കും പറയാൻ ഭാവം. അതിനെന്താ അന്നൊക്കെ വല്യച്ഛൻ താലപ്പൊലിക്ക് പോയിട്ടു വരുമ്പോ ആളെണ്ണി വീശറിവാങ്ങിക്കൊണ്ടുവരും...”

അയാളും ആ കാലങ്ങളെക്കുറിച്ച് ഓർത്തുപോയി.

അന്നൊക്കെ ഉറക്കംവരുന്നതുവരെ അവൾ വീശിത്തരുമായിരുന്നു.

തൂക്കുവിളക്കിന്റെ തിരിനാളത്തിൽ അയാൾ അലമാരയിൽ നിന്ന് അനേകം പുസ്തകങ്ങൾ എടുത്തുവെച്ചു. പുസ്തകങ്ങളിൽ നിയമവും വസ്തുക്കളും പരതി എടുത്തു. അതുകൊണ്ട് വാദനിരകൾക്ക് ആത്മാർഥത മാത്രമല്ല ശക്തിയും യുക്തിയും കൊണ്ട് കോട്ടകളുയർത്താൻ സാധിച്ചു.

കോടതിശിപായി എല്ലാ പുസ്തകങ്ങളും എടുത്തുകൊണ്ടുപോയി ന്യായാധിപന്റെ കാറിൽ കയറ്റി വെച്ചു.

ഉത്തരവ് നാളെ...കാലത്ത് അയാൾ കോടതിയിൽ എത്തി. ഉത്തരവും കാത്ത് ഇരുന്നു. അപ്പോഴൊക്കെ ജയിലിൽ കഴിയുന്നവരുടെ കുടുംബാംഗങ്ങളുടെ മുഖങ്ങൾ ഓർമ്മയിൽ വന്നു. കീഴ്ക്കോടതി ജാമ്യം നിഷേധിച്ചതിന്റെ നീതികേടിനെക്കുറിച്ച് ഓർത്തു. ഇന്ന് വിധി പറഞ്ഞില്ലെങ്കിൽ തുടർന്ന് രണ്ടുദിവസം മുടക്കാണല്ലോ എന്നോർത്തപ്പോൾ മുഖം മ്ളാനമായി.

കോടതി കൂടിയപ്പോൾ ന്യായാധിപൻ ചിരിച്ചു കൊണ്ട് പറഞ്ഞു:

“നിങ്ങൾ തന്ന ഒരു പുസ്തകംപോലും എനിക്ക് നോക്കാൻ സാധിച്ചില്ല. ഇന്നലെ പണിമുടക്കു കാരണം വെളിച്ചമില്ലല്ലൊ. വിധി അടുത്തദിവസം.”

അവിൽപ്പൊതി

ആനന്ദക്കുട്ടൻ എഴുത്തുമായി ചേമയുടെ അടുക്കലേക്കോടി. ചേമ എഴുത്തുവായിച്ചു.

സുഹൃത്തേ എന്നെഴുതിയത് ഇങ്ങനെ തിരുത്തിയിരിക്കുന്നു. 'സു'വിന്റെ കുനിവെട്ടി 'സ'എന്നാക്കിയിട്ടുണ്ട്. 'ഹൃ' എന്നതു പുതുക്കിപ്പണിത് 'ഖ'എന്നാക്കിയിട്ടുണ്ട്. 'ത്ത'യുടെമേൽ നടത്തിയ പുനർനിർമാണം ഫലിച്ചില്ലെന്നുതോന്നുന്നു. അതാവാം ആ വാക്കു വെട്ടിയിട്ട് സഖാവെ എന്നു തുടങ്ങിയിരിക്കുന്നത്. നിങ്ങളുടെ കലാസമിതിക്ക് സ്വന്തമായി ഒരു കെട്ടിടം ഉണ്ടാക്കാൻ പോകുന്നു എന്നറിഞ്ഞതിൽ സന്തോഷിക്കുന്നു. ക്ഷണം സ്വീകരിച്ചിരിക്കുന്നു. ഞാൻ വന്ന് ഉദ്ഘാടനം ചെയ്യുന്നതാണ്. അങ്ങോട്ട് മറ്റെന്തെങ്കിലും കാര്യവുമായിട്ട് യോജിപ്പിച്ചിട്ടുവരാം. തിരിച്ചുവരാനുള്ള പ്ലെയിൻഫെയർ തന്നാൽ മതി. പിന്നെ എയർപ്പോർട്ടിൽ നിന്ന് അവിടേക്ക് ഒരു കാറ് അറേഞ്ചുചെയ്യണം. ഇതേ ഫീൽഡിലുള്ള ചിലർ നിർദേശിക്കുന്നതുപോലെ ഒരു ഫോറിൻ കാറ് അയക്കണമെന്ന് പറയാനുള്ള അഹങ്കാരമൊന്നും എനിക്കില്ല. എങ്കിലും ടാക്സി ആകരുത്. ബ്രാണ്ട് ന്യൂ ആകണമെന്നില്ലെങ്കിലും പഴയമോഡലൊന്നും ആകരുത്. കാറിന്റെ പിൻസീറ്റിൽ ഞാൻ മറ്റാരേയും കയറ്റില്ല. പിന്നെ താമസിക്കുന്നതിന് ടൂറിസ്റ്റ്ഹോമിൽ ഒരു സീറ്റു നേരത്തെ റിസർവു ചെയ്തിടണം. സീറ്റ് എന്നുപറഞ്ഞാൽ താങ്കൾക്കറിയുമായിരിക്കില്ല. സ്വീകരണമുറിയും ചേർന്ന ഹോട്ടൽ മുറി....

എഴുത്ത് അങ്ങനെ നീണ്ടുപോകുന്നു....അവസാനം ഇങ്ങനെ എഴുതിയിരിക്കുന്നു.

"ഈ കാര്യത്തിൽ എനിക്ക് ചേമയുടെ കത്തും കിട്ടിയിരുന്നു."

ചേമ എഴുത്തുവായിച്ചിട്ട് മറ്റ് എന്തിലോ മുഴുകി നിന്നു. പിന്നെ

ചിരിച്ചു.

"എന്തായാലും വരാമെന്നല്ലേ എഴുതിയത്. അതുമതി. ഇനി കാര്യങ്ങൾക്കൊന്നും ബുദ്ധിമുട്ടുവരില്ല....."

ഉദ്ഘാടകന്റെകൂടെ ആനച്ചന്തമുള്ള മറ്റ് പലരും; കൂട്ടത്തിൽ ഒന്നുരണ്ട് താരങ്ങളും നിലത്തിറങ്ങുന്നുണ്ട് എന്ന് അറിഞ്ഞപ്പോൾ ഉദ്ഘാടനം ഒരു ഉത്സവംതന്നെയായി. ഒന്ന് വെയിലാറിയിട്ട് പോകാമെന്ന് കരുതി ചേമ പടിഞ്ഞാറെ കോലായിലെ തിണ്ണയിൽ വന്നിരുന്നു. എന്തുകൊണ്ടോ അങ്ങനെയിരിക്കുമ്പോൾ അവരുടെ കലങ്ങിമറിയുന്ന മനസ് ഒരിറ്റ് തെളിനീരിനുവേണ്ടി കാത്തിരുന്നപ്പോൾ പൊന്തിവന്ന തെളിനീരിൽ അവർ കണ്ടത് സ്വന്തം രൂപം ഒന്നുമാത്രമാണ്. ഈ സമ്പന്നകുടുംബത്തിലെ ആരുമല്ലാത്ത അവർ ഇന്നും അവിടം ഭരിക്കുന്നു. ജീവിതഗതി മുട്ടിനിന്ന കാലത്ത് താൻ ഇവിടെക്കയറിവന്നു. ഇവിടത്തെ ഗൃഹനാഥയുടെ അകന്ന ചാർച്ചയിലെ ഒരനിയത്തി പനിപിടിച്ചു കിടക്കുന്ന ഗൃഹനാഥയെ പരിചരിക്കാനെത്തി. പനിമാറിയപ്പോൾ ഗൃഹനാഥയുടെ ശ്രവണശക്തി കുറഞ്ഞിരുന്നു. ഗൃഹനാഥ ശരിക്കും കട്ടിലിൽ നിന്നും എണീറ്റസമയവും കുറവായിരുന്നു. ചേമ ഈ വീടിന്റെ ആവശ്യം മാത്രമല്ല അനുഗ്രഹവും കൂടിയായി. ആ വീട്ടിലെ കുട്ടികളെ ശാസിക്കാനുള്ള സർവാധികാരവും ഏറ്റുവാങ്ങി. കുട്ടികൾക്ക് അമ്മ ഒരു ദുഃഖവും, ചേമ ഒരു പേടിസ്വപ്നവുമായിരുന്നു. ഏതോ കുട്ടി ചെറിയമ്മ എന്ന് വിളിച്ചെത്തിക്കാനാവാതെ ചേമ എന്ന് നിർത്തിയതിൽനിന്ന് അവർക്ക് ഒരു പേര് വീണു കിട്ടി. ഇന്നു നാട്ടുകാരും വിളിക്കുന്നത് ചേമ എന്നു തന്നെയാണ്. ഈറ്റില്ലത്തിൽ കയറാതെ അഞ്ചുപെൺകുട്ടികളുടെ അമ്മയാകേണ്ടിവന്ന ചേമയോട് ആരും നന്ദികേടുകാണിച്ചില്ല. ചേമക്ക് ഭാഗവ്യവസ്ഥയിൽ ആ വീടിൻമേൽ ജീവനാംശം നൽകിയിരുന്നു; ചില വസ്തുവിൻമേലും...എന്തിന് ഇന്ന് താൻ ഇതൊക്കെ ഓർക്കുന്നു എന്ന് എത്ര ചിന്തിച്ചിട്ടും ചേമക്ക് ഉത്തരം കിട്ടിയില്ല. പെട്ടെന്നാണ് ഒരു കറുത്ത കാറ് പടി കടന്നുവന്നത്. അയാൾ ഇറങ്ങി നിന്നു. ചേമ ചുറ്റും കണ്ണോടിച്ചുപരിശോധിച്ചു. ഒരു പറ്റം പരിവാരം പുറകിൽ കൂനിക്കൂടി നടക്കുമെന്ന് കരുതി. ആരുമില്ല. അയാൾ ഉമ്മറത്തേക്കുകയറി.

"ചേമ ആകെ ഉണങ്ങിയിരിക്കുന്നല്ലോ....കുറച്ചു ദിവസം നൊങ്കംപക്കത്തുവന്നു താമസിക്കൂന്നേ....."

"നിയ്യ് നല്ലവണ്ണം തടിക്കുന്നുണ്ടല്ലോ. അതു കണ്ടാൽമതി."

ചേമയ്ക്ക് അയാളോളംതന്നെ പ്രായമില്ല. ഗൃഹനാഥയുടെ മുഖം എടുത്തുവെച്ചപ്പോൾ ആ സ്വരവും ഏറ്റുവാങ്ങിയിരുന്നു. ആദ്യമൊക്കെ അയാളുടെ അടുക്കൽ നിൽക്കുമ്പോൾ നിലത്ത് ചിത്രംവരയ്ക്കുന്ന സ്വന്തം പെരുവിരലിലേക്കു നോക്കാനേ കഴിഞ്ഞിരുന്നുള്ളു.....

അയാൾ ഉമ്മറത്തുകയറി ചാരുകസേരയിലിരുന്നു, അയാൾ ചുറ്റും കണ്ണോടിച്ചു. പടിപ്പുര, പത്തായപ്പുര, വെണ്ണീറുപുര എല്ലാം കാലത്തിനോടുള്ള ചെറുത്തുനില്പിൽ പരിക്കുകളേറ്റു കിടക്കുന്നു. ആധുനിക

കുടുംബത്തോടുള്ള തന്റെ ബന്ധം വംശവൃക്ഷത്തിന്റെ ശാഖകളും ശിഖിരങ്ങളും പിന്നിട്ട് സഞ്ചരിച്ചാലേ എത്തിപ്പറ്റാനൊക്കൂ. എന്നിട്ടും മുടങ്ങാതെ മധ്യവേനൽ ഒഴിവുകാലത്തൊക്കെ ഇവിടെവരുമായിരുന്നു....സമൃദ്ധിയായി എണ്ണതേച്ച് കുളത്തിൽ നീന്തിമദിച്ച്, സമൃദ്ധിയായി ഭക്ഷണം കഴിച്ച്.....അന്നത്തെ ഇവിടത്തെ പെൺകുട്ടികളെപ്പറ്റി ഇന്നയാൾ ഓർത്തുപോകുന്നു.... അവരുടെ നടത്തത്തിൽ വസന്തമാരുതന്റെ ആലസ്യം തോന്നിയിരുന്നു. അവരുടെ കാൽപ്പാടിനുകീഴെ ഉറുമ്പുപോലും ഞെരിഞ്ഞിരുന്നില്ല. അവരുടെ കൺപോളകളിൽ ഞാനെന്ന ഭാവം മയങ്ങിക്കിടന്നിരുന്നു. ആശയ്ക്കതീതമായതുകൊണ്ട് ഇവിടത്തെ ജാമാതാവാകുമെന്ന് ഒരിക്കലും ആഗ്രഹിച്ചിട്ടില്ല. കൊള്ളിമീനിന്റെ വേഗതയിൽ സമൃദ്ധിയിലേക്ക് ഉയർന്നുപോയിട്ടും ആഗ്രഹിക്കുവാൻ ധൈര്യം വന്നില്ല. അവസാനം ആ പ്രൊപ്പോസൽ പൊന്തിവന്നത് ഇവിടെനിന്നുതന്നെയായിരുന്നു. പിന്നെ പ്രലോഭനം, ഒപ്പം സാമ്പത്തിക ഭദ്രതയെക്കുറിച്ചുള്ള വാഗ്ദാനങ്ങൾ-അങ്ങനെയാണ് വിവാഹംനടന്നത്. എന്നിട്ടും അയാൾക്കവിടെ വരുമ്പോൾ താൻ എവിടെയോ എത്തിപ്പെട്ടതുപോല തോന്നുന്നു. ഇവിടത്തെ വരേണ്യത എന്നും അയാളെ ചെറുതാക്കിയിട്ടേ ഉള്ളൂ.

"നിന്റെ വരവും പോക്കുമൊക്കെ തിരക്കിലാണ്. എന്നാലും നന്ദിനിയെയും, കുട്ടികളെയും എന്താ ഒന്നുങ്ങട് അയച്ചാല്...."

"പുതിയ വീടിന്റെ പണിയുടെ തിരക്കിലായിരുന്നു. ആദ്യത്തെ വീടിനുതന്നെ ശരിക്ക് നോക്കാത്തതുകൊണ്ട് നശിച്ച കൂലിക്കാര് കുറെ പറ്റിച്ചു....." അയാൾ കയ്യിലുള്ള കടലാസുകൊണ്ട് വീശിക്കൊണ്ടിരുന്നു.

"വന്നാൽതന്നെ നന്ദിനിക്ക് ഇവിടെ പറ്റീന്നുവരില്ല....എന്താ ഇവിടത്തെ ചൂട്. എങ്ങനെ ഇവിടെ മനുഷ്യരുജീവിക്കുന്നു. ഞാൻ പത്തുമിനിറ്റുനേരം സ്റ്റേജിൽ ഇരുന്നപ്പോഴെക്കും വെന്തുരുകിപ്പോയി. ഹോട്ടലിലെത്തി എയർകണ്ടീഷൻ മുറിയിൽ ചെന്ന് കമഴ്ന്നടിച്ച് വീണാമതീന്നുണ്ട്....."

അയാളുടെ മുഖത്തേക്ക് ഉറ്റുനോക്കി ചേമ ഇരുന്നു. സമൃദ്ധിയുടെ മുഖം ചെമപ്പാണോ...നോക്കിയിരിക്കെ നിറം മങ്ങുമോ...

"എന്താ ചേമെ ഇതെന്നും കറുത്ത ഭുഖണ്ഡം തന്നെയാണോ.... എന്താ കറന്റിന് ശ്രമിക്കാത്തത്....."

"ഇവിടെ ശ്രമിക്കാൻ ആരുണ്ട്. ഇത് പ്രസിഡന്റിന്റെ വാർഡാണ്. ആ വിഢ്യാസുരൻ പറയുന്നത് ബാക്കി ആറു വാർഡിലും കറന്റ് കിട്ടിയിട്ടേ തന്റെ വാർഡില് വേണ്ടൂന്ന്. അയാൾ ഇന്ന് ജയിലിലിലുമാണ്...."

തെല്ലുനേരം ഇരുവരും മിണ്ടാതിരുന്നു.

"നീ ഉദ്ഘാടനം കഴിഞ്ഞിട്ട് നെടുകെപ്പോകും. ഇവിടെ കയറുമെന്ന് കരുതിയില്ല....."

"എനിക്ക് കയറാതിരിക്കാൻ കഴിയുമോ...."

അയാൾ പൊട്ടിച്ചിരിച്ചു. അസ്ഥാനത്തുമാത്രം പ്രയോഗിച്ച് വിജയി

ക്കാറുള്ള ചിരി തൊടുത്തത് ഫലിച്ചു. സത്യം മറച്ചുവെക്കാൻ ചിരി ഒരിക്കലും സഹായകരമാകാതിരുന്നിട്ടില്ല. സത്യത്തിൽ എന്താണ് ഉണ്ടായത്. ഒരു പറ്റം ആരാധകരും അതിലേറെ ഉദ്യോഗോത്സുകരും അയാളെ പൊതിഞ്ഞുവെച്ചു. അവരിൽ നിന്ന് ഓടി ഒളിച്ചത് ഒരു നിശ്ചലതയിലേക്കാണ്. അയാൾ ഒരിക്കൽകൂടി ചിരി ആവർത്തിച്ചിട്ട് പറഞ്ഞ കളവ് സ്ഥിരീകരിച്ചു.

"എനിക്കറിയാം നിനക്ക് എന്നെയോ ഈ വിടിനെയോ മറക്കാനാവില്ല.....ഇവിടെ കയറാതെ പോവാനാവില്ല."

തുടരാൻ പോകുന്ന വാക്കുകൾ സെന്റിമെന്റൽസിന്റെ കയ്പുനീരിൽ കുതിരാൻ പോകുന്നു. ഉടനെ അയാൾ ചോദിച്ചു:

"കൊയ്തിട്ട് എത്രമേനി കണ്ടു. ചേമ കൃഷിയിലൊക്കെ വലിയ താൽപര്യം കാണിക്കുന്നു എന്ന് നാടുമുഴുവൻ പറയുന്നു....."

"ഒറ്റയ്ക്കിരിക്കുമ്പോൾ എന്തെങ്കിലും ചെയ്യേണ്ടേ. പലപ്പോഴും മടുപ്പുതോന്നുന്നു. ജീവിതത്തോടു തന്നെ..."

വീണ്ടും സെന്റിമെന്റൽസ്. ഒട്ടും സമയം കളയാതെ അയാൾ ചോദിച്ചു:

"രാസവളങ്ങൾ കൂടുതൽ ഉപയോഗിക്കുന്നതിനെപ്പറ്റി ചേമ എന്തു പറയുന്നു"

"നീ എന്താ ഇവിടെത്തന്നെ ഇരുന്നത് വരൂ. അകത്തേക്ക് വരൂ....." അയാൾ അവരൊന്നിച്ച് അകത്തേക്കുപോയി. ഇടുങ്ങിയ മുറിയിൽ, ഓർമകളുടെ ഗർഭാശയത്തിൽ അയാൾ ശ്വാസം മുട്ടി ഇരുന്നു.

ചേമ കാരോലപ്പവും ചക്ക വറുത്തതുമായി വന്നു.

"കാപ്പിക്ക് പാല് ഇത്തിരി കുറവാണ്. പശുവിന്റെ കറവ് വറ്റിയിരിക്കാണ്...."

"എനിക്കിതൊന്നും കഴിക്കാൻ വയ്യ. ചേമ ആരേങ്കിലും വിട്ടിട്ട് ആ കാറിൽ ഒരു ചൂരൽകുട്ടയുണ്ട്. അതൊന്ന് വരുത്തിക്കണം. ഇന്നെന്റെ ദിനചര്യയൊക്കെ വളരെ കൃത്യമായിട്ടാണ്. കാലത്ത് ഒരു കാപ്പികഴിക്കും. പിന്നെ കാപ്പി കഴിക്കില്ല. പിന്നെ പലപ്പോഴായിട്ട് കുറേശ്ശെ ഹോർലിക്സ് കഴിക്കും....." ആരോ പോയി ചൂരൽകുട്ട എടുത്തുകൊണ്ടുവന്നു. ചൂരൽകുട്ട തുറന്നിട്ട് അയാൾ ഫ്ളാസ്ക്കെടുത്തു.

"ഇത് കഴിച്ചുനോക്കൂ.....ഫോറിൻ ഹോർലിക്സാണ്....ഇതിന്റെ ടെയിസ്റ്റൻ ഫ്ളേവറും...."

ഫ്ളാസ്കിന്റെ മൂടിയിൽ കുറച്ചൊഴിച്ചിട്ട് ചേമയുടെ നേരെ നീട്ടി.

പിന്നെ ബിസ്ക്കറ്റ് ടിന്ന് തുറന്നു.

"ഞാൻ ഈ ബിസ്കറ്റ് മാത്രം കഴിക്കാൻ കാരണമുണ്ട്."

"ഗ്വോളിയോറിലുള്ള ഈ ബിസ്കറ്റ് കമ്പനിക്കാരുടെ മലയാളി അസോസിയേഷൻ ഒരിക്കൽ എന്നെ ക്ഷണിച്ചിരുന്നു. അന്ന് ഞാൻ ഫാക്ടറിയും സന്ദർശിച്ചു. എന്തുമാത്രം ഹൈജീനിക്ക് കണ്ടീഷനിലാണ് ഇതൊക്കെ ഉണ്ടാക്കുന്നത്....." അയാൾ അസോർട്ടഡ് ബിസ്കറ്റി

നകത്തുനിന്ന് തലയണയുടെ ആകൃതിയിലുള്ള ഒരു ബിസ്കറ്റ് തെരഞ്ഞെടുത്ത് കഴിക്കാൻ തുടങ്ങി.

"ഒരു എഴുത്തുകാരന്റെ ധനം അയാളുടെ ആരോഗ്യമാണ്" അയാൾ ആഞ്ഞാണ് പറഞ്ഞത്.

"എഴുത്തുകാരൻ മദ്യപിക്കണം എന്ന് ശഠിക്കുന്നവരുണ്ട്. അരുതെന്ന് പറയുന്നവരുണ്ട്. ഞാനോ.....ഒരാഴ്ചയിൽ ഒരു കുപ്പി ബിയറ് കഴിക്കും. അതായത് ശനിയാഴ്ച കൃത്യം ഏഴുമണി അടിച്ചാൽ ഞാൻ കുപ്പി കോൾഡ്ബിയറ് പുതിയ വീടിന്റെ റൂഫ് ഗാർഡനിലിരുന്ന് സാവധാനത്തിൽ..."

പുറത്ത് മുറ്റത്തുനിന്ന് ആരോ രണ്ടുമൂന്നു തവണ ആവർത്തിച്ചു ചുമച്ചു. അപ്പോൾ ചേമ പുറത്തേക്കുവന്നു. എന്നിട്ട് അകത്ത് വന്ന് ചിരിച്ചിട്ട് പറഞ്ഞു:

"നിന്നെ കാണാൻ വേലായുധന്റെ നാരായണി വന്നിട്ടുണ്ട്. ഒരു പൊതി അവിലും കൊണ്ടുവന്നിട്ടുണ്ട്."

"ഞാൻ ഇവിടെ ഉണ്ടെന്ന് ആരു പറഞ്ഞു..."

"നീ കയറുന്നതു കണ്ടിട്ടാണ് വന്നത്..."

എന്തിനാ അവില് വാങ്ങിച്ചത്. ഒരു ഹൈജീനും ഒബ്സർവ് ചെയ്യാതെ ഇടിച്ചതായിരിക്കും. നിലത്തുവീഴുന്നത് വാരിക്കൂട്ടി വീണ്ടും ഉരലിലിട്ട് ഇടിച്ച് ഏതെങ്കിലും മുഷിഞ്ഞ കീറത്തുണിയിൽ കെട്ടിക്കൊണ്ട് വന്നതായിരിക്കും. സർവത്ര നാശായി...."

"നീ പുറത്തേക്ക് ചെല്ല്....."

ചേമയുടെ ശബ്ദം. അധികാരം വാക്കിലും കണ്ണിലും മുറ്റിനിന്നു. അയാൾ ചൂളിപ്പോയി.

നാരായണിയോട് സംസാരിക്കുവാൻ പറ്റിയ വാക്കുകൾ അയാൾ മനസിൽ മെനഞ്ഞെടുത്തു. ചുണ്ടിൽ പുഞ്ചിരിയും നെയ്തുണ്ടാക്കി അയാൾ പുറത്തേക്കു ചെന്നു.

നാരായണിയെ കണ്ടപ്പോൾ ഒന്നുനടുങ്ങി.

യുവത്വം നിർലോഭം അവളിൽ അണിയിച്ചിരുന്നതൊക്കെ, കാലം ഓരോന്നായി ഊരിയെടുത്തിരിക്കുന്നു; നിർദാക്ഷിണ്യം.

നാരായണി ചിരിച്ചു. ഓരോ വാക്ക് തുടങ്ങുന്നതിനു മുമ്പും പിന്നും നാരായണി ചിരിക്കുമായിരുന്നു. വശ്യതയേക്കാളേറെ നിഷ്കളങ്കതയിൽ ഒതുങ്ങി നിൽക്കുന്ന നാരായണിയുടെ ചിരിക്ക് ഒരിക്കലും പ്രത്യാഘാതങ്ങൾ സൃഷ്ടിക്കാനാവില്ല.

"ഞാനിത്തിരി അവില് ഇടിച്ചുവെച്ചിട്ടുണ്ട്. ഉടനെ കൊണ്ടുവരാം...." നാരായണി തിരിഞ്ഞുനിന്ന് ചിരിച്ചിട്ട് ഒന്നു പറഞ്ഞു.

"റിസർവ് വരുന്നതിന് മുമ്പെ തിന്നു തീർത്തോളൂ..."

അവൾ വേഗം നടന്നുപോയി.

അയാൾക്കവളെ കണ്ടപ്പോൾ വല്ലായ്മ തോന്നി; സംസാരിച്ചു കേട്ടപ്പോൾ വെറുപ്പും.

“നിനക്കവളെ മനസിലായില്ലെന്നുണ്ടോ.....” ചേമ അയാളെ ഉണർത്തി.

“എന്താ മനസിലാകാതിരിക്കാൻ.”

അയാൾ വഴുതി മാറി.

പെട്ടെന്ന് എല്ലാം ഓർത്തുപോകുന്നു. ചെത്തുതൊഴിലാളികൾക്ക് ക്ലാസ് കൊടുത്തിട്ട് അവർ ഏർപ്പെടുത്തിയ വീട്ടിലേക്ക് പുലർച്ചെ നാലു മണിക്ക് അയാളുടെ എസ്കോട്ടുമായി ചെന്നു. അയാളെ ഇടവഴിയിൽ ഇരുത്തിയിട്ട് എസ്കോർട്ട് വീടിനകത്തുപോയി തിരിച്ചു വന്നു.

ആ ഷെൽട്ടറ് ശരിയാകില്ല.....അവിടെ ഒരു മിലിട്ടറിക്കാരനുണ്ട്. റെയിൽവെസ്ട്രൈക്ക് കാരണം അയാൾ പോയില്ല. നേരം പുലരാൻ പോകുന്നു. ഇരുട്ടിന്റെ അനുഗ്രഹം നഷ്ടപ്പെടുന്നു.

ഈ പകല് എവിടെയെങ്കിലും കഴിഞ്ഞാൽമതി. രാത്രിയാകുമ്പോഴെക്കും ഒരു സ്ഥലം കണ്ടുപിടിക്കാം. കിട്ടിയേടത്തോളം രാത്രി ഉപയോഗിച്ച് അയാൾ നടന്നു ഓടിക്കയറിയത് ഈ വീട്ടിലേക്കായിരുന്നു. അന്നു ചേമ അയാളെ ഒളിപ്പിച്ചതു താഴെത്തെ വളപ്പിലെ കുളിപ്പുരയിലാണ്. വേനൽക്കാലത്ത് മറ്റ് കിണറുകൾ വറ്റുമ്പോൾ മാത്രം ഉപയോഗിക്കുന്ന കുളിപ്പുര പുറത്തുനിന്ന് ഓടാമ്പലിട്ടുപൂട്ടി. എന്നിട്ടും വൈകുന്നേരം ഗൃഹനാഥൻ അറിഞ്ഞു. ഗൃഹനാഥൻ അലറിക്കൊണ്ടാണ് വന്നത്.

“ഇരുട്ടാകുന്നതുവരെ ഇരിക്കാൻ അനുവദിക്കണം.”

“ഒരു സെക്കന്റ് ഇരിക്കാൻ സമ്മതിക്കില്ല.”

“ഇരുട്ടായാൽ ഒരാൾ എന്നെ കൊണ്ടുപോകാൻ വരും....”

“പറ്റില്ല....പറ്റില്ല....നിന്നെ പിടിച്ചുകൊടുത്താൽ കാശ് കിട്ടും. ഞാൻ പൊലീസിനെ വിളിച്ചാൽ ആളുകൾ എന്തുപറയും. ആ കാശിന് വേണ്ടിയാണ് നിന്നെ പിടിപ്പിച്ചതെന്ന്. നീ ഇറങ്ങാൻ ഭാവമുണ്ടോ....” അയാൾ ഇറങ്ങിനടന്നു. തേങ്ങ പൊളിച്ചുകൂട്ടുന്നിടത്തു നിന്ന് വേലായുധൻ ഓടി വന്നു.

“നെല്ലിൽ ചെന്നിരുന്നോളൂ..... ഞാൻ വണ്ടി മാറ്റി വരുമ്പോൾ വീട്ടിലേക്കു കൊണ്ടുപോകാം..... അന്നു രാത്രി വേലായുധന്റെ കുടിലിൽ തനിക്ക് ഉണക്കമീൻ വറുത്തതും, പപ്പടവും, ചൂടിക്കട്ടിലും കിട്ടി. പിറ്റെ രാത്രിയിൽ മോരുണ്ടായിരുന്നു.

“മോര് ചേമ തന്നയച്ചതാണ്.” നാരായണി മന്ത്രിച്ചു....അന്നൊക്കെ ഓരോ ഷെൽട്ടറ് പൊളിയുമ്പോഴും വേലായുധന്റെ കുടിലായിരുന്നു അഭയധാമം. ശക്തിമാർഗവും. ചൂടിക്കട്ടിലിൽ അടുപ്പിനടുത്ത് അയാളുറങ്ങുമ്പോൾ പുറത്ത് പെരുമഴയത്ത് വേലായുധനും നാരായണിയും ഉറക്കമൊഴിച്ചിരിക്കും. എല്ലാം ഓർത്തപ്പോൾ അയാൾക്ക് കടുത്ത വെറുപ്പ് തോന്നി.

“ഈ നാരായണിയുടെ മകന്റെ കാര്യത്തിനാണ് ഞാൻ നിനക്ക് എഴുത്ത് എഴുതിയിരുന്നത്. ആ കുട്ടിക്ക് പത്തില് ക്ലാസുണ്ടായിരുന്നു. ടൈപ്പ് റൈറ്റിങ്ങ് ഹയർ പാസ്സായിരുന്നു. നന്നായി കവിത എഴുതുമായി

രുന്നു. നന്നായി അഭിനയിക്കുമായിരുന്നു. നിനക്ക് വേണമെങ്കിൽ എവിടെയെങ്കിലും പിടിച്ചിടാമായിരുന്നു. ഒരു മറുപടിപോലും....”

“ഞാൻ ഒളിവിൽ പോയത് വേലായുധന്റെ ചെക്കന് ജോലി ഉണ്ടാക്കിക്കൊടുക്കാനല്ല. നാടിന്റെ മുഴുവൻ മോചനത്തിനാണ്...”

“എന്നിട്ട് എന്തുണ്ടായി.....”

“അന്ന് പന്ത്രണ്ട് അണ കൂലി കിട്ടിയിരുന്ന വേലായുധന് ഇന്ന് പത്തുറുപ്പിക കൂലി കിട്ടുന്നില്ലേ...? ജോലിസ്ഥിരത.....പ്രോവിഡന്റ് ഫണ്ട്....”

“നിന്നെ പിടിക്കാൻ വന്ന റിസർവ്കാരുടെ മുമ്പിൽ കമ്പിറാന്തലുമായി വന്ന് നിന്നെ കാണിച്ചു കൊടുത്ത കുഞ്ഞുകുട്ടനും പത്തുറപ്പിക കൂലികിട്ടുന്നല്ലെ?.... ഇതിനു വേണ്ടി ത്യാഗം ചെയ്തവർക്കുവേണ്ടി നീ എന്തെങ്കിലും ചെയ്തിട്ടുണ്ടോ...?”

“സ്വാർഥത...ഞാൻ ഏറ്റവും വെറുക്കുന്ന സ്വാർഥത. യുദ്ധാനന്തര യൂറോപ്യൻ രാജ്യങ്ങളിൽ കണ്ടുവരാറുള്ള സ്വാർഥത. ഈ ഒരൊറ്റക്കാരണംകൊണ്ടാണ് ആ സ്ത്രീ വന്നപ്പോൾ എനിക്ക് വെറുപ്പ് തോന്നിയത്. അവരുടെ മകന് ജോലി വേണം. അതിന് അവർ വേവലാതിയുടെ പൊയ്മുഖം ധരിച്ചുവരുന്നു. എനിക്ക് അവിൽ കൊണ്ടുതരാമെന്നു പറയുന്നു. അങ്ങനെ എന്റെ സെന്റിമെന്റ്സിനെ തട്ടി ഉണർത്തുന്നു.”

“അവിലിന്റെ കഥ നീ മറന്നിട്ടില്ലല്ലൊ.....”

“ഞാൻ മറന്നിട്ടില്ല. എനിക്കത് യാതൊരു സെന്റിമെന്റലും കൂടാതെ ഒരു ചരിത്രസത്യം പറയുന്നതുപോലെതന്നെ പറയാം. ആയിരത്തിത്തൊള്ളായിരത്തി അമ്പത് ആഗസ്റ്റ്മാസം ഇരുപത്തിയഞ്ചാം തീയതി രാത്രി രണ്ടരമണിക്ക്....അന്ന് മെതിച്ചുകിട്ടിയ പുന്നെല്ലുമായി വളരെ വൈകിയിട്ടാണ് നാരായണി കുടിലിൽ വന്നത്. നെല്ല് വറുത്ത് അവിൽ ഇടിച്ചു. അവിലും ശർക്കരയും തേങ്ങാക്കൊത്തും ഒരു പിഞ്ഞാണിയിൽ എന്റെ മുമ്പിൽ വെച്ചു. ഞാൻ ഒരു പിടിവാരിത്തിന്നു....അപ്പോഴാണ് തുരുതുരാന്ന് ആംഡ്റിസർവ് പൊലീസുകാര് കുടിലിലേക്ക് ഓടിക്കയറിയത്....പക്ഷെ, ഇന്നാണ് ഞാൻ ദുരന്തം അനുഭവിക്കുന്നത്....ആ സംഭവത്തിന്റെ സെന്റിമെന്റ്സ് പറഞ്ഞ് അവരുടെ മകന്റെ ജോലിക്കുവേണ്ടി പൊയ്മുഖം ധരിച്ച് എന്നെ സമീപിക്കുന്ന രീതിയുണ്ടല്ലൊ അതാണ് എന്നെ ദുഃഖിപ്പിക്കുന്നത്....”

അയാൾ വാച്ചുനോക്കി.

“സമയം വൈകുന്നു. ആ സ്ത്രീ അവിൽ കൊണ്ടുതരാമെന്നു പറഞ്ഞിട്ട് കണ്ടില്ലല്ലൊ....കാണാതെ പോകുന്നത് ശരിയാണോ....”

ചേമ പൊട്ടിച്ചിരിച്ചു.

“അത് വരോന്നുല്യ. അത് പടികടന്നപ്പോഴേ മറന്നിട്ടുണ്ടാകും, കഷ്ടി ഒരു കൊല്ലായിട്ട് അതിന്റെ സ്ഥിതി ഇതാണ്. സ്ഥിര ബുദ്ധിയൊന്നുമില്ല.....”

അയാൾ അമ്പരന്നു. എന്നിട്ട് പറഞ്ഞു.

“ഈ ചെറുപ്പക്കാർക്ക് വെള്ളിക്കരണ്ടികൊണ്ട് ചോറുകൊടുക്കണ സമ്പ്രദായത്തിന് ഞാൻ എന്നും എതിരാണ്. യുവാക്കൾ സ്വയം തൊഴിൽ കണ്ടെത്തണമെന്ന അഭിപ്രായത്തോട് ഞാൻ നൂറുശതമാനം യോജിക്കുന്നുണ്ട്. എന്നാലും നാരായണിയുടെ മകന് ഞാനൊരു ജോലി ഉടനെ തേടിപ്പിടിക്കാം....”

“ഇനി നീ ബുദ്ധിമുട്ടണമെന്നില്ല. നാരായണിയുടെ മകൻ ഉദ്ദേശം ഒരു കൊല്ലം മുമ്പ് ആത്മഹത്യ ചെയ്തു....”

സി വി ശ്രീരാമന്റെ കഥകളുടെ പഠനം

ഡോ. പി ആർ ജയശീലൻ

സി വി ശ്രീരാമന്റെ ചെറുകഥകളും ആധുനികതയും (നവീനതാ പ്രസ്ഥാനവും)

സാഹിത്യചരിത്രത്തിൽ ശ്രദ്ധേയമായ സ്ഥാനം നേടിയിട്ടുള്ള ഭൂരിപക്ഷം എഴുത്തുകാരും ചില സവിശേഷഭാവുകത്വങ്ങളുടെയോ പ്രസ്ഥാനങ്ങളുടെയോ വികാസത്തോടു ബന്ധപ്പെട്ട് വളർന്നു വന്നവരാണ്. അവരിൽനിന്ന് തികച്ചും വ്യത്യസ്തനാണ് സി വി ശ്രീരാമൻ (1931–2007) എന്ന ചെറുകഥാകൃത്ത്. ആയിരത്തിത്തൊള്ളായിരത്തിഎഴുപതുകളോടുകൂടി മലയാളചെറുകഥ ഒട്ടനവധി രൂപപരിണാമങ്ങൾക്കു വിധേയമായി. രൂപപരിണാമങ്ങൾ രൂപനിർബ്ബന്ധങ്ങളില്ലാത്ത രൂപവൈചിത്ര്യങ്ങളിലേക്ക് കഥയെ കൊണ്ടെത്തിച്ചു. ആധുനികതാപ്രസ്ഥാനത്തിന്റെ ഉച്ചാവസ്ഥയിൽ ചെറുകഥ എന്നാൽ ശൈലീകരിച്ച ഭാഷാശില്പം മാത്രമാണെന്നും കഥാംശത്തെ നിരാകരിച്ചുകൊണ്ടുള്ള ആഖ്യാനമാണ് അഭികാമ്യം എന്നുമുള്ള സമീപനം പ്രബലമായിരുന്നു. സവിശേഷമായ ഒരു ഭാവത്തെയോ ആശയത്തെയോ ആവിഷ്കരിക്കുന്ന, ഏറ്റവും പുതുമ പകരാൻ കഴിയുന്ന ഭാഷാശില്പമാണ് ചെറുകഥ എന്ന പ്രതീതി നിലനിന്നിരുന്ന കാലമാണത്. പലപ്പോഴും അത്തരത്തിലുള്ള രചനകൾ അപൂർണ്ണമായ വാങ്മയമായിത്തീർന്നിരുന്നു. ലബ്ധപ്രതിഷ്ഠിതരായ എഴുത്തുകാർ പോലും കാലികമായ അത്തരം പ്രവണതകൾ ഉൾക്കൊണ്ട് ബോധപൂർവ്വമായ രചനാ രീതികൾ അവലംബിക്കുകയുണ്ടായി. എന്നാൽ അന്നത്തെ സാഹിത്യാന്തരീക്ഷത്തിലെ പൊതുധാരണകൾക്ക് ഇണങ്ങിയ മട്ടിലോ ആനുകാലികപ്രവണതകൾക്കനുസൃതമായോ അല്ല സി വി ശ്രീരാമൻ കഥകളെഴുതിയത്. ആധുനികരായ എഴുത്തുകാർ പുലർത്തിപ്പോന്ന ഈ ജീവിതദർശനത്തിൽനിന്ന് തികച്ചും ഭിന്നമായ ഒരു രീതിയായിരുന്നു സി വി ശ്രീരാമന്റെ കഥകളിൽ കണ്ടത്.

മലയാള ചെറുകഥാസാഹിത്യത്തിൽ ആധുനികതാപ്രസ്ഥാനം (നവീനതാപ്രസ്ഥാനം) ഉച്ചകോടി പിന്നിടുന്ന ഒരു ഘട്ടത്തിലാണ് സി വി ശ്രീരാമന്റെ കഥകൾ സഹൃദയ ശ്രദ്ധയിലേക്കു വരുന്നത്. ജീവിതത്തെ യഥാതഥമായി ആവിഷ്കരിക്കുന്ന ചെറുകഥകൾ സി വി ശ്രീരാമൻ പ്രസിദ്ധീകരിച്ചത് എഴുപതുകളുടെ ആദ്യപകുതിയിലായിരുന്നു. ആയിരത്തിത്തൊള്ളായിരത്തി അൻപതുകളിൽ വിദ്യാഭ്യാസാനന്തരകാലത്ത് ഒരു ചെറുകഥയെഴുതി പ്രസിദ്ധപ്പെടുത്തിയിരുന്നെങ്കിലും രണ്ടു പതിറ്റാണ്ടിലേറെക്കാലത്തെ മൗനത്തിനുശേഷം എഴുതിയ "ഇരിക്കപ്പിണ്ഡം" ആണ് മലയാളചെറുകഥാരംഗത്ത് സി വി ശ്രീരാമൻ എന്ന ചെറുകഥാകൃത്തിനെ അടയാളപ്പെടുത്തുന്നത്.

ആയിരത്തിത്തൊള്ളായിരത്തിഎഴുപതുകളിലെ മലയാള കഥാലോകവും ഒപ്പം നിരൂപണലോകവും ജീവിതത്തിന്റെ, മനുഷ്യ ഇടങ്ങളുടെ, വലിയ തുറസ്സുകളെ അഭിസംബോധന ചെയ്യുന്നതിന് അപര്യാപ്തമായിരുന്നു.

ഇന്ത്യൻ ദേശീയതയുടെ യഥാർത്ഥനിർവ്വചനത്തിൽ കടന്നുവരേണ്ട പല പൗരന്മാരെയും അപരവല്ക്കരിച്ചുകൊണ്ടുള്ളതായിരുന്നു ആധുനികതയിൽ പുലർന്ന ദേശീയതാസങ്കല്പം. സ്ത്രീകൾ, ദളിതർ, ആദിവാസികൾ എന്നിങ്ങനെ കൊളോണിയൽ ദേശീയതയുടെ അപരത്വങ്ങളെക്കൂടി പ്രശ്നവല്ക്കരിക്കാൻ സി വി ശ്രീരാമൻ പല ചെറുകഥകളിലൂടെയും ശ്രമിക്കുന്നുണ്ട്.

കാലഘട്ടത്തിന്റെയോ പ്രസ്ഥാനങ്ങളുടെയോ ഭാഗമായി ചെറുകഥകളെ വിലയിരുത്തുന്ന സമീപനരീതിയിൽനിന്നു വ്യത്യസ്തമായി സി വി ശ്രീരാമന്റെ കഥകളുടെ മൗലികതയും അതുളവാക്കുന്ന പൊതുസവിശേഷതകളും ഇവിടെ ശ്രദ്ധിക്കാം.

"ശ്രീരാമനെ നമ്മുടെ നവ്യനിരൂപകർ എത്രാംതലമുറയിലാണാവോ തിരുകി വെക്കുക? തലമുറ തിട്ടപ്പെടുത്തി ലേബലൊട്ടിച്ച് കഥാകൃത്തിനെ ഒരു കള്ളിയിൽ ഒതുക്കി വെക്കുക. അതാണല്ലോ ഇപ്പോഴത്തെ ഒരു ഫാഷൻ. പക്ഷേ, അങ്ങനെ മെരുക്കാനും ഒതുക്കാനും സി വി ശ്രീരാമനെ കിട്ടുമെന്നു തോന്നുന്നില്ല."

ഇന്ത്യൻ യാഥാർത്ഥ്യം എന്തെന്ന് ആവിഷ്കരിക്കാൻ സി വി ശ്രീരാമന്റെയും എം സുകുമാരന്റെയും കഥകൾക്ക് സാധിച്ചിട്ടുണ്ട് എന്നുള്ള കെ പി മോഹനന്റെ നിരീക്ഷണം ശ്രദ്ധേയമാണ്.

"തന്റെ സമകാലികരായ മറ്റുപലരും കടംവാങ്ങിയതും തന്റെ വർത്തമാനകാല സാമൂഹ്യസാഹചര്യങ്ങൾക്ക് അന്യവുമായ ചില ദർശനങ്ങളെ താലോലിച്ചുകൊണ്ട് നടന്നപ്പോൾ അമ്പരപ്പിക്കുംവിധം അത്രയ്ക്ക് മുന്നോട്ടു നോക്കാൻ സി വി ശ്രീരാമൻ തയ്യാറായില്ല എന്നത് ആശ്വാസകരമായിട്ടാണ് എനിക്കു തോന്നുന്നത്. വിദൂരങ്ങളിലേക്കുള്ള അവലോകനത്തിൽ സ്വന്തം കാല്ക്കീഴിലെ പാറക്കുഴികളിൽ പലതും കാണാൻ

പലരും വിസ്മരിച്ച കാലത്താണ് സുകുമാരനും ശ്രീരാമനും സ്വന്തം കാല്ക്കീഴിലേക്കുകൂടി കണ്ണോടിച്ചത്. വ്യവസായികസമൂഹത്തിലെ മൂല്യത്തകർച്ചയും വ്യക്തിത്വശൈഥില്യവും മത്സരാക്രാന്തമായ ലോകത്തിന് സഹജമായ ഭ്രമവിഭ്രമങ്ങളുമെല്ലാം നമ്മുടെ കാഥികർ കണ്ടു എന്നത് നല്ലകാര്യം തന്നെ. മുകുന്ദന്റെയും സേതുവിന്റെയും കുഞ്ഞബ്ദുള്ളയുടെയും മറ്റും കഥകളിലെ ഈ നിമഗ്നജനത മാത്രമല്ല ഇന്ത്യൻ സാഹചര്യങ്ങളിലെ യാഥാർത്ഥ്യം എന്നു മനസ്സിലാക്കാൻ നമ്മെ സഹായിച്ചത് മറ്റു ചിലരാണ്. മലയാളത്തിൽ അവരുടെ മുൻപന്തിയിൽ നില്ക്കുന്നത് ശ്രീരാമനും എം സുകുമാരനുമാണ്."

ഇന്ത്യക്കാരായ മനുഷ്യരുടെ അനുഭവങ്ങൾ എന്ന നിലയ്ക്ക് സി വി ശ്രീരാമന്റെ ചെറുകഥകളെക്കുറിച്ചുള്ള ഒരു നിരീക്ഷണം ഇപ്രകാരമാണ്.

"ആഴത്തിൽ വേരുകളുള്ള ഇന്ത്യക്കാരായ മനുഷ്യരുടെ അനുഭവമണ്ഡലത്തെയാണ് ശ്രീരാമൻകഥകൾ പരിചയപ്പെടുത്തുന്നത്. ഭൂമിശാസ്ത്രപരവും സാംസ്കാരികവുമായി ഇത്രയേറെ വൈവിദ്ധ്യമുള്ള അനുഭവങ്ങൾ പങ്കുവെക്കുന്ന മറ്റൊരു കഥാകൃത്ത് മലയാളത്തിലില്ല."

സി വി ശ്രീരാമന്റെ എഴുത്തിനെ സംബന്ധിച്ചുള്ള ചില വിലയിരുത്തലുകൾ രേഖപ്പെടുത്തിയിട്ടുള്ളത് ഇങ്ങനെയാണ്.

ഇന്ത്യൻ സാഹചര്യം, ഇന്ത്യൻ സമൂഹം, ഭൂരിപക്ഷത്തിന്റെ പ്രശ്നങ്ങൾ എന്നീ സംജ്ഞകൾ ആ കാലഘട്ടത്തിലെ മറ്റൊരു കഥാകാരന്റെയും വിശേഷണമായി ഉപയോഗിച്ചു കാണുന്നില്ല. ഇ പി രാജഗോപാലൻ എഴുതിയ "വീണ്ടുവിചാരം" എന്ന ലേഖനത്തിൽ കഥകളെ ഇന്ത്യൻ കഥകൾ എന്നുതന്നെ സംഗ്രഹിച്ചിട്ടുണ്ട്. സി വി ശ്രീരാമന്റെ കഥകളിലെ ഇന്ത്യൻ സാഹചര്യം, ഇന്ത്യൻ യാഥാർത്ഥ്യം, ഇന്ത്യൻസമൂഹം എന്നിവ ഇവിടെ സവിശേഷശ്രദ്ധയർഹിക്കുന്നു. ഒരഭിമുഖസംഭാഷണത്തിൽ സി വി ശ്രീരാമൻ തന്റെതന്നെ എഴുത്തിനെക്കുറിച്ചു പറഞ്ഞ വിലയിരുത്തൽ മേല്പറഞ്ഞവയോടൊപ്പം ചേർത്തു വായിക്കേണ്ടതാണ്.

"ഞാൻ ആധുനികനോ ഉത്തരാധുനികനോ ഒന്നുമല്ല. ഒരു കഥ പറയുന്ന ആൾ കഥ പറയുക എന്നല്ലാതെ അതിന്റെ പിന്നിൽ മറ്റ് ലക്ഷ്യങ്ങളൊന്നുമില്ല. ഞാൻ നേരിട്ടു കണ്ടതും അനുഭവിച്ചവയുമായ പല സംഭവങ്ങൾ ചേർന്നവയാണ് എന്റെ കഥകൾ."

ഇത് ഒരേസമയം ഒരെഴുത്തുകാരൻ തന്റെ ജീവിതത്തോടും എഴുത്തിനോടും പുലർത്തുന്ന ആത്മാർത്ഥതയും ആത്മവിശ്വാസവുമാണ്. കഥയുടെ ഭാവഘടനയ്ക്ക് മൊത്തത്തിൽ മനുഷ്യജീവിതത്തെ ആധാരമായി കാണുന്നതിൽനിന്നുണ്ടാകുന്ന നിലപാടാണ്.

താൻ നടത്തിയ യാത്രകൾ, തന്റെ ചെറുകഥകൾക്ക് ഏതു രീതിയിൽ പ്രചോദനമായി എന്ന് സി വി ശ്രീരാമൻ സൂചിപ്പിക്കുന്നുണ്ട്.

"ഇന്ത്യൻ ഉപഭൂഖണ്ഡത്തിൽ ഏതാണ്ട് പൂർണ്ണമായും ഞാൻ യാത്ര ചെയ്തിട്ടുണ്ട്. ബർമ്മയുടെയും ശ്രീലങ്കയുടെയും പല ഭാഗങ്ങളിലും ഞാൻ താമസിച്ചിട്ടുണ്ട്. രചനയ്ക്കുവേണ്ടുന്ന കഥാവസ്തുക്കൾ യാത്രകളിൽനിന്ന് ശേഖരിക്കുന്ന എഴുത്തുകാരനാണ് ഞാൻ. വെറുതേ യാത്ര ചെയ്താൽ യാത്രാവിവരണം മാത്രമേ എഴുതാൻ സാധിക്കൂ. ഞാൻ യാത്രചെയ്യുന്നത് കണ്ണും കാതും മനസ്സും തുറന്നാണ്. യാത്രയ്ക്കിടയിൽ മനസ്സിൽ വീഴുന്ന തീപ്പൊരി കഥാവസ്തുവായി മാറുന്നു. പിന്നീട് കഥയായി മാറുന്നു."

ഏതൊരു ആത്മാന്വേഷകന്റെയും യാത്രയിലെ ഓരോ കാഴ്ചയ്ക്കും ഒരു പിന്നാമ്പുറമുണ്ടായിരിക്കും. ഒരു കഥാകാരൻകൂടിയാകുമ്പോൾ തന്റെ എഴുത്തിൽ ഈ പിന്നാമ്പുറങ്ങൾ സ്വാഭാവികമായി ഉൾക്കൊണ്ടിരിക്കും, സി വി ശ്രീരാമന്റെ കഥകൾ കേവലയാത്രാവിവരണങ്ങളോ ആത്മകഥാഖ്യാനങ്ങളോ അല്ല. ആത്മകഥ കേവലം സ്വകാര്യാനുഭവങ്ങളെ എഴുതിപ്പിടിപ്പിക്കലാണ് എന്നു തോന്നുമെങ്കിലും അതങ്ങനെയല്ല. സദാചാരത്തെയും ഔചിത്യത്തെയും സംബന്ധിക്കുന്ന സാമൂഹികകീഴ്വഴക്കങ്ങൾ ഒരു തുറന്നെഴുത്തിൽനിന്ന് ആത്മകഥാകാരനെ പിന്തിരിയാൻ പ്രേരിപ്പിക്കുന്നു. അതുപോലെ പലയിടങ്ങളിലും അധികാരരൂപങ്ങളോട് സന്ധിചെയ്യേണ്ടതായും വരുന്നു. ആത്മകഥാകാരന്റെ സന്ധിചെയ്യലോ ഒരു യാത്രാവിവരണക്കാരന്റെ ബോധപൂർവ്വവും ഔചിത്യപൂർണ്ണവുമായ എഴുത്തോ അല്ല സി വി ശ്രീരാമന്റെ ആത്മകഥാപരം എന്നു വിശേഷിപ്പിക്കാവുന്ന കഥകളിലുള്ളത് എന്ന് സി വി ശ്രീരാമന്റെ കഥകളുടെ വിശകലനത്തിൽനിന്ന് ബോദ്ധ്യപ്പെടും. സി വി ശ്രീരാമന്റെ കഥകളിലെല്ലാം ആത്മകഥയും ചരിത്രരചനയും തമ്മിൽ സന്ധിക്കുന്നൊരിടമുണ്ട്. ആധുനികതയുടെ കടന്നുവരവിനെ പശ്ചാത്തലമാക്കിയെഴുതിയ സി വി ശ്രീരാമന്റെ കഥകൾ അധികാരരൂപങ്ങൾക്ക് എതിരെ പ്രവർത്തിച്ച കഥകളായിരുന്നുവെന്ന് വ്യക്തമാകുന്നു.

സമൂഹത്തിന്റെ പൊതുവീക്ഷണത്തിന് ആശാസ്യമെന്ന് തോന്നുന്നതുമാത്രം ദൃശ്യമാക്കുകയല്ല സി വി ശ്രീരാമന്റെ ചെറുകഥകൾ ചെയ്തത്. അധികാര ബന്ധങ്ങൾക്കു പുറത്തുള്ള മനുഷ്യബന്ധങ്ങളും ജീവിതവുമാണ് ശ്രീരാമൻ ലക്ഷ്യമിട്ടത്. ശ്രീരാമന്റെ കഥകളുടെ പ്രത്യേകതയായി പല നിരീക്ഷകരും അഭിപ്രായപ്പെടുന്നതാണ് സിനിമാറ്റിക് ആയ തലം. *ഇരിക്കപ്പിണ്ഡം, പൊന്തൻമാട, ശീമത്തമ്പുരാൻ, വാസ്തുഹാരാ, ചിദംബരം* എന്നീ കഥകളുടെ ദൃശ്യസാദ്ധ്യത മലയാളി ഇതിനകം അറിഞ്ഞുകഴിഞ്ഞതുമാണ്. മലയാളവും കേരളവും കേരളസംസ്കാരവും ചരിത്രവും പുതിയ രീതിയിൽ അഴിച്ചു പണിയുവാനും പുനഃക്രമീകരിക്കപ്പെടാനുമുള്ള ആന്തരികവും ബാഹ്യവുമായ വാഞ്ഛകൾകൊണ്ട് ഉത്സുകമായ ഒരു ഭാവുകത്വം അവയെ ചൂഴ്ന്നു നില്ക്കുന്നതു കാണാം. അത് മലയാളസിനിമയെ മാത്രമല്ല മനുഷ്യജീവിതത്തെത്തന്നെ പുനരാ

വിഷ്കരിക്കുന്നതിനുള്ള പരിശ്രമങ്ങളായിരുന്നുവെന്ന് സൂക്ഷ്മമായി നോക്കിയാൽ ബോദ്ധ്യപ്പെടും.

സ്ത്രീപുരുഷന്മാർ തമ്മിലുള്ള പരസ്പരാകർഷണം, ശാരീരിക വേഴ്ചകൾ, വിവാഹം, വിവാഹേതരബന്ധങ്ങൾ, അഗമ്യഗമനങ്ങൾ, കുടുംബരൂപവല്ക്കരണവും ശിഥിലീകരണവും എന്നിങ്ങനെ മലയാളി പൊതുസ്ഥല ചർച്ചകളിൽനിന്ന് മാറ്റിനിർത്തിയതും സ്വകാര്യവും അടക്കിപ്പിടിച്ചതുമായ പ്രഹേളികകളാണ് സി വി ശ്രീരാമന്റെ കഥകളെ സംഘർഷഭരിതമാക്കുന്നത്. സ്നേഹവും ലൈംഗികതയും കുടുംബവും അധികാരബലതന്ത്രത്തിന്റെ പ്രവർത്തനമേഖലകളാണെന്ന മൗലികമായ തിരിച്ചറിവാണ് ഈ കഥകളുടെ സത്യസന്ധത.

സി വി ശ്രീരാമൻ ആധുനികതയുടെ കടന്നുവരവിനെ പശ്ചാത്തലമാക്കി എഴുതിയ പല ജീവിതകഥകളും വാസ്തവത്തിൽ മാറുന്ന ലോകത്തെപ്പറ്റിയുള്ളവയാണ്. ഈ മാറ്റത്തിന്റെ കഥ പറയാനുള്ള ഒരു നിമിത്തം മാത്രമായാണ് അദ്ദേഹം തന്റെ വ്യക്തിജീവിതം ഉപാദാനമായെടുക്കുന്നത്. അദ്ദേഹം വ്യക്തിപരമായി നേരിട്ടനുഭവിച്ച കാര്യങ്ങളിലേക്ക് സമൂഹത്തിന്റെ ചരിത്രസ്മരണകൾ കടന്നുവരുന്നു. വ്യക്തിയും ചരിത്രവും ഓർമ്മകളും യാത്രാനുഭവങ്ങളും വ്യാമിശ്രമാകുന്ന ഒരു പുതിയ റിയലിസത്തിലേക്ക് ഈ കഥകൾ ചെന്നെത്തുന്നുണ്ട്. സി വി ശ്രീരാമന്റെ കഥകളിൽ പ്രധാനമായും വിഷയമാകുന്നത് ഇന്ത്യയിലും കേരളത്തിലും ആധുനികതയുടെ കാലയളവായി പൊതുവേ കണക്കാക്കാറുള്ള പത്തൊമ്പതാംനൂറ്റാണ്ടിന്റെ അവസാനദശകങ്ങൾ മുതൽ ഇരുപതാംനൂറ്റാണ്ടിന്റെ അന്ത്യദശകംവരെയുള്ള മനുഷ്യാനുഭവങ്ങളാണ്. ആ കാലഘട്ടത്തിൽ ഇന്ത്യയിലെയും ഒപ്പം കേരളത്തിലെയും സാമൂഹികാചാരങ്ങളിലും അധികാര ബന്ധങ്ങളിലും നിയമവ്യവസ്ഥയിലും ഉല്പാദനബന്ധങ്ങളിലും ഉണ്ടായ മാറ്റങ്ങളെ മനുഷ്യബന്ധങ്ങളുടെ അടിസ്ഥാനത്തിൽ ആവിഷ്കരിക്കുകയാണ് സി വി ശ്രീരാമൻ ചെയ്തത്. ആധുനികത ഒരു ഏകമാനസാമൂഹ്യ-ചരിത്രാനുഭവമല്ലെന്നും അത് സങ്കീർണ്ണമായ ഒരു സാമൂഹികചരിത്രാനുഭവത്തെയാണ് ഉൾക്കൊള്ളുന്നതെന്നും ആധുനികതയെ സവിശേഷമായൊരു ചരിത്രാനുഭൂതിയായി പരിഗണിച്ചുകൊണ്ട് സുനിൽ പി ഇളയിടം എഴുതുന്നുണ്ട്.

“ആധുനികത ഏകമുഖമായ ഒരു സാമൂഹ്യഘടനയല്ലാത്തതിനാൽ മുതലാളിത്ത വിമർശനത്തെ മാത്രം വിചാരകേന്ദ്രത്തിൽ നിലനിർത്തുന്ന ഒരു വിമർശനപദ്ധതിക്ക് ആധുനികതാവിമർശനം എന്ന നിലയിൽ മുന്നോട്ടു പോവുന്നതിൽ ഒട്ടനവധി പരിമിതികളെ നേരിടേണ്ടിവരും. ഈ പരിമിതിയെ മറികടക്കാൻ വേണ്ടിയാണ് ആധുനികതാവിമർശനത്തിന്റെ നിരവധി മാനങ്ങളെ ഉൾക്കൊള്ളുന്ന ബൃഹദ് പുരോഗമന പ്രസ്ഥാനത്തെക്കുറിച്ച് കേസരി പറഞ്ഞത്. ആധുനികതയുടെ ഭൗതികാസ്പദമായ മുതലാളിത്തത്തെ എന്നതുപോലെ അതിന്റെ കുടുംബ- സദാചാര-

ലൈംഗികസങ്കല്പങ്ങളെയും അതുപോലെ ആധുനികമാനവവാദത്തിന്റെ പരിമിതികളെയും ആധുനികമായ വികസനയുക്തിയെയും വിമർശന വിധേയമാക്കാൻ കഴിയേണ്ടിയിരുന്നു."

വളരെ സങ്കീർണ്ണവും വൈരുദ്ധ്യാത്മകവുമായ ആശയധാരകളെ നവോത്ഥാനാനന്തരകേരളീയപരിസരത്തിൽ വെച്ചുകൊണ്ട് സി വി ശ്രീരാമന്റെ കഥകൾ വിചാരണ ചെയ്യുന്നുണ്ട്.

വളരെ വ്യക്തിപരമായ അനുഭവങ്ങളെ സാമൂഹികപ്രശ്നങ്ങളുടെ പിൻബലത്തിൽ അവതരിപ്പിക്കുകയാണ് ശ്രീരാമൻ ചെയ്യുന്നത്.

സി വി ശ്രീരാമൻ: ജീവിതരേഖ

സി വി ശ്രീരാമൻ എന്ന കഥാകൃത്തിന്റെ രൂപപ്പെടലിനു പിന്നിലുള്ള സാമൂഹികസാഹചര്യങ്ങളെ അപഗ്രഥിക്കാൻ സി വി ശ്രീരാമന്റെ ജീവിതാനുഭവങ്ങളുടെ ഹ്രസ്വമായൊരു വിലയിരുത്തൽ അനിവാര്യമാണ്. കാലദേശപരിതസ്ഥിതികളിൽ അഭിജ്ഞമായ ഒരു വ്യക്തിയുടെ *ആന്തരികനവീകരണം* ബഹുസ്വരതയുടെ വക്താവും പ്രയോക്താവുമായ മിഖായേൽ ബക്തിൻ പരിഗണിച്ചിരുന്നു.

മലയാളത്തിലെ മറ്റു പല എഴുത്തുകാർക്കുമില്ലാത്തവിധം തികച്ചും വ്യത്യസ്തമായ രണ്ടു സംസ്കാരങ്ങളുടെ സ്വാധീനം സി വി ശ്രീരാമനിലുണ്ട്. കുട്ടിക്കാലത്ത് സിലോണിൽ (ശ്രീലങ്ക) ഉയർന്ന റെയിൽവേ ഉദ്യോഗസ്ഥനായിരുന്ന അച്ഛന്റെകൂടെ യൂറോപ്യൻചിട്ടയിലാണ് ശ്രീരാമൻ വളരുന്നത്. ബാല്യകാലത്തു ലഭിച്ച വിദ്യാഭ്യാസത്തെക്കുറിച്ച് ശ്രീരാമൻതന്നെ പറയുന്നുണ്ട്.

"വളരെ ഉയർന്ന സോഫിസ്റ്റിക്കേറ്റഡ് ആയ ഇംഗ്ലീഷ്മീഡിയം വിദ്യാഭ്യാസം. നാലാംക്ലാസൊക്കെ ആകുമ്പോഴേക്കും ടെന്നിസനും ഷേക്സ്പിയറുമൊക്കെ പഠിക്കും. ലണ്ടൻ സിലബസാണ്, അവരുടെ പരീക്ഷയും. തുടക്കംമുതൽതന്നെ അത്തരം വിദ്യാഭ്യാസത്തിനുള്ള അവസരം കിട്ടിയതിനാൽ ഒരു ഇന്റർനാഷണൽ ഔട്ട്ലുക്ക് കിട്ടി."

രണ്ടാംലോകമഹായുദ്ധം പൊട്ടിപ്പുറപ്പെട്ടപ്പോൾ സി വി ശ്രീരാമന്റെ അച്ഛൻ ഭാര്യയെയും കുട്ടികളെയും നാട്ടിലേക്ക് അയയ്ക്കുകയായിരുന്നു. ആ യുദ്ധമുണ്ടായില്ലെങ്കിൽ താൻ ലണ്ടനിലൊക്കെ പോയി പഠിച്ച് മറ്റൊരാളായിത്തീരുമായിരുന്നുവെന്ന് ശ്രീരാമൻതന്നെ പറഞ്ഞിട്ടുണ്ട്. ചെറുപ്പത്തിൽ കിട്ടിയ ഇന്റർനാഷണൽ ഔട്ട്ലുക്ക് ഒരെഴുത്തുകാരനായി രൂപപ്പെടുന്ന ആളെ സംബന്ധിച്ചിടത്തോളം പ്രധാനപ്പെട്ട ഒന്നാണ്. പല അഭിമുഖങ്ങളിലൂടെയും ആത്മകഥാപരമായ ലേഖനങ്ങളിലൂടെയും സി വി ശ്രീരാമൻ പ്രകാശിപ്പിച്ചിട്ടുള്ള അദ്ദേഹത്തിന്റെ ജീവിതരേഖയെ ഇപ്രകാരം സംഗ്രഹിക്കാം.

റെയിൽവേ ഉദ്യോഗസ്ഥനായിരുന്ന അച്ഛൻ ഒന്നാംലോകമഹായുദ്ധത്തിൽ ഒരു ഉയർന്ന പട്ടാള ഉദ്യോഗസ്ഥനായിരുന്നു. അതിനാൽ രണ്ടാം

ലോകമഹായുദ്ധം ആരംഭിച്ചപ്പോൾ സിലോൺ വിട്ടുപോരാൻ അദ്ദേഹത്തിനനുവാദം ലഭിച്ചില്ല. തന്മൂലം ഭാര്യക്കും മകനുമൊപ്പം അദ്ദേഹത്തിന് നാട്ടിലേക്കു വരാനായില്ല. കുന്നംകുളത്തെ പോർക്കുളത്തുള്ള സാമാന്യം തരക്കേടില്ലാത്ത സാമ്പത്തിക സ്ഥിതിയുള്ള ഈഴവ കർഷകകുടുംബമായിരുന്നു സി വി ശ്രീരാമന്റെ അച്ഛന്റേത്. പവന് 33 രൂപ വിലയുള്ളപ്പോൾ സി വി ശ്രീരാമന്റെ അച്ഛൻ മാസം 100 രൂപ വീട്ടിലേക്ക് അയച്ചിരുന്നു. നാട്ടിലെ സ്ത്രീകൾ ഏറിയാൽ ഒരു റൗക്കയിടുമ്പോൾ അമ്മ കാഞ്ചീപുരം സാരിയുടുത്തു. എന്നാൽ മെച്ചപ്പെട്ട സാമ്പത്തികസ്ഥിതി ആ കുടുംബത്തെ സാധാരണക്കാരിൽ നിന്ന് അകറ്റിയില്ല. വിഷചികിത്സകയായിരുന്ന അമ്മയെ നാട്ടിലെല്ലാവർക്കും വലിയ കാര്യമായിരുന്നു. അത്തരം ഒരു സാമൂഹികപശ്ചാത്തലത്തിലാണ് സി വി ശ്രീരാമനിലെ സാമൂഹിക പ്രവർത്തകനും രാഷ്ട്രീയപ്രവർത്തകനും ഉണർന്നുവരുന്നത്. സായ്പിന്റെ രീതിയിലുള്ള വിദ്യാഭ്യാസത്തിലൂടെ നേടിയ ഇന്റർനാഷണൽ ഔട്ട്ലുക്ക് സാധാരണക്കാരുടെ ജീവിതത്തിലെ സാമൂഹിക യാഥാർത്ഥ്യങ്ങൾ ഉൾക്കൊണ്ട് വികസിക്കുന്നത് ഇക്കാലത്താണ്. പിന്നീട് മംഗലാപുരം കോളേജ്, മദിരാശി ലോ കോളേജ് എന്നിവിടങ്ങളിലെ പഠനം, ആന്തമാനിലെ റീഹാബിലിറ്റേഷൻ ഓഫീസർ എന്ന നിലയിലുള്ള ഔദ്യോഗികകൃത്യനിർവ്വഹണം എന്നിങ്ങനെ ഒരിക്കലും അവസാനിക്കാത്ത യാത്രകളിലൂടെ അത് പടർന്നുപന്തലിക്കുകയായിരുന്നു. അങ്ങനെ അനുഭവങ്ങളാൽ സമ്പന്നമായ ജീവിതവീക്ഷണവുമായി ആന്തമാനിൽ നിന്ന് തിരിച്ചെത്തി ചാവക്കാട് കോടതിയിൽ വക്കീലായി പരിശീലനം ചെയ്യുന്ന സമയത്താണ് സിനിമാസംവിധായകൻ അരവിന്ദനുമായുള്ള സൗഹൃദം രൂപപ്പെടുന്നത്. ഈ സൗഹൃദം ശ്രീരാമന്റെ എഴുത്തിനെ രൂപപ്പെടുത്തുന്ന കാര്യത്തിലും വലിയ പങ്കുവഹിക്കുന്നുണ്ട്. ഇതിനിടയിൽ സി വി ശ്രീരാമൻ മാർക്സിസ്റ്റ് പാർട്ടി അംഗവും ഒരു മുഴുവൻസമയ രാഷ്ട്രീയപ്രവർത്തകനുമായി. മറ്റെഴുത്തുകാരെപ്പോലെ രാഷ്ട്രീയക്കാരനാകുന്നത് മോശപ്പെട്ട കാര്യമായി സി വി ശ്രീരാമൻ കരുതിയിരുന്നില്ല. രാഷ്ട്രീയപ്രവർത്തകൻ എന്ന നിലയിലുള്ള ജീവിതപശ്ചാത്തലം സി വി ശ്രീരാമന്റെ എഴുത്തിനെ വളരെയധികം സ്വാധീനിച്ചിട്ടുണ്ട്.

സി വി ശ്രീരാമൻ എന്ന കഥാകൃത്ത് സാധാരണക്കാരായ ജനങ്ങൾക്കിടയിൽ പ്രവർത്തിക്കുകയും അവരോടൊപ്പം ജീവിക്കുകയും ചെയ്തു. തനിക്ക് ശരിയെന്നുതോന്നുന്ന കാര്യങ്ങൾ പ്രത്യയശാസ്ത്രപരമായ കടുംപിടുത്തങ്ങളൊന്നുമില്ലാതെ എഴുതുകയും പ്രവർത്തിക്കുകയും ചെയ്തു. തന്റെ കോളേജ് ജീവിതകാലഘട്ടത്തിലുണ്ടായ പലസംഭവങ്ങളും സി വി ശ്രീരാമൻ അനുസ്മരിക്കുന്നുണ്ട്. സെന്റ് തോമസ് കോളേജിൽ ഒരു വലിയ സമരം നയിച്ച കാരണം ശ്രീരാമന് അവിടെ അഡ്മിഷൻ ലഭിക്കുകയുണ്ടായില്ല

പിന്നീട് പൊലീസ് സ്റ്റേഷനിൽ വെച്ചുണ്ടായ അനുഭവം ഇങ്ങനെയായിരുന്നു.

പില്ക്കാലത്ത് ചേലക്കരയ്ക്കടുത്ത് പറക്കാട് എന്ന കുന്നിൻപ്രദേശത്ത് ഒരു കുടിയേറ്റക്കാരൻ ജന്മി ഒരു ഹരിജനെ മർദ്ദിച്ചവശനാക്കിയതിൽ പ്രതിഷേധിക്കാൻ അവിടെ ചെന്നവർ – കെ സി കുഞ്ഞുണ്ണി, ചങ്ങു, കോമൻജി, സി വി ശ്രീരാമൻ എന്നിവരായിരുന്നു.

സി വി ശ്രീരാമനെന്ന എഴുത്തുകാരൻ രൂപപ്പെട്ടുവന്ന സാമൂഹിക സാഹചര്യങ്ങളാണ് ഇവയൊക്കെ. മാർക്സിസ്റ്റു പാർട്ടി പ്രവർത്തകനായിരിക്കുമ്പോഴും ഒരടഞ്ഞ വ്യവസ്ഥയിലല്ല സി വി ശ്രീരാമൻ നിലനിന്നത്. പാർട്ടിക്കുള്ളിലും വെളിയിലും ഒരുപോലെ സംവദിക്കാൻ അദ്ദേഹത്തിനു കഴിഞ്ഞിരുന്നു. മനുഷ്യൻ എന്ന വർഗ്ഗത്തിന്റെ എല്ലാ തരത്തിലുമുള്ള വൈവിദ്ധ്യങ്ങളെയും ഉൾക്കൊണ്ടുകൊണ്ട് വ്യത്യസ്തമായ ആശയധാരകളെ തന്റെ കഥകളിൽ വൈരുദ്ധ്യാത്മകമായി അവതരിപ്പിക്കുന്ന ഒരു സമീപനരീതിയായിരുന്നു സി വി ശ്രീരാമൻ പുലർത്തിയിരുന്നത്.

കണ്ണും കാതും തുറന്ന് കാറ്റും വെളിച്ചവും ഏറ്റുവാങ്ങിക്കൊണ്ടാണ് പാർട്ടിയിൽ പ്രവർത്തിക്കുമ്പോഴും ബാലേട്ടൻ (ശ്രീരാമൻ) ജീവിച്ചത്. പാർട്ടിക്കകത്തും പുറത്തും ഒരുപോലെ സുഹൃത്തുക്കളുണ്ടായിരുന്നു. എം എൻ വിജയൻമാഷ് പറയാറുള്ളതുപോലെ "ഒരു ഉഭയജീവി. വെള്ളത്തിലും പുറത്തും ജീവിക്കാം. മനുഷ്യനെന്ന ജന്തുവർഗ്ഗത്തിന്റെ ഹെറ്ററോജീനിയസ് സ്വഭാവം ഉൾക്കൊള്ളാനും ആശയങ്ങളിലെ ബഹുസ്വരതയെ അംഗീകരിക്കുവാനും അതുകൊണ്ട് അദ്ദേഹത്തിനു കഴിഞ്ഞു."

റിയലിസം

ചരിത്രത്താൽ സ്വാധീനിക്കപ്പെട്ട മനുഷ്യരിലൂടെയാണ് കല ഉണ്ടാകുന്നത്. കല നേടിയെടുക്കുന്ന സാർവ്വലൗകികതയും സർവ്വകാലികതയും അവ്യക്തമല്ല, മറിച്ച് വളരെ മൂർത്തമായ ഒന്നാണ്. അറിവിനെ രൂപപരമായും വസ്തുനിഷ്ഠമായും സുവ്യക്തമാക്കുന്ന കലാപ്രകാശനത്തെയാണ് റിയലിസംകൊണ്ട് അർത്ഥമാക്കുന്നത്. വസ്തുതാപരമായ യാഥാർത്ഥ്യത്തിന്റെ നിലനില്പിൽനിന്നു തുടങ്ങുകയും ചരിത്രപരവും സാമൂഹികവുമായ മനുഷ്യബന്ധങ്ങളാൽ നിർണ്ണയിക്കപ്പെട്ട ഒരു മൂർത്തമനുഷ്യന്റെ യാഥാർത്ഥ്യത്തെ നിർമ്മിക്കുകയും ചെയ്യുമ്പോഴാണ് റിയലിസം സാദ്ധ്യമാകുന്നത്. മനുഷ്യന്റെ പരമോന്നതമായ ഉൺമയാകട്ടെ മനുഷ്യൻ തന്നെ ആണ്.

കലയെ പ്രത്യയശാസ്ത്ര ഉള്ളടക്കത്തിന്റ പേരിൽ സ്വഭാവവല്ക്കരിക്കുമ്പോൾ ചരിത്രവസ്തുതകളുടെ താക്കോലാണ് നാം തള്ളിക്കളയുന്നത്. വർഗ്ഗ പ്രത്യയശാസ്ത്രങ്ങൾ വരികയും പോവുകയും ചെയ്യും.

പക്ഷേ, യഥാർത്ഥ കല നിലനില്ക്കും. കലയേയോ സാഹിത്യത്തേയോ ഏതെങ്കിലും ഒരു പ്രത്യയശാസ്ത്രത്തിന്റെ നിബന്ധനകൾക്കകത്തേക്ക് നിർമ്മിച്ചെടുക്കാനുള്ള ഉദ്യമത്തെയാണ് ഇവിടെ വിചാരണചെയ്യുന്നത്. ഒരു ഇടതുപക്ഷരാഷ്ട്രീയ പ്രവർത്തകനായിരിക്കേ സി വി ശ്രീരാമന്റെ കഥകൾ അത്തരത്തിലുള്ള പ്രത്യയശാസ്ത്രശാഠ്യങ്ങളെന്തെങ്കിലും പുലർത്തുന്നുണ്ടോ എന്ന ഒരന്വേഷണവും പ്രസക്തമാണ്. ഏതൊരു കലയിലെയും മനുഷ്യബന്ധങ്ങളുടെ ആവിഷ്കാരങ്ങളെല്ലാം സാമൂഹികമാണ്. ഒരു കഥയിലോ നോവലിലോ കവിതയിലോ ചിത്രീകരിക്കുന്ന മനുഷ്യരുടെ ആഗ്രഹങ്ങളും പ്രവൃത്തികളും അനുഭവങ്ങളുമെല്ലാം ആഴമേറിയ ചരിത്രബന്ധങ്ങളാൽ നിർണ്ണയിക്കപ്പെട്ടിരിക്കുന്നു. പരിധിയില്ലാത്ത ജീവിതത്തിന്റെ അനന്തസാദ്ധ്യതകളെ യഥാതഥമായി കലയിൽ കൊണ്ടുവരുമ്പോൾ ജീവിതത്തെക്കുറിച്ചുള്ള യുക്തിസങ്കല്പങ്ങളെയും വ്യവസ്ഥകളെയും പ്രശ്നവല്ക്കരിക്കുകയാണ് കലാകാരൻ ചെയ്യുന്നത്. അപ്പോൾ ആ കലാരൂപം സംവാദാത്മകമാവുകയും ചെയ്യുന്നു.

മനുഷ്യയാഥാർത്ഥ്യങ്ങളുടെ വികാസത്തിന് അതിർത്തികളില്ല. അതുകൊണ്ടുതന്നെ യഥാതഥമായ ഒരു ചട്ടക്കൂടിൽ ഒതുങ്ങിക്കൂടാൻ കല വിസമ്മതിക്കുന്നു. ഏതൊരു റിയലിസ്റ്റ്ചിന്തയും അതിന്റെ എല്ലാ അതിർത്തികളെയും അതിവർത്തിക്കുന്നു. മനുഷ്യയാഥാർത്ഥ്യങ്ങൾ വൈവിദ്ധ്യവും വൈചിത്ര്യവും നിറഞ്ഞതാണ്. അതുകൊണ്ടുതന്നെ അതിന്റെ ആവിഷ്കാരവും വൈവിദ്ധ്യങ്ങളിലൂടെ കടന്നുപോകുന്ന ഒന്നാണ്.

"പുറത്തുകാണുന്ന രൂപത്തെ സൂക്ഷ്മമായി വിസ്തരിക്കലല്ല റിയലിസം. യഥാർത്ഥരൂപത്തെ മനുഷ്യതലത്തിൽ പ്രതിഷ്ഠിക്കുമ്പോൾ മാത്രമേ അഗാധവും സാരവത്തുമായ റിയലിസത്തിലെത്താൻ കഴിയൂ."

സമൂഹജീവിതവും സ്വകാര്യജീവിതവും തമ്മിൽ വ്യക്തമായി വിഘടിച്ചു നില്ക്കുന്ന ഒരു പരിതോവസ്ഥയിലാണ് സി വി ശ്രീരാമന്റെ ചെറുകഥകൾ പ്രത്യക്ഷപ്പെടുന്നത്. സി വി ശ്രീരാമൻ ആദ്യം എഴുതിയ "ഇരിക്കപ്പിണ്ഡം" എന്ന ചെറുകഥതന്നെ ഇതിന്റെ തെളിവാണ്. പ്രകൃതിയുടെ ഭൗതികപ്രക്രിയകൾക്കും മനുഷ്യന്റെ മാനസികവ്യാപാരങ്ങൾക്കുമിടയിലുള്ള വിടവിനെക്കുറിച്ച് വ്യക്തമായ ബോധം സി വി ശ്രീരാമനുണ്ടായിരുന്നു. സാധാരണ ജനങ്ങൾക്കും അവരുടെമേൽ അടിച്ചേല്പിക്കപ്പെട്ട രാഷ്ട്രീയനേതൃത്വത്തിനും ഇടയ്ക്കുള്ള വിടവ് മേല്ക്കുമേൽ വർദ്ധിച്ചു വരുന്നതിനെക്കുറിച്ച് വേവലാതിപൂണ്ട എഴുത്തുകാരനായിരുന്നു സി വി ശ്രീരാമൻ. അടിച്ചമർത്തലോ അഭിപ്രായ സ്വാതന്ത്ര്യനിഷേധമോ ഇതു നികത്താൻ സഹായിക്കയില്ലെന്ന് സി വി ശ്രീരാമൻ തന്റെ കഥകളിലൂടെ തറപ്പിച്ചു പറഞ്ഞു. മനുഷ്യപ്പറ്റിനേക്കാൾ കൂടുതൽ മനുഷ്യൻ എന്ന വ്യക്തിയെക്കുറിച്ചാണ് സി വി ശ്രീരാമൻ എഴുതിയതും വേവലാതി പൂണ്ടതും. തന്റെ സ്വന്തം പരിവേഷത്തിലും വ്യക്തിത്വ

ത്തിലും വിരാജിക്കാൻ അവസരം കിട്ടാത്തിടത്തോളം മനുഷ്യന്റെ വ്യക്തിത്വം പ്രകാശവത്താകാതെ പാഴാകുന്നു. ഏതൊരു മനുഷ്യനിലും ഏകാന്തപഥികനാകാനുള്ള ത്വരയുണ്ട്. പരിണാമമാണ് പുരോഗതിയുടെ അവശ്യലക്ഷ്യമെങ്കിൽ എല്ലാറ്റിന്റെയും മാനദണ്ഡവും മനുഷ്യവർഗ്ഗത്തിന്റെ അടിവേരുമായ മനുഷ്യനും മാറേണ്ടതുണ്ട്.

ഒരു സമൂഹത്തിലെ സാമ്പത്തികമായ ഉല്പാദനവ്യവസ്ഥയുടെയും ധാർമ്മികമായ ഉല്പാദനവ്യവസ്ഥയുടെയും അനിവാര്യമായ പരസ്പരാശ്രിതത്വത്തെയും ആ നിലയ്ക്കുള്ള ഗാഢബന്ധത്തെയും അതർഹിക്കും വിധം കണക്കിലെടുക്കണമെന്നുള്ളതാണ് ഏറ്റവും പ്രധാനം. മാനസികമെന്ന് വ്യവഹരിക്കപ്പെട്ടു പോന്നവയെല്ലാം പ്രപഞ്ചയാഥാർത്ഥ്യങ്ങളാണ് എന്നും അവയൊന്നും ഭൗതികതയെയോ ശക്തിയെയോ സംബന്ധിച്ചിടത്തോളം തരംതാണവയോ അല്ല എന്നുമാണ് നാം തിരിച്ചറിയേണ്ടത്.

അതുകൊണ്ടുതന്നെ മനുഷ്യൻ പരസ്പരം ബന്ധപ്പെടുന്ന ഏത് ഇടപാടും ക്രമാനുഗതമായി സ്ഥാപനസ്വഭാവം ആർജ്ജിക്കുകയും ആ ഘട്ടത്തിൽ അത് വ്യക്തിയെ ബാധിക്കുകയും ചെയ്യും എന്ന് സി വി ശ്രീരാമൻ കഥകളിലൂടെ വ്യക്തമാക്കി. മാത്രമല്ല, അദ്ദേഹം സ്ഥാപനവല്ക്കരണത്തെയും അധികാരരൂപങ്ങളെയും തന്റെ ചെറുകഥകളിലൂടെ പ്രതിരോധിക്കാൻ ശ്രമിച്ചു.

റിയലിസത്തിന്റെ പുതിയ തുടർച്ചകൾ

കേസരി ബാലകൃഷ്ണപിള്ള അവതരിപ്പിച്ചിരിക്കുന്ന റിയലിസത്തെക്കുറിച്ചുള്ള വസ്തുതകൾ സി വി ശ്രീരാമന്റെ ചെറുകഥകളോട് ചേർത്തുവെച്ച് പരിശോധിക്കാം.

"സംഗതികളെ അവയുടെ യഥാർത്ഥരൂപത്തിൽ മനസ്സിലാക്കി പക്ഷപാതം, മാമൂൽ, പ്രാദേശികനയം മുതലായവയുടെ പിടിയിൽ പെടാതെ സധൈര്യം അനുകരിക്കുന്ന മനഃസ്ഥിതിയാണ് റിയലിസം. നേത്രഗോചരങ്ങളായ ജീവിതാനുഭവങ്ങളെ പ്രായേണ ഒരു ശാസ്ത്രജ്ഞന്റെ മനഃസ്ഥിതിയോടുകൂടി സത്യമായി, സൂക്ഷ്മമായി, നിഷ്പക്ഷമായി വർണ്ണിക്കുന്നതത്രേ കലയിലെ റിയലിസ്റ്റിക് സങ്കേതമാർഗ്ഗം. ഈ റിയലിസ്റ്റിക് സാങ്കേതികമാർഗ്ഗത്തിൽ പണ്ടത്തെ വിവരണ കലാകാരന്മാർ ചെയ്തിരുന്നതുപോലെ സാധനങ്ങളെയും അനുഭവങ്ങളെയും ലോകത്തിൽ കാണിച്ചിരിക്കുന്ന മുറയിൽ വർണ്ണിക്കുകയല്ല അവയുടെ മുറയെ റിയലിസ്റ്റിക് കലാകാരന്മാർ മാറ്റിയും മറിച്ചും വർണ്ണിക്കുമെങ്കിലും വർണ്ണിച്ചിട്ടുള്ള അംശങ്ങൾ നേത്രങ്ങൾക്ക് കാണാവുന്നിടത്തോളം സൂക്ഷ്മമായിരിക്കുകയും ചെയ്യുന്നു. ശാസ്ത്രത്തിന്റെ അന്നുവരെയുള്ള കണ്ടുപിടിത്തങ്ങളിൽനിന്നും ജന്യമായ ശാസ്ത്രത്തിലുള്ള അതിയായ വിശ്വാസമാണിത്."

മനുഷ്യജീവിതത്തെക്കുറിച്ചും മനുഷ്യചരിത്രത്തെക്കുറിച്ചും സദാചാരം, ഭക്തി, വിശ്വാസങ്ങൾ എന്നിവയെക്കുറിച്ചുമെല്ലാം കഥകളിൽ പ്രതിപാദിക്കുമ്പോഴും യുക്തിസഹമായ, മനുഷ്യനിൽ അധിഷ്ഠിതമായ ഒരു ശാസ്ത്രീയസമീപനം സി വി ശ്രീരാമൻ പ്രദർശിപ്പിക്കുന്നുണ്ട്.

ജീവിതവൈരുദ്ധ്യത്തിന്റെ ഒരു മുഖമാണ് *അനായാസേന മരണം* എന്ന കഥ അവതരിപ്പിക്കുന്നത്. ജീവിതത്തിന്റെ ധാർമ്മികത എന്തെന്ന ചോദ്യവും ഒപ്പം ആദ്ധ്യാത്മികവും ഭൗതികവുമായ ധാരകളുടെ സംഘർഷവും താരതമ്യവും ഈ കഥയിലുണ്ട്. അനായാസേന മരണം ആഗ്രഹിക്കുകയും അതിനുവേണ്ടി ധാർമ്മികബോധത്തോടെയും ഭക്തിനിർഭരമായും ജീവിച്ച ഒരു കഥാപാത്രമാണ് പത്മനാഭൻ. അയാൾക്കാകട്ടെ ജീവിതത്തിനൊടുവിൽ എല്ലാതരം വേദനകളും നിന്ദകളും അനുഭവിക്കേണ്ടി വന്നു. കഥയിലെ മറ്റൊരു കഥാപാത്രമായ കണ്ടക്കുട്ടിയാവട്ടെ അരാജകജീവിതം നയിച്ച് ഒരു കത്തിക്കുത്തു കേസിൽ പ്രതിയായി ജയിൽവാസം കഴിഞ്ഞ് തിരിച്ചുവന്ന ആളാണ്. കണ്ടക്കുട്ടിയുടെ ശിഷ്ടജീവിതം വളരെ സന്തുഷ്ടമായിരുന്നു. പെട്ടെന്നൊരു ദിവസം കണ്ടക്കുട്ടിയാതൊരു വിഷമവും അനുഭവിക്കാതെ ആകസ്മികമായി മരിക്കുന്നത് പദ്മനാഭൻ അറിയുന്നു. ജീവിതം എന്ന സമസ്യയുടെ വിവരിക്കാനാവാത്ത പൊരുളിനെയാണ് ഇവിടെ ആവിഷ്കരിച്ചിരിക്കുന്നത്. ഇത് ജീവിതത്തിന്റെ പ്രവചനാതീതമായ അവസ്ഥയാണ്. സി വി ശ്രീരാമന്റെ കഥകളിൽ ആവിഷ്കരിച്ചിരിക്കുന്ന ആദ്ധ്യാത്മികത പൊതുവിൽ ഇന്നത്തെ സമൂഹം കരുതിപ്പോരുന്ന ജീവിതത്തിന്റെ പ്രയോജനപരതയോ ഉദ്ദിഷ്ടകാര്യസിദ്ധിയോ അല്ല. മറിച്ച്, ജീവിതത്തിന്റെ തന്നെ അനിശ്ചിതത്വങ്ങളും പ്രവചനാതീതമായ അവസ്ഥകളുമാണ്.

ഇനി ഋഷികേശിലേക്കില്ല, ക്ഷുരസ്യധാരാ, ഇരിക്കപ്പിണ്ഡം, തീർത്ഥക്കാവടി, ചിദംബരം എന്നീ കഥകൾ ക്ഷേത്രപശ്ചാത്തലമോ ആശ്രമപശ്ചാത്തലമോ ഉള്ളവയാണ്. *ക്ഷുരസ്യധാരാ, ഇരിക്കപ്പിണ്ഡം, ചിദംബരം* എന്നീ കഥകൾ ഇനിയുള്ള അദ്ധ്യായങ്ങളിൽ സവിസ്തരം വിശകലനം ചെയ്യുന്നുണ്ട്. ആദ്ധ്യാത്മിക രംഗത്ത് മുഴുകി നില്ക്കുന്ന ചിലരുടെ മനസ്സിലെ മാലിന്യങ്ങൾ, ആത്മീയതയുടെ പേരിലുള്ള അന്ധവിശ്വാസങ്ങൾ, തട്ടിപ്പുകൾ എന്നിവയെല്ലാം ഇവയിലൂടെ വെളിവാക്കുന്നു. ഇവിടെയെല്ലാം കഥാകൃത്തിന്റെ അന്വേഷണം യുക്തിസഹവും ശാസ്ത്രീയവുമായാണ് അനുഭവപ്പെടുന്നത്.

സദാചാരത്തെ, പ്രത്യേകിച്ച് ലൈംഗികതയെ സ്നേഹം/പ്രണയം എന്നൊന്നും പവിത്രീകരിക്കാതെ പ്രകൃതിസഹജമായ യാഥാർത്ഥ്യബോധത്തോടെ സി വി ശ്രീരാമൻ സമീപിക്കുന്നു.

വിപുലമായ സഞ്ചാരവും വ്യത്യസ്തമായ പ്രദേശങ്ങളിലെ മനുഷ്യജീവിതം നിരീക്ഷിക്കാനായതും അതു നല്കിയ സാമൂഹികാവബോധവും

മറ്റെഴുത്തുകാരിൽനിന്ന് സി വി ശ്രീരാമന്റെ എഴുത്തിനെ വ്യത്യസ്തമാക്കുന്നു.

കഥയിലെ സ്ത്രീകൾ പുരുഷന്റെ ലൈംഗികചൂഷണത്തിന്റെ ഇരകളല്ല. അവർ തങ്ങളുടെ അടിച്ചമർത്തപ്പെട്ട ലൈംഗികാഭിലാഷത്തിനായി സദാചാര വിലക്കുകൾ ഭേദിക്കുന്നുണ്ട്. ഇത് പലപ്പോഴും ട്രാജഡികളായി പരിണമിക്കുന്നു. നല്ല തന്റേടത്തോടെ അവർ മുന്നോട്ടു പോകുന്നു. ഇതും മനുഷ്യസഹജമായ യുക്തിയാണ്. സ്ത്രീപക്ഷരചനകളുടെ സാക്ഷ്യം വഹിക്കുന്നവയായി ശ്രീരാമൻ കഥകൾ മാറുന്നത് ഈ സവിശേഷതകൊണ്ടാണ്.

സ്വന്തമായ തെരഞ്ഞെടുപ്പുകളും സജീവമായ ലൈംഗികജീവിതവുമുള്ള സ്ത്രീകളാണ് സി വി ശ്രീരാമന്റെ കഥാപാത്രങ്ങൾ. ഇവരിൽ ആധുനിക വിദ്യാഭ്യാസം നേടിയവരും അല്ലാത്തവരുമുണ്ട്. ജീവിതത്തോട് അവരെല്ലാവരും ഏതെങ്കിലുമൊരു തരത്തിൽ പുരോഗമനാത്മകമായ ബോധം പ്രകടിപ്പിക്കുന്നുണ്ട്. പഴമയിലെ പഴയതിനെയും പുതുമയിലെ നവയാഥാസ്ഥിതികമായ അംശത്തെയും ഒരുപോലെ കൈയൊഴിഞ്ഞ അവർ മരുമക്കത്തായത്തിലെ അനുകൂലമായ അംശങ്ങളും മോഡേണിറ്റിയുടെ പുതുസാദ്ധ്യതകളും ഉപയോഗപ്പെടുത്തുന്നു. അതുകൊണ്ടുതന്നെ സി വി ശ്രീരാമന്റെ മിക്കവാറും സ്ത്രീകഥാപാത്രങ്ങൾ അംഗീകൃത കുടുംബ ദാമ്പത്യഘടനയിലെ ലൈംഗികതയിലും പ്രണയത്തിലും ഒതുങ്ങി നില്ക്കുന്നവരല്ല. അവരെല്ലാം കുടുംബത്തിനുപുറമേ സ്വതന്ത്രലൈംഗിക തെരഞ്ഞെടുപ്പുകൾ നടത്തിയവരാണ്. 'ഇരിക്കപ്പിണ്ഡ'ത്തിലെ മിസിസ്സ് പാണിഗ്രാഹി, 'ചിദംബര'ത്തിലെ അഖിലാണ്ഡാമ്മാൾ എന്ന പാപ്പ, 'വെളുത്തപക്ഷിയെ കാത്ത്' എന്ന കഥയിലെ ധീരാദീദി, 'എന്റോസി വല്യമ്മ'യിലെ എന്റോസി വല്യമ്മ, 'വാസ്തുഹാരാ'യിലെ ഭവാനിഅമ്മായി ഇങ്ങനെ ഒട്ടനവധി സ്വതന്ത്രവ്യക്തിത്വങ്ങൾ മേല്പറഞ്ഞ നിരീക്ഷണത്തെ സാധൂകരിക്കുന്നു.

ഒട്ടനവധി വിശ്വാസങ്ങളെക്കുറിച്ച് സി വി ശ്രീരാമന്റെ ചെറുകഥകൾ പറയുന്നുണ്ട്. ഇവയൊന്നും കഥയുടെ ചേരുവകളിൽനിന്ന് മാറി നില്ക്കുന്നവയല്ല. കഥയോട് വിശ്വാസങ്ങൾ ബന്ധപ്പെട്ടുതന്നെയാണ് നില്ക്കുന്നത്. പക്ഷേ, ഒരു വിശ്വാസവും മനുഷ്യനെ ആത്യന്തികമായി തുണയ്ക്കുകയോ സംരക്ഷിക്കുകയോ ചെയ്യുന്നില്ല എന്ന് കഥകൾ വ്യക്തമാക്കുകയും ചെയ്യുന്നു. 'കെട്ടുപിണഞ്ഞ കദംബം' എന്ന കഥയിൽ കദംബത്തിൽ നൂലുകൊണ്ടു കെട്ടിയാൽ ഏതാഗ്രഹവും സാധിക്കുമെന്ന വിശ്വാസം സുബ്ബലക്ഷ്മിടീച്ചറെ തുണയ്ക്കുന്നില്ല. 'കണ്ണകി' എന്ന കഥയിലാകട്ടെ സ്വന്തം കുട്ടി വസൂരി വന്നു മരിച്ചപ്പോൾ കൊടുങ്ങല്ലൂരമ്മയോടുള്ള എല്ലാ വിശ്വാസവും നഷ്ടപ്പെട്ട അമ്മ ഇങ്ങനെ വിലപിക്കുന്നു.

"ഞാനല്ല ഒരുമ്പെട്ടോള്. എന്റെ മോളുടെ ദീനം ഒക്കെ മാറീന്ന് എന്നോടുവന്നു പറഞ്ഞിട്ട്, പിന്നെ കെട്ടിയെടുത്ത് കൊണ്ടുപോയില്ലെ .... അവളാ"

അമ്മയുടെ കണ്ണുകൾ കനൽക്കണ്ണുകളായി മാറുന്നിടത്താണ് കഥയവസാനിക്കുന്നത്.

കടത്തനാട്ട് നാരായണൻ ഇങ്ങനെ എഴുതിയിരിക്കുന്നു:

"കൊടുങ്ങല്ലൂർ ഭഗവതിക്ഷേത്രത്തിൽനിന്ന് മകൻ കൊണ്ടുവന്ന മഞ്ഞൾപ്പൊടി അമ്മ വാരിവലിച്ചെറിഞ്ഞു. കാരണം തന്റെ മകളുടെ ദീനം മാറി എന്ന് പറഞ്ഞിട്ട്, പിന്നെ അവളെ കെട്ടിയെടുത്തുകൊണ്ടുപോവുകയാണുണ്ടായത്. ആ അമ്മയ്ക്ക് ഇന്ന് കൊടുങ്ങല്ലൂരമ്മയിലുള്ള വിശ്വാസം നഷ്ടപ്പെട്ടിരിക്കുന്നു."

ജീവിതത്തിലെ ഒരനുഭവം പ്രബലമായ ഒരു വിശ്വാസത്തെ ഇല്ലായ്മ ചെയ്യുന്നതിന്റെ യുക്തിയാണ് നമുക്കിവിടെ കാണാൻ കഴിയുന്നത്.

ശ്രീരാമന്റെ റിയലിസ്റ്റിക് കഥകൾ പരിശോധിക്കുമ്പോൾ മനസ്സിലാവുന്ന ഒരു കാര്യം കഥാപ്രമേയങ്ങൾ കഴിഞ്ഞുപോയ ജീവിതത്തിൽ നിന്നാണെങ്കിലും സംബോധനചെയ്യുന്ന കാലം വർത്തമാനത്തേക്കാൾ വരുംകാലമാണ്.

"ഭൂതവും വർത്തമാനവും ഭാവിയും ഒഴുകിച്ചേരുന്നിടത്താണ് ചരിത്രജീവിയായ മനുഷ്യൻ നിലകൊള്ളുന്നത്. ഭൂതകാലം കാഴ്ചവെക്കുന്ന സാദ്ധ്യതകൊണ്ട് അവൻ/അവൾ വർത്തമാനത്തിൽ പ്രവേശിക്കുകയും ഭാവിയെ സൃഷ്ടിക്കുകയും ചെയ്യുന്നു. സൃഷ്ടിച്ചെടുക്കുന്ന ഭാവിയാകട്ടെ സ്വന്തം ശക്തിയിലും മഹത്ത്വത്തിലും വിരാജിക്കുന്ന മനുഷ്യൻ തന്നെയാണ്."

സി വി ശ്രീരാമന്റെ കഥകളുടെ പ്രത്യേകതകളിലൊന്ന് ഇതാണ്.

താൻ വിശ്വസിക്കുന്ന പ്രത്യയശാസ്ത്രത്തിന്റെ പശ്ചാത്തലത്തിലുള്ള രാഷ്ട്രീയകഥകൾ എഴുതുകയല്ല സി വി ശ്രീരാമൻ ചെയ്തത്. മറിച്ച്, മനുഷ്യജീവിതത്തിലെ സൂക്ഷ്മ രാഷ്ട്രീയത്തെ സർഗ്ഗാത്മകമായി അനാവരണം ചെയ്യുകയാണ്. സി വി ശ്രീരാമന്റെ കഥകളിൽ എവിടെയാണ് കമ്യൂണിസമെന്ന് മനസ്സിലാക്കാൻ തനിക്കു കഴിഞ്ഞിട്ടില്ല എന്ന് കഥാകൃത്ത് ടി പത്മനാഭനും പറഞ്ഞിട്ടുണ്ട്. താൻ വിശ്വസിച്ചു പ്രവർത്തിച്ചിരുന്ന ഒരു രാഷ്ട്രീയ പ്രസ്ഥാനത്തിന്റെ പ്രത്യയശാസ്ത്രശാഠ്യങ്ങളൊന്നും സി വി ശ്രീരാമന്റെ കഥകളിൽ കാണുന്നില്ല എന്ന് വ്യക്തമാകുന്നു. ജീവിതത്തെ സൂക്ഷ്മാർത്ഥത്തിൽ നോക്കിക്കാണാനുള്ള ശ്രമങ്ങളിൽ സത്യത്തോട് അടുത്തുനില്ക്കുന്ന ശാസ്ത്രീയമായ ഒരു പ്രത്യയശാസ്ത്രമാണ് സി വി ശ്രീരാമന് കൂട്ടായി നില്ക്കുന്നത്. ഇത് വൈവിദ്ധ്യം നിറഞ്ഞ മനുഷ്യജീവിതസന്ദർഭങ്ങളിൽ കഥാപരിസരങ്ങളിൽ പ്രായോഗികക്ഷമത തേടുന്ന ഒന്നാണ്. സി വി ശ്രീരാമന്റെ ചെറുകഥകളിൽ യാത്ര ഓർമ്മയും ഓർമ്മ യാത്രയുമായി മാറുന്ന അവസ്ഥ "ഓർ

മ്മകളും യാത്രകളും" എന്ന വിഭാഗത്തിൽ കഥകളുടെ സഹായത്തോടു കൂടിത്തന്നെ പ്രതിപാദിച്ചിട്ടുണ്ട്. 'തീർത്ഥക്കാവടി,' 'ബേട്ടാപുരം റസ്റ്റ്ഹൗസ്,' 'ഒട്ടുചെടി' എന്നീ കഥകളൊക്കെ ഇതിനുദാഹരണങ്ങളാണ്. ആന്തമാനിലെ പുനരധിവാസ ഉദ്യോഗസ്ഥൻ ജീവിതത്തെ, മനുഷ്യരെ പുനഃസന്ദർശനത്തിന്റെയും പുനരധിവാസത്തിന്റെയും തലങ്ങളിൽ നിന്നുകൊണ്ട് കണ്ട ഒരാൾകൂടിയാണ്. അതുകൊണ്ടുതന്നെ സി വി ശ്രീരാമന്റെ ചെറുകഥകളിലെ പുനഃസന്ദർശനവും പുനരധിവാസവുമായി ബന്ധപ്പെട്ട് ചില നിരീക്ഷണങ്ങൾ രേഖപ്പെടുത്താം. പോയ സ്ഥലങ്ങളിൽ വീണ്ടും പോവുക, പണ്ടു കണ്ടവരെ വീണ്ടും കാണുക, ബോധതലത്തിലും അബോധതലത്തിലും പഴയ ഓർമ്മകളിലേക്ക് സഞ്ചരിക്കുക, മറ്റുള്ളവരുടെ വർത്തമാന കാലാവസ്ഥയെ അവനവന്റെ ഭൂതകാലവുമായി ചേർത്തുവായിക്കുക, ഓർമ്മകളിൽനിന്ന് സ്ഥലവും സ്ഥലത്തിൽനിന്ന് ഓർമ്മകളും ആഖ്യാനം ചെയ്തെടുക്കുക, ഒരു ഉന്മാദാവസ്ഥയിൽ ഭൂതകാലത്തിൽത്തന്നെ മാനസികമായി താമസിക്കുക എന്നിങ്ങനെ പലതരത്തിൽ പുനഃസന്ദർശനവും പുനരധിവാസവും സി വി ശ്രീരാമന്റെ ചെറുകഥകളിൽ വന്നുഭവിക്കുന്നു.

ഇതിന് തുടർച്ചയായി ഇ പി രാജഗോപാലൻ ഇങ്ങനെകൂടി സൂചിപ്പിക്കുന്നു.

"മലയാളകഥാലോകത്ത് ഒരു കാലത്ത് പ്രബലമായിരുന്ന റിയലിസത്തെ പുനഃസന്ദർശിച്ച് എങ്ങനെ പുനരധിവസിപ്പിച്ചു എന്നിടത്താണ് ശ്രീരാമൻ കഥകളിലെ റിയലിസം."

രേഖീയമായ യുക്തികളെ തന്റെ കഥകളിലൂടെ തകർക്കുന്നുണ്ടെങ്കിലും സി വി ശ്രീരാമന്റെ ആഖ്യാനരീതി രേഖീയമാണ്. അതിന് ഒരു റിപ്പോർട്ടിങ് ശൈലിയുണ്ട്. സ്ഥലകാലവ്യക്തതയുണ്ട്. പുസ്തകങ്ങളും ഉദ്ധരണികളും കോടതിപ്പകർപ്പുകളും അങ്ങനെ പലതും കഥകളിൽ തെളിവുകളായി കൊണ്ടുവന്ന് സൂക്ഷ്മാംശങ്ങൾക്ക് സമൃദ്ധി നല്കുന്നുണ്ട്. സാധാരണമനുഷ്യരെ കഥയ്ക്കകത്ത് കൊണ്ടുവരുന്ന രീതി, അവർക്കിടയിലെ നാടകീയമായ സംഭാഷണങ്ങൾ, ചരിത്രബദ്ധത, മാറ്റത്തിന്റെ സാദ്ധ്യതയിലുള്ള വിശ്വാസം തുടങ്ങിയ കാര്യങ്ങളിലെല്ലാം സി വി ശ്രീരാമന്റെ ചെറുകഥകൾ ആദ്യകാല റിയലിസത്തിന്റെ തുടർച്ച തന്നെയാണ്.

എന്നാൽ സി വി ശ്രീരാമന്റെ ചെറുകഥകൾക്ക് ഒരു സന്ദേശം നല്കുന്ന സ്വഭാവമില്ല. ആഖ്യാതാവിന് പ്രവാചകസ്വഭാവവുമില്ല. കഥാപാത്രങ്ങൾ കഥാകാരന്റെ വരുതിയിലല്ലാത്തതുകൊണ്ടുതന്നെ നമ്മുടെ സാമാന്യ ധാരണകളെയെല്ലാം ലംഘിക്കുന്നു. അതുകൊണ്ടുതന്നെ കഥാകാരന് ഉറച്ച ലക്ഷ്യമോ ആദർശപരം എന്നു വിശേഷിപ്പിക്കാവുന്ന കാഴ്ചപ്പാടോ ഇല്ല. പുരുഷ-സ്ത്രീ കഥാപാത്രങ്ങൾക്ക് ഇതൊരുപോലെ ബാധകമാണ്. മനുഷ്യരെ വ്യഷ്ടിയിൽനിന്നുകൊണ്ട് ചിത്രീകരിക്കു

മ്പോൾത്തന്നെ അവരെല്ലാവരും സമഷ്ടിയുടെകൂടി ഭാഗമാണെന്ന ബോധം സി വി ശ്രീരാമന്റെ ചെറുകഥകൾ എപ്പോഴും നല്കുന്നുണ്ട്. മനുഷ്യൻ എന്ന സമൂഹജീവിയെ നേരിട്ട് ലക്ഷ്യം വെച്ചുകൊണ്ട് തുടങ്ങുന്ന കഥകളല്ല അവയൊന്നും.

സമൂഹജീവിതവും വ്യക്തിജീവിതവും വിഘടിച്ചു നില്ക്കുന്ന അവസ്ഥയിൽ വ്യക്തിയിലെ യുക്തിബോധത്തെ സമൂഹത്തിന്റെ വർഗ്ഗബോധവുമായി കൂട്ടിയിണക്കാനുള്ള സർഗ്ഗാത്മകവഴികളാണ് സി വി ശ്രീരാമൻ തന്റെ കഥകളിലൂടെ കണ്ടെത്താൻ ശ്രമിച്ചത്.

“ജീവിതത്തിന്റെ ആന്തരവൈരുദ്ധ്യങ്ങളുടെ സംഘർഷങ്ങളെ സൂക്ഷ്മമായി അവതരിപ്പിക്കുന്നതിലൂടെയാണ് ശ്രീരാമന്റെ കഥകൾ തനിമ ആർജ്ജിച്ചത്. ജീവിതത്തിന്റെ സാമൂഹികസ്ഥലികളിൽ ഊന്നിനിന്നുകൊണ്ട് അതിന്റെ ബാഹ്യചലനങ്ങളെ ശ്രദ്ധാപൂർവ്വം ആവിഷ്കരിച്ചുകൊണ്ടുതന്നെയാണ് ഈ ആന്തരികസംഘർഷത്തെ മൂർത്തീകരിക്കുന്നത്. അതിനാൽ പലപ്പോഴും അവിശ്വസനീയമായ ജീവിതഗതികളിലേക്ക് അപ്രതീക്ഷിതമായ മനുഷ്യസ്വഭാവവൈചിത്ര്യങ്ങളിലേക്ക് ഈ കഥകൾ കണ്ണു തുറക്കുന്നു. പക്ഷേ, ശ്രീരാമൻ സൃഷ്ടിക്കുന്ന കഥാഘടനയ്ക്കുള്ളിൽ അതെല്ലാം സ്വാഭാവികവും വിശ്വസനീയവും ആയി കാണപ്പെടുന്നു. അനന്യമായ ആഖ്യാനവൈഭവംകൊണ്ടാണ് ഇത് സാധിക്കുന്നത്.”

മനുഷ്യരെ നിരുപാധികമായി ആദർശവല്ക്കരിക്കാനല്ല മറിച്ച്, അവരുടെ സാധാരണത്വം അത് എന്താണെങ്കിലും മാദ്ധ്യമത്തിന്റെ അളവ് അനുവദിക്കുന്നിടത്തോളം രേഖപ്പെടുത്താനാണ് സി വി ശ്രീരാമൻ ശ്രമിച്ചത്.

കേരളം വിട്ടുള്ള ഇന്ത്യൻ സ്ഥലങ്ങളിലേക്ക് ബഷീറും പൊറ്റെക്കാട്ടും പട്ടാളക്കഥാകാരന്മാരും കഥകളിലൂടെ സഞ്ചരിച്ചിട്ടുണ്ട്. ഇതിന്റെ മറ്റൊരു തുടർച്ചയാണ് സി വി ശ്രീരാമനിൽ കാണാൻ കഴിയുന്നത്. ഇവിടെ കഥാകാരൻ ഉദ്യോഗസ്ഥനെന്ന നിലയിൽ തൊഴിലാളികൾക്കിടയിൽ പ്രവർത്തിക്കുമ്പോഴും, സ്നേഹിക്കുമ്പോഴും പുരുഷൻ എന്ന നിലയിലുള്ള കോയ്മാബോധത്തിൽനിന്നു മുക്തനല്ല. അത് അയാളുടെ ആൺനോട്ടത്തിൽനിന്നും വ്യക്തമാകുന്നുണ്ട്. ഇത് കഥകളിലൊരിക്കലും മറച്ചു വെക്കപ്പെടുന്നില്ല. പ്രണയം ഉദാത്തവല്ക്കരിക്കപ്പെടുകയോ ആഘോഷിക്കപ്പെടുകയോ ചെയ്യുന്ന ഒരു കാല്പനിക പരിസരം കഥകളിലില്ല. അവിടെയെല്ലാം കടന്നുവരുന്നത് സ്വാഭാവികവും ഉഭയസമ്മത പ്രകാരവു മുള്ള ശാരീരികവേഴ്ചകളാണ്. അതിൽ ചൂഷണത്തിന്റെ അംശവുമില്ല. ഇതെല്ലാം ഒരാഖ്യാതാവിന്റെ തന്നെത്തന്നെയുള്ള തുറന്നുകാട്ടലുകളാണ്.

ആധുനികതയുടെ ആന്തരികവൈരുദ്ധ്യങ്ങളെ മറ്റുള്ള എഴുത്തുകാരിൽ നിന്ന് വ്യത്യസ്തമായ രീതിയിലാണ് സി വി ശ്രീരാമൻ ദർശിച്ചതും

സമീപിച്ചതും എന്നിവിടെ വ്യക്തമാകുന്നു. കുട്ടിക്കാലവും കൗമാരവും യൗവ്വനത്തിന്റെ നല്ലൊരു ഘട്ടവും സിലോണിലും ആന്തമാനിലും മദ്രാസിലും ബംഗാളിലും മറ്റു പലയിടത്തുമായി ജീവിച്ചതിനാൽ പലതരം സമൂഹങ്ങളും വൈവിദ്ധ്യമാർന്ന കുടുംബരൂപങ്ങളും അദ്ദേഹം കാണുകയും അനുഭവിക്കുകയും ചെയ്തു. ഒരു പ്രത്യേക സദാചാരഭാവുകത്വത്തെ രൂപപ്പെടുത്തിയ സാമൂഹികസാഹിത്യ സന്ദർഭങ്ങളിലും അതിന്റെ പ്രക്രിയകളിലും നേരിട്ടു പങ്കെടുക്കാതെ ജീവിക്കാൻ കഴിഞ്ഞ കൗമാരയൗവ്വനകാലഘട്ടങ്ങളാണ് സി വി ശ്രീരാമനെ മറ്റുള്ളവരിൽനിന്ന് വ്യത്യസ്തനാക്കിയത്. കോളനിവിരുദ്ധസമരം സൃഷ്ടിച്ച ഏകതാബോധവും ഒപ്പം അന്നത്തെ ബദൽമൂല്യങ്ങളും സ്വാഭാവികമൂല്യങ്ങളായി പില്ക്കാലത്ത് ഒരു ജനത സ്വാംശീകരിക്കേണ്ടിയിരുന്നു. പക്ഷേ, ആ സങ്കല്പം ഭരണകൂടാനുമതിയോടുകൂടി വ്യാപകമായി തകർക്കപ്പെട്ടു.

സ്വാർത്ഥതയിലും സുഖാന്വേഷണത്തിലും വാണിജ്യലഹരിയിലും ധനമോഹത്തിലും അധികാരകേന്ദ്രീകരണത്തിലും ആണ്ടുപോയ ഒരു സമൂഹമാണ് സ്വാതന്ത്ര്യാനന്തരം മാതൃകാസമൂഹമായിത്തീർന്നത്. ഇവിടെ സമരസപ്പെടുന്നവർ വിജയികളാവുന്നത് പതിവുകാഴ്ചയായി. ഇതിലുള്ള പ്രതിഷേധം റിയലിസ്റ്റ് പാരമ്പര്യത്തെ മാനിക്കുന്ന എഴുത്തുകാരനിൽ സ്വാഭാവികമാണ്. റിയലിസ്റ്റുകൾ ഉയർത്തിപ്പിടിച്ച അടിസ്ഥാനമൂല്യങ്ങൾ തുടരെ തകർക്കപ്പെട്ടുകൊണ്ടിരുന്നു എന്ന വ്യാകുലത സി വി ശ്രീരാമന്റെ കഥകൾ അറിയിക്കുന്നു.

'അവിൽപ്പൊതി,' 'യതീന്ദ്രദാസിന്റെ ആത്മാവ്,' 'കൂട്ടത്തോടെ രാജി,' 'വർഗ്ഗവിഷം,' 'അണിമുറിയാതെ,' 'മോസ്കോറോഡിന്റെ ഓർമ്മകൾ' എന്നീ കഥകൾ ആധുനികതയുടെ രാഷ്ട്രീയപ്രവർത്തനചരിത്രത്തിനു വന്നു ചേർന്ന മൂല്യനിരാസത്തിന്റെ ദുരന്താത്മകമായ തുടർച്ചയുടേതാണ്.

റിയലിസം പ്രതിനിധാനംചെയ്ത ആധുനികതയുടെ ആധാരപ്രമേയങ്ങളെ ഈ കഥകൾ റിയലിസ്റ്റ് ശൈലിയിൽത്തന്നെ വീണ്ടും കാണുന്നു. തീവ്രമായ ആദ്യകാല റിയലിസ്റ്റ് പ്രമേയങ്ങൾ ഉയർത്തിപ്പിടിച്ച ആദർശാത്മകവിഷയങ്ങൾ പില്ക്കാലത്ത് എങ്ങനെ കലുഷമാക്കപ്പെട്ടുവെന്ന് സി വി ശ്രീരാമന്റെ ചെറുകഥകൾ വെളിപ്പെടുത്തുന്നു. മലയാളത്തിലെ റിയലിസത്തിന് പുതിയ തുടർച്ചകൾ ഇത്തരത്തിൽ സി വി ശ്രീരാമന്റെ ചെറുകഥകൾ സാദ്ധ്യമാക്കുന്നു.

ഓർമ്മകളും യാത്രകളും

മറവിയുടെ രാഷ്ട്രീയത്തെ ഗബ്രിയൽ മാർക്വസ് *ഏകാന്തതയുടെ നൂറുവർഷങ്ങളിൽ* പ്രമേയമാക്കുന്നുണ്ട്. വർത്തമാനത്തിന്റെ സങ്കീർണ്ണതകളിൽ സംഭവിക്കുന്ന മറവിയെ നേരിടാനായി ഓരോ വസ്തുവിന്റെയും മേൽ അതിന്റെ പേരും ധർമ്മവും എഴുതിവെക്കുകയാണ്. പശുവിന്റെ

പുറത്ത് പശു എന്നെഴുതി വെച്ച് എല്ലാ ദിവസവും രാവിലെ പാൽ കറക്കണമെന്നും പാൽ തിളപ്പിച്ച് പാൽക്കാപ്പി ഉണ്ടാക്കാനായി കാപ്പിയുമായി ഇളക്കിച്ചേർക്കണമെന്നും സൂചിപ്പിക്കുന്ന ആഖ്യാനപ്രക്രിയയിൽ ഭൂതകാലം പാടേ നഷ്ടപ്പെട്ടുപോകുന്ന ഒരു ജനതയുടെ ചരിത്രശൂന്യതകൂടി വെളിപ്പെട്ടുപോകുന്നു. ഇന്നത്തെ സമൂഹത്തെ പ്രതിനിധാനം ചെയ്യുന്ന മാർക്വസിന്റെ മക്കോണ്ടയിലെ ജനതയുടെ മറവിയെന്ന രോഗം വ്യക്തികേന്ദ്രീകൃതമായിപ്പോകുന്ന സമൂഹത്തിന്റെ ദുരന്തത്തെയാണ് ഓർമ്മപ്പെടുത്തുന്നത്.

സി വി ശ്രീരാമന്റെ ചെറുകഥയിലെ കഥാപാത്രങ്ങളും ഓർമ്മകൾ കൊണ്ട് ശക്തമായി പ്രതിരോധിക്കുന്നവർ തന്നെയാണ്. വർത്തമാനത്തിന്റെ ഓരോ നിമിഷത്തിലും ഓർമ്മകൾ ഇരമ്പി നില്ക്കുന്നുണ്ടെന്ന ഗാഢമായ തിരിച്ചറിവാണ് സി വി ശ്രീരാമന്റെ കഥാപാത്രങ്ങൾ നല്കുന്നത്.

ശ്രീരാമന്റെ ചെറുകഥകൾ യാത്രയുടെയും ഓർമ്മയുടെയും കഥകളാണ്. കഥാകൃത്ത് എല്ലായ്പ്പോഴും ഒരു സഞ്ചാരിയാണ്. കാണുന്ന ഓരോ കാഴ്ചയും അയാളെ ഓർമ്മകളിലേക്ക് നയിക്കുന്നു. ഓർമ്മകളിൽ ജീവിതത്തെ എന്നോ അനുഭവിച്ച കഠിനപരീക്ഷണങ്ങളോ സുഖദുഃഖാനുഭവങ്ങളോ തിടം വെക്കുന്നു. ജീവിതത്തിന്റെ അത്ഭുതകരമായ ഒഴുക്കിൽ സ്വന്തം കാൽച്ചുവട്ടിലെ മണ്ണ് നഷ്ടപ്പെടുന്നവരുടെ, പൊരുതി നേടിയ മണ്ണ് നഷ്ടപ്പെടാതിരിക്കാനായി വീണ്ടും പൊരുതേണ്ടി വരുന്നവരുടെ കഥകൾ തെളിയുന്നു. അതല്ലെങ്കിൽ ധാർമ്മികസങ്കടങ്ങളാൽ സ്വയം വേട്ടയാടപ്പെട്ട് അലയുന്ന അശാന്തചേതസ്സുകളിൽ സ്മൃതികൾ ഉണരുന്നു. ഈ ഓർമ്മകളിലെ സഞ്ചാരവും സഞ്ചാരിയുടെ ഓർമ്മകളും ജീവിതമാകുന്ന ദുരന്തഭൂമിയിലെ അഭയാർത്ഥികളെ കാണിച്ചുതരുന്നു.

സി വി ശ്രീരാമന്റെ ചെറുകഥകളിൽ പല വിതാനങ്ങളിലും പലതലങ്ങളിലുമുള്ള യാത്രകൾ കാണാൻ സാധിക്കും. സ്ഥലകാലങ്ങളുടെ, സ്ഥലകാല ചരിത്രങ്ങളുടെ ബൃഹത്തായ അനുഭവപശ്ചാത്തലം പകർന്നുവെക്കാൻ ഈ യാത്രാരീതിക്ക് കഴിയുന്നുണ്ട്. വർത്തമാനകാലത്തിന്റെ പിന്നിലേക്ക് നിരന്തരം സഞ്ചരിക്കുന്ന ഒരെഴുത്തുകാരനാണ് സി വി ശ്രീരാമൻ. അത്തരം ഒരെഴുത്തുകാരനിൽ യാത്ര വൈവിദ്ധ്യപൂർണ്ണമായ ഭൂമിശാസ്ത്രത്തെയും ചരിത്രത്തെയും നിരന്തരം പുതുമയാർന്ന രീതിയിൽ പുനർനിർമ്മിച്ചു കൊണ്ടേയിരിക്കും.

ഗതകാലാനുഭവങ്ങളെ അതേപോലെ വീണ്ടും ഉൾക്കൊണ്ട് പുനരാവിഷ്കാരം ചെയ്യുമ്പോഴാണ് തന്റെ കഥകളുണ്ടാകുന്നതെന്ന് ശ്രീരാമൻ തന്നെ പറയുന്നുണ്ട്. ഗതകാലാനുഭവങ്ങളെ ഓർമ്മിക്കാനും വീണ്ടും മറ്റൊരു രീതിയിൽ അനുഭവിക്കാനുംവേണ്ടി ബോധപൂർവ്വം യാത്ര നടത്തുന്ന ഒരു അന്വേഷി സി വി ശ്രീരാമനിലുണ്ട്. അത് കഥാകാരൻ കഥയിലൂടെത്തന്നെ വ്യക്തമാക്കുന്നുണ്ട്. "ഈശ്വരൻകോവിലിലെ പശുപതി

ഉത്സവം" അതിനുദാഹരണമാണ്. കഥാരംഭം തന്നെ ഒരു യാത്രയാണ്. ഒരു പ്രത്യേക സ്ഥലത്തെത്തുമ്പോൾ ബോധപൂർവ്വം യാത്ര അവസാനിപ്പിച്ച് ഇറങ്ങാൻ തയ്യാറെടുക്കുന്ന യാത്രികനായ ആഖ്യാതാവിനോട് കണ്ടക്ടർ ഇപ്രകാരം പറയുന്നുണ്ട്.- എന്തിനു സാർ ഇവിടെ ഇറങ്ങുന്നു. ഇവിടെ ആരെയെങ്കിലും കാണാനാണോ? റീഫണ്ടു തരാൻ വ്യവസ്ഥയില്ല. -അയാൾ ചിരിച്ചുകൊണ്ട് ഇറങ്ങി നടക്കുകയാണ്. ലോഡ്ജിലെ കൗണ്ടറിലിരിക്കുന്ന പയ്യൻ രജിസ്റ്റർ തുറന്നുവെച്ച് കോളങ്ങൾ പൂരിപ്പിക്കുന്ന കൂട്ടത്തിൽ ചോദിച്ചു. Purpose of visit? To fondle certain memories എന്നെഴുതാനാണ് അയാൾ യഥാർത്ഥത്തിൽ ആഗ്രഹിച്ചത്. അയാളുടെ നിശ്ശബ്ദതയ്ക്കുമുന്നിൽ പയ്യൻ ബിസിനസ് എന്നെഴുതിക്കഴിഞ്ഞിരുന്നു. തുടർന്ന് ആ സ്ഥലവുമായി ബന്ധപ്പെട്ട പൂർവ്വകാലാനുഭവത്തിന്റെ പശ്ചാത്തലത്തിൽ ഒരു കഥ പ്രവഹിക്കുന്നു. മനുഷ്യജീവിതം തികഞ്ഞ പ്രഹേളികയാണെന്ന് ബോദ്ധ്യപ്പെടുത്തുന്ന കഥ ഗതകാലാനുഭവത്തെ ഓർമ്മയിൽ കൊണ്ടുവന്ന് വർത്തമാനകാലാനുഭവത്തിലൂടെ മറ്റൊരു കഥാനുഭവം സാദ്ധ്യമാക്കുന്നു.

യാത്രാവേളതന്നെ കഥാവേളയാകുന്ന ശ്രീരാമൻകഥകളുണ്ട്. പുറംകാഴ്ചകൾ ഇത്തരത്തിലുള്ളൊരു കഥയാണ്. യാത്രയുടെ ഒരു ഘട്ടത്തിൽ ബസിൽ കയറിവരുന്ന മനുഷ്യൻ പ്രകൃതംകൊണ്ടും വാക്കുകൾകൊണ്ടും ആ ബസിലെ യാത്രികർക്കു മുഴുവൻ വെറുപ്പ് ജനിപ്പിക്കുന്നു. കഥാന്ത്യത്തിലെ ഒരു ദൃശ്യം അതുവരെ വെറുപ്പുമാത്രം സൃഷ്ടിച്ച ആ മനുഷ്യനെക്കുറിച്ച് വ്യത്യസ്തമായ ഒരനുഭവം യാത്രക്കാരിൽ സൃഷ്ടിക്കുന്നു. കഥ അവസാനിക്കുന്നത് ഈ വാകൃത്തോടുകൂടിയാണ്. അപ്പോൾ അതുവരെ വെറുപ്പുമാത്രം ജനിപ്പിച്ച അജ്ഞാതനായ ആ മനുഷ്യനുവേണ്ടി അയാളുടെ മനസ്സ് ഒരിറ്റ് കണ്ണീർ വാർത്തു. പുറംകാഴ്ചകൾ വായിക്കുന്ന ഏതൊരാളും അറിയാതെ യാത്രികനായി മാറുന്നു. പശ്ചാത്തലദൃശ്യങ്ങൾ ഓർമ്മകളിലേക്കും ഓർമ്മകൾ പശ്ചാത്തല ദൃശ്യങ്ങളിലേക്കും പടർന്ന് പുറംകാഴ്ചകളായി കഥതന്നെ യാത്ര ചെയ്യുന്നു. യാത്രയുടെയും ഓർമ്മയുടെയും സമ്മിശ്രാനുഭവമാണ് കഥ.

പൂർവ്വകാല ഓർമ്മകൾ കഥയെ നിശ്ചയിക്കുന്ന രീതിയിലാണ് 'റെയിൽപ്പാളങ്ങൾ' എന്ന കഥ. കഥയിലെ അയാൾ ഒരു റെയിൽവേ സ്റ്റേഷനിൽ ട്രെയിൻ കാത്തിരിക്കുമ്പോൾ അവിടത്തെ പശ്ചാത്തലം അയാളെ ഭൂതകാല ഓർമ്മകളിലേക്ക് കൊണ്ടുപോകുന്നു. അയാൾ റിട്ടയേർഡ് റെയിൽവേ ഉദ്യോഗസ്ഥനായിരുന്ന അയാളുടെ ഏകാന്തതയുടെ എക്കാലത്തെയും സഹചാരികളായിരുന്നു റെയിൽപ്പാളങ്ങൾ. വർഷങ്ങൾ നീണ്ട അയാളുടെ പൂർവ്വകാല ജീവിതത്തിലെ പല കാലയളവിലെ അനുഭവങ്ങൾ ആ പ്രവാഹത്തെ ഒതുക്കി ചിട്ടപ്പെടുത്തി ആരോഹണാവരോഹണങ്ങളിലൂടെ ഒരു കഥ പറഞ്ഞു പോയിരിക്കുന്നു. ഒപ്പത്തിനൊപ്പം എന്നും ഒന്നിച്ചോടിയിട്ടും രണ്ടായിത്തന്നെ നില്ക്കുന്ന

റെയിൽപ്പാളങ്ങൾക്ക് അയാളുടെ ജീവിതത്തോട് അത്രയ്ക്കും ബന്ധമുണ്ടായിരുന്നു.

ഇരുപത്തിരണ്ടു വർഷങ്ങൾക്കു മുമ്പുള്ള ഒരനുഭവത്തിന്റെ ഓർമ്മകളും കൊണ്ടാണ് അയാൾ വീണ്ടും ആ ഗ്രാമത്തിന്റെ ഭൂപടം അളക്കാനായി വന്നത്. 'ബേട്ടാപുരംറസ്റ്റ്ഹൗസ്' എന്ന കഥയിലെ അയാളുടെ പൂർവ്വകാലാനുഭവം ഇരുളും വെളിച്ചവും നിറഞ്ഞതായിരുന്നു.

"ഇന്നും ഓർക്കുന്നു ആ പഴയ റസ്റ്റ്ഹൗസ്. ചൂരൽഇലകൊണ്ട് മേല്ക്കൂരയും മരത്തിന്റെ ചുവരുകളുമുള്ള പഴയ റസ്റ്റ്ഹൗസ്. അതിന്റെ പിൻവാതിലിന്റെ ചവിട്ടുപടിയിൽ കാലടി പതിയുന്ന ശബ്ദം കേൾക്കാൻ ഉറക്കം ഒഴിച്ച രാത്രികൾ. കാലടി ശബ്ദം കേൾക്കുമ്പോൾ അയാൾ മുറിയിലെ പെട്രോമാക്സ് കെടുത്തും. പെട്രോമാക്സിന്റെ സ്വിച്ച് ഒന്നു പതുക്കെ തിരിക്കും. ചെവിക്കുപിടിച്ചു തിരിച്ച കുട്ടികണക്കേ പെട്രോമാക്സ് ഒന്നു കരയും..."

"കാട്ടുകോഴി കൂവുമ്പോൾ അവൾ ഞെട്ടി എഴുന്നേല്ക്കും. പോവാൻ തയ്യാറാവും. എന്റെ സർട്ടിഫിക്കറ്റ് തരൂ... അയാൾ സർക്കാർ ലെറ്റർപേഡ് എടുക്കും... തലേരാത്രി അവൾ സ്വന്തം കൈകൾ കൊണ്ട് വാറ്റിയ മദ്യം കഴിച്ച് അവളൊന്നിച്ചുറങ്ങി പുലരാൻ കാലത്ത് പോകുമ്പോൾ സർട്ടിഫിക്കറ്റ് എഴുതിക്കൊടുക്കും. ഇന്നും അതിലെ സർക്കാർ വരികൾ ഓർക്കുന്നു."

Certified that Smt… is not involved in any illicit liquor trade nor in any immoral Activities…

"അവൾക്ക് ഏതോ സർക്കാർ ആനുകൂല്യമുണ്ടായിരുന്നു. അത് വാങ്ങിക്കുവാൻ സ്ഥലത്തെ റവന്യൂ ഉദ്യോഗസ്ഥൻ കനിഞ്ഞുനല്കേണ്ട സർട്ടിഫിക്കറ്റ്."

കൊല്ലങ്ങൾ കഴിഞ്ഞ് വീണ്ടും അതേ റസ്റ്റ്ഹൗസിൽ താമസിക്കാനെത്തിയ അയാൾ അവിടത്തെ വാച്ച്മാനായ ബെഞ്ചമിനുമായി സംസാരിക്കുകയായിരുന്നു. അവിടെ വന്ന മാറ്റങ്ങൾ ബെഞ്ചമിന്റെ സംഭാഷണത്തിലൂടെ അയാൾ മനസ്സിലാക്കുകയായിരുന്നു. സംഭാഷണത്തിനിടയിൽ പണ്ട് അവിടെ ഉണ്ടായിരുന്ന ബർമ്മക്കാരി റസ്റ്റ്ഹൗസിൽനിന്ന് പോവില്ല എന്നുപറഞ്ഞ് ശാഠ്യം പിടിച്ച് അവിടെ ഇരുന്നതും അവളെ നിർബ്ബന്ധിച്ച് പൊലീസ് കൊണ്ടുപോയതും പിന്നീട് അവൾ ആത്മഹത്യ ചെയ്തതുമായ സംഭവം അയാൾ അറിഞ്ഞു. അറിഞ്ഞമാത്രയിൽ ആ അറിവ് അയാളെ ഇരുട്ടിലാക്കി. ബെഞ്ചമിനോട് എന്തെങ്കിലും ഒരു വിളക്ക് കാണിക്കാൻ ആവശ്യപ്പെടുന്നതിലൂടെ കഥ അവസാനിക്കുന്നു.

'ദുഃഖിതരുടെ ദുഃഖം' എന്ന കഥയിൽ ചിറകാളിയുടെ ബോധധാരകണക്കേ വരുന്ന ഓർമ്മകളുണ്ട്.

"വർഷകാലം ചിറകാളിക്ക് ആനന്ദം നല്കുന്നു. ചിറകാളി പടിഞ്ഞാറേ കോലായിൽ ചെന്നിരിക്കും.

പതിയുന്ന മഴയുടെ ശബ്ദം ചിറകാളിയിൽ എന്തെല്ലാം ഓർമ്മകളു ണർത്തുന്നു. കാട്ടുകൂവയും കരിവള്ളിച്ചെടികളും ഇടതിങ്ങി നില്ക്കുന്ന ഇരുണ്ട ഇടവഴികൾ.... തമ്പ്രാൻ പടിക്കലെത്തുമ്പോൾ ഇടതടവില്ലാതെ വിളിച്ചുപറയുന്നു.

ഇജ്ജാ..... ഇജ്ജാ.....

അപ്പോൾ മുന്നിൽനിന്ന് ഒരു വിളി കേൾക്കാം

ഹാ ഹെ.....

ഹാ ഹെ.....

ഉടനെ പിൻതിരിയുന്നു. ഇടവഴിയിൽനിന്ന് ഏതെങ്കിലും വെളിമ്പറ മ്പിൽ കയറി നില്ക്കും.....

അന്നൊക്കെ എത്ര എത്ര തമ്പുരാട്ടിമാർ ഉണ്ടായിരുന്നു. ഇന്ന് ആ തമ്പുരാട്ടിമാർ ഒക്കെ എവിട്യ.....

ചിറകാളി കാലവർഷത്തിലെ നീണ്ട നെൽവയലുകളെപ്പറ്റി ഓർത്തു. നെല്ലിന്റെ മീതേ കുളച്ചണ്ടികൾ ഒഴുകിവരുന്നത് അവൾ മനസ്സിൽ കണ്ടു.

കൈതോലകൾ ഒഴുക്കുവെള്ളത്തിൽ മുങ്ങിയും താണും കളിക്കു ന്നത് അവൾ കാണുന്നു......

അന്നൊക്കെ പാടം നിറയെ കാവൽമാടങ്ങളുണ്ടായിരുന്നു....

അന്നൊക്കെ കാട്ടുപൈക്കൾ ഇളകുമായിരുന്നു.....

മഴ മുറുകിവന്നു. ഇപ്പോൾ മഴയുടെ ശബ്ദത്തിന്, കേട്ടുശീലിച്ച താളം അവൾ ശ്രദ്ധിച്ചു......മൂപ്പെത്തിയ, മിനുസമുള്ള കവുങ്ങിൻ കോലുകൾ തമ്മിൽ മുട്ടുമ്പോഴുണ്ടാകുന്ന ശബ്ദം..... കോൽക്കളി മുറുകിവരുന്നു..... ചിറകാളി ഒപ്പം പാടി.

ഏട്ടൻ അനുജൻ വാരിയുമായിട്ട്
വാരിഷരം കടന്ന് അക്കരയ്ക്ക്
ഏട്ടൻ അനുജൻ വാരിയുമായിട്ട്
കാട്ടിൽ അകത്ത് നടഥും ഥാലം...........
വെള്ളിപ്പണം പോലെ പുള്ളി
മാൻ ആയിട്ട് നേരെ ചെന്നു."

....

ഇത് കേവലം ഒരു വ്യക്തിയുടെ ആത്മഭാഷണമല്ല. ഇവിടെ ചിറകാളി വഹിക്കുന്ന ഓർമ്മകൾ കാല്പനികഗൃഹാതുരതയുടെ സൂചകവുമല്ല.

"ഒരു വക്താവിന്റെ വിവക്ഷിതങ്ങൾക്കനുസരിച്ച് പുറത്തേക്കു വരുന്ന സ്വതന്ത്രവും ലളിതവും നിഷ്പക്ഷവുമായ ഒരു മാദ്ധ്യമമല്ല ഭാഷ. മറിച്ച് അത് മറ്റു പലരുടെയും വിവക്ഷിതങ്ങൾകൊണ്ട് തിങ്ങിനിറ ഞ്ഞതാണ്. ഒരാളുടെ മാത്രം വിവക്ഷിതങ്ങളും സ്വരങ്ങളും ഭാഷയിലേക്ക് പിടിച്ചെടുക്കുന്നതും ബലപ്പെടുത്തിയെടുക്കുന്നതും സങ്കീർണ്ണവും വിഷമകരവുമായ ഒരു പ്രക്രിയയാണ്."

ഇവിടെ ഭാഷ, പറയുന്ന ആളിന്റെ വരുതിയിലല്ല എന്നു വ്യക്തം. ഒപ്പം കാല്പനികവും ആത്മനിഷ്ഠവും ഭാവഗാനാത്മകവുമായ ഭാഷയ്ക്കു സംഭവിക്കുന്ന മാറ്റം സി വി ശ്രീരാമന്റെ കഥകളിൽ വ്യക്തമാണ്.

"ആത്മകഥാഖ്യാനം വാമൊഴിയുടെ ചാഞ്ചല്യത്തിലും അസ്ഥിരതയിലും ഊന്നുന്നതുകൊണ്ട് അതിന് സ്ത്രൈണാനുഭവത്തെ നിഗൂഢമായൊരു മായികവലയത്തിൽ തളച്ചിടാൻ കഴിവില്ല."

അതുകൊണ്ടുതന്നെ ചിറകാളിയുടെ ആത്മഭാഷണങ്ങൾ വൈയക്തികമോ കാല്പനികഗൃഹാതുരത്വസൂചകങ്ങളോ അല്ല, മറിച്ച്, സാമൂഹികമാണ്.

കഴിഞ്ഞകാലകർഷകജീവിതം യഥാതഥമായി ആവിഷ്കരിക്കുന്ന കഥയാണ് 'പൊന്തൻമാട.' നമ്മുടെ കാർഷികവ്യവസ്ഥിതിയുടെ നിലനില്പിന് ആധാരമായിരുന്ന കർഷകത്തൊഴിലാളിവിഭാഗത്തിന്റെ ജീവിതവും ആധുനിക സമൂഹത്തിൽ ഒത്തിണക്കം നേടാനാവാതെ പോയ അവരുടെ സ്വത്വപ്രതിസന്ധിയും ഈ കഥയിലൂടെ നമ്മോട് സംവദിക്കുന്നു.

"ഒരു ജീവിതം മുഴുവൻ പായലിലും വെള്ളത്തിലും ഇഴഞ്ഞ ഈ ജലജീവി പൊന്തൻമാടയ്ക്ക് എന്തേ സർക്കാര് ഒരു പത്തു പറയ്ക്ക് നെലം കൊടുക്കാതിരുന്നത്."

എന്ന ഗോപിത്തമ്പ്രാന്റെ ചോദ്യം ഉന്നം വെക്കുന്നത് രണ്ടു കാര്യങ്ങളെയാണ്. ഒന്ന് *land to the land tiller* എന്നാണെങ്കിലും പൊന്തൻമാടയെപ്പോലുള്ള അനേകം പേർക്ക് ഒരിഞ്ചു കൃഷിഭൂമിപോലും കിട്ടിയില്ല. മറ്റൊന്ന് കൃഷിഭൂമി സ്വന്തമാക്കിയ മദ്ധ്യവർഗ്ഗമാവട്ടെ പിന്നീട് കാർഷിക സംസ്കൃതിയിൽനിന്ന് അകന്നുകൊണ്ട് മറ്റു ലാഭകരമായ പ്രവൃത്തികൾ ചെയ്ത് മിടുക്കന്മാരായി. കഴിഞ്ഞകാലത്തെ കാർഷികാനുഭവങ്ങൾ വീണ്ടും അനുഭവിപ്പിക്കാൻ പൊന്തൻമാടയുടെ ബോധധാരകണക്കെ വരുന്ന ഓർമ്മകളെ അവതരിപ്പിക്കുകയാണ് സി വി ശ്രീരാമൻ ചെയ്യുന്നത്.

"കന്നിമാസത്തിൽ പല്ലുമുട്ടിയുമായി പൊണയൻ ചണ്ടിക്കു പൂട്ടാനിറങ്ങിയത്. പൊണയൻ ചണ്ടി മാത്രമല്ല പോളപ്പുല്ലും ചെല്ലിയും വേററ്മേൽപ്പോട്ട് പൊന്തും. കന്നിമാസത്തിലെ കന്നുപൂട്ട് കഴുത്തറ്റം വെള്ളത്തിൽ നിന്നാണ്. പൊന്തൻമാട ആളുകൾക്കൊപ്പം ഉണ്ടായിരുന്നില്ല. കഴുത്തറ്റവും കഴിഞ്ഞ് ആകെ മുങ്ങിപ്പോയപ്പോഴും പോത്തിന്റെ വാലിൽനിന്ന് പിടുത്തം വിട്ടില്ല. പോത്തുകൾ തലയുയർത്തി മൂക്കിന്റെ ദ്വാരങ്ങൾ മാത്രം പുറത്തുകാട്ടി നുകത്തിലൊതുങ്ങി പണിയെടുക്കുമായിരുന്നു. എന്തുകൊണ്ടോ അന്നത്തെ പ്രവൃത്തി പൊന്തൻമാടയ്ക്ക് നന്നേ ഇഷ്ടപ്പെട്ടു.

അന്നൊക്കെ പാട്ടക്കാര് കണ്ണീരിൽ കുതിർത്താണ് വിത്തുകൾ വിതച്ചത്. അധികംപേരും പൂവലെറക്കിയിരുന്നത് കുന്നുകൂട്ടിയിരുന്ന

മുൻപൂവലുകളിലെ പാട്ടബാക്കി വീട്ടാനായിരുന്നു."

പൊന്തൻമാടയുടെ ഓർമ്മകളും കഥയും രണ്ടല്ലാതെ ഒന്നാകുന്നു. പൊന്തൻമാടയുടെ ഓർമ്മകളിൽ കന്നുപൂട്ടലിന്റെയും ചക്രംചവിട്ടിന്റെയും മാറ്റൊലികളും നടപ്പിന്റെയും നാടിന്റെയും നനയുടെയും കൊയ്ത്തിന്റെയും മെതിയുടെയും ഈണങ്ങളും നിറഞ്ഞുനില്ക്കുന്നു. ഇവിടെയും ഓർമ്മ ഏകതാനമായ അനുഭവമല്ല. മറിച്ച് ഒരു കൂട്ടായ്മയുടെ ബഹുസ്വരാനുഭവമാണ്.

"ഇക്കണ്ട നിയമം മുഴുവൻ ഉണ്ടായിട്ടും ഈ ജലജീവിക്ക് രണ്ടു പറനിലം കൊടുക്കാൻ ഒരു നിയമവും ഉണ്ടായില്ലല്ലോ എന്ന് പൊന്തൻമാടയിൽ ഒരു പരാമർശമുണ്ട്. അതു മുൻനിർത്തി ഭൂപരിഷ്കരണത്തെ ശ്രീരാമൻ കടന്നാക്രമിച്ചു എന്ന് പറഞ്ഞവരുമുണ്ട്. അത് കടന്നാക്രമണമല്ല, ഭൂപരിഷ്കരണനിയമത്തിൽ ഇനിയും വരേണ്ടതായ ഒരു തലത്തെക്കുറിച്ചുള്ള ഓർമ്മപ്പെടുത്തലാണ്. ഭൂപരിഷ്കരണത്തിന്റെ സദ്ഫലങ്ങൾ ഇനിയും എത്താത്ത ദളിത് വിഭാഗങ്ങളുണ്ടെന്ന ഓർമ്മിപ്പിക്കലാണത്. അത്തരം കാര്യങ്ങളിലൂടെ ഭൂപരിഷ്കരണത്തെ സമഗ്രമാക്കാൻതന്നെയാണ് പുരോഗമനരാഷ്ട്രീയപ്രസ്ഥാനങ്ങൾ നിലകൊള്ളുന്നത്."

ഒരു കാലഘട്ടത്തിലെ മനുഷ്യരുടെയായാലും പ്രസ്ഥാനങ്ങളുടെയായാലും സർക്കാരിന്റെയായാലും ഏതുതരം പ്രവർത്തനങ്ങളെയും വിശകലനം ചെയ്യേണ്ടതും, വേണ്ടിവന്നാൽ പുനർവിചാരങ്ങൾക്കും പുനർവിചാരണകൾക്കും വിധേയമാക്കുകയും വേണം എന്ന പൊതുബോധത്തിന്റെ അടിസ്ഥാനത്തിലാണ് പിണറായി വിജയന്റെ മേൽപ്പരാമർശത്തെ കാണേണ്ടത്.

ചരിത്രം -രാഷ്ട്രീയം

കഥാതന്തുവിനെ മുറുക്കി മീട്ടിയ 'ചിദംബരം' എന്ന കഥയിലെ രാഷ്ട്രീയം അതു സിനിമയാക്കിയതോടെ നഷ്ടപ്പെട്ടു എന്ന് എൻ എസ് മാധവൻ അഭിപ്രായപ്പെട്ടിട്ടുള്ളതാണ്.

"എന്തായിരുന്നു ശ്രീരാമന്റെ രാഷ്ട്രീയമെന്ന് മനസ്സിലാക്കുവാൻ അദ്ദേഹത്തിന്റെ കഥകൾ സിനിമയാക്കിയപ്പോൾ നഷ്ടപ്പെട്ട അംശങ്ങൾ തേടിയാൽ മതി. ചിദംബരത്തിൽ അതു സംഭവിച്ചത് വെറുമൊരു ലൊക്കേഷൻ മാറ്റത്തിലൂടെയാണ്. അരവിന്ദൻ ആന്തമാനിൽനിന്ന് കഥ മാട്ടുപ്പെട്ടിയിലേക്ക് കൊണ്ടുവന്നപ്പോൾ അതിൽനിന്ന് എടുത്തുമാറ്റിയത് ലേബർബാരക്കുകൾക്കും ഈർച്ചമില്ലുകൾക്കും ഒപ്പം രാഷ്ട്രീയമായിരുന്നു."

"ചിദംബരം" എന്ന കഥയിലെ രാഷ്ട്രീയത്തെക്കുറിച്ച് എൻ എസ് മാധവൻ എഴുതുന്നതിനുമുമ്പേ അവിടത്തെ രാഷ്ട്രീയം എന്തെന്ന് സി വി ശ്രീരാമൻ തന്നെ വ്യക്തമാക്കിയിട്ടുണ്ട്.

"ആന്തമാനിലെ ഈർച്ചമില്ലിൽ പണിയെടുക്കുന്ന തൊഴിലാളികളുടെ ബാരക്കുകളുണ്ട്. അതിൽ തമിഴരും തെലുങ്കരും ഒറിയക്കാരും ഒക്കെയുണ്ട്. ഈ ബാരക്കുകളിൽ ഏതെങ്കിലും മേലുദ്യോഗസ്ഥന്മാർ വന്ന് പരിചയപ്പെടും. അവിടെ അധികവും നൈറ്റ്ഡ്യൂട്ടിക്കാരാണ്. അപ്പോൾ അവരുടെ ഭാര്യമാരുമായി ലൈംഗികബന്ധമുണ്ടാവുക സ്വാഭാവികമാണ്. ചിലരിത് കണ്ണടയ്ക്കും ചിലർ വയലന്റാകും. ചിലർ രണ്ടുപേരെയും കൊല്ലും. ഇത്തരത്തിലൊരു സാമൂഹികചിത്രം ആന്തമാനിലെ തൊഴിലാളിബാരക്കുകളിലുണ്ടായിരുന്നു."

മേലുദ്യോഗസ്ഥനും കീഴ്ജീവനക്കാരനും തമ്മിലുള്ള അധികാരരാഷ്ട്രീയമാണ് ഇത്തരത്തിലൊരവസ്ഥ ഉണ്ടാക്കുന്നത്. സി വി ശ്രീരാമന്റെ കഥകളിലെ വൈയക്തികം എന്നുമാത്രം തോന്നുന്ന പല അനുഭവങ്ങൾക്കു പിന്നിലും ഇത്തരത്തിലൊരു സൂക്ഷ്മരാഷ്ട്രീയവും ചരിത്രവുമുണ്ട്. പൊതു ജീവിതത്തിന്റെ, ഭൗതികജീവിതത്തിന്റെ, ആശ്രമകേന്ദ്രങ്ങളുടെ, സന്ന്യാസത്തിന്റെ, സ്ത്രീപുരുഷലൈംഗികതയുടെ, ഭക്തിയുടെ അങ്ങനെ പലതിന്റെയും പിന്നിലുള്ള ചരിത്രവും രാഷ്ട്രീയവും സി വി ശ്രീരാമന്റെ ചെറുകഥകളിൽ പ്രകടമാണ്.

വ്യക്തിചരിത്രം, കുടുംബചരിത്രം, ഗോത്രചരിത്രം, പ്രാദേശികചരിത്രം, ദേശീയചരിത്രം, ലോകചരിത്രം എന്നിങ്ങനെ ചരിത്രത്തിന്റെ അനുക്രമമായ പല മുഖങ്ങളും മാനങ്ങളും സി വി ശ്രീരാമന്റെ കഥകളിലുണ്ട്. ഇവയിൽ പലതും ദ്വന്ദ്വാത്മകമായി കഥകളിൽ പ്രത്യക്ഷപ്പെടുകയും അവയ്ക്കിടയിലുള്ള സംഘർഷം സുവ്യക്തമാവുകയും ചെയ്യുന്നു. ഇതാകട്ടെ ബഹുസ്വരതയിലേക്ക് നയിക്കുന്ന ഘടകങ്ങളായി പ്രവർത്തിക്കുകയും ചെയ്യുന്നു.

സ്ഥലവൈവിദ്ധ്യം, കാലദൈർഘ്യം, വ്യത്യസ്ത ന്യൂക്ലിയസുകൾ

ഉൾക്കൊള്ളുന്നതും ജനിപ്പിക്കുന്നതുമായ അനുഭവത്തിന്റെ ഏകത്വമാണ് ചെറുകഥയെ നോവലിൽനിന്ന് വ്യാവർത്തിപ്പിക്കുന്നത്. ഇതിൽനിന്നു വ്യതിചലിച്ച് ഒന്നിലേറെ സംഭവങ്ങളെയോ അനുഭവങ്ങളെയോ കഥയ്ക്കകത്തേക്ക് കൊണ്ടുവരാനുള്ള പ്രവണത സി വി ശ്രീരാമന്റെ മിക്ക കഥകളിലും കാണാൻ സാധിക്കും. പുറംകാഴ്ചകളെന്ന കഥയിൽ ഒരു വ്യക്തിയുടെ മനോദുഃഖത്തെ കഥാന്ത്യംവരെ സഹയാത്രികർ അറിയാതിരിക്കുകയും, ഒടുവിൽ അത് വലിയ ആഘാതമായി സഹയാത്രികരുടെ മനസ്സിലും ഒപ്പം കഥ വായിക്കുന്നവന്റെ മനസ്സിലും രൂപപ്പെടുന്നുണ്ട്. ഈ ഏകാനുഭവത്തെ മാത്രം മുൻനിർത്തി എഴുതാമായിരുന്ന കഥയിൽ ശ്രീരാമൻ നഷ്ടപ്രണയത്തെക്കുറിക്കുന്ന ഒരു സമാന്തരകഥാലോകവുംകൂടി കാഴ്ചവെക്കുന്നുണ്ട്. ഇത് പരസ്പരം വേറിട്ടു കിടക്കുന്ന രണ്ട് അനുഭവങ്ങളല്ല. മറിച്ച് ഒന്ന് മറ്റൊന്നിലേക്ക് സംക്രമിച്ചുകിടക്കുന്ന രീതിയാണ്. ഇപ്രകാരം വ്യത്യസ്ത ന്യൂക്ലിയസുകളെ കഥയിൽ വിന്യ

സിക്കുന്ന ഒരു രീതിയുണ്ട്. ഇത് മുൻ റിയലിസത്തിൽ, ഒരുപക്ഷേ തകഴിയുടെയോ, കേശവദേവിന്റെയോ കഥകളിൽ കാണാൻ സാദ്ധ്യമല്ല.

ആദ്യറിയലിസത്തിൽനിന്നുള്ള ഒരു പുതിയ തുടർച്ചയാണിത്. കഥയ്ക്കകത്ത് വൈവിദ്ധ്യം കൊണ്ടുവരാൻ ഈ സങ്കലനംകൊണ്ട് സാധിക്കുന്നുണ്ട്. ഇത്തരം ഒരു സമ്പ്രദായത്തിന്റെ പ്രമുഖ പ്രയോക്താക്കളായി സി വി ശ്രീരാമനെയും എൻ എസ് മാധവനെയും സന്തോഷ് ഏച്ചിക്കാനത്തെയും *തന്റെ കഥയുടെ ന്യൂക്ലിയസ്* എന്ന പുസ്തകത്തിൽ ഡോ. വത്സലൻ വാതുശ്ശേരി പരാമർശിക്കുന്നുണ്ട്. ഒരു കഥ നോവലായി മാറിപ്പോകാവുന്ന അവസ്ഥയെക്കുറിച്ചുകൂടിയുള്ള ഒരു വീക്ഷണം ഈ പഠനത്തിലുണ്ട്.

"പല ന്യൂക്ലിയസുകൾ, പല കാലങ്ങൾ, പല ചരിത്രസന്ദർഭങ്ങൾ പല സ്ഥലങ്ങൾ ഇവയെ ഒരൊറ്റ കഥയിൽ കൊരുക്കുക എന്നത് രചനാപരമായ വലിയൊരു വെല്ലുവിളിയാണ്. കാലാനുസൃതമായി വിവരിച്ചാൽ ഒരു നോവലായി മാറിപ്പോകാവുന്ന ഒരു വിഷയമാണിത്."

കാലത്തിലും സ്ഥലത്തിലുമായി സംഭവിക്കുന്നതാണ് ചരിത്രമെന്നിരിക്കേ സ്ഥലവിസ്തൃതി ചരിത്രവിസ്തൃതി തന്നെയാണ്. സ്ഥലവൈവിദ്ധ്യം ചരിത്ര വൈവിദ്ധ്യം തന്നെയാണ്. സി വി ശ്രീരാമൻ തന്റെ കഥകളിൽ പ്രദർശിപ്പിക്കുന്ന സ്ഥലവൈവിദ്ധ്യം മറ്റേതൊരു കഥാകൃത്തിൽ നിന്നും വ്യത്യസ്തമാണ്. ശ്രീരാമന്റെ ഓരോ കഥാപശ്ചാത്തലവും ചേർത്തുവച്ചുകൊണ്ട് നമുക്ക് ഒരു ഇന്ത്യയെത്തന്നെ കണ്ടെത്താം. 'വെളുത്ത പക്ഷിയെ കാത്ത്' എന്ന കഥയിൽ ഇന്ത്യ, പാകിസ്ഥാൻ, ബംഗ്ലാദേശ്, ഇംഗ്ലണ്ട്, ജപ്പാൻ എന്നീ രാജ്യങ്ങളും അവിടങ്ങളിലെ സംസ്കാരവും കടന്നുവരുന്നു.

'ക്ഷുരസ്യധാരാ' എന്ന കഥയിൽ കഥാനായകനും ബ്രഹ്മചാരിയും തമ്മിലുള്ള സംഭാഷണത്തിനിടയിൽ ഭഗവദ്ഗീതയും, കഠോപനിഷത്തും, വാറൻ ഹേസ്റ്റിങ്സും, സോമർസെറ്റ് മോമും കാളിദാസനും വില്വമംഗലം സ്വാമിയാരും പരാമർശരൂപത്തിലും ഉദ്ധരണികളായും കടന്നുവരുന്നു. 'ക്ഷുരസ്യധാരാ' എന്ന കഥയിൽ ബ്രഹ്മചാരിയും ആശ്രമത്തിലെത്തിയ അയാൾ എന്ന കഥാപാത്രവും തമ്മിലുള്ള സംഭാഷണത്തിനിടയിൽ വാറൻ ഹേസ്റ്റിങ്സ് *ഭഗവദ്ഗീത*യ്ക്കെഴുതിയ ആമുഖത്തിലെ വരികൾ നേരിട്ട് എടുത്തുചേർത്തിട്ടുണ്ട്. അതുപോലെ *ഭഗവദ്ഗീത*യിലെയും കഠോപനിഷത്തിലെയും വരികൾ എടുത്ത് ചേർത്തിട്ടുണ്ട്. *സൂനിമാ* എന്ന കഥയിൽ ശ്രീബുദ്ധനും ശിഷ്യൻ ആനന്ദനും തമ്മിലുള്ള സംഭാഷണമുണ്ട്. കഥയ്ക്ക് ആധികാരികസ്വഭാവം ലഭിക്കുന്നതിനു വേണ്ടി സംഭാഷണങ്ങൾ അതേപടി മറ്റു കൃതികളിൽനിന്നും എടുത്ത് ഉദ്ധരിക്കുന്ന ശീലം ശ്രീരാമനുണ്ട്. സി വി ശ്രീരാമൻ തന്റെ പല കഥകളിലേക്കും എടുത്തുചേർത്തിട്ടുള്ള ഉദ്ധരണികൾക്കുപോലും ബഹുസാംസ്കാരികമാനമുണ്ട്.

സി വി ശ്രീരാമന്റെ കഥകളുടെ ചരിത്രപശ്ചാത്തലം വിരൽ ചൂണ്ടു

ന്നത് ഇന്ത്യൻ ദേശീയതാസ്വത്വത്തിന്റെ ബഹുസാംസ്കാരികമാനത്തി ലേക്കാണ്. അവിടെയെല്ലാം പ്രവാസം, അഭയാർത്ഥിപ്രവാഹം, ലോക മഹായുദ്ധം, ഇന്ത്യാ വിഭജനം എന്നിവ പ്രമേയങ്ങളായി വരുന്നുണ്ട്. അവിടെയെല്ലാം പ്രധാന ചരിത്രങ്ങളിലൊന്നും രേഖപ്പെടുത്തിയിട്ടില്ലാത്ത, അതിന്റെയെല്ലാം ദുരന്തങ്ങളേറ്റുവാങ്ങിയ സാധാരണമനുഷ്യരുടെ കഥ യാണ്.

ഇന്ത്യയുടെ സാംസ്കാരികനിർമ്മിതിയിൽ ഇന്ത്യയുടെ ഭൂമിശാ സ്ത്രം നിർണ്ണായകമായ സ്വാധീനം ചെലുത്തിയിട്ടുണ്ട്. അതൊരു കേവല ഭൂമിശാസ്ത്രമല്ല. മറിച്ച് ഓരോ പ്രദേശങ്ങളുമായി ബന്ധപ്പെ ട്ടിട്ടുള്ള പ്രതിജനഭിന്നവിചിത്രങ്ങളായ മനുഷ്യജീവിതചിത്രങ്ങളാണ്. സഞ്ചാരസാഹിത്യകാരനായ എസ് കെ പൊറ്റെക്കാട്ട് എപ്രകാരമാണോ പ്രദേശങ്ങളെയും പ്രദേശങ്ങളുമായി ബന്ധപ്പെട്ട മനുഷ്യജീവിതങ്ങ ളെയും കണ്ടത്, അതിന്റെ മറ്റൊരു മാതൃക സി വി ശ്രീരാമനിലും കാണാം. സാമ്രാജ്യങ്ങൾ രൂപീകരിക്കുകയും ശിഥിലമാക്കുകയും ചെയ്ത ഒരു ചാക്രികരാഷ്ട്രീയപ്രക്രിയയാണിത്. സാമ്രാജ്യങ്ങളുടെ ഭൂമിശാസ്ത്രവികാസങ്ങൾ സാദ്ധ്യമാക്കുന്നതിൽ ഇന്ത്യയുടെ ഭൂമിശാസ്ത്രം ഒരു പ്രധാന സ്വാധീന ഘടകമാണ്. ഒരു ഭൂപ്രദേശവുമായി ബന്ധപ്പെട്ട ചരിത്രത്തിന്റെയും ഓർമ്മകളുടെയും നൈരന്തര്യം പേറുന്നവയാണ് സി വി ശ്രീരാമന്റെ കഥകൾ. ഭൂപ്രകൃതിയെ മാറ്റിനിർത്തിയാൽ സി വി ശ്രീരാമന്റെ കഥകൾക്ക് നിലനില്പ് സാദ്ധ്യമ ല്ല. അതുകൊണ്ട് ഭൂപ്രകൃതിയുടെ പശ്ചാത്തലത്തിൽ സങ്കീർണ്ണമായ ജനജീവിതങ്ങളുടെ ഗതിവിഗതികൾ ഇവിടെ ബഹുസ്വരാവസ്ഥ ആർ ജ്ജിക്കുന്നു.

സങ്കീർണ്ണമായ ജനജീവിതങ്ങളുടെ ഗതിവിഗതികൾ എന്നത് ഒരു കൂട്ടായ്മയിൽനിന്ന് ജനിക്കുന്നതല്ല. ബഹുസ്വരതയും അങ്ങനെ വ്യാഖ്യാ നിക്കപ്പെടേണ്ടതല്ല. കഥാപാത്രങ്ങളുടെ എണ്ണമല്ല ബഹുസ്വരതയ്ക്കു നിദാനം. അതുപോലെത്തന്നെ ഏറ്റവും കൂടുതൽ ബഹുസ്വരതാസ്വഭാവം ഉള്ള മാദ്ധ്യമം നോവലാണെന്നു പറയുമ്പോഴും ബഹുസ്വരത എന്നതു കൊണ്ട് ഉദ്ദേശിക്കുന്നത് നോവലിന്റെ വിശാലമായ ക്യാൻവാസിന് ഉൾ ക്കൊള്ളുന്ന സമഗ്രതയോ എല്ലാ കഥാപാത്രങ്ങളും ഒന്നിച്ചു ചേർന്നു ണ്ടാക്കിയെടുക്കുന്ന ജീവിതവീക്ഷണമോ അല്ല.

“ഒരു ബഹുസ്വരരചന സർവജ്ഞനായ ഒരു ആഖ്യാതാവിന്റെ ധാര ണകളെ തകിടം മറിക്കുന്നു. ഒപ്പം കൃതിയുടെ സന്മാർഗ്ഗനിഷ്ഠയ്ക്ക് ഉതകുംവിധത്തിലുള്ള സദാചാരബോധമുള്ള കഥാപാത്രങ്ങളെ രചന യിൽ എവിടെയും കാണാൻ സാധിക്കുകയില്ല.”

സി വി ശ്രീരാമന്റെ കഥാപാത്രങ്ങൾ ആരുംതന്നെ പൂർണ്ണമായും നന്മയുടെയോ തിന്മയുടെയോ പക്ഷത്തു നിലയുറപ്പിക്കുന്ന ഭദ്രവ്യക്തി ത്വങ്ങളല്ല. അവരിലോരോരുത്തരിലും അടങ്ങിയിരിക്കുന്ന മനുഷ്യപ്രകൃ

തിയുടെ വൈവിദ്ധ്യവും വൈചിത്ര്യവും ഒട്ടനവധി വിശദാംശങ്ങളിലൂടെ ആവിഷ്കരിക്കപ്പെടുന്നുണ്ട്.

ഏതെങ്കിലുമൊരു നിയതമായ ജീവിതവൃത്തത്തിൽനിന്നു മാത്രം സ്വീകരിക്കപ്പെട്ടവരല്ല സി വി ശ്രീരാമന്റെ ചെറുകഥകളിലെ കഥാപാത്ര ങ്ങൾ. ഗോത്രവർഗ്ഗക്കാരും ദളിതരും സ്ത്രീകളും കഥാപാത്രങ്ങളായി വരുന്ന ഒട്ടനവധി കഥകളുണ്ട്. അപൂർണ്ണമായൊരു സാമൂഹിക വിപ്ലവമാണ് കേരളത്തിൽ നടന്നത്. ഗോത്രവർഗ്ഗക്കാരെയും സ്ത്രീ കളെയും ദളിത്സമുദായത്തിലെ പലരെയും സംബന്ധിച്ചിടത്തോളം സാമൂഹ്യവിപ്ലവം നടന്നിട്ടില്ലെന്നതാണ് സത്യം. ഇതിന്റെ ഫലമായി കൂടുതൽ സാമൂഹികമേഖലകളിലേക്ക് വ്യാപിപ്പിക്കേണ്ട ആശയ സമരങ്ങൾ ഇന്ന് മരവിച്ചിരിക്കുന്നു. തന്റെ കഥകൾകൊണ്ടും, അതിലെ കഥാപാത്രങ്ങളുടെ മനുഷ്യപ്രകൃതംകൊണ്ടും കഥകളെ സംവാദാത്മ കമാക്കാൻ സി വി ശ്രീരാമനു കഴിഞ്ഞിട്ടുണ്ട്. *ദുരവസ്ഥ: വീണ്ടും വന്നപ്പോൾ* എന്ന കഥയുമായി ബന്ധപ്പെട്ട് ഇ എം എസിന്റെ നിരീക്ഷണവും *പൊന്തൻമാട* എന്ന കഥയുമായി ബന്ധപ്പെട്ട് പിണറായി വിജയന്റെ നിരീക്ഷണവും മേല്പറഞ്ഞ വിലയിരുത്തലിനെ സാധൂകരി ക്കുന്നു. വിവരണത്തിന്റെ സത്യസന്ധതയ്ക്കപ്പുറം ചില നിർണ്ണായക സാഹചര്യങ്ങളിൽ, ചില നിർണ്ണായകകഥാപാത്രങ്ങളുടെ സത്യസന്ധ മായ പുനരാവിഷ്കാരമാണ് റിയലിസംകൊണ്ട് ഉദ്ദേശിക്കുന്നത്. നിർണ്ണായക സാഹചര്യ ങ്ങളിലുള്ള നിർണ്ണായകകഥാപാത്രങ്ങളുടെ സത്യസന്ധമായ ആവിഷ്കാരം സ്ഥലം, കാലം, കഥാപാത്രങ്ങൾ എന്നിവയിലാണ് ഊന്നുന്നത്.

നോവലെന്ന പേരുനല്കി വിളിക്കാൻ കഴിയില്ലെങ്കിലും സി വി ശ്രീരാമന്റെ ചെറുകഥകൾ എല്ലാംതന്നെ സ്ഥലകാലങ്ങളോട് ഗാഢ ബന്ധം പുലർത്തുന്നുണ്ട്. മലയാളത്തിൽ ആധുനികകാലത്തും അതിനു ശേഷവും വന്ന പല ചെറുകഥകളിലും പല കാരണങ്ങൾകൊണ്ടും പൂർ ണ്ണമായ സ്ഥലകാലവ്യക്തതയില്ല. ടി പത്മനാഭന്റെ കഥകൾ ഭാവഗാനാ ത്മകതകൊണ്ടും മാധവിക്കുട്ടിയുടെ കഥകൾ അമിതാത്മപരത കൊണ്ടും സേതുവിന്റെയും കാക്കനാടന്റെയും കഥകൾ ആധുനികതയുടെ അതിപ്രസരംകൊണ്ടും സ്ഥലകാലസങ്കല്പങ്ങളെ നിരാകരിക്കുന്നുണ്ട്.

സ്ഥലകാലങ്ങളോടു പുലർത്തുന്ന ഗാഢബന്ധത്തിനപ്പുറം കഥ യ്ക്കകത്തേക്ക് ദീർഘമായ കാലവും സ്ഥലവൈവിദ്ധ്യങ്ങളും ഒതുക്കി യെടുക്കാൻ സി വി ശ്രീരാമൻ കാണിക്കുന്ന പാടവം മലയാളത്തിലെ മറ്റെല്ലാ കഥാകൃത്തുക്കളിൽനിന്നും തികച്ചും വ്യത്യസ്തമാണ്. ഈ പുസ്തകത്തിലെതന്നെ 'വാസ്തുഹാരാ,' 'വെളുത്തപക്ഷിയെ കാത്ത്' എന്നീ രണ്ടു കഥകളുടെ പഠനത്തിൽനിന്നും നമുക്കിത് ബോദ്ധ്യപ്പെടും. സി വി ശ്രീരാമന്റെ തന്നെ ഇതിനേക്കാൾ ചെറിയ മറ്റു കഥകളും കാലം, സ്ഥലം എന്നീ ഘടകങ്ങളിൽ തികച്ചും അത്ഭുതകരമായ ഒരവസ്ഥ

സംജാതമാക്കുന്നുണ്ട്.

സി വി ശ്രീരാമന്റെ ഓരോ ചെറുകഥയും ഒരർത്ഥത്തിൽ സ്ഥലകാലങ്ങളെയും കഥാപാത്രങ്ങളെയും ഒരു പ്രത്യേക അനുപാതത്തിൽ സവിശേഷവല്ക്കരിക്കലാണ്. സാമാന്യത്തെ വിശേഷവല്ക്കരിക്കുമ്പോൾ സ്ഥലകാലങ്ങളിലേക്ക് സന്നിവേശിപ്പിക്കാതെ നിവൃത്തിയില്ല. സാമാന്യത്തെ വിശേഷവല്ക്കരിക്കുന്നിടത്താണ് റിയലിസം. സ്ഥലകാലപശ്ചാത്തലം സാമാന്യമാണെങ്കിൽ അവിടെ ചിത്രീകരിക്കപ്പെടുന്ന ജീവിതവും സാമാന്യമാണ്. ജീവിത ചിത്രീകരണത്തിന്റെ സാമാന്യവിശേഷണങ്ങൾക്ക് അടിസ്ഥാനം സ്ഥലകാല പശ്ചാത്തലത്തിന്റെ സാമാന്യവിശേഷഭാവമാണ്. തന്റെ ഓരോ കഥയിലും വളരെ വ്യത്യസ്തങ്ങളായ സ്ഥലകാലപശ്ചാത്തലങ്ങളെയും കഥാപാത്രങ്ങളെയും ചിത്രീകരിക്കുകവഴി സി വി ശ്രീരാമന്റെ ഓരോ ചെറുകഥയും കഥാപാത്രവും വ്യതിരിക്തമായ രൂപവും ഭാവവും കൈക്കൊള്ളുന്നവയാണ്. ഇത് സി വി ശ്രീരാമനെ പൂർവ്വറിയലിസ്റ്റുകളിൽനിന്നും വേർതിരിക്കുന്ന ഒരു ഘടകമാണ്. തകഴി ശിവശങ്കരപ്പിള്ളയുടെ ചെറുകഥകളെക്കുറിച്ചുള്ള കേസരി ബാലകൃഷ്ണ പിള്ളയുടെ വിമർശനം ഇവിടെ ശ്രദ്ധേയമാണ്.

“തകഴിയുടെ ഭാഷാരീതി പ്രസന്നവും സരളവുമാണ്. വിഷയവൈവിദ്ധ്യരാഹിത്യവും സോഷ്യൽ കണ്ടന്റിന്റെ പോരായ്മയുമാണ് അദ്ദേഹത്തിന്റെ കൃതികളിലെ പ്രധാന കുറവുകൾ. ഇവയെ പരിഹരിച്ചാൽ അദ്ദേഹത്തിന് പൂർവാധികം വിജയം നേടാൻ കഴിയും.”

സി വി ശ്രീരാമന്റെ റിയലിസ്റ്റ് കഥകൾ വിഷയവൈവിദ്ധ്യരാഹിത്യം, സോഷ്യൽ കണ്ടന്റിന്റെ പോരായ്മ എന്നിവയെ അവ എപ്രകാരം മറികടക്കുന്നു എന്നുള്ള അന്വേഷണം ബഹുസ്വരതയിലേക്ക് നയിക്കുന്ന ഒന്നാണ്. കഥയുടെ ഇടം, കഥയിലെ ഇടം എന്നീ രണ്ടു പരികല്പനകളും ഇതിനോടു ചേർത്തുവെച്ച് പരിശോധിക്കേണ്ടതുമാണ്. ജീവിതത്തിന്റെ ഇടങ്ങൾ എന്നത് പ്രതിജനഭിന്നവിചിത്രമായ മനുഷ്യജീവിതം തീർക്കുന്ന അനന്തസാദ്ധ്യതകൾതന്നെയാണ്.

സി വി ശ്രീരാമന്റെ ചെറുകഥയിലെ ഇടം പരിശോധിച്ചാൽ കേരളത്തിലെത്തന്നെ വിവിധ പ്രദേശങ്ങൾ, ഇന്ത്യയിലെ വിവിധ സംസ്ഥാനങ്ങൾ, ലോകരാജ്യങ്ങൾ എന്നിവ ഇടങ്ങളായി വരുന്നുണ്ട്. കഥയുടെ ഇടങ്ങൾ എന്നതുകൊണ്ട് ഇവിടെ അർത്ഥമാക്കുന്നത് കഥയിലെ കഥാപാത്രങ്ങളുടെ ജീവിതത്തിന്റെ ബലങ്ങളും പ്രതിബലങ്ങളും ചേർന്നൊരുക്കുന്ന ഇടങ്ങൾ എന്നതാണ്.

ബഹുസ്വരത

ചെറുകഥയും കാല്പനികതയും

ഒരു സവിശേഷസാഹിത്യരൂപം എന്ന നിലയിൽ ചെറുകഥ ആദ്യം അംഗീകാരം നേടിയത് അമേരിക്കൻ ഐക്യനാടുകളിലാണ്. ഏതാണ്ട് ഇതേ കാലത്തുതന്നെ ചെറുകഥകളോട് അടുത്തു നില്ക്കുന്ന രചനകൾ ഫ്രഞ്ച്, റഷ്യൻ, ജർമ്മൻ ഭാഷകളിലുമുണ്ടായി. വാഷിങ്ടൺ ഇർവിങ്, നഥാനിയേൽ ഹേഥോൺ, എഡ്ഗാർ അലൻപോ എന്നിവരെയാണ് അമേരിക്കൻ ചെറുകഥയുടെ പ്രാരംഭകരായി കരുതുന്നത്. സാഹിത്യരൂപം എന്ന നിലയിൽ ചെറുകഥകളുടെ പ്രത്യേകതയെക്കുറിച്ച് ആദ്യം എടുത്തു പറഞ്ഞത് എഡ്ഗാർ അലൻപോ ആണ്. നഥാനിയേൽ ഹേഥോണിന്റെ *Twice told tale* എന്ന കഥാസമാഹാരം നിരൂപണം ചെയ്തുകൊണ്ട് 1842 ൽ എഴുതിയ ലേഖനത്തിലാണ് ചെറുകഥയെ സിദ്ധാന്തവല്ക്കരിക്കുന്നത്. 1884 ൽ ബ്രാന്റർ മാത്യൂസ് *Philosophy of shortstory* എന്ന പുസ്തകം എഴുതിയപ്പോൾ വഴികാട്ടിയായിരുന്നത് അലൻപോയുടെ നിരീക്ഷണങ്ങളാണ്.

നിശ്ചിതമായ സവിശേഷതകളോടുകൂടിയ സാഹിത്യഗണമായി ചെറുകഥ രൂപപ്പെട്ടുവന്നത് 19–ാംനൂറ്റാണ്ടിലാണ്. 19–ാംനൂറ്റാണ്ട് പാശ്ചാത്യസാഹിത്യത്തിലെ കാല്പനികതയുടെ കാലഘട്ടമായാണ് വ്യവഹരിക്കപ്പെട്ടുപോരുന്നത്. ഒരർത്ഥത്തിൽ സർഗ്ഗാത്മകസാഹിത്യത്തെക്കുറിച്ചുള്ള ആധുനികസങ്കല്പംതന്നെ കാല്പനികകാലഘട്ടത്തിന്റെ ഉല്പന്നമാണ്. കാല്പനികനവോത്ഥാനം ഏറ്റവുമധികം സ്വാധീനിച്ച പാശ്ചാത്യസാഹിത്യവിഭാഗം കവിതയാണെങ്കിലും ചെറുകഥയുടെ ഉദയവും കാല്പനികപ്രസ്ഥാനവും തമ്മിലുള്ള കാലികസാമീപ്യം ചെറുകഥയെ ഒരു കാല്പനികസാഹിത്യഗണമാക്കി

പരിണമിപ്പിക്കുന്നുണ്ട്. ചെറുകഥാരൂപത്തിന്റെ ആദ്യകാലപ്രയോക്താക്കളെല്ലാംതന്നെ കാല്പനികതയുടെ സൗന്ദര്യപരിസരത്തുനിന്ന് ഊർജ്ജം സംഭരിച്ചവരായിരുന്നു. അമേരിക്കയിലെ നഥാനിയേൽ ഹേഥോൺ, എഡ്ഗാർ അലൻപോ, ഹെർമൻ മെൽവിൽ എന്നിവ രെയും ഇതിനുദാഹരണങ്ങളായി പറയാം.

ഹേഥോണിന്റെ 1842 ലെ കഥാസമാഹാരത്തെ വിലയിരുത്തിക്കൊണ്ടുള്ള എഡ്ഗാർ അലൻപോയുടെ ലേഖനം ഒരു പുതിയ സാഹിത്യരൂപത്തിന്റെ ഉദയം വിളംബരം ചെയ്യുന്നതോടൊപ്പം ചെറുകഥയ്ക്ക് അടിസ്ഥാനമായി വർത്തിക്കേണ്ട സാഹിത്യസങ്കല്പങ്ങളെക്കുറിച്ച് കാല്പനികതയുടെ സൗന്ദര്യശാസ്ത്രവുമായി ബന്ധപ്പെട്ട് ഉപദർശിക്കുന്നുണ്ട്.

“ചെറുകഥയുടെ മൗലികസ്വഭാവം ഏകാഗ്രതയാണ്. ഒരു സംഭവം, ഒരു കഥാപാത്രം, ഒരു വികാരം, ഒരവസ്ഥ എന്നതിലായിരിക്കും ഊന്നൽ. മറ്റു സംഭവങ്ങളും കഥാപാത്രങ്ങളും വികാരവുമെല്ലാം കേന്ദ്രസ്ഥാനത്തുള്ളതിനെ പരിപോഷിപ്പിക്കാൻ പാകത്തിൽ വിന്യസിപ്പിച്ചിരിക്കണം. ഏകാഗ്രത നഷ്ടമാകാതെ കേന്ദ്രഭാവത്തെ നാടകീയമായി വളർത്തിയെടുക്കുന്നിടത്താണ് ചെറുകഥ സഫലമാകുന്നത്. അതിവിശദമായ വർണ്ണനയും പൂർണ്ണമായ ആഖ്യാനവുമല്ല ധ്വന്യാത്മകമായ ആവിഷ്കാരമാണ് ചെറുകഥയ്ക്കിണങ്ങുന്നത്.”

നോവലും ചെറുകഥയും സംബന്ധിച്ച്, അവ തമ്മിലുള്ള വ്യത്യാസത്തെ സംബന്ധിച്ച് ബ്രണ്ടർ മാത്യൂസ് *The philosophy of short story* എന്ന പുസ്തകത്തിൽ ചില വസ്തുതകൾ പരാമർശിക്കുന്നുണ്ട്. ഒരു നോവലിനും നോവലെറ്റിനും തമ്മിലുള്ള വ്യത്യാസം അതിന്റെ ദൈർഘ്യത്തിൽ മാത്രമാണ്. പക്ഷേ, നോവലും ചെറുകഥയും രണ്ടു സാഹിത്യവിഭാഗങ്ങളാണ്. ഒരു ചെറുകഥയാവട്ടെ ഒരു വെറുംകഥയിൽനിന്ന് വ്യത്യസ്തതയുള്ളതും കൂടുതൽ മാനമുള്ളതുമാണ്. ഒരു ചെറുകഥ നോവലുമായി പ്രധാനമായും വ്യത്യാസപ്പെട്ടിരിക്കുന്നത് അതിന്റെ സവിശേഷമായ ഏകാഗ്രതയിലാണ്. കൂടുതൽ വ്യക്തമായി പറഞ്ഞാൽ ഒരു ചെറുകഥയ്ക്ക് ഏകഭാവമുണ്ട്. എന്നാൽ ഒരു നോവലിന് അതില്ല എന്നതാണ്. കാല്പനികസൗന്ദര്യമീമാംസയെ ഉപജീവിച്ചുകൊണ്ട് ആദ്യകാലസൈദ്ധാന്തികർ വികസിപ്പിച്ചെടുത്ത ചെറുകഥാ സിദ്ധാന്തം നോവലുമായുള്ള താരതമ്യത്തിലൂടെയായിരുന്നു. അനുവാചകനിൽ ഏകപ്രതീതി സൃഷ്ടിക്കാൻ കഥയിലെ പ്രതിസന്ധി (crisis) സാന്ദ്രമാക്കുകയാണ് കഥാകാരൻ ചെയ്യുന്നത്. ഈ സിദ്ധാന്തമനുസരിച്ച് തികച്ചും ഋജുവും ലളിതവുമായ ഇതിവൃത്തഘടന ചെറുകഥയിൽ കൈവരികയും പ്രതിസന്ധി ചെറുകഥയുടെ കേന്ദ്രബിന്ദുവായി മാറുകയും ചെയ്യുന്നു. ചെറുകഥയുടെ ഇതരഗുണങ്ങളായി ആത്മപരത, ലോലകാല്പനികത, ഭാവഗാനസ്വഭാവം തുടങ്ങിയവയും വിശദീകരിക്കപ്പെട്ടത് ഈ സിദ്ധാന്തപരിസരത്തിലൂന്നിത്തന്നെയായിരുന്നു. ആദ്യകാല ചെറുകഥാസൈദ്ധാന്തികരെല്ലാം ശ്രദ്ധിച്ചത് നോവലിന്റെ സൗന്ദര്യശാസ്ത്രത്തിൽനിന്ന്

സ്വതന്ത്രവും വ്യതിരിക്തവുമായ ഒരു ചെറുകഥാസിദ്ധാന്തം വളർത്തിയെടുക്കുക എന്നതിലായിരുന്നു. ചെറുകഥയെക്കുറിച്ചുള്ള കാല്പനിക സങ്കല്പത്തെ സൈദ്ധാന്തികമായി വ്യാഖ്യാനിച്ചെടുക്കുക എന്ന കൃത്യമാണ് അവർ നിർവ്വഹിച്ചത്. ചെറുകഥയുടെ ഭാവഗാനസ്വഭാവവും ആത്മപരതയും ഇത്തരത്തിലൊന്ന് സ്ഥാപിച്ചെടുക്കാനുള്ള പ്രവണതയുടെ ഭാഗമായിരുന്നു. ഇത് ചെറുകഥയെ നോവലിൽനിന്ന് വ്യത്യസ്തമാക്കി നിർത്തുകയും ഒപ്പം അതിനെ ഏകകേന്ദ്രീകൃതവും ഏകസ്വരവുമായ ഒരനുഭവമാക്കി മാറ്റുകയും ചെയ്തു.

ഇത്തരത്തിൽ നിയതമായ സവിശേഷതകളോടുകൂടിയ ഒരു സാഹിത്യ ഗണമാണ് ചെറുകഥ എന്ന തോന്നലുണ്ടാക്കാൻ എഡ്ഗാർ അലൻപോ, ഹെൻറി ജെയിംസ്, ബ്രണ്ടർ മാത്യൂസ് തുടങ്ങിയ കാല്പനികസൈദ്ധാന്തികർക്ക് കഴിഞ്ഞുവെങ്കിലും കാര്യം അത്രയ്ക്ക് ലളിതമല്ലെന്ന് സൂക്ഷ്മപരിശോധനയിൽ മനസ്സിലാകും. *ദി ഫിലോസഫി ഓഫ് ഷോർട്ട് സ്റ്റോറി*യിൽത്തന്നെ ചെറുകഥയെ ഇത്തരത്തിൽ പരിമിതപ്പെടുത്താൻ ശ്രമിക്കുന്നുണ്ടെങ്കിലും എന്തും ഉൾക്കൊള്ളാനും എന്തിനെക്കുറിച്ചും സംവദിക്കാനും നിയതമായ രൂപഭാവ പരിമിതികളിൽനിന്ന് പുറത്തു കടക്കാനും ചെറുകഥയ്ക്കുള്ള കഴിവിനെക്കൂടി പറഞ്ഞുവെക്കുന്നുണ്ട്.

ആഖ്യാതാവിനു സ്വീകാര്യമായ ഏതു രൂപവും ഒരു ചെറുകഥയ്ക്ക് ഇണങ്ങുന്നു എന്നതാണ് ഇതിലൂടെ വ്യക്തമാകുന്നത്. ചെറുകഥയുടെ രൂപത്തെ സംബന്ധിച്ചുള്ള നിർബ്ബന്ധങ്ങൾ കുറച്ചുകൂടി സ്വതന്ത്രമായ ഒരു നിലപാടിൽനിന്നു വീക്ഷിക്കാനുള്ള ഒരവസ്ഥയിലേക്ക് ഇവിടെ എത്തിച്ചേരുന്നുണ്ട്. നോവലിൽനിന്നു വ്യത്യസ്തമായ ചെറുകഥ എന്ന ഏകരൂപഗണത്തെ വ്യവസ്ഥപ്പെടുത്താൻ നമ്മെ നിർബ്ബന്ധിക്കുന്ന വസ്തുനിഷ്ഠഘടകങ്ങൾ ഏതൊക്കെയെന്ന് ആരായുമ്പോൾ പ്രധാനമായും പറയാവുന്ന ഒന്ന് അതിന്റെ വലിപ്പത്തെ സംബന്ധിച്ച പ്രസ്താവനയാണ്.

ചെറുകഥയെ ഒരു പ്രത്യേകഗണമായി കാണുന്നതിലുള്ള ഏറ്റവും വലിയ പ്രതിബന്ധം സാഹിത്യഗണത്തെക്കുറിച്ച് നമുക്കിന്നുള്ള സങ്കല്പം തന്നെയാണ്. ഗണത്തെക്കുറിച്ച് പറയുമ്പോൾ അനുവാചക പ്രതികരണത്തിന് വലിയ പ്രാധാന്യമുണ്ട്.

സാഹിത്യഗണത്തെക്കുറിച്ച് ഇന്ന് സാമാന്യേന അംഗീകരിക്കപ്പെട്ടിട്ടുള്ള നിരൂപകമതം അത് ഏതെങ്കിലും വസ്തുനിഷ്ഠമായ സാഹിത്യസ്വഭാവത്തിന്റെ പ്രതിഫലനമല്ലെന്നും മറിച്ച് അനുവാചകപ്രതികരണത്തെ നിയന്ത്രിക്കുന്ന സാഹിത്യസമ്പ്രദായങ്ങളുടെയും ധാരണകളുടെയും സാകല്യമാണ് എന്നുമാണ്.

മേല്പറഞ്ഞതിനെ ഇങ്ങനെ വിശകലനം ചെയ്യാം. ഒരപസർപ്പക നോവലിൽ അനുവാചകൻ പ്രതീക്ഷിക്കുന്ന ഘടകങ്ങളല്ല ഒരു ശാസ്ത്രകഥാഖ്യായികയിൽ അയാൾ പ്രതീക്ഷിക്കുക. ഇതു രണ്ടിൽനിന്നും

വ്യത്യസ്തമാണ് അയാൾ ഒരു ഭാവഗീതത്തിൽനിന്നും പ്രതീക്ഷിക്കുന്നത്. കൂടാതെ ഒരു പുസ്തകത്തിലെ ആദ്യത്തെ കുറച്ചുഭാഗങ്ങൾ വായിച്ചു കഴിയുമ്പോൾത്തന്നെ അത് ഏതു ഗണത്തിൽപ്പെട്ട കൃതിയാണെന്ന് അനുവാചകന് മുൻധാരണയുണ്ടാകുകയും ചെയ്യും. അതനുസരിച്ചായിരിക്കും അയാൾ തന്റെ സമീപനത്തെ സജ്ജമാക്കുന്നത്. അതുപോലെത്തന്നെ ഒരേ മാനദണ്ഡത്തോടു കൂടിയല്ല നാം വിവിധ ആഖ്യാനരൂപങ്ങളെ നിർവ്വചിക്കാറുള്ളത്.

മേല്പറഞ്ഞതിൽനിന്ന് ചെറുകഥയുടെ വ്യതിരിക്തതയും ചെറുകഥയും നോവലും തമ്മിലുള്ള ബന്ധവും കാലാനുസൃതമായി പുതിയ സാഹിത്യ സിദ്ധാന്തങ്ങൾവെച്ച് വിലയിരുത്തണമെന്ന് വ്യക്തമാവുന്നു.

കാല്പനികതയുടെ സാന്നിദ്ധ്യവും തല്ഫലമായുള്ള ആത്മനിഷ്ഠത, ഭാവഗാനാത്മകത എന്നീ പ്രത്യേകതകളും മലയാളത്തിൽ എഴുതപ്പെട്ട ചെറുകഥകളെയും ഏകസ്വരവും ഏകഭാവവുമായ ഒരവസ്ഥയിൽ എത്തിക്കുക തന്നെയാണ് ചെയ്തിട്ടുള്ളത്.

മലയാളത്തിൽ അരങ്ങേറിയ ആധുനികതയുടെ പ്രശ്നപരിസരത്തിൽ വെച്ചുകൊണ്ടാണ് സി വി ശ്രീരാമന്റെ ചെറുകഥകളെ ഈ പ്രബന്ധത്തിൽ പഠന വിധേയമാക്കുന്നത്.

പുതിയ സാഹിത്യസിദ്ധാന്തങ്ങൾ ഉപയോഗിച്ചുകൊണ്ട് ചെറുകഥയെ സമീപിക്കുമ്പോൾ ചെറുകഥയുടെയും നോവലിന്റെയും മറ്റ് ആഖ്യാന രൂപങ്ങളുടെയും കാര്യത്തിൽ നാമെടുക്കുന്ന സമീപനത്തിൽ എന്തെല്ലാം മാറ്റങ്ങളാണ് ആവശ്യപ്പെടുന്നതെന്നു നോക്കാം.

സാഹിത്യം ഭാഷയിലുള്ള യാഥാർത്ഥ്യത്തിന്റെ പ്രതിനിധാനമാണ് എന്ന സാമാന്യധാരണയാണ് നമുക്കാദ്യം ഉണ്ടായിരുന്നത്. യാഥാർത്ഥ്യം എന്നത് മാറ്റമില്ലാത്ത വസ്തുനിഷ്ഠമായ ഒരവസ്ഥയാണെന്നും ഇതിനെ സൗന്ദര്യാത്മകമായ ഒരു തലത്തിലേക്ക് മാറ്റി പ്രതിഷ്ഠിക്കുക എന്ന ധർമ്മമാണ് കലാകാരനനുഷ്ഠിക്കുന്നത് എന്നുമുള്ളതാണ് ഈ സാമാന്യധാരണ. ഭാഷ ഇവിടെ സ്വകാര്യമായൊരു മാദ്ധ്യമമോ ആശയങ്ങളെ വഹിക്കാനുള്ള വാഹകമോ മാത്രമാണ്. ഭാഷയെക്കുറിച്ചുള്ള ഈ സാമ്പ്രദായികധാരണകളെയാണ് പുതിയ ചിന്തകൾ അടിസ്ഥാനപരമായി ചോദ്യം ചെയ്യുന്നത്.

യാഥാർത്ഥ്യം പ്രതിഫലിപ്പിക്കാനുള്ള മാദ്ധ്യമമായി ഭാഷയെ കാണുന്നതിനുപകരം യാഥാർത്ഥ്യത്തിന്റെയും ബോധത്തിന്റെയും രൂപവല്ക്കരണം നടക്കുന്ന ഒരു പ്രത്യയശാസ്ത്രമേഖലയായി അതിനെ പരിഗണിക്കാനാണ് സൊസ്യൂറും സൊസ്യൂറിന്റെ പാരമ്പര്യം പിൻതുടരുന്ന സൈദ്ധാന്തികരും പറയുന്നത്. സാഹിത്യത്തിലെ റിയലിസ്റ്റ് പാരമ്പര്യത്തെ ചോദ്യം ചെയ്യാനും ആധുനികതയ്ക്ക് ആക്കം കൂട്ടാനും ഈ മാറ്റം സഹായിച്ചു. ഇതോടനുബന്ധിച്ച് രൂപവല്ക്കരിക്കപ്പെട്ട മറ്റൊന്ന് വായനയെയും പാഠത്തെയും കേന്ദ്രീകരിച്ചുള്ള പുതിയൊരു സങ്കല്പമാണ്.

ഒരു പാഠം പ്രത്യക്ഷത്തിൽ എന്താണോ പറയാൻ ശ്രമിക്കുന്നത് അതിൽനിന്ന് വ്യത്യസ്തമായി അതു വായിക്കാം. ബഹുത്വത്തിന്റെ പ്രാധാന്യത്തിൽനിന്നുകൊണ്ട് അടിസ്ഥാനപാഠത്തിൽനിന്നു വ്യതിരിക്തമായി, വൈരുദ്ധ്യാത്മകമായി നിരൂപകൻ നല്കിയ സുസ്ഥിരധാരണകളെ അട്ടിമറിച്ചുകൊണ്ട് ഒരു പാഠം വായിക്കാം. അത്തരത്തിൽ ഒരു പാഠം അതിനെത്തന്നെ വഞ്ചിക്കാം.

അർത്ഥത്തിന്റെ പ്രഭവകേന്ദ്രം വ്യക്തിമനസ്സു മാത്രമാണെന്ന ധാരണയെയാണ് ഇവിടെ ലക്കാൻ, അൽത്ത്യൂസർ തുടങ്ങിയ സൈദ്ധാന്തികർ ഇല്ലാതാക്കുന്നത്. വായനക്കാരന് പുറത്തെടുക്കാൻ പാകത്തിൽ സത്യം ഒളിപ്പിച്ചു വെച്ചിരിക്കുന്ന ഒന്നല്ല ഒരുകൃതിയും ഒരു പുസ്തകവും. അനുവാചകനുല്പാദിപ്പിച്ചെടുക്കേണ്ട പാഠത്തിന്റെ അർത്ഥസാദ്ധ്യതകൾ അനന്തമാണ് എന്നതും ഇതിനനുബന്ധമായി വരുന്നതാണ്. മേല്പറഞ്ഞവയിലെല്ലാം ഭാഷാശാസ്ത്രത്തെ വളരെ ശാസ്ത്രീയമായി ഉപയോഗപ്പെടുത്തുന്ന ഒരു രീതി കണ്ടെത്താനാകും. ഇതാകട്ടെ ഇതരവിജ്ഞാനശാഖകൾക്കുകൂടി മാതൃകയായി സ്വീകരിക്കപ്പെട്ടു. സൊസ്യൂറിയൻ ഭാഷാശാസ്ത്രത്തിൽനിന്നും കൈക്കൊണ്ട പല പരികല്പനകളും സാഹിത്യവിമർശനമടക്കമുള്ള വിജ്ഞാനശാഖകളിൽ ഇന്ന് വളരെയധികം വ്യാപകമായി ഉപയോഗിക്കപ്പെടുന്നുമുണ്ട്. സൊസ്യൂറിയൻ ഭാഷാശാസ്ത്രത്തിനു വിമർശനങ്ങളില്ല എന്നല്ല ഈ പറഞ്ഞതിനർത്ഥം. സൊസ്യൂറിയൻ ഭാഷാശാസ്ത്ര സങ്കല്പങ്ങളെ വിമർശിച്ചുകൊണ്ടാണ് മിഖായേൽ ബക്തിൻ കടന്നുവരുന്നത്.

സൊസ്യൂറിയൻ ഭാഷാശാസ്ത്രസങ്കല്പങ്ങളെ നിരാകരിച്ച് മുന്നോട്ടു വരുന്ന ആദ്യത്തെ ആധുനികസാഹിത്യസിദ്ധാന്തമാണ് ബക്തിൻ സ്കൂൾ മുന്നോട്ടു വെക്കുന്നത്. എല്ലാ ഭാഷാസന്ദർഭങ്ങളെയും അതാതിന്റെ സാമൂഹികപരിസരത്തിൽവെച്ച് മൂല്യനിർണ്ണയം ചെയ്യേണ്ടതാണെന്ന് ബക്തിൻ പരികല്പിക്കുന്നു. ഓരോ ഉരിയാട്ടവും സമൂഹത്തിന്റെ ബലതന്ത്രങ്ങളും പോരാട്ടങ്ങളും വന്നുനിറയുന്ന ഒന്നാണെന്നും സാമൂഹിക ഇടങ്ങളിൽ ഉച്ചരിക്കപ്പെടുന്ന ഓരോ വാക്കും സംവാദാത്മകമാണെന്നും അതുകൊണ്ടുതന്നെ അതൊരുപാട് ഇടപെടലുകൾക്ക് വിധേയമാണെന്നും ബക്തിൻ പറഞ്ഞു. സൂചകസൂചിതബന്ധം സംഘർഷങ്ങളെക്കൊണ്ടും ഇടപെടലുകളെക്കൊണ്ടും നിറഞ്ഞതാണ്. സാമൂഹികജീവിതത്തിൽനിന്ന് ഭാഷയെ വേർപെടുത്താനാവില്ല. അവസാനിക്കാത്ത മനുഷ്യപ്പോരാട്ടങ്ങളും ഇടപെടലുകളുംകൊണ്ട് അപഗുണീകരിക്കപ്പെട്ടതും പരിപുഷ്ടമായതും സങ്കീർണ്ണവും ദുർഗ്രഹവുമായ അർത്ഥവിചാരം നിക്ഷേപിക്കപ്പെട്ടതുമായ അനവധി അടരുകളായി ഭാഷ വർത്തിക്കുന്നു എന്നതാണ് അതിനു കാരണം.

മേൽ സൂചിപ്പിച്ചിട്ടുള്ള സൈദ്ധാന്തികവികാസം ചെറുകഥയുടെയും നോവലിന്റെയും ഗണപരമായ വിഭജനത്തിൽ പുതിയൊരു സമീപനം ആവശ്യപ്പെടുന്നു. കഥയുടെ പൂർവ്വമാതൃകകളെയും നോവലിനെയും ചെറുകഥയെയും എല്ലാറ്റിനെയും പരസ്പരം ബന്ധിപ്പിക്കുന്ന ഒരു ഘടനയാണ് അന്തിമ വിശകലനത്തിൽ പുതിയ കലാസിദ്ധാന്തങ്ങൾ മുന്നോട്ടുവെക്കുന്നത്. ഇവിടെ പ്രസക്തമാകുന്നത് ചെറുകഥയോ നോവലോ എന്നതല്ല മറിച്ച് ഒരൊറ്റ ആഖ്യാന മാതൃക എന്നതാണ്.

ആഖ്യായികയുടെ മുഖ്യമായ അംശങ്ങളായി എടുത്തുകാണിക്കുന്നത് രണ്ടു ഘടകങ്ങളെയാണ്. ഒന്ന് കഥ. മറ്റൊന്ന്, കഥാകാരൻ അഥവാ ആഖ്യാതാവ്. ഇവ രണ്ടുമായാൽ ആഖ്യായികയായി. കഥയ്ക്ക് ഇവിടെ അയഥാർത്ഥമെന്ന അർത്ഥമല്ല. മറിച്ച് കാര്യകാരണബന്ധമുള്ള സംഭവങ്ങളുടെ നൈരന്തര്യം എന്ന അർത്ഥമാണ്. ഇതനുസരിച്ച് ചെറുകഥ പല തരത്തിലുള്ള ആഖ്യാനസാദ്ധ്യതകളിൽ ഒന്നുമാത്രമാണ്. നാടോടിക്കഥകളും ഇതിഹാസങ്ങളും ആഖ്യാനസാദ്ധ്യതകളിൽപെടും. ബഹുസ്വരതയുമായി ബന്ധപ്പെടുത്തി ഉപയോഗിക്കാവുന്ന മറ്റ് സിദ്ധാന്തങ്ങളെക്കൂടി പ്രബന്ധത്തിൽ പരിഗണിക്കുന്നുണ്ട്.

ഭൂമിശാസ്ത്രപരമായ വൈവിദ്ധ്യം

ഒരു ദേശത്തെ മറ്റൊന്നിൽനിന്ന് ഭൗതികമായി വേർതിരിക്കുന്നത് അതിന്റെ അതിർത്തി പ്രദേശങ്ങളാണ്. ഇന്ത്യയെ സംബന്ധിച്ച് സ്വാഭാവികമായ, പ്രകൃതിദത്തമായ അതിർത്തികൾ അതിന്റെ വ്യക്തിത്വം നിർണ്ണയിക്കുന്ന ഘടകമായി വർത്തിച്ചിട്ടുണ്ടെന്നു കാണാം. സി വി ശ്രീരാമന്റെ ചെറുകഥകൾക്ക് പൊതുവിൽ ഒരിന്ത്യൻ പശ്ചാത്തലമുണ്ട്. മാത്രമല്ല ദാർശനികപരിവേഷം പേറാത്ത സാധാരണക്കാരായ മനുഷ്യർ സി വി ശ്രീരാമന്റെ ചെറുകഥകളിലെ കഥാപാത്രങ്ങളാണ്. ഇന്ത്യ എന്ന ദേശത്തെയും അതിനുള്ളിലെ വ്യത്യസ്തപ്രദേശങ്ങളെയും നിർണ്ണയിച്ചിരിക്കുന്നത് ഒരേസമയം ഭൂമിശാസ്ത്രപരമായ അതിർത്തികളും സാംസ്കാരികമായ അതിർത്തികളുമായിരുന്നു.

ഇന്ത്യ എന്ന രാഷ്ട്രത്തിനും ഇന്ത്യക്കുള്ളിലെ വിവിധങ്ങളായ അതിന്റെ പ്രാദേശികഘടകങ്ങൾക്കും അതിർത്തിയെക്കുറിച്ചുള്ള ഈ സങ്കല്പം ബാധകമാണ്. ഭൂമിശാസ്ത്രപരമാണെങ്കിൽത്തന്നെ സ്ഥലപരമായ കൃത്യതവഹിക്കുന്ന ഒരതിർത്തിയും അതിനുള്ളിൽ വ്യത്യസ്തത പുലർത്തുന്ന സംസ്കാര സവിശേഷതകളോടു കൂടിയ ജനത എന്ന വീക്ഷണവും വളരെ നേരത്തെ തന്നെ ഇവിടെയുണ്ടായിരുന്നു. വടക്ക് ഹിമാലയ നിരകൾക്കും തെക്ക് ഇന്ത്യൻ മഹാസമുദ്രത്തിനും ഇടയിലുള്ള ഈ പ്രദേശത്ത് അധിവസിച്ചിരുന്ന ജനങ്ങളും ഇത്തരത്തിൽ അന്യരിൽ നിന്നു വ്യതിരിക്തത പുലർത്തിയിരുന്നതായും സ്വന്തം സാംസ്കാരികൈക്യം പ്രകടിപ്പിച്ചിരുന്നതായും ഇന്ത്യൻ ലിഖിതങ്ങളും സൂചിപ്പിക്കുന്നു.

ഇന്ത്യയുടെ രാഷ്ട്രസങ്കല്പത്തിന്റെ അടിസ്ഥാനപരമായ സവിശേഷതകൾ ഇവിടെ വ്യക്തമാക്കുന്നു. ഭൂതകാലത്തെക്കുറിച്ചുള്ള ഓർമ്മകളിൽനിന്നാണ് ഇന്ത്യയും രൂപം കൊള്ളുന്നത്. ഭരതചക്രവർത്തിയുടെ പിൻതലമുറക്കാർ എന്ന പാരമ്പര്യം അവകാശപ്പെടുന്ന ഇവിടുത്തെ ജനത സ്വന്തം ദേശത്തെ ഭരതന്റെ നാട് എന്ന അർത്ഥത്തിൽ ഭാരതമായി കണ്ടു എന്ന സൂചന പ്രധാനമാണ്. ഇത് ഭൂതകാലത്തെക്കുറിച്ചുള്ള ഓർമ്മകളില്ലാതെ ഒരു രാജ്യവുമുണ്ടാകുന്നില്ല എന്നു വ്യക്തമാക്കുന്നു. ഇത്തരം ഓർമ്മകളിൽ വിവരിക്കപ്പെടുന്ന സംഭവങ്ങൾ കൃത്യമായിരിക്കണമെന്നില്ല.

> ഓരോ ദേശത്തിനും വിദൂരഭൂതകാലത്തെ മനസ്സിലാക്കുന്നതിന് അതിന്റേതായ രീതിയുണ്ട്. കഥകളിൽക്കൂടിയും പുരാവൃത്തത്തിൽക്കൂടിയും ചരിത്രത്തിൽക്കൂടിയും അതു പുരോഗമിക്കുന്നു. ചരിത്രപരമായി സാധുവായാലും അല്ലെങ്കിലും ഒരു ദേശത്തെ മറ്റൊന്നിൽ നിന്നും വേർതിരിക്കുന്ന വർത്തമാനകാലത്തെ മനസ്സിലാക്കാൻ ഈ സ്മരണകൾ സഹായിക്കുന്നു.

ഭരതന്റെ പിൻഗാമികൾ എന്ന വിശ്വാസം ദേശീയതയെക്കുറിച്ചുള്ള വ്യവഹാരത്തിൽ മറ്റൊരു തരത്തിൽക്കൂടി പ്രസക്തമാണ്. ഒരു ദേശത്തിന്റെ അനുസ്യൂതിയെക്കുറിച്ചുള്ള വിശ്വാസത്തെ സാധൂകരിക്കാനുള്ള മറ്റൊരു തെളിവാണിത്. ഒരു പൊതുപൂർവ്വികന്റെ പിൻതുടർച്ചക്കാരെന്ന നിലയിൽക്കൂടിയായിരിക്കും ഒരു ദേശം സ്വന്തം അനന്യത (identity) തിരിച്ചറിയുന്നത്. ഇസ്രായേലിയർ അബ്രഹാമിന്റെ പിൻതുടർച്ചക്കാരെന്ന നിലയിലും ജപ്പാൻകാർ അവരുടെ ആദ്യചക്രവർത്തിയുടെ പിൻതുടർച്ചക്കാരെന്ന നിലയിലും സ്വയം അടയാളപ്പെടുത്തുന്നതുപോലെയാണ് ഇന്ത്യക്കാർ ഭരതന്റെ പിൻഗാമികൾ എന്ന നിലയിൽ സ്വയം പരിഗണിക്കുന്നത്. ഇത്തരം സാമൂഹിക ആത്മാവബോധങ്ങളുടെ സാമൂഹിക ബന്ധമാണ് ഒരു രാജ്യം.

കൗടില്യന്റെ *അർത്ഥശാസ്ത്ര*ത്തിൽ അർത്ഥശാസ്ത്രകാരന്മാരായ പത്തോളം പേരെക്കുറിച്ചും പരാമർശമുണ്ട്. രാഷ്ട്രതന്ത്രത്തിന്റെയും സാമ്പത്തികശാസ്ത്രത്തിന്റെയും ഒരു സുദീർഘപാരമ്പര്യം ഇന്ത്യയിലുണ്ടായിരുന്നു എന്ന് ഇതു വ്യക്തമാക്കുന്നു.

*മഹാഭാരത*ത്തിൽ ഷഡ്വർഗ്ഗങ്ങളെക്കുറിച്ച് പറയുമ്പോൾ അവയിലൊന്നായി ദേശത്തെ കല്പിക്കുന്നുണ്ട്. എന്നാൽ അത് ഇന്നു നാം കല്പിക്കുന്ന ആധുനികാർത്ഥത്തിലല്ല. ആത്മാവു വ്യാപരിക്കുന്ന പ്രദേശം മാത്രമാണത്. എങ്കിൽപ്പോലും ദേശം, കാലം എന്നിവയെക്കുറിച്ച് മിത്തിക്കൽ ആയ സങ്കല്പമെങ്കിലും അതുൾക്കൊള്ളുന്നു.

നാലുവിദ്യകളിലൊന്നായി ദണ്ഡനീതിയെപ്പറ്റി പറയുമ്പോൾ, ആത്മീയതയ്ക്കപ്പുറത്ത് ഭൗതികതയെ ഉയർത്തിപ്പിടിക്കുന്ന കൗടില്യന്റെ *അർത്ഥശാസ്ത്ര*ത്തെത്തന്നെയാണ് *മഹാഭാരതം* ആധാരമാക്കുന്നത്.

പ്രാചീനരാഷ്ട്രതന്ത്രമായ കൗടലീയം ആത്മാവിനെയും മോക്ഷത്തെയുമല്ല പൗരുഷത്തെയാണ് പ്രധാനമായി കാണുന്നത്. മാത്രമല്ല ഇവിടെ ഭീഷ്മർ യുധിഷ്ഠരനെയെന്നപോലെ ഇതരരാജകഥാപാത്രങ്ങൾ പരസ്പരം 'ഭാരത' എന്നാണ് സംബോധന ചെയ്യുന്നത്. പൂർവ്വികനായ ഭരതനിൽ നിന്നാരംഭിക്കുന്ന ഭാരതത്തിന്റെ പൈതൃകവംശാവലിയെ സൂചിപ്പിക്കുന്ന ഈ പദം ഇന്ത്യയുടെ ദേശസങ്കല്പത്തിന്റെ അനന്യത (identity) ആണ് വ്യക്തമാക്കുന്നത്.

എന്നാൽ ഏകശാസനരാജഭരണമായിരുന്നെങ്കിലും രാജഭരണത്തെ 'തവൈ' (സഭ) പോലുള്ള രൂപങ്ങൾ നിയന്ത്രിച്ചിരുന്നുവെന്നുമദ്ദേഹം പറയുന്നുണ്ട്. ചെറിയതോതിലാണെങ്കിലും രാഷ്ട്രഭരണസങ്കല്പത്തെ ഇതു സൂചിപ്പിക്കുന്നു. ഇങ്ങനെ പ്രാചീനചരിത്രകാരന്മാർ മാത്രമല്ല പ്രാചീന ഇന്ത്യൻ സാഹിത്യകൃതികളും തത്ത്വശാസ്ത്രഗ്രന്ഥങ്ങളും ഇന്ത്യയുടെ രാഷ്ട്രഭരണത്തെക്കുറിച്ചും പ്രജകളുടെ കടമയെയും ഉത്തരവാദിത്വത്തെയും രാജധർമ്മത്തെയും കുറിച്ചുമൊക്കെയുമുള്ള സങ്കല്പങ്ങൾ സൂക്ഷിച്ചിരുന്നു എന്നു കാണാം.

ഇന്ത്യൻ ജീവിതത്തിന്റെ സങ്കീർണ്ണസ്വഭാവം പൗരാണികമായ ഒന്നാണ്. കാരണം ചരിത്രത്തിന്റെ പ്രാരംഭഘട്ടത്തിൽത്തന്നെ ഇന്ത്യ വൈവിദ്ധ്യം പുലർത്തുന്ന സംസ്കാരങ്ങളുടെ സംഗമകേന്ദ്രമായിരുന്നു. അതിന്റെ വടക്കു പടിഞ്ഞാറൻ പ്രവേശനകവാടത്തിലൂടെ സൈനികശക്തികളുടെ പ്രവാസിപ്പറ്റങ്ങൾ അവസാനിക്കാത്ത പ്രവാഹംപോലെ ഒഴുകിയെത്തി. നൈൽനദിയിലെ പ്രളയംപോലെ അവർ നാശത്തോടൊപ്പം പൗരാണികഭൂമിയെ സമ്പന്നമാക്കിയ മൂല്യവത്തായ നിക്ഷേപങ്ങളും കൊണ്ടുവന്നു. ഇതിൽനിന്നാണ് കൂടുതൽ നവ്യവും സമ്പന്നവുമായ സംസ്കാരങ്ങൾ വളർന്ന് വികാസംകൊണ്ടത്. ഈ വൈദേശികപ്രവണതകൾ ഇന്ത്യാചരിത്രത്തിലെ ഒരു പ്രധാനഭാഗം നിർവ്വഹിച്ചിട്ടുണ്ട്. ഈ സാംസ്കാരികവികാസപ്രക്രിയയുടെ ചാക്രികസ്വഭാവം നിർമ്മിക്കു ന്നതിൽ മൂന്നു ധാരകളുടെ സമന്വയം വിഭാവനം ചെയ്യപ്പെട്ടിട്ടുണ്ട്. ആദ്യത്തേത് ഭൗതികവും വരേണ്യവുമായ ധാരയാണ്. രണ്ടാമത്തേത് ഇന്ത്യൻ സംസ്കാരത്തിന്റെ നാടോടിഘടകവും മൂന്നാമത്തേത് വൈദേശിക സ്വാധീനവുമാണ്. ഈ മൂന്ന് അംശങ്ങളും സി വി ശ്രീരാമന്റെ ചെറുകഥകളിൽ ഇഴചേർന്നു കിടക്കുന്നതു കാണാം.

ഇരുപതാംനൂറ്റാണ്ടിന്റെ ആദ്യപകുതികളാണ് സി വി ശ്രീരാമന്റെ ചെറുകഥകളുടെ പശ്ചാത്തലം. അവിടെയെല്ലാം ദുരന്തങ്ങളേറ്റുവാങ്ങിയ പ്രധാനപ്പെട്ട ചരിത്രങ്ങളിലൊന്നും ഇടംനേടാത്ത സാധാരണ മനുഷ്യരുടെ ജീവിതം കഥാവിഷയമാവുകയും പ്രവാസം, അഭയാർത്ഥി പ്രവാഹം, ലോകമഹായുദ്ധം, ഇന്ത്യാ വിഭജനം എന്നിവ പ്രമേയങ്ങളാവുകയും ചെയ്യുന്നു.

സി വി ശ്രീരാമന്റെ ചെറുകഥകളിൽ സ്ഥലവും കാലത്തെപ്പോലെ ചലനാത്മകമാണെന്നു കാണാം. സ്ഥലം ചലനാത്മകം മാത്രമല്ല അധി

കാര ബന്ധങ്ങളെ പ്രസരിപ്പിക്കുന്ന ഒരു ഇടംകൂടിയാണെന്ന് ഇവിടെ വ്യക്തമാകുന്നു. *പ്രത്യയശാസ്ത്രനിർഭരമായ കർത്തൃലോകം സ്ഥലകാല രാശികളെ സമന്വയിപ്പിക്കുന്ന ഒരിടം കൂടിയാണ്.*

സ്ഥലവും കാലവും ആഖ്യാനവും അധികാരവും വ്യാമിശ്രമാകുന്ന അനവധി ഇടങ്ങളെക്കുറിച്ചുള്ള അന്വേഷണങ്ങളാണ് സി വി ശ്രീരാമന്റെ ഓരോ ചെറുകഥയും. സി വി ശ്രീരാമന്റെ ചെറുകഥകളെ വിശകലനം ചെയ്യുമ്പോൾ ഇത്തരം ഇടങ്ങൾ തീർക്കുന്ന സംസ്കാരത്തിന്റെ ബഹുസ്വരതയാർന്ന അനുഭവതലങ്ങളെ കണ്ടെത്തുകയാണ് ഇനിയുള്ള അദ്ധ്യായങ്ങളിലൂടെ ചെയ്യുന്നത്.

സി വി ശ്രീരാമന്റെ ചെറുകഥകളിലെ ആത്മീയത

എൻ എസ് മാധവൻ അദ്ദേഹത്തിന്റെ 'അകവും പുറവും' എന്ന ലേഖനത്തിൽ ഇപ്രകാരം സൂചിപ്പിക്കുന്നു-

> രാഷ്ട്രീയത്തിൽ സി വി ശ്രീരാമൻ കമ്യൂണിസ്റ്റായിരുന്നു. കമ്യൂണിസ്റ്റ് പാർട്ടി പിളർന്നതിനുശേഷം അദ്ദേഹം സി പി ഐ (എം) അംഗമായി. ജീവചരിത്രപരമായ ഇത്തരം അറിവുകൾ അദ്ദേഹത്തിന്റെ സാഹിത്യത്തിൽനിന്ന് പെറുക്കിയെടുക്കുവാൻ പ്രയാസമായിരിക്കും. വേങ്ങയിൽ കുഞ്ഞിരാമൻ നായനാർ, ചന്തുമേനോൻ, സി വി രാമൻപിള്ള തുടങ്ങിയ ആദ്യകാല മലയാളസാഹിത്യകാരന്മാരെ ഓർമ്മിപ്പിക്കുന്ന തരത്തിൽ ശ്രീരാമന്റെ പല കഥകളിലും വേദേതിഹാസങ്ങളിൽ നിന്നും *ഭഗവദ്ഗീത*യിൽനിന്നും മറ്റുമുള്ള സംസ്കൃത ഉദ്ധരണികൾ ധാരാളം കാണാം. അദ്ദേഹത്തിന്റെ മിക്ക കഥകളുടെയും പരിസരങ്ങൾ ആശ്രമങ്ങളും പുണ്യസ്ഥലങ്ങളും ക്ഷേത്രങ്ങളുമാണ്.

എൻ എസ് മാധവൻ സൂചിപ്പിച്ച ഈ വസ്തുത സി വി ശ്രീരാമന്റെ കഥകളെടുത്തു പരിശോധിക്കുമ്പോൾ ശരിയാണെന്നു ബോദ്ധ്യപ്പെടുന്നു. ഈ പ്രബന്ധഗാത്രത്തിൽത്തന്നെ സി വി ശ്രീരാമന്റെ കഥകൾ വിശകലനം ചെയ്യുമ്പോൾ ഇതു വ്യക്തമാവുന്നുമുണ്ട്. സി വി ശ്രീരാമന്റെ കഥകളായ 'ഇരിക്കപ്പിണ്ഡം', 'ചിദംബരം', 'സുനിമാ', 'ക്ഷുരസ്യധാര' എന്നീ നാലു കഥകളിലെ ചില ഭാഗങ്ങൾ വിശകലനം ചെയ്യുകയാണിവിടെ. അതിൽനിന്നും സി വി ശ്രീരാമന്റെ കഥകളിൽ കടന്നുവരുന്ന ആത്മീയത ഏതുരീതിയിലാണെന്ന് കണ്ടെത്താൻ ശ്രമിക്കുകയാണ്.

സി വി ശ്രീരാമന്റെ കഥകളുടെ പുനർവായനയിൽ ഏറ്റവും കൂടുതൽ ചിന്തിക്കേണ്ട ഒന്നാണ് എൻ എസ് മാധവന്റെ മേൽസൂചിപ്പിച്ച പ്രസ്താവം.

സി വി ശ്രീരാമന്റെ കഥകളിൽ എങ്ങനെയാണ് ക്ഷേത്രവും ക്ഷേത്രപശ്ചാത്തലവും കടന്നുവരുന്നത് എന്ന് ചിന്തിച്ചാൽ അതിനു മറുപടിയായി

കാമവും രതിയും ഇഴചേർന്ന അനുഭവങ്ങൾ പാപചിന്താജന്യമായ കുറ്റബോധത്തിന്റെയും പ്രായശ്ചിത്തത്തിന്റെയും വഴികൾ തേടുന്നു എന്ന് പറയേണ്ടി വരും. അത് കഥാപാത്രങ്ങളുടെ മനസ്സുകൾ തേടുന്ന വഴികൾ തന്നെയാണ്.

ചെറുകഥാപഠനങ്ങളിൽ 'ചിദംബരം' എന്ന കഥയെ ദീർഘമായി വിശകലനം ചെയ്യുന്നുണ്ട്. ഇവിടെ ജീവിതകാമനകളും അത് മനുഷ്യനിൽ വരുത്തിത്തീർക്കുന്ന പാപബോധവും അതിൽ നിന്നുള്ള വിമുക്തിയും കഥയ്ക്കകത്ത് വൈരുദ്ധ്യാത്മകമായി പ്രവർത്തിക്കുന്നുണ്ട്. കഥയ്ക്കകത്തെ ചില ഭാഗങ്ങൾ തന്നെ അത് അനാവൃതമാക്കുന്നുണ്ട്.

> ഓർമകളിൽ മുഴുകി അയാൾ നടന്നു. അമ്പലത്തിനകത്തെ കുളം വരെ എത്തി. അമ്പലമതിൽകെട്ടിനകത്ത് വൃത്തിയായി പടവുകൾ വിരിച്ച പരപ്പാർന്ന കുളം. അയാൾ പടവിലിരുന്നു. തൊട്ടപ്പുറത്ത് രണ്ട് സന്ന്യാസിമാർ ഇരിക്കുന്നു. തൂണിൽ ചാരിവച്ച മത്സ്യക്കാവടിയിൽ നിന്ന് താഴെ വീണ ഭസ്മസഞ്ചി ഒരാൾ എടുത്ത് കാവടിയിൽ കൊളുത്തിയിട്ട് വീണ്ടും വർത്തമാനത്തിൽ മുഴുകി. അയാൾ അവരെ ശ്രദ്ധിച്ചു. എന്ത് ദൃഢമായ ആരോഗ്യം. മുഖത്ത് സംതൃപ്തിയുടെ ചോരയോട്ടവും. അവരെ എന്തായിരിക്കും ഈ ആശ്രമം സ്വീകരിക്കുവാൻ പ്രേരിപ്പിച്ചത്, അയാൾ അപ്പോൾ തന്നെ ഓർത്തുപോയി. നിങ്ങൾക്കു കുറച്ചുകാലം കൂടെ ജീവിക്കാം, ഞാൻ പറയുന്നത് അനുസരിക്കാമെങ്കിൽ. ഇത് ഒരു വേദാന്തി പറഞ്ഞതല്ല. തന്നെ ചികിത്സിക്കുന്ന ഡോക്ടർ പറഞ്ഞതാണ്.

ഒരേ സമയം ഭൗതികജീവിതത്തിലേക്ക് ഉന്മുഖനാകുമ്പോൾ തന്നെ സന്ന്യാസത്തെക്കുറിച്ചുള്ള സന്ദേഹവും മേൽപ്രസ്താവിച്ച വരികളിൽനിന്ന് വായിച്ചെടുക്കാൻ സാധിക്കുന്നു.

ഇവിടത്തെ കഥാപാത്രം ഇത്തരം ജീവിതകാമനകളിൽനിന്നുള്ള മോചനം കാംക്ഷിക്കുന്നുണ്ടെന്ന് മനസ്സിലാക്കാൻ സാധിക്കും.

> പെട്ടെന്ന് അയാൾക്ക് ചിരിവന്നു. കരൾ വ്യാധി, അയാൾ ചിരിച്ചു. ശരീരത്തെ അറിഞ്ഞുകൊണ്ട് അവഗണിച്ച് വർത്തിച്ചിട്ട് സംവത്സരങ്ങളായി സംഭരിച്ചെടുത്ത കരൾവ്യാധി. മനസ്സിന് സ്വസ്ഥതയോ, അയാൾ പിന്നേയും ചിരിച്ചു. ഇഷ്ടാനിഷ്ടങ്ങൾക്കൊത്ത് വളച്ചൊടിച്ചപ്പോഴൊക്കെ മനസ്സ് എന്ന ഒന്നിനെപ്പറ്റി ചിന്തിച്ചിട്ടുണ്ടോ, മോക്ഷമോ...... തനിക്ക് വേണ്ടി പാപം പങ്കിടാൻ വന്ന ആരുടെയെങ്കിലും മോക്ഷത്തിന് താൻ ഇന്നുവരെ പ്രാർത്ഥിച്ചിട്ടുണ്ടോ......... ചിദംബരം നടരാജക്ഷേത്രത്തിന്റെ ഇടനാഴിയിൽ നിന്ന് അയാൾ വേഗം പുറത്തേക്ക് വന്നു. പകൽ വെളിച്ചത്തിൽ സ്വന്തം കാവിക്കുപ്പായത്തിലും കാവിപൈജാമയിലും കണ്ണുകൾ പതിഞ്ഞ

> പ്പോൾ അയാൾക്ക് ലജ്ജയേക്കാളേറെ അവജ്ഞ തോന്നി. അയാൾ ഉരുവിട്ടു. "കാമ്യാനാം കർമ്മണാം ന്യാസം, സംന്യാസം കവയൊ വിദുഃ" ക്ലേശത്തോടെ ആ വരികൾ ഉരുവിട്ടുകൊണ്ടയാൾ നടന്നു............
>
> കവികൾ, വിചക്ഷണന്മാർ എന്നീ രണ്ടു വാക്കുകളും പൂർന്ന സത്യം അനുഭവിച്ചവരെ കുറിക്കുന്നവയായിട്ടാണ് ശ്രീകൃഷ്ണൻ പ്രയോഗിച്ചിരിക്കുന്നത്. ബാഹ്യചിഹ്നങ്ങൾ കൊണ്ടൊന്നും സ്വായത്തമാക്കാവുന്നതല്ല സന്ന്യാസം. ഒരുവിധ ബാഹ്യ ആഡംബരത്തിനും മറച്ചുപിടിക്കാനാവാത്തതാണ് മനസ്സ്. യഥാർത്ഥത്തിൽ ഈ ബോദ്ധ്യത്തിനിടയിൽപെട്ട് നട്ടംതിരിയുന്നവരാണ് ചിദംബരത്തിലെ പുരുഷനും അയാളുടെ രതിചോദനകൾക്ക് വളമായ പാപ്പായും. അസുഖകരമായ ഭൂതകാലത്തെ മനസ്സിൽനിന്നകറ്റാൻ അവർ നിരന്തരം ആഗ്രഹിക്കുന്നു.

ആസക്തിയുടേയും അനാസക്തിയുടേയും വിരുദ്ധലോകങ്ങളെ ഒരേ സമയം ചിത്രീകരിക്കുന്ന കഥയാണ് 'ചിദംബരം'.

ഭാഷാപിതാവായ തുഞ്ചത്തുരാമാനുജനെഴുത്തച്ഛന്റെ *അദ്ധ്യാത്മരാമായണത്തി*ലെ പ്രശസ്തമായ വരികൾ ഇതിനോടുചേർത്തുവച്ചു വായിക്കേണ്ടതാണ്.

'ഭോഗങ്ങളെല്ലാം ക്ഷണപ്രഭാചഞ്ചലമാണ്' എന്ന തിരിച്ചറിവില്ലാത്തവരല്ല സി വി ശ്രീരാമന്റെ കഥാപാത്രങ്ങളൊന്നും. പക്ഷേ, അവർക്ക് അത്തരം മായികവലയങ്ങളിൽനിന്ന് പുറത്തുകടക്കാൻ കഴിയുന്നില്ല എന്നുമാത്രം. ഇത് സാധാരണ മനുഷ്യരുടെ പ്രശ്നം തന്നെയാണ്. തുടർച്ചയായ ഓർമ്മകളും അനന്തമായ യാത്രകളുംകൊണ്ട് അവർ അതിനെ പ്രതിരോധിക്കാൻ ശ്രമിക്കുന്നുമുണ്ട്. ഭൗതികമായ യാത്രകളാണെങ്കിലും ഇത്തരം ജീവിതകാമനകളിൽനിന്നും ആസക്തികളിൽനിന്നും പുറമേ കടക്കാനുള്ള തീർത്ഥാടനങ്ങളാകുന്നുണ്ട് അവയോരോന്നും. ഉപേക്ഷിക്കാൻ കഴിയാത്ത ചരിത്രഭാരവും ഓർമ്മകളും പേറി ക്ഷേത്രപരിസരങ്ങളിലേക്കു വന്നണയുന്നവരാരും ഹൈന്ദവമായ മതമുദ്രകൾ ഉറപ്പിക്കുന്നവരല്ല. മറിച്ച് വിശാലവും വിസ്തൃതവുമായ മനുഷ്യാനുഭവങ്ങളിൽനിന്ന് നന്മതിന്മകളെയും പാപപുണ്യങ്ങളെയും വേർതിരിക്കുവാൻ ശ്രമിക്കുന്നവരാണ്. 'സൗനിമാ' എന്ന കഥയുടെ തുടക്കം തന്നെ ഇത്തരം സഞ്ചാരങ്ങളുടെ അർത്ഥം തിരയുന്നതുകൂടിയാണ്.

> വേണമെങ്കിൽ സ്നാനം ഇവിടെത്തന്നെയാവാം. ഇതും സൗപർണ്ണികയിലെ വെള്ളം തന്നെയാണ്. സത്രത്തിന്റെ പിൻഭാഗത്ത് ഒരു തോടു കീറിയിട്ടുണ്ട്. ചലിക്കുന്നത് ക്ഷേത്രത്തെ വലംവെച്ചുവരുന്ന സൗപർണ്ണികാതീർത്ഥം തന്നെ. അയാൾക്ക് അത് ഇഷ്ടപ്പെട്ടില്ല. ശരിക്കും ഒരു മുങ്ങിക്കുളി സൗപർണ്ണികയിൽത്തന്നെ.

> കുളിക്കാൻ പോകുന്നവരുടെ നീണ്ട നിരയ്ക്കൊപ്പം അയാളും നടന്നു. ഈ പ്രദേശം പണ്ടെന്നോ ഒരു ഘോരവനാന്തരമായിരുന്നതിന്റെ ഓർമ്മകളുണർത്തുന്ന കനത്ത കാട്ടുവള്ളികൾ എങ്ങും കാണാമായിരുന്നു. സൗപർണ്ണികയുടെ തീരത്ത് മറ്റൊരമ്പലം. അമ്പലത്തിൽനിന്നും അരുവികുളംവരെ പടവുകൾ. സൗപർണ്ണികയെ സങ്കല്പിച്ചിടത്തോളം വലിയ ഒരു നദിയൊന്നുമായിരുന്നില്ല. കരുത്തുറ്റ ഒരു കാട്ടരുവി പാറക്കെട്ടുകളിൽ യുഗാന്തരം മല്ലിട്ടിട്ടും അക്ഷയം ഒഴുകുന്നു. തെളിനീര് കാൺകെക്കാൺകെ കണ്ണിന് കുളിര്. ഇറങ്ങി മുങ്ങിയപ്പോൾ മനസ്സിന് കുളിര്. അമരേശ്വരിയിലും നർമ്മദയിലും പ്രയാഗയിലും മുങ്ങിയ ഓർമ്മകൾ മനസ്സിലുദിച്ചു. ഈ സഞ്ചാരത്തിന് എന്തെങ്കിലുമൊരർത്ഥം എന്നെങ്കിലും കല്പിക്കാനാവുമോ.....

ഓർമ്മ ഒരു മാനസികസഞ്ചാരവും, യാത്ര ഒരു ഭൗതികസഞ്ചാരവുമാണെങ്കിൽ, സി വി ശ്രീരാമന്റെ കഥാപശ്ചാത്തലങ്ങളും; കഥാപാത്രങ്ങളും ഒരേപോലെ ചില അർത്ഥങ്ങൾ തേടുന്നുണ്ട്. 'ഇരിക്കപിണ്ഡം' എന്ന കഥയിൽ കുട്ടിയുടെ അച്ഛന്റെ ശ്രാദ്ധമൂട്ടാനാണ് മിസിസ്സ് പാണിഗ്രാഹി പുത്രനോടൊപ്പം ഫാൽഗു തീരത്തെത്തുന്നത്. കൂടെ കുട്ടി അങ്കിൾ എന്നു വിളിക്കുന്ന ഒരാളുമുണ്ട്. അയാളാകട്ടെ കുട്ടിയുടെ അമ്മയുടെ കാമുകനായിട്ടാണ് കഥയിൽനിന്ന് വായിച്ചെടുക്കാൻ കഴിയുന്നത്. ഫാൽഗുവിന്റെ തീരത്ത് നടമാടുന്ന മനുഷ്യാനുഭവങ്ങൾ അതീവ സൂക്ഷ്മമായി ശ്രീരാമൻ വരച്ചുകാണിക്കുന്നുണ്ട്.

> നോക്കൂ പാണ്ഡേ, ഞങ്ങൾക്ക് ഇന്ന് അഞ്ചുമണിക്കെങ്കിലും കല്ക്കത്തെയിൽ എത്തണം. കമ്പനി മീറ്റിങ് ഉണ്ട്. ഈ കുട്ടിയുടെ അച്ഛന്റെ ശ്രാദ്ധം കഴിക്കണം. ചുരുക്കം എത്ര സമയം പിടിക്കും. ഒരു മണിക്കൂർ, പാണ്ഡെ പറഞ്ഞു. പറ്റില്ല കുറയ്ക്കൂ; അരമണിക്കൂർ; പറ്റില്ല; ഇനിയും കുറയ്ക്കൂ. പതിനഞ്ച് മിനിറ്റ്, പത്ത് മിനിറ്റ് പാണ്ഡെ സമ്മതിച്ചു.

നിങ്ങൾ ഏതു ജാതിയാണ് പാണ്ഡെ ചോദിക്കുന്നു. ബ്രാഹ്മണൻ, കഴിക്കുന്നത് അരിയോ ഗോതമ്പോ? അരി. അരികൊണ്ടുള്ള പിണ്ഡം വേണോ? വേണം. മറുപടി പറഞ്ഞത് സ്ത്രീയാണ്. അരിയാണെങ്കിൽ വേവാൻ സമയം പിടിക്കും. പറഞ്ഞ സമയത്തിനകത്ത്............ എന്നാൽ ഗോതമ്പു മതി. സ്ത്രീ വിധിച്ചു.

പാണിഗ്രാഹിയുടെ അപമൃത്യു ദോഷം തീർക്കുന്നതിനുവേണ്ടി മൂന്നു രൂപ പണത്തിനു മൂന്നു ബ്രാഹ്മണർ ഉമിനീരിൽ പുകയില കുതിർത്ത് പ്രാകൃതമായ ഉച്ചാരണത്തിൽ താളമില്ലാതെ അക്ഷരങ്ങൾ വിഴുങ്ങി, സ്വരച്ചേർച്ചയില്ലാതെ സഹസ്രനാമം ചൊല്ലി. ആ സഹസ്രനാമശബ്ദം ഗയയുടെ പടവിൽ നിലയ്ക്കാതെ നീണ്ടുപോകുന്നു.

കല്പാന്തം വരേക്കും നിലയ്ക്കാത്ത ദൃഢതയോടെ വിജ്ഞാനത്തിന്റെ ദാഹം കലർന്ന്.

ഇവിടെ സ്വാനുഭവത്തിലൂടെ മാത്രം ഭാരതത്തെ ദർശിക്കുന്ന ഒരെഴുത്തുകാരനുണ്ട്. ഇവിടത്തെ വിജ്ഞാനദാഹം അജ്ഞാനത്തെ ഇല്ലായ്മചെയ്യുന്ന ഒരു ദർശനമാണ്. ശ്രീനാരായണഗുരു അദ്ദേഹത്തിന്റെ 'തേവാരപ്പതികങ്ക'ളിൽ ഇങ്ങനെ പറയുന്നു.

"വേറുവേറാംവിടുങ്കൾ വെറുഞ്ചടമേ പൊറിയിർ
ചേരുമപ്പോതു ചെകമ്പരമെങ്കും ചെറിന്തിലങ്കും
ചീരരുൾചോതി ചിവചിത് പരപാറുവെഴുന്തരുളി -
ക്കൂരിരുൾകോരിക്കുടിത്തു വെളിയിർക്കുലാവുമതേ."

ഇന്ദ്രിയങ്ങളോടു ചേരുമ്പോൾ അതതിനു വേറെവേറെയായി അറിയാവുന്ന വിഷയങ്ങൾ എല്ലാം വെറും ജഡമാണ്. ഈ ലോകത്തും പരലോകത്തും എല്ലായിടത്തും പരന്നു വിളങ്ങുന്ന മഹത്ത്വമേറിയ അരുളാകുന്ന ജ്യോതിസ്സ്. അതായത് ശിവനാകുന്ന ചിത്പരഭാനു (ശിവവും ചിത്തവുമായ പരമസൂര്യൻ) എഴുന്നള്ളി കൂരിരുട്ടിനെ നശിപ്പിച്ച് വെളിയിൽ സ്വയം വ്യാപിക്കും.

ഇന്ദ്രിയങ്ങളിൽക്കൂടി ഉണ്ടാവുന്ന അറിവ് ജഡങ്ങളെപ്പറ്റിയുള്ളതാണ്. ശിവചിത്പരഭാനു ഉദിച്ചാൽ മാത്രമേ അജ്ഞാനാന്ധകാരം നീങ്ങിക്കിട്ടുകയുള്ളൂ. ആ അവസ്ഥയാണ് അഭികാമ്യം.

ശ്രീനാരായണഗുരുവിന്റെ ഇത്തരത്തിലുള്ള പല വരികളും സി വി ശ്രീരാമന്റെ കഥകളിലെ ജീവിതാനുഭവങ്ങളോട് ചേർത്തുവെച്ചു പരിശോധിക്കേണ്ടവയാണ്. ഇവിടെ ആത്മീയമായ അന്വേഷണങ്ങൾ ദിവ്യമായതോ ദൈവികമായതോ ആയ ഒന്നിൽനിന്ന് ഉത്ഭവിക്കുന്നതാണെന്ന സാമാന്യധാരണയെയാണ് ശ്രീനാരായണഗുരു നിരാകരിക്കുന്നത്. ഇവിടത്തെ ശിവനാകുന്ന മനസ്സിലെ സൂര്യൻ ദൈവസങ്കല്പം എന്നതിനേക്കാൾ ജൈവസങ്കല്പം ആയി പ്രവർത്തിക്കുന്നു. അത്തരത്തിലുള്ള ഒരു ആത്മീയ അന്വേഷണമാണ് സി വി ശ്രീരാമന്റെ കഥകളും കഥാപാത്രങ്ങളും നിർവ്വഹിക്കുന്നത്. കുമാരനാശാന്റെ കൃതികളിലൊക്കെ കാണുന്ന ജന്തുവിന്റെ വാസനാബന്ധം, സി വി ശ്രീരാമന്റെ കഥകളിലും തുടർച്ചയായി പ്രത്യക്ഷപ്പെടുന്നു.

"ജന്തുവിന്നു തുടരുന്നു വാസനാബന്ധമി-
ങ്ങുടലുവീഴുവോളവും."

മോഹങ്ങൾ പിഴുതെറിയാൻ ശ്രമിക്കുന്ന മനുഷ്യൻ എന്ന ജീവിയുടെ നിസ്സഹായതയായി ഇതിനെ പറയാം. പാപമോചനം നേടാൻ വ്രതശുദ്ധിയുടെ മേലാപ്പണിയുന്നവർ വീണ്ടും വീണ്ടും ഭൗതികമായ അഭിവാഞ്ഛകളുടെ പടുകുഴിയിലേക്ക് വീണുകൊണ്ടിരിക്കുന്നു. അതിൽനിന്നും മോചനം നേടാൻ അവർ ആത്മാർത്ഥമായി ആഗ്രഹിക്കുന്നുമുണ്ട്.

'ക്ഷുരസ്യധാര' എന്ന കഥ പേരുകൊണ്ടുതന്നെ വ്യത്യസ്തമാണ്.

അധാർമ്മികതകൾ മനസ്സിനെ വേട്ടയാടുമ്പോൾ ബ്രഹ്മചാരിയുടെ ആശ്രമമാണ് അയാൾ ആശ്രയമായി കണ്ടത്.

> കഠോപനിഷത്തിൽ പറയുന്ന മുക്തിമാർഗ്ഗവും സോമർസെറ്റ് മോമിന്റെ *റെയ്സേഴ്സ് എഡ്ജ്* എന്ന നോവലിലെ ദർശനവും ഒന്നാണെന്ന് ബ്രഹ്മചാരിയിലൂടെ അയാൾ അറിഞ്ഞു. ഒരു നിമിഷമെങ്കിലും ബ്രഹ്മചാരിയെപ്പോലെ ഇരിക്കാൻ അയാൾ കൊതിച്ചു. ജനിച്ചതെല്ലാം മരിക്കും. മരിച്ചതെല്ലാം ജനിക്കും. ഈ തത്ത്വം അറിയുന്നവൻ എന്തിനു ഭയപ്പെടണം. പ്രശാന്തമായ ആശ്രമാന്തരീക്ഷത്തിൽ തെരുവുവേശ്യകളെക്കുറിച്ചും ചിന്തിക്കാതെ അയാൾ കിടന്നുറങ്ങും.

തന്റെ മനസ്സിനെ ആത്മീയമായ ഒരവസ്ഥയിൽ പാകപ്പെടുത്താനായിരുന്നു അയാൾ ആശ്രമത്തിലെത്തിയത്. സി വി ശ്രീരാമന്റെ കഥകളിൽ സംഭവിക്കുന്ന യാത്രകൾ, ഓർമ്മകൾ, എന്നിവയെല്ലാം ഒരർത്ഥത്തിൽ മനുഷ്യമനസ്സിനെ ആത്മീയാർത്ഥത്തിൽ പാകപ്പെടുത്തിയെടുക്കാനുള്ള ശ്രമങ്ങൾ തന്നെയാണ്.

ആശ്രമത്തിൽ തെരുവേശ്യകളെക്കുറിച്ച് ചിന്തിക്കാതെ കിടന്നുറങ്ങിയ അയാളുടെ ശരീരത്തിലേക്ക് വന്നു പതിച്ചത് മൃദുവായ ഒരു സ്ത്രീശരീരമായിരുന്നു. ബ്രഹ്മചാരിയെ തിരഞ്ഞെത്തിയതായിരുന്നു ആ സ്ത്രീശരീരം എന്ന് അയാൾ പിന്നീട് മനസ്സിലാക്കുന്നുണ്ട്. ആശ്രമജീവിതത്തിന്റെ കാപട്യങ്ങളെ തുറന്ന് പറയാൻ വേണ്ടി മാത്രമല്ല ഈ കഥ ശ്രീരാമൻ എഴുതിയത്. അതിനോടൊപ്പം മോഹങ്ങൾ പിഴുതെറിയാൻ ശ്രമിക്കുന്ന മനുഷ്യൻ എന്ന ജീവിയുടെ നിസ്സഹായത ബോദ്ധ്യപ്പെടുത്താനും കൂടിയാണ്. കുമാരനാശാന്റെ കൃതികളിലൊക്കെ ഈ നിസ്സഹായത മറ്റൊരു രീതിയിൽ സംഭവിക്കുകയും പ്രകടമാവുകയും ചെയ്യുന്നുണ്ട്.

ഏതു രീതിയിലുള്ള ആത്മീയതയോടായിരുന്നു സി വി ശ്രീരാമന്റെ കഥാപാത്രങ്ങൾ ഉന്മുഖരായത് എന്ന ചോദ്യത്തിന് എൻ പ്രഭാകരന്റെ 'ദൈവം, നിയമം, കാമം' എന്ന ലേഖനത്തിലെ ആദ്യഭാഗം ഇങ്ങനെയൊരുത്തരം നല്കുന്നു.

> ഗീത, ഭാഗവതം, ഉപനിഷത്തുകൾ തുടങ്ങിയ മതഗ്രന്ഥങ്ങൾ, മതാനുഷ്ഠാനങ്ങൾ ഇവയോടൊക്കെയുള്ള കഥാകാരന്റെ മമതയുടെ ആഴം കഥകളിൽനിന്ന് വ്യക്തമാവും. ക്ഷേത്രം എന്ന സ്ഥാപനത്തെയും ആചാരാനുഷ്ഠാനങ്ങളെയും മനുഷ്യന്റെ ആത്മീയതൃഷ്ണകളേയും അദ്ദേഹം ആദരിക്കുന്നുണ്ടെന്നതിൽ സംശയമില്ല. എന്നാൽ ശ്രീരാമന്റെ ആത്മീയതയുടെ യഥാർത്ഥമായ ഉള്ളടക്കം മതവിരുദ്ധവും, സദാചാരവിരുദ്ധവുമാണ്.

ഭാരതീയ സംസ്കാരത്തിന്റെ വൈവിദ്ധ്യങ്ങളെ വിവിധങ്ങളായ മനുഷ്യാനുഭവങ്ങളിലൂടെ കഥകൾക്കകത്തേക്ക് കൊണ്ടുവന്ന് ആഴത്തിലും സൗന്ദര്യാത്മകവുമായി വിശകലനം ചെയ്ത് അവയെ ചരിത്രവല്ക്കരിക്കുക വഴി ഭാരതത്തിന്റെ മതവിമുക്തമായ ആത്മീയ ഭാവങ്ങളെ ശ്രീരാമന്റെ കഥകൾ അനാവരണം ചെയ്യുന്നു എന്നു പറയാം. അല്ലാതെ എൻ എസ് മാധവൻ ആശങ്കപ്പെടുന്നതുപോലെ ഹൈന്ദവവാദികളുടെ പ്രതീകങ്ങളല്ല. അവയിൽ നിന്നൊക്കെ തികച്ചും വേറിട്ടുനില്ക്കുന്ന മതവിമുക്തങ്ങളായ പ്രതീകങ്ങളാണ്.

2.3. മിഖായേൽ ബക്തിന്റെ ബഹുസ്വരതാസങ്കല്പം

ഇരുപതാംനൂറ്റാണ്ടിലെ ഏറ്റവും ശ്രദ്ധേയനായ സാഹിത്യനിരൂപകനാണ് മിഖായേൽ ബക്തിൻ. ഫോർമലിസത്തിന്റെയും മാർക്സിയൻ നിരൂപണരീതിയുടെയും സമന്വയമാണ് ബക്തിനിൽ കാണാൻ കഴിയുന്നത്.

മിഖായേൽ ബക്തിന്റെ സംവാദാത്മകസിദ്ധാന്തം ഉരിയാട്ടവും പ്രത്യയ ശാസ്ത്രവും തമ്മിലുള്ള ലീനബന്ധമാണ്. ഭാഷാശാസ്ത്രത്തിന്റെ പരമ്പരാഗതമായ ചട്ടക്കൂടിനകത്ത് ഒതുങ്ങി നില്ക്കാത്തതും മിശ്രഭാഷകത്വം ഉൾപ്പെടെയുള്ള അദ്ദേഹത്തിന്റെ പില്ക്കാല സങ്കല്പങ്ങളുടെ ആധാരവുമായ ഒന്നാണിത്.

ഭാഷ പ്രയോഗിക്കുമ്പോൾ നാം പ്രകടിപ്പിക്കുന്നത് ഒരു അമൂർത്ത വ്യവസ്ഥയിലെ നിയമാവലികളനുസരിക്കാനുള്ള നമ്മുടെ കഴിവല്ല. മറിച്ച് സാമൂഹികയാഥാർത്ഥ്യത്തിന്റെ മൂർത്തതയിൽ പ്രതികരിക്കാനുള്ള നമ്മുടെ കഴിവാണ്. സംഭാഷണത്തിന്റെ ഭാഷേതരമായ പരിസരവുംകൂടി ഉൾക്കൊള്ളുന്നതാണ് ബക്തിന്റെ ഉരിയാട്ടം എന്ന സങ്കല്പം. ഉരിയാട്ടം എല്ലായ്പ്പോഴും ഒരു സാമൂഹിക സന്ദർഭത്തിലാണ് നടക്കുന്നത്. സാമൂഹികത രണ്ടു വഴികളിലൂടെയാണ് ഭാഷണത്തിലെത്തിച്ചേരുന്നത്. വക്താവിലൂടെയും ശ്രോതാവിലൂടെയും.

> വാക്ക് എനിക്കും മറ്റൊരാൾക്കും ഇടയ്ക്കുള്ള ഒരു പാലമാണ്. അതിന്റെ ഒരറ്റം എന്നിലായിരിക്കുമ്പോൾ മറ്റേയറ്റം ശ്രോതാവിലായിരിക്കും. വക്താവിനും ശ്രോതാവിനും തുല്യപങ്കാളിത്തമുള്ള ഒരു മേഖലയാണ് വാക്ക്.

സാമൂഹികതയെ ഭാഷണത്തിൽനിന്ന് നിഷ്കാസനം ചെയ്യാനാവില്ലെന്ന് ബക്തിൻ ചൂണ്ടിക്കാണിക്കുന്നു. ഏതൊരു വ്യക്തിഭാഷണത്തിനും പിന്നിലുള്ള സാമൂഹിക സന്ദർഭത്തെയും സംവാദാത്മകതയെയുമാണ് ബക്തിൻ ഇതിലൂടെ വിവക്ഷിക്കുന്നത്. വക്താവും ശ്രോതാവും തമ്മിലുള്ള സാമീപ്യത്തിലൂടെ മൂർത്തസാഹചര്യത്തിൽ വികസിച്ചുവരുന്ന ഭാഷാചിഹ്നത്തെ സംവാദപരം (Dialogic) എന്നാണ് ബക്തിൻ

വിശേഷിപ്പിക്കുന്നത്. വ്യാഖ്യാതാക്കൾ ബക്തിൻ ചിന്തയെ സൂചിപ്പിക്കാൻ ഉപയോഗിക്കുന്ന സംവാദപരത അടിസ്ഥാനപരമായി മേൽ പ്രസ്താവിച്ചതുമായി ബന്ധപ്പെട്ടതാണ്.

ഘടനാവാദികളുടെ ഘടനാസങ്കല്പം ഒരു വ്യവസ്ഥയിലെ ഘടകങ്ങൾ തമ്മിലുള്ള ബന്ധത്തെ സൂചിപ്പിക്കുന്നു. ഘടനാവാദികളെ സംബന്ധിച്ചിടത്തോളം ഈ ബന്ധം എല്ലായ്പ്പോഴും ദ്വന്ദ്വാധിഷ്ഠിതമായിരിക്കും. ബക്തിന്റെ സംവാദവും ഒരു തലത്തിൽ ഇത്തരമൊരു പാരസ്പര്യത്തെ കുറിക്കുന്നതാണ്. സൂചകവും സൂചിതവും പാഠവും പരിസരവും വ്യവസ്ഥയും ചരിത്രവും വക്താവും ശ്രോതാവും സ്വത്വവും അന്യവും മറ്റും തമ്മിലുള്ള പാരസ്പര്യം സംവാദം എന്ന സംവർഗ്ഗത്തിൽപ്പെടും. എങ്കിലും ഈ ഏകകങ്ങളിലെ ദ്വന്ദങ്ങളിൽ ഏതെങ്കിലും ഒന്നിനെ പ്രത്യക്ഷമായോ പരോക്ഷമായോ മാന്യത കല്പിക്കാൻ ബക്തിൻ തയ്യാറല്ല. ഈ അർത്ഥത്തിൽ പോസ്റ്റ് സ്ട്രക്ചറലിസ്റ്റ് വ്യവഹാരങ്ങളിൽ നാം കണ്ടുമുട്ടുന്ന differance എന്ന സങ്കല്പനവുമായാണ് സംവാദത്തിനു താല്പര്യം. ബക്തിന്റെ രണ്ട് ഏകകങ്ങൾ തമ്മിലുള്ള പാരസ്പര്യം എന്നതിലുപരി ചലനാത്മകമായ ഒരു തുറന്ന വ്യവസ്ഥയിലെ ഘടകങ്ങൾ തമ്മിലുള്ള ആപേക്ഷിക ബന്ധത്തെക്കുറിക്കുന്ന ഒരു പദമായി മാറുന്നു എന്നു പറയാം. ആ അർത്ഥത്തിൽ ബക്തിന്റെ സംവാദം ഒരു ഡയലോഗ് മാത്രമല്ല, മൾട്ടിലോഗ് കൂടി ആണ്.

ബഹുസ്വരത എല്ലാ വചനരൂപങ്ങളിലും അന്തർല്ലീനമാണ്. വസ്തുതകളെ രേഖപ്പെടുത്തുന്ന ഓരോ വാക്കിനും അതിന്റെതന്നെ മാറിവരുന്ന സാമൂഹിക ജീവിതക്രമത്തിന്റെ ധ്വനി ഉണ്ടായിരിക്കും. വചനരൂപങ്ങൾ ആ ഉദ്ദേശ്യത്തിലാണ് ജനാധിപത്യവല്കരിക്കുന്നത്.

ബഹുശബ്ദത്വം (heteroglossia), ബഹുസ്വരത (polyphony) ഇവയൊക്കെ പല തരത്തിലുള്ള സാംസ്കാരികവും പ്രത്യയശാസ്ത്രപരവുമായ ശബ്ദങ്ങൾക്കും ധ്വനികൾക്കും ഒരേസമയം പാഠത്തിൽ സ്ഥാനം കൊടുക്കുന്നതിനെയാണ് സൂചിപ്പിക്കുന്നത്. പാഠത്തിലെ ഏതെങ്കിലും ഒരു ശബ്ദത്തെ ഇതര ശബ്ദങ്ങൾക്കു മുകളിൽ പ്രതിഷ്ഠിക്കുന്നതിനു പകരമായി വിവിധ ശബ്ദങ്ങൾക്ക് പാഠതലത്തിൽ ഒരേസമയം മത്സരിക്കാനുള്ള അവസരം ഒരുക്കിക്കൊടുക്കുന്നതാണ് ദസ്തയേവ്സ്കിയുടെ രചനാരീതിയുടെ പ്രത്യേകതയായി ബക്തിൻ ചൂണ്ടിക്കാണിക്കുന്നത്. ബക്തിന്റെ സമീപനത്തിൽ ഗദ്യം സംവാദപരവും അന്തർ പാഠ്യവുമാണ്. സംവാദപരത, ബഹുസ്വരത തുടങ്ങിയവ ഗദ്യസാഹിത്യത്തിന്റെ മാത്രം സവിശേഷതകളാണ്.

ബഹുസ്വരതയെ ആഖ്യാതാവും കഥാപാത്രങ്ങളും തമ്മിലുള്ള ബന്ധത്തിന്റെ അടിസ്ഥാനത്തിലാണ് എം എം ബഷീർ വീക്ഷിക്കുന്നത്.

ഭാഷകളുടെ വൈവിദ്ധ്യം, കഥാപാത്രങ്ങളുടെ വൈവിദ്ധ്യം, സ്വാതന്ത്ര്യം, ആഖ്യാനത്തിലും ആവിഷ്കാരത്തിലും സൃഷ്ടിക്കുന്ന വൈവിദ്ധ്യം എന്നിവ തീർച്ചയായും ബഹുസ്വരതയിലേക്ക് നയിക്കുന്ന

ഘടകങ്ങളായി ഉറപ്പിച്ചെടുക്കാം. ബക്തിന്റെ ബഹുസ്വരതാസിദ്ധാന്തം നോവൽ എന്ന സാഹിത്യമാദ്ധ്യമത്തിലേക്കാണ് കൂടുതലും പ്രയോഗിക്കപ്പെട്ട് സാധുത നേടിയിരിക്കുന്നത്. ചെറുകഥ – ഏകസ്വരതയിൽനിന്ന് ബഹുസ്വരതയിലേക്ക് എന്ന അദ്ധ്യായത്തിൽ നോവലും ചെറുകഥയും തമ്മിലുള്ള അന്തരം എത്രകണ്ട് എന്ന് വിലയിരുത്തപ്പെട്ടിട്ടുണ്ട്. സൊസ്യൂറിയൻ സൈദ്ധാന്തികസമീപനത്തിൽനിന്ന് ബക്തീനിയൻ സൈദ്ധാന്തിക സമീപനത്തിലേക്ക് എത്തിച്ചേരുമ്പോൾ നോവലിന്റെയും ചെറുകഥയുടെയും ഗണപരമായ വിഭജനം തികച്ചും അപ്രസക്തമാവുന്നു.

സമൂഹത്തിലെ നാനാശ്രേണികളിലെയും പല നാടുകളിലെയും മനുഷ്യരുടെ വൈവിദ്ധ്യപൂർണ്ണമായ ജീവിതം തന്മയത്വത്തോടെ ചിത്രീകരിക്കുക എന്നുള്ളതുതന്നെയാണ് ഇവിടത്തെ വിഷയം.

ഒരു കഥാകൃത്തിന് ഒരുപാട് വൈവിദ്ധ്യമുള്ള ജീവിതാനുഭവങ്ങളെ ഉൾക്കൊള്ളാനുള്ള സഹജാവബോധമുണ്ട്. ഒപ്പം ചിന്തയിലും ആവിഷ്കാരത്തിലും ധാരാളം വ്യതിയാനങ്ങൾ ഉണ്ടാക്കിയെടുക്കാനുള്ള സാദ്ധ്യതയുമുണ്ട്. ധാരാളം ചെറുകഥ രചിക്കുന്നതിലൂടെയാകട്ടെ ഒരുപാട് പ്രദേശങ്ങളെയും വിഷയങ്ങളെയും കഥാതന്തുക്കളെയും കൈകാര്യം ചെയ്യുന്നതിനുള്ള സാഹചര്യം ലഭിക്കുന്നു. ഒരൊറ്റ കഥയ്ക്ക് പരിമിതമായ ജീവിതാനുഭവത്തെ ഉൾക്കൊള്ളാനേ കഴിവുള്ളു എങ്കിലും ഒരുകൂട്ടം കഥകൾ ജീവിതവൈവിദ്ധ്യങ്ങളെ ആവിഷ്കരിക്കുന്നു.

നോവൽ എന്ന സമൂഹത്തിനു പകരം ഇവിടെ സി വി ശ്രീരാമന്റെ ചെറുകഥകൾ ചേർന്ന സമൂഹമാണ് പഠനവിഷയമാക്കുന്നത്. ഓരോ കഥയും പ്രതിജനഭിന്നവിചിത്രമായ മനുഷ്യജീവിതത്തിന്റെ കഥ പറയുന്ന വിവിധാനുകൃതി ഭാഗങ്ങളായി പരിഗണിക്കുന്നു.

ഒരു നോവലിനകത്ത് കഥാപാത്രങ്ങൾ തമ്മിലുള്ള വൈവിദ്ധ്യമുള്ള സംഭാഷണങ്ങൾ കാണാൻ സാധിക്കും. ഒരു ചെറുകഥയുടെ രൂപപരിമിതി പലപ്പോഴും വൈവിദ്ധ്യമുള്ള കഥാപാത്രസംഭാഷണങ്ങളെ പരിമിതപ്പെടുത്തുന്നു. എന്നാൽ സി വി ശ്രീരാമന്റെ ചെറുകഥകൾ ഇതിനൊരപവാദമാണ്. എല്ലാ ചെറുകഥകളിലും അതിന്റെ പരിമതിയെത്തന്നെ അതിജീവിക്കുന്ന വ്യക്തിഭാഷണങ്ങൾ കാണാനാകും. ''ഇരിക്കപ്പിണ്ഡം, വാസ്തുഹാരാ'' എന്നീ കഥകളിലെ കഥാഗതിക്കാധാരം സംഭാഷണങ്ങളാണ്.

സി വി ശ്രീരാമന്റെ ചെറുകഥാലോകം സമുദായത്തിന്റെ പല തട്ടുകളിലെ വ്യക്തിഭാഷണങ്ങളെ എങ്ങനെ പ്രതിനിധാനം ചെയ്യുന്നു എന്നതുകൂടി ഇവിടുത്തെ പഠനവിഷയമാണ്.

> പൊതുകഥാസങ്കല്പത്തിൽ നിന്ന് ശ്രീരാമനെ വ്യത്യസ്തനാക്കുന്ന ഒരു കാര്യം എല്ലാ കഥകളെയും വ്യക്തീകരിക്കുന്ന ഒരാഖ്യാതാവിന്റെ സാന്നിദ്ധ്യമാണ്. ഏതു കഥയിലും സാക്ഷിയോ പങ്കാളിയോ ആയ ഒരാൾ. ഈ വ്യക്തീകരണവും സാന്നിദ്ധ്യവും

> കഥകൾക്ക് പശ്ചാത്തലസംബന്ധിയായ നൈരന്തര്യം നല്കുന്നു. ആവർത്തനസ്വഭാവം പ്രകടിപ്പിക്കാത്ത, എന്നാൽ പ്രമേയപരവും ശൈലീനിഷ്ഠവുമായ ഒരു പ്രത്യേക ദാർഢ്യം ശ്രീരാമൻ കഥകൾക്കുണ്ട്. ഈ കാരണങ്ങൾകൊണ്ടായിരിക്കാം മുപ്പത്തിയഞ്ചിലേറെ കൊല്ലം ഏതാണ്ട് തുടർച്ചയായി എഴുതിയിട്ടും ഒറ്റയിരിപ്പിനുണ്ടായ കഥകളുടെ സൃഷ്ടാവാണ് താൻ എന്ന ബോധം സി വി ശ്രീരാമനുണ്ടാക്കിയിരിക്കുന്നത്.

ഒറ്റയിരുപ്പിന് എഴുതുക എന്നത് നോവലിനെക്കൂടി കണക്കാക്കി പറയാം. സി വി ശ്രീരാമന്റെ ചെറുകഥകൾ ഒറ്റയായും കൂട്ടമായും പല രീതിയിൽ നോവലിനോട് സാമ്യതയുള്ളതായി ഈ പ്രബന്ധത്തിൽ ത്തന്നെ വിശദമാക്കുന്നുണ്ട്.

എഴുത്ത്, വായന, എന്നിവയിലെ പരമ്പരാഗതധാരണകളെയും കേന്ദ്രീകൃത ഭാഷാപ്രവണതകളോടുള്ള വിധേയത്വത്തെയും ബഹുസ്വരത എന്ന സംജ്ഞയിലൂടെ പ്രതിരോധിക്കുകയാണ് ബക്തിൻ ചെയ്തത്. സി വി ശ്രീരാമന്റെ കഥാലോകം ബഹുസ്വരത എന്ന മാനത്തിൽ പഠനവിഷയമാക്കുന്നതിനു കാരണം ആധുനികത എന്ന സാമൂഹ്യചരിത്രാനുഭവത്തെ സമീപിച്ചതിലുള്ള വ്യത്യസ്തതയാണ്.

പതിനേഴാംശതകം മുതൽ ആരംഭിച്ചതും ഇരുപതാംശതകത്തിന്റെ മദ്ധ്യഘട്ടംവരെ വ്യാപിച്ചതുമായ സാമൂഹിക ചരിത്രാനുഭവത്തെയാണ് (യൂറോപ്യൻ സന്ദർഭത്തിൽ) സാധാരണയായി ആധുനികത (Modernity) എന്നു വിവരിച്ചു പോരുന്നത്. മുതലാളിത്തം, കോളനീകരണം, ദേശരാഷ്ട്രങ്ങൾ, വ്യവസായവല്ക്കരണം തുടങ്ങിയ ഭൗതികാസ്പദങ്ങളോടും സാമൂഹികശാസ്ത്രം, (social science), ആധുനികശാസ്ത്രം തുടങ്ങിയ ജ്ഞാനരൂപങ്ങളോടും പൗരത്വ കല്പനയോടും സ്വതന്ത്രവ്യക്തിസങ്കല്പത്തോടുമെല്ലാം ബന്ധപ്പെട്ട് വികസിച്ചു വന്ന ഒന്നായി ആധുനികതയെ മനസ്സിലാക്കാം. മേല്പറഞ്ഞ പ്രമേയങ്ങളോരോന്നും ഒറ്റയൊറ്റയായി വേറിട്ടു നില്ക്കുകയല്ല. മറിച്ച് പരസ്പരബന്ധിതവും പരസ്പരപൂരകവുമായി നിലകൊള്ളുകയാണ് ചെയ്യുന്നത് എന്നതും പ്രത്യേകം എടുത്തു പറയണം. ഇവയുടെ പരസ്പരപൂരണത്തിലൂടെ രൂപപ്പെട്ടു വരുന്ന സമഗ്രബന്ധവ്യവസ്ഥയാണ് ആധുനികത എന്ന ചരിത്രാനുഭവം. യൂറോപ്യൻരാജ്യങ്ങളിൽ ജീവിതത്തിലും സാഹിത്യത്തിലും ആധുനികത അരങ്ങറിയതും വേരൂന്നിയതും വളരെ ദീർഘമായ ഒരു കാലയളവിലായിരുന്നു. അതുകൊണ്ടുതന്നെ നിലനിന്ന ഒരു വ്യവസ്ഥിതിയോട് തീവ്രമായി കലഹിക്കേണ്ട ആവശ്യമോ ദ്രുതഗതിയിലുള്ളൊരു മാറ്റത്തിനു ഉപദാനമാകേണ്ട ആവശ്യമോ അവിടെ ആധുനികതയ്ക്കു നേരിടേണ്ടി വന്നിട്ടില്ല. എന്നാൽ കേരളത്തിലെ സ്ഥിതി അതായിരുന്നില്ല. വളരെ ഹ്രസ്വമായ ഒരുകാലയളവിലാണ് മാറ്റങ്ങൾ ഇവിടെ അനുഭവപ്പെട്ടത്.

നമ്മുടെ സാഹിത്യത്തിൽ ആധുനികതാവിമർശനത്തിനു കളമൊരുക്കിയ സാഹചര്യങ്ങളെക്കുറിച്ചും ആധുനികതാവിമർശനത്തിനുണ്ടായ പരിമിതികളെക്കുറിച്ചും ജി മധുസൂദനൻ *ഭാവുകത്വം ഇരുപത്തൊന്നാം നൂറ്റാണ്ടിൽ* എന്ന പുസ്തകത്തിൽ ഇങ്ങനെ വിലയിരുത്തുന്നുണ്ട്.

> പ്രത്യയശാസ്ത്രസ്വപ്നങ്ങളിലെ വിള്ളലുകളും മാറിയ സാമൂഹ്യപരിതസ്ഥിതികളും മദ്ധ്യവർഗ്ഗത്തിന്റെ വളർച്ചയും മഹാനഗരങ്ങളിലേക്കുള്ള എഴുത്തുകാരുടെ കുടിയേറ്റവും എല്ലാംചേർന്ന് നമ്മുടെ സാഹിത്യത്തിലെ ആധുനികതയുടെ ഉദയത്തിന് കളമൊരുക്കി. ആധുനികതയ്ക്ക് ഭിന്നമുഖങ്ങളുണ്ടായിരുന്നു. ആയിരത്തിത്തൊള്ളായിരത്തി എഴുപതുകളിൽ അത് പ്രതിരോധത്തിന്റെ സംസ്കാരം ഉൾക്കൊണ്ടു വളരാനുള്ള വലിയൊരു സാദ്ധ്യതയും പ്രകടമാക്കി. എന്നാൽ ആശയവാദത്തിന്റെയും ശുദ്ധകലാവാദത്തിന്റെയും നീഷേയെപ്പോലുള്ള പാശ്ചാത്യ പ്രതിലോമദാർശനികരുടെയും സ്വാധീനത്തിലമർന്ന നമ്മുടെ ആധുനികതാവിമർശകർ ഈ വൈവിദ്ധ്യങ്ങളെ തമസ്കരിച്ചുകൊണ്ട് അവരുടെ നിഹിലിസ്റ്റ് ശാഠ്യങ്ങളുമായി നിന്നു. സാഹിത്യം ജീവിതനിഷേധമാണെന്ന സിദ്ധാന്തം വളർത്തിയെടുക്കുകയും ജീവിതത്തിലെ സൗന്ദര്യങ്ങളെയാകമാനം വിസ്മരിച്ചുകൊണ്ട് രോഗത്തിന്റെയും വികലലൈംഗികതയുടെയും മരണാഭിമുഖ്യത്തിന്റെയും ശൂന്യതയുടെയും വിളയാട്ടമായി അവർ ജീവിതത്തെ ചിത്രീകരിക്കുകയും ചെയ്തു.

ആധുനികതയെ സുഭദ്രമായ ഒരേകാത്മകലോകമായി വിലയിരുത്താൻ സാദ്ധ്യമല്ല. സംഘർഷാത്മകവും വൈരുദ്ധ്യപൂർണ്ണവുമായ ഒരു ചരിത്രാനുഭവം എന്ന നിലയിൽക്കൂടി അതിനെ മനസ്സിലാക്കിയാലേ ഏകമുഖമായ സ്വീകരണ നിരാകരണങ്ങളുടെ ദ്വന്ദ്വാത്മകതയിൽനിന്ന് അതിനെ മോചിപ്പിക്കാനാകൂ. വ്യക്തിഗതപൗരത്വം, ദേശരാഷ്ട്രം, കോളനീകരണം, ആധുനികശാസ്ത്രം, വ്യവസായവല്ക്കരണം, രേഖീയയുക്തി, പുരോഗതി, സാർവ്വദേശീയത എന്നിവയെ ഭാരതീയവും കേരളീയവുമായ മനുഷ്യബന്ധങ്ങളുടെ അടിസ്ഥാനത്തിൽ വ്യാഖ്യാനിക്കുമ്പോഴേ ഒരു സമാന്തര ആധുനികതാസങ്കല്പംതന്നെ വന്നു ചേരുകയുള്ളൂ.

മൂലധനത്തിന്റെ ആധിപത്യത്തെമാത്രം മുൻനിർത്തി സാമൂഹികമായ അടിച്ചമർത്തലുകളെ വിശദീകരിക്കുവാൻ കഴിഞ്ഞില്ല. അതുകൊണ്ടുതന്നെ ബഹുസ്വരതയിൽ അധിഷ്ഠിതമായ പ്രതിരോധത്തിന് കൂടുതൽ കൂടുതൽ പ്രാമുഖ്യമുണ്ട്.

സി വി ശ്രീരാമന്റെ കഥകളെ വ്യാഖ്യാനിക്കുമ്പോൾ ഇതു വളരെ പ്രസക്തമാണ്.

Towards a philosophy of the Act എന്ന ബക്തിന്റെ പുസ്തകം 1986 ൽ റഷ്യയിൽ പ്രസിദ്ധീകരിച്ചു. ഇത് എഴുതിയത് 1919 നും 1921 നും

ഇടയ്ക്കാണ്. ഇതിന്റെ പൂർണ്ണരൂപം ഇപ്പോഴും കിട്ടിയിട്ടില്ല. എങ്കിലും ബക്തിന്റെ ബഹുസ്വരത (polyphony)എന്ന ആശയത്തിലേക്കുള്ള ഒരു വഴി ഇതിലുണ്ടെന്ന് വ്യക്തമാണ്.

ഇമ്മാനുവൽ കാന്റിന്റെ സദാചാരതത്ത്വശാസ്ത്രത്തെ വികേന്ദ്രീകരിക്കാനുള്ള ഒരു ശ്രമമാണ് *Towards a philosophy of the Act* എന്ന പുസ്തകത്തിൽ ബക്തിൻ നടത്തിയിരിക്കുന്നത്. ഒരു വ്യക്തിയുടെ അനന്യമായ അസ്തിത്വത്തെ നിർണ്ണയിക്കുന്ന മൂന്നു തെളിവുകൾ മുൻനിർത്തിക്കൊണ്ടാണ് ബക്തിൻ മനുഷ്യമനസ്സിനെ സംബന്ധിച്ച ചില നിരീക്ഷണങ്ങൾ മുന്നോട്ടു വെക്കുന്നത്.

ഇവിടെ ബക്തിൻ നിർമ്മാണാത്മകമായ മനുഷ്യമനസ്സിന്റെ ശില്പമാതൃകയെ മൂന്ന് ഘടകങ്ങളായി അപഗ്രഥിക്കുന്നു. ഞാൻ എനിക്കുവേണ്ടി എന്നുള്ളത് വ്യക്തിത്വത്തെ സംബന്ധിച്ച അവിശ്വസനീയ ഉറവിടമാകുന്നു. ഞാൻ മറ്റുള്ളവർക്കുവേണ്ടി എന്നതിലൂടെയാണ് മനുഷ്യൻ തന്റെ അനന്യതയെ നിർമ്മിക്കുന്നത്. എന്തുകൊണ്ടെന്നാൽ അതിലൂടെയാണ് ഞാനും മറ്റുള്ളവരും തമ്മിലുള്ള കൂടിച്ചേരൽ നടക്കുന്നത്. നേരേമറിച്ച് മറ്റുള്ളവർ എനിക്കുവേണ്ടി എന്നുള്ളത് മറ്റുള്ളവർ എന്റെ അവബോധത്തെ അവരുമായി കൂട്ടിച്ചേർക്കുന്ന വഴിയാണ്. അതുകൊണ്ടുതന്നെ ബക്തിന്റെ അഭിപ്രായത്തിൽ ഒരാളുടെ വ്യക്തിത്വം എന്നത് അയാളുടേതുമാത്രമല്ല മറിച്ച് എല്ലാവരാലും പങ്കുവെക്കപ്പെടുന്ന ഒന്നാണ്.

ബക്തിന്റെ അഭിപ്രായത്തിൽ ബഹുസ്വരത എന്നത് ജീവിതത്തിന്റെ അനിശ്ചിതത്വവുമായി ബന്ധപ്പെട്ട ഒരു വസ്തുത കൂടിയാണ്. *Problems of Dostoyevsky's Poetics* എന്നത് മിഖായേൽ ബക്തിന്റെ മൗലികവും പ്രധാനപ്പെട്ടതുമായ ആശയങ്ങൾ ഉൾക്കൊള്ളുന്ന പുസ്തകമാകുന്നു. അതിലൂടെ ബഹുസ്വരതയെ സംബന്ധിച്ച അടിസ്ഥാനാശയങ്ങൾ ബക്തിൻ മുന്നോട്ടു വെക്കുന്നുണ്ട്.

ഒരാൾക്ക് യഥാർത്ഥത്തിൽ അയാളുടെതന്നെ പുറംലോകത്തെ സമഗ്രമായി വീക്ഷിക്കാൻ കഴിയുകയില്ല. നമ്മുടെ യഥാർത്ഥ പുറംലോകത്തെ കാണുന്നതും മനസ്സിലാക്കുന്നതും മറ്റുള്ള ആളുകളാണ്. കാരണം അവരെല്ലാവരും നാമെന്ന ലോകത്തിനുപുറമേ വർത്തിക്കുന്നവരാണ്. അങ്ങനെ പറയുമ്പോൾ ബക്തിന്റെ തത്ത്വശാസ്ത്രം ഒരാളിലുള്ള മറ്റുള്ളവരുടെ സ്വാധീനത്തെ വളരെയധികം അംഗീകരിക്കുന്നു.

ബക്തിന്റെ ബഹുസ്വരതാസങ്കല്പം ഇങ്ങനെ വ്യാഖ്യാനിക്കാം. രണ്ടു വ്യക്തികൾക്കിടയിലെ വിരുദ്ധസ്വഭാവങ്ങളെ തുലനം ചെയ്യുമ്പോൾ അതിൽ ഒന്നു ശരിയും മറ്റൊന്നു തെറ്റും ആയിരിക്കും എന്ന നിലപാടിനെയാണ് ബക്തിൻ എതിർക്കുന്നത്. സത്യം അഥവാ ശരി എന്നത് ഒരു പ്രസ്താവനയോ വാക്യമോ വാക്യഭാഗമോ അല്ല. മറിച്ച് പരസ്പരം സംബോധന ചെയ്യുന്ന വിരുദ്ധവും സങ്കീർണ്ണവും തർക്കശാസ്ത്രപരമായി അസ്ഥിരവും ആയ പ്രസ്താവനകളാണ്. സത്യം നിർണ്ണയിക്ക

പ്പെടണമെങ്കിൽത്തന്നെ ബഹുമുഖങ്ങളായ ഭാഷണസംവിധാനങ്ങൾ വേണം. അതൊരിക്കലും ഒരൊറ്റ മനസ്സിൽനിന്ന് പുറപ്പെടുകയില്ല. അതൊരാൾക്ക് പ്രകടിപ്പിക്കാനും കഴിയില്ല. സത്യം നിർണ്ണയിക്കുന്നതിന് ഒട്ടനവധി സ്വരങ്ങളുടെ കൂട്ടം വേണം. അവിടെയും ബക്തിൻ മറ്റൊന്നു കൂടി വ്യക്തമാക്കുന്നുണ്ട്. ഈ അനവധി സ്വരങ്ങളിലെ ഭാഗിക സത്യങ്ങൾ കൂടിച്ചേർന്നതോ അതിന്റെ ശരാശരിയോ അല്ല. മറിച്ച് പരസ്പര സംബോധനയിലൂടെ യഥാർത്ഥ ജീവിതസന്ദർഭങ്ങളെ സാദ്ധ്യ മാക്കുന്നതിലൂടെ നിർമ്മിക്കപ്പെടുന്ന ഒരു തുറന്ന വ്യവസ്ഥയാണിത്. ഈ ഒരു തുറന്ന വ്യവസ്ഥ അതായിത്തന്നെ നിലനിന്നുകൊണ്ട് സത്യത്തെ യും അസത്യത്തെയും അനുഭവിപ്പിച്ചുതരുന്നു.

സങ്കീർണ്ണമായ സംവാദാത്മകത നിലനില്ക്കുന്ന ഒരു ജീവിതപരി സരമോ കഥാപരിസരമോ നിരൂപണപരിസരമോ ആയിത്തീരുന്ന ഒന്നാ ണിത്. ഈയൊരു സാമൂഹികസന്ദർഭത്തിലാണ് സി വി ശ്രീരാമന്റെ ചെറുകഥകൾ പഠനവിധേയമാക്കുന്നത്.

ചെറുകഥ ഏകസ്വരതയിൽനിന്ന് ബഹുസ്വരതയിലേക്ക്

സി വി ശ്രീരാമന്റെ ചെറുകഥ: ഒരു താരതമ്യപഠനം

ടി പത്മനാഭൻ, മാധവിക്കുട്ടി, എം ടി വാസുദേവൻനായർ എന്നിവരുടെ ചെറുകഥകളുമായി സി വി ശ്രീരാമന്റെ ചെറുകഥ താരതമ്യം ചെയ്യുകയാണ്. *പ്രകാശം പരത്തുന്ന ഒരു പെൺകുട്ടി*യെന്ന പത്മനാഭന്റെ കഥ പരിശോധിക്കാം.

ജീവിതത്തിൽ ഉല്ക്കടമായ വിഷാദവും നൈരാശ്യവും നിറഞ്ഞ കാലങ്ങൾ പിന്നിട്ട കഥാകാരൻ താൻ വിട്ടുപിരിഞ്ഞ നഗരത്തിലേക്ക് വീണ്ടും വരികയാണ്. സായാഹ്നത്തിൽ കടൽക്കരയിൽനിന്നും മടങ്ങുന്ന ആളുകൾ. കൃത്രിമമായ ആവരണങ്ങൾ അണിഞ്ഞവർ. ആഹ്ലാദം തീരെ മനസ്സിലില്ലാത്തവർ. ഒന്നിനോടും ബന്ധം സ്ഥാപിക്കാൻ അവർക്കു കഴിയുന്നില്ല. ഓർമ്മകൾ ഉണരുകയാണ്. അപ്പോഴാണ് പ്രകാശം പരത്തുന്ന പെൺകുട്ടി അവിടെ പ്രത്യക്ഷപ്പെടുന്നത്. അവൾ ഭയപ്പെടുന്നതിനു പകരം അയാളെ നോക്കി പുഞ്ചിരി തൂകി. അയാളുടെ കണ്ണിൽ വെള്ളം നിറഞ്ഞു. അത് അതിരു കവിഞ്ഞ ആനന്ദത്തിന്റേതായിരുന്നു. അപ്പോഴേക്കും അയാൾ വിഷം കുടിച്ചു മരിക്കാൻ തീരുമാനമെടുത്തിരുന്നു. താൻ എല്ലാം മറന്ന് സ്നേഹിച്ചവർക്കും തന്നെ മനസ്സിലാക്കാൻ കഴിഞ്ഞില്ലല്ലോ എന്ന ദുഃഖമായിരുന്നു അയാൾക്ക്. വിഷം നിറച്ച കുപ്പിയുമായി അയാൾ തിയേറ്ററിൽ കേറി. കളി തുടങ്ങാറായപ്പോൾ അതേ പെൺകുട്ടി മറ്റുരണ്ടു കുട്ടികളുമായി അവിടേക്ക് കയറി വരുന്നു. അവൾ തന്നെ കാണരുത്, അടുത്തു വരരുത് എന്നായിരുന്നു അയാളുടെ പ്രാർത്ഥന. പക്ഷേ, അവൾ കാണുകയും അയാളുടെ അടുത്തു വന്നിരിക്കുകയും ചെയ്തു. അവൾ പാട്ടുകൾ മൂളി. പാറക്കെട്ടുകളിൽ അലച്ചു ചിന്നിച്ചിതറുന്ന കാട്ടുചോല പോലുള്ള പെൺകുട്ടിയുടെ മനസ്സ് സ്ക്രീനിൽ ചുരുളഴിയുന്ന

കഥയ്ക്കൊപ്പം നാനാവികാരതരംഗിതമാകുന്നു. കഥ പറഞ്ഞു കൊടുക്കാൻ അവൾ ആവശ്യപ്പെടുന്നു. അവൾ അയാൾക്ക് ചോക്ലേറ്റ് കൊടുക്കുന്നു. അവളുടെ പ്രകാശമേറിയ മനസ്സിനെ ചേഷ്ടകളിൽക്കൂടി, വാക്കുകളിൽക്കൂടി, സിനിമയിലെ കഥാസന്ദർഭങ്ങളോടുള്ള പ്രതികരണ ങ്ങളോടു കൂടി കഥാകാരൻ ഹൃദ്യമായി ആവിഷ്കരിച്ചിരിക്കുന്നു. ഇനിയും സിനിമയ്ക്കു വരണം എന്നു പറഞ്ഞുകൊണ്ട് അയാളെ ആഹ്ലാദിപ്പിച്ച് പെൺകുട്ടി പിരിഞ്ഞുപോയി. ദുഃഖിതനായ അയാൾ ഓർമ്മിച്ചു.

ആ കുട്ടി സ്വയം സന്തോഷിക്കുകയും മറ്റുള്ളവർ സന്തോഷിക്കണെ മെന്ന് ആഗ്രഹിക്കുകയും ചെയ്യുന്നവളാണ്.

ഇരുട്ടറയിൽനിന്ന് തുറന്ന മൈതാനത്തിലേക്ക് കടന്നപോലെയുള്ള അനുഭവമാണ് അയാൾക്കുണ്ടായത്. അയാൾ ആത്മഹത്യാശ്രമം ഉപേ ക്ഷിച്ചു. മറ്റുള്ളവർ എന്തു പറഞ്ഞാലും ഇപ്പോൾ അയാൾക്ക് ആക്ഷേ പമില്ല. കഴിഞ്ഞത് ഒരു പുകപോലെ അയാൾക്ക് കാണാനാവുന്നുണ്ട്. മനുഷ്യജീവിതത്തിൽ യുക്തിക്കു വിശദീകരിക്കാൻ കഴിയാത്ത പലതും സംഭവിക്കാറുണ്ട് എന്നതിലാണ് അയാൾ സമാധാനിക്കുന്നത്. പ്രകാശം പരത്തുന്ന ആ പെൺകുട്ടിയെ വീണ്ടും കണ്ടുമുട്ടും എന്ന പ്രതീക്ഷ യിലാണ് കഥ അവസാനിക്കുന്നത്. മാനസികജീവിതം പ്രകാശിപ്പിക്കു ന്നതിലാണ്, വെറുതേ കഥ പറഞ്ഞുപോകുന്നതിലല്ല പത്മനാഭന്റെ ശ്രദ്ധ.

കഥയിലെ സംഭവങ്ങൾക്ക് കൃത്യമായ കാലഗണനയും സ്ഥലഗ ണനയും നല്കി വ്യക്തതയും കൃത്യതയും നല്കാനല്ല പത്മനാഭൻ ശ്രമിച്ചിട്ടുള്ളത്. അതുപോലെ കഥയെ ചരിത്രത്തോടോ സമൂഹത്തോടോ ബന്ധിപ്പിക്കാനും കഥാകാരൻ മെനക്കെടുന്നില്ല. ബാഹ്യസംഭവങ്ങളും ക്രിയകളും കഥയിൽ കുറച്ചേയുള്ളൂ. അതിലെല്ലാമുപരി മാനസികജീ വിതത്തിന്റെ പ്രകാശനത്തിൽ തന്നെയാണ് കഥാകൃത്ത് മുഖ്യമായും ഊന്നുന്നത്. പത്മനാഭന്റെ 'ഭയം' എന്ന കഥയുടെ ചുരുക്കം ഇങ്ങനെ യാണ്.

> കച്ചവടം പൊളിഞ്ഞു. കടക്കാർ കേസുകൊടുത്തിരിക്കുന്നു. ഒരു കുഞ്ഞുണ്ടായിരുന്നത് മരിച്ചു. ഇതെല്ലാം ഒരു പൈതൽനായരുടെ ക്ഷുദ്രകർമ്മത്താലാണെന്നു വിശ്വസിക്കുന്ന ഒരാൾ പ്രതികാരം ചെയ്യാൻ രാത്രി അയാളുടെ പടിക്കൽ കാത്തിരിക്കുന്നു. പടി തുറക്കപ്പെട്ടു. അയാൾ കഠാര വീശി. ഒരു സ്ത്രീയുടെ മുഖമാണ് കണ്ടത്. അവർ പടിയടച്ച് ഓടി രക്ഷപ്പെട്ടു. കഠാരിക്കാരന്റെ കാൽ പടിക്കുള്ളിൽപ്പെട്ട് ചതഞ്ഞു. അയാൾ ഭയപ്പെട്ടോടി. ഒരു ജീർണ്ണിച്ച കാവിലെ മടപ്പള്ളിയിൽ അയാൾ ഒളിച്ചിരിക്കുകയാണ്. വാസ്തവത്തിൽ കുത്തേറ്റിട്ടില്ല. കഠാരിയിൽ ചോരയുമില്ല. അയാൾക്ക് മറിച്ചാണു തോന്നുന്നത്. ശ്വാസമടക്കിപ്പിടിച്ചുകൊണ്ട് അയാൾ വാതിൽപ്പാളിയിലൂടെ പുറത്തേക്കു നോക്കുന്നു. അല്പം മുന്നോട്ടാഞ്ഞു കഠാരി മുറുകെപ്പിടിച്ച് അയാൾ തയ്യാറായി നിന്നു.

> മുറുകിപ്പൊട്ടാൻ പോകുന്ന ഒരു കയർപോലെ ആയിരുന്നു അയാൾ. ചതഞ്ഞ കാലിന്റെ വേദന മറന്നുപോയി. മനസ്സിൽ ഒറ്റവിചാരമേ ഉണ്ടായിരുന്നുള്ളു. നെറ്റിയിൽനിന്നു വിയർപ്പ് ധാരധാരയായി ഒഴുകിക്കൊണ്ടിരുന്നു. കണ്ണുകൾ തീക്കട്ട പോലെ ജ്വലിച്ചു.

ഇവിടെ ഭയം എന്ന വികാരത്തെ ഏറ്റവും ഉൽക്കടമായ അവസ്ഥയിലെത്തിച്ചിരിക്കുകയാണ്. കഥയ്ക്ക് ആസ്പദമായ സംഭവങ്ങളുടെ അവ്യക്തമായ സൂചനകൾമാത്രമേ കഥയിലുള്ളൂ. സംഭവാഖ്യാനമല്ല ഒരു ശുദ്ധ വികാരത്തിന്റെ ആവിഷ്കാരമായി കഥ മാറുന്നു. കാല്പനികാഭിമുഖ്യവും ആത്മപരതയും കഥയെ ഈ ഒരവസ്ഥയിൽ കൊണ്ടെത്തിച്ചിരിക്കുന്നു എന്നു പറയാം.

ഇവിടെ കഥയിൽ കഥാംശം ഇല്ലാത്ത ഒരവസ്ഥ സംജാതമാകുന്നു.

'കടൽ' എന്ന കഥയെക്കുറിച്ച് എ അരവിന്ദാക്ഷൻ ഇങ്ങനെ പ്രസ്താവിക്കുന്നുണ്ട്.

> സംഭവങ്ങൾക്ക് മുൻതൂക്കം കൊടുക്കാതെയാണല്ലോ പത്മനാഭൻ കഥ എഴുതാറുള്ളത്. ഈ കഥയും അത്തരത്തിലുള്ളതുതന്നെ. എന്നാൽ കൊച്ചുകൊച്ചു സംഭവങ്ങൾക്കിടയിൽ നേർത്ത മേഘപാളികൾപോലെ വിഷാദത്തിന്റെ ഒരു അല ഈ കഥയിൽ ഉടനീളമുണ്ട്. അത് സംഗീതത്തിന്റെ ഇഴകളുമായി ഇഴുകിച്ചേർന്നു നില്ക്കുന്നു. അത് മൗനത്തെ സൃഷ്ടിക്കുന്നു. മൗനം ഈ കഥയിലെ സാന്ദ്രമായ ഒരനുഭവമാണ്. മൗനം ഈ കഥയിലെ സംഗീതവുമാണ്.
>
> അരിച്ചുപെറുക്കി നോക്കിയാലും പത്മനാഭന്റെ കഥകളിൽ അവയവവർണ്ണന കാണില്ല. രതിയുടെ അനുഭവങ്ങൾ അവിടെ നിഷേധിക്കപ്പെട്ടിരിക്കുന്നു. ഉയർന്ന ഒരു സദാചാരബോധം പത്മനാഭന്റെ കഥാപാത്രങ്ങൾ പ്രകടിപ്പിക്കുന്നു. ഇരുട്ടിൽ പുലർന്നു കാണുന്ന നന്മയുടെ വെളിച്ചത്തിലേക്കാണ് അപൂർണ്ണവാക്യങ്ങളിലൂടെ കഥാകാരൻ മുന്നോട്ടു പോകുന്നത്.

ഏകാകിത്വവും സംഗീതവും മൗനവും സദാചാരവും നന്മയും ഒക്കെയായി ബന്ധപ്പെടുത്തിയാണ് ടി പത്മനാഭന്റെ കഥകളെ നിരൂപകർ കണ്ടത്. അങ്ങനെ പരാമർശിക്കുന്നതിൽ യാതൊരു തെറ്റുമില്ല. കാരണം കഥാകൃത്ത് തന്റെ കഥകളിൽ അനുവർത്തിച്ച രീതി അങ്ങനെതന്നെ ആയിരുന്നു. ഇതിലൂടെ ടി പത്മനാഭന്റെ കഥകൾ അങ്ങേയറ്റം കാല്പനികതയും ആത്മപരതയും നിറഞ്ഞതാണെന്ന് വ്യക്തമാവുന്നു.

ഏകാന്തതയും ഒറ്റപ്പെടലും സ്നേഹവും വാത്സല്യവും സ്നേഹരാഹിത്യവും സഹനവും മടുപ്പും വെറുപ്പുമൊക്കെ കഥകൾക്ക് വിഷയമാകുകയും കഥകളെ ഭാവനിഷ്ഠമാക്കി മാറ്റുകയും അവയെ ഭാവകാവ്യ

ത്തോട് അടുപ്പിക്കുകയുംചെയ്യുന്ന ഒരനുഭവത്തെക്കുറിച്ച് പല നിരൂപകരും സൂചിപ്പിക്കാറുണ്ട്. എത്രമേൽ ഭാവാത്മകമായാലും കഥയ്ക്ക് ഒരിക്കലും കവിതയാകാനോ സംഗീതമാകാനോ കഴിയില്ല.

കെട്ടുപിണഞ്ഞു കിടക്കുന്ന സുദീർഘമായ ആഖ്യാനങ്ങളുള്ളതും അനവധി മുനകളുള്ളതുമാണ് സി വി ശ്രീരാമന്റെ കഥകൾ എന്ന് ടി പത്മനാഭൻ സൂചിപ്പിക്കുന്നുണ്ട്. *എത്ര മുനകളാണ്* സി വി ശ്രീരാമന്റെ കഥയിലെന്ന് കല്പറ്റ നാരായണൻ സി വി ശ്രീരാമനെക്കുറിച്ചെഴുതിയ ഒരു ലേഖനത്തിന്റെ തലക്കെട്ടായി നല്കിയിരിക്കുന്നു. ഇത് ആത്മപരത, കാല്പനികത, അവ്യക്തമായ സംഭവവിവരണം എന്നിവയിൽനിന്ന് വ്യത്യസ്തമായ ഒരു സമീപനരീതിയിലേക്ക് വിരൽ ചൂണ്ടുന്നു. ടി പത്മനാഭന്റെ കഥനശൈലിയെ വിമർശിക്കുക എന്നതല്ല ഇവിടത്തെ ഉദ്ദേശ്യം. മറിച്ച് സി വി ശ്രീരാമന്റെ ചെറുകഥകളുടെ രചനാരീതി എങ്ങനെ വ്യത്യസ്തമാകുന്നു എന്നു സ്ഥാപിക്കാനുള്ള ശ്രമമാണിത്.

അനുഭവങ്ങളെ അവയുടെ സ്ഥൂലപശ്ചാത്തലങ്ങളിൽനിന്ന് വേർപെടുത്തിയെടുത്ത് വൈകാരികമാക്കി മാറ്റിയാൽ ആ കഥ ഭാവനാനിഷ്ഠമായി ഭവിക്കും. സി വി ശ്രീരാമൻ എഴുതിയ ഒരൊറ്റ കഥപോലും ഇത്തരത്തിലാകുന്നില്ല. കാരണം അനുഭവങ്ങളെ ഒരു നോവൽഘടനയുടെ വിസ്തൃതഭാവത്തിൽ അവതരിപ്പിക്കുകയാണ് സി വി ശ്രീരാമൻ ചെയ്യുന്നത്. എന്നാൽ നേരത്തേ സൂചിപ്പിച്ച പത്മനാഭൻ കഥകളിൽ പലതിലും സംഭവം എന്നു വിശേഷിപ്പിക്കാവുന്ന ഒന്നുംതന്നെ ഉണ്ടായിരിക്കുകയില്ല. സ്ഥലകാലങ്ങളുടെ കൃത്യമായ വിവരണവും ഉണ്ടാവില്ല. ഭാവത്തെ ചൂഴ്ന്നുനില്ക്കുന്ന ചില വ്യവഹാരങ്ങൾ മാത്രം. കഥാകൃത്ത് ഇവർക്കിടയിൽ വലിഞ്ഞുമുറുകി നില്ക്കുന്ന സൂക്ഷ്മവും സാന്ദ്രവുമായ ഭാവത്തിൽ മാത്രമായിരിക്കും ശ്രദ്ധിക്കുന്നത്. അതുപോലെതന്നെ കഥയുടെ മുനകൂർത്ത, ഏകകേന്ദ്രീകൃതമായ ഒരവസ്ഥ ഏതെങ്കിലും ഒരൊറ്റ പ്രവൃത്തിയുടെ ഗതിവിഗതികളെ ആവിഷ്കരിക്കുന്ന രീതിയിൽ ആകുന്നു.

അതുപോലെ മാധവിക്കുട്ടിയുടെ കഥകൾ എടുത്തു പരിശോധിക്കുമ്പോഴും നേരത്തേ ടി പത്മനാഭനിൽ കണ്ടതിനേക്കാൾ തീവ്രമായ ഒരൊറ്റ മാനസികഭാവത്തിന്റെ ആവിഷ്കാരം കാണാം.

മാധവിക്കുട്ടിയുടെ 'തരിശുനിലം' എന്ന കഥ എട്ടുവർഷങ്ങൾക്കു ശേഷം കടൽക്കരയിൽവെച്ച് കണ്ടുമുട്ടുന്ന കമിതാക്കളെപ്പറ്റി പറയുന്നു. അവൾ അയാളെ ഒന്നു കാണാൻവേണ്ടി കത്തയച്ചു വരുത്തിയതാണ്. വിവാഹിതനായ അയാളെ വിവാഹിതയായ അവൾ ഇപ്പോഴും ഗാഢമായി പ്രണയിക്കുന്നുണ്ട്. എന്നാൽ തന്റെ അഹംബോധം കാരണം ആ പ്രണയം കൂടുതൽ പ്രകടമാവാതിരിക്കാൻ അവൾ ശ്രദ്ധിക്കുന്നു. അയാൾക്കും ആരാധനയോളം എത്തുന്ന പ്രണയമുണ്ട് അവളോട്. എന്നാൽ അവളുടെ സമീപം എത്തുമ്പോഴെല്ലാം അവളെ കുറ്റപ്പെടുത്തുകയാണ് അയാളുടെ ശീലം. കുറ്റപ്പെടുത്തൽ അയാളുടെ പ്രണയത്തിന്റെ ഒരു സ്വഭാവമാണ്. അവൾക്കുമേൽ അയാളെടുക്കുന്ന

സ്വാതന്ത്ര്യവും അധികാരവുമാണത്. അവൾക്ക് വഴങ്ങിപ്പോകാതിരിക്കാനുള്ള ഒരു തന്ത്രവും അതിലുണ്ട്. ഇങ്ങനെ ഗാഢമായി പ്രണയിക്കുമ്പോഴും ഒന്നിച്ചുപോകാൻ കഴിയാത്ത അവസ്ഥയാണ് ഇരുവരും നേരിടുന്നത്. അല്പനേരം ഒന്നിച്ചിരുന്നതിനുശേഷം അവർ ഇരുവരും മടങ്ങിപ്പോകുന്നു. കടൽപോലുള്ള പ്രണയംകൊണ്ട് വീർത്തുകെട്ടി നില്ക്കുന്ന ഒരൊറ്റ സന്ദർഭമാണ് ഈ ചെറിയ സമയം. ഭാവനിർഭരമായ ഒരു സന്ദർഭത്തിന്റെ അതീവസൂക്ഷ്മമായ അവതരണമാണ് കഥയിൽ നടക്കുന്നതെന്നു പറയാം. ഭാവനിഷ്ഠമായ കഥകളെ മുൻനിർത്തി കഥ ഭാവകാവ്യത്തോട് അടുക്കുന്നു എന്ന് ചിലർ പറയാറുണ്ട്. കഥ കവിതയായി മാറുന്നു എന്ന് പറയുന്നവരുമുണ്ട്. സ്ഥലകാലബദ്ധത കഥയുടെ ഒരു അടിസ്ഥാനപ്രമാണമാണ്. എന്തൊക്കെയായാലും കവിതയിലെ ജീവിതസന്ദർഭങ്ങളെക്കാൾ കഥയിലെ ജീവിതസന്ദർഭങ്ങൾ കുറെക്കൂടി വ്യാപ്തിയും സങ്കീർണ്ണതയും കൈവരിക്കുന്നതാണ്. കവിത അതായി നില്ക്കേ അതിനൊരിക്കലും ബഹുസ്വരമാകാൻ കഴിയുകയില്ല എന്നതിന്റെ കാരണം അതിനൊറ്റയ്ക്ക് വൈവിദ്ധ്യപൂർണ്ണമായ ജീവിതാനുഭവങ്ങളെ ഉൾക്കൊള്ളാൻ കഴിയുകയില്ല എന്നതു തന്നെയാണ്. മാത്രമല്ല അതു പൂർണ്ണമായും ആഖ്യാതാവിന്റെ വരുതിക്കു നില്ക്കുന്ന ഒന്നുമാണ്.

ബക്തിനെ സംബന്ധിച്ച് കാവ്യഭാഷ തീർച്ചയായും ആഖ്യാതാവിന്റെ മാത്രം കണ്ടുപിടിത്തമാണ്. കഥ കാവ്യാത്മകമാകുമ്പോൾ അതിലെ ജീവിതസന്ദർഭങ്ങൾ പരിമിതപ്പെട്ടുപോകും. ഒപ്പം തന്നെ എഴുത്തുകാരന്റെ ബോധപൂർവ്വമായ ഒരു ഇടപെടൽ അവിടെ സംഭവിക്കുകയും ചെയ്യുന്നു.

എം ടി വാസുദേവൻനായരുടെ കഥാസങ്കല്പത്തെക്കുറിച്ച് *കഥയുടെ ഭൂമിശാസ്ത്രം: എം ടിയെ വായിക്കുമ്പോൾ* എന്ന ലേഖനത്തിൽ പി പി രവീന്ദ്രൻ ചില കാര്യങ്ങൾ പറഞ്ഞുവെക്കുന്നുണ്ട്. മറ്റു നോവലിസ്റ്റുകൾക്കോ കഥാകൃത്തുക്കൾക്കോ ഇല്ലാത്ത ഒരു കഥാസങ്കല്പം എം ടി വാസുദേവൻ നായർക്കുണ്ട്. ലേഖനങ്ങളിലൂടെയും സംഭാഷണങ്ങളിലൂടെയും വ്യക്തമാക്കുന്ന കഥാ സങ്കല്പത്തെ എത്രകണ്ട് തന്റെ കഥകളിൽ കൊണ്ടുവരാൻ എം ടി വാസുദേവൻ നായർക്ക് കഴിഞ്ഞിട്ടുണ്ട് എന്ന് ഇവിടെ പര്യാലോചിക്കുന്നുമുണ്ട്.

ആത്മനൊമ്പരവും ആത്മദാഹവും സ്വപ്നവുമായി കഥകളെ ബന്ധപ്പെടുത്തി വൈയക്തികാനുഭൂതികളെ ചിത്രീകരിക്കുമ്പോൾ കഥയ്ക്ക് ഏകസ്വരവും ഏക ഭാവവും കൈവരുന്നു.

കാല്പനികറിയലിസത്തിന്റെ ആധാരശിലയിൽ നിന്നുകൊണ്ടു തന്നെയാണ് എം ടി വാസുദേവൻനായർ ദൈവത്തെപ്പോലെ സർവ്വശക്തനും അദൃശ്യനുമായ കലാകാരനെക്കുറിച്ചുള്ള സങ്കല്പം മുന്നോട്ട് വെക്കുന്നത്

ബക്തിൻ ഏകസ്വരപരം എന്നു വിശേഷിപ്പിക്കുന്ന കൃതികൾ

സമൂഹത്തിൽ മേൽക്കോയ്മയുള്ള പ്രത്യയശാസ്ത്രത്തെ സമൂഹത്തിന്റെ താഴെത്തട്ടുകളിലേക്ക് സംക്രമിപ്പിക്കുന്നതിൽ വഹിക്കുന്ന പങ്ക് വളരെ വലുതാണ്. എം ടി വാസുദേവൻ നായരുടെ 'വാനപ്രസ്ഥം' എന്ന കഥയുമായി ബന്ധപ്പെട്ട പി പി രവീന്ദ്രന്റെ നിരീക്ഷണംകൂടി ഇവിടെ ചേർത്തുവെക്കുകയാണ്:

> വാനപ്രസ്ഥത്തെക്കുറിച്ചുള്ള ഒരു ഖണ്ഡനവിമർശനമായി മേൽപ്പറഞ്ഞതിനെ കാണേണ്ടതില്ല. പൊതുവിൽ ലാവണ്യാത്മകതയുടെ പ്രത്യയശാസ്ത്രവുമായി ബന്ധപ്പെട്ട ഒരു പ്രശ്നമാണിത്. സാഹിത്യത്തെ ലാവണ്യാത്മകതയുടെ മാനദണ്ഡങ്ങളുപയോഗിച്ചു മാത്രമേ വിശദീകരിക്കാൻ പറ്റൂ എന്നതും കാല്പനികറിയലിസത്തിന്റെ ചരിത്രപരതയുമായി ബന്ധപ്പെട്ട പ്രശ്നമാണ്.

'വാനപ്രസ്ഥം' എന്ന കഥ വളരെ രസകരമായി വായിച്ചുപോകാവുന്ന ഒന്നാണ്. വൃദ്ധനും കുടുംബസ്ഥനുമായ ഒരു റിട്ടയേർഡ് അദ്ധ്യാപകനും അദ്ദേഹത്തിന്റെ ഒരു പഴയ ശിഷ്യയും തമ്മിലുള്ള പ്രണയത്തിന്റെ കഥ. അന്യോന്യം ഇഷ്ടമാണെന്ന് രണ്ടുപേർക്കും അറിയാമെങ്കിലും ആ അറിവ് വർഷാവസാനം ശിഷ്യ അയയ്ക്കുന്ന പുതുവത്സരക്കാർഡിലോ ഒരു ചെറിയ കത്തിലോ ഒതുങ്ങി നിന്നിരുന്നു. വർഷങ്ങൾക്കുശേഷം ആദ്യമായി ഇരുവരും മൂകാംബികയിൽ സന്ധിക്കുന്നതാണ് കഥാസന്ദർഭം. യാഥാർത്ഥ്യത്തിന്റെയും അനുഭവത്തിന്റെയും പകർപ്പെന്ന സാഹിത്യത്തെക്കുറിച്ചുള്ള സങ്കല്പത്തിന് ഒരു തരത്തിലുള്ള പോറലും വരാതിരിക്കാൻ ബദ്ധശ്രദ്ധനായ ഒരു കഥാകാരന്റെ കൈപ്പെരുമാറ്റം ഈ കഥയുടെ എല്ലാ ഭാഗങ്ങളിലും ദർശിക്കാമെന്ന് പി പി രവീന്ദ്രൻതന്നെ പറയുന്നുണ്ട്. കാല്പനികറിയലിസത്തിന്റെ അതിരുകൾ ഭേദിക്കാനുള്ള ബോധപൂർവ്വമായ ഒരു ശ്രമംകൂടിയാണിത്. യാഥാർത്ഥ്യത്തിന്റെ സൂക്ഷ്മാംശങ്ങൾപോലും ഒന്നൊഴിയാതെ പകർത്തുകയാണെന്ന പ്രതീതി കഥയിൽ ആദ്യവസാനം നിലനിർത്തിയിരിക്കുന്നു. കെ എസ് വിനോദിനി എന്ന ശിഷ്യയുടെ കൃത്യമായ പേരും കഥാപാത്രങ്ങളുടെ സ്വഭാവവും അവരുടെ മാനസികവ്യാപാരങ്ങളും മൂകാംബികയിലെയും കുടജാദ്രിയിലെയും പരിസരങ്ങളും യാത്രയിലെ അനുഭവങ്ങളുമെല്ലാം സൂക്ഷ്മമായി ഒപ്പിയെടുത്തിരിക്കുന്നു.

> മാഷ്ക്ക് ഞാൻ ഒരു കത്തെഴുതിയിരുന്നു.
>
> ഉവ്വ്, കിട്ടി. അതോണ്ടല്ലേ നോക്കിയത് ഇവിടൊക്കെ.
>
> കത്ത് കൈയിൽത്തന്നെ കിട്ടി. രാവിലത്തെ പതിവുനടത്തം കഴിഞ്ഞ് വയൽവരമ്പത്ത് നില്ക്കുമ്പോഴാണ്. വിനോദിനിയുടെ കത്തിന്റെ കൂടെ കൃഷിമാസികയുമുണ്ടായിരുന്നു. വിഷുവിന്റെ തലേന്ന് നാട്ടിലെത്തുന്നുണ്ട്. വിഷുവിന്റെ അടുത്ത ആഴ്ചയിൽ മൂകാംബികയിലും പോകണമെന്നുണ്ട്. മടങ്ങുന്നതിനുമുമ്പ്

മാസ്റ്ററെയും കാണണമെന്നാണ് വിചാരം. അമ്മയ്ക്കു തീരെ വയ്യാത്ത തുകൊണ്ട് ഒന്നും ഉറപ്പിച്ചിട്ടില്ല. വിനീത ശിഷ്യ വിനോദിനി.

യാഥാർത്ഥ്യത്തിന്റെ വിശദാംശങ്ങളിലുള്ള ഊന്നൽ കഥ എന്ന നിർമ്മിതിയുമായാണ് വായനക്കാരൻ ഇടപെടുന്നത് എന്ന സത്യത്തെ അല്പസമയത്തേക്കെങ്കിലും മറന്നുകളയാൻ അയാളെ പ്രേരിപ്പിച്ചേക്കാം. പ്രതിനിധാനത്തിന്റെ രാഷ്ട്രീയം വായനയെ നിയന്ത്രിക്കുന്ന ഒരു മുഹൂർത്തമാണിത്.

എം ടി വാസുദേവൻനായരുടെ കഥകൾ സാമാന്യമായി ഏകസ്വര പരവും ഏകതാനവുമായ ഒരു ആഖ്യാനരീതി അനുവർത്തിക്കുന്നു ണ്ടെന്നും എഴുത്തുകാരന്റെതന്നെ ബോധപൂർവ്വമായ സമീപനം ചില കഥകളെയെങ്കിലും ഇത്തരം ഒരു അവസ്ഥയിൽനിന്ന് ഭാഗികമാ യെങ്കിലും വിമുക്തമാക്കുന്നുവെന്നും മാത്രമേ നമുക്കിവിടെ നിരൂപിക്കാ നാകൂ. മറിച്ച്, സി വി ശ്രീരാമനെന്ന കഥാകൃത്ത് ഇത്തരത്തിലുള്ള ഭാവ ഗാനാത്മകതയെയും വൈയക്തികാനുഭൂതികളെയും എങ്ങനെ മറികടക്കുന്നു എന്നും അവയെല്ലാം എങ്ങനെ ഏകസ്വരം എന്ന അവസ്ഥയെ അതിവർത്തിക്കുന്നു എന്നുള്ളതുമാണ് പഠനവിധേയ മാക്കുന്നത്. ഇത് ഒരു കഥയെ എങ്ങനെ മാറ്റിയെടുക്കുന്നു എന്നുമാത്ര മല്ല. മറിച്ച്, കഥകളെ ആധികാരികരേഖകളാക്കുന്ന ഒരാഖ്യാതാവിന്റെ തന്നെത്തന്നെ തുറന്നുകാട്ടലായും ഇവയെ നാം മനസ്സിലാക്കേണ്ടതുണ്ട്. ഒപ്പം കഥാപാത്രങ്ങൾക്ക് എഴുത്തുകാരൻ നല്കുന്ന സ്വാതന്ത്ര്യം കൂടി യാണ്. 'വസന്തത്തിന്റെ ചിറകുകൾ' എന്ന കഥ പരിശോധിക്കാം.

3.2. വസന്തത്തിന്റെ ചിറകുകൾ

സി വി ശ്രീരാമന്റെ കഥകളിൽ പലപ്പോഴും കഥാപശ്ചാത്തലം കഥാ പാത്ര സ്വഭാവത്തിനപ്പുറം കഥയുടെ സമഗ്രമായ ഒരു മുൻകാഴ്ച തരുന്ന ഒന്നാണ്. 'വസന്തത്തിന്റെ ചിറകുകൾ' എന്ന കഥ ഇതൾ വിരിയുന്നത് ബംഗാളിലെ ബോൾപൂർ തീവണ്ടിസ്റ്റേഷന്റെ പശ്ചാത്തലത്തിലാണ്. ലോകത്തിന്റെ നാനാഭാഗത്തുനിന്നും കൊണ്ടുവന്നുവളർത്തിയ വൃക്ഷ ങ്ങളെക്കുറിച്ചും ആ വൃക്ഷച്ഛായയിൽ മേയുന്ന അസംഖ്യം അരിപ്രാവു കളെക്കുറിച്ചും പറഞ്ഞുകൊണ്ടാണ് കഥ ആരംഭിക്കുന്നത്. സി വി ശ്രീരാമന്റെ കഥകളെ അപഗ്രഥിച്ചതിൽനിന്നും മനസ്സിലാക്കാൻ കഴിയുന്ന ഒരു കാര്യം കഥയുടെ ഏകഭാവത്തിന് വിരുദ്ധമായതും അതിസൂക്ഷ്മ മായതുമായ രചനാരീതിയാണ് അദ്ദേഹം അവലംബിച്ചിരിക്കുന്നത് എന്ന താണ്.

ഒരേസമയം മൂന്നു പ്രണയകഥകളെ സന്നിവേശിപ്പിക്കുകയും എന്നാൽ അവ മൂന്നും വ്യത്യസ്തതകളോടെ അനുഭവപ്പെടുകയും ചെയ്യുന്ന ഒരവസ്ഥയാണ് 'വസന്തത്തിന്റെ ചിറകുകൾ' എന്ന കഥയിലു ള്ളത്. കഥാകാരന്റെ ഈ രചനയിൽ പരസ്പരം സ്നേഹിക്കുന്നവർ പല

സംസ്ഥാനങ്ങളിൽനിന്നും പല വംശങ്ങളിൽനിന്നും വരുന്നവരും പല ഭാഷകൾ സംസാരിക്കുന്നവരുമാണ്. സാധാരണ പ്രേമകഥകളിൽ ഉള്ള തുപോലെ അനുഭവത്തിന്റെ തീവ്രതയ്ക്കുവേണ്ടി സംഭവങ്ങൾ ആഖ്യാനം ചെയ്യപ്പെടുന്നില്ല. കഥയിലെ അയാൾ ഒരേസമയം സംഭവ ങ്ങളുടെ നിരീക്ഷകനും ഒപ്പം കഥാപാത്രവുമാണ്. ബോൾപൂർ തീവണ്ടി ആപ്പീസിൽ തൊട്ടപ്പുറത്ത് അയാൾ ഒരു യുവാവിനെയും യുവതിയെയും കാണുന്നു. അവരുടെ തോൾസഞ്ചികളിൽ ശാന്തിനികേതൻ എന്ന് രേഖപ്പെടുത്തിയിട്ടുണ്ട്. പ്രണയമുണ്ടെങ്കിൽപ്പോലും അവരുടെ സംഭാഷണം പരസ്പര വിധേയത്വം പുലർത്തുന്നതായിരുന്നില്ല. മറിച്ച് പരസ്പരം തിരിച്ചറിഞ്ഞുകൊണ്ട് യാഥാർത്ഥ്യബോധത്തോടെയുള്ള ഒരു പാരസ്പര്യം അവർ അനുഭവിച്ചിരുന്നു. അവർ ബംഗാളിയിൽ സംസാരി ക്കുന്നത് അയാൾ കേൾക്കുന്നു. അയാൾ ശ്രദ്ധിക്കുന്നതു കണ്ടപ്പോൾ ആ പെൺകുട്ടി കാതരയാകുന്നു.

യാത്രയെയും ഓർമ്മയെയും അസാധാരണമായൊരു വഴക്ക ത്തോടെ കഥയിൽ ഉപയോഗിച്ചുകൊണ്ട് അയാൾ പൂർവ്വകാലത്തിൽ ചെന്നുചേരുന്നു. അത് അയാളുടെതന്നെ പൂർവ്വകാലപ്രണയത്തെക്കുറി ച്ചുള്ള ഓർമ്മകളായിരുന്നു. വർത്തമാനകാലാനുഭവത്തിൽനിന്നും തന്റെ പൂർവ്വകാലാനുഭവത്തിലേക്ക് എത്തുന്നത് കാലത്തെയും വർത്തമാന കാലാനുഭവത്തേയും അനായാസമായി ഛേദിച്ചു കൊണ്ടാണ്. അത് ബോൾപൂർ തീവണ്ടിയാപ്പീസിലെ ഒരു ദൃശ്യത്തിൽനിന്നു തുടങ്ങുന്നു.

കാഞ്ചൻജംഗ, ഹിമഗിരിയിൽനിന്നും ഒഴുകിവരുന്ന എക്സ്പ്രസ്. കൂട്ടത്തിൽ ഒരു വണ്ടി തണുപ്പുംകൊണ്ട് വന്നിരിക്കുന്നു. സീറ്റുകൾ ഒഴി ഞ്ഞുകിടക്കുന്നു. പകൽ വണ്ടിയാണ്. കുഷ്യൻ ഇട്ട സീറ്റുകൾ. യാത്ര ക്കാർ അധികവും ഉച്ചയുറക്കത്തിലാണ്. സന്ധ്യയോടടുത്തിട്ടും. അയാൾക്ക് തികഞ്ഞ ഏകാന്തത തോന്നി.

പുറത്ത് നീണ്ടുനീണ്ടു പോകുന്ന നെൽപ്പാടങ്ങൾ. ഒട്ടും കയറ്റിറ ക്കമില്ല. അങ്ങിങ്ങായി കോഴിത്തൂവലുപോലെ ഇലകളുള്ള ചെറിയ പന മരങ്ങൾ... നെൽവയലുകളിൽ സമീപദിവസങ്ങളിലാണ് നടൽ കഴിഞ്ഞ തെന്നു തോന്നിയത്. ഒട്ടും വെള്ളമില്ല. ദൂരത്തെവിടെയോ കുഴൽക്കിണ റുകൾ വെള്ളം ചുരത്തുന്നു. ഒട്ടും വെള്ളമില്ലാത്ത കറുത്തമണ്ണിൽ വിളറി നല്കുന്ന നെൽച്ചെടികൾ കണ്ടാൽ കുരുത്തോല കുത്തിനിവർത്തി അലങ്കരിച്ചതുപോലെ തോന്നി. ജനുവരി അവസാനത്തിൽ ആരംഭിക്കുന്ന നെൽക്കൃഷി. അയാൾക്കു ചിരിവന്നു. ഇതുപോലെ പണ്ടൊരിക്കലും ചിരിച്ചിട്ടുണ്ട്.

"ഈ ക്രിസ്മസ് വെക്കേഷന് നാട്ടിൽ ചെന്നാൽ നീ എന്തു ചെയ്യും?"

"ഞാൻ എന്റെ നെല്പാടങ്ങളിൽ നെല്ലു നടുന്നതിന് മേൽനോട്ടം വഹിക്കും"

അയാൾ അന്ന് ഉറക്കെ ചിരിച്ചു.

"ഡിസംബറിൽ ഞങ്ങളുടെ നാട്ടിൽ കൊയ്ത്തുകാലമാണ്. നിന്റെ

നാട്ടിൽ നെല്ലുനടാൻ തുടങ്ങുമ്പോൾ എന്റെ നാട്ടിൽ കൊയ്ത്തു കഴിഞ്ഞിരിക്കും. ഈ സംസ്കാരവ്യത്യാസം നമ്മൾ തമ്മിൽ എല്ലാറ്റിലും കാണും.''

അവളുടനെ പറയും: "നിങ്ങൾ ക്രൂരമായ വാക്കുകൾ ഉപയോഗിക്കുന്നു.''

ഒരിക്കലും ഉത്തരം കാണാനാവാത്ത ഒന്നാണ്.

അവളുമായി എങ്ങനെ അടുത്തു.

അന്നൊക്കെ അവളുമായി സ്നേഹം പങ്കുവെക്കാൻ അയാൾക്കു കിട്ടിയിരുന്നത് വെറും പത്തോ പതിനഞ്ചോ നിമിഷങ്ങൾ. മദ്രാസിലെ സെൻട്രൽ സ്റ്റേഷനിലെ സർവ്വീസ് കാന്റീനിൽ കിട്ടുന്ന നാലോ അഞ്ചോ നിമിഷങ്ങൾ. ആ സമയം അവളുടെ ഡ്രൈവർ പിൻകുടുമക്കാരൻ വൃദ്ധൻ പുറത്ത് കാത്തുനില്ക്കുന്നുണ്ടാവും.

അന്ന് കടലോരത്തെ മറീനാ റസ്റ്റോറന്റിലാണ് കയറിയത്. അവൾ ജൂക്ക് ബോക്സിൽ നാണയമിട്ടു. ഒരു തെലുങ്കുപാട്ട്. അർത്ഥം അറിയുമോ? എനിക്ക് തെലുങ്ക് അറിയില്ല. അവൾ പറഞ്ഞു. പിന്നീട് അരുന്ധതി അക്കായുടെ കോമ്പൗണ്ടിൽ താമസിക്കുന്ന കൂട്ടുകാരികൾ അർത്ഥം പറഞ്ഞുകൊടുത്തു. അത് തീവ്രമായൊരു പ്രണയഗാനമായിരുന്നു.

പിന്നീടൊരിക്കൽ മറീനാ റസ്റ്റോറന്റിൽ വച്ച് അയാൾക്കുവേണ്ടി അവളൊരു ഓംലറ്റ് കഴിക്കാൻ ശ്രമിച്ചു. ഒരുമിച്ചു ജീവിക്കുന്ന കാലത്തേക്ക് അയാൾക്കുവേണ്ടി അവൾ സസ്യേതരഭക്ഷണം കഴിച്ചു ശീലിക്കാൻ തിരുമാനിച്ചതുമാണ്.

കാഞ്ചൻജംഗ എക്സ്പ്രസ് ആരോടോ പക വീട്ടാനെന്നപോലെ പാഞ്ഞു പോകുന്നു. പുറത്ത് കനത്ത ഇരുട്ടാണ്. നെല്പാടങ്ങളുടെ ആവർത്തന പ്രത്യാവർത്തനം തുടരുകയാവാം. എങ്ങും വെളിച്ചമില്ല. കനത്ത ഇരുട്ടും, മഞ്ഞും. ഇരുട്ടിന്റെ തുരങ്കത്തിനകത്ത് മുഴങ്ങിക്കൊണ്ടോടുന്ന തീവണ്ടിയും വേദനിപ്പിക്കുന്ന ഓർമ്മകളെ മാത്രം ഉണർത്തുന്നു. ഒരു ദുഃസൂചനകൾക്കും അവകാശമില്ലാത്ത നേരത്താണ് അവളുടെ കത്ത്......

"നമ്മുടെ ബന്ധമെല്ലാം കണ്ടുപിടിക്കപ്പെട്ടിരിക്കുന്നു. ഞാൻ തടവറയിലെന്നപോലെ കഴിയുന്നു. അവർ നിങ്ങളുടെ നാട്ടിൽവരെ പോയി എല്ലാം കണ്ടുപിടിച്ചിരിക്കുന്നു. എന്റെ പെട്ടിയിൽനിന്ന് നിങ്ങളുടെ ഒരു ഫോട്ടോയും കണ്ടെടുത്തിരിക്കുന്നു.

ഈ പ്രദേശത്തൊന്നും വന്നു പോകരുതേ.''

ഭ്രാന്തമായ ശുഭാപ്തിവിശ്വാസത്തോടെ വീണ്ടും ഒന്നിക്കാൻ അവർ പല തവണ ശ്രമിച്ചു. പക്ഷേ, വിജയിച്ചില്ല. ഈ ഓർമ്മകളുടെ തുടർച്ചയായി അയാൾ സ്റ്റേഷനിൽവെച്ചുതന്നെ മറ്റൊരു പ്രണയാനുഭവത്തിനു കൂടി സാക്ഷിയാവുകയാണ്. ബോൾപ്പൂർ റെയിൽവേസ്റ്റേഷനിൽനിന്ന് തീവണ്ടി കയറിയ അയാൾ തൊട്ടടുത്ത സീറ്റിലിരിക്കുന്ന ബംഗാളിയുവാവിനെ പരിചയപ്പെടുന്നു. ആ യുവാവ് അയാൾ വായിച്ചിരുന്ന ഓണം

വിശേഷാൽപ്രതി വാങ്ങിച്ച് അതിൽ എത്ര കഥകളും കവിതകളും ഉണ്ടെന്നു പറയുന്നു. ആ ബംഗാളിയുവാവ് ആർത്തിയോടെ മാസിക യുടെ താളുകൾ മറിച്ചുകൊണ്ടിരുന്നു. ഒടുവിൽ അയാളുടെ വിശേഷാൽ പ്രതി വിലയ്ക്കുചോദിക്കുന്നു. വിലയൊന്നും വേണ്ടെന്നു പറഞ്ഞപ്പോഴും ആ ബംഗാളിയുവാവ് 10 രൂപാ നിർബ്ബന്ധപൂർവ്വം ഏല്പിക്കുന്നു. ഹൗറാ സ്റ്റേഷനിൽ അയാളും ബംഗാളിയുവാവും ഒരുമിച്ചിറങ്ങുന്നു. വാതിലിന്റെ സമീപത്തുതന്നെ ഒരു യുവതി അയാളെയുംകാത്ത് നിന്നിരുന്നു. ഇറങ്ങുന്നതിനുമുമ്പേ ആ ബംഗാളിയുവാവ് ആ വാർഷികപ്പതിപ്പുകൊണ്ട് അവളുടെ കവിളിൽ തലോടിയിട്ട് ഇംഗ്ലീഷിൽ പറഞ്ഞു. ഞാൻ നിന്റെ ഭാഷയിലുള്ള ഒരു സാഹിത്യനിധിതന്നെ നിനക്ക് കൊണ്ടുവന്നിരിക്കുന്നു. പതിനെട്ടുകഥകൾ, ഇരുപത്തിയഞ്ച് കവിതകൾ. യുവതി വാർഷികപ്പതിപ്പ് കൈയിൽ നിന്നും പിടിച്ചുവാങ്ങിയിട്ട് ചോദിച്ചു. എവിടുന്നു കിട്ടി? അതെന്തിനറിയണം. എവിടെയായാലും ഞാൻ നിന്നെ ഓർക്കുന്നു എന്ന റിഞ്ഞാൽ പോരേ എന്നു പറഞ്ഞുകൊണ്ട് അവർ നടക്കാൻ തുടങ്ങി. യുവതി നടക്കുമ്പോഴും വാർഷികപ്പതിപ്പുവായന തുടങ്ങിയിരുന്നു. ആ ബംഗാളിയുവാവ് ആ വാർഷികപ്പതിപ്പ് അവളിൽനിന്നും തട്ടിപ്പറിച്ചിട്ട് പറഞ്ഞു. ഇപ്പോൾ പുസ്തകത്തിലേക്കല്ല നോക്കേണ്ടത്. അതൊക്കെ നിന്റെ ഹോസ്റ്റലിൽ ചെന്നിട്ട്. ഇപ്പോൾ നോക്കേണ്ടത് എന്റെ മുഖത്തേ ക്കാണ്. രണ്ടുപേരും പൊടുന്നനേ നിന്നു. ചുറ്റും ഒഴുകുന്ന ആൾക്കൂട്ടം അവരെ ഉരസിക്കൊണ്ട് മുന്നോട്ടുപോയി. പക്ഷേ, അവർ ആൾക്കൂട്ടത്തെ എപ്പോഴോ മറന്നിരുന്നു. അവളാ യുവാവിന്റെ മുഖത്തേക്കു നോക്കി. ഒരു മഴവില്ലിന്റെ എല്ലാ നിറങ്ങളും ഇടതിങ്ങിയ നോട്ടം.

'വസന്തത്തിന്റെ ചിറകുകളി'ൽ കഥയുടെ തുടക്കം, പിന്നീടുണ്ടാ വുന്ന പിരിമുറുക്കം, ഒടുവിൽ ഒരൊറ്റമാത്രയിൽ നമ്മുടെ മനസ്സിനെ സ്പർ ശിക്കുന്ന ഒരനുഭവം എന്ന രീതിയിലുള്ള ആഖ്യാനശൈലിയേ അല്ല. അങ്ങനെ വ്യാഖ്യാനിക്കാൻ ശ്രമിച്ചാൽപ്പോലും അത് സാദ്ധ്യമാവുകയു മില്ല. സ്വന്തം അഭിരുചിയെ ഒരൊറ്റദിശയിലേക്കു മാത്രം തിരിച്ചുവിട്ട് ഒരേ ശൈലിയിൽ കഥ എഴുതുന്നതിന് സി വി ശ്രീരാമൻ ഒരുക്കമല്ല. എല്ലാ ദിശകളിലേക്കും സ്വന്തം അഭിരുചിയെ തിരിച്ചുവിടാൻ കഴിയുംവിധം സ്വതന്ത്രനായ എഴുത്തുകാരനായി സി വി ശ്രീരാമൻ കഥകളിൽ പ്രത്യ ക്ഷപ്പെടുന്നു.

ഇവിടെ കഥയിൽ പ്രണയം ഒരു ലോലകാല്പനികഭാവമല്ല. അതുപോലെ കാല്പനികറിയലിസ്റ്റ്കഥനത്തിന്റെ പരിമിതികളെ കഥ അതിജീവിക്കുന്നുണ്ട്.

സർവ്വശക്തനായ ഒരെഴുത്തുകാരന്റെ സർവ്വവ്യാപിയായ സാന്നി ദ്ധ്യം കഥയിലെ വൈവിദ്ധ്യമാർന്ന സ്വരങ്ങളെയും ശബ്ദങ്ങളെയും ഏകോപിപ്പിച്ച് ഒരു കേന്ദ്രസ്വരത്തിലേക്കും അതു പ്രതിനിധാനം ചെയ്യുന്ന ഒരൊറ്റ പ്രത്യയ ശാസ്ത്രത്തിലേക്കും ചുരുക്കുകയാണ് ചെയ്യുക. ഇതെ ല്ലായ്പ്പോഴും കഥയുടെ ഗതിയെ നിയന്ത്രിക്കുന്ന ആഖ്യാതാവിന്റെ സ്വര

മായിരിക്കും. കഥയ്ക്ക് സഹജമായ വിവിധയിനം സ്വരങ്ങളെ അതിന്റെ സ്വരബാഹുല്യത്തെ തകർത്തുകൊണ്ട് കഥാഘടനയിൽ മേധാവിത്തം നേടാൻ ആഖ്യാതാവിനെ അനുവദിക്കുക എന്നതാണ് കാല്പനികറിയലിസത്തിന്റെ രീതി. ഇതിനെയാണ് ബക്തിൻ ഏകസ്വരപരം എന്നു വിശേഷിപ്പിക്കുന്നത്.

'വസന്തത്തിന്റെ ചിറകുകൾ' എന്ന കഥ ഏകസ്വര പരതയെ പ്രതിരോധിച്ചുകൊണ്ട് ബഹുസ്വരമായ ഒരു ആഖ്യാനരീതി സ്വായത്തമാക്കാൻ ശ്രമിക്കുന്നത് കാണാം. വ്യത്യസ്തമായ മൂന്ന് കാലാനുഭവങ്ങളിൽ മൂന്ന് പ്രദേശങ്ങളിൽ (കേരളം, കർണ്ണാടക, ബംഗാൾ) വ്യത്യസ്ത കഥാപാത്രങ്ങളിലൂടെ നടന്ന പ്രണയാനുഭവങ്ങളാണ് കഥയ്ക്ക് വിഷയമാകുന്നത്. ഇവിടെ പ്രണയികൾ ഉപയോഗിക്കുന്ന ഭാഷകളും വ്യത്യസ്തമാകുന്നു. എന്നാൽ ഭാഷയ്ക്കതീതമായ സംവേദനങ്ങളും കഥയ്ക്കകത്തുണ്ട്. ഏകസ്വരതയിൽനിന്ന് ബഹുസ്വരതയിലേക്ക് ചെറുകഥ പ്രവേശിക്കുന്നു.

മികച്ച കലാസൃഷ്ടികളിൽ എവിടെയും സ്നേഹം പൂർണ്ണതയ്ക്കുവേണ്ടിയുള്ള അന്വേഷണമാണ്. അവളില്ലാതെ അയാൾക്ക് ജീവിക്കാൻ കഴിയില്ലെന്നു തോന്നുക. അല്ലെങ്കിൽ അയാളില്ലാതെ തനിക്കു ജീവിക്കാൻ കഴിയില്ലെന്ന് അവൾക്കു തോന്നുക. അങ്ങനെ വരുമ്പോൾ സ്നേഹം മനുഷ്യന്റെ സ്വാഭാവികമായ അപൂർണ്ണതയുടെ ഏറ്റവും അഗാധമായ ആവിഷ്കരണമായിത്തീരുന്നു. മേൽസൂചിപ്പിച്ച കഥകളിൽ നിന്നു വിഭിന്നമായി ഇവിടെ എല്ലാ അനുഭവങ്ങൾക്കും കാരണമായി നില്ക്കുന്നത് യാത്രയാണ്. മറ്റൊരാളുമായുള്ള ബന്ധം പൂർണ്ണത കാംക്ഷിച്ചുകൊണ്ടുള്ള ഒരു ജീവിതയാത്രയാണ്. അതുകൊണ്ടാണ് യാത്ര അന്വേഷണത്തിന്റെ ചിഹ്നമെന്ന നിലയിൽ കഥയുടെ ചാലകശക്തിയാകുന്നതും ഒട്ടനവധി സ്വരഭേദങ്ങളെ ഉല്പാദിപ്പിക്കുന്നതും. യാത്രയും ഓർമ്മയും ചേർന്നൊരുക്കുന്ന അവസ്ഥകൾ ആഖ്യാതാവിനെ ഒരേസമയം നിരീക്ഷകനായും പങ്കാളിയായും മറ്റുചിലപ്പോൾ ഒരു നിസ്സംഗ വ്യക്തിത്വമായും കഥയിൽ പ്രവർത്തിപ്പിക്കുന്നുണ്ട്. കഥയിൽ പലയിടങ്ങളിലും പ്രണയിതാക്കളുടെ സ്വതന്ത്രസംഭാഷണത്തിന് കഥാകാരൻ വഴിയൊരുക്കുന്നുണ്ട്. അവിടെയെല്ലാം നിരീക്ഷകനായ കഥാകൃത്തുമുണ്ട്. വ്യക്തികളുടെ സ്വതന്ത്രമായ ഇച്ഛയ്ക്കും അവരുടെ പ്രവർത്തനങ്ങൾക്കും കഥയിൽ ഇടമുണ്ട്. ഇവിടെ ആഖ്യാതാവിന്റെ നിയന്ത്രണമില്ല. അത് സി വി ശ്രീരാമന്റെ എല്ലാ കഥകളുടെയും പ്രത്യേകതയായി ഉറപ്പിച്ചു പറയാം. ഭാഷ, ദേശം എന്നീ അതിർത്തികളെ ഭേദിച്ചുകൊണ്ട് സ്നേഹവും പ്രണയവും നിലനില്ക്കുന്നു.

യാത്രയ്ക്കിടയിൽ അയാൾ വായിച്ചുകൊണ്ടിരുന്ന മലയാളം വിശേഷാൽ പ്രതി അയാളിൽനിന്നു വാങ്ങി ആ ബംഗാളി യുവാവ് താൻ പ്രണയിക്കുന്ന മലയാളിയുവതിക്കു നല്കുകയാണ്. അത് അവൾക്കുവേണ്ടി ആ യുവാവ് കൊണ്ടുവന്നിരിക്കുന്ന അവളുടെ ഭാഷയിലുള്ള പ്രണയോപഹാരമാണ്. പ്രണയത്തിന്റെ അടയാളം എന്നതിനൊപ്പം ഇതൊരു

സാംസ്കാരികവിനിമയം കൂടിയാകുന്നു. ഇത് യാഥാർത്ഥ്യത്തിന്റെ വിശദാംശങ്ങളിലേക്കുള്ള ഒരു ഊന്നൽ കൂടിയാണ്. എഴുത്തുകാരൻ തന്റെ എഴുത്തിലേക്ക്, കഥയിലേക്ക് അതിന്റെ ആധികാരികതയ്ക്കുവേണ്ടി നിക്ഷേപിക്കുന്ന ഒന്നായി പുസ്തകം മാറുന്നു.

പുസ്തകം മാത്രമല്ല, യാത്രകളും ഓർമ്മകളും യാഥാർത്ഥ്യത്തിന്റെ വിശദാംശങ്ങളിലേക്ക് തുറക്കുന്ന വാതിലുകളായി ഈ കഥയിൽ പ്രത്യക്ഷ പ്പെടുന്നു. സി വി ശ്രീരാമന്റെ ബഹുഭൂരിപക്ഷം കഥകളിലും യാത്രകളും ഓർമ്മകളും വന്നുഭവിക്കുന്നത് കഥയുടെ വിശദാംശങ്ങളിലേക്ക് തുറക്കുന്ന വാതിലുകളായാണ്. ബഹുസ്വരതയ്ക്കു നിദാനമായ അവിഭാജ്യഘടകങ്ങളായി സി വി ശ്രീരാമന്റെ കഥകളിൽ യാത്രയും ഓർമ്മയും മാറുന്നു എന്ന് ഇനിയുള്ള അദ്ധ്യായങ്ങളിലും ചർച്ച ചെയ്യുന്നുണ്ട്. കഥ എന്ന നിർമ്മിതിയുമായാണ് താൻ ഇടപെടുന്നത് എന്ന സത്യം പലപ്പോഴും വായനക്കാരൻ മറന്നുപോകുന്ന ഒരവസ്ഥ ഇവിടെയുണ്ടാകുന്നുണ്ട്.

വ്യക്തികളുടെ സ്വാഭാവികമായ ഇച്ഛാപ്രവാഹങ്ങൾ എന്നുള്ള പരാമർശം സമൂഹം കല്പിച്ചുവെച്ചിട്ടുള്ള സ്ത്രീപുരുഷവ്യത്യാസങ്ങളെ ഇല്ലാതാക്കുന്ന രണ്ടുപേരും തുല്യപദവി കൈയാളുന്ന ഒരു ഇടമാണ്. ഇത്തരത്തിലൊരിടം പലപ്പോഴും കഥകളിൽ ഇല്ലാത്തതുകൊണ്ടുതന്നെ സ്ത്രീസ്വത്വത്തെ ബഹുത്വത്തിന്റെ അടിസ്ഥാനത്തിൽ നിർവ്വചിച്ചെടുക്കാൻ കഴിയാറില്ല. ഫെമിനിസത്തിന്റെ പേരിൽ സ്ത്രീകൾതന്നെ എഴുതുന്ന ചെറുകഥകൾപോലും ആശയപ്രചാരണത്തിന്റെ ഭാരം പേറുന്നു എന്ന ആരോപണമുണ്ടാകുന്നത് ഇതിനാലാണ്.

ഈ ലേഖനത്തിൽത്തന്നെ ഇ പി രാജഗോപാലൻ മറ്റുള്ളവർ നോവലെന്ന് വിളിക്കുന്നവയെപ്പോലും മാധവിക്കുട്ടി നീണ്ടകഥകളായാണ് കാണുന്നതെന്നു പറയുന്നു. എങ്കിലും ചെറുകഥയുടെ ലിറിക്കൽ മുറുക്കത്തിൽനിന്നു വേർപെട്ട് നോവലിന്റെ അയവും ബഹുസ്വരതയും സ്വീകരിക്കുന്ന ഏതാനും കഥകൾ മാധവിക്കുട്ടിയും എഴുതിയിട്ടുണ്ട്. 'അവസാനത്തെ അതിഥി' ഒരു നോവലിസ്റ്റിക് ആഖ്യാനമാണ്. 1975 ലാണ് ഇത് പുറത്തു വന്നത്. സ്വത്വത്തെ ആത്മനിഷ്ഠമായും ആത്മനിഷ്ഠതയെ ഏകഭാവമായും കണക്കാക്കുന്ന രീതിയെ ഇതിൽ ഒഴിവാക്കിയിരിക്കുന്നു.

ആത്മനിഷ്ഠവും ലിറിക്കൽരീതിയിലുള്ളതുമായ അവതരണം ഒഴിവാക്കുമ്പോഴേ ഒരു കഥ ഏകസ്വരാവസ്ഥയിൽനിന്നു മാറി ബഹുസ്വരാവസ്ഥ കൈവരിക്കുന്നുള്ളൂ. വിശദാംശങ്ങളെ അനുവദിക്കുന്നതും ആത്മനിഷ്ഠമായ അവതരണത്തെ ഒഴിവാക്കുന്നതും ലിറിക്കൽ ചിട്ടയിലുള്ള ഒരു കഥാകഥനരീതിക്ക് വിരുദ്ധമായതും തുറവിയുള്ളതുമായ ഒരാഖ്യാനശൈലി സി വി ശ്രീരാമനുണ്ടെന്ന് വ്യക്തമാകുന്നു.

"നിശിതമായ അപഗ്രഥനത്തിന്റെ ആത്മഹനനമാർഗ്ഗം സ്വീകരിക്കുകവഴി പ്രമേയത്തിലൂടെയും ആവിഷ്കരണതന്ത്രത്തിലൂടെയും തന്നെ ബാധിക്കാവുന്ന ലോല കാല്പനികതയെ പൂർണ്ണമായും തൊഴിച്ചകറ്റാൻ

സി വി ശ്രീരാമനു കഴിയുന്നു. രതി-ഭക്തിസംഘർഷമെന്ന പ്രിയങ്കരപ്രമേയവും സ്മൃതിധാരയെന്ന ആവിഷ്കരണ മാർഗ്ഗവും ഉപയോഗിക്കുമ്പോഴും അപഗ്രഥനപ്രവണമായ തന്റെ പ്രതിഭയെ ഉന്മിഷിത്തമാക്കുക വഴി തന്റെ തലമുറയിൽ ആരോപിതമായ യുഗധർമ്മത്തിൽനിന്ന് വ്യതിരിക്തനാകാൻ മാധവിക്കുട്ടിയിൽനിന്നും പത്മനാഭനിൽനിന്നും എം ടിയിൽനിന്നും അകന്ന് തന്റെ അനന്യത ദീക്ഷിക്കാൻ ഈ കഥാകൃത്തിനു കഴിഞ്ഞു."

വ്യഷ്ടിയും സമഷ്ടിയും

കമ്യൂണിസ്റ്റ് പ്രത്യയശാസ്ത്രത്തിൽ വിശ്വസിച്ച് പ്രവർത്തിക്കുമ്പോഴും സാമൂഹികവർഗ്ഗമാതൃകകളെയല്ല ജീവനുള്ള വ്യക്തികളെയാണ് സി വി ശ്രീരാമൻ കഥാപാത്രങ്ങളാക്കിയത്. കഥാപാത്രങ്ങളെ വളരെ സവിശേഷരൂപത്തിൽ ദർശിച്ച് അവരിൽ ഊന്നി കഥ പറയുന്ന രീതിയാണ് സി വി ശ്രീരാമൻ നിർവ്വഹിച്ചത്.

പി കെ ബാലകൃഷ്ണന്റെ നോവൽ *സിദ്ധിയും സാധനയും* എന്ന പുസ്തകത്തിൽ പരാമർശിക്കുന്ന ചില വസ്തുതകൾ മുന്നോട്ടുവെക്കാം.

ഇവിടെ പി കെ ബാലകൃഷ്ണൻ നോവലിസ്റ്റ് എന്നു വിശേഷിപ്പിച്ചിട്ടുണ്ടെങ്കിലും അത് കഥാകൃത്തിനും ബാധകമാണ്. കാരണം നോവലിൽ കഥാപാത്രങ്ങളുടെ എണ്ണം കൂടുതലുണ്ടാവാം. സി വി ശ്രീരാമൻ കഥാപാത്രങ്ങളുടെ വ്യക്തിചരിത്രം സ്പഷ്ടമാക്കാറുണ്ട്. ഇതൊരർത്ഥത്തിൽ വ്യക്തിചിത്രം വരയ്ക്കുകകൂടിയാണ്. ഇത്തരത്തിൽ വ്യക്തിയെ ചിത്രീകരിക്കുക എന്നുവെച്ചാൽ മറ്റു സകല വ്യക്തികളിൽനിന്നും അയാളെ വേർതിരിക്കുന്ന വ്യക്തിപരമായ പ്രത്യേകതകളെ ഊന്നിയുള്ള ചിത്രം വരയ്ക്കുക എന്നാണർത്ഥം. അതുകൊണ്ടാണ് സി വി ശ്രീരാമന്റെ കഥകളെക്കുറിച്ചുപറയുമ്പോൾ കൂടുതലും നമ്മൾ കഥാപാത്രങ്ങളിലൂന്നുന്നത്. സമഷ്ടിയിൽനിന്നും പൊതുവായതിൽനിന്നും ഒരാളെ വേർതിരിച്ചുനിർത്തുന്ന ചിത്രം സമഷ്ടിയിൽനിന്നു വ്യതിരിക്തമായ വ്യക്തിഭാവങ്ങളെ എത്രകണ്ട് സജീവമാക്കുന്നു എന്നുള്ളതു തന്നെയാണ്.

അതായത് ഒരൊറ്റ കഥാപാത്രംപോലും എഴുത്തുകാരന്റെ വക്കാലത്തുമായി നമ്മുടെ മുന്നിൽ വരുന്നില്ല. ഓരോരുത്തർക്കും സ്വകീയമായ അസ്തിത്വം ഉണ്ടെന്നർത്ഥം. ഈ കഥാപാത്രങ്ങൾ അവരവരുടേതായ സ്വത്വബോധത്തോടെ പ്രവർത്തിക്കുമ്പോൾ ബലങ്ങളും പ്രതിബലങ്ങളും ചേർന്ന വൈരുദ്ധ്യാത്മകമായ ഒരിടം സംജാതമാവുന്നു. ഈ പ്രബന്ധത്തിലെ മൂന്നും നാലും അദ്ധ്യായങ്ങളിൽ വരുന്ന കഥാപഠനങ്ങൾ സ്വത്വബോധത്തോടെ പ്രവർത്തിക്കുന്ന കഥാപാത്രങ്ങൾ ചേർന്നൊരുക്കുന്ന വൈരുദ്ധ്യാത്മകമായ ഒരിടത്തെക്കുറിച്ച് വ്യക്തമാക്കുന്നുണ്ട്. ഈ ഒരവസ്ഥ ഏകസ്വരമായ ഒരനുഭവത്തിൽനിന്ന് ബഹുസ്വരമായ ഒരനുഭവത്തിലേക്ക് സി വി ശ്രീരാമന്റെ കഥകളെ കൊണ്ടെത്തിക്കുന്നു.

കഥയിലെ പലമ

വാസ്തുഹാരാ

പൊതുവായ ചെറുകഥാസങ്കല്പത്തിൽനിന്നും സി വി ശ്രീരാമന്റെ ചെറുകഥകൾ എങ്ങനെ വ്യത്യാസപ്പെട്ടു നില്ക്കുന്നു എന്നാണ് ആദ്യ അദ്ധ്യായം മുതൽ വിശകലനം ചെയ്തുകൊണ്ടിരിക്കുന്നത്.

1947 ലെ ഇന്ത്യാവിഭജനത്തിൽ തുടങ്ങിയുള്ള മുപ്പതോളം വർഷങ്ങൾ കഥയിലെ ക്രിയാകാലമാണ്. കഥയുടെ പുരോഗതിക്കൊപ്പം കാലത്തിന്റെയും സ്ഥലത്തിന്റെയും പരിചരണത്തിൽ സി വി ശ്രീരാമൻ കാണിക്കുന്ന വൈദഗ്ദ്ധ്യം ശ്രദ്ധേയമാണ്. ഒരു ഇലാസ്റ്റിക് സ്വഭാവ ത്തോടെ കാലപ്രപഞ്ചത്തിന് അങ്ങോട്ടുമിങ്ങോട്ടുമുള്ള പ്രയാണസാദ്ധ്യ തകൾ കഥയിൽ കൈവരുന്നു. സ്ഥലങ്ങളും ഇത്തരത്തിൽ അങ്ങോട്ടുമി ങ്ങോട്ടുമുള്ള പ്രയാണസാദ്ധ്യതകൾ കൈവരിക്കുന്നു. ബംഗാളിലെ റഫ്യൂ ജിക്യാമ്പിൽനിന്ന് കേരളത്തിന്റെ ഗ്രാമീണതയിലേക്കും തിരിച്ചും കഥ മാറിമാറി സഞ്ചരിക്കുന്നു. ആധുനികതയുടെ ഒട്ടനവധി അനുഭവ പരിസരങ്ങൾ കഥയിൽനിന്ന് വായിച്ചെടുക്കാം. ആധുനികതയുടെ വാർപ്പു മാതൃകകളല്ല ഇതിലെ ഒരനുഭവങ്ങളും. 'വാസ്തുഹാരാ' എന്ന കഥയിൽ പ്രത്യക്ഷപ്പെടുന്ന രണ്ടു ഭൂമികകൾ ഇന്ത്യയിൽ ആധുനികത സവിശേഷ മായി പ്രവർത്തിച്ച രണ്ടിടങ്ങളാണ്. ആ രണ്ടിടങ്ങളിലെ ആധുനിക ബോധത്തിന്റെ അന്തഃസംഘർഷങ്ങൾ കഥയിലൂടെ വ്യക്തമാക്കപ്പെ ടുന്നുണ്ട്. ഒരു കഥാനുഭവം എന്ന നിലയിൽ മാത്രം *വാസ്തുഹാരാ* എന്താണെന്നു നോക്കാം.

ഇന്ത്യാവിഭജനത്തെ പശ്ചാത്തലമാക്കിക്കൊണ്ടാണ് വാസ്തുഹാരാ ആരംഭിക്കുന്നത്. ഇത് കേവലം ഒരു പശ്ചാത്തലമല്ല. കഥയിൽ ഉടനീളം ഒരു കഥാപാത്രസ്വരമായി ഈ വിഭജനപശ്ചാത്തലം വർത്തിക്കുന്നുണ്ട്.

1947 ലെ ഇന്ത്യാവിഭജനം ലക്ഷക്കണക്കിന് ജനങ്ങളെയാണ് അഭയാർത്ഥികളാക്കി മാറ്റിയത്. കിഴക്കൻബംഗാളിൽനിന്ന് ഇന്ത്യയിലേക്ക് അഭയാർത്ഥികളുടെ ഒരു വലിയ പ്രവാഹം തന്നെയുണ്ടായി. ഇത്തരത്തിൽ കൊല്ക്കത്തയിൽ വന്നടിഞ്ഞ ലക്ഷക്കണക്കിനുള്ള അഭയാർത്ഥികളിൽ ഒരുവളാണ് ആരതിപണിക്കർ. ആരതി പണിക്കരുടെ വ്യക്തിചരിത്രം പതുക്കെപ്പതുക്കെ കഥയിലൂടെ അനാവൃതമാവുന്നുണ്ട്. ആരതിപണിക്കരുടെ ഭർത്താവ് കുഞ്ഞുണ്ണിപ്പണിക്കർ കേരളീയനാണ്. അഭയാർത്ഥിക്യാമ്പിൽവെച്ച് കോളറബാധിച്ചാണ് കുഞ്ഞുണ്ണിപ്പണിക്കർ മരിക്കുന്നത്. അതോടെ അനാഥയായിത്തീർന്ന ആരതി അനേകം ദുരിതങ്ങളുമായി കൊല്ക്കത്തയിൽ തന്റെ അഭയാർത്ഥിജീവിതം തുടരുകയാണ്. ആരതി പണിക്കരുടെ രണ്ടുമക്കളിൽ ഒരാളായ ദമയന്തി അവരോടൊപ്പമുണ്ട്. ദമയന്തിയുടെ സഹോദരനാവട്ടെ നക്സൽ പ്രസ്ഥാനവുമായി ബന്ധപ്പെട്ട് ഒളിവുജീവിതം നയിക്കുന്നു. സമാധാനപൂർണ്ണമായൊരു ജീവിതം ആരതിപണിക്കർ ആഗ്രഹിക്കുന്നുണ്ട്. ആന്തമാനിലേക്കുള്ള പുനരധിവാസം മാത്രമാണ് അവരുടെ മുന്നിലുള്ള ഏക പോംവഴി. ഈയൊരുദ്ദേശ്യം മനസ്സിൽ വെച്ചുകൊണ്ടാണ് അവർ ബനഡിക്റ്റ് സ്ട്രീറ്റിലെ സർദാർജിഹോട്ടലിൽ താമസിക്കുന്ന റിഹാബിലിറ്റേഷൻ ഓഫീസറായ അയാളെ കാണാൻ എത്തുന്നത്. യഥാർത്ഥത്തിൽ 'വാസ്തുഹാരാ' എന്ന കഥ ആരംഭിക്കുന്നത് ഇവിടെ നിന്നാണ്. ഹോട്ടലിലെ വെയിറ്റർ താഴെ കാണാൻ ഒരു സ്ത്രീ വന്നിരിക്കുന്നു എന്ന് അയാളെ അറിയിച്ചു. *ഏക് ബംഗാളി ഔരത്ത്* എന്നാണ് അവരെ വിശേഷിപ്പിച്ചത്. ഒരു ബംഗാളി മേംസാഹിബ് എന്നല്ല പറഞ്ഞത് എന്ന് റിഹബിലിറ്റേഷൻ ഓഫീസറായ വേണു എന്ന കഥാപാത്രം പ്രത്യേകം ഓർക്കുന്നുണ്ട്. രണ്ടിന്റെയും അർത്ഥം ഒന്നാണെങ്കിലും ആ രണ്ടു പദങ്ങൾ തമ്മിൽ വെയിറ്ററെ സംബന്ധിച്ച് സമുദ്രങ്ങളുടെ അന്തരമുണ്ട് എന്ന് അയാൾ ഓർക്കുന്നു.

വാക്കുകളും ഇടങ്ങളും സൃഷ്ടിക്കുന്ന ദൂരങ്ങൾ കഥയിൽ പലരീതിയിലുള്ള സൂചനകൾ നല്കുന്നുണ്ട്. ബംഗാളിസ്ത്രീ കാണാൻ വന്ന സമയത്ത് സർദാർജിഹോട്ടലിൽ താമസിക്കുന്ന കഥാനായകനായ വേണു മദിരാശി ഹോട്ടലിൽനിന്ന് ഊണുകഴിക്കണമെന്നു തീരുമാനിച്ച് പുറത്തേക്കിറങ്ങാൻ തയ്യാറെടുക്കുകയായിരുന്നു. ഇവിടെ സർദാർജിഹോട്ടലും മദിരാശിഹോട്ടലും രണ്ടുവംശങ്ങളുടെ സൂചന നല്കുന്നു. കഥയ്ക്കകത്തെ രണ്ടു സംസ്കാരങ്ങളുടെ പ്രതിനിധാനങ്ങളായി നമുക്ക് ഇത് വായിച്ചെടുക്കാം. കഥാനായകനെ കണ്ടുമുട്ടിയ സ്ത്രീ അവരൊരു അഭയാർത്ഥിയാണെന്നു വെളിപ്പെടുത്തുന്നു. അവർ ഇംഗ്ലീഷിലും ബംഗാളിയിലും മാറിമാറി സംസാരിച്ചു.

"ഞാൻ റഫ്യൂജിയാണ്. ഹൽ ദിബുനിയാ ഗ്രാമത്തിൽ ജനിച്ചുവെങ്കിലും വളർന്നത് ഡാക്കയിലാണ്. വിഭജനത്തിനുശേഷം കൊല്ക്കത്തയിൽവന്നു. എനിക്കൊരുപകാരം ചെയ്യണം. എന്നെയും കൂടി സെലക്റ്റ്

ചെയ്യാമോ, ദ്വീപിലേക്ക്... കുടിയേറിപ്പാർക്കാൻ."

അവരുടെ ജാതി എന്തെന്ന് അയാൾ ആരായുന്നുണ്ട്. *കായസ്ഥൊ* എന്ന് മറുപടി നല്കിയപ്പോൾ, ഞങ്ങളുടെ സ്കീം *നൊമൊശൂദ്രരെ* മാത്രം ഉദ്ദേശിച്ചാണ് എന്നുള്ള മറുപടിയാണ് അയാൾ നല്കിയത്. സംഭാഷണങ്ങൾക്ക് പരമാവധി പ്രാധാന്യം നല്കുകയും അതിനൊപ്പം വിശദാംശങ്ങളൊന്നും വിട്ടുകളയാത്ത ഒരു രീതിയാണ് ഇവിടെ കഥാകൃത്ത് അവലംബിച്ചിരിക്കുന്നത്. കഥയിലുടനീളം ഒരു ജനതയുടെ അതിജീവനസാഹസങ്ങളെ വളരെ തന്മയത്വത്തോടെ സി വി ശ്രീരാമൻ ചിത്രീകരിക്കുന്നുണ്ട്. കുടിയേറിപ്പാർക്കാനുള്ള അവസരം നിഷേധിക്കപ്പെട്ടെങ്കിലും അവർ അവരുടെ ജീവിതത്തെക്കുറിച്ച് ഒട്ടനവധി കാര്യങ്ങൾ കഥാനായകനുമായി പങ്കുവെക്കുന്നു. മക്കളെക്കുറിച്ചു പറയുന്നു. ഒടുവിൽ സമയംകിട്ടിയാൽ വീട്ടിലേക്ക് വരണമെന്നുപറഞ്ഞ് മേൽവിലാസവും നല്കുന്നു. വെച്ച് എഴുതാൻ വേണ്ടി ഒരു മലയാളപത്രം അവർക്കു നല്കിയപ്പോൾ ആരതി പണിക്കർ അവരുടെ കേരളവുമായുള്ള ബന്ധത്തെക്കുറിച്ച് സൂചനകൾ നല്കി.

പിന്നീട് ആ സ്ത്രീയുടെ രൂപം അയാളുടെ മനസ്സിൽനിന്ന് മാഞ്ഞുപോയില്ല. തുടർന്നുള്ള ദിവസങ്ങളിലും അയാൾ അവരെക്കുറിച്ച് ചിന്തിച്ചു. ഒടുവിൽ അവരുടെ വീട്ടിൽ എത്തിച്ചേരുകയും ചെയ്തു. അവിടെ എത്തിച്ചേർന്ന വേണു ആരതിപണിക്കർ തന്റെ അമ്മാവന്റെ ഭാര്യയാണെന്ന സത്യം തിരിച്ചറിയുന്നു. ഒപ്പം ആരതിപണിക്കരുടെ മകളായ ദമയന്തിയുമായി അടുത്തിടപഴകാനുള്ള അവസരം ലഭിച്ചു. ദമയന്തിയാകട്ടെ ജാമ്യം നിഷേധിക്കപ്പെട്ട് ജയിലിൽ പോകാൻ തയ്യാറെടുത്ത് നില്ക്കുകയായിരുന്നു. വ്യവസ്ഥയോടും അധികാരരൂപങ്ങളോടും ഒരിക്കലും പൊരുത്തപ്പെടാൻ കഴിയാത്ത അസാമാന്യവ്യക്തിത്വമായിരുന്നു ദമയന്തിയുടേത്. മലയാളചെറുകഥാലോകത്ത് ദമയന്തിയെപ്പോലെ സവിശേഷവ്യക്തിത്വമുള്ള സ്ത്രീകഥാപാത്രങ്ങൾ വിരളമാണ്. ദമയന്തിയും അയാളും തമ്മിലുള്ള സംഭാഷണം ആ കഥാപാത്രം നേടിയിട്ടുള്ള ലോകാവബോധത്തിനും സ്വത്വ വികാസത്തിനും ഉദാഹരണമാണ്.

ദമയന്തി അയാളെ ആകെ ഒന്ന് നോക്കി.

"നിങ്ങളുടെ ദ്വീപിൽ റഫ്യൂജികളെ വല്ലാതെ ദ്രോഹിക്കുന്നുണ്ട്. ഹിറ്റ്ലറുടെ കോൺസെൻട്രേഷ്യൻ കാമ്പിൽ പോലും..."

അയാൾ ആശ്ചര്യപ്പെട്ടു. പരിചയപ്പെട്ടില്ല, അതിനുമുമ്പുതന്നെ ചോദിക്കുന്ന ആദ്യത്തെ ചോദ്യം.

" ആരു പറഞ്ഞു?"

"പത്രങ്ങളിൽ വരുന്നുണ്ട്."

"ഏതു പത്രങ്ങളിൽ?"

"ഏതെങ്കിലും പത്രത്തിലാകട്ടെ, സത്യമതാണോ?"

"തുടങ്ങി നിന്റെ തർക്കം."

അമ്മ പുറത്തേക്കു വന്നു. "ആ ഭദ്രലോക് നമ്മുടെ അതിഥിയാണ്.

ഇപ്പോൾ ഓഫീസറല്ല...” ദമയന്തി എന്തോ ഓർത്തിരുന്നിട്ട് ചോദിച്ചു:

“നിങ്ങളുടെ വീട് ദ്വീപിൽ തന്നെയാണോ, അതോ പൂർവ്വബംഗാളോ...?”

“ഇതു രണ്ടുമല്ല. കേരളം.”

“മലബാറാണോ?”അമ്മയാണ് ചോദിച്ചത്.

“അതെ.”

“ഐ ഹേറ്റ് കേരള പീപ്പിൾ.” ദമയന്തി പറഞ്ഞു.

“വൈ?”

“ദെ ആർ കവേർഡ്സ്... ഓപ്പർച്ചുണിസ്റ്റ്സ്, റീ ഏക്ഷ്ണറീസ്...”

“റീ ഏക്ഷ്ണറീസ് എന്നു പറയുന്നതിൽ അർത്ഥമില്ല. ഇന്നത്തെ വിപ്ലവപ്രസ്ഥാനങ്ങളുടെ നേതാക്കന്മാർ...”

“ആ ഒരൊറ്റ കാരണംകൊണ്ടാണ് ഇന്ത്യയിൽ വിപ്ലവം നടക്കാത്തതും.”

“അതുപോകട്ടെ. എന്താണ് ഓപ്പർച്ചുണിസ്റ്റ്സ് എന്നു പറയാൻ?”

“ഞാൻ പറയാം. കേരള പീപ്പിൾ കൊല്ക്കത്തയിൽ വരുന്നു. നാലു ദിവസം വിപ്ലവപ്രസ്ഥാനങ്ങളുടെ കൂടെ നടക്കുന്നു. പിന്നെ ജോലി കിട്ടും. പിന്നെ ഒന്നിനുമില്ല. തീർന്നു വിപ്ലവം. കേരിയറിസ്റ്റുകൾ.” അവൾ കുറച്ചുനേരം നിർത്തി. പിന്നെ എന്തോ ബോധോദയം വന്നപോലെ തുടർന്നു: “ഈ കൊല്ക്കത്തയിൽ വെടിവെപ്പുണ്ടാകാത്ത ദിവസമില്ല. എട്ടും പത്തും തൊഴിലാളികൾ മരിക്കാത്ത ദിവസങ്ങളില്ല. ഏതെങ്കിലും ഒരു സൗത്തിന്ത്യൻ മരിച്ചതായി...”

ഇവിടെയും ആധുനികതയുടെ വാർപ്പുമാതൃകകളെയല്ല സി വി ശ്രീരാമൻ പിന്തുടരുന്നത്. ഇന്ത്യയ്ക്കകത്തെ പല പ്രാദേശികതകളെയും വൈരുദ്ധ്യാത്മകമായി അടയാളപ്പെടുത്താനുള്ള ശ്രമം എഴുത്തുകാരനിൽ കാണാം. ഇന്ത്യൻ ആധുനികതയുടെ ഏറ്റവും നല്ല ഉദാഹരണങ്ങളെന്ന് വിശേഷിപ്പിക്കാവുന്നവയാണ് സി വി ശ്രീരാമന്റെ ഏറ്റവും നല്ല കഥകൾ. ഇന്ത്യയിൽ ആധുനികത സവിശേഷമായി പ്രവർത്തിച്ച രണ്ടിടങ്ങളാണ് ബംഗാളും കേരളവും. കഥാപാത്രങ്ങളിൽ നേരിട്ട് ഇടപെടാതെ വായനക്കാരനെപ്പോലെതന്നെ എഴുത്തുകാരനും ഇവിടെ ഒരു തികഞ്ഞ കാഴ്ചക്കാരൻ മാത്രമാണ്.

ഒരു ലിബറേറ്റഡ് ഇന്ത്യയിലല്ലാതെ ഞാൻ ജോലി ചെയ്യില്ല എന്ന ദമയന്തിയുടെ സ്വരം കൃതിയിൽനിന്നും ഉയർന്നുവരുന്ന ഒരു പൊതുസ്വരമാണ്. എല്ലാത്തരം അധികാരക്കുരുക്കുകളിൽനിന്നുമുള്ള ഒരു ഇന്ത്യൻ പൗരന്റെ മോചനമായി ഇതിനെ വ്യാഖ്യാനിക്കാം.

ആരതിപണിക്കർ ഭർത്താവായ കുഞ്ഞുണ്ണിപ്പണിക്കരോടൊപ്പം മലബാറിലേക്കുപോയ വഴി അവർ വിവരിച്ചു. അവർ വണ്ടിയിറങ്ങിയ സ്റ്റേഷന്റെ പേരു പറഞ്ഞു തുടങ്ങിയപ്പോൾ മുതൽ അയാളുടെ അസ്വസ്ഥത പെരുകി വന്നു. അങ്ങനെ ആ വിവരണം ഒരു തറവാടിന്റെ പടിക്കൽ ചെന്നവസാനിച്ചു. ദമയന്തിയിൽനിന്ന് കുഞ്ഞുണ്ണിപ്പണിക്കർ

എന്ന അച്ഛന്റെ പേരുകൂടി കേട്ടപ്പോൾ അയാൾ തിരിച്ചുനടക്കാൻ ശ്രമിച്ചു. ആരതിപണിക്കരും ദമയന്തിയും വേണുവിനെ ബസ് സ്റ്റോപ്പുവരെ അനുഗമിച്ചു.

അന്നുരാത്രി ലൈറ്റണച്ച് ഉറങ്ങാൻ കിടന്നപ്പോഴാണ് അവരുടെ ദുഃഖത്തിന്റെ ഇരുട്ട് അയാളെ കടന്നാക്രമിച്ചത്. അയാൾ ലൈറ്റിട്ട് ഒരു ഇൻലന്റെടുത്ത് അമ്മയ്ക്ക് ഒരു കത്തെഴുതി. പ്രതീക്ഷിച്ചതിലും വേഗത്തിലാണ് അമ്മയുടെ മറുപടി വന്നത്. കത്തിലെ അവസാനവരികൾ അയാളുടെ ചിന്തകളെ കഴുവിലേറ്റി.

“നിന്റെ നേരേ അമ്മാവനാണ് കുഞ്ഞുണ്ണി. അങ്ങനെ വല്ലതും കൊടുക്കണമെന്നു തോന്നുന്നുണ്ടെങ്കിൽ നീ സമ്പാദിച്ചു കൂട്ടിയിട്ടില്ലേ! അതിൽനിന്ന് എടുത്തു കൊടുത്തോളൂ.”

ആ ദിവസമത്രയും അയാളാ വരികളിൽമാത്രം സഞ്ചരിച്ചു. ഇരിക്കപ്പൊറുതി ഇല്ലാതായപ്പോൾ അയാൾ എണീറ്റ് നടന്നു. കുഞ്ഞുണ്ണിയമ്മാവന്റെ സ്വത്തിൽനിന്ന് എന്തെങ്കിലും ആ പാവപ്പെട്ട ആരതിപണിക്കർക്കും മക്കൾക്കും ലഭ്യമാക്കണം എന്ന ഉദ്ദേശ്യത്തോടെയാണ് വേണു കേരളത്തിലേക്ക് വണ്ടി കയറിയത്. പക്ഷേ, വീട്ടിലെത്തിച്ചേർന്നപ്പോൾ അമ്മയടക്കമുള്ള എല്ലാ ബന്ധുക്കളും വേണുവിനെതിരായി. കുഞ്ഞുണ്ണിയമ്മാവന്റെ പേരിലുള്ള സ്വത്ത് കൈയടക്കി വെച്ചിരിക്കുന്ന മൂത്ത സഹോദരിയുടെ ഭർത്താവ് ഒന്നും വിട്ടുകൊടുക്കാൻ തയ്യാറല്ലെന്ന് അസന്ദിഗ്ദ്ധമായി പ്രഖ്യാപിച്ചു. അയാളുടെ ശബ്ദത്തേക്കാൾ പത്തിരട്ടി ഉച്ചത്തിലാണ് അമ്മയുടെ മറുപടിയുണ്ടായത്. അപ്പോഴാണ് നിലം ഭവാനിയമ്മായിയുടെ കൈയിലാണ് എന്ന് ആരോ പറയുന്നതു കേട്ടത്. ഭവാനിയമ്മായി കുഞ്ഞുണ്ണിപ്പണിക്കരുടെ ആദ്യഭാര്യയാണ്. മലയാളിയായ കുഞ്ഞുണ്ണി മുറപ്പെണ്ണായ ഭവാനിയെ വിവാഹം ചെയ്തതിനു ശേഷമാണ് ഡാക്കാ യൂണിവേഴ്സിറ്റിയിൽ ഉദ്യോഗാർത്ഥിയായി എത്തുന്നത്. പിന്നീടാണ് രാഷ്ട്രീയ പ്രവർത്തകയായ ആരതിയെ കണ്ടുമുട്ടുന്നതും വിവാഹം കഴിക്കുന്നതും. ആരതിയെ വിവാഹം കഴിച്ച് സ്വദേശത്തെത്തുന്ന കുഞ്ഞുണ്ണിയെ വീട്ടിൽ കേറാൻ ബന്ധുക്കൾ അനുവദിച്ചില്ല. അങ്ങനെ സ്വദേശത്തെ എന്നെന്നേക്കുമായി ഉപേക്ഷിച്ച് കുഞ്ഞുണ്ണിയും ആരതിയും ഡാക്കയിലെത്തുന്നു. തുടർന്ന് പല പ്രതിബന്ധങ്ങൾ തരണം ചെയ്ത് കോളേജ് അദ്ധ്യാപകന്റെ നിലയിലെത്തുമ്പോഴാണ് ഇന്ത്യാവിഭജനം അരങ്ങേറുന്നത്. താൻ നേടിയെടുത്തതൊക്കെയും ഡാക്കയിലുപേക്ഷിച്ച് കുഞ്ഞുണ്ണിയും ഭാര്യയും മക്കളും കൊല്ക്കത്തയിലേക്കു പലായനം ചെയ്യുന്നു. കുഞ്ഞുണ്ണിയുടെ മരണത്തോടെ അനാഥയായിത്തീരുന്ന ആരതി കഠിനമായ ജീവിതാനുഭവങ്ങളിലൂടെയാണ് 1971 വരെ കൊല്ക്കത്തയിൽ പിടിച്ചു നില്ക്കുന്നത്. കഥയിലെ കാലം ഏച്ചുകെട്ടലുകളില്ലാത്ത രീതിയിൽ സ്പഷ്ടമായി കഥാനുഭവത്തോട് ചേർന്നു നില്ക്കുന്നു.

കുഞ്ഞുണ്ണിയമ്മാവന്റെ രണ്ടു ഭാര്യമാർക്കിടയിൽ നിന്നുകൊണ്ട്

അവരെ തമ്മിൽ അടുപ്പിക്കാനാവുമോ എന്ന് വേണു ശ്രമിച്ചു നോക്കുന്നു. കുഞ്ഞുണ്ണിയമ്മാവന് അർഹമായ സ്വത്തിന്റെ ഒരു ഭാഗം ആരതിയമ്മായിക്കു നല്കി അവരിപ്പോൾ അനുഭവിക്കുന്ന യാതനകളിൽനിന്ന് മോചനം നല്കുക എന്ന ഉദ്ദേശ്യമാണ് വേണുവിനുണ്ടായിരുന്നത്. വേണുവിന്റെ അമ്മയടക്കം ഒരാളും ആരതിയമ്മായിക്ക് അവകാശപ്പെട്ടതു പോലും നല്കാൻ തയ്യാറുണ്ടായിരുന്നില്ല.

ഈ അവസരത്തിലാണ് സ്വാർത്ഥമതിയും താന്തോന്നിയും പുരുഷപ്രകൃതിയുമായി അറിയപ്പെടുന്ന ഭവാനിയമ്മായി കുഞ്ഞുണ്ണിയമ്മാവന്റെ സ്വത്ത് ആരതിക്കു നല്കാൻ തയ്യാറാകുന്നത്. ഇത് എല്ലാവരുടെ ധാരണയെയും മാറ്റി മറിക്കുന്നുണ്ട്. തികച്ചും അസാധാരണമായി അനുഭവപ്പെടുന്ന കഥാപാത്രങ്ങളിൽനിന്ന് വളരെ ഉദാരവും മാനുഷികവുമായ പ്രതികരണങ്ങൾ കാണാൻ കഴിയുന്നു. ഇത് ആ കഥാപാത്രങ്ങളെ കൂടുതൽ വ്യത്യസ്തമാക്കുന്നു. വേണുവിന്റെ രണ്ട് അമ്മാവന്മാരായ അനന്തമ്മാമന്റെയും കുഞ്ഞുണ്ണിയമ്മാവന്റെയും ഒരേയൊരു മുറപ്പെണ്ണായി ആഘോഷിച്ചുനടന്ന ഫ്യൂഡൽ ഫെമിനിസ്റ്റുചിത്രമാണ് ഭവാനിയമ്മായിക്കുള്ളത്. വേണുവിന്റെ കുട്ടിക്കാലത്ത് ഇതിൽ ഒരാളറിയാതെ മറ്റൊരാൾക്ക് പ്രണയക്കുറിപ്പുകൾ കൈമാറുന്ന ഭവാനിയമ്മായിയുടെ അവ്യക്തമായ സൂചന കഥയിലുണ്ട്. തികച്ചും സങ്കീർണ്ണമായ വ്യക്തിത്വത്തിനുടമയായ ഭവാനിയമ്മായിയുടെ ചരിത്രത്തെ കഥയ്ക്കുള്ളിലെ മറ്റൊരു കഥയായി വത്സലൻ വാതുശ്ശേരി വിശേഷിപ്പിക്കുന്നുണ്ട്.

ഭവാനിയമ്മായിയുടെ ഈ തെരഞ്ഞെടുപ്പു സൃഷ്ടിച്ച പ്രത്യാഘാതം നിസ്സാരമായിരുന്നില്ല. വിദേശത്തായിരുന്ന അനന്തൻ നാട്ടിൽ തിരിച്ചെത്തി ദിവസങ്ങൾക്കകം ആത്മഹത്യചെയ്യുന്നു. ഭവാനിയുടെ ഇരട്ടപ്രണയം സമ്മാനിച്ച ഒരു ദുരന്തംതന്നെയായിരുന്നു അതും. അത്തരം ഒരവസ്ഥയിൽ ഭവാനിയുടെ നിർബ്ബന്ധംകൊണ്ടാണ് കുഞ്ഞുണ്ണി ബംഗാളിലേക്കു പോയതെന്ന് കഥയിൽ ഒരു സൂചനയുണ്ട്. കഥാഗതിയെ മാറ്റിമറിക്കുന്ന ഇത്തരം സൂചനകൾ കഥയിലെമ്പാടുമുണ്ട്. ഈ സൂചനകളെയെല്ലാം കുറച്ചധികം പേജുകളിൽ നീട്ടിപ്പറയാൻ എഴുത്തുകാരന് യാതൊരു ബുദ്ധിമുട്ടുമില്ല. അങ്ങനെയായിരുന്നുവെങ്കിൽ 'വാസ്തുഹാരാ' ഒരു നോവൽതന്നെ ആകുമായിരുന്നു.

ഭവാനിയമ്മായി വാഗ്ദാനം ചെയ്ത ഔദാര്യം സ്വീകരിക്കാൻ ആരതി തയ്യാറാകുന്നില്ല. ഏറ്റവും ദരിദ്രമായ അവസ്ഥയിൽപ്പോലും ഭർത്താവിന്റെ ആദ്യ ഭാര്യയുടെ മുന്നിൽ തലകുനിക്കാൻ ആരതിയെ അഭിമാനം അനുവദിക്കുന്നില്ല എന്നതാണ് വാസ്തവം. ഒരു വ്യക്തിയുടെ രണ്ടുഭാര്യമാർ എന്ന നിലയിൽ ആരതിയും ഭവാനിയും തമ്മിലുള്ള ബന്ധം ചില സൂചനകൾ നല്കിക്കൊണ്ട് കഥാകൃത്ത് അവതരിപ്പിക്കുന്നുണ്ട്. ഇത്തരത്തിലുള്ള ഒരനുഭവവും മലയാള കഥാലോകത്ത് വിരളമായിരിക്കുമെന്ന് ഉറപ്പിച്ചു പറയാം. സി വി ശ്രീരാമൻ എന്ന കഥാകൃത്ത്

മനഃശാസ്ത്രദൃഷ്ട്യാ കഥാപാത്രങ്ങളെ രൂപപ്പെടുത്തുകയോ അത്തരം രൂപപ്പെടുത്തലിന്റെ അടിസ്ഥാനത്തിൽ അവരുടെ പ്രവൃത്തികളെ വ്യാഖ്യാനിക്കാൻ വഴി തുറന്നു തരുകയോ ചെയ്യാറില്ല.

ആരതിക്ക് ഭവാനിയോടും ഭവാനിക്ക് ആരതിയോടും ഒരേസമയം വിയോജിപ്പും അതേസമയം സഹാനുഭൂതിയുമുണ്ട്. ആരതിക്ക് ഭവാനി ഭർത്താവിന്റെ സ്വത്ത് വിട്ടുകൊടുക്കുന്നതിലൂടെ ഒരു മേല്ക്കൈ സ്ഥാപിക്കാൻ ശ്രമിക്കുന്നുണ്ട്. അത് നിരസിക്കുന്നതിലൂടെ അത്തരം ഒരു മേൽക്കൈക്ക് വഴങ്ങിക്കൊടുക്കാൻ തയ്യാറല്ല എന്നാണ് ആരതി സൂചിപ്പിക്കുന്നത്. സ്വന്തം ഭർത്താവിനുമേൽ ആർക്കാണ് കൂടുതൽ അധികാരമെന്ന് ഭർത്താവില്ലാത്ത അവസരത്തിൽപ്പോലും അവർ ചിന്തിക്കുന്നുണ്ട്. അതുപോലെ കുഞ്ഞുണ്ണിയുടെ ഭാര്യമാർ എന്ന നിലയിൽ ആരാണ് കൂടുതൽ മെച്ചം എന്ന താരതമ്യവും അതിന്റെ ഭാഗമായ മത്സരവും ആരതിയും ഭവാനിയും നടത്തിപ്പോരുന്നുണ്ട്. നാട്ടിലെത്തുന്ന വേണുവിനോട് ഭവാനി ആരതിക്ക് വല്ലാതെ പ്രായം തോന്നിക്കുന്നുണ്ടോ എന്ന് ചോദിക്കുന്നുണ്ട്. തിരിച്ച് കൊല്ക്കത്തയിലെത്തുന്ന വേണുവിനോട് ആരതിയും ഇതേ ചോദ്യംതന്നെ ചോദിക്കുന്നുണ്ട്. ഒരേ പുരുഷനെ സ്നേഹിക്കുന്ന രണ്ടു സ്ത്രീകൾക്ക് പരസ്പരം ഉണ്ടാവുന്ന അസഹിഷ്ണുതയും മത്സരവും രണ്ടുപേരും കൊണ്ടുനടക്കുന്നുണ്ടെങ്കിലും മനസ്സിന്റെ മറ്റൊരു കോണിൽ ഇരുവരും ഉള്ളിന്റെയുള്ളിൽ ഒരു നിശ്ശബ്ദസ്നേഹവും സൂക്ഷിച്ചുപോരുന്നുണ്ട്. ഇതിനാധാരമായ സന്ദർഭങ്ങളും കഥയിൽത്തന്നെയുണ്ട്. ആരതിയുടെ ഫോട്ടോ ഭവാനി നിധിപോലെ സൂക്ഷിച്ചിരിക്കുന്നതാണ് അതിലൊന്ന്. സ്വതവേ പുറമേക്ക് പരുഷസ്വഭാവം പ്രകടിപ്പിക്കുന്ന ഭവാനിയുടെ ലോലമായ ഒരാന്തരിക പ്രകൃതിയെയാണ് ഇതിലൂടെ വ്യഞ്ജിപ്പിക്കുന്നത്. അതുപോലെ ഭവാനിയുടെ പഴയ സൗന്ദര്യത്തെക്കുറിച്ച് വേണുവിനോട് പറയുന്നതിലൂടെ ഭവാനിയെ താനിപ്പോഴും മനസ്സിൽ കൊണ്ടുനടക്കുന്നുണ്ട് എന്ന് ആരതിയും സൂചിപ്പിക്കുന്നുണ്ട്. ഒരേസമയം ഈ രണ്ടു കഥാപാത്രങ്ങളും പുലർത്തുന്ന മത്സര ബുദ്ധിയും പരസ്പരാകർഷണവും മറ്റൊരു ഉപകഥയുടെ സാദ്ധ്യത തീർക്കുന്നു. ഒപ്പം കഥയ്ക്ക് വൈകാരികമായ ആഴവും പരപ്പും നല്കുന്നു. ഇതിനെല്ലാം പിന്നിൽ കഥാകൃത്ത് ഒരിക്കലും ഉദ്ദേശിക്കാത്ത ഒരു മനഃശാസ്ത്ര തലം കൈവരികയും ചെയ്യുന്നു. ഇതുപോലെ ഒരു വസ്തുതയെ രണ്ടു സാമൂഹികസന്ദർഭങ്ങളിലൂടെ വ്യത്യസ്തമായ സ്ഥലകാലങ്ങളിലൂടെ വിശകലനം ചെയ്യാൻ കഥാകൃത്ത് ശ്രമിക്കുന്നുണ്ട്.

മുറപ്പെണ്ണ് എന്ന സങ്കല്പനം രണ്ടുസന്ദർഭങ്ങളിൽ എങ്ങനെയാണ് പര്യാലോചിക്കപ്പെടുന്നത് എന്ന് പരിശോധിക്കേണ്ടതുണ്ട്. വേണു ദമയന്തിയോട് ഒരു പ്രത്യേക സന്ദർഭത്തിൽ അവൾ തന്റെ മുറപ്പെണ്ണാണെന്നു പറയുന്നു. ദമയന്തി എന്താണ് മുറപ്പെണ്ണ് എന്നു ചോദിക്കുമ്പോൾ ഒരു പെണ്ണ് ആചാരപ്രകാരം അവളുടെ അച്ഛന്റെ സഹോദരിയുടെ മകനെ വിവാഹം കഴിക്കണം എന്നു പറയുന്നുണ്ട്. അപ്പോൾ പെണ്ണിന്റെ ഇഷ്ട

ത്തിന് പ്രാധാന്യമില്ലേ എന്ന ദമയന്തിയുടെ ചോദ്യത്തിന് അതവിടെ പ്രശ്നമല്ല എന്നാണ് വേണു മറുപടി പറയുന്നത്. അത് അനിവാര്യമായ ഒരാചാരമാകുന്നു. *പ്രിമിറ്റീവ് ആൻഡ് അബ്സേർഡ്* എന്നാണ് ഇതിനെതിരേ ദമയന്തി പ്രതികരിച്ചത്. എന്തുകൊണ്ടാണ് അബ്സേർഡ് എന്നു പറയുന്നത് എന്നുള്ളതിന് ദമയന്തിക്ക് മറുപടി ഉണ്ടായിരുന്നു. ഒരു പെണ്ണിന്റെ അമ്മാവന് ഒന്നിൽക്കൂടുതൽ ഭാഗിനേയന്മാരുണ്ടെങ്കിൽ അവരെ എല്ലാവരെയും വിവാഹം കഴിക്കേണ്ടി വരില്ലേ എന്ന് ദമയന്തി ചോദിക്കുന്നു. ഇവിടെ നാട്ടിൽ ഭവാനിയാകട്ടെ, ഒരേസമയം രണ്ടു മുറച്ചെറുക്കന്മാരെ പ്രണയിക്കുകയും നിലനില്ക്കുന്ന സമ്പ്രദായത്തിൽ ഒരു കളി നടത്തി ഒരാളെ സ്വീകരിക്കുകയും മറ്റൊരാളെ പുറംതള്ളുകയും ചെയ്തു. നിലനില്ക്കുന്ന ഒരാചാരത്തെ സംബന്ധിച്ച് രണ്ടുതലമുറയിലെ രണ്ടുസാമൂഹ്യസന്ദർഭങ്ങളിൽ ജീവിക്കുന്ന രണ്ടുസ്ത്രീകളുടെ അഭിപ്രായങ്ങളും പ്രവൃത്തികളും കഥയിലൂടെ വിശകലനവിധേയമാക്കുന്നു. ഒരു ഇടത്തെ സാമൂഹ്യാചാരം മറ്റൊരിടത്ത് നിഷിദ്ധമാവുകയും ചെയ്യുന്നു. കേരളത്തിൽ നിലനിന്നിരുന്ന ഈ സമ്പ്രദായം ബംഗാളിൽ നിഷിദ്ധമായിരുന്നു എന്നുകൂടി കഥയിൽനിന്നു മനസ്സിലാക്കാം.

കഥയ്ക്കകത്തുതന്നെ വ്യത്യസ്തഭാവതലങ്ങളിൽ അനേകം കഥാവസ്തുക്കൾ കെട്ടുപിണഞ്ഞുകിടക്കുന്നുണ്ട്. വേണുവും ആരതിയമ്മായിയുടെ മകൾ ദമയന്തിയും തമ്മിലുള്ള ബന്ധം സാഹോദര്യമോ പ്രണയമോ എന്നു വേർതിരിച്ചറിയാത്ത ബന്ധമാണ്. പലപ്പോഴും സി വി ശ്രീരാമന്റെ കഥകളിൽ കൃത്യമായി നിർണ്ണയിക്കാൻ കഴിയാത്ത രീതിയിൽ ബന്ധത്തിന്റെ അരികുകൾ പരസ്പരം വ്യാപിച്ചുകിടക്കുന്നു. ഒരു റഫ്യൂജി ഓഫീസർ എന്ന നിലയിൽ വേണുവിനെ ആദ്യം കാണുമ്പോൾ ദമയന്തി തന്റെ പ്രതികരണശേഷിയുള്ള വ്യക്തിത്വം പുറമേക്കു പ്രകാശിപ്പിക്കുന്നുണ്ട്. എന്നാൽ വേണു തന്റെ സഹോദരനാണെന്നു തിരിച്ചറിയുന്നതോടുകൂടി അവൾ ലോലചിത്തയായി മാറുകയും ചെയ്യുന്നുണ്ട്. ഇതേ അവസ്ഥ ചിലചില അംശങ്ങളിൽ ഭവാനിയമ്മായിയിലും കാണാം. ഉയർന്ന വ്യക്തിത്വമുള്ള സ്ത്രീകഥാപാത്രങ്ങളും അവരുടെ യഥാർത്ഥ ബന്ധങ്ങളിൽ സ്ത്രീസഹജമായ മാതൃക പ്രകടിപ്പിക്കുന്നു. അവിടെയും ഒരു കഥാപാത്രത്തെ ഒരൊറ്റ സ്വഭാവവിശേഷത്തിലേക്ക് കഥാകൃത്ത് വെട്ടിച്ചുരുക്കുന്നില്ല.

മണ്ണും മനുഷ്യനും തമ്മിലുള്ള ബന്ധത്തെ സൂക്ഷ്മമായി വിശകലനം ചെയ്യുന്ന രീതിയിലുള്ള ഒരു കഥാവസ്തു ഈ കഥയിലുണ്ട്. ധാരാളം പണവും ഭൂസ്വത്തും കൈവശമുണ്ടായിട്ടും തന്നോട് പണം ആവശ്യപ്പെടുന്ന അമ്മയോട് വേണു പരിഭവിക്കുകയും പ്രതികരിക്കുകയും ചെയ്യുന്നുണ്ട്. അമ്മ വേണുവിനോട് പറയുന്ന വാക്യം ശ്രദ്ധേയമാണ്.

“നീ നിന്റെ ജീവിതത്തിൽ ഭൂമി വാങ്ങിയിട്ടില്ല. ഇനി വാങ്ങുകയുമില്ല. അതുകൊണ്ടു നിനക്ക് സ്വത്തിന്റെ വില അറിയുകയുമില്ല. ഇന്ന് നീ

ഒരിഞ്ചു ഭൂമി വാങ്ങൂ. അത് നാളെ രണ്ടിഞ്ച് ആക്കാനേ നോക്കൂ."

സ്വന്തം മണ്ണിനോട് മനുഷ്യർ പുലർത്തുന്ന ആസക്തിയുടെ തീവ്ര മുഖം അമ്മയിലൂടെയും അനാവരണം ചെയ്യപ്പെടുന്നു. അമ്മമാരെ ആദർശവല്ക്കരിച്ച് അവർക്കെന്നും ഒരു സാത്വികമുഖം നല്കുന്ന രീതിക്ക് വിരുദ്ധമായ നിലയിലാണ് സി വി ശ്രീരാമൻ തന്റെ കഥകളിലൂടെ അമ്മമാരെ ചിത്രീകരിച്ചിരിക്കുന്നത്.

സ്വന്തം ഭൂമിയുടെമേൽ അഭിമാനിക്കുന്ന ഈ അമ്മയുടെ വിപരീത കോണിലാണ് ആരതി നില്ക്കുന്നത്. സ്വന്തം ഭൂമി നഷ്ടപ്പെട്ടവരാണ് അവർ. ഭൂമി നഷ്ടപ്പെട്ട ആരതിയും ഭൂസ്വത്തിനുടമയായ അമ്മയും തമ്മിലുള്ള വൈരുദ്ധ്യം സ്വന്തം മണ്ണ് എന്ന ഘടകത്തെ മുൻനിർത്തി നിർണ്ണായകസ്ഥാനം കൈവരിക്കുന്ന ഒന്നാണ്. ഭൂമി നഷ്ടപ്പെടുമ്പോഴാണ് മനുഷ്യർ അഭയാർത്ഥികളായി മാറുന്നത്.

സ്വന്തം മണ്ണ് എങ്ങനെ ഒരു മനുഷ്യന്റെ ഭാഗധേയം നിർണ്ണയിക്കുന്നു എന്ന് ഇവിടെ വ്യക്തമാകുന്നു. അഭയാർത്ഥിത്വത്തിന്റെ അനിശ്ചിതത്വം നിറഞ്ഞ ചലനാത്മകതയും കേരളീയഗാർഹികഘടനയുടെ സ്ഥായിഭാവവും മുഖാമുഖം കൊണ്ടുവന്ന് മനുഷ്യന്റെ വംശപരമായ സത്തയെയും അതു നേരിടുന്ന വൈരുദ്ധ്യങ്ങളെയും സി വി ശ്രീരാമൻ 'വാസ്തുഹാരാ'യിൽ അവതരിപ്പിക്കുന്നു. മരിച്ചുപോയ കുഞ്ഞുണ്ണിപ്പണിക്കരുടെ ബംഗാളികുടുംബത്തിന് അർഹതപ്പെട്ട സ്വത്തുമുഴുവൻ അനധികൃതമായി സ്വന്തമാക്കി വെച്ചിരിക്കുന്നവരാണ് അയാളുടെ തറവാട്ടുകാർ. അവലക്ഷണങ്ങൾ, വയ്യാവേലി എന്നൊക്കെയാണ് കുഞ്ഞുണ്ണി പണിക്കരുടെ കുടുംബത്തെ അവർ വിശേഷിപ്പിക്കുന്നത്. ഭവാനി നല്കാമെന്നു പറഞ്ഞ ഭൂസ്വത്ത് ആരതി നിഷേധിക്കുന്നതും അത്തരത്തിലൊരു ഭർത്തൃവിഹിതത്തെ വേണ്ടാ എന്ന അർത്ഥത്തിൽ തന്നെയാണ്. ഒപ്പം മറ്റൊരു പ്രസക്ത മായ സംഗതികൂടി നമുക്ക് കഥയിൽനിന്നു വായിച്ചെടുക്കാം.

വേണു ആരതിയമ്മായിക്ക് കുടുംബസ്വത്ത് നേടിക്കൊടുക്കാൻ ശ്രമിക്കുന്നുണ്ട്. ഭവാനിയമ്മായിയിലൂടെ നല്കാമെന്നു പറഞ്ഞ ഭൂസ്വത്ത് ആരതി നിഷേധിക്കുകയും ചെയ്യുന്നു. ഞാൻ അഭയാർത്ഥിയാണ് എന്നു പ്രഖ്യാപിക്കുന്ന ആരതി വേണുവിനോടാവശ്യപ്പെടുന്നത് ദ്വീപിലെ അഭയാർത്ഥികൾക്ക് നല്കുമെന്നു പറയപ്പെടുന്ന മുപ്പത് ബീഘാ (മൂന്ന് ഏക്കർ) ഭൂമിയാണ്. പുനരധിവാസ ഓഫീസറായ വേണുവിന് ആരതിയമ്മായിയുമായി കുടുംബബന്ധമുണ്ടെങ്കിൽപ്പോലും ഔദ്യോഗിക പക്ഷത്തു നില്ക്കുമ്പോൾ ഭൂമി നല്കാൻ കഴിയുന്നില്ല. അവിടെയും മറ്റ് അധികാരരൂപങ്ങൾ പ്രവർത്തിക്കുന്നുണ്ട്.

അന്നത്തെ കാലത്തെ കേരളീയഫ്യൂഡൽജീവിതത്തിന്റെ അധികാരരൂപങ്ങൾ പില്ക്കാലത്തും തുടർന്നു നില്ക്കുന്ന അവസ്ഥ കഥയിൽ കാണാൻ കഴിയും. കുഞ്ഞുണ്ണിയുടെ വിവാഹത്തെയോ ഭാര്യയായ ആരതിയെയോ അവർക്കംഗീകരിക്കാൻ കഴിയാത്തത് യാഥാസ്ഥിതിക

ബോധംകൊണ്ടാണ്. കുഞ്ഞുണ്ണിയുടെ വിവാഹത്തിനുനേർക്ക് പില്ക്കാലത്തും അവർക്ക് സഹിഷ്ണുത പുലർത്താൻ കഴിയാതിരുന്നത് അവർ ജീർണ്ണിച്ച കുടുംബപാരമ്പര്യമഹത്ത്വത്തിന്റെ വക്താക്കളായതുകൊണ്ടാണ്. നായർകുടുംബങ്ങളിലെ ദായക്രമത്തിന്റെയും വിവാഹസമ്പ്രദായങ്ങളുടെയും സ്വത്തവകാശവ്യവസ്ഥകളുടെയും ഏകദേശചിത്രം ഈ കുടുംബപശ്ചാത്തലത്തിൽനിന്ന് ഊഹിച്ചെടുക്കാൻ കഴിയും. അന്നത്തെ കേരളീയസാമൂഹികജീവിതത്തിന്റെ ചരിത്രം കഥയിൽനിന്നു വായിച്ചെടുക്കാം. ഈ കഥയിലെ അവസാനഭാഗത്ത് വേണു നാട്ടിൽനിന്ന് തിരിച്ച് കൊല്ക്കത്തയിലെത്തിയപ്പോൾ ശക്തിയായ മഴയാണ്. ഇടവപ്പാതിയും തുലാവർഷവും കനക്കുന്ന നാട്ടിൽ അയാൾക്ക് മഴ കാണാനായില്ല. നാട്ടിൽനിന്ന് കൊല്ക്കത്തയിലെത്തുമ്പോഴാണ് മനുഷ്യമനസ്സിന്റെ ആർദ്രത അയാളനുഭവിക്കുന്നത്.

പുതുമഴയോടൊപ്പം അഭയാർത്ഥിക്യാമ്പുകളിൽ പകർച്ചവ്യാധികൾ പടർന്നു പിടിച്ചേക്കാമെന്ന് അയാൾ ഭയപ്പെട്ടു. തുടർന്ന് മൂന്നുദിവസം അയാൾക്ക് അഭയാർത്ഥിക്യാമ്പിൽ തിരിയാനൊഴിവില്ലാത്ത ജോലികളായിരുന്നു. നാലാം ദിവസം വൈകുന്നേരം മാത്രമാണ് അയാൾക്ക് ആരതിയമ്മായിയുടെ വീട്ടിലെത്താൻ കഴിഞ്ഞത്. അവർ അയാളെ പ്രതീക്ഷിച്ചിരുന്നു. അവരുടെ കണ്ണുകൾ നിറഞ്ഞിരുന്നു. നാട്ടിലെ എല്ലാ വിവരങ്ങളും വേണു ആരതിയമ്മായിക്കും ദമയന്തിക്കും കൈമാറി. അവസാനമായി നാട്ടിൽപ്പോയി വന്നതിനുശേഷം ആരതിയമ്മായിയും കുഞ്ഞുണ്ണിയമ്മാവനും അനുഭവിച്ച എല്ലാ ബുദ്ധിമുട്ടുകളും അവർ വേണുവിനോടു പറഞ്ഞു. നാട്ടിൽനിന്ന് വേണു കൊണ്ടുവന്ന ഫോട്ടോയിൽ ആരതിയമ്മായി ഉണ്ടായിരുന്നു. ഭവാനിയമ്മായി നിധിപോലെ സൂക്ഷിച്ചുവെച്ചിരുന്ന ഫോട്ടോ ശേഖരത്തിൽനിന്നാണ് വേണുവിന് അതു ലഭിച്ചത്. ആ ഫോട്ടോ കണ്ടപ്പോൾ ആരതിയമ്മായി യൂണിവേഴ്സിറ്റി ഓഫീസിന്റെ മുന്നിൽ പിക്കറ്റു ചെയ്യുമ്പോൾ ആരോ എടുത്തതാണ് ഈ ഫോട്ടോ എന്ന് ഓർമ്മിച്ചു. അന്നൊക്കെ അവർ ഫോർവേർഡ് ബ്ലോക്കിലായിരുന്നു. പിന്നീടാണ് പാർട്ടിയിൽ വന്നത്. ഈ ഫോട്ടോ ആര് സൂക്ഷിച്ചിരുന്നു എന്ന ചോദ്യത്തിന് വേണു ഭവാനിയമ്മായി ആണ് എന്നു മറുപടി പറഞ്ഞപ്പോൾ അതുവരെ കണ്ടിട്ടില്ലാത്ത ഒരു ഭാവമാറ്റം അവരുടെ മുഖത്തുണ്ടായി. *ഭവാനി!...* പെട്ടന്നവർ നിയന്ത്രിച്ചു. *ഭവാനിക്കു സുഖം തന്നെയല്ലേ?...* സുഖമെന്നയാൾ മറുപടി പറഞ്ഞു. ഒരുപാട് കാര്യങ്ങൾ പറയുന്ന കൂട്ടത്തിൽ ഇരുപത്തിയഞ്ച് വർഷങ്ങൾക്കുമുമ്പ് ഇതുപോലൊരു അഭയാർത്ഥി ക്യാമ്പിൽവെച്ച് കുഞ്ഞുണ്ണിപ്പണിക്കർ കോളറവന്നു മരിച്ച അനുഭവം ആരതിപണിക്കർ വീണ്ടും ഓർത്തു. അനേകദൂരം സഞ്ചരിച്ച ഒരു മനുഷ്യന്റെ മരണം അഭയാർത്ഥികളുടെ ഇടയിൽവെച്ചാണ് സംഭവിക്കുന്നത്. വേണുവിന്റേത് കൊല്ക്കത്തയിലെ അവസാനത്തെ രാത്രിയാണെന്നറിയുന്നതോടെ അവർ പറയുന്നത് *ഞാൻ നിന്നെ പോകാനനുവദിക്കില്ല എന്നാണ്.* അന്ന് ജീവിതത്തിലാദ്യമായി ഭർത്താവിന്റെ വംശ

ത്തിൽപ്പെട്ട ഒരാൾക്ക് ഭക്ഷണം വിളമ്പിക്കൊടുക്കാൻ അവർക്കാവുന്നു. അയാൾ ഭക്ഷണം കഴിച്ചുകഴിഞ്ഞപ്പോൾ കുഞ്ഞുണ്ണിയമ്മാവൻ ബലി സാർ കർഷകസമരത്തിന്റെ പശ്ചാത്തലത്തിൽ എഴുതിത്തുടങ്ങിയ നോവലിനെപ്പറ്റി പറഞ്ഞപ്പോൾ വേണു പറയുന്ന മറുപടി *എനിക്കുടനെ പോകണം* എന്നാണ്. അമ്മായിയോടും ദമയന്തിയോടും യാത്രപറയാനാണ് അയാൾ അവിടെ എത്തിയത്. അനിവാര്യമായ ദുരന്തംപോലെ അയാൾ കൊല്ക്കത്തയിൽനിന്ന് അകലുകയാണ്. കൊല്ക്കത്തയിൽ നിന്നുമാത്രമല്ല അയാൾക്കു പ്രിയപ്പെട്ട ജീവിതബന്ധങ്ങളിൽനിന്നും.

അഭയാർത്ഥികളെ ഓരോരുത്തരെയായി കപ്പലിൽ കയറ്റിക്കൊണ്ടിരിക്കുകയാണ്. നേരം വെളുത്തുതുടങ്ങിയിട്ടും ക്യൂ അവസാനിച്ചിട്ടില്ല. ചട്ടക്കൂടും പിടിച്ച് ക്യൂവിൽ നില്ക്കുന്ന ഒരു കുട്ടിയെ അയാൾ ശ്രദ്ധിച്ചു. പലപ്പോഴും കുട്ടികൾക്ക് അവരുടെ വളർത്തുമൃഗങ്ങളെ കൊണ്ടുപോകാൻ കഴിയാറില്ല. അങ്ങനെ വരുമ്പോൾ കുട്ടികൾ കരയും. ആദ്യകാലങ്ങളിൽ ഈ കരച്ചിൽ അയാളെ വല്ലാതെ അലോസരപ്പെടുത്തിയിരുന്നു. അയാൾ ക്യൂവിലേക്ക് നോക്കിയിരിക്കുമ്പോൾ ദാദ എന്നൊരു വിളി കേട്ടു. തിരിഞ്ഞുനോക്കിയപ്പോൾ ദൂരെനിന്ന് ദമയന്തിയും തൊട്ടുപുറകിലായി ആരതിയമ്മായിയും ദൂരത്തുനിന്നേ ഉറക്കെ വിളിച്ചുകൊണ്ട് നടന്നുവരുന്നു. *ദാദാ... ഇന്നലെ രാത്രി ഞാൻ ഉറങ്ങിയിട്ടില്ല...* എന്ന് ദമയന്തി പറഞ്ഞു. തന്നെ പ്രേമിച്ചു തുടങ്ങിയോ എന്ന വേണുവിന്റെ ചോദ്യത്തിന് ദമയന്തിയുടെ മറുപടി ഞാൻ നിങ്ങളുടെ *പ്രിമിറ്റീവ് മുറപ്പെണ്ണല്ല, യുവർ റിഫൈന്റ് ബംഗാളി സിസ്റ്റർ* എന്നാണ്. ആറു ക്രിമിനൽ കേസുകളുള്ള ആൾ എങ്ങനെയാണ് റിഫൈന്റ് സിസറ്ററാവുക എന്ന വേണുവിന്റെ ചോദ്യത്തിന് അതിൽ ദാദ അഭിമാനിക്കണമെന്നായിരുന്നു ദമയന്തിയുടെ മറുപടി. അവളാദ്യം പൊട്ടിച്ചിരിക്കുകയും പിന്നീട് പൊട്ടിക്കരയുകയും ചെയ്തു. സങ്കീർണ്ണമായ സാമൂഹികബന്ധങ്ങൾ, പ്രതികരണങ്ങൾ, അധികാരരൂപങ്ങളിൽനിന്നുള്ള ശിക്ഷ ഏറ്റുവാങ്ങൽ, ഇതിലൂടെ ശുദ്ധീകരിക്കപ്പെടുന്ന വ്യക്തിത്വത്തിന്റെ സൂചനകൾ എന്നിവയാണ് കഥാകൃത്ത് ഈ കഥയിലൂടെ വെളിപ്പെടുത്തുന്നത്.

പുനരധിവാസത്തിനായി എത്തിച്ചേർന്ന അഭയാർത്ഥികളും അവരും ജോലിക്കാരുമായുള്ള വഴക്കും അതുപോലെ മറ്റു യാത്രക്കാരുമായുള്ള വഴക്കും ഇതെല്ലാം ചേർന്ന ഒരന്തരീക്ഷം അവിടെ നിലനിന്നിരുന്നു. ഒപ്പം തന്നെ ഈ പ്രശ്നങ്ങളിലൊന്നും ഇടപെടാതെ *ആനന്ദവികടൻ* വായിച്ചുകൊണ്ടിരിക്കുന്ന തമിഴനായ റിഹേബിലിറ്റേഷൻ ഓഫീസർ. അപ്പുറത്ത് കാത്തുനില്ക്കുന്ന ദമയന്തിയും ആരതിയമ്മായിയും. ഇതെല്ലാംചേർന്ന വ്യത്യസ്തതകൾ അവിടെ അരങ്ങേറിക്കൊണ്ടിരിക്കുന്നു.

കെ പി അപ്പന്റെ സി വി ശ്രീരാമനെക്കുറിച്ചുള്ള നിരീക്ഷണവും ഇവിടെ പ്രസക്തമാണ്.

“തന്റെ കഥയിലൂടെ ലോകത്തെ അതിന്റെ പല തലങ്ങളിൽ വിശദീകരിക്കാനുള്ള ശ്രമമാണ് കഥാകൃത്ത് നടത്തുന്നത്. വാസ്തവത്തിൽ എന്താണ് ഇപ്പോൾ നടന്നുകൊണ്ടിരിക്കുന്നത് എന്ന ചോദ്യത്തിന്റെ ഉത്തരമായി അനേകം ലോകചിത്രങ്ങൾ ശ്രീരാമൻ നിർമ്മിച്ചുകൊണ്ടിരിക്കുകയാണ്.”

മനുഷ്യനെയും അവന്റെ പ്രവൃത്തികളെയും നിശിതമായി നിരീക്ഷണം ചെയ്യുന്നതിലൂടെയാണ് സി വി ശ്രീരാമൻ ഇത് സാധിച്ചെടുക്കുന്നത്. തന്റെ കഥകളിൽ സി വി ശ്രീരാമൻ കഥാപാത്രങ്ങൾക്ക് കല്പിച്ചുകൊടുക്കുന്ന മഹത്ത്വവും പ്രാധാന്യവും വളരെ വലുതാണ്. ആ കഥയിലെതന്നെ ഓരോ കഥാപാത്രത്തെയും പരിശോധിച്ചുനോക്കുകയാണെങ്കിൽ അവയൊന്നും നന്മയുടെയോ തിന്മയുടെയോ അടിസ്ഥാനത്തിൽ വ്യാഖ്യാനിക്കപ്പെടുന്നവരല്ല. ഓരോ കഥാപാത്രവും മറ്റു കഥാപാത്രങ്ങളിൽനിന്ന് തികഞ്ഞ വ്യത്യസ്തത പാലിക്കുന്നു. വൈയക്തികം എന്നതിനേക്കാൾ ഓരോ കഥാപാത്രവും ചരിത്രത്തോടും സമൂഹത്തോടും ആഴത്തിൽ ബന്ധപ്പെട്ടുകിടക്കുന്നു. ഓരോ കഥാപാത്രവും തന്റെ സ്വത്വം സമൂഹത്തിനുമുന്നിൽ തുറന്നു പ്രഖ്യാപിക്കുന്നു.

കപ്പൽ യാത്രയാരംഭിക്കുന്ന രംഗമാണ് ഏറ്റവും അവസാനത്തേത്. എല്ലാം ഇട്ടെറിഞ്ഞ് കൊല്ക്കത്തയിലെ അഭയാർത്ഥിക്യാമ്പുകളിലും ദണ്ഡകാരണ്യത്തിലും മദ്ധ്യപ്രദേശത്തിലും മറ്റനേകം അഭയാർത്ഥി ക്യാമ്പുകളിലും അടിഞ്ഞുടഞ്ഞ് അവസാനം പ്രപഞ്ചാരംഭംതൊട്ട് ഇന്നുവരെ ജനപദങ്ങളുണ്ടായിട്ടില്ലാത്ത കിഴക്കൻദ്വീപുകളിൽ ജീവിതത്തിലെ അവശേഷിച്ച ഭാഗം കരുപ്പിടിപ്പിക്കുവാൻ പോകുന്നവരുടെ കൂട്ടത്തിൽ അയാളും പോകുന്നു. താഴെ ആരതിയമ്മായിയും ദമയന്തിയും കാത്തുനില്ക്കുന്നു. പെട്ടെന്ന് ഓർമ്മവന്ന് അയാൾ അവരെ കാണാൻ എഴുന്നേല്ക്കുമ്പോഴേക്ക് കപ്പലിന്റെ ഗോവണികൾ എടുത്തുകഴിഞ്ഞിരുന്നു. അവർ തമ്മിലുള്ള ബന്ധത്തിന്റെ അവസാന ഗോവണിയും എടുക്കപ്പെടുന്നു. അയാൾ നോക്കുമ്പോൾ അമ്മായിയും ദമയന്തിയും ഡക്കിൽ അതേ സ്ഥലത്തു നില്ക്കുന്നു. അയാൾ കൈ ഉയർത്തി വീശി. അവർ കൈ ഉയർത്തുകയല്ല ചെയ്തത്. ആരതിയമ്മായി സാരിത്തലപ്പുകൊണ്ട് കണ്ണീർ തുടയ്ക്കുന്നു. ദമയന്തി അവരുടെ ചുമലിൽ തലയമർത്തി പൊട്ടിക്കരയുന്നു.

വാഗ്ദത്തഭൂമി തേടിയുള്ള മനുഷ്യന്റെ അനാദിയായ പ്രയാണങ്ങളും അലച്ചിലുകളുമായി ഈ അഭയാർത്ഥിപ്രവാഹവും കണ്ണിചേർക്കപ്പെടുന്നു. ഏത് അഭയാർത്ഥിപ്രവാഹങ്ങളെയും സ്വന്തം മടിത്തട്ടിൽ ഏറ്റുവാങ്ങുന്ന പ്രതീക്ഷാ നിർഭരമായ പ്രകൃതി കിഴക്കൻകടലുകൾക്കക്കരെ ഈ അഭയാർത്ഥികളെയും കാത്തുകിടക്കുന്നു. അനവധി പ്രവേശനമാർഗ്ഗങ്ങൾ, അനവധി പാരായണസാദ്ധ്യതകൾ എന്നിവ ‘വാസ്തുഹാരാ’യെ ഒരു ക്ലാസിക് തലത്തിലേക്ക് ഉയർത്തുന്നു.

ജീവിതം സൃഷ്ടിക്കുന്ന ദുരൂഹതയും ദുരന്തവും അഭിവ്യഞ്ജിപ്പി

ക്കാൻ കഥയെ പ്രഹേളികയാക്കി മാറ്റേണ്ട ആവശ്യമില്ല. മറിച്ച്, വ്യക്തമായ പശ്ചാത്തലബോധത്തോടെയും കഥാപാത്രവ്യക്തതയോടെയും ജീവിതം നേരിടുന്ന ദുരൂഹതയുടെയും ദുരന്തത്തിന്റെയും വിവിധ തലങ്ങൾ കഥയിൽ കൊണ്ടുവന്ന് കഥയെ ബഹുസ്വരമാക്കാൻ കഴിയും. ഇതിനൊരുദാഹരണമാണ് 'വാസ്തുഹാരാ' എന്ന കഥ.

കഥ ചരിത്രപരമായ ഒരു രാഷ്ട്രീയസ്വരം കേൾപ്പിക്കുന്നു. പ്രകടനപരമെന്നതിനേക്കാൾ കഥയുടെ ആന്തരികസ്വരമാണിത്. ഇതും ബക്തിൻ ബഹുസ്വരതയ്ക്ക് നിദാനമായി പറയുന്നുണ്ട്. കഥയിൽ ഒരിടത്ത് ഭവാനി അമ്മായി ആരതിയുടെ ഫോട്ടോ എടുത്തുവെച്ച് വേണുവിനെ കാണിക്കുന്നുണ്ട്. ആ ഫോട്ടോ ഏതോ പിക്കറ്റിങ്ങിന്റെ സമയത്ത് എടുത്തതാണെന്നും പറയുന്നുണ്ട്. അന്നവർ ആർ എസ് പിയിലായിരുന്നു. പിന്നീടാണ് പ്രസ്ഥാനത്തിലേക്ക് വരുന്നത്. ഇതിലൊരു സമരചരിത്രം കൂടിയുണ്ട്. ഒരു റവല്യൂഷനറി പാർട്ടിയുമായുള്ള ബന്ധം.

കടുത്ത ജീവിതയാഥാർത്ഥ്യങ്ങളോട് ഏറ്റുമുട്ടാനുള്ള മാനസിക ധൈര്യം ഇത്തരം പ്രസ്ഥാനങ്ങളിൽ പ്രവർത്തിച്ചതുകൊണ്ടുകൂടി ഉണ്ടായതാകാം. അതായത് ബംഗാളിലുണ്ടായ സ്വാതന്ത്ര്യസമരങ്ങളും അതിനുശേഷം ഉണ്ടായ തീവ്ര ഇടതുപക്ഷ പ്രവർത്തനങ്ങളുടെയും ഭാഗമായി അവർ പ്രവർത്തിച്ചിട്ടുണ്ട് എന്നർത്ഥം. പില്ക്കാലത്ത് ഭർത്താവിന്റെ മരണശേഷം മക്കളെ വളർത്തിയ രീതിയും ഈ കഠിനയാഥാർത്ഥ്യങ്ങളിൽനിന്ന് രക്ഷപ്പെട്ടുകൊണ്ടല്ല. സ്വന്തം മകൻ തന്നെ അത്തരത്തിൽ ഒന്നിൽ അകപ്പെട്ട് ഒളിവിലാകുമ്പോഴും മകൾ ദമയന്തി തീവ്രമായ പ്രതികർണശേഷി പ്രകടിപ്പിക്കുമ്പോഴും ആ അമ്മ അതിനെയൊക്കെ സമചിത്തതയോടെ തന്നെ നേരിടുന്നു. മക്കളുടെ ഇത്തരം ആത്മാർത്ഥമായ പ്രതികരണ നിലപാടുകൾ പൊതുസമ്മതി എന്നതിനേക്കാൾ സമൂഹത്തിലെ അനീതികളോട് പ്രതികരിക്കാനുള്ള ജന്മവാസനകൂടിയാണ്.

കുഞ്ഞുണ്ണിപ്പണിക്കരെ ആരതി കാണുന്നതും പരിചയപ്പെടുന്നതും പോലും സമരത്തിന്റേയോ രാഷ്ട്രീയത്തിന്റേയോ ഭാഗമായാണ്. കുഞ്ഞുണ്ണിപ്പണിക്കരിൽനിന്ന് ആരതിയിലേക്കോ തിരിച്ച് ആരതിയിൽ നിന്ന് പണിക്കരിലേക്കോ അവരുടെ മക്കളിലേക്കോ ഒക്കെ വിനിമയം ചെയ്യുന്ന രാഷ്ട്രീയ ഇടങ്ങൾ കഥാവ്യാപ്തിയെതന്നെ വർദ്ധിപ്പിക്കുന്നു. ഇതെല്ലാം കഥവഹിക്കുന്ന ആന്തരിക രാഷ്ട്രീയ സൂചനകളാണ്. അതുകൊണ്ടുതന്നെ പുരോഗമന സാഹിത്യരംഗത്ത് സി വി ശ്രീരാമന്റെ കഥകൾ നല്കുന്ന രാഷ്ട്രീയം ഏതുകാലത്തും തികച്ചും വിഭിന്നമായ ഒന്നായി നിലനില്ക്കുന്നു.

ചിദംബരം

യാത്രയും ഓർമ്മയും ചേർത്തുവച്ചുകൊണ്ടുള്ള ഒരു പരിസരത്തിൽ നിന്നാണ് സി വി ശ്രീരാമന്റെ *ചിദംബരം* എന്ന കഥ ആരംഭിക്കുന്നത്. ചിദംബര ക്ഷേത്രത്തിലേക്ക് എത്തിച്ചേർന്ന ശങ്കരൻ ഗോപുരനടയിലൂടെ

അകത്തേക്ക് കടക്കുമ്പോൾ അയ്യപ്പദീക്ഷിതരുടെ *ചിദംബരമിദം പ്രഥമിതമേവ പുണ്യസ്ഥലം* എന്ന വരി ഓർക്കുകയാണ്. കഥാകൃത്തിന്റെ ഇത്തരത്തിലുള്ള പരാമർശങ്ങൾ ഹൈന്ദവപൗരാണികതയോടുള്ള ബന്ധമായി പലരും വീക്ഷിക്കുന്നുണ്ട്. സ്ഥല കാലങ്ങളിലേക്കും വിവിധതരം മനുഷ്യാനുഭവങ്ങളിലേക്കും പുസ്തകജ്ഞാനങ്ങളിലേക്കും സുപരിചിതങ്ങളായ ഉദ്ധരണികളിലേക്കും കടന്നുചെന്നുകൊണ്ടുള്ള ധാരാളം റഫറൻസുകൾ സി വി ശ്രീരാമന്റെ കഥകളിൽ കാണാം. കഥാനുഭവങ്ങൾക്ക് ആധികാരികത നല്കാൻ ഇതുകൊണ്ട് സാധിക്കുന്നു. ഇതിനെ ഇ പി രാജഗോപാലൻ സി വി ശ്രീരാമൻ എന്ന എഴുത്തുകാരന്റെ പൊതുബോധത്തിന്റെ ഉല്പന്നങ്ങളായിട്ടാണ് വീക്ഷിക്കുന്നത്. ആഖ്യാതാവിന്റെ സ്വരംമാത്രം കഥയിൽ കേൾപ്പിക്കലല്ല കഥാകൃത്തിന്റെ ഉദ്ദേശ്യം എന്നിവിടെ വ്യക്തമാവുന്നു.

കഥയിലെ മനുഷ്യാനുഭവങ്ങൾക്കും മാനസികഭാവങ്ങൾക്കും യോജിക്കുന്ന ഭൂപ്രകൃതി കഥാപശ്ചാത്തലമായി കൊണ്ടുവരുവാൻ കഥാകൃത്തിന് കഴിയുന്നുണ്ട്. അത്തരം ഒരു ധ്വനി കഥയിലുടനീളം നമുക്ക് കാണാൻ കഴിയും. കഥയിലെ നായകന്റെ മനസ്സും (ചിദാകാശം) കഥാപശ്ചാത്തലമായി വർത്തിക്കുന്ന ചിദംബര ക്ഷേത്രവും പരസ്പരബന്ധിതമായ രീതിയിൽ മുന്നോട്ടു പോകുന്നതു കാണാം.

ചിദംബരക്ഷേത്രത്തിന് നാലു ഗോപുരങ്ങളുണ്ടായിട്ടും എന്തുകൊണ്ട് തെക്കേ ഗോപുരനടയിലൂടെ അകത്തേക്ക് കയറിയതെന്ന് അയാൾ ചിന്തിച്ചു. മറ്റേതെങ്കിലും ഗോപുരനടയിലൂടെ ആയിരുന്നെങ്കിൽ മനസ്സ് ഇത്രത്തോളം വികല്പങ്ങൾക്ക് അടിമപ്പെടുമായിരുന്നോ എന്ന് അയാൾ തന്നോടുതന്നെ ചോദിക്കുകയാണ്. ചിദംബരം ഗോപുരനടയിലെ പാദരക്ഷസൂക്ഷിപ്പുകാരിയായ തമിഴത്തിയുടെ രൂപം അയാളുടെ മനസ്സിന്റെ സ്വസ്ഥതയെ ഇല്ലാതാക്കുന്നുണ്ട്. അതിനുള്ള കാരണം ശങ്കരന്റെ സ്മരണകളിലൂടെ കഥാകൃത്ത് അനാവൃതമാക്കുന്നു.

പോർട്ട്ബ്ലയറിലെ ഹെഡോ എന്ന സ്ഥലത്ത് അയാൾ പാർത്തിരുന്ന വീടിന്റെ മറുവശത്ത് താമസിക്കുവാൻ വന്നവരാണ് വച്ചാപുരിയും അയാളുടെ ഭാര്യയായ അഖിലാണ്ഡാമ്മാളും. അത്രയ്ക്ക് ആകർഷണീയമായി ആ തമിഴ് യുവതിയിൽ ഒന്നുമുണ്ടായിരുന്നില്ല. വച്ചാപുരിയുടെ മേലുദ്യോഗസ്ഥനായിരുന്നു അയാൾ. അവിടത്തെ ഏകാന്തത അയാളെയും അഖിലാണ്ഡാമ്മാളെയും തമ്മിലടുപ്പിച്ചു. കീഴ്ജീവനക്കാരും കീഴ്ജീവനക്കാരുടെ ഭാര്യമാരും തനിക്ക് ലൈംഗികമായി പ്രാപ്യമാണെന്ന ചൂഷണബോധത്തിന്റെ അടിസ്ഥാനത്തിൽ അവളെ ഉപയോഗപ്പെടുത്താൻ തുനിയുന്ന ഒരു മേലുദ്യോഗസ്ഥനായിമാത്രം അയാളെ വീക്ഷിക്കാനും വായനക്കാരനു കഴിയില്ല. അവളും അയാളും തമ്മിലുള്ള ബന്ധത്തിന്റെ വികാസം അവിചാരിതവും അതിവേഗമുള്ളതുമായിരുന്നു. ഒരിക്കൽ ആ ബന്ധം അവസാനിച്ചുവെന്ന് കരുതിയിരിക്കുകയായിരുന്നു അയാൾ. വച്ചാപുരിക്ക് ജോലിസ്ഥലത്തുതന്നെ താമസസൗകര്യം തരപ്പെട്ടതായി

രുന്നു അതിനുകാരണം.

എന്നാൽ പ്രതീക്ഷിക്കാതെ ഒരർദ്ധരാത്രിയിൽ അവളയാളുടെ മുറിയിൽ കയറിച്ചെന്നു. അതുളവാക്കിയ അയാളുടെ ഉൽക്കണ്ഠകളെയെല്ലാം അവൾ മുൻകൈയെടുത്തുതന്നെ മായ്ച്ചു കളഞ്ഞു. ആ സമാഗമം ആവർത്തിക്കരുതെന്ന് മനസ്സുകൊണ്ട് ആഗ്രഹിക്കുമ്പോഴും പഞ്ചേന്ദ്രിയങ്ങളെ ഒന്നുപോലെ ആകർഷിക്കുന്ന ആ പ്രലോഭനങ്ങളിലേക്ക് അവർ അറിയാതെ വഴുതി വീഴുകയായിരുന്നു. ഒരിക്കൽ അസമയത്ത് കയറി വന്ന മുനിയാണ്ടി തന്റെ ഭാര്യയും അയാളും തമ്മിലുള്ള ബന്ധം നേരിൽ കണ്ടു. അതിന്റെ പ്രത്യാഘാതം മൂന്നുപേരിലും മൂന്നുരീതിയിൽ സംഭവിച്ചു. തന്റെ പ്രിയപ്പെട്ട ഭാര്യയെ നുറുനുറുങ്ങെ വെട്ടിയിട്ട് അന്നു രാത്രി തന്നെ മുനിയാണ്ടി കെട്ടിത്തൂങ്ങി ആത്മഹത്യ ചെയ്തു. പിറ്റേന്ന് പ്രഭാതമാകുമ്പോഴേക്കും വാർത്ത എല്ലായിടത്തും പരന്നു. അന്നയാൾക്ക് വിളറിയ, തണുത്ത, സദാ പിന്തുടരുന്ന ഒരു ഭീതി അനുഭവപ്പെട്ടു. രണ്ടു ദിവസത്തിനുശേഷം അയാൾ അയാളുടെ ഉയർന്ന ഉദ്യോഗസ്ഥനെ കാണാൻ ചെന്നപ്പോൾ അദ്ദേഹം തികഞ്ഞ അനുകമ്പയോടുകൂടി ഒന്നു നോക്കുകമാത്രം ചെയ്തു. എല്ലാം അറിഞ്ഞഭാവം ആ നോട്ടത്തിലുണ്ടായിരുന്നു. വിശാലമനസ്കനായ ആ ഓഫീസർ അയാളോടിങ്ങനെ പറഞ്ഞു.

“ഞാൻ നിങ്ങൾക്ക് പരമാവധി ദൂരത്തേക്ക് ട്രാൻസ്ഫർ തരാം. അറ്റ്ലാന്റാബേയിൽ കോളനൈസേഷൻ നടക്കുന്നുണ്ടല്ലോ? നാളെ ഒരു ബേച്ച് പോകുന്നുണ്ട്. അവരൊന്നിച്ച് പോയ്ക്കോളൂ...”

ഇവിടത്തെ ഉന്നതോദ്യോഗസ്ഥൻ അയാളുടെ കീഴുദ്യോഗസ്ഥനായ ശങ്കരനെ ഒരർത്ഥത്തിലും കുറ്റപ്പെടുത്തുന്നില്ല. പുണ്യപാപങ്ങളുടെയോ ശരിതെറ്റുകളുടെയോ നന്മതിന്മകളുടെയോ അടിസ്ഥാനത്തിലൊന്നും സംഭവങ്ങളെ അയാൾ വിലയിരുത്തുന്നില്ല.

പിറ്റേന്ന് പലേടത്തും പോയി യാത്രപറഞ്ഞ് തിരിച്ചുപോരുമ്പോൾ പെട്ടെന്നയാൾ ട്രക്ക് നിർത്താൻ പറഞ്ഞു. ആശുപത്രിവരാന്തയിലൂടെ ഫീമെയിൽ വാർഡിലേക്ക് കടന്നുചെന്നപ്പോൾ ഒരു പറ്റം തമിഴത്തികൾ ഒരു കട്ടിലിനുചുറ്റും നിശ്ശബ്ദരായി നില്ക്കുന്നു. ബാൻഡേജിൽ പൊതിഞ്ഞ ശരീരം കണ്ടപ്പോൾ കട്ടിലിൽ ഒരു പഞ്ഞിക്കെട്ട് കയറ്റി വച്ചിരിക്കുന്നു എന്നാണ് അയാൾക്കു തോന്നിയത്. പിന്നീട് അറ്റ്ലാന്റാബേയിൽ എത്തിയ അയാൾ ഒന്നു രണ്ടുമാസത്തിനു ശേഷം അഖിലാണ്ഡാമ്മാളെ തമിഴ് പട്ടാളർസംഘം കാശു പിരിച്ചെടുത്ത് നാട്ടിലേക്ക് കൊണ്ടുപോയതായി അറിഞ്ഞു.

പിന്നീട് അയാളുടെ അരാജകജീവിതം അയാൾക്കു സമ്മാനിച്ചത് കരൾ രോഗമായിരുന്നു. എല്ലാറ്റിലുംനിന്ന് മോചനം നേടാൻ അയാളെ ചികിത്സിക്കുന്ന ഡോക്ടറാണ് ഇത്തരത്തിലുള്ളൊരു സ്ഥലത്തേക്ക് യാത്ര നിർദ്ദേശിച്ചത്. ചിദംബരക്ഷേത്രപരിസരത്ത് അയാൾ വേദാന്തം പറയുന്ന സന്ന്യാസിമാരെ കാണുന്നുണ്ട്. കായികക്ലേശമാണോ സന്ന്യാസത്തിന്റെ ആരംഭം? ആതുരന്റെ ആശാകേന്ദ്രമാണോ സന്ന്യാസം?

അതോ ജീവിക്കാനുള്ള അത്യാർത്തിയുടെ സാഹസമോ? എന്നു തുടങ്ങിയ ചോദ്യങ്ങൾ പ്രത്യക്ഷമായും പരോക്ഷമായും കഥ ചോദിക്കുന്നുണ്ട്. ഇതിനൊന്നും ആത്യന്തികമായ ഉത്തരം നല്കുകയല്ല കഥ ചെയ്യുന്നത്. മറിച്ച് കഥാപാത്രങ്ങളുടെ മാറിമാറി വരുന്ന ജീവിതാനുഭവങ്ങളാണ് നമുക്ക് പാഠമായി വർത്തിക്കുന്നത്. ഇവിടെ ഓരോ കഥാപാത്രത്തിന്റെയും ലോകം വ്യത്യസ്തമാണ്. ഒന്ന് മറ്റൊന്നിലേക്ക് വിലയിച്ചു നില്ക്കുന്നില്ല. 'ചിദംബരം' എന്ന കഥയിലെ നായകൻ എന്ന കഥാപാത്രം ക്ഷേത്രസന്നിധാനത്ത് ചെല്ലുമ്പോഴും മനസ്സ് അന്വേഷിക്കുന്നതും കണ്ടറിയുന്നതും തന്റെ പഴയ തമിഴത്തിയെ തന്നെയാണ്. നായകന്റെ ചിദാകാശത്തിൽ വാഴുന്നത് താൻ ആഗ്രഹിക്കുന്ന തമിഴത്തിയാണ്. അല്ലാതെ ജീവിതത്തിന്റെ ശരീരാതീതമായ ഗഹനസമസ്യകളല്ല.

"പാപബോധത്താൽ നീതനായി കാഷായധാരിയായി മഹാക്ഷേത്രങ്ങളിൽനിന്നു മഹാക്ഷേത്രങ്ങളിലേക്ക് തീർത്ഥയാത്ര ചെയ്യുന്നവന്റെ ഉള്ളിലെ ലൗകികചിന്തകളുടെയും വ്യാമോഹങ്ങളുടെയും ആവിഷ്കാരമാണ് 'ചിദംബര'ത്തിൽ കാണുന്നത്."

'ചിദംബര'ത്തിലെ നായകൻ സ്വന്തം ഓർമ്മകളെ കുറ്റവും ശിക്ഷയും ശരിതെറ്റുകളുമായി വ്യാഖ്യാനിച്ചെടുക്കാൻ ശ്രമിക്കുകയാണ്. പക്ഷേ, അവിടെ അയാൾ പരാജയപ്പെടുന്നതു കാണാം. അഖിലാണ്ഡാമ്മാളുമായുള്ള ബന്ധത്തിൽ സമുദായത്തിന്റെ പ്രതികരണം ഭയന്നാണ് ശങ്കരൻ എക്കാലത്തും കഴിഞ്ഞു കൂടിയത്. അതുകൊണ്ടാണ് മുനിയാണ്ടിയുടെ ആത്മഹത്യയ്ക്കു ശേഷം അയാളുടെ അരാജകജീവിതവും പിന്നീടുള്ള കരൾവ്യാധിയും പാപപരിഹാരത്തിനായുള്ള തീർത്ഥയാത്രകളും അരങ്ങേറുന്നത്. ചിദംബരത്തിലേക്കുള്ള തീർത്ഥയാത്ര ശങ്കരന് പാപപരിഹാരത്തിനായുള്ള ഒളിച്ചോട്ടമായിരുന്നു. അതുകൊണ്ടാണ് ചിദംബരം ക്ഷേത്രത്തിനകത്തേക്ക് കയറിയ ഉടനേതന്നെ അയാളിൽ വികല്പങ്ങൾ ആരംഭിക്കുന്നത്. ഗോപുരത്തിന്റെ മുന്നിലിരിക്കുന്ന ചെരിപ്പു സൂക്ഷിപ്പുകാരിക്ക് അഖിലാണ്ഡാമ്മാളുടെ മുഖച്ഛായ ഉണ്ടെന്നു തോന്നിയിരുന്നു.

ഇനി കഥയിലെ ഏറ്റവും ഒടുവിലത്തെ ഭാഗങ്ങൾ ശ്രദ്ധിക്കുമ്പോൾ അഖിലാണ്ഡാമ്മാൾ എന്ന കഥാപാത്രത്തിന് ഏതു രീതിയിലുള്ള പരിണാമമാണ് ഉണ്ടായിരിക്കുന്നത് എന്നും അവരുടെ സംഭാഷണത്തിന് (സ്വരത്തിന്) ഉണ്ടായ വ്യക്തമായ മാറ്റവും വിശകലനം ചെയ്യേണ്ടതാണ്. ചിദംബരം നടരാജക്ഷേത്രത്തിലെ ഇടനാഴിയിൽനിന്ന് പതുക്കെ പുറത്തേക്ക് ഇറങ്ങിവന്ന അയാൾ ചെരിപ്പിന്റെ ടോക്കൺ തിരിച്ച് ആ സ്ത്രീയെ ഏല്പിക്കുമ്പോൾ ഇങ്ങനെ ചോദിച്ചു.

"അമ്മാ, നിങ്ങളുടെ വീട് ഇവിടെ തന്നെയാണോ?"

"അല്ല പിറന്ന സ്ഥലം ഇവിടെ നിന്ന് കുറച്ചകലെ ഒരു ഗ്രാമത്തിൽ"...

അപ്പോൾ അയാൾ ആ ഗ്രാമത്തിന്റെ പേരല്ല അവളുടെ പേരാണ് ചോദിച്ചത്.

"എന്റെ പേരോ..."

അവൾ ചൊടിച്ചു.

"ഹേ.. സ്വാമിയാരേ... കാവിയുമുടുത്ത് മോക്ഷം തേടി നടക്കുന്ന നിങ്ങൾക്ക് എന്റെ പേരറിഞ്ഞിട്ട് എന്തുകിട്ടാനാണ്... നിങ്ങൾ നിങ്ങളുടെ പാട്ടിനു പോകു."

ഇതിലെ ഏറ്റവും ഒടുവിലത്തെ സംഭാഷണം ബക്തിന്റെ കാഴ്ച പ്പാടിൽ സമ്പൂർണ്ണമായി സാക്ഷാൽക്കരിക്കപ്പെട്ടതും സുസ്ഥിരവുമാണ്. *എവിടെ നിന്നാണ് ഉത്ഭവം എന്നറിയാതെ സ്വരം ഭൂതകാലത്തുനിന്നും കൂട്ടമായി ഇറങ്ങിവരുന്നു.*

കഥ എന്ന അനുഭവത്തിൽ നിന്നുറവെടുക്കുന്ന ഒരു സ്വരമായി മുക ളിലത്തെ ഉരിയാട്ടത്തെ കണക്കാക്കാം. ഇവിടെ ശങ്കരനെപ്പോലെ ഒരു പാപചിന്ത വഹിക്കുകയല്ല അഖിലാണ്ഡാമ്മാൾ ചെയ്യുന്നത്. മുനിയാണ്ടി യുടെ ആത്മഹത്യയ്ക്കുശേഷം അവൾ ജീവിച്ചിരിപ്പുണ്ടോ മരിച്ചോ എന്ന ന്വേഷിക്കാതെ തികഞ്ഞ പുച്ഛത്തോടെ ശങ്കരൻ അവളെ അവഗണിക്കു കയാണ് എന്ന് വായനക്കാരന് തോന്നാം. ഇതിനെക്കുറിച്ച് വി അരവിന്ദാ ക്ഷൻ ഇങ്ങനെ സൂചിപ്പിക്കുന്നുണ്ട്.

"ധർമ്മാധർമ്മസീമകളെ ഉല്ലംഘിച്ചു മറ്റൊരു മനുഷ്യജീവിയെ ഉപഭോഗിച്ചു കാമപൂർത്തി സാധിക്കുക – ചൂഷണം എന്ന മഹാപാപം ചെയ്യുക – എന്നിട്ട് പശ്ചാത്താപത്തിൽ നീറി നീറി ആദ്ധ്യാത്മികതയിൽ അഭയമന്വേഷിക്കുക. ഇതെത്രയോ സാധാരണമാണ്. ഇതിന്റെ അന്ത സ്സാരശൂന്യതയെയാണ് ശ്രീരാമൻ ഇവിടെ തുറന്നു കാണിക്കുന്നത്."

മേലുദ്ധരിച്ചതിലെല്ലാം ശരിയുടെ അംശങ്ങളുണ്ട് എന്നു തോന്നാം. എന്നാൽ ബഹുസ്വരത എന്ന സങ്കല്പവുമായി ബന്ധപ്പെടുത്തി മിഖാ യേൽ ബക്തിൻ ഇതിനെ കാണുന്ന രീതി വ്യത്യസ്തമാണ്. ഇതിനെ ബക്തിൻ വാചികരൂപാന്തരണം (vocal alterity) എന്നു വിശേഷിപ്പി ക്കുന്നു.

ഇവിടെ കഥയിലെ നായകസങ്കല്പംതന്നെ മാറ്റി മറിക്കപ്പെടുന്നു. ഇതൊരു കഥാപാത്രത്തിന്റെ സമ്പൂർണ്ണമായി സാക്ഷാൽക്കരിക്കപ്പെട്ടതും സുസ്ഥിരവുമായ സംഭാഷണനിലപാടാണ്. ഇത് കേവലം വാചാടോപത പ്രകടിപ്പിക്കുന്ന ഒരു പരമ്പരാഗതസാഹിത്യകർത്തൃത്വമല്ല. സ്വയം നിർണ്ണയശേഷിയുള്ള ഒരു ചരിത്രകഥാപാത്രമായി ഇവിടുത്തെ സ്ത്രീ കഥാപാത്രം മാറുന്നു. കഥയ്ക്കകത്ത് ഉയർന്ന വിദ്യാഭ്യാസവും സാമൂ ഹിക–സാംസ്കാരിക നിലവാരവുമുള്ള ഒരു കഥാപാത്രമല്ല അഖിലാണ്ഡാ മ്മാൾ. അത് കഥയിൽനിന്നുതന്നെ നമുക്ക് മനസ്സിലാക്കാൻ സാധിക്കും. തമിഴ്നാട്ടിലെ മണലൂർ എന്ന കുഗ്രാമത്തിലാണ് ഈ കഥാപാത്രം ജീവിച്ചു വളർന്നിട്ടുള്ളത്. കഥയിലെ നായകനാണ് അഖിലാണ്ഡാമ്മാളുടെ വീട്ടിലേക്ക് അയയ്ക്കുന്ന കത്തിൽ മേൽവിലാസം ചാർത്തിക്കൊടുക്കു ന്നത്. ചില കൊച്ചുവാക്യങ്ങളിലൂടെ ഈ അനുഭവങ്ങളെ കഥയ്ക്ക കത്തേക്ക് കൊണ്ടുവരാൻ കഥാകൃത്ത് തികഞ്ഞ വൈദഗ്ദ്ധ്യം ഉപ

യോഗിക്കുന്നുണ്ട്.

"വികല്പങ്ങളുടെ ആരംഭം തെക്കേഗോപുരനടയിൽ വെച്ചായിരുന്നുവോ? അല്ല.

കടലൂരിൽനിന്നുള്ള യാത്രയ്ക്കിടയിൽ മണലൂർഗ്രാമം പിന്നിട്ടപ്പോൾ തുടങ്ങിയതാണ് ഈ വികല്പഭ്രംശം...

വഴിവക്കിൽ മണലൂർ ഗ്രാമത്തിന്റെ ബോർഡ് കണ്ടപ്പോൾ ഓർക്കാതെ ഉരുവിട്ടുപോയി.

സർപ്പങ്ങൾ ശെങ്കോടൻ കോനാർ
ചുണ്ണാമ്പുകാർ തെരു,
പോസ്റ്റ് മണലൂർ, വയ ചിദംബരം.

അന്നൊക്കെ അഖിലാണ്ഡാമ്മാൾ എഴുതിക്കൊണ്ടുവരുന്ന ഇൻലന്റിൽ അയാൾ ഈ മേൽവിലാസം കുറിക്കും."

വളരെ സാധാരണം എന്നു തോന്നുന്ന ഈ സ്ത്രീയുടെ നിലപാട് കഥയുടെ ആദ്യം മുതൽ മാറ്റമില്ലാതെ തുടരുന്നത് നമുക്കു കാണാൻ കഴിയും. ശങ്കരനുമായുള്ള ബന്ധത്തെ അവിഹിതമായല്ല അവർ കണ്ടത്. ബന്ധം പിടിക്കപ്പെട്ടപ്പോൾ വച്ചാപുരി വെട്ടിപ്പരിക്കേല്പിച്ച് മരണാസന്നനായി കിടന്നപ്പോഴും അവരുടെ നിലപാടിൽ മാറ്റമുണ്ടായിട്ടില്ല എന്നുതന്നെ കരുതണം. ചിദംബരം ക്ഷേത്രത്തിനുപുറത്ത് ശങ്കരൻ കണ്ടത് തന്റെ പഴയ അഖിലാണ്ഡാമ്മാളെത്തന്നെയായിരുന്നു. വീണ്ടും ഊരും പേരും ചോദിച്ചപ്പോഴാണ് കഥാന്ത്യത്തിൽ അവളുടെ നിലപാട് വ്യക്തമാക്കുകയും ഒപ്പം പുരുഷകഥാപാത്രത്തിന്റെ നിലപാടിനെ സംവാദവിധേയമാക്കുകയും ചെയ്യുന്ന സംഭാഷണം രൂപപ്പെടുന്നത്.

അഖിലാണ്ഡാമ്മാളുടെ കഥാന്ത്യത്തിലെ സുവ്യക്തമായ സംഭാഷണം കഥയെ സംവാദാത്മകമാക്കുന്നു. സംവാദാത്മകത ബഹുസ്വരതയ്ക്കു നിദാനമാകുന്നു. ഈ സംഭാഷണത്തിലൂടെ അഖിലാണ്ഡാമ്മാൾ മലയാളചെറുകഥയിലെതന്നെ ശക്തവും സ്വതന്ത്രവുമായ സ്ത്രീകഥാപാത്രങ്ങളിലൊന്നായി മാറുന്നു.

ഇരിക്കപ്പിണ്ഡം

സംഭാഷണങ്ങൾക്ക് വളരെയധികം പ്രാധാന്യം കൊടുത്തുകൊണ്ടാണ് 'ഇരിക്കപ്പിണ്ഡം' എന്ന കഥ ആദ്യവസാനം മുന്നോട്ടുപോകുന്നത്. സ്ഥലവ്യക്തത നല്കാൻ സ്ഥലത്തെക്കുറിച്ച് പറഞ്ഞുകൊണ്ടാണ് കഥ ആരംഭിക്കുന്നത്.

പടവുകൾ കയറുമ്പോൾ അഖിലേഷ്കുമാർ സിൻഹ പറഞ്ഞു:

"ഭാരത് വർഷത്തിലെ ഏറ്റവും പുരാതനക്ഷേത്രമാണ് വിഷ്ണുപദക്ഷേത്രം. സിദ്ധാർത്ഥരാജകുമാരൻ എല്ലാം ത്യജിച്ച് അഭയം തേടിയത് ഇവിടെയാണ്.

ഈ പുഴയുടെ തീരത്തുകൂടെ പിന്നെയും കുറേ ദൂരം നടന്ന് അവസാനം ബോധിവൃക്ഷത്തണലിൽ..." ഇത്രയും പറഞ്ഞത് പുറകിൽ

നില്ക്കുന്ന ആളാണ്.

"ഹരൺ, നിങ്ങളെയാണ് ഞാൻ തേടുന്നത്." സിൻഹ പിന്നിൽ നിന്നിരുന്ന ആളെ നോക്കി പറഞ്ഞു.

"ഹരൺ പാണ്ഡ" എനിക്കു പരിചയപ്പെടുത്തി. പിന്നെ പാണ്ഡയുടെ നേരേ തിരിഞ്ഞു. "എന്റെ സ്നേഹിതനാണ് വളരെ ദൂരത്തുനിന്നു വരുന്നു. ശ്രാദ്ധം കഴിക്കണം. എല്ലാം വേണ്ടതുപോലെ ചെയ്യണം. ഒരു കാൽ പൈസപോലും ജാസ്തി വാങ്ങരുത്."

പാണ്ഡ എല്ലാം സമ്മതിച്ചു.

"ഞാൻ പോകുന്നു ഗയ വിടുന്നതിനു മുമ്പ് സൗകര്യപ്പെടുമെങ്കിൽ വീട്ടിൽ വരണം." സിൻഹ പോയി.

"വരൂ" പാണ്ഡ മുമ്പെ നടന്നു.

"ഹിന്ദി അറിയാമോ?"

" അറിയാം."

പിതൃശ്രാദ്ധത്തിനുവന്ന ഒരാളാണ് ഈ 'ഞാൻ' എന്ന കഥാപാത്രം എന്നു മനസ്സിലാക്കാൻ സാധിക്കും. അതിലപ്പുറം നിസ്സംഗനായ ഒരു കാഴ്ചക്കാരൻ കൂടിയാകുന്നുണ്ട് ഈ കഥാപാത്രം. ഗംഗയുടെ കൈ വഴിയായ ഫൽഗുവിന്റെ തീരത്ത് അരങ്ങേറുന്ന ഒരു ജീവിതനാടകം കഥ വായിക്കുന്ന ഒരോരുത്തരുടെയും മുന്നിൽ ഒരു കാഴ്ചയായി മാറുന്നു. സിദ്ധാർത്ഥരാജകുമാരൻ എല്ലാം ത്യജിച്ച് അഭയം തേടിയ അതേ സ്ഥലത്തേക്കുതന്നെയാണ് നാനാഭാഷക്കാർ വിവിധ വസ്ത്രങ്ങളിൽ പൊതിഞ്ഞ ദേഹങ്ങളുമായി സ്വന്തം ദുഃഖങ്ങളും ആവശ്യങ്ങളും എല്ലാം ഉണർത്താനെത്തിയിരിക്കുന്നത്. ഫൽഗുനദിയുടെ മറുകരയിലാവട്ടെ നന്ദി ഗ്രാം, രാംദയ, സീതാകുണ്ഡ് എന്നീ പുണ്യക്ഷേത്രങ്ങളാണുള്ളത്. അവിടെ വെച്ചാണ് രാമലക്ഷ്മണൻമാർ ദശരഥമഹാരാജാവിന്റെ പിണ്ഡം വെച്ചത് എന്നും പറയുന്നു. ഒരു നദിയുടെ ഇരുകരയിലും വേരോടിയ രണ്ടു ചിന്താധാരകളെ അടയാളപ്പെടുത്താൻകൂടി ആഖ്യാതാവ് ശ്രമി ക്കുന്നുണ്ട്.

ദമ്പതികളെന്നു തോന്നിക്കുന്ന ഒരു യുവതിയും യുവാവും ഒരു ചെറിയ ആൺകുട്ടിയെയുംകൊണ്ട് പിണ്ഡമൂട്ടാൻ വരുന്നതും പിന്നീട് പിണ്ഡമൂട്ടുന്നതുമാണ് കഥയിലെ പ്രത്യക്ഷപ്രമേയം. എന്നാൽ ആ ഒരൊറ്റ അനുഭവത്തിലൂടെ മാത്രമല്ല കഥ മുന്നോട്ടു പോവുന്നത്. ഏറെ തിരക്കുള്ളവരായതുകൊണ്ട് അവിടെ ചെലവഴിക്കാൻ അവർക്ക് സമയ മില്ലെന്ന് പുരോഹിതനായ പാണ്ഡയുമായുള്ള അവരുടെ സംഭാഷണ ത്തിലൂടെ കഥാകൃത്ത് വ്യക്തമാക്കുന്നുണ്ട്. കഥാഗതിയും കഥാസൂച നയും ഇത്തരം സംഭാഷണങ്ങളിലൂടെ വായനക്കാരനെ ബോദ്ധ്യപ്പെടു ത്തുവാനുള്ള കഥാകൃത്തിന്റെ വൈദഗ്ദ്ധ്യം ശ്രദ്ധേയമാണ്.

"നോക്കൂ പാണ്ഡ, ഞങ്ങൾക്കിന്ന് അഞ്ചുമണിക്കെങ്കിലും കല്ക്കത്തെ യിലെത്തണം. കമ്പനി മീറ്റിങ്ങുണ്ട്. കുട്ടിയുടെ അച്ഛന്റെ ശ്രാദ്ധം കഴി ക്കണം. ചുരുക്കം എത്ര സമയം പിടിക്കും? "

"ഒരു മണിക്കൂർ...."

"പറ്റില്ല. കുറയ്ക്കൂ..."

"പതിനഞ്ച്..."

"പത്തുമിനിറ്റ്..."

ഈ കഥയിലെ മറ്റൊരു സന്ദർഭത്തിലെ സംഭാഷണശകലം കൂടി ശ്രദ്ധിക്കുന്നത് നന്നായിരിക്കും.

"നിങ്ങൾ എന്തു ജാതിയാണ്?..."

"ബ്രാഹ്മണർ."

"കഴിക്കുന്നത് അരിയോ ഗോതമ്പോ?"

"അരി."

"അരി കൊണ്ടു പിണ്ഡം വേണോ?"

"വേണം..."ഈ മറുപടി പറഞ്ഞത് സ്ത്രീയാണ്.

"അരിയാണെങ്കിൽ വേവാൻ സമയം പിടിക്കും. പറഞ്ഞ സമയത്തിനകത്ത്..."

"എന്നാൽ ഗോതമ്പ് മതി... "സ്ത്രീ വിധിച്ചു.

ഇത്തരം സംഭാഷണസൂചനകൾ കഥാപാത്രങ്ങളുടെ വ്യത്യസ്തമാനസിക ലോകം മനസ്സിലാക്കാൻ വായനക്കാരനെ സഹായിക്കും.

ഒരു വിശ്വാസം മുറുകെപ്പിടിച്ചുകൊണ്ട് കുട്ടിയുടെ അച്ഛന്റെ പിണ്ഡമൂട്ടാൻ എത്തിയതാണെങ്കിലും ഒരുതരം ലേലംവിളിയും വിലപേശലുമാകുന്നുണ്ട് അവിടത്തെ കാര്യങ്ങൾ. ഐഹികമായ ദുഃഖങ്ങളും ദുരിതങ്ങളും വേദനകളും സഹിക്കാൻ വിശ്വാസങ്ങൾ മനുഷ്യന് കരുത്തു നല്കുന്നുണ്ടാവും. ഈ മനുഷ്യൻ പുലർത്തുന്ന ഈ വിശ്വാസങ്ങളിലൂടെ കഥാകൃത്ത് അനാവരണം ചെയ്യാൻ ശ്രമിക്കുന്നത് വൈരുദ്ധ്യംനിറഞ്ഞ ജീവിതയാഥാർത്ഥ്യങ്ങളെയും സാമൂഹിക യാഥാർത്ഥ്യങ്ങളെയുമാണ്.

തുറന്നുപറയാൻ മടിക്കുന്ന ജീവിതയാഥാർത്ഥ്യങ്ങളെ കഥയിലെ ചില സൂചനകൾകൊണ്ടും ധ്വന്യാത്മകമായ വാക്യങ്ങൾകൊണ്ടുമാണ് കഥാകൃത്ത് അനാവരണം ചെയ്യുന്നത്. ഒരു കഥയ്ക്കകത്ത് പരിമിതപ്പെട്ടുപോകുന്ന ജീവിതാനുഭവങ്ങളായല്ല ഇവയൊന്നും നിലനില്ക്കുന്നത്. ബഹുമുഖമായ സംവാദ സാദ്ധ്യതകൾ വായനക്കാരനും നല്കിയാണ് കഥയിലെ ഓരോ അംശവും പുരോഗമിക്കുന്നത്. ശ്രേണീബദ്ധമായ സംഭാഷണങ്ങൾ കഥയെക്കുറിച്ച് പുതിയ പുതിയ സൂചനകൾ നല്കുന്നു. തന്റെ മകന്റെ അച്ഛനു വേണ്ടിയാണ് പിണ്ഡം വെക്കേണ്ടതെന്ന് ആ സ്ത്രീയോട് ചോദിച്ചറിഞ്ഞ പാണ്ഡ പരേതന്റേത് ഏതുരീതിയിലുള്ള മരണമാണെന്ന് ആരായുന്നു. അതൊക്കെ എന്തിനറിയണം എന്ന അവളുടെ ചോദ്യത്തിന് പാണ്ഡയ്ക്കു മറുപടിയുണ്ടായിരുന്നു. *അല്ല, അവഘാത്മൃത്യുവാണെങ്കിൽ റെയിൽവേസ്റ്റേഷന്റെ മുൻവശം കാണുന്ന പ്രേത ശിലയിൽ വെച്ചുവേണം പിണ്ഡം വെക്കാൻ... അതാണുത്തമം.* ആ ചോദ്യത്തിനു മുന്നിൽ പതറി നില്ക്കുന്ന യുവതി കൂടെയുള്ള ചെറുപ്പക്കാരനെ അർത്ഥഗർഭമായി എന്നാൽ അസ്വസ്ഥതയോടെ തറച്ചു

നോക്കിക്കൊണ്ട് അപമൃത്യുവിലുൾപ്പെടുന്ന മരണങ്ങൾ ഏതെല്ലാം എന്നു തിരക്കുന്നു. ആ പട്ടിക ആക്സിഡന്റ്, കൊലപാതകം, ആത്മഹത്യ എന്നിടത്തെത്തുമ്പോൾ അവൾ പെട്ടെന്ന് നിശ്ശബ്ദയാകുന്നു. ഈ സംഭാഷണമെല്ലാം നടന്നുകൊണ്ടിരിക്കുമ്പോൾ ആ കുട്ടിയാവട്ടെ കൂടെയുള്ള അങ്കിളുമായി കളിതമാശകൾ കാട്ടി രസിക്കുകയായിരുന്നു. പിണ്ഡം വെക്കുന്നതിന് എളുപ്പം വേവുന്ന ഗോതമ്പാണ് അരിക്കു പകരം തെരഞ്ഞെടുത്തത്. പിണ്ഡമൂട്ടുംമുമ്പ് മുങ്ങിക്കുളിക്കേണ്ട കുട്ടിയെ പുഴവെള്ളത്തിലേക്കിറങ്ങാൻതന്നെ അവളനുവദിക്കുന്നില്ല. വെള്ളം തലയിൽ തളിച്ചാൽ മതി എന്നു നിർദ്ദേശിക്കുന്നു. മനുഷ്യൻ ആചരിക്കുന്ന എല്ലാ ചടങ്ങുകളുടെയും അന്തസ്സാരശൂന്യത പ്രതീകാത്മകമായി വെളിപ്പെടുത്തുകയാണ് ഇവിടെ ആഖ്യാതാവ് നിർവഹിച്ചിരിക്കുന്നത്. പിണ്ഡം ഊട്ടുന്നത് ആത്മാവിനെ സംതൃപ്തിപ്പെടുത്താനാണ്. അങ്ങനെയാണെങ്കിൽ അതു വളരെ ആത്മശുദ്ധിയോടെ ആചരിക്കേണ്ട ഒരു കർത്തവ്യവുമാണ്. തുടർന്ന് കുട്ടി പിണ്ഡമൂട്ടാൻ തുടങ്ങുമ്പോൾ ആഖ്യാതാവ്, കുട്ടി, അങ്കിൾ എന്നുവിളിക്കുന്ന ചെറുപ്പക്കാരന്റെ ചിന്തയിലേക്കും ചെയ്തികളിലേക്കും വായനക്കാരുടെ ശ്രദ്ധയെ കേന്ദ്രീകരിക്കുന്നു. ഒരു സിനിമയിലെ മാറിമാറിവരുന്ന ദൃശ്യങ്ങൾപോലെ കഥയിലെ ജീവിതചിത്രങ്ങൾ വായനക്കാരന്റെ മനസ്സിൽ പ്രതിഫലനം സൃഷ്ടിക്കുന്നു. ഏതു സാഹചര്യത്തിലായാലും മനുഷ്യജീവിതം തീർക്കുന്നത് വിരുദ്ധലോകങ്ങളും വിരുദ്ധ ആശയങ്ങളുമാണ്. അതിന്റെ സ്പഷ്ടമായ ചിത്രമാണ് ഫൽഗുനദിക്കരയിൽ എല്ലാറ്റിനും സാക്ഷിയായി അയാൾ കാണുന്നത്. തുടർച്ചയെന്നു തോന്നിക്കുന്ന സംഭാഷണങ്ങളിലൂടെ കഥാകൃത്ത് ഇത് വ്യക്തമാക്കുന്നുണ്ട്. പിണ്ഡബലി അർപ്പിക്കുന്ന കുട്ടി പാണ്ഡ ചൊല്ലിക്കൊടുക്കുന്ന വരികൾ ഏറ്റുപറയുന്നു.

"ഗയാ യാം."
"ഗയാ യാം."
"ഗയാ സിരെ."
"ഗയാ സിരെ"
"കോലാഹൽ പർവ്വതെ."
കോലാഹൽ പർവ്വതെ."
"മഗധ ദേശേ..."
"മഗധ ദേശേ..."

പാണ്ഡയുടെ സ്വരവും കുട്ടിയുടെ സ്വരവും അവിടെ മുഴങ്ങിക്കൊണ്ടിരിക്കുമ്പോൾ അവർ രണ്ടുപേരും കൈയിലുണ്ടായിരുന്ന അമൃതബസാർ പത്രിക പടവിൽവെച്ച് ഒന്നിച്ചു ചേർന്നിരിക്കുകയായിരുന്നു. അയാൾ ഇടയ്ക്കിടെ നോക്കുമ്പോൾ അവളുടെ മുഖം ചുവക്കുന്നുണ്ട്. ഇനിയും തികച്ചും പരിചയപ്പെട്ടിട്ടില്ലാത്തവരെപ്പോലെ. പിന്നീട് ഭർത്താവിന്റെ ആത്മഹത്യക്കുമുൻപ് അവർ തമ്മിലുണ്ടായ ശാരീരികബന്ധത്തിന്റെ കണക്ക് ഓർത്തെടുക്കുകയായിരുന്നു. അയാൾ പറഞ്ഞത്

ഒറ്റത്തവണ മാത്രമേ ശാരീരികമായി ബന്ധപ്പെട്ടിട്ടുള്ളൂ എന്നാണ്. അവ ളത് സമ്മതിച്ചു കൊടുത്തില്ല. രണ്ടു തവണ എന്നു വീറോടെ ഖണ്ഡിച്ചു കൊണ്ട് അവൾ തുടർന്നു.

"നിങ്ങളുടെ മിസിസ്സിനെ ആദ്യത്തെ പ്രാവശ്യം മെന്റൽ ഹോസ് പിറ്റലിൽ അഡ്മിറ്റ് ചെയ്തത് പുലർച്ചയ്ക്കല്ലെ? നിങ്ങൾ പറഞ്ഞു ശരീരം വിറയ്ക്കുന്നുവെന്ന്... നമ്മൾ പോയി ജിംഖാന ക്ലബ്ബിന്റെ സ്റ്റുവാർഡിനെ വിളിച്ചുണർത്തി. പല്ലു പോലും തേക്കാതെ നിങ്ങൾ കുറേ കൺട്രി ലിക്കർ കഴിച്ചു....

വെറും നിലത്ത് പൊടി പുരണ്ട... എന്റെ ഭഗൽപുരിസാരി വിരിച്ച്...."

അങ്ങനെ ആ സംഭവം ഓർമ്മപ്പെടുത്തി അവൾ അയാളുടെ അഭിനന്ദനം പിടിച്ചു വാങ്ങി. എന്നിട്ട് അവൾ അയാളുടെ കൈപിടിച്ചു വലിച്ചുകൊണ്ട് പറഞ്ഞു. *ഡോൺട് ബി സില്ലീ... ആഫ്റ്റർ ഓൾ ടുമാറോ ഈസ് അവേഴ്സ്... എക്സ്ക്ലൂസീവിലി...*

സ്വന്തം ഭർത്താവിന്റെ ബലിതർപ്പണം തന്റെ കുട്ടി നടത്തുമ്പോൾ ജാരനോട് ഇത്തരത്തിൽ സംസാരിക്കുന്ന ഒരു സ്ത്രീയെ വെറുക്കാൻ വേണ്ട മറ്റു വിഭവങ്ങളൊന്നും കഥാകൃത്ത് നല്കുന്നില്ല. ഫൽഗുനദിയുടെ തീരത്തു നടക്കുന്ന സംഭവങ്ങളുടെ ഒരു യഥാതഥചിത്രം വരച്ചുകാട്ടുക മാത്രമേ ചെയ്യുന്നുള്ളൂ. അന്യർക്കു പ്രവേശനമില്ലാത്ത ഒരു ലോകമാണ് എക്സ്ക്ലൂസീവിലി എന്നതുകൊണ്ട് സ്ത്രീകഥാപാത്രം ഉദ്ദേശിക്കുന്നത്. സാധാരണ കഥാസ്വാദകർ ഇനിയും പരിചയപ്പെട്ടിട്ടില്ലാത്ത നിരവധി ലോകചിത്രങ്ങളാണ് ഫൽഗുനദിക്കരയിൽ അരങ്ങേറുന്നത്. ലോകത്തെ പല തലങ്ങളിൽ വീക്ഷിക്കാനുള്ള ശ്രമമാണ് കഥാകൃത്ത് നടത്തുന്നത്. ഇന്നത്തെ ലോകനീതിക്കുമുന്നിൽ അനേകം ലോകചിത്രങ്ങൾ ഈ കഥ യിലൂടെ കഥാകൃത്ത് കൊണ്ടുവരുന്നുണ്ട്. മനുഷ്യനെയും അവന്റെ പ്രവൃത്തികളെയും നിശിതമായി നിരീക്ഷണം ചെയ്തുകൊണ്ടാണ് സി വി ശ്രീരാമൻ ഇത്തരത്തിലുള്ള ലോകചിത്രങ്ങൾ നിർമ്മിക്കുന്നത്. ഇവിടെ കഥാകൃത്ത് നിരീക്ഷണത്തെ അവതരിപ്പിക്കുകയല്ല നിരീക്ഷണത്തിന്റെ നിരീക്ഷണങ്ങളെ അറിയിക്കുകയാണ്. ഒരോ കഥാപാത്രവും അവ രവരുടേതായ ലോകം സൃഷ്ടിക്കുന്നുണ്ട്.

മറ്റൊരു കഥാപാത്രത്തിന് ഹിതമോ അഹിതമോ എന്നു കണക്കാ ക്കാതെ ഓരോ കഥാപാത്രവും അവരവരുടേതായ മാനസികലോകങ്ങളും പ്രവൃത്തികളുമായി വിഭജിക്കപ്പെടുന്നു. പരസ്പരവിരുദ്ധമായ ആശയ ലോകങ്ങളാണ് ഇവിടെ പുലരുന്നത്. കുട്ടിയുടെ അമ്മയും ജാരനും അവരുടേതുമാത്രമായ ഒരു ലോകം തീർക്കുമ്പോൾ *പ്രേതാനാം മുഖ വാസനാർത്ഥം* എന്ന് പാണ്ഡ പറഞ്ഞുകൊടുത്ത മന്ത്രം ഏറ്റുപറഞ്ഞ കുട്ടി തർപ്പണം ചെയ്തുകൊണ്ടിരിക്കുമ്പോൾ പെട്ടെന്ന് വികാരാധീന നാകുന്നു. അച്ഛന്റെ ആത്മാവിന് മുഖവാസനാർത്ഥം മകനിതാ ജലം നല്കുന്നു സ്വീകരിച്ചാലും. *അന്ധതാനിവാരണാർത്ഥം മകനിതാ ദീപം നല്കുന്നു സ്വീകരിച്ചാലും* എന്ന ഭാഗത്തെത്തിയപ്പോൾ സകലനിയന്ത്ര

ണങ്ങളും നഷ്ടപ്പെട്ടുപോയ കുട്ടി അലറിവിളിച്ചുകൊണ്ട് തന്റെ അമ്മയുടെ ശരീരത്തോട് പറ്റിച്ചേർന്നിരിക്കുന്ന ജാരനു നേരെ ആക്രോശിച്ചു. *യു ഗോ എവെ.* എന്നിട്ട് ഒട്ടും പ്രതീക്ഷിക്കാതെ ഉരുട്ടിയ ഗോതമ്പ് അയാളുടെ മുഖത്തേക്ക് വലിച്ചെറിഞ്ഞു. അയാൾക്ക് ദേഷ്യം വന്നില്ല. പക്ഷേ, ആ മുഖത്ത് നിഴലിച്ചത് ഭീതിയായിരുന്നു. അയാൾ അവിടെനിന്നു മാറി ദൂരെ ഒരിടത്തു ചെന്നിരുന്നു. അവൾക്കപ്പോൾ അയാളുടെ അടുത്തേക്ക് ചെന്നിരിക്കാൻ കഴിഞ്ഞില്ല. അവൾ മറ്റൊരിടത്ത് ചെന്നു നില്ക്കുകയാണ് ചെയ്തത്. ആ സമയം ശ്മശാൻഘട്ടിൽ ഒരു ദേഹം ആളിക്കത്തുന്നത് അവളുടെ കണ്ണിൽപ്പെട്ടു. ശവദാഹത്തിനു വന്നവർ എത്രയും പെട്ടെന്ന് തിരിച്ചുപോകാൻ തിരക്കു കൂട്ടുകയായിരുന്നു. ഒരേസമയം മകൻ അനുഷ്ഠിക്കുന്ന ബലിതർപ്പണവും മറ്റൊരിടത്തുള്ള ശവദാഹവും അവർ അമ്പരപ്പോടെ നോക്കിനിന്നു. നിസ്സംഗതയോടെ നോക്കിനില്ക്കുന്ന തന്റേതന്നെ പിണ്ഡമാണ് മകൻ വെക്കുന്നത്. ഇത്തരത്തിലൊരു സവിശേഷമായ തിരിച്ചറിവിൽ നിന്നാകണം കഥയ്ക്ക് *ഇരിക്കപ്പിണ്ഡം* എന്ന പേരുതന്നെ വരുന്നത്. അത്തരത്തിലൊരു ചിന്തകൊണ്ടുമാത്രം അവസാനവാക്കു തിരുമാനിക്കാൻ വായനക്കാരനു കഴിയില്ല.

കുട്ടിയുടെ യഥാർത്ഥ അച്ഛൻ അവന്റെ അമ്മയുടെ ജാരൻതന്നെ ആയിരിക്കാം എന്ന വിപരീതം കഥയിലെ സംഭവത്തിൽനിന്നു ലഭിക്കുന്നുണ്ട്. ഇവിടെ ഒരു നിഗമനത്തെയും അവസാനവാക്കെന്നു പറഞ്ഞ് ഉറപ്പിച്ചെടുക്കാൻ കഥാകൃത്ത് വായനക്കാരനെ സമ്മതിക്കുന്നില്ല. പിണ്ഡസമർപ്പണം കഴിഞ്ഞ് കുട്ടി പാണ്ഡയുടെ കൈകളിലേക്ക് കുഴഞ്ഞു വീഴുന്നുണ്ട്. *വിയർപ്പും അഴുക്കും പുരണ്ട മേൽമുണ്ടുകൊണ്ട് പാണ്ഡ കുട്ടിയുടെ കണ്ണീരൊപ്പി* എന്ന ഒറ്റവാക്യത്തോടെ കഥാകൃത്ത് ആ ഭാഗം അവസാനിപ്പിക്കുകയാണ്. തൊട്ടടുത്ത വാക്യമാകട്ടെ *അവൾ ബാഗു തുറന്ന് പാണ്ഡയ്ക്കു ദക്ഷിണ കൊടുത്തു* എന്നാണ്. ഈ രണ്ടു വരികൾക്കിടയിൽനിന്ന് വളരെ വിദഗ്ദ്ധമായി എഴുത്തുകാരൻ മാറി നില്ക്കുന്നു. ശരിതെറ്റുകളുടെയും നന്മതിന്മകളുടെയും ഒരു ദീർഘവിചാരണ ഈ വരിയിലുണ്ട്. മലിനമാകാത്ത വസ്ത്രം ധരിച്ചവർ നദിക്കരയിൽ നില്ക്കുമ്പോൾ അഴുക്കുപുരണ്ട മേല്മുണ്ടുകൊണ്ട് കുട്ടിയുടെ കണ്ണീരൊപ്പുന്ന പാണ്ഡ ഒരു ചരിത്രകഥാപാത്രമാണ്. നരലോകജീവിതത്തെ സംബന്ധിച്ച യാതനാപൂർണ്ണമായ ഒരു രംഗമാണ് ഇവിടെ അരങ്ങേറുന്നത്. ഒപ്പം പിതൃപുത്രബന്ധത്തെ ചരിത്രം, പാരമ്പര്യം, സാമൂഹികം, ജനിതകം, മനഃശാസ്ത്രം എന്നീ തലങ്ങൾ വെച്ചുകൊണ്ട് വിശകലനം ചെയ്യാൻ കഴിയുന്ന ഒരിടം എഴുത്തുകാരൻ സാദ്ധ്യമാക്കുന്നു.

കുട്ടിക്ക് അച്ഛൻ ഒരു ദുരന്തബോധമായി ഇവിടെ മാറുന്നു. യഥാർത്ഥ പിതാവിന്റെയും ജാരന്റെയും ഇടയിൽ നിലനിന്നുകൊണ്ട് ഇതിലേതാണ് ശരി എന്ന് നിർണ്ണയിക്കാൻ പറ്റാത്ത ഒരു സന്ദിഗ്ദ്ധത കുട്ടിയെ ചൂഴ്ന്നു നില്ക്കുന്നുണ്ട്.

പുറംലോകം സൃഷ്ടിക്കുന്ന വൈരുദ്ധ്യങ്ങൾ കുട്ടിയുടെ അബോധത്തിൽ പലതരത്തിലുള്ള ചിന്തകൾ ജനിപ്പിക്കുന്നുണ്ട്. അത് നേരത്തേ സൂചിപ്പിച്ച പല ഘടകങ്ങളുമായും ബന്ധപ്പെട്ടുകിടക്കുന്ന ഒന്നാണ്. ഇത്തരം ഒരുപാടു ഘടകങ്ങളുടെ സ്വാധീനത്തിൽനിന്ന് ഉരുവംകൊണ്ട ഒന്നാണ് കുട്ടിയുടെ പ്രതികരണം. ഇത് ചരിത്രത്തിന്റെ ആകത്തുകയാണ്.

ചരിത്രത്തിൽനിന്ന് അനവധി ഇച്ഛാപ്രവാഹങ്ങൾ അനിയന്ത്രിതമായി അവനിലൂടെ കടന്നുപോകുന്നു. ഈ പ്രവാഹത്തിനുപിന്നിൽ വർത്തിക്കുന്ന ഘടകങ്ങളായാണ് പാരമ്പര്യം, സാമൂഹികം, ജനിതകം, മനഃശാസ്ത്രം എന്നിവയെല്ലാം വർത്തിക്കുന്നത്.

അതായത് കഥയിലോ നോവലിലോ വ്യത്യസ്ത കഥാപാത്രങ്ങളുടെ സ്വരങ്ങൾ ഒന്നിച്ചു ചേരുന്നതിനപ്പുറം ഒരു കഥാപാത്രസ്വരം വളരെ നിർണ്ണായകമായ അംശം കൈവരിക്കുമ്പോഴും അത് ബഹുസ്വരതയുടെ പരിധിയിൽപ്പെടുന്നു. ഈ നിർണ്ണായകസ്വരത്തിൽനിന്ന് കഥ വീണ്ടും മുന്നോട്ട് ചലിക്കുന്നുണ്ട്. മരിച്ച ആൾ ബ്രാഹ്മണനായതുകൊണ്ട് പിണ്ഡം വെച്ചിടത്ത് മൂന്നു ബ്രാഹ്മണരെക്കൊണ്ട് സഹസ്രനാമം ചൊല്ലിക്കണമെന്ന പാണ്ഡയുടെ നിർദ്ദേശം അവർ അംഗീകരിച്ചു. അതിനുള്ള കൂലി മുൻകൂറായി കൊടുത്ത് അവർ വേഗത്തിൽ അവിടെനിന്ന് യാത്രതിരിച്ചു.

കല്ക്കത്തയിലെ ഒരു ഉയർന്ന വാണിജ്യസ്ഥാപനത്തിന് ഉടമയായ ഒരു ബ്രാഹ്മണസ്ത്രീയും അവരുടെ സ്ഥാപനവുമായി ഏറ്റവുമടുത്ത് ബന്ധപ്പെട്ടു പ്രവർത്തിക്കുന്ന കോട്ടയം സ്വദേശിയായ നൈനാൻ എന്ന ക്രിസ്ത്യൻ യുവാവുമാണ് അവിടെ വന്നിട്ടുണ്ടായിരുന്നത് എന്ന് നമുക്ക് കഥയിൽനിന്നു മനസ്സിലാക്കാം. ഈ പുരുഷനുമായുള്ള ബന്ധം, അവളുടെ ഭർത്താവിന്റെ ആത്മഹത്യ എന്നിവയെല്ലാം കഥയിലൂടെ അനാവരണം ചെയ്യപ്പെടുന്നുണ്ട്. സംഭവങ്ങളെ പലരീതിയിൽ ചേർത്തുവായിക്കാൻ സാദ്ധ്യമാക്കുന്ന ഒരവസ്ഥ കഥാകൃത്ത് നല്കുന്നുണ്ട്. മർത്ത്യചരിത്രത്തിൽ എന്നും ആവർത്തിക്കുന്ന ഒരനുഭവത്തിന്റെ ആവിഷ്കാരം തന്നെയാണ് ഇത്. 'ഇരിക്കപ്പിണ്ഡം' എന്ന കഥയിലെ മിസിസ്സ് പാണിഗ്രാഹിയിലും നൈനാനിലും മാത്രമല്ല ഇത്തരത്തിലുള്ള ഉൾപ്രേരണകൾ എന്ന് വായനക്കാരനു ബോദ്ധ്യപ്പെടുന്ന രീതിയിലാണ് കഥാകാരന്റെ അവതരണം. സി വി ശ്രീരാമന്റെതന്നെ മറ്റു കഥകളിൽനിന്ന് ഇതിനുള്ള സാധൂകരണം കണ്ടെത്താമെന്ന് *ആസക്തികളുടെ തീർത്ഥാടനം സി വി ശ്രീരാമൻ കഥകളുടെ വായന* എന്ന ലേഖനത്തിൽ എ എം ഉണ്ണികൃഷ്ണൻ *ഭഗവദ്ഗീത*യിലെ ശ്ലോകം ഉദ്ധരിച്ചുകൊണ്ടു പറയുന്നുണ്ട്.

അഥ കേന പ്രയുക്തോയം
പാപം ചരതി പൂരുഷഃ
അനിച്ഛന്നപി വാർഷ്ണേയാ
ബലാദിവ നിയോജിതഃ
(കർമ്മയോഗം ശ്ലോകം 36)

എന്തുകൊണ്ടാണ് മനുഷ്യൻ പാപം ചെയ്യുവാൻ പ്രേരിതനാകുന്നത്. എന്നുള്ള ചോദ്യത്തിന് ശ്രീകൃഷ്ണൻ നല്കുന്ന ഉത്തരം ഇങ്ങനെയാണ്.

കാമ ഏഷ ക്രോധ ഏഷ
രജോഗുണ സമുത്ഭവഃ
മഹാശനോ മഹാപാപ്മാ
വിദ്ധ്യേനമിഹ വൈരിണം.

''മനുഷ്യനെക്കൊണ്ട് ബലാൽപാപം ചെയ്യിക്കുന്ന ഹേതു രജോഗുണത്തിൽ നിന്നുണ്ടാകുന്നതും രജോഗുണത്തെ വർദ്ധിപ്പിക്കുന്നതുമായ കാമംതന്നെയാണ്. ഈ കാമംതന്നെ തടയപ്പെട്ടാൽ ക്രോധമായി മാറുന്നു. ഭക്ഷിക്കുംതോറും അടങ്ങാതെ പെരുകുന്നതും അതു നിമിത്തം എന്തു പാപം ചെയ്യാനും പ്രേരണ നല്കുന്നതുമായ ഈ കാമത്തെ ജ്ഞാനമാർഗ്ഗത്തിന്റെ ശത്രുവാണെന്നറിയുക. മറ്റുപല കഥകളിലേയും പോലെ ജീവിതത്തിന്റെ വൈരുദ്ധ്യമാണ് ഇവിടെയും പ്രമേയം."

സി വി ശ്രീരാമന്റെ കഥകളിലെ ഇത്തരം ഉദ്ധരണികൾ ഒരിക്കലും ഒരവസാനവാക്കു രൂപീകരിക്കാൻ ഇട നല്കുന്ന ഒന്നല്ല. പലതരത്തിലുള്ള ബോധങ്ങൾ കഥകളിൽ വന്നു നിറയുന്നുണ്ട്. പാപപുണ്യങ്ങളുടെ കണക്കുപറഞ്ഞ് ഏതെങ്കിലും ഒരു അവസ്ഥയ്ക്ക് അനുകൂലമായി നില്ക്കാനോ ഏതെങ്കിലുമൊരു കഥാപാത്രത്തിന്റെ വക്കാലത്തുമായോ കഥാകൃത്ത് പ്രത്യക്ഷപ്പെടുന്നില്ല. മാത്രമല്ല, *ഭഗവദ്ഗീത*യിലൂടെയും മറ്റും ഉണ്ടായി വന്നിട്ടുള്ള ചില പൊതുബോധങ്ങളെ വായനക്കാരനിലൂടെ അപനിർമ്മിക്കുക എന്നൊരു ഉദ്ദേശ്യംകൂടി കഥാകൃത്തിനുണ്ട്. കാമം എന്നതുമായി ബന്ധപ്പെടുത്തുന്നതിനപ്പുറം മനുഷ്യസഹജമായ ലൗകികപ്രേരണകളാണ് സി വി ശ്രീരാമന്റെ ഈ കഥാപാത്രങ്ങൾക്കുള്ളത്. അല്ലാതെ തികച്ചും ഏകപക്ഷീയമായ ഒരു കാമത്തിൽ നിന്നുളവാകുന്നതല്ല.

"കാശിയിലെ തീർത്ഥഘട്ടത്തിൽ ശ്രാദ്ധകർമ്മങ്ങൾക്കായിവന്ന യുവതിയും മകനും അവളുടെ കാമുകനും ഉപജീവനാർത്ഥം മോക്ഷമന്ത്രങ്ങളുരുവിടുന്ന പാണ്ഡയുമെല്ലാംകൂടി സൃഷ്ടിക്കുന്ന ഭാവമുഹൂർത്തം എക്കാലത്തും ജീവിതത്തെ മൂടി നില്ക്കുന്ന ഉത്തരമില്ലാത്ത വിചാരണയാണ്.

കഥയിലൂടെ ജീവിതത്തെ വിചാരണ ചെയ്യുകയാണ് കഥാകാരൻ.

സ്വന്തം ഓർമ്മയെ കുറ്റവും ശിക്ഷയും ശരിതെറ്റുകളുമായി ഒരാൾക്ക് വ്യവച്ഛേദിച്ചെടുക്കാനാകുമോ? ധർമ്മാധർമ്മത്തെക്കുറിച്ചും സദാചാരത്തെക്കുറിച്ചും വ്യക്തിയും സമുദായവും പുലർത്തുന്ന പരസ്യരഹസ്യസംവാദമാണ് ശ്രീരാമൻ കഥകളുടെ ഏറ്റവും വലിയ പ്രസക്തി."

തന്റെ മകൻ ഭർത്താവിന്റെ പിണ്ഡകർമ്മം ചെയ്യുന്ന വേളയിൽ ജാരന്റെ ഒപ്പംനിന്ന് തങ്ങളുടെ ആദ്യത്തെ ശാരീരികബന്ധം ഓർമ്മിച്ചെടുത്ത് പുളകം കൊള്ളുന്ന വിധവയെയും അവരുടെ വ്യക്തിചരിത്രം തന്നിലാവേശിച്ച ഒരു നിമിഷത്തിൽ വികാരാധീനായി ജാരന്റെ മുഖത്ത് ഉരുട്ടിയ പിണ്ഡം വലിച്ചെറിയുന്ന കുട്ടിയെയും കഥാകൃത്ത് ജീവിതമെന്ന നിർദ്ദയയാഥാർത്ഥ്യത്തിനു മുന്നിൽ ശരിതെറ്റുകളുടെ വിചാരണകൂടാതെ

സമനിലയോടെയാണ് ചിത്രീകരിക്കുന്നത്. (ജീവിതത്തെ ചൂഴ്ന്നു നില്ക്കുന്ന അതിഭൗതികമല്ലാത്ത ആത്മീയതയാണ് ശ്രീരാമന്റെ കഥകളിൽ) കാമവും അതുളവാക്കുന്ന ജീവിതദുരന്തവും തന്റെ കഥകളുടെ അവസാനവാക്കാക്കുകയല്ല കഥാകാരൻ ചെയ്യുന്നത്. ഗീതാവാക്യങ്ങളെയും ആത്മീയദർശനങ്ങളെയുമെല്ലാം കരകവിഞ്ഞുനില്ക്കുന്ന ജീവിതത്തിന്റെ ആഴവും വ്യാപ്തിയുമാണ് ഇതു നമ്മെ ബോദ്ധ്യപ്പെടുത്തുന്നത്. 'ഇരിക്കപ്പിണ്ഡ'ത്തിലെ മിസിസ്സ് പാണിഗ്രാഹിയിലും നൈനാനിലും മാത്രമാണ് ഇത്തരത്തിലുള്ള ഉൾപ്രേരണകൾ എന്നല്ല, മറിച്ച് ഇത് സാർവ്വജനീനവും സാർവ്വലൗകികവുമാണ്. ജീവിതത്തിന്റെ അപരിഹാര്യതകളെക്കുറിച്ച് എപ്പോഴും നമ്മെ ബോദ്ധ്യപ്പെടുത്തുന്ന മഹാകവി ആശാനോടാണ് ഇവിടെ കഥാകൃത്തിന് ചേർച്ച കൈവരുന്നത്.

ജന്തുവിന്നു തുടരുന്നു വാസനാ–
ബന്ധമിങ്ങുടലു വീഴുവോളവും.

കരുതുവതിഹ ചെയ്യവയ്യ, ചെയ്യാൻ
വരുതി ലഭിച്ചതിൽ നിന്നിടാ വിചാരം;
പരമഹിതമറിഞ്ഞുകൂട; യായു–
സ്ഥിരതയുമില്ലതിനിന്ദ്യമീ നരത്വം!

ജീവിതത്തെ ചൂഴ്ന്നുനില്ക്കുന്ന കാമനകളും ഒപ്പം അപരിഹാര്യമായ അനിശ്ചിതത്വവുംതന്നെയാണ് ആശാന്റെ മേലുദ്ധരിച്ച വരികളിലും.

മരിച്ച വ്യക്തിയുടെ ആത്മാവിനുവേണ്ടി സഹസ്രനാമം ചൊല്ലുന്ന മൂന്നു ബ്രാഹ്മണരെ ചിത്രീകരിച്ചുകൊണ്ടാണ് സി വി ശീരാമൻ കഥ അവസാനിപ്പിക്കുന്നത്. സഹസ്രനാമം ചൊല്ലുമ്പോഴും ആ മൂന്നുപേർക്കിടയിൽ യാതൊരു ചേർച്ചയും കാണാൻ സാദ്ധ്യമായിരുന്നില്ല. ഒരാൾ ചൊല്ലുന്നതിനിടയിൽ ബീഡി കത്തിച്ചു വലിക്കുന്നുണ്ടായിരുന്നു. മറ്റൊരാളാകട്ടെ പുകയില വായിൽ ഉതിർത്തുകൊണ്ടാണ് ആ കൃത്യം നിർവ്വഹിക്കുന്നത്. മൂന്നാമത്തെ യുവാവിന്റെ കണ്ണുകൾ ധ്യാനനിമഗ്നമായിരുന്നു. പരിസരം മറന്നുകൊണ്ട് അയാൾ മന്ത്രോച്ചാരണം തുടർന്നുകൊണ്ടിരിക്കുന്നു. കഥയിലെ അവസാനവാക്യം ഇങ്ങനെയാണ്.

"ആ ശബ്ദം ഗയയുടെ പടവിൽ നില്ക്കാതെ നീണ്ടുപോകുന്നു. കല്പാന്തം വരേക്കും... നിലയ്ക്കാത്ത ദൃഢതയോടെ വിജ്ഞാനത്തിന്റെ ദാഹം കലർന്ന്."

നിത്യപരിണാമിയായ മനുഷ്യജീവിതത്തെക്കുറിച്ച് നമുക്കിങ്ങനെ പറയാം.

"ഒന്നിനെക്കുറിച്ചും അവസാനവാക്ക് പറയാൻ സാദ്ധ്യമല്ല. ലോകത്തെക്കുറിച്ചൊരവസാനവാക്ക് ഇന്നേവരെ പറയപ്പെട്ടിട്ടില്ല. ലോകം തുറവിയുള്ളതും സ്വതന്ത്രവുമാണ്. എല്ലാം ഭാവിയിലുണ്ട്. ഭാവിയിലുണ്ടായിരിക്കുകയും ചെയ്യും."

ക്ഷുരസ്യധാരാ

കഥകൾക്കകത്ത് സംഭാഷണം കൊണ്ടുവരികയും ആ സംഭാഷണത്തിലൂടെ തന്നെ കഥപറഞ്ഞ് അവസാനിപ്പിക്കാനും സി വി ശ്രീരാമന് സാധിച്ചിട്ടുണ്ട്. സംഭാഷണങ്ങൾക്കിടയ്ക്കുള്ള ചില ഭാഗങ്ങൾ വായനക്കാരന് വിട്ടുകൊടുത്തുകൊണ്ടാണ് 'ക്ഷുരസ്യധാരാ' എന്ന കഥ മുന്നോട്ടു ചലിക്കുന്നത്. എല്ലാം കേട്ടിരിക്കുന്ന ധ്യാനനിരതമായ ഒരു ബ്രഹ്മചാരിയിൽനിന്നാണ് കഥ ആരംഭിക്കുന്നത്. എല്ലാറ്റിലുംനിന്ന് മോചനം നേടുവാനായി ആശ്രമത്തിലെത്തിയതാണ് അയാൾ. ബ്രഹ്മചാരിയുടെ വാക്കുകളിൽനിന്നും ആശ്രമത്തിൽ വന്നെത്തിയ അയാളെക്കുറിച്ചുള്ള ചിത്രം നമുക്കു ലഭിക്കും.

"എനിക്കു നിങ്ങളോട് അനുകമ്പയുണ്ട്. എങ്കിലും ഞാൻ എന്തൊക്കെയാണ് ഈ കേട്ടത്. ഒരേസമയത്ത് ഒരു ശയ്യയിൽ ഒന്നിൽക്കൂടുതൽ സ്ത്രീകളുമായി.... അതുപോലെ ഒരേസമയത്ത് ഒന്നിൽക്കൂടുതൽ ലഹരി പദാർത്ഥങ്ങളുടെ അന്ധതയിൽ.... ലഹരി പദാർത്ഥം ദ്രാവകമായും ധൂമമായും മാത്രകളായും. നിങ്ങൾ ഇംഗ്ലീഷിൽ ഇതിനെ പെർവേഷൻ എന്നു പറഞ്ഞ് രക്ഷപ്പെടുമായിരിക്കും. പക്ഷേ, എന്റെ മതം ഇതാണ്. നിങ്ങളുടെ വാസനകൾക്ക് കലി ബാധിച്ചിരിക്കുന്നു. മുഴുത്ത കലി ...." ബ്രഹ്മചാരി ചിന്താമഗ്നനായി. എന്നിട്ടു പറഞ്ഞു...

"കാമാതുരാണാം ന ഭയം ന ലജ്ജ... "

"ബ്രഹ്മചാരി, പറഞ്ഞു തരണം. എനിക്ക് ഇതിൽ നിന്ന് ഒരിക്കലും മുക്തി ഉണ്ടാവില്ലേ?"

"മുക്തി ആഗ്രഹിക്കുന്നുണ്ടോ?"

"അസാദ്ധ്യമാണെന്ന് എനിക്കു തോന്നുന്നു."

"അതല്ല. ആഗ്രഹിക്കുന്നുണ്ടോ?... അതിനു മറുപടി പറയൂ."

"ആഗ്രഹിക്കുന്നു. എന്തുമാത്രം ആഗ്രഹിക്കുന്നു?..."

"എങ്കിൽ അതിന്റെ അർത്ഥം, നിങ്ങൾ മുക്തിയുടെ പാത വരെ എത്തി എന്നാണ്. മുക്തി എത്രയോ ദൂരെ ആയിക്കൊള്ളട്ടെ നിങ്ങൾ *ഗീത* വായിച്ചിട്ടുണ്ടോ?"

ഒരന്വേഷകന്റെ നിലയിലെങ്കിലും *ഭഗവദ്ഗീത* വായിക്കണമെന്ന് ബ്രഹ്മചാരി അയാളോട് പറയുന്നു. *ഗീത*യും കഠോപനിഷത്തും വാറൻ ഹേസ്റ്റിങ്സും സോമർസെറ്റ് മോമും കാളിദാസനും വില്വമംഗലം സ്വാമിയാരുമൊക്കെ ഉദ്ധരണികളായും പരാമർശരൂപത്തിലും ആ ദീർഘസംഭാഷണത്തിൽ കടന്നു വരുന്നു. തന്റെ നശിപ്പിക്കപ്പെട്ട മനസ്സിനെ വീണ്ടെടുക്കാൻ ബ്രഹ്മചാരിയുടെ ഉപദേശം എത്ര വേണമെങ്കിലും കേൾക്കാൻ അയാൾ തയ്യാറായിരുന്നു. ബ്രാഹ്മണനായിരുന്ന വില്വമംഗലം ചിന്താമണിയെന്ന നർത്തകിയായ വേശ്യയിൽ അടിപതറി അച്ഛന്റെ ശ്രാദ്ധം പോലും നിർവ്വഹിക്കാതെ ഇരുട്ടത്ത് ഒരു പൊങ്ങുതടിയുടെ സഹായത്താൽ നദി നീന്തിക്കടന്ന് ചിന്താമണിയെ സമീപിക്കുന്നതിനെക്കുറിച്ച് പറയുന്നു. മുക്തിയിലേക്കുള്ള മാർഗ്ഗം ക്ഷൗരക്കത്തിയുടെ വായ്ത്തല

പോലെയാണെന്ന് സോമർസെറ്റ് മോമിന്റെ *റെയ്സേഴ്സ് എഡ്ജ്* എന്ന നോവലിനെ മുൻനിർത്തിക്കൊണ്ട് ബ്രഹ്മചാരി പറയുന്നു. ഇതെല്ലാം കേട്ടപ്പോൾ പ്രശാന്ത സുന്ദരമായ ആശ്രമഭൂമിയിൽ എല്ലാം മറന്ന് കഴിച്ചു കൂട്ടാൻ അയാൾക്കാഗ്രഹം തോന്നി. അപ്പോഴും മുക്തിമാർഗ്ഗം അത്രയൊന്നും എളുപ്പമല്ലെന്ന് ബ്രഹ്മചാരി പറയുന്നുണ്ടായിരുന്നു. അപ്പോഴാണ് ജനാലയ്ക്കൽ ഒരു ബ്രഹ്മചാരിണിയുടെ മുഖം പ്രത്യക്ഷപ്പെട്ടത്. ബ്രഹ്മചാരിക്ക് കുളിക്കാൻ ചുടുവെള്ളം തയ്യാറായി എന്നു പറയാനാണ് അവർ വന്നത്. അവരെക്കുറിച്ച് ബ്രഹ്മചാരിയുടെ വിശേഷണം ഇങ്ങനെയായിരുന്നു.

"ഈ നില്ക്കുന്ന അമ്മ ദുഃഖത്തിന്റെ പ്രതിച്ഛായയയാണ്. കോളേജ് വിദ്യാഭ്യാസം നടത്തിക്കൊണ്ടിരിക്കുമ്പോൾ അവർ ഒരന്യമതസ്ഥനുമായി പ്രേമബന്ധത്തിലായി. അദ്ദേഹമൊന്നിച്ച് ഇറങ്ങിത്തിരിച്ചു. അദ്ദേഹത്താൽ വഞ്ചിക്കപ്പെട്ടു. എന്നിട്ടവർ അവസാനം ഇവിടെയെത്തി. അപ്പോൾ ശ്രദ്ധിക്കൂ... കർമ്മത്തിന്റെ പാത എത്ര വിചിത്രമായിട്ടാണ് ആരംഭിക്കുന്നത്."

ഇത് പറഞ്ഞുനിർത്തിയ ബ്രഹ്മചാരി അതിലേറെവേഗത്തിൽ *കുസുമേകുസുമോല്പത്തി ശ്രൂയതേ നച പശ്യതേ* എന്ന് കാളിദാസശ്ലോകം ഉദ്ധരിച്ചുകൊണ്ട് ബ്രഹ്മചാരിണിയെ അറിയാതെ വർണ്ണിക്കുകയായിരുന്നു. സ്വച്ഛശുഭ്രവസ്ത്രത്തിൽ നില്ക്കുന്ന അവരുടെ രൂപം അയാളെ നിർന്നിമേഷനാക്കി. തൊട്ടടുത്ത ബ്രഹ്മചാരിയുടെ ചോദ്യം. അതിലേറെ വൈരുദ്ധ്യമുളവാക്കുന്നതായിരുന്നു. ആഗതൻ ഒരു വക്കീലായിരുന്നുവെന്ന് കഥയിലെവിടെയോ ഒരു സൂചനയുണ്ട്. ബ്രഹ്മചാരിണിയുടെ ചിന്തയിൽനിന്നും അയാളെ ഉണർത്തിയത് ബ്രഹ്മചാരിയുടെ ശബ്ദമായിരുന്നു.

"ബൈ ദ വേ... ഞാനൊരു ലീഗൽ ഡൗട്ട് ചോദിക്കട്ടെ. ഞാനും നിയമം പഠിച്ചിരുന്നു. പിന്നീട് ആവശ്യമില്ലെന്ന് തോന്നിയതുകൊണ്ട് പരീക്ഷയ്ക്കെഴുതിയില്ല. നിയമത്തിൽ, ഭാര്യയോട് കൂടെവന്ന് താമസിക്കണമെന്ന് നിർബ്ബന്ധിക്കുന്നതിന് ഒരു പ്രൊവിഷൻ ഇല്ലേ?... റെക്റ്റിറ്റ്യൂഷൻ എന്ന വാക്കിൽ തുടങ്ങുന്നു." "റെക്റ്റിറ്റ്യൂഷൻ ഓഫ് കോൺചുകൽ റൈറ്റ്." അയാൾ മുഴുമിപ്പിച്ചു. "ഈ അവകാശം രജിസ്റ്റർ വിവാഹം ചെയ്യുന്ന ഒരാൾക്ക് ലഭിക്കുമോ? കാരണം, രജിസ്റ്റർ കല്യാണം ഒരു കരാറല്ലേ?" "അവകാശം ലഭിക്കില്ല എന്നാണ് എന്റെയും അഭിപ്രായം. രജിസ്റ്റർ കല്യാണം ഒരു കരാറായതുകൊണ്ട് അങ്ങനെ സ്ത്രീ വന്നു താമസിക്കാൻ തയ്യാറില്ലെങ്കിൽ പുരുഷനു നഷ്ടപരിഹാരത്തിനു മാത്രമേ അവകാശം സിദ്ധിക്കൂ എന്നാണ് തോന്നുന്നത്..." ബ്രഹ്മചാരി പുറത്തേക്കു നോക്കിയിട്ട് കുണ്ഠിതപ്പെട്ടു. "ക്ഷമിക്കണം അമ്മ അവിടെത്തന്നെ നില്ക്കുകയായിരുന്നോ! അമ്മ പോകണം."

നിർവ്വേദയായിത്തന്നെ അവർ നടന്നുപോയി, പച്ചിലക്കാടുകളെ പിന്നിട്ടുകൊണ്ട്. ഇവിടെ അയാൾക്ക് ഇത്രനേരം ഉപദേശം നല്കിയ

ബ്രഹ്മചാരി അനുഭവിക്കുന്ന വൈരുദ്ധ്യം സൂക്ഷ്മതലത്തിൽ കഥയിൽ ആവിഷ്കൃതമാകുന്നുണ്ട്. എങ്കിലും മോചനം കാംക്ഷിച്ചിറങ്ങിയ ആഗതൻ അയാളുടെ അന്വേഷണം തുടരുക തന്നെ ചെയ്യുന്നു.

ഇവിടെ സന്ന്യാസിമാർക്കുപോലും തങ്ങളിൽ രൂഢമായ ആസക്തിയുടെ വേരുകൾ അറുക്കാനാവുന്നില്ല. കർമ്മക്ലേശങ്ങളുടെ ആസക്തലോകത്തിലേക്കു വീഴുന്ന സന്ന്യാസി ശരീരം ഒരു ബന്ധനമായി മാറുന്നത് അറിയുന്നുണ്ടാവണം. ഒടുവിൽ ബ്രഹ്മചാരി കളിമണ്ണിൽത്തീർത്ത മഹാവരാഹമൂർത്തിയുടെ ബിംബത്തെ ചൂണ്ടി ഇങ്ങനെ പറഞ്ഞു:

"ഈ അവതാരത്തിന്റെ ലക്ഷ്യം ഭൂമിയിലെ ചരാചരങ്ങളുടെ രക്ഷയായിരുന്നില്ല. ഭൂമീദേവിയെത്തന്നെ വീണ്ടെടുക്കുക എന്നതായിരുന്നു." എഴുന്നേറ്റുപോയി കുളിച്ചുവന്ന് വസ്ത്രം മാറ്റി ചമ്രം പടിഞ്ഞിരുന്ന് ജപതപധ്യാനങ്ങളിൽ നിർവൃതനായ ബ്രഹ്മചാരിയെ കണ്ടപ്പോൾ ഒരു നിമിഷനേരത്തേക്കെങ്കിലും ഇങ്ങനെ ഏകാഗ്രചിത്തനായി ഇരിക്കാൻ കഴിഞ്ഞെങ്കിലെന്ന് അയാൾ ആഗ്രഹിച്ചു. പിന്നീട് ബ്രഹ്മചാരി അയാളെ കൊണ്ടുപോയത് ആ ആശ്രമത്തിന്റെ അധിപനായ സ്വാമിജിയുടെ അടുത്തേക്കാണ്. സ്വാമിജി കട്ടിലിൽ ഇരിക്കുന്നു. തിളങ്ങുന്ന വെൺമ. വിദേശിയാണെന്ന് തോന്നിയില്ലെങ്കിലും ഉത്തരേന്ത്യക്കാരനെന്ന് തോന്നിപ്പോകും. ബ്രഹ്മചാരി അയാളെ പരിചയപ്പെടുത്തി. അയാൾ സ്വാമിജിയെ വന്ദിച്ചു. ആസ്ത്മയുള്ളതുകൊണ്ട് ഫോറിനേഴ്സിനുള്ള ഗീതാക്ലാസ് സ്വാമിജി ബ്രഹ്മചാരിയെ ഏല്പിച്ചു. ബ്രഹ്മചാരിയുടെ ഗീതാക്ലാസ് കേൾക്കാൻ കൂടെ പോകണമെന്ന് അയാൾ ആഗ്രഹിച്ചെങ്കിലും സ്വാമിജി അയാളോട് ഇരിക്കാൻ ആവശ്യപ്പെട്ടു. തന്റെ മനസ്സിന്റെ നിയന്ത്രണം എല്ലായ്പ്പോഴും വിട്ടുപോകുന്നതിനെക്കുറിച്ചാണ് അയാൾ സ്വാമിജിയോട് പറഞ്ഞുതുടങ്ങിയത്. മനസ്സിനെ നിയന്ത്രിക്കാൻ എന്താണു വേണ്ടതെന്ന അയാളുടെ ചോദ്യത്തിന് സ്വാമിജിക്ക് മറുപടിയുണ്ടായിരുന്നു.

"ആദ്യമായി ഒന്നു ധരിക്കണം. ജ്ഞാനികൾ ശരീരത്തെ രണ്ടായി കാണുന്നു. പ്രത്യക്ഷശരീരമെന്നും ധർമ്മശരീരമെന്നും. ധർമ്മശരീരമെന്നാൽ ഇന്ദ്രിയനിഗ്രഹത്തിനു ശേഷമുള്ള ശരീരം. ഇതിനെ ആത്മസംയമനം എന്നു വിശേഷിപ്പിക്കുന്നു. നിരന്തരാഭ്യാസം അതിനാവശ്യമാണ്. അതിനാദ്യം വേണ്ടത് മോഹങ്ങളെ നിഗ്രഹിക്കൂ."

അത് പറഞ്ഞുകഴിഞ്ഞ ഉടനെത്തന്നെ സ്വാമിജിക്ക് ആസ്ത്മയുടെ ഒരു തള്ളുതന്നെ ഉണ്ടായി. ആശ്രമത്തിലെ ഒരു പരിചാരകൻ ഉപ്പുമാവും ജീരകക്കാപ്പിയും കൊണ്ടുവന്ന് അയാളുടെ മുന്നിൽവെച്ചപ്പോൾ സ്വാമിജി പറഞ്ഞു. *"എനിക്ക് ആസ്ത്മ വന്നാൽ ഒന്നും കഴിക്കാൻ വയ്യ. സത്യത്തിൽ എനിക്ക് നല്ല വിശപ്പുണ്ട്. വയറു നിറയെ ഭക്ഷിക്കണമെന്ന ആഗ്രഹമുണ്ട് എന്തുചെയ്യാം..."* തൊട്ടുമുമ്പ് സ്വാമിജി ഉപയോഗിച്ച ആത്മസംയമനവും നിരന്തരാഭ്യാസവും മോഹങ്ങളെ നിഗ്രഹിക്കലും എവിടെപ്പോയെന്ന് വായനക്കാരന് പെട്ടെന്ന് ബോദ്ധ്യപ്പെടുന്ന രീതിയിലാണ് പിന്നീടുള്ള സ്വാമിജിയുടെ വാക്കുകളും. സ്വാമിജി പറഞ്ഞതിന്റെ ചുരുക്കം

ഇങ്ങനെയാണ്. കഴിഞ്ഞവർഷം ആശ്രമത്തിലുണ്ടാക്കിയ ഹാൾ സ്വാമി ജിയുടെ പേരിൽ വേണമെന്ന് സ്വാമിജിതന്നെ ആവശ്യപ്പെട്ടപ്പോൾ അത് മറ്റുള്ളവർക്ക് ഇഷ്ടമായില്ല. തന്റെ പേരിൽ ഒരു കെട്ടിടമുണ്ടാക്കാൻ ഇനി എന്തുചെയ്യണം എന്ന ചിന്തയിലാണ് സ്വാമിജി. അതുപോലെ വീട്ടിൽ നിന്നുകിട്ടിയ ഭാഗത്തിൽ ഒരു കുടികിടപ്പുകാരനുണ്ടെന്നും അവനെ എങ്ങനെയാണ് ഒഴിപ്പിക്കുക എന്ന നിയമപ്രശ്നവും സ്വാമിജി വക്കീലായ അയാളുമായി ചർച്ചചെയ്തു. ഒഴിപ്പിക്കാൻ വഴിയുണ്ട് എന്നുള്ള അയാളുടെ പ്രതികരണം സ്വാമിജിയെ വല്ലാതെ സന്തോഷി പ്പിച്ചു. സ്വാമിജി ജനലിൽക്കൂടി പുറത്തേക്ക് നോക്കിയിരിക്കുന്നതു കാണുമ്പോൾ അവിടെ തന്റെ പേരിലുള്ള ഒരു പ്രാർത്ഥനാഹാൾ ഉയർന്നുവരുന്നത് സ്വാമിജി മനസ്സിൽ കാണുന്നതായി അയാൾക്കു തോന്നി. മോഹങ്ങളെ മുളയിൽ പിഴുതെറിയാൻ ഒരു പുരുഷായുസ്സിന്റെ ഭൂരിഭാഗവും ആഹുതി ചെയ്ത ആ മനുഷ്യൻ, മുഗ്ദ്ധമോഹമുകുളങ്ങളെ മൂകമായി താലോലിച്ച്, എന്ന് ചിന്തിച്ചു കൊണ്ടാണ് അയാൾ ബ്രഹ്മചാരി യുടെ മുറിയിലേക്ക് ഉറങ്ങാനായി ചെന്നത്. ജീവിതകാമനകളുടെ വൈരുദ്ധ്യം സ്വാമിജിയിൽനിന്ന് അനുഭവിക്കുമ്പോഴും ആശ്രമാന്തരീക്ഷം അയാളിൽ വിശുദ്ധമായ ചില കല്പനകൾ നിറയ്ക്കുന്നുണ്ടായിരുന്നു. അയാൾ ബ്രഹ്മചാരിയുടെ മുറിയിൽ പോയി. സ്വാമിജി തന്ന പുല്പായ നിവർത്തിക്കിടന്നു. പ്രശാന്തമായ അന്തരീക്ഷം. ഇളകിവന്ന കാറ്റിൽ ഇലഞ്ഞിയും മുല്ലയും നന്ത്യാർവട്ടവും നല്കിയ സമ്മിശ്രമായ സുഗന്ധം. ഒരു രാക്കിളിപോലും ശബ്ദിച്ചില്ല. അയാൾ തെരുവുവേശ്യകളെപ്പറ്റി ചിന്തിച്ചില്ല. താൻ വഞ്ചിച്ചവരുടെ മുഖം മനസ്സിൽ തെളിഞ്ഞുവന്നു പേടിപ്പിച്ചില്ല. തന്നെ വഞ്ചിച്ചവരുടെ മുഖം മനസ്സിലെവിടെയും പതിയിരു ന്നാർത്തു ചിരിച്ചില്ല. അയാൾക്ക് ഉറക്കം വന്നില്ല. മറിച്ച്, ഒരാലസ്യത്തി ലയാൾ ഒന്നു മയങ്ങിപ്പോയി. അപ്പോഴാണ് എന്തോ ഒന്ന് ശരീരത്തിൽ അമർന്നതായി അയാൾക്ക് തോന്നിയത്. ഒപ്പം അടക്കിപ്പിടിച്ച സംസാര ത്തിന്റെ ചൂടും.

"എന്താ ഇന്നു വന്ന മനുഷ്യനോട് എന്റെ മുഖവും കണ്ണുമൊക്കെ ഇത്ര വർണ്ണിച്ചത്. നാണല്യെ ഇങ്ങനൊക്കെ പറയാൻ. എണീക്കന്നേ..."

അയാളെ കുലുക്കി വിളിച്ചു.

"ഏയ്... അതല്ല. എന്തിനാ ഇന്നുവന്ന ആ മനുഷ്യനോട് നിയമം ചോദിച്ചത്. ഇവിടേന്ന് ആരെങ്കിലും എന്നെ കൊണ്ടുപോവുംന്ന് ഭയം ണ്ടൊ. ഞാൻ പോയിട്ടു വേണ്ടെ. ഇത്രയൊക്കെ ആയിട്ടും എന്നെ മന സ്സിലായില്യേ..." ഇടതിങ്ങിയ സ്തനങ്ങൾ വിരിപ്പിനുമീതെ അമർന്ന പ്പോൾ അയാൾക്ക് അറപ്പുതോന്നി. നീളൻവിരലുകൾ വിരിപ്പിനകത്തു കൂടി കടന്നുവന്ന് അയാളുടെ കവിളിൽ തിരുപ്പിടിച്ചുകൊണ്ട് മുടിയിലേക്കു കയറി. ഒരു ക്ഷണം അതവിടെ മരവിച്ചിരുന്നു. പിന്നീട് സർപ്പദംശനമേ റ്റതുപോലെ പിടഞ്ഞെഴുന്നേറ്റോടി. മേശമേൽ മുട്ടിയ കനത്ത ശബ്ദം. ചാഞ്ചാടിയ മേശമേൽനിന്ന് എന്തോ താഴെ വീണ് ഉടഞ്ഞുചിതറി. മഹാ

വരാഹമൂർത്തിയുടെ വിഗ്രഹമോ... അയാൾ ജഡിതനായി മലർന്നു കിടന്നു. മോഹങ്ങൾ പിഴുതെറിയാൻ യത്നിക്കുന്ന മനുഷ്യൻ എന്ന ജീവിയുടെ നിസ്സഹായതയെപ്പറ്റി ഓർത്തപ്പോൾ അയാൾ പൊട്ടിക്കരഞ്ഞു.

കഥ അവസാനിപ്പിച്ചിരിക്കുന്നത് പൊതുപ്രസ്താവനപോലെയുള്ള വാക്യത്തിലാണ്. പറയേണ്ടത് പറഞ്ഞു എന്ന് കൃത്യമായി കഥ പറഞ്ഞുവെക്കുന്നുണ്ട്. എന്നാൽ പറഞ്ഞ കാര്യത്തിന്റെ സങ്കീർണ്ണത കഥയെ ഒരു പൂർണ്ണവിരാമത്തിൽ ഒതുക്കി നിർത്തുന്നില്ല. അത് വായനക്കാരന്റെ മനസ്സിൽ സംവാദാത്മകത സൃഷ്ടിച്ചുകൊണ്ട് വളരുന്നുണ്ട്.

അനാവശ്യമായ ഒരു കാര്യത്തിനാണ് താൻ ഇറങ്ങിത്തിരിച്ചതെന്ന് ആഖ്യാതാവ് ഇപ്പോൾ അറിയുന്നുണ്ട്. ആഗ്രഹങ്ങളില്ലാതിരിക്കലല്ല അവ സാക്ഷാൽക്കരിക്കാതിരിക്കുകയുമല്ല അവയോടുള്ള ഒരാളുടെ സമീപനമാണ് പ്രശ്നമെന്ന് അയാൾ തിരിച്ചറിയുകയാണ്. ആദ്ധ്യാത്മികജീവിതചര്യയുടെ പരാജയം കഥ ധ്വനിപ്പിക്കുന്നുണ്ട്. ജീവിതവിജയത്തിന് ഇന്ദ്രിയനിഗ്രഹമല്ല വേണ്ടത് എന്ന് കഥ ബോദ്ധ്യപ്പെടുത്തുന്നു.

ആദ്ധ്യാത്മികദർശനം ജീവിതത്തെ സംബന്ധിക്കുന്ന ശുദ്ധിപാഠമാണെന്ന ധാരണ സമൂഹത്തെയാകെ ഇന്നും ഗ്രസിച്ചുനില്ക്കുന്ന ഒന്നാണ്. ഓരോരുത്തരും അവനവൻ എത്രകണ്ട് ശുദ്ധനാണ് എന്ന് സ്വയം വിശകലനം ചെയ്യാനും മറ്റുള്ളവരെ അത്തരത്തിലൊരു പാഠം പഠിപ്പിക്കാനും വ്യഗ്രതപൂണ്ടു നടക്കുന്നവരുമാണ്. ഇവിടുത്തെ ആഖ്യാതാവിന്റെ കഥാന്ത്യത്തിലെ പൊട്ടിക്കരച്ചിൽ നിരാശയുടെ ലക്ഷണം മാത്രമല്ല. പുതിയൊരറിവിന്റെ സന്ദർഭം അവിടെ സ്ഥാനപ്പെടുകയാണ്.

നന്മയുടെയും ശുദ്ധിയുടെയും സദാചാരത്തിന്റെയുമെല്ലാം ഉത്തമപ്രതീകങ്ങളായ കഥാപാത്രങ്ങളെ സൃഷ്ടിച്ച് സായൂജ്യമടയുന്ന എഴുത്തുകാരുടെയും വായനക്കാരുടെയും ലോകം നമുക്കന്യമല്ല. പക്ഷേ, സി വി ശ്രീരാമന്റെ ഈ കഥയിലെ നാലു കഥാപാത്രങ്ങളും നമ്മളുദ്ദേശിക്കുന്ന രീതിയിലുള്ള ശുദ്ധവ്യക്തിത്വങ്ങളല്ല. മറിച്ച്, ഏതൊരു മനുഷ്യനിലും കാണാൻ കഴിയുന്ന കലർപ്പാണ് അവരിലെല്ലാം ഉള്ളത്. ഈ കഥാപാത്രങ്ങളെ പരസ്പരം താരതമ്യം ചെയ്തുകൊണ്ട് അവർ എത്രകണ്ട് ശുദ്ധരാണ് അശുദ്ധരാണ് എന്ന് സ്ഥാപിച്ചുകൊണ്ടല്ല കഥയെ സംബോധന ചെയ്യേണ്ടത്.

ഒരു കഥാസംവാദത്തിൽ ഇതിനോട് പ്രതികരിച്ചുകൊണ്ട് 'ക്ഷുരസ്യധാരാ' എന്ന കഥയെ അടിസ്ഥാനപ്പെടുത്തി ശ്രീഹരി ഇങ്ങനെ വ്യക്തമാക്കുന്നു.

"കലർപ്പാണ് യാഥാർത്ഥ്യം. എല്ലാ നല്ലതിലും ചീത്ത എന്ന അവസ്ഥയുണ്ടാകും. രോഗമാണ് സ്ഥായിഭാവം. ആരോഗ്യം വീണ്ടെടുക്കേണ്ട ഒന്നാണ് എന്നാണ് പറയുക. ശ്രീരാമകഥകളിൽ എല്ലാ നല്ല കഥകളിലെയുംപോലെ ഈ കലർപ്പ് കാണാം. നോവലിസ്റ്റിക്ക് ആണ്, പോളിഫോണിക്കാണ്, ലിറിക്കലല്ല ആഖ്യാനം."

സി വി ശ്രീരാമന്റെ കഥാഖ്യാനം ലിറിക്കലല്ല എന്നും ബഹുസ്വരമാണ് എന്നുമുള്ളതിന് ഇവിടെ സാധുത കൈവരുന്നു.

ഒട്ടുചെടി

ബംഗാളിൽനിന്ന് ആന്തമാൻദ്വീപുകളിൽ പുനരധിവസിപ്പിക്കുന്നതിന് അഭയാർത്ഥികളെ റിക്രൂട്ട് ചെയ്യുന്ന കൊളണൈസേഷൻ അസിസ്റ്റന്റ് ആഫീസറാണ് 'ഒട്ടുചെടി' എന്ന കഥയിലെ കഥപറച്ചിലുകാരൻ. കൈക്കുഞ്ഞുമായി പലവട്ടം എത്തുന്ന മൈഥിലി പരമാണിക് എന്ന സ്ത്രീ ഒരു പാർപ്പിടം അനുവദിച്ചു കിട്ടുന്നതിനായി അയാൾക്കു മുന്നിൽ കണ്ണീരൊഴുക്കുന്നു. ഓരോ വായനക്കാരന്റെയും മനസ്സിൽ പതിഞ്ഞുകിടക്കുന്ന ദയനീയചിത്രമാണ് മൈഥിലി പരമാണിക്കിന്റേത്. ഒരു കുടുംബമില്ലാത്തതിനാൽ, അവൾക്കൊരു ഭർത്താവില്ലാത്തതിനാൽ അവളെ റിക്രൂട്ട് ചെയ്യുന്നതിന് നിയമം അനുവദിക്കുന്നുണ്ടായിരുന്നില്ല. അഭയാർത്ഥിപ്രവാഹത്തിനിടയിൽ അവളുടെ ഭർത്താവ് എവിടെയോവെച്ച് കൂട്ടംതെറ്റിയിരുന്നു.

കുടുംബത്തിന്റെ ഔദ്യോഗികനിർവ്വചനപ്രകാരം മൈഥിലി പരമാണിക്കിന് വീടും സ്ഥലവും അനുവദിച്ചുകിട്ടണമെങ്കിൽ ഭർത്താവ് കൂടിയേ തീരൂ എന്നുള്ളതുകൊണ്ട് കൊളണൈസേഷൻ ഓഫീസർ നിയമത്തിനും അധികാരത്തിനും അപ്പുറത്തുള്ള മറ്റൊരു വഴിയിലൂടെ സഞ്ചരിക്കുന്നു. ഓഫീസറുടെ മുന്നിൽ ചിറ്റഗോങ് ജില്ലക്കാരനായ ഒരു ഗിരിവർഗ്ഗക്കാരൻ രണ്ടു പെൺകുട്ടികളുമായി ഇതേ സാഹചര്യത്തിൽ പ്രത്യക്ഷപ്പെടുന്നു. അയാളും വല്ലാതെ ദുഃഖിതനാണ്. ഓഫീസറാവട്ടെ ഇരുവരും ഭാര്യാഭർത്താക്കന്മാരാണെന്ന് ധൈര്യപൂർവ്വം കൃത്രിമരേഖയുണ്ടാക്കുന്നു. അധികാരത്തിനും നിയമത്തിനും പുറത്തുള്ള തുറസ്സായ ഇടങ്ങളാണ് സി വി ശ്രീരാമന്റെ കഥാഭൂമികകൾ. ഒരുപാടു കഥകളിൽ ഇതനുഭവവേദ്യമാണ്. സംസ്കാരത്തിലും ശരീര പ്രകൃതിയിലും യാതൊരു പൊരുത്തവുമില്ലാത്ത ബിശ്വേശ്വർ ഗരാമിയെയും മൈഥിലി പരാമാണിക്കിനെയും ഒന്നിച്ചു ചേർക്കുകവഴി ഒട്ടുചെടി എന്ന ശീർഷകം കൂടുതൽ സാദ്ധ്യത കൈവരിക്കുന്നു. ഇവർ തമ്മിൽ പ്രകടമായ സ്വഭാവവൈജാത്യങ്ങളുമുണ്ട്. ബിശ്വേശ്വർ ഗരാമി ഭാര്യയെ തൊഴിച്ചു കൊന്നവനാണെന്നാണ് കേൾവി. എങ്കിലും മൈഥിലി പരമാണിക്കിനെ മൈഥിലി ഗരാമി എന്നു പേരു മാറ്റി ഒരു ഒട്ടുചെടി പോലെ ഇരുവരെയും തമ്മിൽ ഗ്രാഫ്റ്റ് ചെയ്യുന്നു.

യാത്രയെയും ഓർമ്മകളെയും കഥകളിൽ സന്നിവേശിപ്പിച്ചുകൊണ്ട് കഥാഗതിയെ മാറ്റി മറിക്കാൻ സി വി ശ്രീരാമനു കഴിയാറുണ്ട്. പഴയ ഓർമ്മയെ മുൻനിർത്തി വർഷങ്ങൾക്കുശേഷം പഴയ കൊളണൈസേഷൻ ഓഫീസർ വീണ്ടും ആ സ്ഥലം സന്ദർശിക്കുന്നു. ബിശ്വേശ്വറിനെയും മൈഥിലിയെയും തേടുന്നു. കഥ ഇവിടെ പ്രവചനാതീതമായ ഒരു സന്ദിഗ്ദ്ധത കൈവരിക്കുന്നുണ്ട്. മാറി വരുന്ന ജീവിതാവ

സ്ഥകളിലേക്ക് ഒഴുകിനീങ്ങിപ്പരക്കുന്ന മനുഷ്യമനസ്സിനെ ഇവിടെ കഥാകൃത്ത് ആവിഷ്കരിക്കുന്നു. പണ്ട് അഭയാർത്ഥിപ്രവാഹത്തിൽ കാണാതെ പോയ മൈഥിലിപരമാണിക്കിന്റെ ആദ്യഭർത്താവ് മടങ്ങി വന്നുവെങ്കിലും അയാളെ സ്വീകരിക്കാൻ മൈഥിലി തയ്യാറായില്ല. ബിശേശ്വർ ഗരാമിയെ ഉപേക്ഷിക്കാത്ത, എന്നാൽ ആദ്യഭർത്താവിനെ സ്വീകരിക്കുകയും ചെയ്യാത്ത മൈഥിലിയുടെ മനസ്സിന്റെ അനിശ്ചിതത്വം നിറഞ്ഞ നിലപാടിനുമുന്നിൽ ശരിതെറ്റുകളുടെ, ന്യായാന്യായങ്ങളുടെ അനന്തമായ വിശദീകരണങ്ങൾ വന്നുചേരാം. മൈഥിലിയുടെ ഭർത്താവു ചെയ്ത കുറ്റമെന്തെന്ന് നാം ചോദിക്കാം. കൂട്ടംതെറ്റിയ അയാൾ മൈഥിലിയെ തേടി കണ്ടെത്തുന്നതിനുപിന്നിൽ തീവ്രമായ സ്നേഹവും അന്വേഷണവും ഉണ്ടെന്നു തീർച്ച. അയാളൊരു നല്ല മനുഷ്യനാണെന്ന് ബിശേശ്വർ ഗരാമിയെക്കൊണ്ട് കഥാകൃത്ത് പറയിക്കുകയും ചെയ്യുന്നു. ഒപ്പം പൊയ്ക്കൊള്ളാൻ മൈഥിലിയോട് ബിശേശ്വർ ഉപദേശിക്കുകയും ചെയ്യുന്നുണ്ട്. പക്ഷേ, പണ്ട് നിസ്സഹായതയുടെ ആഴങ്ങളിൽ കൊച്ചുകുട്ടിയെ കൈയിലേന്തി ഇച്ഛാമതി നദിയിൽ ചാടി മരിക്കാൻ ശ്രമിച്ച തന്നെ ഗ്രാഫ്റ്റു ചെയ്തു രക്ഷപ്പെടുത്തിയ കൊളണൈസേഷൻ ഓഫീസറെയും ബിശേശ്വർ ഗരാമിയേയും മുറിച്ചുമാറ്റി ഭർത്താവിലേക്കു മടങ്ങാൻ മൈഥിലിക്കാവുന്നില്ല.

കൊളണൈസേഷൻ ഓഫീസറുടെ പുനഃസന്ദർശനമാണ് ഈ അനുഭവങ്ങളൊക്കെ വായനക്കാരനു നല്കുന്നത്. തങ്ങളെ കുടുംബമാക്കിയതിനു പിറ്റേ ദിവസം ഓഫീസർ വാങ്ങിക്കൊടുത്ത സാരിയും ഷർട്ടും ഇന്നും മൈഥിലി ഓർക്കുന്നു. ഒരിക്കലും തമ്മിൽ ചേരാത്തതെന്നു തോന്നിയ അവരുടെ അദ്ധ്വാനഫലംകൊണ്ട് അവർക്ക് അവരുടെ ഭൂമിയിൽനിന്നും നല്ല സമ്പാദ്യമുണ്ടായി. പിന്നീടുണ്ടായ മൂന്ന് പെൺകുട്ടികളെയും വിവാഹം കഴിച്ചയച്ചു.

“പരിമിതമായ ജീവിതാനുഭവം ഏകകേന്ദ്രീകൃതം (single effect) എന്നൊക്കെ നിർവ്വചിക്കപ്പെട്ടിട്ടുള്ള ഒരു കഥയുടെ നിർവ്വാഹകകാലം (process time) ഇവിടെ വായനക്കാരനു കണക്കാക്കിയെടുക്കാൻ സാധിക്കും. നാടുകളിൽനിന്നും നാട്ടിടങ്ങളിൽനിന്നും ലോകത്തിലേക്കും ദേശത്തിലേക്കും കൂടുമാറിപ്പാർക്കുന്ന ലോകബോധത്തിന് നാട്ടതിരുകൾക്കപ്പുറംപോകുന്ന കാലബോധവും ആവശ്യമായിരുന്നു. ഘടികാര നിഷ്ഠമായ കാലമാണ് ഇത്തരത്തിലൊരു കാലബോധത്തിന്റെ ആധാരമായി നിലകൊണ്ടത്.”

കാലത്തിലൂടെയുള്ള യാത്ര സ്ഥലത്തിന്റെ വർത്തമാനഘടനയെ നിരസിക്കുവാനുള്ള ശ്രമംകൂടിയാണ്. പുതിയൊരു സ്ഥലരാശിയെക്കുറിച്ചുള്ള പരോക്ഷഭാവനയാണത്. കഥ എല്ലായ്പ്പോഴും പറയുവാൻ ശ്രമിക്കുന്നതായി ഇ എം ഫോസ്റ്റർ വിവരിക്കുന്ന കാലത്തിലെ ജീവിതം നോവലിൽ സന്നിഹിതമായിരിക്കുന്നതായി അനുഭൂതമാകുന്നത് രൂപതലത്തിലെ ഈ സ്വാഭാവിക പ്രതീതിയാൽക്കൂടിയാണ്.

'ഒട്ടുചെടി' എന്ന ഈ കഥയിൽ ഒരു സ്വാഭാവികകാലത്തിന്റെ നൈരന്തര്യം ഇടമുറിയാതെ വായനക്കാരന് അനുഭവപ്പെടുന്നു. കഥ തുടങ്ങി സംഭവ ഗതികളിലൂടെ ഒടുവിലെത്തിച്ചേരുമ്പോഴേക്കും വായനക്കാരനനുഭവിക്കുന്ന കാല ദൈർഘ്യം സ്വാഭാവികമാണ്. സ്വാഭാവിക കാലംപോലെ അരൂപിയും പ്രവാഹ ഗതിയുമായ ഒന്നായി സംഭവങ്ങളെ കോർത്തിണക്കുന്ന ഒരുചരട് ക്ലാസിക്കൽ റിയലിസ്റ്റ് നോവലിന്റെ രൂപഘടനയിലുണ്ട്. റിയലിസ്റ്റ്നോവലാണ് ഘടികാരാസ്പദമായ കാലത്തെ ആഖ്യാനത്തിന്റെ ആന്തരഘടനയിലേക്ക് സമ്പൂർണ്ണമായി സ്വാംശീകരിച്ച ആദ്യസാഹിത്യഗണം. ഘടികാരാസ്പദമായ കാലമാകട്ടെ സവിശേഷമായ ഒരു ചരിത്രാനുഭവമെന്നനിലയിൽ മനുഷ്യാവബോധത്തിന്റെ ഇടം കണ്ടെത്തിയ ഒന്നാണ്. സാമാന്യമായി പറഞ്ഞാൽ ഘടികാരകാലം യന്ത്രവല്ക്കരണത്തിന്റെയും വ്യവസായവല്ക്കരണത്തിന്റെയും കാലബോധമാണ്. ആധുനികതയുടെയും ജ്ഞാനോദയത്തിന്റെയും ആന്തരയുക്തികൾക്കിണങ്ങുന്ന തരത്തിൽ രേഖീയവും നിലവാരപ്പെട്ടതുമായ പൊതുകാലമാണത്. ആധുനിക പൂർവ്വസമൂഹങ്ങളുടെ കാലബോധം ഇത്തരം നിലവാരപ്പെടുത്തലുകളെ മാനിച്ചിരുന്നില്ല. ഘടികാരബദ്ധം എന്നതിനപ്പുറം ആചാരബദ്ധവും അനുഷ്ഠാനബദ്ധവുമായ കാലബോധമാണ് ആധുനിക പൂർവ്വസമൂഹങ്ങളിൽ പ്രബലമായിരുന്നത്. എന്നാൽ ഘടികാരനിഷ്ഠവും സാർവ്വജനീനവുമായ കാലഗണനയെ ഒരു കഥയ്ക്കകത്തേക്കു കൊണ്ടുവരികവഴി കഥപറയാൻ ശ്രമിക്കുന്ന കാലത്തിലെ ജീവിതത്തിന് ഒരു നോവൽസ്വഭാവം കൈവരുന്നു. സി വി ശ്രീരാമന്റെ കഥകൾക്ക് ഒരു നോവലിന്റെ വൈവിദ്ധ്യവും കാലഗണനയുമുണ്ടെന്ന് പല നിരൂപകരും സാക്ഷ്യപ്പെടുത്തിയിട്ടുണ്ട്. ഇതിവൃത്തവികാസവും കഥാപാത്രവികാസവും നോവലിന്റെ സവിശേഷതയായി കാണാം. ഇവിടെ ബിശ്വേശ്വർ ഗരാമിക്കും മൈഥിലി പരമാണിക്കിനും സംഭവിക്കുന്ന കഥാപാത്രവികാസം ശ്രദ്ധേയമാണ്.

തന്റെ കഥകളിൽ സ്ഥലം, കാലം, ചരിത്രം, യാത്ര, ഓർമ്മ എന്നിവയ്ക്ക് സി വി ശ്രീരാമൻ നല്കുന്ന വ്യക്തത സവിശേഷപ്രാധാന്യമർഹിക്കുന്നു. ആധുനികരുടെ കഥകളിൽ സ്ഥലവും കാലവും അവ്യക്തമായപ്പോൾ സി വി ശ്രീരാമൻ ഒരിക്കലും അത്തരത്തിൽ എഴുതിയില്ല എന്നത് ശ്രദ്ധേയമാണ്.

സി വി ശ്രീരാമന്റെ ചെറുകഥകളിൽ സ്ഥലത്തുനിന്ന് സ്ഥലത്തേക്കും കാലത്തിൽനിന്ന് കാലത്തിലേക്കുമുള്ള യാത്രകളാണ് നടക്കുന്നത്. ഇടത്തിൽ നിന്ന് ഇടത്തിലേക്കുള്ള യാത്രകളിലൂടെയാണ് പ്രത്യക്ഷത്തിൽ സ്ഥിരമെന്നു തോന്നാവുന്ന സ്ഥലം രൂപപ്പെടുന്നത്. ഇടം സ്ഥിരമാണെങ്കിൽ യാത്ര ചരമാണ്. സ്ഥലവും അങ്ങനെത്തന്നെ. നോവലിനേക്കാളും രൂപപരമായി ചെറുതാണെങ്കിലും കഥയിലും സ്ഥലം വെറുമൊരു പശ്ചാത്തലമോ അന്തരീക്ഷമോ അല്ല. നദിയും കാടും കൃഷിഭൂമിയും കുടിയേറ്റമേഖലയും പടക്കളവും പലായനമാർഗ്ഗവും ഗ്രാമവും

നഗരവും നോവലിലെപ്പോലെത്തന്നെ കഥയിലെയും നിർണ്ണായകമായ സ്ഥലസാന്നിദ്ധ്യങ്ങളാണ്. ഇത്തരം ഭൂഭാഗങ്ങൾ സി വി ശ്രീരാമന്റെ കഥകൾക്കകത്ത് മറ്റൊരു കഥകളിലും കാണാത്ത രീതിയിൽ വിപുലമായി വിവരിക്കപ്പെടുകയും കഥയുടെ അവിഭാജ്യഘടകമായി മാറുകയും ചെയ്യുന്നു. ഭൂവിഭാഗം കഥാപാത്രസ്വരം കൈവരിക്കുന്നു. സ്ഥലം മാറിയാൽ കഥയും മാറും എന്ന അവസ്ഥ കൈവരിക്കുകയും ചെയ്യുന്നു. ഇവിടെ സ്ഥലം കഥയുടെ പ്രമേയഭാഗംകൂടിയായതുകൊണ്ട് കഥയുടെ വൈകാരികതയെ അഭംഗുരം നിലനിർത്തുന്ന നിർവ്വഹണപശ്ചാത്തലം എന്ന നിലവിട്ട് സംസ്കാരമണ്ഡലം എന്ന നിലയിലേക്കും മാറുന്നു.

എഴുപതുകളിലെ തീവ്ര ആധുനികത സൃഷ്ടിച്ച അവ്യക്തമായ സ്ഥലകാല സങ്കല്പങ്ങളോ കഥാപാത്രചിത്രീകരണങ്ങളോ അല്ല തന്റെ കഥകളിലൂടെ സി വി ശ്രീരാമൻ നടത്തിയത്. വ്യക്തമായ സ്ഥലകാല സങ്കല്പങ്ങളിലൂടെയുള്ള സാംസ്കാരികമാനം കഥ നിലനിർത്തുന്നു. നോവലിനെ ഒരു കഥയിലൊതുക്കുക എന്നത് തന്റെത്തന്നെ ശൈലിയായി സി വി ശ്രീരാമൻ സൂചിപ്പിക്കുന്നുണ്ട്. സി വി ശ്രീരാമന്റെ കഥകളിലെ നോവൽസ്വഭാവത്തെക്കുറിച്ച് മറ്റു ചില എഴുത്തുകാരും നിരൂപകരും പ്രസ്താവിച്ചിട്ടുണ്ട്. ഈ നോവൽസ്വഭാവവും നന്മ തിന്മകളുടെയോ ശരിതെറ്റുകളുടെയോ പക്ഷം പിടിക്കാത്ത ആഖ്യാതാവിന്റെ സമീപനവും കഥയെ ബഹുസ്വരമാക്കുന്നു.

കഥയിലെ പെൺപെരുമ

സാക്ഷി

ഭർത്താവ് എന്ന പുരുഷാധികാരരൂപവും ഭരണകൂടത്തിന്റെ ഇച്ഛയ്ക്കനുസരിച്ച് പ്രവർത്തിക്കുന്ന ഉദ്യോഗസ്ഥമേധാവിത്തം എന്ന പുരുഷാധികാരരൂപവും എങ്ങനെ കൂട്ടായി പ്രവർത്തിച്ച് എപ്രകാരം ഒരു സ്ത്രീയെ നിസ്സഹായയും നിരാംലംബയും ആക്കിത്തീർക്കുന്നു എന്നതിന് ഉത്തമദൃഷ്ടാന്തമാണ് 'സാക്ഷി' എന്ന കഥ. ഈ കഥയിലെ കഥാപാത്രങ്ങളായ ദമ്പതികളുടെ പേര് പരമേശ്വരൻ, ഉമ എന്നാണ്. എല്ലാ ദാമ്പത്യബന്ധങ്ങളിലും എന്നപോലെ ഉമയുടെ മേല്നോട്ടം പരമേശ്വരന്റേതു മാത്രമായിരുന്നു. പക്ഷേ, അവർ വിവാഹബന്ധം വേർപെടുത്താനുള്ള തിരുമാനത്തിലെത്തിയിരിക്കുന്നു. കുടുംബകോടതിയിൽ ഏറ്റവും വലിയ വക്കീലിനെവെച്ചാണ് ഉമയുടെ ഭർത്താവ് കേസുവാദിക്കുന്നത്. നിയമാനുസൃതം ഉമ പരമേശ്വരന്റെ ഭാര്യയല്ലെന്നും അങ്ങനെ ഒരു വിവാഹം തന്നെ നടന്നിട്ടില്ല എന്നുമാണ് കോടതിയിൽ പരമേശ്വരന്റെ വക്കീലിന്റെ വാദം.

അമ്പലത്തിൽ വെച്ചായിരുന്നു അവരുടെ വിവാഹം നടന്നത്. എല്ലാം ഉമ കൃത്യമായി ഓർക്കുന്നുണ്ട്. അമ്പലം സ്ഥിതിചെയ്യുന്ന ടൗൺഷിപ്പിലെ വിവാഹ രജിസ്ട്രാർ ഓഫീസിലാണ് വിവാഹം രജിസ്റ്റർ ചെയ്തത്. അന്നത്തെ ആ നവവധൂവരൻമാരെ *ഐഡിയൽ കപ്പിൾസ്* എന്നു വിശേഷിപ്പിച്ചാണ് രജിസ്ട്രാർ അവരെ ആശംസിച്ചത്. വിവാഹശേഷം എന്തുകൊണ്ടോ അവർ മാര്യേജ് സർട്ടിഫിക്കറ്റ് വാങ്ങിയില്ല. വക്കീൽ വിവാഹമേ നടന്നിട്ടില്ല എന്ന വാദമുഖം ഉന്നയിച്ചപ്പോഴാണ് ഉമയ്ക്ക് സർട്ടിഫിക്കറ്റ് ആവശ്യമായി വന്നത്. സഹാനുഭൂതിയുള്ള രജിസ്ട്രാർ ഓഫീസർ ഉമയുടെ വിവാഹത്തിന്റെ ദിവസം കണക്കുകൂട്ടിയെടുത്തെങ്കിലും അതിനാധാരമായ സർട്ടിഫിക്കറ്റ് നല്കാൻ കഴിയാതെ ബുദ്ധിമുട്ടുന്നുണ്ട്.

അവരുടെ വിവാഹത്തിന് സാക്ഷിയായ ഓഫീസർ വിവാഹസർട്ടിഫിക്കറ്റ് നല്കാൻ ആവശ്യമായ രേഖകൾ തിരഞ്ഞ് കണ്ടുപിടിക്കാൻ ഓഫീസിലെ സഹപ്രവർത്തകരോട് ആവശ്യപ്പെടുന്നുണ്ട്. ഉമയാവട്ടെ ഈ ആവശ്യത്തിന്റെ പേരിൽ ദിവസങ്ങളോളം ഓഫീസ് കയറിയിറങ്ങുകയും പകൽസമയങ്ങളിൽ ദീർഘമായി അവിടെത്തന്നെ കാത്തിരിക്കുകയും ചെയ്യുന്നുണ്ട്. ഉമയുടെ ആവശ്യത്തിന് പരിഹാരമില്ലാതെ ദിവസങ്ങൾ നീളുന്നു. അങ്ങനെ ഇടയിലൊരുദിവസം ജൂനിയർ സൂപ്രണ്ട് രജിസ്റ്ററുമായി ഓഫീസറുടെ ചേംബറിലേക്ക് കയറിപ്പോവുകയും തൊണ്ണൂറ്-തൊണ്ണൂറ്റിയൊന്നിലെ രജിസ്റ്ററിൽ പരമേശ്വരന്റെയും ഉമയുടെയും വിവാഹംമാത്രം രജിസ്റ്റർ ചെയ്തതായി കാണുന്നില്ല എന്നും പറയുന്നു. രജിസ്ട്രാർ ആകാംക്ഷയോടെ ഓഫീസ്‌രജിസ്റ്ററിലെ ഓരോ പേജും പതുക്കെപ്പതുക്കെ മറിച്ചു നോക്കി. രജിസ്റ്ററിൽ രണ്ടുപേജുകൾ മിസ്സിങ് ആയിരിക്കുന്നു എന്നും മനസ്സിലാക്കി. എല്ലാം പൂർണ്ണമായും ബോദ്ധ്യമായപ്പോൾ അയാൾ ശിപായിയെവിട്ട് ഉമയെ വിളിപ്പിച്ചു. അവരുടെമാത്രം മാര്യേജ് രജിസ്റ്റർ ചെയ്തതായി കാണുന്നില്ല എന്നുപറഞ്ഞു. തളയ്ക്കപ്പെട്ട മൃഗത്തിന്റെ വന്യതയോടെ രജിസ്ട്രാർ എന്ന അധികാരിയെ നോക്കിക്കൊണ്ട് ഉമ നിന്നു. ഭർത്താവും ഉദ്യോഗസ്ഥവൃന്ദവും ചേർന്നുള്ള ഗൂഢാലോചനയിൽ വേട്ടയാടപ്പെട്ട നിരാംലംബയും നിസ്സഹായയുമായ ഒരു സ്ത്രീയുടെ കഥയായി 'സാക്ഷി' മാറുന്നു. ആൺകോയ്മയ്ക്കുമുന്നിൽ അടിയറവു പറയേണ്ടിവന്ന സ്ത്രീയെ തളയ്ക്കപ്പെട്ട മൃഗത്തിന്റെ വന്യതയോട് ചേർച്ചപ്പെടുത്തുകവഴി വിജയലക്ഷ്മിയുടെ *മൃഗശിക്ഷകൻ* എന്ന സ്ത്രീവാദകവിതയോട് ഈ കഥാപ്രമേയം ബന്ധപ്പെടുന്നു.

ആൺകോയ്മ പലരൂപത്തിലും പലഭാവത്തിലും അധികാരം പ്രദർശിപ്പിക്കാറുണ്ട്. കുട്ടികളുണ്ടാവാത്തതിന്റെ പേരിലാണ് ഇവിടെ ഉമ ഇത്തരത്തിൽ പീഡിപ്പിക്കപ്പെടുന്നത്. കുട്ടികളുണ്ടാവാത്തതിന് രണ്ടുപേർക്കും കുഴപ്പമില്ലെന്നാണ് ഡോക്ടർ പറഞ്ഞതെങ്കിലും ഇരയാക്കപ്പെടുന്നത് ഇവിടെ ഉമ മാത്രമാണ്. സ്ത്രീക്കും പുരുഷനും തുല്യബാദ്ധ്യതയുള്ള ഒരു പ്രശ്നത്തിൽ ഒരു സ്ത്രീ മാത്രം എങ്ങനെ ഉത്തരവാദിയാകുന്നുവെന്ന് ഈ കഥ വ്യക്തമാക്കുന്നു. ഈ കഥ ഒരുപാടു തലങ്ങളിൽ വായിക്കപ്പെടേണ്ടതും സംവാദവിധേയവുമാണ്. ഒരേസമയം ഗൃഹത്തിനകത്തും പുറത്തും ഒരു സ്ത്രീ പുരുഷാധിപത്യസമൂഹത്തിൽ എങ്ങനെ നിർണ്ണയിക്കപ്പെടുന്നു എന്ന് ഈ കഥയിലൂടെ സി വി ശ്രീരാമൻ വ്യക്തമാക്കുന്നു. ജീവിതത്തെ സംബന്ധിച്ചുള്ള എല്ലാ മൂല്യബോധങ്ങളും നഷ്ടപ്പെട്ട തലമുറയുടെ പ്രതിനിധികളാണ് ഉദ്യോഗസ്ഥവൃന്ദത്തിലും രാഷ്ട്രീയത്തിലും സാംസ്കാരികമേഖലകളിലും പ്രവർത്തിക്കുന്നതെന്ന് ഒരു മുഴുവൻസമയരാഷ്ട്രീയപ്രവർത്തകനായ സി വി ശ്രീരാമന്റെ കഥകളിൽനിന്നു നിരീക്ഷിക്കാം. യഥാർത്ഥ സാമൂഹികനീതി സ്ത്രീക്കും പുരുഷനും രണ്ടുതരത്തിലാണ് നമ്മുടെ വ്യവസ്ഥയിൽ സംവിധാനം ചെയ്യപ്പെട്ടിരിക്കുന്നതെന്ന് ഈ കഥ വ്യക്തമാക്കുന്നു. ഒരു പുരുഷന്റെ ലൈംഗി

കാനുഭവത്തിനുശേഷം വലിച്ചെറിയപ്പെടുന്ന ഒന്നായി സ്ത്രീത്വം മാറുന്നു. പരസ്പരമുള്ള നഗ്നതാപ്രദർശനത്തിനും ശരീരവിനിമയത്തിനും ഒരു സ്ത്രീയും പുരുഷനും തമ്മിലുള്ള നിയമപരമായ ഉടമ്പടിയാണ് വിവാഹം. ഉടലിന്റെ ഉല്ക്കടമായ അഭിനിവേശങ്ങൾ ഒരു ഇണയിൽമാത്രം രമിച്ചുതീർക്കുക എന്നതാണ് നിയമം അനുശാസിക്കുന്നത്. നിയമപരമായ ഈ ഉടമ്പടികൊണ്ടുമാത്രമാണ് ഒരു പരിധിവരെ സ്ത്രീകൾ രക്ഷപ്പെട്ടുപോകുന്നത്.

നിയമപരമായ ആ ഉടമ്പടിയെ ആസൂത്രിതമായി ഇല്ലായ്മ ചെയ്തുകൊണ്ടാണ് ഇവിടുത്തെ പുരുഷലോകം വിജയിച്ചു നില്ക്കുന്നത്. പുരുഷനും ഭരണകൂടവും തമ്മിൽ യോജിപ്പിലെത്തി സ്ത്രീയെ ഉപഭോഗവസ്തുവായിമാത്രം കാണുന്ന നിലപാടുകൂടിയാണിത്.

നിർമ്മലമായ പ്രഭാതം

നിർമ്മലമായ പ്രഭാതം പൊതുസമൂഹത്തിന്റെ ദാമ്പത്യസങ്കല്പങ്ങളെ അപനിർമ്മിക്കുന്നു. കഥയുടെ ശൈലി, പശ്ചാത്തലം, അന്തരീക്ഷം, കാലം, ഓർമ്മ എന്നിങ്ങനെ സി വി ശ്രീരാമൻകഥയിലെ പൊതുസ്വഭാവങ്ങൾ ഇവിടെയും മാറ്റമില്ലാതെ തുടരുന്നു. കഥയിൽ പങ്കെടുക്കുന്ന കഥാപാത്രങ്ങളുടെ വ്യതിരിക്തമായ സ്വഭാവവിശേഷങ്ങളിലും അവർക്കു സംഭവിക്കുന്ന മാറ്റങ്ങളിലുമാണ് കഥ ചലനാത്മകമാവുന്നത്.

ഇവിടെ കഥയിൽ രണ്ടു കഥാപാത്രങ്ങളാണ് ഉള്ളത്. ഒന്ന് ഒരു വക്കീലും മറ്റൊന്ന് വേശ്യയായി കടന്നുവരുന്ന ഒരു സ്ത്രീയുമാണ്. തൊഴിലിന്റെ അടിസ്ഥാനത്തിൽ വിഭജിക്കുമ്പോൾ വക്കീലും ലൈംഗികത്തൊഴിലാളിയും എന്നുപറയേണ്ടി വരും. ഈ രണ്ടു കഥാപാത്രങ്ങളെയും ഒരു രാത്രി ഒരു മുറിയിൽ ഒന്നിച്ചു കൊണ്ടുവരാൻ കഥാകൃത്ത് അസാധാരണമായ വൈഭവം പ്രകടിപ്പിക്കുന്നുണ്ട്. സി വി ശ്രീരാമന്റെ മിക്ക കഥാപാത്രങ്ങൾക്കും ഉള്ളതുപോലെ ഈ വക്കീലിനും ഒരു വ്യക്തിചരിത്രമുണ്ട്. വളരെ കൃത്യമായ ഒരു ഭൂതകാലമുണ്ട്. തൊഴിൽവൈദഗ്ദ്ധ്യം വേണ്ടുവോളമുണ്ടെങ്കിലും മദ്യത്തിന്റെയും മദിരാക്ഷിയുടെയും സുഹൃത്തായ അയാൾക്ക് അസാന്മാർഗ്ഗികം എന്നു വിശേഷിപ്പിക്കാവുന്ന ഒരു ഭൂതകാലജീവിതമുണ്ടായിരുന്നു. അതുകൊണ്ടുതന്നെ അക്കാലത്ത് ഈ നഗരത്തിൽ വരുമ്പോൾ ക്ലയന്റുകൾ അയാൾക്കായി മുന്തിയ ഹോട്ടൽമുറിയും സമൃദ്ധമായ ഭക്ഷണവും ഒരുക്കിക്കൊടുത്തിരുന്നു. വളരെക്കാലങ്ങൾക്കുശേഷം വാഹനം മുട്ടി ആളു മരിച്ച കേസിന്റെ പ്രതിഭാഗം വക്കീലായിട്ടാണ് അയാൾ ഈ നഗരത്തിൽ വരുന്നത്. പക്ഷേ, ഇന്ന് അയാൾ തികച്ചും വ്യത്യസ്തനാണ്. നിയമം തൊഴിലാക്കുന്നവർക്ക് മറ്റൊരു കാമിനിയും ഭോഗവസ്തുവും പാടില്ല എന്ന് ജീവിതത്തിലൂടെ അയാൾ ഉറപ്പിച്ചെടുത്തിട്ടുണ്ട്. *Law is a jealous mistress* എന്ന് കഥയിൽ പരാമർശിക്കുന്നുമുണ്ട്. പക്ഷേ, പഴയ ക്ലയന്റിന് ഇതൊന്നും അറിയില്ല. പണ്ടൊരുക്കിക്കൊടുത്ത രീതിയിൽ തന്നെ അയാൾ യൂറോപ്യൻ ട്രഡീ

ഷണൽ ഹോട്ടലിൽ താമസിപ്പിക്കപ്പെടുന്നു. സമൃദ്ധമായ ഭക്ഷണവും മുന്തിയ മദ്യവും ഒരുക്കിയിട്ടുണ്ട്. മദ്യവും രതിയും നിറഞ്ഞു തുളുമ്പിയ അയാളുടെ ജീവിതത്തിന്റെ ഭൂതകാലസൂചനകൾ ഇടയ്ക്കിടെ നല്കിക്കൊണ്ട് കേസുനടത്തിപ്പുകാരൻ അയാളെ ആദരപൂർവ്വം ക്ഷണിക്കുന്നു. പക്ഷേ, ദിനചര്യകൾ ചിട്ടപ്പെടുത്തി ആറ്റിക്കുറുക്കിയെടുത്ത തന്റെ ഇപ്പോഴത്തെ ജീവിതത്തിൽനിന്ന് തെല്ലിട മാറാൻ അയാൾ ഒരുക്കമല്ല. ഈ ഒരവസ്ഥയിലാണ്,

'കൂട്ടിന് ഒരാളെ വേണംന്നല്ലേ ചൊല്ലിയയച്ചത്? ഇതാ ഞാൻ എത്തീരിക്കണു.'

എന്നു പറഞ്ഞുകൊണ്ട് സുന്ദരമായ ചിരിയോടെ അവൾ എത്തുന്നത്. എന്നാൽ അയാളുടെ പെരുമാറ്റത്തിലെ നിസ്സംഗത കണ്ടിട്ടാവണം അവളൊടുവിൽ ഇങ്ങനെ പറഞ്ഞത്.

'അത്ര ഉളുപ്പുകെട്ടിട്ടൊന്നും ഇനി ഞാൻ ഇങ്ങടെ മുറീല് കുത്തിരിക്കണില്ല..'

ഇങ്ങനെപറഞ്ഞ് അയാളുടെ മുറിയിൽനിന്നും തലയിണയും കിടക്കവിരിയും എടുത്ത് വരാന്തയിൽ വിരിച്ചു കിടക്കാൻ തുടങ്ങിയ അവൾ രണ്ടു ബാഗുകൾ മുറിയിൽ സൂക്ഷിക്കാൻ അനുവാദം ചോദിക്കുന്നു. കേസുകെട്ടുകളാണ് ബാഗിൽ എന്നു പറയുമ്പോൾ അയാൾക്ക് വല്ലാത്ത താല്പര്യമുണ്ടാകുന്നു. രണ്ടാമദ്ധ്യായത്തിൽ സൂചിപ്പിച്ചതുപോലെ യാഥാർത്ഥ്യത്തിന്റെ വിശദാംശങ്ങളിലുള്ള ഊന്നലാണ് ഇവിടെ സംഭവിക്കുന്നത്. ഇവിടെ കേസുകെട്ട് കഥയെത്തന്നെ മാറ്റിമറിക്കുന്ന ഒരു പ്രോപ്പർട്ടിയായി മാറുന്നു. എന്താണ് കേസ് എന്നു ചോദിക്കുമ്പോൾ ദീർഘകാലമായി അവളുടെ വീടിന്റെ ഉടമസ്ഥാവകാശവുമായി ബന്ധപ്പെട്ട ഒന്നാണെന്നും അവൾ പറഞ്ഞുവെക്കുന്നുണ്ട്. ഒരിക്കലും ഫലപ്രാപ്തിയിലെത്തിക്കാൻ കഴിയാതെ സ്ത്രീ എന്ന നിലയ്ക്ക് അനുഭവിച്ച സഹനങ്ങളെക്കുറിച്ചുകൂടി അവൾ തുറന്നു പറയുന്നുണ്ട്. ഇതു മനസ്സിലാക്കിയ അയാൾ ആ രാത്രിയിലിരുന്ന് കേസുകെട്ടു മുഴുവൻ പഠിക്കാൻ തുടങ്ങുന്നു. പഠനവേളയിൽത്തന്നെ അവളുടെ അതിനെക്കുറിച്ചുള്ള അനുഭവ വിവരണങ്ങളും അയാൾ കേൾക്കുന്നു. വളരെ സൂക്ഷ്മതയോടെ എല്ലാ രേഖകളും സൂക്ഷിച്ചു വെച്ചിരിക്കുന്ന അവളെ *so intelligent a client* എന്നാണ് അയാൾ വിശേഷിപ്പിക്കുന്നത്. കേസുമുഴുവൻ പഠിച്ചുകഴിഞ്ഞശേഷം അവൾക്ക് കോടതിയിൽ കൊടുക്കാനുള്ള വിശദമായ രേഖ തയ്യാറാക്കാൻ അയാൾ ആരംഭിക്കുന്നു. ആ ഘട്ടത്തിൽ വിരസതയകറ്റാൻ അവളുടെ മടിയിലേക്ക് കാലുകയറ്റിവെച്ച് എഴുത്തു തുടരുന്നു. അവൾ അയാളുടെ കാലിൽ തടവിക്കൊണ്ടിരിക്കുന്നു. കോടതിയിൽ കൊടുക്കേണ്ട രേഖ പൂർണ്ണമായി തയ്യാറാക്കിക്കഴിയുമ്പോഴേക്കും പ്രഭാതമാകുന്നു. പ്രഭാതനടത്തത്തിനിറങ്ങുന്ന അയാൾക്ക് അവൾ ബാഗു തുറന്ന് നന്ദിപൂർവ്വം നൂറുരൂപ ഫീസ് നല്കുന്നു. സന്തോഷത്തോടെ അയാൾ അതു സ്വീകരിക്കുന്നു. ഇതാണ്

'നിർമ്മലമായ പ്രഭാതം' എന്ന കഥയുടെ ചുരുക്കം. രണ്ടു കഥാപാത്രങ്ങളേ ഉള്ളൂ എങ്കിലും ഈ കഥ സംവാദാത്മകമാണ്. ഒട്ടനവധി വ്യാഖ്യാന സാദ്ധ്യതകൾക്ക് വഴിതുറക്കുന്ന ഒരവസ്ഥ ഈ കഥയിലുണ്ട്. ഔപചാരികവും ഔദ്യോഗികവുമായ ഒരു തൊഴിൽസംവിധാനത്തെ തികച്ചും അനൗപചാരികവും അനൗദ്യോഗികവുമായി കാണുന്ന ഒരു രീതി ഇവിടെയുണ്ട്. ഇവിടെ അഭിഭാഷകവൃത്തി അധികാരരൂപം ആർജ്ജിക്കുന്ന ഒന്നല്ല.

ഒരർത്ഥത്തിൽ തൊഴിലായി കണക്കാക്കുകയാണെങ്കിൽ കക്ഷികളുള്ള രണ്ട് തൊഴിലുകളാണ് വക്കീൽപ്പണിയും ലൈംഗികത്തൊഴിലും. ഇവിടെ ലൈംഗികത്തൊഴിൽ എന്ന വിശേഷണം യാന്ത്രികമാണെന്നു സമ്മതിക്കുന്നു. സി വി ശ്രീരാമൻ കഥയിലൊരിടത്തും ലൈംഗികത്തൊഴിൽ എന്ന വാക്കുപയോഗിക്കുന്നില്ല. കഥയെ തൊഴിൽപരമായി വിലയിരുത്തേണ്ട ഒരവസ്ഥയിൽ മാത്രമാണ് ലൈംഗികത്തൊഴിലാളി എന്ന വാക്കുപയോഗിക്കുന്നത്.

തൊഴിൽവിഭജനങ്ങളെയെല്ലാം അപ്രസക്തമാക്കി ഒരു സ്ത്രീയെ തന്നെപ്പോലെത്തന്നെയുള്ള വ്യക്തിയായി ഒരു പുരുഷൻ കാണുന്നു എന്നുള്ളതാണ് ഈ കഥയുടെ വ്യതിരിക്തത.

മേല്പറഞ്ഞതിന്റെ അടിസ്ഥാനത്തിൽ നമുക്കിതിനെ രണ്ടുരീതിയിൽ വ്യാഖ്യാനിക്കാം. ഒന്ന് ലൈംഗികത്തൊഴിൽ ഒരു തൊഴിലാണെങ്കിൽ, ഏതു തൊഴിലാണെങ്കിലും തുല്യത തികഞ്ഞ സമത്വബോധം. രണ്ട് ലൈംഗികത്തൊഴിൽ എന്നൊന്നും ചിന്തിക്കാതെ സ്ത്രീയെ ഒരു വ്യക്തി എന്ന സമത്വബോധത്തോടെ വീക്ഷിക്കാൻ കഴിയുന്ന ഒരു പുരുഷന്റെ ഉയർന്ന ചിന്ത. സി വി ശ്രീരാമന്റെ ഈ കഥ മറ്റൊരർത്ഥത്തിലും വ്യത്യസ്തത പുലർത്തുന്നുണ്ട്. വേശ്യകളെ കഥാപാത്രങ്ങളാക്കുമ്പോൾ മറ്റനേകം കഥാകൃത്തുക്കൾ സ്വീകരിച്ചിട്ടുള്ള കാല്പനിക പ്രണയം, രതിമോഹം, കുറ്റബോധം, അസ്തിത്വവാദചിന്ത എന്നിവയൊന്നും സി വി ശ്രീരാമന്റെ കഥാപരിസരത്തിലേക്ക് കടന്നു വരുന്നില്ല. മറിച്ച് ആധുനികത തൊഴിലിനോടും ലൈംഗികതയോടും പുലർത്തിയ മിഥ്യാധാരണകളെ കഥ തിരുത്തുന്നു. ഇവിടെയാണ് ആധുനികത എന്ന സാമൂഹികചരിത്രാനുഭവത്തെ മറ്റുള്ളവരിൽനിന്നും വ്യത്യസ്തമായി സി വി ശ്രീരാമൻ വീക്ഷിച്ചത്. കഥയിൽ ഒരു സ്വാഭാവികമനുഷ്യത്വം അനുഭവിക്കാൻ കഴിയും. ഇത് സ്ത്രീപുരുഷവ്യത്യാസങ്ങളെ ഇല്ലാതാക്കുന്ന ഒന്നാണ്.

സി വി ശ്രീരാമന്റെ ചെറുകഥകളിൽ അധികാരരൂപങ്ങൾക്കു പ്രവേശനമില്ലാത്ത മനുഷ്യജീവിതത്തിന്റെ തുറസ്സായ ഇടങ്ങളുണ്ട്. സമൂഹത്തിന്റെ കപടമൂല്യങ്ങളോ കപടസദാചാരസങ്കല്പങ്ങളോ പ്രവർത്തിക്കാത്ത ഒരിടം. ഇത്തരം ഇടങ്ങളെ നിർണ്ണയിക്കുന്നതിലൂടെയാണ് ബഹുസ്വരത സാദ്ധ്യമാക്കപ്പെടുന്നത്.

പന്തയം

സി വി ശ്രീരാമന്റെ പന്തയം എന്ന കഥ ഏറക്കുറെ പൂർണ്ണമായും ഒരു പുരുഷന്റെയും സ്ത്രീയുടെയും സംഭാഷണങ്ങളിലൂടെയാണ് പുരോഗമിക്കുന്നത്. ഇടയ്ക്ക് രണ്ടോ മൂന്നോ സ്ഥലങ്ങളിൽമാത്രം ആഖ്യാതാവായ പുരുഷകഥാപാത്രത്തിന്റെ മനോഗതങ്ങളും കഥയിൽ പ്രത്യക്ഷപ്പെടുന്നു. ദീർഘമായ സംഭാഷണങ്ങൾ ഏറ്റവും കൂടുതൽ കാണാൻ കഴിയുന്നത് നോവലുകളിലാണ്. ചെറുകഥയുടെ ദൈർഘ്യപരിമിതി പലപ്പോഴും ദീർഘസംഭാഷണങ്ങളെ കഥയ്ക്കകത്തേക്ക് കൊണ്ടുവരാൻ ആഖ്യാതാവിനെ അനുവദിക്കാറില്ല. എന്നാൽ സി വി ശ്രീരാമന്റെ ചെറുകഥകൾ ഇതിനൊരപവാദമാണ്. സുദീർഘങ്ങളായ സംഭാഷണങ്ങളിലൂടെ യാണ് കഥ എപ്പോഴും പുരോഗമിക്കുന്നത്. കഥാപാത്രങ്ങളുടെ സംഭാഷണങ്ങളുടെ കേൾവിക്കാരാണ് വായനക്കാർ. സംഭാഷണങ്ങൾ പലപ്പോഴും സാഹിത്യം എന്നു വിവക്ഷിക്കുന്ന സങ്കല്പങ്ങളെ അസ്ഥിരപ്പെടുത്താറുണ്ട്. ഇതിനെ *vocal alterity* എന്നാണ് ബക്തിൻ വിശേഷിപ്പിക്കുന്നത്. ഈ സംഭാഷണങ്ങൾ സവിശേഷസാഹിത്യരൂപത്തിനപ്പുറം സാമാന്യമനുഷ്യവ്യവഹാരങ്ങളായി മാറുന്നു.

കഥ നടക്കുന്ന ഇടം ഏതോ ഒരു ക്ഷേത്രസങ്കേതത്തിലെ ഹോട്ടൽ മുറിയാണ്. കഥയിലെ ആഖ്യാനസ്വരം അഭിഭാഷകനായ ഒരു പുരുഷന്റേതാണ്. ദൂരെ എവിടെയോ നിന്നാണ് അയാളും ഒപ്പമുള്ള ഉദ്യോഗസ്ഥയായ സ്ത്രീയും അവിടെ എത്തിയിട്ടുള്ളത്. അയാൾ അവളുടെ വക്കീലായിരുന്നുവെന്ന് കഥയിലെ സംഭാഷണത്തിൽനിന്ന് മനസ്സിലാക്കാൻ സാധിക്കും. ആദ്യമായി അവൾ അയാളുടെ മുന്നിലെത്തുന്നത് ഭർത്താവിനെ വെട്ടിക്കൊല്ലാൻ ശ്രമിച്ച കേസിലെ പ്രതിയായാണ്. കോടതിവാറന്റിനെക്കുറിച്ചു പറഞ്ഞ് ഭീഷണിപ്പെടുത്തി ആഭരണം അഴിച്ചു വാങ്ങിയവനാണ് അവളുടെ ഭർത്താവ്. പണം പിടിച്ചുപറിക്കാൻ പിന്നെയും വന്ന അയാളെ കൊല്ലാൻ വേണ്ടിത്തന്നെയാണ് അവൾ വെട്ടിയത്. ചത്തില്ല എന്നുമാത്രം. കേസ് അവൾക്കെതിരായിത്തീരുമെന്നും ദോഷകരമായി ബാധിക്കുമെന്നും മനസ്സിലാക്കിയ അയാൾ (വക്കീൽ) പണംകൊണ്ട് അതെല്ലാം ഒതുക്കിത്തീർക്കുന്നു. ഇതിനിടയിൽ അവർ തമ്മിൽ അടുപ്പമാകുന്നു.

ആദ്യത്തെ ഒരുവർഷം ആ അടുപ്പം വെറും പ്ലേറ്റോണിക്ബന്ധം മാത്രമായിരുന്നു. പിന്നീട് അത് രതിയുടെ ഉത്സവമായി മാറി. അവളും അയാളും വിദൂരദേശങ്ങളിലെ ഹോട്ടൽമുറികളിൽ രഹസ്യസമാഗമങ്ങൾ പലതവണ നടത്തി. ഇത്തരത്തിലുള്ള സമാഗമത്തിന്റെ അവസാനരാത്രി പുലരുന്ന നേരമാണ് കഥയിലെ വർത്തമാനകാലം. അന്നേദിവസം തന്നെയാണ് അവളുടെ രണ്ടാംവിവാഹംകൂടി നിശ്ചയിക്കപ്പെടുന്നത്. അവർ തമ്മിലുള്ള ബന്ധം പൂർണ്ണതയിലെത്തിയെന്നുപറഞ്ഞ് അയാൾതന്നെയാണ് അവളുടെ രണ്ടാംവിവാഹത്തിനു വേണ്ട ഏർപ്പാടുകളെല്ലാം ചെയ്തത്. പത്രപ്പരസ്യം കൊടുത്തതും വരന്റെ വീടുകണ്ട് തൃപ്തിപ്പെട്ടതും

അതുതന്നെ മതിയെന്നുറപ്പിച്ചതും എല്ലാം. അവരുടെ സംഭാഷണങ്ങളിൽ നിന്ന് നമുക്കിത് മനസ്സിലാക്കിയെടുക്കാൻ സാധിക്കും. ഒരേസമയം ദുഃഖ ഭരിതവും എന്നാൽ ദൃഢവുമായ മനസ്സോടെ അവർ പുലർകാല വെളിച്ചത്തിലേക്ക് പടിയിറങ്ങുന്നു. ഈ വഴിപിരിയലിൽ കഥ അവസാനിക്കുന്നുവെങ്കിലും കേവലമായ ഒരന്ത്യത്തിനപ്പുറം വരികൾക്കിടയിലും കഥയ്ക്കപ്പുറത്തും ഈ കഥ ഒരുപാടു കഥകൾ നിർമ്മിക്കുന്നു.

നീതി, ധർമ്മം, സത്യം, സദാചാരം തുടങ്ങിയ മൂല്യസങ്കല്പങ്ങളെ എല്ലായ്പ്പോഴും ഏകപക്ഷീയമായി ഒരു മാനത്തിൽമാത്രം മുന്നോട്ട് കൊണ്ടുപോകുന്ന ഒരവസ്ഥയെ ഈ കഥ കർക്കശമായി വിചാരണ ചെയ്യുന്നുണ്ട്. ആധുനികമായൊരു ലോകബോധവും ഈയൊരവസ്ഥയ്ക്ക് ആക്കം കൂട്ടിയിട്ടുണ്ട്. ഇതിന്റെ എതിർവിചാരണയാണ് കഥയിലെ ബലതന്ത്രം. പരസ്പരസ്നേഹവും അതിലൂടെ ഉണ്ടാകേണ്ട രതിയുടെ നിർവ്വഹണവും സാദ്ധ്യമാകേണ്ട ഒരിടമാണ് ദാമ്പത്യം. പക്ഷേ, ഇവിടെ അതിന്റെ നേർവിപരീതമായ ഒരനുഭവലോകമാണ് കാണാൻ കഴിയുന്നത്. കഥയിലെ സ്ത്രീകഥാപാത്രം തന്റെ ദാമ്പത്യബന്ധത്തെക്കുറിച്ച് ഇങ്ങനെ പറയുന്നുണ്ട്.

ബെഡ്റൂമിൽ ഒരു കള്ളൻ കയറി എന്നു കരുതിയാൽ മതി. രതിയും സ്നേഹവും എന്നതിനുപകരം കൊല്ലും കൊലയും കാവൽനിന്ന ദാമ്പത്യം. ഇത് സമൂഹം അംഗീകരിച്ച ഒരു ദാമ്പത്യബന്ധത്തിന്റെ അവസ്ഥയാണ്. ഇവിടെ ആദ്യരാത്രിയിൽത്തന്നെ കോടതിവാറന്റ് കടന്നു വരുന്നു. ഇതുരണ്ടും വിപരീതങ്ങളാണെന്നു കാണാം. ആദ്യരാത്രി പുരുഷാധിപത്യപരമായ ഒരു കാല്പനിക കാലമായാണ് ഇന്നോളം നിർവ്വചിച്ചു പോരുന്നത്. ഇതു ലൈംഗികതയെ സംബന്ധിച്ചിടത്തോളം ആധുനികസവിശേഷ സമീപനം കൂടിയാണ്. ഇതേ ആധുനികത രൂപപ്പെടുത്തിയ പുരുഷാധിപത്യപ്രയോഗം തന്നെയാണ് കോടതി വാറന്റ്. കഥയിലെ അഭിഭാഷകനും സ്ത്രീയും തമ്മിലുള്ള ബന്ധം ഒരിക്കലും സമൂഹം അംഗീകരിച്ച വൈവാഹികബന്ധമല്ല. സമൂഹത്തിന്റെ ദൃഷ്ടിയിൽ സദാചാരവിരുദ്ധമായ വിവാഹേതരസ്ത്രീപുരുഷബന്ധമാണ് അത്. പക്ഷേ, അവരിൽ നിന്നുകൊണ്ടുള്ള അവരുടെ ദിവസങ്ങളാകട്ടെ പരസ്പരവിശ്വാസത്തിന്റെയും സ്നേഹത്തിന്റെയും രതിയുടെയും ദിവസങ്ങളാകുന്നു. ഇതിലൊരു വൈരുദ്ധ്യമുണ്ട്.

പിന്നീട് അവർ തമ്മിലുള്ള ബന്ധം പാരമ്യത്തിലെത്തി അവളെ മറ്റൊരു വിവാഹബന്ധത്തിന് അയാൾ തയ്യാറെടുപ്പിക്കുമ്പോൾ വീണ്ടും ആധുനികതയുടെ ധർമ്മനീതികൾക്കിരയായൊരു ജീവിതം അതേ ധർമ്മനീതിയിലേക്ക് ചാക്രിക സ്വഭാവത്തിലൂടെ നടന്നടുക്കുകയാണ്. ഇത്തരത്തിൽ ഇരയിൽനിന്നും ഇരയിലേക്കുള്ള യാത്രയ്ക്കിടയിലാണ് ദാമ്പത്യത്തിന്റെ ആഹ്ലാദാനുഭൂതികളുടേതായ ഒരു സത്യാത്മകലോകം അവൾക്ക് തുറന്നു കിട്ടുന്നത്. അതായത് സമൂഹം അവിഹിതമെന്നു കല്പിക്കുന്ന ബന്ധമാണ് അവളും അയാളും ചേർന്ന് നിർമ്മിക്കുന്ന

സത്യാത്മകലോകം. വീണ്ടും ആധുനികമായൊരു വ്യവസ്ഥയുടെ ചിട്ടകളിലേക്ക് അവർ ഒത്തുകൂടുന്നത് ഒരു തീർത്ഥാടനകേന്ദ്ര ത്തിലുമാണ്. പലപ്പോഴും കാലത്തിന്റെ രേഖീയതയെ തകർക്കാനുള്ള ഒരു ശ്രമം എഴുത്തുകാരൻ നടത്തുന്നുണ്ട്. രേഖീയമായ കാലം ആധു നികയുക്തിയുടെ പ്രമുഖമായ ഉപാധിയായി സുനിൽ പി ഇളയിടം പ്രസ് താവിക്കുന്നുണ്ട്. നേർവരയിൽ ഒന്നൊന്നായി വന്നുനിറയുന്ന സംഭവങ്ങ ളുടെ ശ്രേണീബന്ധത്തിലാണ് ജീവിതം യുക്തിക്കു നിരക്കുന്നതായി മാറുന്നത്. ഇത്തരത്തിലുള്ള ഒരു നേർരേഖയെ, ശ്രേണീ ബന്ധത്തെ ഇല്ലായ്മ ചെയ്യുന്നതുകൊണ്ടു കൂടിയാണ് കഥ ബഹുസ്വരമാവുന്നത്. സുനിൽ പി ഇളയിടം ഇങ്ങനെകൂടി പറയുന്നു.

"കാലഖണ്ഡങ്ങളെ അടിച്ചുപരത്തിയും കുറുക്കിക്കെട്ടിയും അടുക്കു തെറ്റിച്ചും അഴിച്ചുകൂട്ടിയും പുതിയ യാഥാർത്ഥ്യത്തെ സൃഷ്ടിക്കുന്ന എഴു ത്തുകാർ തൊട്ടു മുന്നിലുള്ള ഒരു ലോകത്തിന്റെ ക്രമങ്ങളോടു ഇടഞ്ഞു നില്ക്കുന്ന ഒരു അപരലോകം അതിലൂടെ പണിതെടുക്കുകയാണ്."

ഒരു ചെറുകഥയ്ക്ക് പരിമിതമായ ഒരനുഭവമണ്ഡലത്തെ മാത്രമേ ഉൾക്കൊള്ളാൻ കഴിയൂ എന്ന നിർവ്വചനത്തെ ഈ കഥ തിരുത്തുന്നു. സ്ത്രീപുരുഷബന്ധങ്ങളെക്കുറിച്ചും അതിന്റെ വൈരുദ്ധ്യത്തെക്കുറിച്ചും ആരും പറയാത്ത രീതിയിൽ ചിലത് മുന്നോട്ടു വെക്കാൻ ഇവിടെ സി വി ശ്രീരാമനു കഴിയുന്നു. നാം പ്രത്യക്ഷത്തിൽ കാണുന്ന ജീവിതയാഥാർ ത്ഥ്യങ്ങൾ നമുക്കു നല്കുന്ന സത്യാനുഭവത്തിനപ്പുറം അതിന്റെ മറുപുറം തേടാനും അദ്ദേഹത്തിനു കഴിയുന്നു. അനുഭവങ്ങളെ സംയുക്തീകരിച്ച് പ്രത്യയശാസ്ത്രത്തിന്റെയോ തത്ത്വചിന്തകളുടെയോ സമവാക്യങ്ങളു ണ്ടാക്കാനുള്ള വ്യഗ്രതയെ പ്രതിരോധിക്കുന്ന രീതിയിലാണ് സി വി ശ്രീരാമൻ കഥ പറയുന്നത്. മൂല്യബോധവും സത്യസന്ധതയും ആഘോ ഷിക്കാനുള്ളതല്ലെന്നും മറിച്ച്, ജീവിതാനിശ്ചിതത്ത്വങ്ങളിൽ ഓരോരു ത്തരും പാലിക്കേണ്ട ആദർശമാണെന്നും ഈ കഥ നമ്മെ ബോദ്ധ്യപ്പെ ടുത്തുന്നു.

5.4. ഒളിച്ചോട്ടം

മിഖായേൽ ബക്തിന്റെ unfinalizability എന്ന ചിന്തയിൽനിന്നാണ് ബഹുസ്വരത എന്ന ആശയം ഉണ്ടാകുന്നത്. വ്യക്തിത്വത്തെ, വ്യക്തികളെ അവസാനവാക്ക് പറഞ്ഞുകൊണ്ട് നിർണ്ണയിക്കാൻ സാദ്ധ്യമല്ല. അവരെ പൂർണ്ണമായി മനസ്സിലാക്കാനോ അതിന്റെ അടിസ്ഥാനത്തിൽ അവസാന വിധി പറഞ്ഞുകൊണ്ട് വ്യവസ്ഥപ്പെടുത്താനോ സാദ്ധ്യമല്ല. മുഴുവൻ മന സ്സിലാകുന്ന രീതിയിൽ സമീപിച്ചാലും വ്യക്തിക്ക് മാറ്റം വരും എന്ന സാദ്ധ്യത നിലനില്ക്കുന്നു. സി വി ശ്രീരാമന്റെ കഥകൾ വിദൂരമായ സ്ഥലകാലങ്ങളെയും വ്യക്തികളെയും തേടിപ്പോവുന്ന ഒരനുഭവം എല്ലാ യ്പ്പോഴും നല്കുന്നു.

"ഭൂതത്തെയും വർത്തമാനത്തെയും ഭാവിയെയും എന്റെ കഥാപാത്ര

ങ്ങളുടെ മനസ്സിൽ സ്വതന്ത്രമായി ഇടപെടാൻ ഞാനനുവദിക്കാറുണ്ട്."

ഒരു നോവൽ കഥയിലൊതുക്കുക എന്ന് സി വി ശ്രീരാമൻതന്നെ സൂചിപ്പിക്കുമ്പോൾ ദീർഘമായ കാലവും ചരിത്രവും മനുഷ്യബന്ധങ്ങളും കഥയ്ക്കകത്തേക്ക് കൊണ്ടുവരുന്നു എന്നുള്ളതുതന്നെയാണ് മനസ്സിലാക്കേണ്ടത്. ഇതൊരർത്ഥത്തിൽ കഥാപാത്രങ്ങൾക്കു നല്കുന്ന സ്വാതന്ത്ര്യവും കൂടിയാവുന്നു. സി വി ശ്രീരാമന്റെ ചെറുകഥകൾ വിശകലനം ചെയ്യുമ്പോൾ ഇത് സ്പഷ്ടവുമാണ്.

നമ്മുടെ സാമാന്യധാരണകളുടെ ഏകപക്ഷീയസ്വഭാവത്തെ മറികടക്കുവാൻ നിഷേധയുക്തി നമ്മെ സഹായിക്കുന്നു. അത് രേഖീയമായ കാലപ്രവാഹത്തിന്റെ യുക്തിയെ തകർക്കുന്നു. ഇത് ഒരർത്ഥത്തിൽ ആധുനികമായ യുക്തിയെ തകർക്കുക എന്നതുകൂടിയാണ്. ഒരേസമയം കഥയും കഥാപാത്രങ്ങളും പുലർത്തുന്ന അനിശ്ചിതത്വം സി വി ശ്രീരാമന്റെ രചനകളിൽ പ്രകടമാണ്. ജീവിതം അനിശ്ചിതത്വം നിറഞ്ഞതാണെന്ന ഉത്തമബോദ്ധ്യം കഥയുടെ കാതലാകുന്ന സി വി ശ്രീരാമന്റെ നിരവധി കഥകളുണ്ട്.

'ഒളിച്ചോട്ടം' എന്ന കഥ പുരോഗമിക്കുന്നത് പ്രധാനമായും രണ്ടു കഥാപാത്രങ്ങളിലൂടെയാണ്. ഭാരതിയും സേതുലക്ഷ്മിയും. സി വി ശ്രീരാമന്റെ മിക്ക കഥകളിലും രണ്ടു കഥാപാത്രങ്ങളുടെ പുനസംഗമങ്ങൾക്കിടയിൽ ദീർഘമായൊരു കാലയളവ് കാണാൻ സാധിക്കും. ഈ കാലയളവ് പലതരം മാറ്റങ്ങൾ വ്യക്തികളിൽ സംഭവിക്കുന്ന കാലയളവാണ്. കഥ നടക്കുന്നത് രണ്ടു കാലഖണ്ഡങ്ങളിലാണ്. എന്നാൽ ഇതൊന്നും കാലാനുക്രമമായല്ല (chronological) സി വി ശ്രീരാമൻ രേഖപ്പെടുത്തുന്നത്. യാത്രകളായും ഓർമ്മകളായും സംഭാഷണങ്ങളായും ഫ്ളാഷ്ബാക്കുകളായും അങ്ങോട്ടും ഇങ്ങോട്ടും കയറിയും ഇറങ്ങിയും ഒരു കഥ പറയുകയാണ് കഥാകൃത്ത്.

ഭാരതിയും സേതുലക്ഷ്മിയും ദീർഘകാലം സതീർത്ഥ്യരായി ഒരു ഹോസ്റ്റൽമുറിയിൽ ഒന്നിച്ചു താമസിച്ചിരുന്നവരാണ്. അവർ തികച്ചും വിഭിന്ന സ്വഭാവക്കാരായിരുന്നു. കുറെക്കാലങ്ങൾക്കുശേഷം സേതുലക്ഷ്മി സ്വന്തം ഭർത്താവിനോടും കുട്ടിയോടുമൊത്ത് പോണ്ടിച്ചേരിയിലുള്ള തന്റെ പൂർവ്വ സഖിയുടെ വീട്ടിലെത്തുമ്പോഴുള്ള സന്ദർഭമാണ് കഥയിലെ ക്രിയാകാലം.

നേരത്തേ സൂചിപ്പിച്ചതുപോലെ വിഭിന്നജീവിതവീക്ഷണങ്ങളുള്ള രണ്ടു പെൺകുട്ടികളാണ് ഭാരതിയും സേതുലക്ഷ്മിയും. വ്യവസ്ഥാപിതമൂല്യങ്ങൾ തീവ്രമായി ഉൾക്കൊണ്ടുജീവിക്കുന്ന തികഞ്ഞ ഭക്തയായ ഭാരതിയുടെ നേർവിപരീതമായിരുന്നു സേതുലക്ഷ്മി. സമൂഹം കല്പിക്കുന്ന സദാചാര നിഷ്ഠകൾ ഒന്നും പാലിക്കാതെ വ്യവസ്ഥാപിത മൂല്യങ്ങളോട് എതിരിട്ടുകൊണ്ടാണ് സേതുലക്ഷ്മി ജീവിതം മുന്നോട്ടു കൊണ്ടുപോയത്. വിവാഹത്തിനുമുമ്പ് ഹോസ്റ്റലിൽ നിർല്ലജ്ജം കാമാതുരയായി ജീവിച്ച സേതുലക്ഷ്മിയെയാണ് ഭാരതി ഓർക്കുന്നത്.

അക്കാലത്ത് നല്ല ഭർത്താവിനെക്കിട്ടാൻ തിങ്കളാഴ്ച നോമ്പുനോറ്റിരിക്കുന്ന ഭാരതിയെയുംകൊണ്ട് സേതുലക്ഷ്മി തന്റെ പുരുഷസുഹൃത്തിന്റെ കാറിൽ സഞ്ചരിക്കുന്നുണ്ട്. 'ഇതൊന്നും ശരിയല്ല സേതുലക്ഷ്മി നിനക്കെന്തെങ്കിലും കാരണവശാൽ ആ മനുഷ്യനെ കല്യാണം കഴിക്കാൻ കഴിയാതെ വന്നാൽ' എന്ന് ഭാരതി ദേഷ്യത്തോടെ ചോദിക്കുമ്പോൾ സേതുലക്ഷ്മി പൊട്ടിച്ചിരിച്ചുകൊണ്ട് തന്റെ ജീവിത വീക്ഷണം പങ്കിടുന്നു.

"ആരു പറഞ്ഞു അയാളെ കല്യാണം കഴിക്കാൻ പറ്റുമെന്ന്? ഒരിക്കലും സാദ്ധ്യമാകില്ലെന്ന് എനിക്കറിയാം. പക്ഷേ, ഈ ഏയ്ജിൽ എനിക്കാവശ്യം എന്നെ ആരാധിക്കുന്ന ഒരാളെയാണ്. എന്നെ ആകെ എടുത്തുവിഴുങ്ങാൻ ആർത്തിയുള്ള ഒരു മനുഷ്യനെ. ഒരു കാലത്ത് ഞാൻ കല്യാണം കഴിക്കും. അപ്പോൾ ഭർത്താവിനെ സനേഹിക്കും. ഭർത്താവ് എന്നെയും."

അതു സാദ്ധ്യമാണോ എന്ന ഭാരതിയുടെ സംശയത്തിന് അങ്ങനെ കഴിയണം അതാണ് മോഡേൺ വേ ഓഫ് ലൈഫ് എന്നുകൂടി സേതുലക്ഷ്മി പറയുന്നുണ്ട്. സേതുലക്ഷ്മിയുടെ ഈയൊരു ജീവിതവീക്ഷണത്തെ ഒരുതരത്തിലും ഭാരതിക്ക് ഉൾക്കൊള്ളാനാവുന്നുമില്ല. ഭാരതി ഇങ്ങനെ പറയുന്നുമുണ്ട്. *ഇങ്ങനെയുള്ളവൾക്ക് ഒരിക്കലും നല്ല ഭർത്താവിനെ കിട്ടില്ല.* അതിനുള്ള സേതുലക്ഷ്മിയുടെ മറുപടിയുമുണ്ട്. *നിനക്കെങ്കിലും നല്ല ഭർത്താവിനെ കിട്ടുമല്ലോ......... നിന്റെ തിങ്കളാഴ്ച വ്രതവും കാടാമ്പുഴ അമ്മയും.* ഭാരതി പിന്നീട് സേതുലക്ഷ്മിക്ക് ഗർഭഛിദ്രത്തിനുള്ള മരുന്ന് എത്തിച്ചുകൊടുക്കാൻ നിർബ്ബന്ധിതയാകുന്നുണ്ട്. കണ്ണീരൊലിപ്പിച്ച് തളർന്നുകിടന്നിരുന്ന സേതുലക്ഷ്മി ഓരോ ഗുളികയും എന്താർത്തിയോടെയാണ് വിഴുങ്ങിയതെന്ന് ഭാരതി ഇന്നും ഓർക്കുന്നു.

ഭാരതിയുടെയും സേതുലക്ഷ്മിയുടെയും ഇന്നത്തെ ജീവിതമാണ് പിന്നീട് കഥയിൽനിന്നു മനസ്സിലാക്കാനുള്ളത്. ഭാരതിയുടെ ഭർത്താവ് നരേന്ദ്രൻ തികഞ്ഞ മദ്യപാനിയും പുകവലിക്കാരനും പരസ്ത്രീതല്പരനുമായിരിക്കുമ്പോൾ സേതുലക്ഷ്മിയുടെ ഭർത്താവ് ദാസൻ അത്തരം ശീലങ്ങളൊന്നുമില്ലാത്ത ഭക്തനായൊരു സാത്വികനാണ്. ഇത്തരത്തിൽ സദാചാരനിഷ്ഠമായ സമൂഹത്തിന്റെ സാമാന്യ യുക്തിക്ക് നേർവിപരീതമായ രീതിയിൽ മനുഷ്യമനസ്സിന്റെയും ജീവിതത്തിന്റെയും സങ്കീർണ്ണമായ അനിശ്ചിതത്വങ്ങളെ അഭിസംബോധന ചെയ്യുന്നതുകൊണ്ടാണ് കഥ സംവാദാത്മകമാകുന്നത്.

സേതുലക്ഷ്മിയും ഭർത്താവ് ദാസനുംചേർന്ന് ആശ്രമവും വിനായകൻ കോവിലും സന്ദർശിച്ച് മടങ്ങിയെത്തുമ്പോൾ ആശ്രമമാണോ വിനായകൻ കോവിലാണോ കൂടുതൽ മനഃശാന്തി നല്കുന്നതെന്ന തർക്കം ഇവർക്കിടയിൽ രൂപം കൊള്ളുന്നുണ്ട്. ആശ്രമത്തിൽ പ്രത്യേകിച്ച് ഫോറിനേഴ്സ് കാട്ടിക്കൂട്ടുന്നതിലെല്ലാം ആർട്ടിഫിഷ്യൽ ഭക്തിയാണ്. മറിച്ച് വിനായകൻകോവിലിൽ അങ്ങനെയല്ല. ദാസൻ പറയുന്നു.

ശരിയാണോ ഭാരതി എന്തിനാണു മനശ്ശാന്തി, എന്ന് വലിയ ഭക്തയായിരുന്ന ഭാരതിയോട് സേതുലക്ഷ്മി ചോദിക്കുമ്പോൾ ചിലർക്കൊന്നും മനശ്ശാന്തി തരില്ല. എല്ലാം ആർട്ടിഫിഷ്യൽ ആണ് എന്നാണ് ഭാരതിയുടെ മറുപടി.

ഭാരതിയുടെ പൂർവ്വകാലജീവിതത്തിന്റെ വെളിച്ചത്തിൽ സേതുലക്ഷ്മി ചോദിക്കുന്ന ഒരു ചോദ്യമുണ്ട്. *അപ്പോൾ നിന്റെ ഭക്തിയൊക്കെ? കാടാമ്പുഴ ഭഗവതിയും തിങ്കളാഴ്ച നോമ്പുമൊക്കെ?* സേതുലക്ഷ്മിയെക്കുറിച്ചുള്ള ഓർമ്മകൾ ഭാരതിയിലും ഭാരതിയുടെ ഓർമ്മകൾ സേതുലക്ഷ്മിയിലും സജീവമാകുന്ന കഥാന്ത്യവേളകളിലും അവരുടെ വ്യത്യസ്തതകൾ വ്യത്യസ്തതകളായിത്തന്നെ നിലനില്ക്കുന്നു. അതുപോലെ ദുർഗ്ഗാദേവിയുടെ ചില്ലിട്ട ഫോട്ടോയ്ക്കു മുന്നിൽ പ്രാർത്ഥിക്കുന്ന സേതുലക്ഷ്മി *നിനക്കിതൊന്നും പതിവില്ലേ ഭാരതീ* എന്നു ചോദിക്കുന്നുണ്ട്. അപ്പോൾ മരവും ചില്ലും കടലാസും ചേർന്ന ഇതിന് എന്നെ രക്ഷിക്കാനാവില്ല തീർച്ച എന്നുപറഞ്ഞ് ഭാരതി ചിരിക്കുകയാണ്. പഴയ സേതു ലക്ഷ്മിയുടെ ചിരിയുടെ വിപരീതമാണ് ഭാരതിയുടെ ചിരി.

വിവാഹശേഷം രണ്ടുവർഷംകഴിഞ്ഞ് തനിക്കുണ്ടായ അബോർഷനും പിന്നീട് പ്രാർത്ഥനകളിലൂടെ കുഞ്ഞുണ്ടായതുമാണ് തന്നെ വലിയ വിശ്വാസിയാക്കി മാറ്റിയതെന്ന് സേതുലക്ഷ്മി പറയുന്നു. ഭാരതിക്ക് തന്റെ പ്രാർത്ഥനകളിലൂടെ ജീവിതത്തിൽ ഭൗതികനേട്ടങ്ങളൊന്നും കൈവരിക്കാൻ കഴിഞ്ഞിട്ടില്ല. അതുകൊണ്ടായിരിക്കാം ഭാരതി പില്ക്കാലജീവിതത്തിൽ തനിക്ക് മനഃശാന്തി തരാൻ ഒന്നിനും കഴിയില്ല എന്ന നിഗമനത്തിലെത്തിയത്. പ്രാർത്ഥനകളും പൂജകളും കൊണ്ട് ആർക്കും ഒരു നേട്ടവും ലഭിക്കുന്നില്ല എന്നും നമുക്ക് വായിച്ചെടുക്കാം. യാഥാർത്ഥ്യങ്ങളെ നേരിടുമ്പോൾ തകിടം മറിഞ്ഞുപോകുന്ന ജീവിത രൂപങ്ങളാണ് സി വി ശ്രീരാമൻ ഈ കഥയിൽ കൊണ്ടു വരുന്നത്. ലൈംഗികതയും ഭക്തിയും സദാചാരവും ഏതു സാമൂഹ്യക്രമങ്ങൾക്ക് അടിസ്ഥാനമാവുമ്പോഴും മനുഷ്യന്റെ ആന്തരികതലത്തിൽ അതുളവാക്കുന്ന നിർണ്ണയങ്ങളെ വ്യവസ്ഥപ്പെടുത്താൻ ഒരാൾക്കും സാധിക്കുകയില്ല. സി വി ശ്രീരാമന്റെ കഥകളിലെ ആത്മീയത ഒരു ചോദ്യവിഷയമാണ്. മനുഷ്യന് എത്തിപ്പിടിക്കാൻ കഴിയാത്തതും അവ്യക്തവുമായ ഒരാത്മീയതയാണ് ഇന്ന് സമൂഹത്തിൽ ചൂഴ്ന്നു നില്ക്കുന്നത്. അതുകൊണ്ടുതന്നെ കച്ചവടതാല്പര്യങ്ങൾക്ക് എളുപ്പം വഴങ്ങുന്ന ഒരവസ്ഥ അതിനുണ്ട്. എന്നാൽ മനുഷ്യസഹജമായ പ്രശ്നങ്ങൾക്ക് ആത്മീയപരിഹാരങ്ങളില്ല എന്നു തന്നെയാണ് കഥാകൃത്ത് സൂചിപ്പിക്കുന്നത്.

വഴിപാടുകൊണ്ടും പ്രാർത്ഥനകൊണ്ടും ഫലപ്രാപ്തി കൈവരുമെന്നു വിശ്വസിക്കുന്ന ഒരു സമൂഹത്തിലിരുന്നുകൊണ്ടാണ് കഥാകൃത്ത് അതിനെ നിഷേധിക്കുന്നത്. 'ഒളിച്ചോട്ടം' എന്ന കഥ നാനാർത്ഥങ്ങളിലേക്ക് തുറക്കുന്ന അനന്തമായ സംവാദസാദ്ധ്യതകൾ നല്കുന്നു. രണ്ടു

സ്ത്രീകളുടെ സ്വതന്ത്രവും സമാന്തരവുമായ ജീവിതത്തിലൂടെ നന്മതിന്മ കളുടെയോ ശരിതെറ്റുകളുടെയോ പക്ഷം പിടിക്കുന്ന ഒരാഖ്യാതാവാ കുന്നില്ല ശ്രീരാമൻ. മറിച്ച് തന്റെ പ്രത്യയ ശാസ്ത്രങ്ങളോ തത്ത്വചിന്ത കളോ ദാർശനികതയോ കഥാപാത്രങ്ങളുടെ മേൽ ആരോപിക്കുന്നുമില്ല. തികച്ചും സ്വതന്ത്രവും വ്യതിരിക്തവുമായ കഥാപാത്രങ്ങൾ. ആൺ-പെൺ എന്ന ഭേദമില്ലാതെ തന്റെ ചെറുകഥകളിൽ കഥാപാത്രങ്ങൾക്ക് പ്രവർത്തിക്കാനും വളരാനുമുള്ള സ്വാതന്ത്ര്യമാണ് സി വി ശ്രീരാമൻ നല്കിയത്. അത് എല്ലാ അധികാരരൂപങ്ങൾക്കും എതിരായിരുന്നു.

“ഏറ്റവും ഫലവത്തായ വിജ്ഞാനഉല്പാദനഉപകരണങ്ങളും പ്രയോഗങ്ങളും അതിന്റെ പ്രകടനത്തിൽ തന്നെ പൗരുഷമുള്ളതാ യിരിക്കെ അങ്ങനെ ഉല്പാദിപ്പിക്കപ്പെട്ട് പ്രബലമാക്കപ്പെടുന്ന അറിവ് ആൺകോയ്മയുടെ തെരഞ്ഞെടുപ്പുകളായതുകൊണ്ട് സത്യസന്ധവും നീതിപൂർവ്വവുമല്ല.”

അധികാരരൂപങ്ങളെല്ലാം ഒന്നായി പുരുഷാധികാരരൂപങ്ങളായി മാറുന്നു എന്നു വ്യക്തം. സ്ത്രീകൾക്കുവേണ്ടി തീവ്രമായ ചിലത് പറഞ്ഞു സ്ഥാപിച്ചുകൊണ്ടല്ല ഈ കഥ സ്ത്രീപക്ഷരചനയാകുന്നത്. ഒരു സ്ത്രീയുടെ സദാചാരത്തെ സംബന്ധിച്ച്, ലൈംഗികതയെ സംബന്ധിച്ച്, ജീവിതപങ്കാളിയെ സംബന്ധിച്ചുള്ള സ്വതന്ത്രവീക്ഷണം ഇതു മുന്നോട്ടുവെക്കുന്നു. പുരുഷാധിപത്യ സമൂഹം കല്പിച്ച ആധു നികലൈംഗിക സദാചാരബോധത്തെ ഈ വീക്ഷണം അട്ടിമറിക്കുന്നു. സ്വന്തം അനുഭവത്തെ സാക്ഷ്യം നിർത്തി ഒരു സ്ത്രീ ജീവിതത്തിന്റെ പാഠങ്ങൾ പഠിക്കുന്നു എന്ന തലംകൂടി ഇവിടെയുണ്ട്.

എല്ലാ സ്ത്രീകളിലും സ്വാതന്ത്ര്യബോധമുണ്ട്. പക്ഷേ, വ്യവസ്ഥ അത് പ്രകടിപ്പിക്കുന്നതിൽനിന്ന് അവരെ തടയുകയാണ്. മൂല്യങ്ങൾ തിര സ്കരിക്കാൻ ധൈര്യം കാട്ടുന്നവരെ ഒരുമ്പെട്ടവൾ എന്ന് ആക്ഷേപി ക്കാൻ സ്ത്രീകൾതന്നെ മുന്നിലുണ്ടാവും. വിജയം ഈ സമൂഹമനസ്സിന്റെ പ്രതിനിധിയാണ്.

കഥയുടെ ഒടുവിൽ സേതുലക്ഷ്മിയുടെ ജീവിതം ഭാരതിയെക്കാൾ മേന്മയുള്ളതാണ് എന്ന നിഗമനത്തിൽ എത്താൻ എഴുത്തുകാരൻ വായ നക്കാരനെ അനുവദിക്കുന്നില്ല. കഥാന്ത്യത്തിൽ ഈറനണിഞ്ഞ ശബ് ദത്തിൽ സേതുലക്ഷ്മി ഇങ്ങനെ പറയുന്നു. *ഭാരതീ, നീ ഭാഗ്യവതിയാണ്. ഒളിച്ചുവെക്കേണ്ട ഓർമ്മകളൊന്നും നിനക്കില്ലല്ലോ?* ഇത് കഥാ ന്ത്യത്തിലെ കഥാകാരന്റെ ഇടപെടൽ കൊണ്ടുണ്ടായ ഒരു വാക്യമല്ല. ബക്തിൻ വിശേഷിപ്പിക്കുന്ന രീതിയിൽ *a voice within the tale* എന്നു തന്നെ പറയണം. സമൂഹത്തിന്റെ സദാചാരനിഷ്ഠകളോട് എതിരിട്ട് ജീവി തത്തിന്റെ ആദ്യകാലങ്ങളിൽ താൻ ആഗ്രഹിച്ച സ്വതന്ത്രജീവിതം നയിച്ച പെൺകുട്ടിയായിരുന്നു സേതുലക്ഷ്മി. പക്ഷേ, പില്ക്കാലജീവിതത്തിൽ ഈ കഥാപാത്രത്തിന് വേണ്ടരീതിയിലുള്ള സ്വത്വവികാസമുണ്ടായില്ല എന്ന ആരോപണം നമുക്കുന്നയിക്കാം. താൻ നയിച്ച പൂർവ്വകാലജീവി

തത്തെ പുരുഷാധിപത്യയുക്തിയുടെ അടിസ്ഥാനത്തിൽ വിലയിരുത്തിയ സ്ത്രീമനസ്സിന്റെ പ്രകാശനമാണ് കഥാന്ത്യത്തിലെ സേതുലക്ഷ്മിയുടെ വാക്കുകൾ.

"ഉച്ചരിക്കപ്പെടുന്ന ഓരോ വാക്കും അതാതിന്റെ സാമൂഹികസന്ദർഭത്തെ അനുഭവിപ്പിക്കുന്ന തരത്തിൽ അതുമായി അഭേദ്യമായി ബന്ധപ്പെട്ടിരിക്കുന്നു. ഓരോ വാക്കും രൂപവും സാമൂഹ്യതാല്പര്യങ്ങളെക്കൊണ്ട് നിറഞ്ഞതാണ്."

5.5. സൂനിമാ

ഒറ്റപ്പെട്ട ഒരു സ്ത്രീവ്യക്തിത്വത്തിന്റെ കഥയാണ് 'സൂനിമാ'യിൽ സി വി ശ്രീരാമൻ ആവിഷ്കരിക്കുന്നത്. മൂകാംബിക എന്ന ക്ഷേത്രപരിസരങ്ങളിലൂടെയാണ് കഥ വികസിക്കുന്നത്. കഥാകാരൻ നേരിട്ട് സൂനിമായിൽ തുടങ്ങുന്ന ഒരനുഭവം ഇവിടെയില്ല. സൗപർണ്ണികാനദിയെക്കുറിച്ചും അതിന്റെ ചരിത്രത്തെക്കുറിച്ചും പറഞ്ഞുകൊണ്ടാണ് കഥ ആരംഭിക്കുന്നത്.

"തെളിനീരു കാൺകെ കാൺകെ കണ്ണിനു കുളിര്. ഇറങ്ങി മുങ്ങിയപ്പോൾ മനസ്സിലും കുളിര്. അമരേശ്വരിയിലും നർമ്മദയിലും പ്രയാഗിലും മുങ്ങിയ ഓർമ്മകൾ മനസ്സിലുദിച്ചു. ഈ സഞ്ചാരത്തിന് ഏതെങ്കിലും ഒരർത്ഥം എന്നെങ്കിലും കല്പിക്കാനാകുമോ..."

എവിടെയും ഒരു സഞ്ചാരിയായി വന്നെത്തുകയും ഓർമ്മകളുടെ സമൃദ്ധിയിൽ നിന്നുകൊണ്ട് ആ സഞ്ചാരത്തിന് അർത്ഥം തേടുകയും ചെയ്യുന്ന ഒരാളെ നമുക്കിവിടെ കാണാൻ കഴിയും. ലോകത്തിന്റെ വൈവിദ്ധ്യങ്ങളെ മനുഷ്യ ജീവിതത്തിന്റെ വൈവിദ്ധ്യങ്ങളെ, ഏതൊരു കഥയിലൂടെയും പറയാൻ ശ്രമിക്കുന്ന ഒരെഴുത്തുകാരനെ നമുക്കിവിടെ കാണാം. ഓർമ്മയും ആത്മഗതങ്ങളും സംഭാഷണങ്ങളുംചേർന്ന് ഒരു പ്രത്യേക കാലാവസ്ഥതന്നെ സൃഷ്ടിക്കുന്നു. കുടജാദ്രിക്കു പോകാൻ ഒരുങ്ങുന്ന സ്ത്രീപുരുഷൻമാർ, ധ്യാനനിരതരായ സന്ന്യാസിമാർ, കൊച്ചു റേഡിയോവിൽ ക്രിക്കറ്റുകമന്ററി കേൾക്കുന്ന ഭക്തൻ, കേരളത്തിന്റെ തെക്കും വടക്കും കേൾക്കുന്ന ഭാഷാഭേദങ്ങൾ ഇവയുടെയെല്ലാം കാഴ്ചയും ശബ്ദങ്ങളും ചേർന്ന ഒരു ലോകം വായനക്കാരന് ലഭിക്കുന്നു. ഇതിനിടയിൽ രണ്ടു സന്ന്യാസിമാരുടെ സംഭാഷണം അയാൾ ശ്രദ്ധിക്കുന്നുണ്ട്.

അവർ തീർത്ഥൻസ്വാമി എന്ന മറ്റൊരു സ്വാമിയെക്കുറിച്ചാണ് സംസാരിക്കുന്നത്. തീർത്ഥൻസ്വാമി തോട്ടയിട്ട് സൗപർണ്ണികയിൽനിന്ന് മത്സ്യം പിടിച്ചു. മേരിയുടെ ഹോട്ടലിൽ കൊണ്ടുപോയി വിറ്റു. മേരിയുടെ ഹോട്ടലിൽ ഇരുന്ന് വാറ്റുചാരായം കുടിച്ചു. മറ്റൊരു സന്ന്യാസിയുമായി പ്രപഞ്ചോല്പത്തിയെപ്പറ്റി തർക്കിച്ചു. തർക്കം മൂത്ത് ഒടുവിൽ തീർത്ഥൻസ്വാമി കൈയിലിരിക്കുന്ന കമണ്ഡലുവിന്റെ മൊരടുകൊണ്ട് മറ്റേ സ്വാമിയുടെ കവിളത്തുകുത്തി. മറ്റേ സ്വാമി ഇപ്പോൾ ആശുപത്രി

യിലാണ്. അഞ്ചു തുന്നലിട്ടിട്ടുണ്ട്. തന്റെ കഥയിലൂടെ ലോകത്തിന്റെ വൈവിദ്ധ്യങ്ങളെയും വൈചിത്ര്യങ്ങളെയും വിശദീകരിക്കാനുള്ള ശ്രമമാണ് കഥാകൃത്ത് നടത്തുന്നത്.

ചെറുകഥ എന്ന ചെറിയ ക്യാൻവാസിനകത്തും ഇത്തരം ബഹുസ്വരമായ ജീവിതചിത്രങ്ങൾ സി വി ശ്രീരാമൻ ആവിഷ്കരിച്ചിട്ടുണ്ട്. സി വി ശ്രീരാമൻ മനുഷ്യനെയും അവന്റെ പ്രവൃത്തികളെയും നിശിതമായി നിരീക്ഷണം ചെയ്യുന്നു. സി വി ശ്രീരാമൻ നിരീക്ഷണത്തെ അവതരിപ്പിക്കുകയല്ല ചെയ്യുന്നത് നിരീക്ഷണത്തിന്റെ നിമിഷങ്ങളെ അറിയുകയാണ്

സന്ന്യാസിമാരുടെ സംഭാഷണം കേട്ട അയാൾ നേരേ മേരിയുടെ ഹോട്ടൽ ചോദിച്ചറിഞ്ഞ് അവിടെ എത്തുകയാണ്. കാവിയുടുത്ത് രുദ്രാക്ഷമാലയണിഞ്ഞ് ചാരായം വാങ്ങാൻ എത്തിയിരിക്കുന്ന അയാളോട് ഈ വേഷത്തിൽ പോകേണ്ടെന്ന് മേരി പറയുന്നു. ഹോട്ടലിലെ ഒരു പണിക്കാരനെ വിളിച്ച് മേരി അയാൾക്കുവേണ്ട ചാരായം വാങ്ങിപ്പിച്ചു കൊടുക്കുന്നു. ഇഡ്ഡലിയും മീൻകറിയും എത്തിക്കുന്നു. മൂകാംബികാദർശനം കഴിഞ്ഞ് തിരിച്ചുചെല്ലുന്നതു വരെ മദ്യവും മത്സ്യമാംസാദികളും വർജ്ജിക്കുകയെന്ന വ്രതം വീണ്ടും തെറ്റുന്നു. വ്രതങ്ങളാരംഭിച്ചതല്ലാതെ ഇന്നോളം പൂർണ്ണതയിലെത്തിക്കാത്ത വെറും മനുഷ്യനാണ് താനെന്ന് അയാൾ വീണ്ടും സ്വയം അറിയുന്നു. ഇതിനിടയിൽ മേരിയുമായുള്ള സംഭാഷണത്തിലൂടെ അവൾ മദ്ധ്യതിരുവതാംകൂറിൽനിന്ന് കുടിയേറിവന്ന തിനെക്കുറിച്ചും ഇത്തരത്തിലുള്ള ഹോട്ടൽ തുടങ്ങാനിടയായ സാഹചര്യത്തെക്കുറിച്ചും സംസാരിക്കുന്നുണ്ട്. അവരുടെ സംഭാഷണത്തിനിടയിലാണ് വാദ്യഘോഷങ്ങളുടെയും ഭക്തസംഘങ്ങളുടെയും അകമ്പടിയോടുകൂടി തലമുടി പറ്റെവെട്ടി രുദ്രാക്ഷമാലയണിഞ്ഞു വരുന്ന ഒരു സ്ത്രീയെ ശ്രദ്ധിച്ചത്. മേരിതന്നെയാണ് സൂനിമാ എന്നുപേരുള്ള അവരെക്കുറിച്ച് അയാളോട് പറഞ്ഞത്. മേരി കട ആരംഭിക്കുന്ന കാലത്ത് അവൾ നീണ്ട ജടയുമായി മൗനവ്രതത്തിലായിരുന്നു. ചേടിവസ്ത്രത്തിൽ അതേ നിറത്തിലുള്ള ഒത്ത ശരീരവും അസാമാന്യമായ അറിവും അവരുടെ പ്രത്യേകതയായിരുന്നു. ഷേക്സ്പിയർ കഥകൾ മേരിക്ക് പറഞ്ഞുകൊടുത്തിരുന്ന അവർ ബി എ പരീക്ഷ എഴുതാനായി മേരിയെ പഠിപ്പിച്ചു കൊടുക്കാമെന്നേറ്റിരുന്നു. തുടർന്ന് അയാളുടെ ലക്ഷ്യം സൂനിമായാകുന്നു. കാട്ടുവള്ളികൾകൊണ്ടു മറച്ച പാർശ്വങ്ങളുള്ള ചൂരൽ ഇലകൾകൊണ്ട് മേല്ക്കൂരയുള്ള കുടിലിലാണ് സൂനിമാ താമസിക്കുന്നത്. സൂനിമായുടെ അടുത്തെത്തി അവരുടെ ജീവിതകഥ അറിയാനാണ് അയാൾ ശ്രമിക്കുന്നത്. എന്തിനു ജട വളർത്തി എന്ന ചോദ്യത്തിന് ജീവിതത്തിന്റെ വഴിത്തിരിവായി മാറിയ പത്രപ്പരസ്യത്തെക്കുറിച്ച് അവർ പറഞ്ഞു. തന്റെ സ്വത്ത് താൻ മരിച്ചതായി കണക്കാക്കി സഹോദരങ്ങൾ പങ്കിട്ടെടുക്കാൻ തീരുമാനിച്ചതിന്റെ ലീഗലായ പരസ്യമായിരുന്നു അതിലുണ്ടായിരുന്നത്. അതിന് സൂനിമാ അയച്ച മറുപടിയുടെ പകർപ്പ് വക്കീലായ അയാൾക്ക്

കാട്ടിക്കൊടുത്തു. തന്നെക്കൂടാതെ ഭാഗം കഴിച്ചാൽ അവിടെവന്ന് സർവ്വ എണ്ണത്തിനെയും വെട്ടിനുറുക്കുമെന്നും കൊലക്കേസിലൊരിക്കൽ കോടതികയറിയാൽ പിന്നെ ഭയം തോന്നില്ലെന്നുമുള്ള മറുപടിയായിരുന്നു അത്.

തികച്ചും ഇല്ലീഗൽ എന്നാണ് ഈ മറുപടിക്കത്തിനെക്കുറിച്ച് അയാൾ അഭിപ്രായപ്പെട്ടത്. പക്ഷേ, ആ മറുപടിക്കത്ത് സുനിമാ എന്ന വ്യക്തിത്വത്തെക്കുറിച്ച് മനസ്സിലാക്കുന്നതിനുള്ള ഒരാധികാരികതെളിവായി കഥയിൽ മാറുന്നു. ഒപ്പം പുരുഷാധിപത്യപ്രവണതയ്ക്കെതിരേ ഒരു സ്ത്രീയുടെ സ്വാതന്ത്ര്യവും ഇച്ഛാപരവുമായ പ്രതികരണമാകുന്നു ഇത്.

സുനിമാ എന്ന അഭ്യസ്തവിദ്യയും ആകാരസൗഭഗതയുമുള്ള ഒരു സ്ത്രീയുടെ അസാധാരണ ജീവിതചിത്രമാണ് ഇവിടെ കഥാകൃത്ത് വരച്ചു കാട്ടുന്നത്. തേക്കിൻകാട് മൈതാനവും മ്യൂസിയവുമൊക്കെയുള്ള അയാളുടെ ദേശത്തെ നഗരത്തിൽ ബി എഡിനു പഠിച്ചിരുന്ന അവരുടെ ജീവിതം ചേടിവസ്ത്രത്തിലേക്കും നീണ്ട മൗനത്തിലേക്കും വഴിമാറിയതിന്റെ കാരണം അയാൾക്ക് കൂട്ടിവായിച്ചെടുക്കാൻ കഴിഞ്ഞു. ഇനി മുതൽ ഒരു സ്ത്രീയായി ജീവിക്കാൻ പോകുന്നു എന്ന തീരുമാനത്തിനു കൂട്ടായി ശ്രീബുദ്ധന്റെ വരികളെ ഉദ്ധരിച്ചു. എന്തുകൊണ്ട് സംഘത്തിൽ സ്ത്രീകളെ ചേർക്കുന്നില്ല എന്ന ആനന്ദന്റെ ചോദ്യത്തിന് മറുപടിയായാണ് ശ്രീബുദ്ധൻ അങ്ങനെ പറഞ്ഞത്.

with a doctrine and an order which permits woman to withdraw from the world and to take up the life of pilgrims; that holy order will not last for long.

ഒരു ഹാർമണിയെ ഹനിച്ചുകൊണ്ട് മറ്റൊരു ഹാർമണി സൃഷ്ടിക്കാൻ ശ്രമിക്കുന്നതിന്റെ അർത്ഥശൂന്യത മനസ്സിലാക്കി അവർ ഇനി ഒരു സ്ത്രീയായി ജീവിക്കാൻ പോകുന്നു എന്ന ഉറച്ച തീരുമാനം അയാളുടെ മുന്നിൽവച്ച് എടുക്കുന്നു. നിലാവുള്ള ആ രാത്രിയിൽ തിരിച്ചുപോകാനൊരുങ്ങിയ അയാളുടെ മുഖത്തേക്ക് സുനിമാ നോക്കിയപ്പോൾ അവരുടെ കണ്ണുകളിൽ നാഗഫണം വിടരുന്നത് അയാൾ കണ്ടു. അയാൾക്ക് ഭയം തോന്നുകയാണു ചെയ്തത്. അകാരണമായ ഭയം. അയാൾ എഴുന്നേറ്റു നടന്നു.

കഥയ്ക്കകത്തുള്ള ഒരു പുരുഷപക്ഷനിലപാടുതന്നെയാണ് ഇവിടെ വ്യക്തമാകുന്നത്. ഒരു സ്ത്രീയുടെ സ്വാതന്ത്ര്യമായ ലൈംഗികാഭിവാഞ്ഛയെ അതർഹിക്കുന്ന വിധത്തിൽ കണക്കിലെടുക്കാൻ പുരുഷനൊരുക്കമല്ല. സ്ത്രീകളുമായുള്ള ഒരു വേഴ്ച അവനിഷ്ടപ്പെടാത്തതുകൊണ്ടല്ല മറിച്ച് അവൾ അത്തരത്തിലുള്ള ഒരു തുറന്നുകാട്ടലിന്റെ സ്വാതന്ത്ര്യത്തിന് അർഹയാണോ എന്നുള്ള സംശയമാണ് ഭയത്തിനു കാരണം.

പിന്നിപ്പോയ വസ്ത്രം ഇഴചേർക്കാൻ ശ്രമിക്കുന്ന സുനിമായി

ലൂടെയാണ് സി വി ശ്രീരാമൻ കഥ അവസാനിപ്പിക്കുന്നത്. സന്ന്യാസത്തിന്റെ മറ ഇനി തനിക്കു ചേർന്നതല്ല എന്ന അറിവിലൂടെ ഒരു സ്ത്രീയായി ജീവിച്ചുകൊണ്ട് ജീവിതത്തിന്റെ അവസ്ഥാന്തരങ്ങൾ തുന്നിച്ചേർക്കുന്നതിനുള്ള ശ്രമത്തിലാണവർ. തീവ്രസന്ദർഭങ്ങളുടെ ആന്തരികമായ ഉരുകിച്ചേരലിൽനിന്ന് പുതിയ പ്രതീക്ഷകൾ നെയ്തെടുക്കുന്ന സ്ത്രീസഹജ നിലപാടിനെയാണ് കഥയിലെ സുനിമാ ഏറ്റെടുക്കുന്നത്.

മുഖം പത്മദളാകാരം

സി വി ശ്രീരാമന്റെ ചില കഥകൾക്ക് മലയാളകഥാലോകത്ത് മറ്റു മാതൃകകൾ ഇല്ല. കാല്പനികതയുടെയോ ആധുനികതയുടെയോ വാർപ്പുമാതൃകകളല്ല അവയൊന്നും. 'മുഖം പത്മദളാകാരം' അത്തരത്തിൽ അപൂർവ്വമായ ഒരു കഥയാണ്. അപൂർവ്വമായ ശീർഷകനാമംപോലെ ത്തന്നെ കഥാപ്രമേയവും അപൂർവ്വമാണ്.

നിസ്സംഗനായ ഒരു കാഴ്ചക്കാരനായി അല്ലെങ്കിൽ കഥാഗതിയെ സ്വാധീനിക്കാത്ത ഒരു കഥാപാത്രമായി ഒരു കഥയിൽ നിലനിന്നുകൊണ്ട് ഇന്നേവരെ ആരും പറയാത്തതരം കഥകളാണ് സി വി ശ്രീരാമൻ പറഞ്ഞത്. തീവണ്ടി ഇനി രാത്രിയിലേ ഉള്ളു എന്ന് മനസ്സിലാക്കിയ അയാൾ സിവിൽ സ്റ്റേഷന്റെ മുന്നിൽനിന്ന് തെക്കോട്ടുള്ള ബസിൽ കയറുന്നു. ഇരിക്കാൻ സീറ്റുകിട്ടാത്തതുകൊണ്ട് ചെറുവിരൽപഴുപ്പുള്ള കാല് ഉയർത്തിപ്പിടിച്ച് ഒരു കമ്പിയിൽ ചാരിയാണ് അയാൾ നില്ക്കുന്നത്. വേദന കൊണ്ട് അയാൾ അറിയാതെ ഹാവൂ എന്നു പറഞ്ഞുപോയി.

ബസിനകത്തായാലും ട്രെയിനിനകത്തായാലും ആശ്രമത്തിലായാലും ഹോട്ടൽമുറിയിലായാലും ഒരു കഥാസന്ദർഭം രൂപപ്പെടുത്താനുള്ള സി വി ശ്രീരാമന്റെ വൈദഗ്ദ്ധ്യം ഇവിടെയും തെളിഞ്ഞുകാണാം. മുൻ സീറ്റിലൊറ്റയ്ക്കിരിക്കുന്ന സ്ത്രീ അയാളെ അവിടെയിരിക്കാൻ ക്ഷണിക്കുന്നു. ഒറ്റക്കാലിൽ അതുവരെ നിരങ്ങിനീങ്ങുന്നതിനിടയിൽ ആരോ ആ സീറ്റിൽ കയറിയിരിക്കാൻ തുനിഞ്ഞപ്പോൾ അവർ പറഞ്ഞു. എന്റെ കുഞ്ഞേ പ്രായമായവർ ഇരിക്കട്ടെ. ആരും കാലിൽ ചവിട്ടാതിരിക്കാൻ അവർ അയാൾക്ക് ജനൽഭാഗത്തെ സീറ്റുതന്നെ നല്കി. അയാൾ അറിയാതെ തലതിരിച്ച് അവരെ ഒന്നു നോക്കുന്നുണ്ട്. മുൻനിരയിലെ തലമുടി നരയ്ക്കാൻ തുടങ്ങിയെങ്കിലും അവരുടെ മാദകഭാവം അയാളെ വല്ലാതെ ആകർഷിച്ചു. അവർ മാറുമറച്ചിരുന്നത് കോടി കവണി കൊണ്ടായിരുന്നു. കവണിക്കും അവരുടെ മുഖത്തിനും ആമ്പൽപ്പൂവിന്റെ നിറമാണെന്ന് അയാൾക്കു തോന്നി. കോടിത്തുണിയുടെ മണം അയാളെ ആലസ്യത്തിൽ മുക്കി.

യാത്ര ചെയ്യുന്നതിനിടയിൽ ആ സ്ത്രീയുടെ പെരുമാറ്റം വല്ലാതെ അടുപ്പം തോന്നിക്കുന്ന രീതിയായി അയാൾക്കു ബോദ്ധ്യപ്പെട്ടു. പിന്നീടുള്ള ആ സ്ത്രീയുടെ സംഭാഷണങ്ങളിൽനിന്നാണ് കഥതന്നെ രൂപപ്പെട്ടുവരുന്നത്. ഇത്തരത്തിൽ സംഭാഷണങ്ങളിലൂടെമാത്രം കഥ രൂപപ്പെടു

ത്തിയിരിക്കുന്ന രീതി സി വി ശ്രീരാമന്റേതു മാത്രമായി പറയാം. കാരണം കഥയുടെ പരിമിതി സംഭാഷണങ്ങളെ കഥയുടെ വിശദാംശങ്ങളിലേക്കുള്ള വാതിലുകളായി അനുവദിക്കാറില്ല. പക്ഷേ, ഇവിടെ സംഭാഷണങ്ങൾ മാത്രമല്ല ആ സംഭാഷണങ്ങൾക്ക് ആധികാരികത നല്കുന്ന തെളിവുകൾകൂടി കഥാപാത്രങ്ങൾ കഥയിൽ നിക്ഷേപിക്കുന്നു. ഇവിടുന്നങ്ങോട്ട് കഥയുടെ ഭൂരിഭാഗവും സംഭാഷണങ്ങൾതന്നെയാണ്. ഇവിടുത്തെ സ്ത്രീകഥാപാത്രം മദ്ധ്യതിരുവതാംകൂർകാരിയാണ്. അവർ തൃശ്ശൂരിലുള്ള ചേലക്കരയ്ക്ക് കുടിയേറി വന്നതാണ്. ഇതെല്ലാം എങ്ങനെയാണ് സംഭാഷണങ്ങളിലൂടെ വ്യക്തമാകുന്നതെന്ന് കഥയിലെ ഒരു ഭാഗമെടുത്തുകൊണ്ട് സൂചിപ്പിക്കാം.

"എവിടെ പൂവ്വാണ്...."

"ഇടത്വവാ....."

"നാട് അവിടെയാണോ...."

"അല്ല സാറെ ഇടത്വവാ പള്ളീപോകാന്നേ... ഒരു വഴിപാട് ഒണ്ടേ. ശയനപ്രദക്ഷിണം."

"അപ്പോൾ നാട് എവിടെയാണെന്ന് പറഞ്ഞില്ലല്ലോ?"

"നാട് ചേലക്കര..."

"ചേലക്കരയോ. ഭാഷ കേട്ടാൽ അങ്ങനെ തോന്നുന്നില്ലല്ലോ...?"

"നേരാ സാറെ, ഒത്തിരി നാള് കൊണ്ട് ചേലക്കര വന്ന് താമസിക്കുവാ... സ്വന്തം നാട് തൊടുപുഴയ്ക്കടുത്ത്... വാഴക്കുളം."

ഓടിക്കൊണ്ടിരിക്കുന്ന ബസിൽ റോസമ്മാ മാത്തൻ എന്നു പേരുള്ള അവരുടെ അടുത്തിരുന്ന് അവരുടെ പാപത്തിന്റെ കഥ വായിച്ചറിയുകയാണ് വക്കീലായ അയാൾ. ജാരനോട് കൂട്ടുചേർന്ന് സ്വന്തം ഭർത്താവിനെ വെട്ടി കഷണങ്ങളാക്കി ഒരു ചാക്കിലിട്ടു കെട്ടി തന്റെ തന്നെ കട്ടിലിനു താഴെ ഒളിപ്പിച്ചു വച്ച കഥാപാത്രമാണ് റോസമ്മാ മാത്തൻ. ജാരന്റെ സഹായത്തോടെ ഭർത്താവിനെ കൊന്ന ഈ സ്ത്രീക്കും അവരുടെ ജാരനും എതിരെയുള്ള കോടതിയുടെ വിധിപ്പകർപ്പ് ആ സ്ത്രീതന്നെ സഹയാത്രികനായ വക്കീലിനു നല്കുകയാണ്. അതു നേരിട്ട് കഥയിൽ നല്കിയിരിക്കുന്നത് ഇങ്ങനെയാണ്.

The 1st and the 2nd accused were on terms of criminal intimacy. On 28-7-1987 at midnight when the deceased returned home if found both accused in flagrante delicto A scuffle followed. Both the accused over powered the deceased and the first accused stuffed a 'thorthu' in to the mouth of the deceased and both accused strangled him to death. അയാൾ വായന തുടർന്നു. ഒടുവിൽ വ്യക്തിപരാമർശങ്ങളിലേക്ക് കടക്കുന്നു. The 1st accused reminds us to Shakespearean woman combined in one, Cleopatra for her unfading bewitching beauty and lady Macbeth for her homicidal propensity, Prof . Kenny in his outlines of criminal Law quotes Havelock ELLIS.

അയാൾ വായന നിർത്തി. പിന്നത്തെ വരികൾ സെഷൻസ് ജഡ്ജിയുടെ വിജ്ഞാനവും വേദാന്തവുമാണ്. അതിന് ഒരു നൂറ്റാണ്ടെങ്കിലും പഴക്കമുണ്ടാകും.... പെൻഷൻ പറ്റാറാകുന്നു എന്ന് തോന്നുമ്പോൾ വിജ്ഞാനം സ്വയം പുറത്തു വരും...

അയാൾ പേജുകൾ തഴഞ്ഞ് ശിക്ഷ എന്ന ഭാഗത്തേക്കെത്തി.

Imprisonment for life for both the accused will alone meet the ends of the justice.

സ്വന്തം ഭർത്താവിനെ കൊന്ന് കുഴിച്ചുമൂടുകയും പൊലീസുകാർ അനവധി തവണ ചോദ്യംചെയ്തിട്ടും യഥാർത്ഥസത്യം പുറത്തുപറയാൻ കൂട്ടാക്കാത്ത സ്ത്രീയാണ് റോസമ്മാ മാത്തൻ. കഥയിലുടനീളം അവർ കഥയിലെ നിരീക്ഷകനും ഒപ്പം വക്കീലുമായ അയാളോടു കാണിക്കുന്ന സ്നേഹവും ക്ഷമയും അനുകമ്പയും നിറഞ്ഞ പെരുമാറ്റം ആരുടെയും ശ്രദ്ധപിടിച്ചു പറ്റുന്ന ഒന്നാണ്. അപൂർവ്വങ്ങളിൽ അപൂർവ്വമായ ഒരു ക്രിമിനൽക്കേസിൽ ശിക്ഷിക്കപ്പെടുകയും സ്ത്രീ എന്ന പരിഗണനകൊണ്ടുമാത്രം ജാമ്യം അനുവദിച്ചു കിട്ടിയവളുമാണ് റോസമ്മ മാത്തൻ. ഇതെല്ലാം അറിഞ്ഞതിനുശേഷവും കഥയിലെ അയാൾ എന്ന വക്കീൽ അവരോട് തീവ്രമായ വെറുപ്പോ വിയോജിപ്പോ ഒന്നും പ്രകടിപ്പിക്കുന്നില്ല. അത്തരത്തിലുള്ള ഒരു സൂചനയും കഥയിൽനിന്ന് വായിച്ചെടുക്കാൻ കഴിയുകയുമില്ല.

പെട്ടെന്ന് നഗരത്തിലുണ്ടായ ഹർത്താൽ കഥാഗതിക്കുതന്നെ മാറ്റം വരുത്തുന്നു. ഹർത്താലിന്റെ ഭാഗമായി തെക്കോട്ടുപോകേണ്ട വണ്ടികളെല്ലാം ഓട്ടം നിർത്തുമ്പോൾ അവർ വക്കീലിനോട് നഗരത്തിൽ മുറിയെടുക്കുന്നുണ്ടോ എന്ന് ചോദിക്കുന്നുണ്ട്. അപ്പോൾ മാത്രമാണ് അയാൾ ഭയത്തോടെ അവരെ നോക്കി നിന്നുപോകുന്നത്. ഓടിക്കൊണ്ടിരിക്കുന്ന ബസിൽ റോസമ്മാ മാത്തന്റെ അരികിലിരുന്ന് അവരുടെ പാപത്തിന്റെ കഥ വായിച്ചറിയുമ്പോഴും പുരുഷസഹജമായി അവരുടെ സ്ത്രൈണ ഭംഗികളിലഭിരമിക്കലും ഒപ്പം സ്പർശനത്തിന്റേതായ ചില ശാരീരിക സുഖങ്ങളും അയാൾക്കുണ്ടാകുന്നുണ്ട്. പക്ഷേ, ഒരു സ്ത്രീയുടെ സ്വതന്ത്രമായ ലൈംഗികാഭിവാഞ്ഛയെ ഒരു പുരുഷവീക്ഷണത്തിലൂടെ തന്നെയാണ് അയാൾ സമീപിക്കുന്നത്.

സമൂഹത്തിന്റെ മൂല്യബോധം അനുശാസിക്കുന്ന ശരിതെറ്റുകളുടെ തുലാസിൽ റോസമ്മ മാത്തൻ ഏറ്റവും വലിയ തെറ്റുകാരിയാണ്. പെണ്ണായതുകൊണ്ടു കൂടിയാണ് ഏറ്റവും വലിയ തെറ്റുകാരിയാവുന്നത്.

സി വി ശ്രീരാമന്റെ മറ്റു കഥകളിലെന്നപോലെ ഈ കഥയ്ക്കുള്ളിലും ഒരവികസിതകഥയുണ്ട്. കഥയുടെ ഏകസ്വരഭാവത്തെ തകർക്കുന്നതിനും ഒപ്പം വൈരുദ്ധ്യാത്മകമായ മറ്റൊരു ചിന്തയ്ക്കും ഈ കഥ സഹായിക്കുന്നു. ഒരു സ്ത്രീയായിട്ടുപോലും അവരിതു ചെയ്തുപോയല്ലോ എന്ന സാമൂഹികധാരണയെ മേലുദ്ധരിച്ചതുവെച്ച് വായിക്കുമ്പോൾ സ്ത്രീപക്ഷവുമായി ബന്ധപ്പെട്ട് കൂടുതൽ പ്രസക്തി കൈവരുന്നു. കഥ

വായിച്ചു പോകുന്ന ഒരാൾ യഥാർത്ഥകഥയും അവികസിതകഥയും തമ്മിലുള്ള ബന്ധം അന്വേഷിക്കുന്നു. ഇവിടത്തെ കഥ ഇങ്ങനെയാണ്. ഒരു ബോംബുകേസിൽ ശിക്ഷിക്കപ്പെട്ട് ജയിലിൽ കഴിയുന്ന ജ്യോതി എന്ന യുവാവിനെ കാണാനാണ് കഥയിലെ വക്കീൽ പോവുന്നത്. കേസിന്റെ വിശദാംശങ്ങൾ കഥയിൽ വ്യക്തമാക്കപ്പെട്ടിട്ടില്ലെങ്കിലും അതൊരു രാഷ്ട്രീയകേസാണെന്ന് വായനക്കാർക്ക് ഊഹിക്കാം. ജ്യോതിക്കുവേണ്ടി കീഴ്ക്കോടതിയിൽ കേസുവാദിച്ച ആളാണ് കഥയിലെ വക്കീൽ. സുപ്രീംകോടതിയിൽ അപ്പീൽ കൊടുക്കാനുള്ള വക്കാലത്ത് ജയിൽസൂപ്രണ്ടിനുമുമ്പാകെ ജ്യോതിയെക്കൊണ്ട് ഒപ്പിട്ടു വാങ്ങാൻ പോയി തിരിച്ചു വരുമ്പോഴാണ് അയാൾ റോസമ്മാ മാത്തനെ കണ്ടുമുട്ടുന്നത്. ഇവിടെ താൻ വിശ്വസിച്ചു പ്രവർത്തിക്കുന്ന ഒരു പ്രസ്ഥാനത്തോടുള്ള ചുമതലയും കൂറും ഉണ്ടെങ്കിലും വ്യക്തിപരമായി ജ്യോതിയോടുള്ള വാത്സല്യംകൂടിയാണെന്ന് കഥയിൽനിന്നു വായിച്ചെടുക്കാം. ഇത്തരത്തിൽ ഒരു മനുഷ്യന് ഒരാളോടു തോന്നുന്ന വാത്സല്യം മറ്റൊരു രീതിയിൽ ലൈംഗികാകർഷണത്തോട് ഇടകലർന്ന് റോസമ്മ മാത്തനോടും പ്രവഹിക്കുന്നുണ്ട്. ജ്യോതിചെയ്ത തെറ്റോ അല്ലെങ്കിൽ റോസമ്മ മാത്തൻ ചെയ്ത തെറ്റോ കഥയിലൊരിടത്തും വിഷയമായിപ്പോലും വരുന്നില്ല. ഇവിടെ നമുക്ക് തീർച്ചയായും ഒരു കാര്യം വ്യക്തമായും മനസ്സിലാക്കാൻ സാധിക്കും. പാപപുണ്യങ്ങളെക്കുറിച്ചുള്ള നമ്മുടെ സാമാന്യധാരണകളല്ല എഴുത്തുകാരനെ ഭരിക്കുന്നത്. അല്ലെങ്കിൽ ഈ സാമാന്യധാരണകളെയെല്ലാം നിരാകരിക്കുകയോ അട്ടിമറിക്കുകയോ ചെയ്യുന്ന തികച്ചും വിപ്ലവകരമായ അംശം സി വി ശ്രീരാമനിലുണ്ട്. കോടതിയെ സംബന്ധിച്ചും നിയമത്തെ സംബന്ധിച്ചും ഒരു കൊച്ചുകുട്ടിയുടെ നിഷ്കളങ്കതയോടുകൂടി റോസമ്മാ മാത്തൻ നിരവധി ചോദ്യങ്ങൾ വക്കീലിനോട് ചോദിക്കുന്നുണ്ട്. ഇതെല്ലാം റോസമ്മാ മാത്തന്റെ വിഡ്ഢിച്ചോദ്യങ്ങളായി കണക്കാക്കി വക്കീൽ ഉള്ളുകൊണ്ട് ചിരിക്കുന്നുണ്ട്. പക്ഷേ, ബാരിസ്റ്റർ ശ്രീനിവാസന്റെ *the glorious uncertainty of law* എന്നതും മനസ്സിൽ കൊണ്ടുവരുന്നുണ്ട്. മനുഷ്യൻ സൃഷ്ടിച്ച നിയമങ്ങൾ മാത്രമല്ല ദൈവത്തിന്റെ നിയമങ്ങളും സന്ദിഗ്ദ്ധമാണ് എന്നാണ് ഇവിടുത്തെ കഥാപാത്രത്തിന്റെ ചെയ്തികൾ നമ്മെ പഠിപ്പിക്കുന്നത്. സി വി ശ്രീരാമന്റെ ചെറുകഥകളിലെ ആത്മീയതയെക്കുറിച്ച് ചിന്തിക്കുമ്പോൾ അതിനും ഇത്തരത്തിലൊരു സന്ദിഗ്ദ്ധതയുണ്ട്.

കൊലപാതകം നടത്തിയ റോസമ്മാ മാത്തൻ യാത്രയ്ക്കിടയിൽ ഒരപകടം കണ്ട് കരയുന്നു. പാപങ്ങളിൽവെച്ച് കൊടിയ പാപങ്ങളെല്ലാം ചെയ്ത ഈ സ്ത്രീ കഥയിലൊരു മനുഷ്യസ്നേഹികൂടിയാവുന്നുണ്ട്. മനസ്സിൽ ശക്തമായ രതിചിന്ത ഉണരുമ്പോൾ തൊട്ടടുത്തനിമിഷം വിശുദ്ധഗ്രന്ഥത്തിൽ റോസമ്മാ മാത്തൻ അഭയം തേടുന്നുമുണ്ട്.

വ്യക്തികളിലെ സാമാന്യമനുഷ്യത്വത്തെ കഥാപാത്രങ്ങളിലൂടെ പുറത്തുകൊണ്ടുവരുമ്പോഴാണ് ബഹുസ്വരത സാദ്ധ്യമാക്കപ്പെടുന്നത്.

വെളുത്ത പക്ഷിയെ കാത്ത്

അസാധാരണമായ മനുഷ്യജീവിതാവസ്ഥകളെയും അതിന്റെ സങ്കീർണ്ണതകളെയും അഗാധമായ മനുഷ്യഹൃദയജ്ഞാനത്തിന്റെയും ജീവിതാനുഭവത്തിന്റെയും വെളിച്ചത്തിൽ വ്യത്യസ്തമായ കാലദേശ പശ്ചാത്തലങ്ങളിൽനിന്നുകൊണ്ട് കഥാനുഭവം നല്കിയ എഴുത്തുകാര നാണ് സി വി ശ്രീരാമൻ. അലങ്കാരങ്ങളുടെ വളവുതിരിവുകളില്ലാതെ ഭാഷയുടെ സങ്കീർണ്ണതയിൽ കുരുങ്ങാതെ നേരിട്ടുള്ള ഭാഷണമാണ് അദ്ദേഹത്തിന്റെ കഥപറച്ചിൽ. അതുകൊണ്ടുതന്നെ കാലാകാലങ്ങളിൽ ഉദ്ഘോഷിക്കപ്പെടുന്ന പ്രസ്ഥാനങ്ങളുടെ ലക്ഷണങ്ങൾക്കപ്പുറത്ത് കഥ കഥമാത്രമായി നിലനില്ക്കുന്നു. സി വി ശ്രീരാമന്റെ കഥകളുടെ വിശാലഭൂമികകൾ ഇന്ത്യൻ അതിർത്തിയുംകടന്ന് മറ്റു രാജ്യങ്ങളിലൂടെ സഞ്ചരിച്ച് ഒട്ടനവധി സംസ്കാരങ്ങളുടെ അനുഭവലോകം വായനക്കാർക്ക് പരിചിതമാക്കുന്നു. വ്യക്തികളുടെയും കൂട്ടത്തിന്റെയും കയ്പുനിറഞ്ഞ കണ്ണീർ നമ്മെ അനുഭവിപ്പിക്കുന്ന രണ്ടു കഥകളാണ് 'വാസ്തുഹാരാ, വെളുത്ത പക്ഷിയെ കാത്ത്' എന്നിവ. അഭയാർത്ഥിപ്രവാഹം, അധിനിവേശങ്ങൾ, കീഴടക്കലുകൾ എന്നിവ പ്രമേയങ്ങളായി കടന്നു വരുന്ന കഥകളാണ് ഇവ രണ്ടും. സി വി ശ്രീരാമന്റെ ചെറുകഥകളെക്കു റിച്ചുള്ള പഠനത്തിൽ ഇവ രണ്ടും വിട്ടുകളയാൻ സാദ്ധ്യമല്ല. മറ്റൊരു മലയാളകഥാകൃത്തും നിയതമായ ചരിത്രബോധത്തോടെ ഈ പ്രമേയ ങ്ങളെ മനുഷ്യജീവിതാനുഭവത്തിന്റെ അടിസ്ഥാനത്തിൽ അവതരിപ്പി ച്ചിട്ടില്ല എന്ന് തീർത്തു പറയാം. 'വെളുത്തപക്ഷിയെ കാത്ത്' എന്ന കഥ വേണ്ടത്ര ചർച്ച ചെയ്യപ്പെടാത്ത കഥയാണ്. പക്ഷേ, സി വി ശ്രീരാമന്റെ കഥകളിൽ ഏറ്റവും വ്യത്യസ്തമായി നില്ക്കുന്ന കഥയാണിത്. 'വെളുത്ത പക്ഷിയെ കാത്ത്' എന്ന കഥയിൽ വ്യക്തിചരിത്രം മറ്റു ചരിത്രങ്ങളുമായി സംഘർഷത്തിലേർപ്പെടുന്നതു കാണാം.

ഇരുപതാംനൂറ്റാണ്ടിന്റെ ആദ്യപകുതികളാണ് സി വി ശ്രീരാമന്റെ കഥകളുടെ പശ്ചാത്തലം. പ്രവാസം, അഭയാർത്ഥിപ്രവാഹം, ലോകമഹാ യുദ്ധം, ഇന്ത്യാ വിഭജനം എന്നിവ പ്രമേയപശ്ചാത്തലങ്ങളാക്കിക്കൊണ്ട് അതിന്റെ എല്ലാ ദുരന്തങ്ങളും ഏറ്റുവാങ്ങിയ മഹാചരിത്രങ്ങളിലൊന്നും രേഖപ്പെടുത്താത്ത സാധാരണ മനുഷ്യരുടെ അസാധാരണമായ ജീവി തമാണ് സി വി ശ്രീരാമൻ ആവിഷ്കരിച്ചത്.

ധീരാദീദി എന്ന എൺപത്തിരണ്ടുവയസ്സുകാരിയായ ഒരു സ്ത്രീ യുടെ ബോധധാരാകണക്കേ വരുന്ന ഓർമ്മകളിൽമാത്രമാണ് കഥ. ഓർ മ്മയാകട്ടെ അവരിൽ ഇരമ്പിനില്ക്കുന്ന ചരിത്രത്തിന്റെ, വിഭജനത്തിന്റെ, യുദ്ധത്തിന്റെ, അഭയാർത്ഥിത്വത്തിന്റെ, പലായനത്തിന്റെ, ജയിൽജീവി തത്തിന്റെ ഒക്കെയാണ്. ഒരേസമയം അനുഭവിക്കുകയും സാക്ഷിയാ വുകയും ചെയ്തതിന്റെ ചരിത്രമാണ്. ഇന്ത്യ, ഇംഗ്ലണ്ട്, ജപ്പാൻ, ശ്രീലങ്ക, ബർമ്മ, ബംഗ്ലാദേശ്, പാകിസ്ഥാൻ എന്നിവ സ്ഥലങ്ങളായും ജനസം സ്കാരങ്ങളായും കഥയിൽ പ്രത്യക്ഷപ്പെടുന്നു.

ധീരാദീദി ഒരു സ്ത്രീയാണ്. എന്നാൽ ശാരീരികവും മാനസികവുമായ ലിംഗഭേദത്തിന്റെ ദൗർബല്യങ്ങളെ അകറ്റിനിർത്തുന്ന അസാമാന്യകരുത്താണ് അവരുടേത്. പെഷവാർ സെൻട്രൽ ജയിലിൽ അടയ്ക്കുന്നതിനുമുമ്പ് തന്റെ ഉയരം അളന്നത് ധീരാദീദി ഓർക്കുന്നു.

ഇന്ന് അല്പം കുനുണ്ട്. ഉയരം കവിഞ്ഞതുകൊണ്ടാവാം. പെഷവാർ സെൻട്രൽ ജയിലിൽവച്ച് തന്റെ ഉയരം അളന്നത് ധീരാദീദി ഓർക്കുന്നു. ജയിൽസൂപ്രണ്ട് വെള്ളക്കാരൻ തന്റെ മുഖത്തേക്ക് ആകാശത്തിലേക്കെന്നവണ്ണം തല ഉയർത്തി നോക്കിക്കൊണ്ടു പറഞ്ഞു.

"ഒരു ശരാശരി ഇന്ത്യൻ സ്ത്രീയേക്കാൾ പത്തിഞ്ച് ഉയരം കൂടുതൽ."

വിരലടയാളങ്ങൾ എടുത്തപ്പോൾ പറഞ്ഞു.

"ഒരു സ്ത്രീയുടെ വിരലടയാളങ്ങളാണെന്ന് പ്രത്യേകം എഴുതി വയ്ക്കണം."

ഈ ഉയരം കൊണ്ടാണോ ജയിൽപ്പുള്ളികളായ സ്ത്രീകൾ തന്നെ ഇത്രമാത്രം ഭയന്നതും ബഹുമാനിച്ചതും ഒരു പുരുഷനോടെന്നോണം ഒട്ടിനിന്നതും?

മിത്തും ചരിത്രവും കൂട്ടിവിളക്കിയ ഒരു അസാധാരണാനുഭവത്തിൽ നിന്നാണ് ഈ കഥ വികസിച്ചുവരുന്നത്. ഇതിഹാസയുദ്ധത്തിന്റെ ഇന്നും പുലർന്നുപോരുന്ന ഒരു തുടർച്ച ഈ കഥയിലുണ്ട്.

മൂവ്വായിരംകൊല്ലം പഴക്കമുള്ള ഗോത്രപ്പക ഉള്ളിൽ പേറുന്ന ഇരുകുടുംബങ്ങളാണ് വാദ്ധ്വാകുടുംബവും ബാങ്കുമൾ കുടുംബവും. വടക്കുപടിഞ്ഞാറൻ ഉൾഗ്രാമങ്ങളിൽ ഇന്നും സജീവമായി നിലനില്ക്കുന്ന ഒരു മിത്താണ് വെളുത്ത പക്ഷിയുടേത്. നിനച്ചിരിക്കാത്ത നിമിഷത്തിൽ പറന്നുവന്ന് രക്തം തരൂ എന്ന് അലറിവിളിക്കുന്ന പക്ഷി ഗ്രാമീണരുടെ മനസ്സിലും കഥയിലും ജീവിതത്തിലും സജീവസാന്നിദ്ധ്യമാണ്. അതിനെ അനുസരിക്കുകയല്ലാതെ മറ്റൊന്നും അവർക്ക് ചെയ്യാനില്ല. ശത്രുവിന്റെ രക്തം വീഴ്ത്തിക്കൊണ്ടല്ലാതെ പക്ഷിയെ തൃപ്തിപ്പെടുത്തി തിരിച്ചയക്കാൻ സാദ്ധ്യമല്ല.

അന്ന് തന്റെ വീട്ടിൽ പുരുഷന്മാരുണ്ടായിരുന്നില്ല. ഗോതമ്പുവയലിൽ എവിടെയോ ആയിരുന്നു. കർത്തവ്യം തന്റെ ശിരസ്സിൽ വന്നു പതിച്ചു. താനാണ് പിതൃക്കളുടെ ആത്മാക്കൾക്ക് നിവേദ്യം നല്കിയത്. താഴെയുള്ള പെൺകുട്ടികൾക്ക് ഭക്ഷണം കൊടുക്കുകയായിരുന്നു. അന്ന് അച്ഛന്റെയും ജ്യേഷ്ഠന്റെയും ശ്രാദ്ധ ദിനമായിരുന്നു. അപ്പോഴാണ് ചിറകടി കേട്ടത്. പിന്നെ പക്ഷി അകത്തേക്കു പറന്നുവന്നു. ഭക്ഷണത്തിനു ചുറ്റും മൂന്നുനാലുതവണ വലംവച്ചുപറന്നു. നല്ല വെളുത്ത പക്ഷി. എന്തൊരു സൗന്ദര്യം. പിന്നെ ശബ്ദിച്ചു, ഒരു കരച്ചിൽ പോലെ. പിന്നെ ശബ്ദത്തിനു കനം വച്ചു. ഒടുവിൽ ഒരലർച്ച.

"രക്തം തരൂ, രക്തം തരൂ"

അവൾ ആയുധമുറിയിലേക്ക് ഓടിക്കയറി കൈവിരൽ അറുത്തു പൊട്ടു തൊട്ടു. പിന്നെ പുറത്തേക്ക് ഓടി. ബാങ്കുമൾ കുടുംബത്തി

നുനേരെ പിതൃക്കളെ വിളിച്ചുകൊണ്ട്. ബാങ്കുമൾ കുടുംബനാഥനും മകൻ ശങ്കുവും വയലിൽനിന്നു കയറിവരുന്ന നേരം. രണ്ടിന്റെയും കഴുത്തിനു വെട്ടി. നേരെ ആയുധപ്പുരയിലേക്ക് ചെന്നു. വാളവിടെ വച്ചു. അതുവരെയും വെളുത്ത പക്ഷി "രക്തം തരൂ, രക്തം തരൂ" എന്നു കൂവിക്കൊണ്ടേയിരുന്നു. പിന്നെ പക്ഷി അപ്രത്യക്ഷമായി. അവൾ ഗ്രാമത്തലവനെ കണ്ട് കാര്യങ്ങൾ പറഞ്ഞു. ഗ്രാമത്തലവൻ കുതിരപ്പുറത്തും അവൾ നടന്നുമായി പൊലീസ് താണയിൽ ഹാജരായി.

കേസിന്റെ വിധി സായ്പ് ജഡ്ജി ഇംഗ്ലീഷിൽ വായിച്ചത് ഓർക്കുന്നു. പിന്നെ ഒരാൾ ഉറുദുവിൽ വായിച്ചു തന്നു.

"വല്ലവരുടെയും ഭൂമി പിടിച്ചെടുക്കുകയും കൊല്ലുകയും ചെയ്യുക. പിന്നെ പക്ഷി വന്നു എന്ന് നുണ പറയുക. ഇപ്പോൾ സ്ത്രീകളും തുടങ്ങിയിരിക്കുന്നു. ഇതൊന്നും അനുവദിക്കാൻ പറ്റുന്നതല്ല. ഒരു സ്ത്രീ എന്ന പരിഗണനയ്ക്ക് ഇവൾ അർഹയല്ല."

ഗോത്രധർമ്മം നിറവേറ്റിയതിനുപിന്നിലെ അവളുടെ ധൈര്യത്തെ, ചങ്കുറപ്പിനെ അവളുടെ കുടുംബക്കാർ കാണാതിരുന്നില്ല. ഗോതമ്പു വയൽപോലും പണയപ്പെടുത്തി ഏറ്റവും നല്ല വക്കീലിനെവെച്ചാണ് കേസു നടത്തിയത്. പക്ഷേ, വിധി അവൾക്കെതിരായിരുന്നു. അങ്ങനെയാണ് ധീരാദീദിയുടെ സംഭവബഹുലമായ ജയിൽജീവിതം ആരംഭിക്കുന്നത്.

രണ്ടുപേരുടെ കൊലയാളിയായി ജയിലിലെത്തി ശിക്ഷ അനുഭവിക്കുമ്പോൾത്തന്നെ തന്റേതുമാത്രമായ ജീവിതരീതികൊണ്ടും പ്രതിരോധംകൊണ്ടും ജയിൽ വാർഡനായി മാറിയ സംഭവബഹുലമായ ഒരു സ്ത്രീജീവിതത്തിന്റെ അനുഭവാഖ്യാനംതന്നെയാണ് ഈ കഥയിൽ സി വി ശ്രീരാമൻ ആവിഷ്കരിക്കുന്നത്. ലിംഗഭേദത്തിന്റെ പരിമിതികളെ സധൈര്യം മറികടന്ന അനന്യവ്യക്തിത്വത്തിന്റെ ജീവിതരീതി എന്ന നിലയ്ക്കുകൂടിയാണ് ധീരാദീദിയുടെ കഥ വ്യത്യസ്തമാവുന്നത്. സ്ത്രീപക്ഷത്തുനിന്നുകൊണ്ടുള്ള ആഖ്യാനസാദ്ധ്യതകൾക്കൊപ്പം അതിന്റെ എല്ലാ പരിമിതികളെയും വിളിച്ചറിയിക്കുന്ന ഒരു രീതികൂടി സി വി ശ്രീരാമൻ ഇവിടെ അനുവർത്തിക്കുന്നുണ്ട്.

സ്ത്രീപക്ഷരചനയിൽ കർത്താവിന്റെ ലിംഗഭേദത്തിനല്ല, കൃതിയിലെ സമീപനത്തിനാണ് പ്രാധാന്യമെന്ന ദർശനം ജൂലിയ ക്രിസ്റ്റേവയെപ്പോലുള്ളവർ മുന്നോട്ടുവെക്കുന്നുണ്ട്. ജെയിംസ് ജോയ്സ്, മല്ലാർ മേ തുടങ്ങിയവരുടെ മൗലികകൃതികളെ അപഗ്രഥിച്ചുകൊണ്ട് പിതൃഭാഷയുടെ വ്യവഹാരങ്ങൾ അതിലംഘിച്ചുകൊണ്ടുള്ള എഴുത്ത് പുരുഷന്മാർക്കും സാദ്ധ്യമാണെന്ന് സ്ഥാപിക്കുന്നു. സ്ത്രീത്വം എന്നത് ഒരു പ്രത്യേക ലിംഗത്തിന്റെ സൂചകമല്ല. പുരുഷകേന്ദ്രിതമായ നിയമവ്യവസ്ഥകൾക്ക് എതിർനില്ക്കുന്ന സമീപനമാണ്. എഴുത്തിൽ ഈ സമീപനം അത് സ്ത്രീയുടെയായാലും പുരുഷന്റേതായാലും സ്ത്രീവാദരചന സാദ്ധ്യമാക്കുന്നു.

ധീരാദീദി നടക്കുമ്പോൾ ഓരോ കാൽവെപ്പിലും ചരിത്രം തടഞ്ഞു നിർത്തിയിരുന്നു.

പുരുഷവാഴ്ചയുടെയും പുരുഷാധികാരത്തിന്റെയും ചരിത്രമാണ് മനുഷ്യ ചരിത്രം. ഈ ചരിത്രത്തെ തന്റെ ഓരോ കാൽവെപ്പിലൂടെയും എങ്ങനെയാണ് ധീരാദീദി പ്രതിരോധിച്ചത് എന്നുള്ളതുകൂടിയാണ് ഈ കഥയെ സംഭവബഹുലമാക്കുന്നത്.

വയസ്സ് എൺപത്തിരണ്ട് കഴിഞ്ഞെങ്കിലും ധീരാദീദിക്ക് പെൻഷൻ നേരിട്ടു പോയി വാങ്ങാനാണ് ഇഷ്ടം. ധീരാദീദി പുറത്തേക്കിറങ്ങി ബുദ്ധി മുട്ടി നടക്കുമ്പോൾ കാണുന്നവരൊക്കെ എന്തിനാണിങ്ങനെ എന്നു ചോദിക്കും. ഏതെങ്കിലും ചെറുപ്പക്കാർ പിള്ളേരെ ജോലിക്കുനിർത്തി ക്കൂടേ എന്ന ചോദ്യത്തിനും ധീരാദീദിക്കു മറുപടിയുണ്ട്. *എനിക്കൊരു ചെറുപ്പക്കാരൻ ഭർത്താവിനെ കിട്ടിയാൽ വേണ്ടില്ല. അതിനാരെങ്കിലു മുണ്ടോ?*

കഥയിൽ ധീരാദീദി സൗഹൃദവും തുണയും നല്കിയിട്ടുള്ള സ്ത്രീ കളും സവിശേഷവ്യക്തിത്വമുള്ളവരാണ്. ജയിലിലെ ഉദ്യോഗസ്ഥമേധാ വിത്തം അധികാരരൂപം കൈയാളുമ്പോൾ അതിനെതിരേ പ്രതിഷേധ സമരം സംഘടിപ്പിച്ചിരുന്ന നന്ദിനിനാഗ് എന്ന ബംഗാളി തടവുകാരി യുണ്ടായിരുന്നു. അവർക്ക് ശക്തിയേറിയ മലേറിയ വന്നപ്പോൾ മേലധി കാരികളുടെ എതിർപ്പു വകവെക്കാതെയും തന്റെ ആരോഗ്യംപോലും കണക്കിലെടുക്കാതെയും കൂടെനിന്ന് ശുശ്രൂഷിച്ച് ജീവൻ തിരിച്ചു കൊടുത്തത് അന്നത്തെ ജയിൽ വാർഡനായിരുന്ന ധീരാദീദിയായിരുന്നു. സ്വാതന്ത്ര്യലബ്ധിക്കുശേഷം ദ്വീപ് സന്ദർശിക്കാൻ കൊടിവച്ച കാറിൽ എന്തിനും അധികാരമുള്ളവളായി നന്ദിനിനാഗ് വന്നപ്പോൾ എന്തും ആവശ്യപ്പെടാനുള്ള സ്വാതന്ത്ര്യം ധീരാദീദിക്കുണ്ടായിരുന്നു. ഒന്നും ആവ ശ്യപ്പെടാതിരുന്നിട്ടും ഒരാഴ്ച കഴിഞ്ഞപ്പോൾ ധീരാദീദിക്കൊരു സർക്കാർ കവർ കിട്ടി. ജയിൽ അഡ്വൈസറി കമ്മിറ്റിയിൽ അഞ്ചുകൊല്ലത്തേക്ക് നിയമിച്ചു കൊണ്ടുള്ള സർക്കാർ ഉത്തരവായിരുന്നു അത്.

അതുപോലെ ധീരാദീദി തുണനല്കിയ മറ്റൊരു ശക്തയായ കഥാ പാത്രമാണ് സരൂപി. അമ്മായിയമ്മയുടെ ഒത്താശയോടെ പഹാഡിപ്പെ ണ്ണിനെ പ്രാപിച്ച സ്വന്തം ഭർത്താവിനെ വെട്ടിക്കൊന്നവളാണ് സരൂപി. സരൂപിയുടെ വാക്കുകളിൽ അതിങ്ങനെയാണ്.

“ഭർത്താവും ഒരു പണിക്കാരത്തി പഹാഡിപ്പെണ്ണും ഇണചേർന്നു കിടക്കുന്നു. എല്ലാം സ്വന്തം അമ്മയുടെ ഒത്താശയോടെ. ബുജ വയലിൽ വച്ച് മൂന്നിനെയും വെട്ടി. വെട്ടുകത്തി മൂർച്ചകൂട്ടാനൊന്നും സമയം കിട്ടി യില്ല. അവിടെ കിടന്ന വെട്ടുകത്തി. ഭർത്താവു മാത്രമേ മരിച്ചുള്ളൂ. ലിംഗം മുറിഞ്ഞിരുന്നു.”

സരൂപിയുടെ പ്രവൃത്തിയിൽ അഭിമാനം തോന്നിയ ദീദി അവളുടെ കവിളിൽ ചുംബിച്ചുകൊണ്ട് പറഞ്ഞു.

“നിന്നെ കണ്ടാൽ അങ്ങനെയൊന്നും തോന്നുന്നില്ലല്ലോ മോളേ.”

സരൂപി ധീരാദീദിയോട് നല്ലവണ്ണം ചേർന്നുകിടന്നുകൊണ്ട് ചോദിച്ചു.

"ദീദിയുടെ പേരിലുള്ള കുറ്റം എന്തായിരുന്നു?"

"വടക്കുപടിഞ്ഞാറൻ പ്രവിശ്യക്കാരിയായ എന്റെ പേരിലുള്ള കുറ്റം എന്തായിരുന്നു എന്നു പറഞ്ഞാൽ ഇങ്ങ് ഈ അറ്റത്ത് ബീഹാറിൽ ജനിച്ച നിനക്കു മനസ്സിലാകില്ല മോളേ." പിന്നെ ധീരാദീദി അവളുടെ കവിളിൽ തുരുതുരാ തലോടി.

ഭാഷയിലും ചിന്തയിലും പ്രവൃത്തിയിലും സംസ്കാരത്തിലും മനുഷ്യർ പുലർത്തുന്ന ഈ വൈവിദ്ധ്യവൈചിത്ര്യാംശങ്ങളെ തന്റെ കഥകളിലൂടെ നമ്മെ അനുഭവിപ്പിക്കാൻ സി വി ശ്രീരാമനു കഴിഞ്ഞിട്ടുണ്ട്.

ഇന്ത്യൻ സാംസ്കാരികസ്വത്വത്തിന്റെ നിർമ്മിതിയെ ഗണ്യമായി സ്വാധീനിച്ച ചരിത്രപ്രവണതകളിൽ ഒന്ന് സമൂഹത്തിലെ നിരവധി ചരിത്രശക്തികളാൽ സ്വാധീനിക്കപ്പെട്ട ജനസംഖ്യാസങ്കരണത്തിന്റെ സ്വഭാവമാണ്. അതാകട്ടെ പ്രവാഹം, അധിനിവേശങ്ങൾ, കീഴടക്കലുകൾ കുടിയേറ്റങ്ങൾ എന്നിവയിലൂടെ ഇന്ത്യൻ ഭൂഖണ്ഡത്തിലേക്ക് വൈവിദ്ധ്യമാർന്ന വംശങ്ങളെയും സംസ്കാരങ്ങളേയും കൊണ്ടുവന്നു. മേൽപ്പറഞ്ഞ പ്രതിഭാസങ്ങളെല്ലാം ഒരു സാർവ്വദേശീയ ചരിത്രവികാസത്തിന്റെ ഫലം കൂടിയാണ്. ഇന്ത്യൻ സമൂഹത്തിൽ സാംസ്കാരിക ഏകാത്മകതയേക്കാൾ സാംസ്കാരികവൈവിദ്ധ്യം തന്നെയാണുള്ളത്.

തന്റെ കഥകളിലൂടെ ഇന്ത്യൻസംസ്കാരത്തിന്റെ ബഹുസ്വരാവസ്ഥയെ അതിന്റെ പല തലങ്ങളിൽ വിശദീകരിക്കാനുള്ള ശ്രമം സി വി ശ്രീരാമൻ നടത്തുന്നുണ്ട്. കേരളത്തിന്റെ മാത്രമല്ല തമിഴ്നാടിന്റെയും ആന്ധ്രയുടെയും കർണ്ണാടകത്തിന്റെയും ബംഗാളിന്റെയും ദ്വീപ്സമൂഹത്തിന്റെയും സ്ഥലദർശനങ്ങളും സംസ്കാരവും കഥകളുടെ അന്തരീക്ഷമായിത്തീരുന്നു.

ധീരാദീദിയും സരൂപിയും തമ്മിലുള്ള ബന്ധത്തിന്റെ തീവ്രത നമുക്ക് കഥയിൽനിന്നു വായിച്ചെടുക്കാം. പുരുഷനേക്കാൾ കരുത്തുള്ള ദീദിയുടെ ജീവിതത്തിൽ പുരുഷന്റെ വാഴ്ചയും ദുർബ്ബലമായിരുന്നു. വളരെ ശക്തയായി മനക്കരുത്തോടെ ജീവിക്കുമ്പോൾ ദീദിയുടെ ആന്തരികതയെ സ്പർശിക്കാൻ കഴിയാത്ത പുരുഷന്മാരായിരുന്നു അവരുടെ ജീവിതത്തിൽ വന്നണഞ്ഞ പലരും.

ഒമ്പതാംവയസ്സിലരങ്ങേറിയ ആദ്യവിവാഹത്തിന്റെ ഓർമ്മകൾ പോലും ദീദിയെ കൈയൊഴിഞ്ഞിരിക്കുന്നു. പഠനത്തിനെന്നുപറഞ്ഞ് ലാഹോറിലേക്കുപോയ അയാൾ പിന്നീട് തിരിച്ചു വന്നില്ല. വെളുത്ത പക്ഷിയുടെ ദാഹം തീർക്കാൻ രണ്ടുപേരെ കൊലപ്പെടുത്തിയ അവളുടെ ശിഷ്ടജീവിതം ജയിലിലുമായി. കൊടുങ്കാറ്റാഞ്ഞടിച്ച ഒരു രാവിലെയായിരുന്നു ആ സംഭവം അരങ്ങേറിയത്. കടൽത്തീരത്ത് കുത്തനെയുള്ള പാറഭിത്തിയുടെ മദ്ധ്യത്തിൽ മേലോട്ടും കീഴോട്ടുമല്ലാതെ തൂങ്ങിക്കിട

ന്നിരുന്ന അയാളെ ദീദിയുടെ നേതൃത്വത്തിൽ ജയിലിലെ സ്ത്രീകളെല്ലാംചേർന്ന് പ്രതികൂലകാലാവസ്ഥയെയെല്ലാം അവഗണിച്ച് രക്ഷപ്പെടുത്തി കരയ്ക്കണയ്ക്കുന്നു. ഈയൊരു രക്ഷാപ്രവർത്തനത്തെ ജയിലധികൃതർ ആദ്യം അംഗീകരിച്ചില്ല. മനുഷ്യത്വപൂർണ്ണമാർന്ന ധീരാ ദീദിയുടെ ചെറുത്തുനില്പിന് ഫലമുണ്ടായി. ഒടുക്കം അവർക്കതംഗീകരിക്കേണ്ടിവന്നു. രണ്ടുപേരുടെ ജീവനപഹരിച്ചവൾ ഒരാളുടെ ജീവൻ രക്ഷിച്ചപ്പോൾ അധികൃതർ ജയിൽ വാർഡനെന്ന അവളുടെ താൽക്കാലികനിയമനം സ്ഥിരപ്പെടുത്തിക്കൊടുത്തു. ഹിന്ദുവും വടക്കുപടിഞ്ഞാറൻ അതിർത്തി പ്രവിശ്യക്കാരനുമായ അയാളും അതേ പ്രവിശ്യക്കാരിയായ ദീദിയും തമ്മിലുള്ള വിവാഹത്തിന് സിസിസായ്പ് മുൻകൈയെടുത്തു. വിവാഹിതരായ അവർക്ക് സ്വന്തമായൊരു വീടും പണികഴിപ്പിച്ചുകൊടുത്തു. അത്രയും കാലം ധീരാദീദിയുടെ ശരീരത്തിന്റെ ചൂടുപറ്റിക്കിടന്നുറങ്ങിയ സരൂപിയാകട്ടെ ജയിലിൽ വരുമ്പോൾ അവളുടെ കൈയിലുണ്ടായിരുന്ന സമ്പാദ്യംകൊണ്ട് ഒരു ക്ലോക്ക് വാങ്ങി ധീരാദീദിക്കു സമ്മാനിച്ചു. പിറ്റേന്നു നേരം പുലരുന്നതിനുമുമ്പേ സരൂപി ആത്മഹത്യ ചെയ്തു. പ്രവചനാതീതമായ ജീവിതസന്ദർഭങ്ങളും മനുഷ്യച്ചേരുവകളും വ്യവസ്ഥാപിത സമൂഹം പുലർത്തുന്ന ലൈംഗികാഭിരുചികളിൽനിന്ന് ഭിന്നമായ ഒരവസ്ഥയിലെത്തിക്കുന്നതിന് കാരണമാകും എന്നുകൂടി ആഖ്യാതാവ് ഇവിടെ പറയുന്നു. അതാകട്ടെ കഥാതന്തുവിൽ വളരെ സൂക്ഷ്മമായ രീതിയിൽ ചേർത്തുവെക്കാനും എഴുത്തുകാരനു കഴിഞ്ഞിരിക്കുന്നു.

ഒരേ പ്രവിശ്യക്കാരും ഒരേ മതവിഭാഗത്തിൽപ്പെട്ടവരും ആയത് മറ്റു ചില അനിഷ്ടങ്ങളിലേക്കാണ് വഴിതെളിച്ചത്. അന്വേഷണത്തിനൊടുവിൽ തന്റെ ജീവിതപങ്കാളി തന്റെ ശത്രുഗോത്രത്തിൽപ്പെട്ടവനും തന്റെ ഇളയച്ഛന്റെ ഘാതകനുമാണെന്ന് അവൾക്ക് ബോദ്ധ്യപ്പെട്ടു. അയാൾ സ്വയം എല്ലാം തുറന്നു പറഞ്ഞപ്പോൾ അവൾക്കുപിന്നെ മറ്റൊന്നും ചിന്തിക്കാനില്ലായിരുന്നു. ഒരുമിച്ചൊരു ജീവിതം അസാദ്ധ്യമെന്നു ബോദ്ധ്യപ്പെട്ട അയാൾ സ്വയം റംഗൂണിലേക്ക് പലായനം ചെയ്തു. എല്ലാ അർത്ഥത്തിലും ധീരാദീദി പ്രണയിച്ചത് മരയ്ക്കാരെ മാത്രമായിരുന്നു. എല്ലാവരുടെയും താമസസ്ഥലം സെല്ലുലാർ ജയിലിലായിരുന്ന കാലത്ത് ആർക്കും ആരെ വേണമെങ്കിലും വധുവായി സ്വീകരിക്കാമായിരുന്നു. അങ്ങനെയാണ് ധീരാദീദി തന്റെ മനസ്സ് മരയ്ക്കാരിനു തുറന്നുവെച്ചുകൊടുത്തത്. പക്ഷേ, ആ പ്രണയം ഫലപ്രാപ്തിയിലെത്തിയില്ല. കാരണം പ്രണയിക്കാൻ സമയമില്ലാത്ത രീതിയിൽ വീണ്ടും യുദ്ധമെത്തി. ജപ്പാൻകാർ ദ്വീപ് കീഴടക്കി. കാരണമില്ലാതെതന്നെ ഏതുനിമിഷവും നടപ്പിലാക്കാവുന്ന വധശിക്ഷ കാണാൻ എല്ലാവരും എത്തണമെന്നത് നിർബ്ബന്ധമായിരുന്നു. അന്ന് ബോട്ടിൽക്കേറി ചാടിപ്പോകാൻ ശ്രമിച്ച എട്ടുപേരുടെ വധശിക്ഷ നടപ്പാക്കുകയായിരുന്നു. കൂട്ടത്തിൽ ദീദിയുടെ മരയ്ക്കാരുമുണ്ടായിരുന്നു.

ജപ്പാൻകാർ ദ്വീപ് കീഴടക്കിയ അന്നുതന്നെ പുതിയ ജയിൽ സൂപ്രണ്ട് ഊച്ചിഡ അവിടത്തെ ജയിൽബാരക്ക് സന്ദർശിക്കാൻ വന്നു. ഓരോരുത്തരെയും വരിയാക്കി നിർത്തി ജയിലിൽ എങ്ങനെ എത്തി എന്ന് ആരാഞ്ഞു. തിരിച്ച് ട്രക്കിൽ കയറുന്ന സമയത്ത് ഊച്ചിഡ കുറിയ കണ്ണുകൾകൊണ്ട് അവളെമാത്രം അളന്നു. ദ്വിഭാഷിയെക്കൊണ്ട് അവളുടെ താമസസ്ഥലം അന്വേഷിച്ചു. പിന്നീട് ഓരോ രാത്രിയിലും അവളുടെ മുറിയിലെത്തും. ആലംബമറ്റ അവൾ അയാളുടെ ആംഗ്യങ്ങൾക്കൊത്ത് അനുസരിച്ചു. നാല്പത്തിരണ്ടാംവയസ്സിൽ അവളനുഭവിച്ച ആ സമാഗമം അവളെ കുളിരണിയിച്ചു. പിന്നീട് കതകിൽ മുട്ടുകേൾക്കാനായി അവൾ കാത്തിരുന്നു. മുമ്പത്തെ രണ്ടു ഭർത്താക്കൻമാരിൽനിന്നും ലഭിക്കാത്ത ഭാഗ്യം അവളുടെ ഉദരത്തിൽ വളർന്നുവന്നു. കുഞ്ഞിനെ സുസുമോ എന്നാണ് പേരിട്ടത്. കുഞ്ഞ് ജനിച്ചതിനുശേഷം അവളോടുള്ള വേഴ്ചകളിൽ അയാളുടെ കാഠിന്യം കുറഞ്ഞുവന്നു.

ബ്രിട്ടീഷുകാർ ജപ്പാൻകാരെ കീഴടക്കി. ദ്വീപ് പിടിച്ചടക്കി. എല്ലാം പെട്ടെന്നാണ് തകിടം മറഞ്ഞത്. ജപ്പാൻകാരുടെ ക്രൂരതയ്ക്കു വിധേയയായ സ്ത്രീ എന്ന നിലയിൽ അവൾക്ക് മോചനം കിട്ടി. പക്ഷേ, നാട്ടുകാരുടെ പക മാത്രം തേട്ടി നിന്നു. അതിന്റെ കണക്കുകൾ തീർത്തത് ജാപ്പാനീസ് രക്തമുള്ള സുസുമുവിന്റെ ഒറ്റപ്പെടുത്തലിലായിരുന്നു. ഒരു ശത്രുവിന്റെ കുട്ടിയെ ഉദരത്തിൽ പേറി പ്രസവിച്ചു വളർത്തിയ അമ്മയായിരുന്നു അവർ. അതിന്റെ എല്ലാവിധ ക്രൂരതകളും അവൾ ഏറ്റുവാങ്ങി. ധീരാദീദി മകനെ അകത്തിട്ടു തന്നെ വളർത്തി. മറ്റു കുട്ടികൾ സ്കൂളിൽ പോകുന്നതു കാണുമ്പോൾ അവൻ ശാഠ്യം പിടിക്കാൻ തുടങ്ങി. ധീരാദീദി മകനെ സ്കൂളിൽ കൊണ്ടുപോയി ചേർത്തു. അച്ഛന്റെ പേരു പറഞ്ഞപ്പോൾ ഹെഡ്മാസ്റ്റർ നെറ്റി ചുളിച്ചു. സ്കൂളിൽ ചേർത്ത അന്നു തന്നെ ഒരു പൊലീസുകാരൻ അവളെ അന്വേഷിച്ചു വന്നു. കുട്ടിയെ ആശുപത്രിയിൽ അഡ്മിറ്റു ചെയ്ത സംഭവം അറിയിക്കാനായിരുന്നു പൊലീസുകാരൻ എത്തിയത്. ആശുപത്രിയിലെത്തിയപ്പോൾ ശരീരമാകെ പരിക്കുപറ്റിയ മകനെക്കണ്ടു. മറ്റു കുട്ടികൾ ശത്രു ശത്രു എന്നു വിളിച്ച് അവനെ കല്ലെറിഞ്ഞു പരിക്കേല്പിക്കുകയായിരുന്നു. ധീരാദീദി പിറ്റേന്ന് സ്കൂളിൽച്ചെന്ന് ഹെഡ്മാസ്റ്ററെ കണ്ടു. ഹെഡ്മാസ്റ്റർ ഇനി കുട്ടിയെ സ്കൂളിലേക്കയയ്ക്കരുതെന്നു പറഞ്ഞു. ധീരാദീദി പൊലീസിൽ പരാതിപ്പെട്ടിട്ടും ഫലമുണ്ടായില്ല. ജപ്പാൻകാരനെ താലോലിച്ച് കുട്ടിയെ ഉണ്ടാക്കുന്നതിനു മുന്നേ ആലോചിക്കണമെന്നായിരുന്നു അവരുടെ മറുപടി. മകനുവേണ്ടി സ്വന്തം നാട്ടിലേക്കു തിരിച്ചുപോയാലോ എന്നാലോചിച്ചു. എന്നാൽ അവൾ പണ്ടു താമസിച്ചിരുന്ന സ്ഥലം പാകിസ്ഥാനിലാണെന്നും അവിടെയുള്ള ഹിന്ദുക്കളെല്ലാം മറ്റെവിടേക്കോ ഒഴിഞ്ഞുപോയെന്നും അവളൊരു തഹസിൽദാർ മുഖാന്തരം മനസ്സിലാക്കി.

മറ്റു പോംവഴികളൊന്നുമില്ലാത്തതുകൊണ്ട് വീണ്ടും ധീരാദീദി മകനെ മുറിയിലിട്ടുതന്നെ വളർത്തി. പുറത്തുപോയാൽ പരിക്കുകളോടെ

മാത്രം തിരിച്ചുവരുന്ന മകനെക്കുറിച്ച് തന്റെ അതേ ദുഃഖം പങ്കുവെക്കുന്ന മമ്മാലയോടു പറഞ്ഞു. അവൾക്കും ഒരു കുട്ടിയുണ്ടായിരുന്നു. പിന്നീട് മമ്മാലയുടെ നിർദ്ദേശപ്രകാരം അവരുടെ മകനോടൊപ്പം കടലിൽനിന്ന് ചിപ്പികൾ ശേഖരിക്കുന്ന പണിയിലേർപ്പെട്ടു. അരയിൽ കയർ കെട്ടി അതേ കയർ തോണിയോടു ബന്ധിപ്പിച്ച് കൈയിൽ കൊള്ളാത്തത്രയും ചിപ്പികളുമായി അവൻ പൊന്തി വരും. അവൻ ധാരാളം പണം സമ്പാദിച്ചു. പക്ഷേ, ഒരു ദിവസം അവനും മമ്മാലയുടെ മകനും തിരിച്ചു വന്നില്ല. ചിപ്പിക്കുവേണ്ടി ആഴക്കടലിൽ മുങ്ങിയ അവരുടെ അരയിലെ തോണിയുമായി ബന്ധിപ്പിച്ചിരുന്ന കയർ മറ്റുള്ളവർ മുറിച്ചുകളഞ്ഞു. അങ്ങനെ വംശവൈരത്തിന്റെ ഇരയായി ധീരാദീദിയുടെ മകനും മറഞ്ഞുപോയി. ഒടുവിൽ ചരിത്രത്തിന്റെ ചാക്രികത ബോദ്ധ്യപ്പെടുത്തുന്ന രീതിയിൽ ധീരാദീദി കാത്തിരിക്കുന്നത് *രക്തം തരൂ രക്തം തരൂ* എന്ന് കൂവി വരുന്ന വെളുത്ത പക്ഷിയെയാണ്.

വർത്തമാനകാലത്തിന്റെ ഓരോ അടരിനുപിന്നിലും ചരിത്രം ഇരമ്പി നില്ക്കുന്നുണ്ടെന്ന ഗാഢമായ തിരിച്ചറിവ് നല്കുന്നവയാണ് സി വി ശ്രീരാമന്റെ മിക്ക കഥകളും. കാലദൈർഘ്യവും സ്ഥലവിസ്തൃതിയും സംഭവബഹുലതയും ഈ കഥയെ ഒരു നോവലിനോടടുപ്പിക്കുന്നു. സൗഹൃദവും ശത്രുതയും പല വീക്ഷണകോണുകളാൽ നിർണ്ണയിക്കപ്പെടുന്നതിന്റെ ചരിത്രം ഈ കഥയിലുണ്ട്. പ്രാദേശികമായ ഗോത്രവൈരത്തിൽനിന്നുതുടങ്ങി ഇന്ത്യയും ഇംഗ്ലണ്ടും ജപ്പാനും ശ്രീലങ്കയും ബർമ്മയും ബംഗ്ലാദേശും പാകിസ്ഥാനും സ്ഥലമായും ജനസംസ്കാരമായും പ്രത്യക്ഷപ്പെടുന്ന കഥയാണ് 'വെളുത്തപക്ഷിയെ കാത്ത്.'

രക്തത്തിലലിഞ്ഞുചേർന്ന വംശശുദ്ധിക്കുവേണ്ടിയും സ്ത്രീ എന്ന നിലയ്ക്കുള്ള തന്റെ നിലനില്പിനുവേണ്ടിയും ധീരാദീദി എന്ന സ്ത്രീ പോരാടിക്കൊണ്ടിരിക്കുന്നു. സ്ത്രീസഹജമായ സഹനത്തിന്, പോരാട്ടത്തിന്, ഉള്ളിൽ ഊറി നില്ക്കുന്ന വേദനയ്ക്ക് നിത്യവർത്തമാനസ്വരം നല്കാൻ ധീരാദീദിക്ക് കഴിയുന്നു. വാർദ്ധക്യത്തിലെ അവശതയോടും അവർ തോറ്റുകൊടുക്കുന്നില്ല. രണ്ടാംലോകമഹായുദ്ധത്തിന്റെ ഗതിവിഗതികളിൽ ആന്തമാൻ നിക്കോബാർ ദ്വീപിലെ തടവറകളിലും കൊലക്കയറുകളിലും ബലിയാടുകളായ ഒട്ടനവധിപേരുടെ ആന്തരികലോകത്തിലേക്കുള്ള വാതിലാണ് ഈ കഥ. ആൺകോയ്മയും പുരുഷനിർമ്മിതമായ ജയിൽലോകവും രണ്ടല്ല.

കേവലമായ കഥാഘടനയുടെ കാര്യത്തിലും ഇതൊരു ചെറുകഥയല്ല. നീളം ശരിക്കും അനുഭവിപ്പിക്കുക എന്നത് ആഖ്യാനലക്ഷ്യമായിത്തീർന്നിരിക്കുന്നു. അക്കമിട്ടു വേർതിരിച്ച മൂന്നു യൂണിറ്റുകൾ ഈ രചനയിലുണ്ട്. അവ ഓരോ അദ്ധ്യായങ്ങൾക്ക് സമമാണ്. ഓരോ യൂണിറ്റിന്റെയും സംഭവഘടന പലതരം വിശദാംശങ്ങളെക്കൊണ്ടാണ് പണിതി

രിക്കുന്നത്. ഓർമ്മയുടെ ആഖ്യാനരീതിയാണെങ്കിലും പല ദൂരത്തിലുള്ള ഭൂതകാലങ്ങൾ അതിലുണ്ട്.

ലിറിക്കൽ റിയലിസത്തിന്റെയോ ഉദാത്തവല്ക്കകരണത്തിന്റെയോ ഒരു ഭാഷ ഇവിടെ പൂർണ്ണമായും ഒഴിവാക്കപ്പെട്ടിരിക്കുന്നു. കാല്പനികതയുടെ വ്യവഹാരത്തിൽ സ്ത്രീ, പ്രകൃതിയും സത്യവുമായി ഒഴിവാക്കപ്പെടുന്ന ഒരു ഭാഷാവ്യവഹാരത്തിനുപകരം യാഥാർത്ഥ്യബോധത്തോടെ സ്ത്രീസ്വത്വത്തെ തിരിച്ചറിഞ്ഞുകൊണ്ടുള്ള ഭാഷയാണ് ഇവിടെ സ്വീകരിച്ചിട്ടുള്ളത്.

ഇമ്മീഡിയറ്റ് ഡീസന്റ് മാര്യേജ്

കഥ ഇങ്ങനെയാണ്. കൈയിൽ കിട്ടിയ ഏതാനും മണിക്കൂറുകൾ വളരെ ലാഘവത്തോടെ ചെലവഴിക്കാനാണ് ഇക്കുറി അയാൾ എന്ന കഥാപാത്രം ആ നഗരത്തിൽ വന്നത്. അതിനുമുമ്പ് കുട്ടിയായിരിക്കുമ്പോൾ ആ മഹാനഗരം കാണാൻ വന്നതിന്റെ ഓർമ്മ അയാളിലുണ്ട്. പിന്നീട് വിദ്യാർത്ഥിയായിരിക്കുമ്പോഴും അതേ നഗരത്തിൽ അയാൾ എത്തുന്നുണ്ട്. അന്നാകട്ടെ ട്രാംസർവ്വീസുകൾ നിലച്ചതിനാൽ ട്രാംപാളങ്ങൾ ഉഴവുചാൽ കണക്കേ മായാതെ കിടന്നിരുന്നു. പിന്നീട് യുവാവായി കഴിഞ്ഞുകൂടിയ അനേകം നാളുകൾ അയാളുടെ മനസ്സിൽ മായാതെ കിടക്കുന്നുണ്ട്. ഓർമ്മകളുടെ ഒടുവിൽ *പതിനെട്ട് സി* എന്ന ബസും അതിന്റെ അവസാനത്തെ സ്റ്റോപ്പും അവിടെ കറുത്ത ബോർഡിൽ വെളുത്ത അക്ഷരത്തിൽ എഴുതി വെച്ചിട്ടുള്ള *മാത്ത്സ് ട്യൂഷൻ ക്ലാസസ് ഫോർ സ്റ്റേൻഡേർഡ് നയൻ ആൻഡ് ടെൻ* എന്ന എഴുത്തും മായാതെ നില്ക്കുന്നു.

റാവുവിന്റെ വീട്ടിലെ, അഞ്ചരയ്ക്കും ആറരയ്ക്കും ഇടയ്ക്കുള്ള ട്യൂഷൻ ക്ലാസുകൾ കൈകാര്യംചെയ്യുന്നത് സുബ്ബമ്മയാണ്. ട്യൂഷൻ ക്ലാസുകൾ കഴിഞ്ഞാൽ സുബ്ബമ്മ കുളിച്ച് തയ്യാറെടുത്തിരിക്കുകയായി. അയാളെ ഏറ്റവും ആകർഷിച്ചത് അവിടത്തെ സമയനിഷ്ഠയായിരുന്നു. ആറരയ്ക്കും എട്ടുമണിക്കും ഇടയ്ക്കുള്ള സമയം അയാൾക്കും സൗകര്യപ്പെട്ടതായിരുന്നു. ഒരിക്കൽ അയാൾ മുറിയിൽനിന്നും ഇറങ്ങിപ്പോരാൻ നില്ക്കുന്ന നേരത്ത് പിടിച്ചു നിർത്തി സുബ്ബമ്മ ചോദിച്ചു. *ഐ യാം മെയ്ഡിലി ആഫ്റ്റർ യു..... വൈ നോട്ട് യു മാരി മി.* മറുപടിക്കു സമയമെടുത്ത അയാളോട് അവൾ പറഞ്ഞു. *യു ആർ എ കവേർഡ്..... വൈ ടെക്കിങ് സൊ മച്ച് ടൈം ടു സെ നൊ?* അയാളിൽ നിന്നുള്ള മറുപടി എന്തായിരിക്കുമെന്ന് അവൾ നേരത്തേ കണക്കാക്കി വെച്ചിരുന്നു.

പുരുഷന്റെ അന്തസ്സും ആദരവും നിലനില്ക്കുന്നത് സ്ത്രീയുടെ പാതിവ്രത്യശുദ്ധിക്കും പാതിവ്രത്യധർമ്മങ്ങൾക്കും അനുസൃതമായ പുരുഷാധിപത്യസമൂഹം വിധിക്കുന്നു. ഈയൊരു കാഴ്ചയിൽ നിന്നുകൊണ്ടാണ് തന്റെ ലൈംഗികപങ്കാളിയുടെ വിവാഹാഭ്യർത്ഥനയെ അന്നയാൾ നിരസിച്ചത്. ഒരേ സമയം മൂന്നു ജോലികൾ ചെയ്യുന്ന സുബ്ബമ്മയോട്

സുബ്ബമ്മയ്ക്ക് പ്രൈവറ്റ് ഫേമിലെ ജോലിയില്ലേ അതു പോരേ എന്നയാൾ ചോദിക്കുമായിരുന്നു. അപ്പോഴൊക്കെ സുബ്ബമ്മ പറയും പ്രൈവറ്റ് ഫേമിൽ കിട്ടുന്നതിന്റെ മുക്കാൽ ഭാഗവും വീട്ടിലേക്കയക്കും. അച്ഛൻ ഗ്രാമത്തിലെ ബ്രാഹ്മണക്കുട്ടികളെ വേദം പഠിപ്പിക്കുന്നു. അതുകൊണ്ടൊന്നും ആറേഴ് അംഗങ്ങളുള്ള കുടുംബം കഴിഞ്ഞു പോകില്ല. അപ്പോൾ ട്യൂഷനും അതിനുശേഷം നടത്തുന്ന സ്വകാര്യ ജോലിയും കൂടിയേതീരൂ. ഭാവിയിലൊരു നല്ല വിവാഹം കഴിക്കണമെങ്കിൽ ഡൗറിക്കും കാശുവേണം. പണം തികയുമ്പോൾ മാട്രിമോണിയൽ കോളത്തിൽ കൊടുക്കേണ്ട വരികൾപോലും സുബ്ബമ്മയ്ക്കു മനഃപാഠമാണ്. അതാണ് സുബ്ബമ്മയുടെ "ഇമ്മീഡിയറ്റ് ഡീസന്റ് മാരേജ്." അപ്പോഴൊക്കെ അയാളുടെ മനോഗതി മറ്റൊന്നായിരുന്നു.

"അവളും അങ്ങനെയൊരു പരസ്യം കൊടുക്കുവാൻ ധൈര്യപ്പെടുമെന്നോ? എന്നിട്ട് വേദവിധിപ്രകാരം പാണിഗ്രഹണമോ? കന്യാദാനമെന്ന സുകൃതം സ്വന്തം പിതാവിനുണ്ടാക്കിക്കൊടുക്കുവാൻ അവൾ സ്വയം നടത്തിയ കന്യകാദാനങ്ങൾ..... ചമതയെരിയുന്ന കുണ്ഡത്തിനു ചുറ്റും അവൾ സപ്തപതി ചവിട്ടുമെന്നോ? തല പൊട്ടിത്തെറിക്കില്ലേ? എങ്കിലും അവൾ മോഹിക്കുന്നു."

ഒരു സ്ത്രീയുടെ സ്വതന്ത്രമായ ജീവിതരീതികളെ അവതരിപ്പിക്കുന്നതോടൊപ്പം അതുമായി ബന്ധപ്പെട്ട് ഒരു പുരുഷൻ നടത്തുന്ന യാഥാസ്ഥിതിക നിലപാടുകളുംകൂടി വ്യക്തമാകുന്നു എന്നതാണ് സി വി ശ്രീരാമന്റെ ഈ കഥയുടെ പ്രത്യേകത. ഇവിടെ പെൺശുദ്ധിയും കുലശുദ്ധിയും പരസ്പരം ബന്ധപ്പെട്ടു നില്ക്കുന്നു. കുലമഹിമയും കുലശുദ്ധിയും നിലനില്ക്കണമെങ്കിൽ ഗൃഹത്തിൽ കുലസ്ത്രീ ഉണ്ടാകണമെന്ന് നിഷ്കർഷിക്കപ്പെടുന്നു. സ്ത്രീയുടെ ലൈംഗികാഭിനിവേശങ്ങളെ അടിച്ചമർത്തി പുരുഷാധിപത്യവ്യവസ്ഥയുടെ താല്പര്യങ്ങൾക്കനുസരിച്ചു മാത്രം അവളെ രൂപപ്പെടുത്തുകയും നിജപ്പെടുത്തുകയും ചെയ്യുക എന്നതാണ് ഇന്നേവരെയുള്ള പുരുഷാധിപത്യസമൂഹത്തിന്റെ യുക്തി.

ഇത്തരം സംഭവങ്ങൾക്കെല്ലാം ഒരുകാലത്ത് പങ്കാളിയും സാക്ഷിയുമായ അയാൾ വീണ്ടും ആ മഹാനഗരത്തിൽ എത്തിയിരിക്കുകയാണ്. തിരക്കുപിടിച്ച ആ മഹാനഗരത്തിൽ എവിടെയെങ്കിലുംവെച്ച് സുബ്ബമ്മയെ കാണുമോ എന്ന പ്രതീക്ഷ അയാൾക്കുണ്ടായിരുന്നു. അതൊരു അനിവാര്യതയായി മാറുന്നിടത്താണ് സി വി ശ്രീരാമന്റെ കഥ വീണ്ടും ചലനാത്മകമാകുന്നത്. കഥയ്ക്കൊടുവിൽ അനുഭവം ഇങ്ങനെയാണ്.

ഒരു വെളുത്ത ഫിയറ്റുകാറ് വേഗതകുറച്ചുവന്ന് അല്പം മുന്നിലായി നിർത്തി. ഓടിക്കുന്ന ആൾക്ക് ആരെയും ആകർഷിക്കുന്ന പ്രൗഢമായ നീളൻ മുഖമുണ്ടായിരുന്നു. ചെന്നിയിൽ ഭസ്മക്കുറികൾ. കഷണ്ടി കയറിയ ശിരസ്സിലേക്ക് ഒരമിട്ടുപോലെ കയറിപ്പോകുന്ന ചുവന്ന നാമംകുറി. ഇളം മഞ്ഞഷർട്ടും റോസ് നിറത്തിലുള്ള ടൈയും ധരിച്ചിരിക്കുന്നു. അരികിലായി സുബ്ബമ്മയിരിക്കുന്നു. എന്തുകൊണ്ട്

സുബ്ബമ്മയെ ആദ്യം ശ്രദ്ധിച്ചില്ല, നിർത്താൻ ഒരുങ്ങുന്ന വണ്ടിയായ തുകൊണ്ട് ഓടിക്കുന്ന ആളെ ശ്രദ്ധിച്ചതായിരിക്കാം. യൂണിഫോം ധരിച്ച കമ്പനി ധർവാൻ ഓടിവരുന്നു. സലാം ചെയ്ത് ഡോർ തുറക്കുന്നു. അവൾ എടുത്തുകൊടുത്ത ബ്രീഫ്കേസ് കൈയിൽ തൂക്കി പുറകേ നടക്കാൻ കാത്തു നില്ക്കുന്നു. അവൾ ഇറങ്ങിനിന്ന് പിറകിലെ സീറ്റിനുനേരേ കൈവീശുന്നു. കോൺവെന്റ് യൂണിഫോറം ധരിച്ച രണ്ട് മുതിർന്ന പെൺകുട്ടികൾ അവരും കൈവീശുന്നു. മമ്മീ ബൈ..ബൈ..

സുബ്ബമ്മ തലയെടുപ്പോടെ ആ പത്തുനിലക്കെട്ടിടത്തിന്റെ പ്രവേശന വഴിയിൽ കയറി മറഞ്ഞുപോയി. ഒരു സ്ത്രീയെക്കുറിച്ച് സമൂഹം കല്പി ച്ചുവെച്ച വംശമഹിമയെയും കുലമഹിമയെയും സദാചാരമൂല്യത്തെയും അവഗണിച്ച് തലയെടുപ്പോടെ നടക്കുന്ന സുബ്ബമ്മ എന്ന കഥാപാത്ര ത്തിലൂടെ സി വി ശ്രീരാമന്റെ 'ഇമ്മീഡിയറ്റ് ഡീസന്റ് മാര്യേജ്' എന്ന കഥ ഒരു തികഞ്ഞ സ്ത്രീപക്ഷ ആഖ്യാനമായിത്തീരുന്നു.

സൗമിനിയേച്ചിയുടെ മാർക്സിസ്റ്റ് വീക്ഷണം

'സൗമിനിയേച്ചിയുടെ മാർക്സിസ്റ്റ് വീക്ഷണം' എന്ന ചെറുകഥ യിലെ കേന്ദ്രകഥാപാത്രമായ സൗമിനിയേച്ചി മൂന്നുതവണ പത്താംക്ലാസ് പരീക്ഷ തോറ്റതാണ്. വനിതാവിദ്യാഭ്യാസം പ്രോത്സാഹിപ്പിക്കുന്നതിന് എവിടെയോ മെട്രിക്കുലേഷൻ തുടങ്ങിയിട്ടുണ്ടെന്നു കേട്ട് അവർ അവി ടെയെത്തി പത്താംക്ലാസ് പരീക്ഷ എഴുതി പാസാകുന്നു. അതേസ്ഥല ത്തുതന്നെയുള്ള ഇന്റർമീഡിയറ്റ് പരീക്ഷയും അതേ വ്യവസ്ഥയിൽ നടത്തുന്നുണ്ടായിരുന്നു. അതും പാസായി. പത്രപരസ്യത്തിൽനിന്ന് പേരു കേട്ടിട്ടില്ലാത്ത ഏതോ ഒരു സർവ്വകലാശാലയുടെ ബി എ പരീക്ഷയും എം എ പരീക്ഷയും പാസായി. ഇങ്ങനെയൊക്കെയാണെങ്കിലും സൗമി നിയേച്ചി എം കെ സൗദാമിനി എം എ എന്നു പറഞ്ഞ് തലയുയർത്തിപ്പി ടിച്ച് നടക്കുന്നു.

പിന്നീട് ഉദ്യോഗസ്ഥയായ സൗമിനിയേച്ചി ഓഫീസിൽനിന്ന് ജോലിയും കഴിഞ്ഞ് തിരിച്ചുവരുമ്പോൾ ഒത്ത ഉയരവും നല്ല മുഖവും നല്ല ആരോഗ്യവും ഉള്ള ഒരാൾ സൗമിനിയേച്ചിക്ക് നാണത്തോടെ പ്രണ യലേഖനം നല്കി. സൗമിനിയേച്ചി പ്രണയലേഖനമൊന്നും വായിക്കാൻ മിനക്കെട്ടില്ല. പകരം ലേഖനത്തിന്റെ ഒടുവിൽ നിന്ന് ആളുടെ പേരും സ്ഥലവും കുറിച്ചെടുത്ത് മുനിസിപ്പൽ ആഫീസിൽച്ചെന്ന് സെക്ഷൻ ക്ലർക്കിനെക്കണ്ട് അയാളുടെ പേരിലുള്ള സ്വത്തുവിവരങ്ങൾ മനസ്സിലാക്കി. അതുപോലെ അയാളുടെ ജോലിസ്ഥലമായ ഭോപ്പാലിലുള്ള തന്റെ അടുത്ത പരിചയക്കാരിയായ റോസന്ന മുഖാന്തരം അയാളുടെ കമ്പനി, ശമ്പളം, ഇൻക്രിമെന്റ്, പ്രൊമോഷൻസാദ്ധ്യതകൾ എന്നിവ മനസ്സിലാക്കി. എല്ലാം ബോദ്ധ്യപ്പെട്ട് തൃപ്തിയായപ്പോൾ സൗമിനിയേച്ചി രഘുനന്ദൻ എന്ന അയാൾക്ക് വിവാഹത്തിന് സമ്മതമാണെന്ന് മറുപടിയെഴുതി.

അങ്ങനെ അവരുടെ വിവാഹവും നടന്നു.

പിന്നീട് സൗമിനിയേച്ചിക്ക് മോസ്കോയിൽപ്പോയി മാർക്സിസം പഠിക്കാനുള്ള അവസരം ലഭിച്ചു. അവിടെപ്പോയി മാർക്സിസം ഗാഢമായി പഠിച്ച് തിരിച്ചു വന്നു. ഭർത്താവൊന്നിച്ച് വീണ്ടും റഷ്യയിലേക്ക് തിരിച്ചുപോകണമെന്നായിരുന്നു ആഗ്രഹം. അപ്പോഴാണ് ഒരിന്ത്യൻ സർവ്വകലാശാല മാർക്സിസത്തിൽ ഡിഗ്രി ആരംഭിക്കുന്നു എന്ന വിവരം സൗമിനിയേച്ചിക്കു കിട്ടിയത്. വിദ്യാർത്ഥികളുണ്ടെങ്കിലുമില്ലെങ്കിലും ഡിപ്പാർട്ട്മെന്റ് ഹെഡ്, സീനിയർ പ്രൊഫസർ, ശമ്പളം ഇപ്പോൾ കിട്ടുന്നതിന്റെ നാലിരട്ടി. സൗമിനിയേച്ചിയുടെ ഒരടുത്ത ബന്ധുകൂടിയായിരുന്നു കഥയിലെ അയാൾ എന്ന കഥാപാത്രം. റഷ്യയിൽനിന്ന് തിരിച്ചെത്തിയിരിക്കുന്നു. ഉടനെ ഒന്നു കാണണം എന്നുള്ള സൗമിനിയേച്ചിയുടെ കത്ത് കിട്ടിയതുകൊണ്ടാണ് അയാൾ എത്രയും പെട്ടെന്ന് അവിടെ എത്തിയത്. സൗമിനിയേച്ചി അയാളെ വിളിപ്പിച്ചതിന് ഒരു പ്രത്യേക ഉദ്ദേശ്യമുണ്ടായിരുന്നു. മദിരാശി സർവ്വകലാശാലയിൽ അയാൾക്ക് പിടിപാടുള്ള ഒരു സുഹൃത്തു മുഖാന്തരം മാർക്സിസത്തിന്റെ കോഴ്സ് എത്രയും പെട്ടെന്നാരംഭിക്കുന്നതിനുള്ള നടപടി കൈക്കൊള്ളാനുള്ള ശ്രമങ്ങളായിരുന്നു സൗമിനിയേച്ചിക്ക് വേണ്ടിയിരുന്നത്. അതിനുവേണ്ടി വരുന്ന ചെലവോ കൈക്കൂലിയോ എത്രവേണമെങ്കിലും നല്കാൻ അവർ തയ്യാറായിരുന്നു. ആ കാര്യത്തെക്കുറിച്ച് സൗമിനിയേച്ചിയും അയാളും സംസാരിക്കുന്നതിനിടയിലാണ് സൗമിനിയേച്ചിയുടെ അപേക്ഷ നിരസിച്ചു എന്നുള്ള സർവ്വകലാശാലയുടെ അറിയിപ്പു ലഭിക്കുന്നത്. അപ്പോഴെ ങ്കിലും ആ സ്ത്രീയുടെ അഹങ്കാരത്തിനറുതി വരുമല്ലോ എന്ന സന്തോഷമാണ് അയാൾക്ക് മനസ്സിലുണ്ടായിരുന്നത്. പക്ഷേ, പെട്ടെന്നു തന്നെ സൗമിനിയേച്ചി വീടിനകത്തുപോയി ഒരു ടെലിഗ്രാംഫോറം പൂരിപ്പിച്ചതയാളെ ഏല്പിച്ചിട്ടുപറഞ്ഞു. പോസ്റ്റ് ഓഫീസിൽ പോയി ഇതൊന്നടിക്കണം. എന്താണ് സംഗതി.

സംഗതി പറയാം. എന്നെ രണ്ടു ദിവസങ്ങൾക്കുമുമ്പ് ഒരു വിദേശ സംഘടനയുടെ ആൾക്കാർ സമീപിച്ചിരുന്നു. അവരുടെ ആവശ്യം ഇത്രയുമാണ്. മോസ്കോവിൽനിന്ന് മാർക്സിസത്തിൽ ഡിഗ്രിയെടുത്ത ഒരു ഭാരതീയ വിദ്യാർത്ഥിനിയുടെ സഞ്ചരിച്ചുകൊണ്ടുള്ള പ്രസംഗപരമ്പര. പ്രസംഗമൊന്നുക്ക് അഞ്ഞൂറ്റിഅൻപത് ഡോളർ. പ്രസംഗം നന്നായാൽ അറുനൂറു വരെ കൂട്ടിത്തരും. രാജ്യത്തിന്റെ നാനാഭാഗത്തുമായി മൊത്തം പ്രസംഗം നൂറ്. പാസേജ് ഫ്രീ, താമസം ഫ്രീ. പോരുമ്പോളെമ്പാടും ഫോറിൻസാധനങ്ങളും കൊണ്ടുവരാം. എന്തു വിഷയത്തെപ്പറ്റിയാണ് പ്രസംഗം? വിഷയമോ? ഒന്ന് മാർക്സിസം ഒരു ശാസ്ത്രമേ അല്ല. രണ്ട് മാർക്സിസം മനുഷ്യത്വത്തിനെതിര്. മൂന്ന് റഷ്യ അവിടത്തെ വിദേശ വിദ്യാർത്ഥികളോടു കാണിക്കുന്ന കടുത്ത ക്രൂരതകൾ. സി വി ശ്രീരാമന്റെ സ്ത്രീകഥാപാത്രങ്ങൾ ആരുംതന്നെ പ്രാതലിനെന്തുണ്ടാക്കണം ഉച്ചയ്ക്കും രാത്രിയിലും എന്താണ് ഭക്ഷണം, കുട്ടികൾ ഉണർന്നോ കുളിച്ചോ

ഭക്ഷണം കഴിച്ചോ ഉറങ്ങിയോ തുടങ്ങിയ ചിന്തകൾമാത്രം ഉള്ളിൽക്കൊണ്ടുനടന്ന് പുരുഷാധിപത്യസമൂഹത്തിൽ ജീവിക്കുന്നവരല്ല എന്നതിന്റെ ഉത്തമതെളിവാണീ കഥ. ഇവിടെ കഥയിലെ അയാൾ എന്ന കഥാപാത്രത്തിന്റെ പുരുഷപക്ഷ വീക്ഷണവും നമുക്കുകാണാം. സർവ്വകലാശാലയിൽനിന്ന് സൗമിനിയേച്ചിയുടെ അപേക്ഷ നിരസിച്ചു എന്ന അറിയിപ്പു കിട്ടിയപ്പോൾ അയാൾക്ക് സന്തോഷം കൊണ്ട് ആർത്തുചിരിക്കണം എന്നുണ്ടായിരുന്നു എന്ന് കഥയിൽ സൂചിപ്പിക്കുന്നുണ്ട്. ഒരു സ്ത്രീയുടെ അഹങ്കാരം നിലച്ചല്ലോ എന്നുള്ള സന്തോഷമായിരുന്നു അയാൾക്ക്. പക്ഷേ തൊട്ടനിമിഷത്തിൽത്തന്നെ അവർ ആ പ്രതിസന്ധി അതിജീവിക്കുന്നുണ്ട്. മാർക്സിസം ഒരു ശാസ്ത്രമേ അല്ല എന്നും അത് മനുഷ്യത്വത്തിന് എതിരാണ് എന്നുമുള്ള ഒരു പ്രസംഗപരമ്പരയ്ക്ക് അവർ മാനസികമായി തയ്യാറെടുത്തുകഴിഞ്ഞു. സാഹചര്യങ്ങൾക്കനുസരിച്ച് സ്വന്തം വീക്ഷണത്തെ മാറ്റിപ്പറഞ്ഞു കൊണ്ട് തികച്ചും സ്വാർത്ഥമായ ഉപഭോഗ സമീപനം സ്ത്രീയിൽനിന്നുണ്ടാകുമ്പോൾമാത്രം അതിനെ വിമർശിക്കുന്ന പുരുഷപക്ഷസമീപനം ഇവിടെ കാണാം. ഒരു സ്ത്രീയുടെ സ്വത്വത്തെക്കുറിച്ചുള്ള പുരുഷപക്ഷകാഴ്ചപ്പാടുകളെയൊക്കെ അപ്രസക്തമാക്കുന്ന ശക്തമായ സ്ത്രീകഥാപാത്രമാണ് കഥയിലെ സൗമിനിയേച്ചി.

കുടുംബം എന്ന വ്യവസ്ഥയുടെ നിർമ്മിതിയുമായി ബന്ധപ്പെട്ട എല്ലാ തെരഞ്ഞെടുപ്പുകളും പുരുഷന്റേതാണ്. സൗന്ദര്യത്തെക്കുറിച്ചും സമ്പത്തിനെക്കുറിച്ചുമുള്ള കാഴ്ചകളും പുരുഷനിർമ്മിതംതന്നെയാണ്. ഇത്തരത്തിലുള്ള പുരുഷമേല്ക്കോയ്മകളെയെല്ലാം അപനിർമ്മിച്ചു കൊണ്ടാണ് സൗമിനിയേച്ചി കുടുംബം എന്ന വ്യവസ്ഥയിലേക്കുതന്നെ കടന്നുവരുന്നത്. അതിനുശേഷം ഒരു കുടുംബത്തിന്റെ മുന്നോട്ടുപോക്കിൽ പ്രധാന പങ്കുവഹിക്കുന്ന പുരുഷാധിപത്യ യുക്തികളൊന്നും കഥയിൽ വിഷയമാകുന്നില്ല. പ്രായോഗികയുക്തികളിലൂടെ ജീവിതവിജയം നേടിക്കൊണ്ടിരിക്കുന്ന ഒരു സ്ത്രീയുടെ ജീവിതമാണ് ഈ കഥ മുന്നോട്ടുവെക്കുന്നത്. ഇതിന്റെ ഭാഗമായി ബോധപൂർവ്വം എന്നുതന്നെ വിശേഷിപ്പിക്കാവുന്ന ചിന്തകളും പ്രവൃത്തികളും സൗമിനിയേച്ചിയിൽ നമുക്ക് പ്രതീക്ഷിക്കാം. കാല്പനികതയോ പ്രണയമോ ലൈംഗികതയോമാത്രം വിഷയമാക്കിക്കൊണ്ടുള്ള സ്ത്രീപക്ഷവ്യാഖ്യാനമല്ല സി വി ശ്രീരാമൻ ഇവിടെ നിർവ്വഹിക്കുന്നത്.

ഒരു സ്ത്രീയുമായി ബന്ധപ്പെട്ട പുറംലോകവും അവരുടെ വ്യവഹാരങ്ങളും സംവാദാത്മകമായി സി വി ശ്രീരാമൻ കഥയിൽ അവതരിപ്പിക്കുന്നു. പുരുഷാധികാരം കുടുംബത്തിന്റെ അകമുറികളിൽ ഒരു സ്ത്രീയുടെ സ്വതന്ത്രമായ പ്രണയത്തെയും ലൈംഗിക തെരഞ്ഞെടുപ്പിനെയും നിഷേധിക്കുമ്പോൾ അതിനെതിരേ അവൾ നടത്തുന്ന വ്യത്യസ്തമായ പ്രതിരോധമാണ് 'കൗസല്യ മൂത്തമ്മ' എന്ന കഥയുടെ പ്രമേയം. ഫാന്റസി എന്നു പറയാവുന്ന ഒരു ലോകത്തുനിന്നുകൊണ്ട് എങ്ങനെ ഒരു സ്ത്രീ പുരുഷാധികാരത്തെ അപനിർമ്മിക്കുന്നു എന്നുകൂടി ഈ

കഥ വ്യക്തമാക്കുന്നു.

ഇവിടെ സ്ത്രീകൾ മുഖ്യകഥാപാത്രങ്ങളായി വരുന്ന കഥകളെടുത്തു പരിശോധിക്കുമ്പോൾ വളരെ വ്യത്യസ്തങ്ങളായ സ്ത്രീകഥാപാത്രങ്ങളെ നമ്മൾ കണ്ടുമുട്ടുന്നു. ഇത് ബഹുസ്വരതയ്ക്ക് നിദാനമാണ്. മാറിമാറി വരുന്ന ജീവിതാവസ്ഥകൾ അതിലൂടെ കഥാപാത്രങ്ങൾക്കു സംഭവിക്കുന്ന വികാസം ഒരു നോവലിലെന്നപോലെ സി വി ശ്രീരാമന്റെ ചെറുകഥകളിൽ വ്യക്തമാണ്. 'ഒട്ടുചെടി' എന്ന കഥ നാം വായിക്കുമ്പോൾ അറിയാതെത്തന്നെ കഥാകൃത്ത് നായകസ്ഥാനത്ത് പ്രതിഷ്ഠിക്കപ്പെടും. ഒരേസമയം എല്ലാറ്റിലും ഇടപെടുകയും അതേസമയം കാണിമാത്രമായി അകലെനിന്നു കാണുകയും ചെയ്യുന്ന ഒരു ഋഷിഭാവം ശ്രീരാമന്റെ കഥകളിൽ കാണാം. പക്ഷംപിടിക്കാത്ത സാർവ്വലൗകികസ്നേഹമാണ് ഇവിടെ പ്രത്യക്ഷമാകുന്നത്.

അപൂർവ്വങ്ങളായ സ്ത്രീവ്യക്തിത്വങ്ങളെ (ധീരാദീദി, സൂനിമാ, ഭവാനിയമ്മായി, റോസമ്മാ മാത്തൻ, അഖിലാണ്ഡാമ്മാൾ...) അവതരിപ്പിക്കുക വഴി, കഥാപാത്രങ്ങളെ ആഖ്യാനം ചെയ്യുകവഴി, ഒരു പുരുഷനായ എഴുത്തുകാരൻ ഒരു സ്ത്രീയുടെ വിവിധങ്ങളായ കർത്തൃത്വങ്ങളെ അംഗീകരിക്കുകയും അടയാളപ്പെടുത്തുകയും ചെയ്യുന്നു എന്നു മനസ്സിലാക്കാം.

സ്ത്രീയുടെ വിധേയത്വവും അടിമത്തവുമാണ് പുരുഷനെ അധിനിവേശക്കാരനായി മാറ്റുന്നത്. പക്ഷേ, മേൽസൂചിപ്പിച്ച കഥാപാത്രങ്ങളെക്കുറിച്ച് പഠിക്കുമ്പോഴും അവരുടെ കർത്തൃത്വം മനസ്സിലാക്കുമ്പോഴും ഇവർക്കാർക്കും പുരുഷനോട് വിധേയത്വമോ അടിമത്തമോ ഇല്ല എന്ന് മനസ്സിലാക്കാൻ സാധിക്കും.

സ്ത്രീയെ ആത്മീയതയോടും കവിതയോടും ബന്ധപ്പെടുത്തി നിർവ്വചിക്കുന്ന ഒരു സമീപനം ഇടക്കാലത്ത് വളരെ ശക്തി പ്രാപിച്ചിട്ടുണ്ട്.

മലയാളത്തിലെ ആധുനികതാവാദരചനകളിൽ ഇടം നേടാനാവാതെപോയ സ്വത്വവികാസമുള്ള സ്ത്രീസാന്നിദ്ധ്യങ്ങളെ വളരെ വൈവിദ്ധ്യത്തോടെ തന്റെ കഥകൾക്കുള്ളിലേക്ക് കൊണ്ടുവരികവഴി ബഹുസ്വരത എന്ന സങ്കല്പനത്തിന് സ്ത്രീകഥാപാത്രങ്ങളെക്കൊണ്ട് ശക്തി പകരാൻ സി വി ശ്രീരാമന് സാധിച്ചിട്ടുണ്ട്.

സ്ത്രീ ആദർശവല്ക്കരണത്തിനപ്പുറം

പുരുഷാധിപത്യമൂല്യങ്ങൾ നിലനില്ക്കുന്ന ഒരു സമൂഹത്തിൽ സ്ത്രീ അടിച്ചമർത്തലിന് വിധേയയാണ്. അതോടൊപ്പംതന്നെയോ അതിനെക്കാൾ ഉപരിയോ ആയി കാണേണ്ട ഒരു തെറ്റായ പ്രവണതയാണ് സ്ത്രീയെ ആദർശവല്ക്കരിക്കുക എന്നുള്ളത്. ആദർശവല്ക്കരണത്തിന്റെ ഗുണമോ മുൻതൂക്കമോ അനുഭവിക്കുന്നത് സ്ത്രീകളല്ല. പുരുഷന്റെ സാഹചര്യങ്ങൾക്കനുസരിച്ച് പുരുഷൻ നല്കുന്ന ഈ ദിവ്യപരിവേഷം അവന് സ്വയം രക്ഷപ്പെടാനും അവളെ കൂടുതൽ ഭംഗിയായി ചൂഷണം ചെയ്യാനുമുള്ള ഉപാധിയാണ്.

സി വി ശ്രീരാമന്റെ ചെറുകഥകളിലും സ്ത്രീകഥാപാത്രങ്ങൾ ആരും തന്നെ ആദർശവല്ക്കരണത്തിന്റെ മേലങ്കി അണിയുന്നവരല്ല. മാത്രമല്ല പുരുഷകഥാപാത്രങ്ങളുടെ ഭാഗത്തുനിന്നും സ്ത്രീകഥാപാത്രങ്ങളെ ആദർശവല്ക്കരിക്കാനുള്ള യാതൊരു ശ്രമവുമില്ല.

നമ്മുടെ ജീവിതത്തിലും സാഹിത്യത്തിലും ഏറ്റവും കൂടുതൽ ആദർശവല്ക്കരിക്കപ്പെട്ട ഒരു ഭാവമാണ് അമ്മയുടേത്. പക്ഷേ, കുഞ്ചൻ നമ്പ്യാരും മാതൃത്വത്തിന്റെ കവി എന്ന് നാം ആരോപിച്ച ബാലാമണിയമ്മയും തന്റെ കവിതകളിലൂടെ മാതൃത്വത്തിന്റെ മറുപുറവും തേടിയിട്ടുണ്ട്.

ആദർശവല്ക്കരണത്തിന്റെയോ വ്യാജസ്തുതിയുടെയോ ദോഷം മേല്സൂചിപ്പിച്ച വരികൾക്കില്ല. സി വി ശ്രീരാമന്റെ വ്യത്യസ്ത ചെറുകഥകളിലെ അമ്മമാരെ അതാതിന്റെ സാമൂഹികചരിത്രസന്ദർഭത്തിൽ ഇവിടെ അടയാളപ്പെടുത്തുകയാണ്. സ്ത്രീ എന്ന നിലയിൽ ദീർഘമായ അനുഭവപരമ്പരകളിലൂടെ കടന്നുവന്ന വ്യക്തിത്വമാണ് 'വെളുത്ത പക്ഷിയെ കാത്ത്' എന്ന കഥയിലെ ധീരാദീദിയുടേത്.

'ഇരിക്കപ്പിണ്ഡം' എന്ന കഥയിൽ ഫാൽഗുനദിയുടെ തീരത്ത് സ്വന്തം ഭർത്താവിന്റെ മരണാനന്തര ക്രിയകൾ ചെയ്യാനെത്തിയ സ്ത്രീയും അവരുടെ പുത്രനും കൂടെ കുട്ടിഅങ്കിൾ എന്നു വിളിക്കുന്ന അവരുടെ കാമുകനുമുണ്ട്. ഭർത്താവിന്റെ പിണ്ഡകർമ്മം എത്രയുംപെട്ടെന്നു നടത്തി അവർക്ക് നഗരത്തിലേക്ക് തിരിച്ചുപോകേണ്ടതുണ്ട്. അതുകൊണ്ടുതന്നെ സമയം ലാഭിക്കാൻ ഗോതമ്പുകൊണ്ടുള്ള പിണ്ഡം മതിയെന്നു ആ സ്ത്രീ വിധിക്കുന്നു. സ്വന്തംഅച്ഛന്റെ ശ്രാദ്ധക്രിയ പാണ്ഡയുടെ നിർദ്ദേശപ്രകാരം അവരുടെ പുത്രൻ നിർവ്വഹിക്കുമ്പോൾ ആ സ്ത്രീയാകട്ടെ കാമുകനുമൊന്നിച്ചുണ്ടായ സമാഗമത്തിന്റെ ഓർമ്മകൾ അയവിറക്കുകയായിരുന്നു. പാതിവ്രത്യത്തിന്റെയോ മാതൃത്വത്തിന്റെയോ മഹനീയഭാവം അവരുടെ പ്രവൃത്തികളിൽനിന്ന് വ്യാഖ്യാനിച്ചെടുക്കാൻ സാധിക്കുകയില്ല. ഒരു പ്രത്യേക ഘട്ടത്തിൽ അമ്മയുടെ ചെയ്തികൾ അവന്റെ മനസ്സിൽ അവൻ പോലുമറിയാതെ ഉണ്ടാക്കിയെടുത്ത ഭാവമാറ്റമോ അതോ അവന്റെ പിതാവ് അവനിലേക്ക് ആവേശിച്ചിറങ്ങിയതോ ഏതാണെന്നറിയില്ല, അവൻ പൊട്ടിക്കരയുന്നു. മാതൃത്വത്തിന്റെ ആദർശവല്ക്കരിക്കപ്പെടാത്തതും എന്നാൽ നമ്മുടെ പരമ്പരാഗതധാരണകൾക്ക് വിരുദ്ധവുമായ ഒരു ഭാവം ഇവിടെ ആവിഷ്കരിക്കപ്പെടുന്നു.

'മനസ്സിൽ ഉരുക്കു പരക്കുന്നു' എന്ന കഥയിൽ ഇതുപോലെ ഭർത്താവു മരിച്ച് വിധവയായ ഒരു സ്ത്രീയുണ്ട്. അവർക്കാകട്ടെ ഒരു കുഞ്ഞുമുണ്ട്. ഭർത്താവ് മരിച്ചതിനുശേഷം അവർക്ക് ആ കുഞ്ഞിനോട് ജീവനുതുല്യമായ സ്നേഹമുണ്ടായിരുന്നു. പിന്നീട് ഭർത്താവിന്റെ അനുജനുമായുള്ള വിവാഹം നിശ്ചയിക്കുന്നു. വിവാഹത്തലേന്നുവരെ കുട്ടിയെക്കുറിച്ചുമാത്രം ചിന്തിക്കുകയും സംസാരിക്കുകയും ചെയ്തിരുന്ന അവർ വിവാഹപ്പിറ്റേന്ന് ആറങ്ങോട്ടുകരയിലുള്ള അനുജത്തിയുടെ വീട്ടിലേക്ക് കൊണ്ടുപോയ കുട്ടിയെ കാണുകപോലും ചെയ്യാതെ ഭർത്താവുമൊത്ത്

വിശാഖപട്ടണത്തിലേക്ക് യാത്ര പോവുകയാണ്. വിശാഖപട്ടണത്തിലേക്ക് പോകുന്നവഴിക്ക് കാറ് എവിടെയാണ് നിർത്തേണ്ടതെന്നു ചോദിക്കുന്ന ഡ്രൈവറോട് അവളാണ് വേണ്ട, പോവാം എന്നു പറയുന്നത്.

'കണ്ണകി' എന്ന കഥയിൽ സ്വന്തം കുട്ടി വസൂരി വന്നു മരിച്ചപ്പോൾ കൊടുങ്ങല്ലൂരമ്മയോടുള്ള എല്ലാ വിശ്വാസവും നഷ്ടപ്പെട്ട അമ്മ ഇങ്ങനെ വിലപിക്കുന്നു.

"ഞാനല്ല ഒരുമ്പെട്ടോള്. എന്റെ മോളടെ ദീനം ഒക്കെ മാറീന്ന് എന്നോടുവന്നു പറഞ്ഞിട്ട്, പിന്നെ കെട്ടിയെടുത്തു കൊണ്ടയിയില്ലെ....... അവളാ......."

അമ്മയുടെ കണ്ണുകൾ കനൽക്കണ്ണുകളായി മാറുന്നിടത്താണ് കഥ അവസാനിക്കുന്നത്.

ഇവിടുത്തെ അമ്മ തികഞ്ഞ യാഥാസ്ഥിതികബോധം ഉള്ളവളാണ്. ജീവിതത്തിലെ ഒരനുഭവം അവരിലുണ്ടായിരുന്ന പ്രബലമായൊരു വിശ്വാസത്തെ ഇല്ലായ്മ ചെയ്യുന്നതിന്റെ യുക്തിയാണിവിടെ കാണാൻ ശ്രമിക്കുന്നത്.

'അമ്മ അറിഞ്ഞിരുന്നു' എന്ന കഥയിൽ അമ്മയും മകളുമായുള്ള തീവ്ര ബന്ധമാണ് ചിത്രീകരിക്കുന്നത്. ഇവിടുത്തെ അമ്മ ഒരു സാധാരണ അമ്മയല്ല. അമ്മയെ ഭൂമിയുടെ ഊർവ്വരസാന്നിദ്ധ്യവുമായി ബന്ധിപ്പിക്കുന്നു എന്നുള്ളതാണ് ഈ കഥയുടെ ഏറ്റവും വലിയ പ്രത്യേകത. ഇവിടെ അമ്മയുടെ ചരിത്രംതന്നെ കഥാരൂപമായി മാറുകയാണ്. അമ്മ ഒരേസമയം കഥാവസ്തുവും കഥാരൂപവും കഥാചരിത്രവും ആയി മാറുന്ന ഒരവസ്ഥ ഇവിടെയുണ്ട്.

'സ്വതന്ത്ര' എന്ന സി വി ശ്രീരാമന്റെ കഥയിലും ഒരമ്മയുണ്ട്. പണം സമ്പാദിക്കുന്നതിനുവേണ്ടി ശരീരത്തെ ഒരുല്പന്നമായിക്കണ്ട അവൾക്ക് ഭാരമായി ഒരു കുഞ്ഞു പിറക്കുന്നു. ആ കുഞ്ഞ് അവളുടെ സ്വസ്ഥതയെ ഇല്ലാതാക്കുന്നു. സമൃദ്ധിയുടെ വൻനഗരത്തിലേക്കു പോകാനുള്ള അവളുടെ ആഗ്രഹത്തിന് കുഞ്ഞ് ഒരു തടസ്സമാകുന്നു. അവളുടെ സ്വാതന്ത്ര്യത്തിനുവേണ്ടി അവളാ കുഞ്ഞിനെ വഴിയിൽ ഉപേക്ഷിക്കുന്നു. വഴിയിൽ ഉപേക്ഷിച്ച കുഞ്ഞിനെ കാർ തട്ടി എന്ന വാർത്ത അവൾ കേൾക്കുന്നു. അവൾ സംഭവസ്ഥലത്തെത്തുന്നതിനുമുമ്പുതന്നെ കുട്ടി മരിച്ചിരുന്നു. കാറുകാരൻ കൊടുത്ത പരിഹാരത്തുകയുമായി അവൾ ഒരു ഹോട്ടലിലെ തീൻമേശയ്ക്കു മുമ്പിലിരിക്കുന്നു. ഇലയിൽ ചോറുവീഴുന്ന ശബ്ദം അവളെ വല്ലാതെ വേദനിപ്പിച്ചു. തലേന്നാൾ വിശന്നു വലഞ്ഞ കുഞ്ഞിന് എവിടെനിന്നോ കിട്ടിയ ഇഡ്ഡലിപ്പൊട്ടുകൾ മതിയാകാതെ വന്നപ്പോൾ അമ്പലച്ചോറു കൊടുത്തതും അവളോർത്തു. ഇലയിലെ ചോറിന്റെ കൂമ്പാരം തട്ടിമാറ്റി കുഞ്ഞിനെ ഉറക്കെ വിളിച്ചുകൊണ്ട് അവൾ പുറത്തേക്കോടി. മാതൃത്വത്തിന്റെ വൈകാരികതയോ നൈതികതയോ തീർക്കുന്ന വിശ്വാസപ്രമാണങ്ങളൊന്നും തീണ്ടിയിട്ടില്ലാത്ത അവൾക്ക് കുഞ്ഞിനെ വലിച്ചെറിയാനായതിലൂടെ തോന്നിയ ഊറ്റം അതിനെ

നഷ്ടപ്പെട്ടപ്പോൾ തകർന്നടിയുകയാണ്. മാതൃത്വത്തിന്റെ ആത്മാവിഷ്കാരത്തിലേക്ക് അതവളെ എത്തിക്കുകയാണ്.

തന്റെ ചെറുകഥകളിലൂടെ സ്ത്രീകളെ ആധുനികതയുടെ തുറന്ന ഇടങ്ങളിലെത്തിക്കുക എന്ന ദൗത്യമാണ് ഇവിടെ കഥാകാരൻ ഏറ്റെടുത്തിരിക്കുന്നത്. അതുകൊണ്ടുതന്നെ സമൂഹത്തിന്റെ പല മേഖലകളിലേക്കും എഴുത്തുകാരന്റെ കാഴ്ച വികസിച്ചു നില്ക്കുന്നുണ്ട്. അതുകൊണ്ടുതന്നെയാണ് സ്ത്രീയെ തീരെ ആദർശവല്ക്കരിക്കാനുള്ള ഒരു പ്രവണത സി വി ശ്രീരാമന്റെ ചെറുകഥയിൽ കാണാൻ കഴിയാത്തത്. ഇതാകട്ടെ സമൂഹത്തിലെ സംഘർഷഭരിതമായ ബഹുസ്വരങ്ങളായ സ്ത്രീജീവിതങ്ങളെ അടയാളപ്പെടുത്താനുള്ള സാദ്ധ്യതയും ഇടവും നല്കുന്നു.

ദളിത്പ്രമേയം

ദുരവസ്ഥ: പിന്നെയും വന്നപ്പോൾ

കേരളീയനവോത്ഥാനത്തിന്റെ മുഖമുദ്രയാണ് ദളിത്സമൂഹത്തിന്റെ ശക്തിപ്പെടലും മുഖ്യധാരയിലേക്കുള്ള അവരുടെ വളർച്ചയും. അടിച്ചമർത്തപ്പെട്ടവന്റെയും മണ്ണിൽ പണിയെടുക്കുന്നവന്റെയും വിദ്യാഭ്യാസപരവും സാംസ്കാരികവുമായ ഉയർത്തെഴുന്നേല്പാണ് ഇതിന്റെ ആത്യന്തികമായ ഫലം. സാമൂഹിക നീതിയുടെ സാക്ഷാൽക്കാരമായിട്ടാണ് പുരോഗമനവാദികൾ ഇതിനെ കണ്ടത്. എന്നാൽ ഇവിടെയും ചില അപവാദങ്ങളുണ്ടെന്ന് നമ്മളെ അറിയിക്കുകയാണ് സി വി ശ്രീരാമന്റെ 'ദുരവസ്ഥ: പിന്നെയും വന്നപ്പോൾ' എന്ന കഥ.

ദളിത്സമൂഹം ശക്തിപ്പെടണമെന്നും അതിന് മുഖ്യധാരയിലേക്ക് ശരിയായ തുറവിയും തുടർച്ചയും ഉണ്ടാകണമെന്നും ആഗ്രഹിച്ചുകൊണ്ട് ആശാൻ രചിച്ച കാവ്യമാണ് *ദുരവസ്ഥ*. സമുദായപരിഷ്കരണവുമായി ബന്ധപ്പെട്ട് പ്രബലമായ അഭിപ്രായവ്യത്യാസമുള്ള സംഗതികളെ ലക്ഷ്യമിട്ടാണ് ഈ കൃതി പ്രവർത്തിക്കുന്നതെന്ന് *ദുരവസ്ഥ*യുടെ മുഖവുരയിൽ ആശാൻതന്നെ പ്രസ്താവിക്കുന്നുണ്ട്. മലബാർകലാപകാലത്ത് ഏറനാട്ടിലെ ഒരു നമ്പൂതിരിയില്ലത്തെ പെൺകിടാവ് (സാവിത്രി) അഭയംതേടി ഓടിക്കയറിയത് ഒരു പുലയന്റെ (ചാത്തൻ) പാഴ്പുല്ലു മാടത്തിലേക്കായിരുന്നു. അവൾക്ക് ലഹള കഴിയുന്നതുവരെ അവിടെത്തന്നെ താമസിക്കേണ്ടതായും വന്നു. അവന്റെ ജീവിതം ബോദ്ധ്യപ്പെട്ട ആ യുവതിക്ക് പതുക്കെപ്പതുക്കെ പ്രണയം തോന്നുകയും ഒടുവിൽ ധൈര്യത്തോടെ ചാത്തനെ പരിണയിക്കുകയും ചെയ്യുന്നു. ഇതാണ് ആശാന്റെ *ദുരവസ്ഥ*യിലെ പ്രമേയം. തീണ്ടലും തൊടീലും അയിത്തവുമൊക്കെ പ്രബ

ലമായി നിലനിന്ന ഒരു കാലഘട്ടമാണ് ആശാന്റെ *ദുരവസ്ഥ*യിലെ ക്രിയാകാലം.

സി വി ശ്രീരാമന്റെ 'ദുരവസ്ഥ: പിന്നെയും വന്നപ്പോൾ' എന്ന കഥയിലെത്തുമ്പോൾ കാലം മാറിയിരിക്കുന്നു. ജന്മിത്തത്തിനും ജാതിവ്യവസ്ഥയ്ക്കും മാറ്റം സംഭവിച്ചിരിക്കുന്നു. അടിയാളജനത എന്നു വിശേഷിപ്പിക്കുന്നവർ പാടത്തും പറമ്പിലും പണിയെടുക്കാൻമാത്രം വിധിക്കപ്പെട്ടവരല്ലാതായിരിക്കുന്നു. ഭരണാധികാരത്തിൽ അടിയാളജനതയുടെ പങ്കും ദൃശ്യമാവാൻ തുടങ്ങി. ഈ കാലത്തു നിന്നുകൊണ്ടാണ് ചാത്തന്റെയും സാവിത്രിയുടെയും കഥ സി വി ശ്രീരാമൻ വീണ്ടും പറയുന്നത്. ആശാന്റെ *ദുരവസ്ഥ*യിൽ ചാത്തന്റെ പുല്ലുമാടത്തിൽ വെച്ചാണ് സാവിത്രിയും ചാത്തനും കണ്ടുമുട്ടുന്നതെങ്കിൽ ഇവിടെ ദളിതനായ ക്ലാസ്വൺ ജീവനക്കാരനും ഉന്നതകുലജാതയായ ക്ലാസ്ഫോർ ജീവനക്കാരിയും കണ്ടുമുട്ടുന്നത് ചാത്തന്റെ ഔദ്യോഗികമണിമാളികയിൽവെച്ചാണ്. ഇവിടെ സാവിത്രി സ്വമേധയാ ചാത്തന്റെ മണിമാളികയിലെത്തുന്നതല്ല. ചാത്തന്റെ അനുയായികളുടെ നിർദ്ദേശങ്ങളും പ്രേരണകളും നിരാലംബയായ സാവിത്രിയെ ചാത്തന്റെ അടുത്തേക്ക് അവസാനപോംവഴിതേടി എത്തിക്കുകയായിരുന്നു. ക്ലാസ്ഫോർ ജീവനക്കാരിയായ സാവിത്രി തെളിയിക്കപ്പെടാത്ത ഒരഴിമതിക്കേസിൽ സസ്പെൻഷനിൽ പെട്ടിരിക്കയാണ്. കാലത്തിന്റെ തിരിച്ചടിയിൽ തികച്ചും അനാഥമായ ഒരു കുടുംബത്തിന്റെ മുഴുവൻ ചുമതലയും സാവിത്രിയിലാണ്. ഒരു വർഷവും ഒമ്പതു മാസവും ഏഴു ദിവസവും ഇത്തരത്തിൽ തള്ളിനീക്കിയതിനു ശേഷം അണക്കെട്ടിനുതൊട്ടുള്ള അതിഥിമന്ദിരത്തിൽ തന്റെ മേലുദ്യോഗസ്ഥനെ കാണാൻ അവളെത്തുകയാണ്. ഒരു കാലത്ത് ഈ ക്ലാസ്വൺ ഓഫീസറുടെ പഠനകാര്യങ്ങൾക്ക് പിന്തുണ നല്കിയതാണ് അവളുടെ ഇല്ലം എന്ന ഓർമ്മ അവളെ അല്പമെങ്കിലും ആശ്വസിപ്പിക്കുന്നുണ്ടാവും എന്ന് വായനക്കാരനു തോന്നാം. ഇയാൾ കോളേജിൽ ചേരാൻ പോകുന്നസമയം അച്ഛന്റെ അപ്രീതി അവഗണിച്ച് അമ്മ വടക്കേപറമ്പിൽ താമസിക്കുന്ന ആ കുടുംബത്തെ ആശീർവ്വദിക്കാൻ പോയപ്പോൾ താനുമൊന്നിച്ചുണ്ടായിരുന്നതായി അവളോർക്കുന്നുണ്ട്. അതുപോലെ അവരുടെ മാടം കാറ്റിൽ വീണപ്പോൾ തങ്ങളുടെ വെണ്ണീറ്റുപുരയിലാണല്ലോ ഇയാളും അമ്മയും അന്നു പാർത്തത് എന്നും. അവിടെയിരുന്ന് പഠിച്ച് ഒന്നാമതായി ജയിച്ച ഇയാൾ നിരീശ്വരവാദി, കമ്യൂണിസ്റ്റ് എന്നീ ദശകളിലൂടെ കടന്നതിനുശേഷം ഉദ്യോഗം നേടി. ഇത്തരത്തിലുള്ള പഴയ ഓർമ്മകളെല്ലാം അയാൾ തൂത്തുവാരിക്കളഞ്ഞിരിക്കുന്നു എന്ന ഭീതിയിലാണ് അവൾ. അയാളുടെ മാനസികാവസ്ഥയും ഇപ്പോൾ നയിച്ചുപോരുന്ന ജീവിതവും എന്താണെന്ന് ബോദ്ധ്യപ്പെടുത്താൻ കഥാകൃത്ത് വിശദാംശങ്ങൾ നല്കുന്നുണ്ട്.

തിരുവനന്തപുരത്ത് താൻ സെറ്റിൽഡായ അഴകേറിയ പടുകൂറ്റൻ

കെട്ടിടത്തിന്റെ ചിത്രം അയാളവൾക്ക് കാണിച്ചു കൊടുക്കുന്നു. കെട്ടിടം പണികഴിപ്പിച്ചത് ആർക്കിടെക്റ്റ് ഡോ. മൽഹോത്ര തയ്യാർ ചെയ്ത ഡിസൈനിലാണെന്നുപറഞ്ഞ് അതിന്റെ ഭംഗിയെച്ചൊല്ലി അയാൾ വാചാലനാവുകയും ചെയ്യുന്നുണ്ട്. സാഹചര്യത്തിനൊത്ത് മനുഷ്യനു വരുന്ന ചാഞ്ചാട്ടം വരികളിൽ സൂചിതമാകുന്നുണ്ട്. മേലാളവർഗ്ഗം ഭൗതികമായി അനുഷ്ഠിച്ചുവരുന്ന കുറെ പ്രവൃത്തികൾ അയാൾ സ്വാംശീകരിക്കാൻ ശ്രമിക്കുന്നുണ്ടെന്ന് വായനക്കാരനു ബോദ്ധ്യപ്പെടുന്ന രീതിയിൽത്തന്നെയാണ് കഥാകൃത്ത് കഥ അവതരിപ്പിക്കുന്നത്.

കഥയിൽ ഈ ക്ലാസ്വൺ ഉദ്യോഗസ്ഥന്റെ ആജ്ഞാനുവർത്തിയായ ഇളയത് എന്ന കീഴ്ജീവനക്കാരനെ അവതരിപ്പിക്കുന്നുണ്ട്. ദളിതനായ അധികാരിയുടെ മുന്നിൽ പരിപൂർണ്ണവിധേയത്വവും തികച്ചും അനുകൂലമായ ചുറ്റുപാടിൽ ദളിതരുടെ സാമൂഹികോന്നമനത്തിൽ അസഹിഷ്ണുതയോടെയുള്ള സവർണ്ണ മൂല്യവും പ്രകടിപ്പിക്കുന്ന ഭിന്നവ്യക്തിത്വമാണ് ഇളയതിന്റേത്.

എനിക്ക് ഒരഞ്ചു മിനിറ്റ് നേരത്തേക്ക് അധികാരം തരൂ. അന്ന് വെട്ടിവെയിലത്തിടും... ഈ രൂപമുണ്ടല്ലോ അന്ന് കുപ്പത്തൊട്ടിയിലെറിയും. വയസ്സൻ ദൈവത്തിന്റെ രൂപം തൊട്ടുകൊണ്ട് അയാൾ പറഞ്ഞു. ഈ വയസ്സൻദൈവം ക്ലാസ്ഫോർ ഉദ്യോഗസ്ഥൻ തന്റെ മുറിയിൽവെച്ച് ആരാധിക്കുന്ന ആൾദൈവമായിരുന്നു. ഇതു വലിച്ചെറിയാൻ അത്ര വലിയ അധികാരം വേണോ എന്ന് അവൾ അമ്പരന്ന് ചോദിക്കുന്നുണ്ട്. *ഇവരുടെ കൂടെ നടക്കുമ്പോൾ അവരു കാട്ടിക്കൂട്ടുന്നത് നമ്മളും കാട്ടണ്ടേ.* എന്നു പറയുന്നതിലൂടെ അധികാരിവർഗ്ഗത്തോട് സന്ധിചെയ്ത് മുന്നോട്ടുപോകാൻ ശ്രമിക്കുന്ന മേലാളവർഗ്ഗപുരുഷ പ്രതിനിധി തന്നെയാണ് ഇവിടുത്തെ ശിപായിയായ ഇളയത്. അധികാരത്തോടുള്ള ആധമർണ്ണ്യം മാറിയ കാലത്തെ അധികാരരൂപത്തോടും തുടരുന്നവനാണ് ഈ കഥാപാത്രം.

"നാട്ടിൻപുറത്ത് തന്റെ വർഗ്ഗം പുലർത്തിപ്പോന്ന ഋജുതയും എളിമയും എങ്ങോ വലിച്ചെറിഞ്ഞ് ഇയാളിന്ന് വരേണ്യവർഗ്ഗത്തിന്റെ ശീലങ്ങൾ സ്വീകരിച്ചിരിക്കുന്നു. ദളിതരുടെ പുരോഗതിക്ക് ഇങ്ങനെയൊരു പ്രത്യാഘാതം നേരിട്ടേക്കാമെന്ന് സാമൂഹ്യ ശാസ്ത്രം നിരീക്ഷിക്കാതിരുന്നിട്ടില്ല."

ഉയർന്ന ഉദ്യോഗം നേടിയ ചാത്തന്റെ വരേണ്യവർഗ്ഗത്തിലേക്കുയരാനുള്ള വ്യഗ്രത പലപല പരാമർശങ്ങളിലൂടെ കഥയിൽനിന്നു വ്യക്തമാവുന്നുണ്ട്. സന്ധ്യക്ക് കുളികഴിഞ്ഞുള്ള നാമജപം, വെജിറ്റേറിയൻ ഭക്ഷണം, *കുമാര സംഭവ*ത്തിലെ ശ്ലോകംചൊല്ലൽ ഇതെല്ലാം അയാളുടെ വർഗ്ഗവ്യത്യാസത്തിലേക്കുള്ള അദമ്യമായ ആഗ്രഹത്തിന്റെ ബോദ്ധ്യപ്പെടുത്തലുകളായിരുന്നു. അയാളുടെ മുറിയിൽ പ്രവേശിച്ച അവൾക്ക് എല്ലാ നിയന്ത്രണത്തിനും അതീതമായി അയാളുടെ മുഖത്തേക്കൊന്ന് നോക്കാതിരിക്കാൻ കഴിഞ്ഞില്ല.

"കാവിലെ കല്ലുവിളക്കിന്റെ എണ്ണമയം കലർന്ന കറുകറുപ്പ്. കറുപ്പും വെളുപ്പും വേറൊരുസ്ഥലത്തും കടന്നുവരുന്നുണ്ട്. അയാളുടെ വീടിന്റെ ചിത്രം കാണിക്കുന്ന വേളയിൽ മുറ്റത്തു നില്ക്കുന്ന വെളുത്ത കാറിന്റെ അരികത്ത് നാവുനീട്ടിയ നായയുടെ ചങ്ങല പിടിച്ചുകൊണ്ട് അങ്ങനെ–ഒരൊറ്റ നോട്ടത്തിൽ നായയെ കരിമ്പനക്കുറ്റിയിൽ തളച്ചിരിക്കയാണെന്നേ തോന്നൂ."

സി വി ശ്രീരാമന്റെ ദളിത്കഥകളിൽ ഇത്തരത്തിലുള്ള ചില പരാമർശങ്ങൾ വേറേയുമുണ്ട്. ഒരു സവർണ്ണകഥാപാത്രം ശാരീരികസൂചനകളുടെ അടിസ്ഥാനത്തിൽ ഒരു അവർണ്ണകഥാപാത്രത്തെ നിന്ദിക്കുന്നതായി വായനക്കാർക്കു തോന്നാം. എന്നാൽ ശരിതെറ്റുകളുടെയോ നന്മതിന്മകളുടെയോ ഭൗതികമായ സൗന്ദര്യ വൈരൂപ്യങ്ങളുടെയോ പേരിൽ ഒരു കഥാപാത്രത്തെ ചിത്രീകരിക്കുക സി വി ശ്രീരാമന്റെ രീതിയല്ല. ഇതിനെക്കുറിച്ച് കെ പി ശങ്കരൻ ഇങ്ങനെ നിരീക്ഷിക്കുന്നു.

> ഇതുസംബന്ധിച്ച് വസ്തുനിഷ്ഠമായ വാക്യം സവർണ്ണർക്ക് അവർണ്ണരോടുള്ള നിന്ദ എന്നു നിരസിക്കാമോ? വയ്യ. എന്തെന്നാൽ സ്വന്തം കഥാപാത്രങ്ങളെ സൃഷ്ടിക്കുന്ന മണ്ണിൽ ദുഷ്ടതയുടെ കരിപൂട്ടുക എന്നത് സ്വതേ ശ്രീരാമന്റെ ശീലമേ അല്ല. ഇവിടെ ഈ കറുപ്പിന് ആന്തരമായ സാംഗത്യമുണ്ട് എന്നതാണല്ലോ സത്യം.

ദളിതന്റെ പുറത്തെ കറുപ്പല്ല ഇല്ലാതാവേണ്ടത്. മറിച്ച് ജീവിതം കൊണ്ട് അവർ ആർജ്ജിക്കേണ്ട സ്വത്വവികാസത്തെ തടഞ്ഞുനിർത്തുന്ന സാമൂഹിക പരിതോവസ്ഥകളാണ്. ഉപരിവർഗ്ഗം എന്ന് ദളിതർ ഉദ്ദേശിക്കുന്നവർ അനുഷ്ഠിക്കുന്ന ഉപരിപ്ലവഭൗതികനേട്ടങ്ങൾ എത്രയും പെട്ടെന്ന് ആർജ്ജിക്കുക എന്നതു മാത്രമല്ല ദളിതന്റെ സാമൂഹ്യ പുരോഗതികൊണ്ട് ഉദ്ദേശിക്കുന്നത്. അവന്റെ പുരോഗതിക്ക് അവന്റെ വർഗ്ഗത്തിലധിഷ്ഠിതമായ ഒരു സാമൂഹികനിലപാട് ഉണ്ടാവുക എന്നത് പ്രധാനമാണ്. അയാളുടെ മുറിയിലേക്കു പ്രവേശിച്ച അവളെ തികച്ചും ഔപചാരികമായി അഭിമുഖീകരിക്കാനുള്ള ശ്രമം അയാൾ നടത്തുന്നുണ്ട്. എങ്കിലും അവളെ കടന്നുപിടിക്കാനുള്ള അയാളുടെ തിടുക്കം അയാളറിയാതെത്തന്നെ പ്രകടിതമാവുന്നു. അയാളുടെ അപ്പോഴത്തെ അവസ്ഥയ്ക്ക് കഥാകൃത്ത് സാദൃശ്യം കല്പിക്കുന്നത് തനിക്ക് അധികാരമില്ലാത്ത കോൺഫിഡൻഷ്യൽ കവർ പൊട്ടിച്ച ഉദ്യോഗസ്ഥന്റെ വെപ്രാളമായാണ്. ഭാഷയുടെ നേർത്ത സാദ്ധ്യതകളെ ഭാവാനുരൂപമായി ചേർത്തെടുക്കാൻ ഇവിടെ കഥാകൃത്ത് ശ്രദ്ധിക്കുന്നുണ്ട്.

സ്ത്രീയെ ഉപകരണമായി കാണുന്ന മേലാളവർഗ്ഗമനസ്സ് അയാളിലേക്ക് ആവേശിച്ച ഒരു നിമിഷത്തിൽ നിരാലംബയായ അവളെ അയാൾ

കയറിപ്പിടിക്കുന്നു. പഴയ തറവാട്ടുകഥകൾ ഒന്നൊന്നായി ധീരമായി അവൾ ഉരുക്കഴിച്ചപ്പോൾ അയാളുടെ പിടി പതുക്കേപ്പതുക്കേ അയയുന്നു. പിന്നീടവൾക്ക് തിരിച്ചുപോകാൻ കാറയച്ചു കൊടുക്കാമെന്ന് അയാൾ പറയുന്നു. പക്ഷേ, ആ സമയത്ത് അത്രയും വൈകി തിരിച്ചുപോയാൽ അന്യരുടെ അപവാദങ്ങൾക്ക് ഇടയാകുമെന്ന് അവൾ ഭയക്കുന്നു. അതുകൊണ്ട് അന്നുരാത്രി അവൾ അവിടെത്തന്നെ തങ്ങുന്നു. അയാളുടെ കട്ടിലിനുതാഴെ വിരിപ്പുവിരിച്ച് കിടന്നുറങ്ങിയ അവൾ ഞെട്ടിയുണർന്നപ്പോൾ നേരിടുന്നത് തന്റെ സമ്മതമില്ലാതെ താൻ പ്രദർശിപ്പിക്കപ്പെട്ടു എന്ന യാഥാർത്ഥ്യത്തെയാണ്. അങ്ങനെ ഒരാളെ വ്രണപ്പെടുത്തേണ്ടി വന്നതിന് ചെയ്യാൻ കഴിയുന്ന ഏറ്റവും വലിയ പ്രായശ്ചിത്തം എന്ന രൂപേണയുള്ള വിവാഹവാഗ്ദാനം അയാൾ പ്രകടിപ്പിക്കുന്നു. ഇവിടെ സാവിത്രിയും ചാത്തനും തമ്മിലുള്ള ബന്ധം ഒന്നുകൂടി തകിടം മറിയുന്നു. അവളുടെ ശരീരത്തിന്റെ മേലുള്ള കടന്നുകയറ്റം അവൾ പ്രതീക്ഷിച്ചതു തന്നെയാണ്. അത്തരം ഒരു കീഴടങ്ങലിലൂടെ മാത്രമേ തന്റെ ഉപജീവന മാർഗ്ഗം വീണ്ടെടുക്കാൻ കഴിയൂ എന്ന് അവൾക്കു ബോദ്ധ്യമായിരുന്നു. രാജപ്പൻനായർ എന്ന കൂട്ടിക്കൊടുപ്പുകാരനിലൂടെയാണ് അവൾ അവിടെ എത്തിച്ചേരുന്നത്. ചാത്തന്റെ വിവാഹാഭ്യർത്ഥന തലേദിവസം നടന്ന ഒരു സംഭവത്തെയാണ് ഓർമ്മിപ്പിച്ചത്. തലേ ദിവസം പകൽ രാജപ്പൻ നായരുടെ കൂടെ കാറിൽ വരുമ്പോൾ കാറിടിച്ച ഒരാട് ചാവുമെന്നുറപ്പായപ്പോൾ അയാൾ ഉടമയോട് പറഞ്ഞു. *എന്റെ കൈയിന്ന് ഒരബദ്ധം പറ്റി. എന്താ വിലാച്ചാ പറഞ്ഞോളൂ.* വില കൊടുത്തു വാങ്ങി ഡ്രൈവറും രാജപ്പൻനായരും ചേർന്ന് ആടിനെ കാറിന്റെ ഡിക്കിയിലിട്ടു. ഡിക്കിയിൽക്കിടന്ന് ആട് ഒന്നുരണ്ടു തവണ പിടഞ്ഞു. ഈ ഓർമ്മ തികട്ടിവന്നപ്പോൾ അവൾ അയാളോട് ഒന്നേ പറഞ്ഞുള്ളൂ. അവളെ അയാളുടെ അടുത്തേക്ക് എത്തിച്ചത് രാജപ്പൻനായരാണ്. അയാളുമായി ബന്ധപ്പെടുന്നതിന് എല്ലാവരും എന്തെങ്കിലുമൊരു പ്രതിഫലം നല്കാറുണ്ട്. എന്തായാലും രാജപ്പൻ നായരുടെ മുറിയിൽപ്പോയി അയാൾക്കുള്ള പ്രതിഫലം നല്കി തിരിച്ചുവരാം എന്ന് അവൾ പുതിയ ചാത്തനോട് പറയുന്നു. നമ്മൾ തമ്മിലുള്ള വിവാഹം കഴിഞ്ഞാൽ പിന്നീട് അതിനു സാധിക്കുകയില്ലല്ലോ എന്നും അവൾ പറയുന്നു.

സവിശേഷമായ ഒരു കാലഘട്ടത്തിലെ സാമൂഹികസന്ദർഭത്തിലെ ചരിത്രബന്ധമാണ് ആശാന്റെ *ദുരവസ്ഥ*യിൽ ചാത്തനിലൂടെയും സാവിത്രിയിലൂടെയും അനാവൃതമാകുന്നത്. ഒരു സാമൂഹ്യവിപത്തിൽ അഭയം തേടി വന്നവളോടുള്ള കടപ്പാട് പതുക്കെപ്പതുക്കെ സ്നേഹമായി വളർന്ന് ഒടുവിൽ ചാത്തനും സാവിത്രിയും തമ്മിലുള്ള ശാശ്വതസ്നേഹബന്ധമാകുന്നു. മേലാളനും കീഴാളനും എന്നു വിവക്ഷിക്കപ്പെടുന്നവർ തമ്മിൽ ഏതു രീതിയിലുള്ള ബന്ധമാണ് ഉണ്ടാവേണ്ടതെന്ന് ആശാന് മുൻനിശ്ചയമുണ്ടായിരുന്നു. മനുഷ്യനും മനുഷ്യ ബന്ധങ്ങളും തീർക്കുന്ന പ്രായോഗികതയുടെ അടിസ്ഥാനത്തിൽ മാത്രമേ അത് സാമൂഹ്യമാനം കൈ

വരിക്കൂ എന്ന് ആശാൻ *ദുരവസ്ഥ*യിലൂടെ ബോദ്ധ്യപ്പെടുത്തുന്നു.

"ദലിത്പ്രത്യയശാസ്ത്രത്തിന്റെ കേന്ദ്രം സമുദായമല്ല, മനുഷ്യനാണ്. മനുഷ്യബന്ധങ്ങളാണ് അതിന്റെ പ്രായോഗികതലം. മനുഷ്യൻ നിർമ്മിച്ചെടുത്ത സാമൂഹ്യചുറ്റുപാടുകളിൽ അവൻ സ്വയം ബന്ധിതനായിരിക്കുന്ന അവസ്ഥ ഭേദിക്കുകയാണ് ദളിത്പ്രത്യയശാസ്ത്രത്തിന്റെ ദൗത്യം. കീഴാളർ കൂടുതൽ മനുഷ്യോചിതമായ ചുറ്റുപാടിലേക്ക് പ്രവേശിക്കുമ്പോൾ മേലാളർ കൂടുതൽ മനുഷ്യത്വവല്ക്കരിക്കപ്പെടുന്ന ഒരു പ്രക്രിയയാണിത്."

'ദുരവസ്ഥ: പിന്നെയും വന്നപ്പോൾ' എന്ന കഥയുടെ കേന്ദ്രം മനുഷ്യനും അവൻ തീർക്കുന്ന ബന്ധങ്ങളും തന്നെയാണ്. അധികാരരൂപങ്ങൾ മനുഷ്യനെ വരിഞ്ഞു മുറുക്കുമ്പോൾ അവയെ ഭേദിച്ച് പുറത്തേക്ക് വരുന്നവരാണ് സി വി ശ്രീരാമന്റെ കഥാപാത്രങ്ങൾ. ആശാന്റെ *ദുരവസ്ഥ*യ്ക്ക് കാലവിപര്യയം സംഭവിക്കുന്നു എന്നുള്ളതാണ് ഇവിടുത്തെ പ്രത്യേകത. സ്വന്തം വർഗ്ഗത്തിന്റെ സംസ്കൃതിയെ നിരാകരിച്ചുകൊണ്ട് അന്യന്റെ സംസ്കൃതിയെ കടമെടുക്കുന്ന ചാത്തന്റെ കൃത്രിമത്വങ്ങൾ ഇവിടുത്തെ വിപര്യയങ്ങളാണ്. അങ്ങനെ സ്ഥലകാലങ്ങളുടെ പ്രതിപ്രവർത്തനത്തിൽ ചാത്തന്റെയും സാവിത്രിയുടെയും മാറിമറയുന്ന ഒരു പുതിയ വർത്തമാനത്തെയാണ് തന്റെ ദുരവസ്ഥയിലൂടെ സി വി ശ്രീരാമൻ ചിത്രീകരിക്കുന്നത്. കഥ നല്കുന്ന ദളിതപാഠങ്ങൾ ഇങ്ങനെയിരിക്കെത്തന്നെ മാറിയ കാലത്ത് കൂടുതൽ പ്രസക്തമാവുന്ന മറ്റൊന്നുകൂടി കഥ വെളിപ്പെടുത്തുന്നു, വെട്ടിപ്പിടിക്കലിന്റെ സംതൃപ്തി.

സി വി ശ്രീരാമന്റെ ഈ കഥയിലെ ചാത്തനിലും വെട്ടിപ്പിടിച്ച് ജേതാവാകുന്നതിന്റെ ആവേശം നിലനിന്നിരുന്നു. മൊത്തം അനുഭവങ്ങളും പോരാട്ടങ്ങളും സാവിത്രിയെ ഏതു തകർച്ചയിലും ഉണ്മ ഉളവാക്കുന്നവളാക്കുന്നു. സി വി ശ്രീരാമന്റെ ശക്തമായ സ്ത്രീകഥാപാത്രങ്ങളിൽ സവിശേഷസ്ഥാനം സാവിത്രിക്കുമുണ്ട്. വർത്തമാനത്തിന്റെ സംഘർഷങ്ങളിലേക്ക് ഭൂതകാലാനുഭവങ്ങളും ഒപ്പം പ്രതിനിർമ്മിതികളും കൊണ്ടുവന്ന് സ്ത്രീയുടെയും ദളിതന്റെയും കാഴ്ചപ്പാടുകളിൽനിന്നുകൊണ്ട് നമ്മുടെ സൗന്ദര്യവീക്ഷണത്തെയും മൂല്യവ്യവസ്ഥയെയും പരിശോധിക്കുവാനും പുനഃക്രമീകരിക്കാനും പ്രേരിപ്പിക്കുന്നുണ്ട് സി വി ശ്രീരാമൻ.

6.1.2. പൊന്തൻമാട

സി വി ശ്രീരാമന്റെ 'പൊന്തൻമാട' എന്ന കഥയിലേക്ക് പ്രവേശിക്കുമ്പോൾ മുകളിൽ വിശകലനംചെയ്ത 'ദുരവസ്ഥ: പിന്നെയും വന്നപ്പോൾ' എന്ന കഥയുമായി പ്രമേയപരമായോ രൂപപരമായോ യാതൊരു സാമ്യതയും കാണാൻ സാദ്ധ്യമല്ല.

കാർഷികപ്രാധാന്യമുള്ള ഒരു കാലഘട്ടത്തിന്റെ സവിശേഷമായ

ഒരേടിലേക്കാണ് പൊന്തൻമാടയുടെ കഥ തുറക്കുന്നത്. മണ്ണിന്റെ ചൂരും നനവും എന്നും നിലനില്ക്കുന്ന കഥാപാത്രമാണ് പൊന്തൻമാട. തന്റെ ജന്മിത്തത്തിന്റെ ഭൂതകാലങ്ങളിൽ വിയർപ്പിലും കണ്ണീരിലും കുതിർത്ത് വിത്തുകൾ വിതച്ചിരുന്ന ഓർമ്മകളാണ് മാടയിൽ. ഭൂപരിഷ്കരണനിയമം വന്നു. ജന്മിത്തമ്പുരാന്മാർ പാടം പാട്ടക്കുടിയാന്മാർക്കായി വിട്ടുകൊടുത്തു. നിലം കിട്ടിയവർ പലരും ഓട്ടോറിക്ഷ ഓടിച്ചും ബുക്ക്ബൈന്റിങ് നടത്തിയും മറ്റുപല പണികളും ചെയ്തും ജീവിക്കുന്നതിനിടയിൽ പൊതുവിൽ നിലം പണിയാൻ താല്പര്യമില്ലെന്നായി. യഥാർത്ഥത്തിൽ മണ്ണിൽ പണിയെടുക്കുന്ന അടിസ്ഥാനവർഗ്ഗത്തിന് യാതൊരു നിലവും കിട്ടിയില്ല. മണ്ണിന്റെ ചൂരും നനവും അറിഞ്ഞ് കൃഷി ചെയ്യാതിരിക്കാനാവാത്തവർക്ക് മണ്ണിൽ പണിയെടുക്കാൻ കഴിയാത്ത ധർമ്മസങ്കടം ഉണ്ടായി. പൊന്തൻമാട ഇതിന്റെ പ്രതിനിധിയാണ്.

"ഭൂപരിഷ്കരണകാലത്ത് കേരളത്തിൽ ഉയർന്നുവന്ന പരസ്പര വിരുദ്ധമായ രണ്ടു മുദ്രാവാക്യങ്ങൾ ശ്രദ്ധേയമായിരുന്നു. ഒന്ന്, 'നിങ്ങളു കൊയ്യും വയലെല്ലാം നിങ്ങടേതാകും പൈങ്കിളിയേ' എന്ന രണോത്സുകവും കാവ്യാത്മകവുമായ സന്ദേശമായിരുന്നു. മറ്റൊന്ന്, "തമ്പ്രാനെന്നു വിളിപ്പിക്കും പാളേൽ കഞ്ഞി കുടിപ്പിക്കും" എന്ന പരമ്പരാഗത അധികാരിവർഗ്ഗത്തിന്റെ ഗർജ്ജനവും. ദളിതരെ സംബന്ധിച്ചിടത്തോളം പ്രായോഗികമാക്കപ്പെട്ടത് രണ്ടാമത്തെ മുദ്രാവാക്യമാണ്."

ഭൂപരിഷ്കരണം അരനൂറ്റാണ്ടിലധികം പിന്നിടുമ്പോഴും കൊയ്യുന്ന വയലുകൾക്കുമേൽ ദളിതർക്ക് അധികാരമില്ലെന്നു മാത്രമല്ല അവർ കൊയ്ത്തുകാർ മാത്രമായി തുടരണമെന്ന നിർബ്ബന്ധമാണ് കേരളീയ പൗരസമൂഹം പുലർത്തിപ്പോരുന്നത്.

കർഷകസംഘം ഇത്തവണ നിലംപണിയണോ വേണ്ടയോ എന്നു തീരുമാനിക്കാനുള്ള ഒരു യോഗം കൂടിയിരിക്കുകയാണ്. പുറത്ത് ആകാംക്ഷയോടെ മാട കാത്തുനില്പുണ്ട്. ഒരു ജന്മം മുഴുവൻ ചെളിയിലും വെള്ളത്തിലും കഴിഞ്ഞ മാടയെ അവഗണിച്ച ഭൂപരിഷ്കരണ നിയമത്തോട് കഥാകൃത്ത് പ്രതികരിക്കുന്നത് പഴയ ജന്മിയും ഇപ്പോൾ ഭ്രാന്തനുമായ ഗോപിത്തമ്പ്രാനിലൂടെയാണ്. ഗോപിത്തമ്പ്രാൻ തന്റെ പഴയ കാലത്തെക്കുറിച്ച് ഉറക്കെ പറയുന്നു.

"ഇവറ്റങ്ങളൊക്കെ എന്നാ കൃഷിക്കാരായത്. ഈ പടവിന്റെ മുക്കാൽ ഭാഗവും എനിക്കോർമ്മവെക്കുമ്പോൾ ഞങ്ങളുടെ തറവാട്ടുവകയായിരുന്നു. സർക്കാര് അവർക്കുകൊടുത്തു. അവരു പണിതോളാംന്ന് പറഞ്ഞു... ഇന്ന് അവർക്ക് നഷ്ടാന്ന് തോന്നുന്നുണ്ടെങ്കിൽ ഞങ്ങൾക്ക് വിട്ടുതരട്ടെ. അല്ലാതെ പണിയില്ല എന്നു പറയാൻ അവർക്ക് എന്താ അവകാശം... തെണ്ടികള്."

തനിക്കും തന്റെ തറവാടിനും പറ്റിയ ഭൂമിനഷ്ടത്തിന്റെ രോഷപ്രകടനമായോ ഭ്രാന്തനായ ഒരാളുടെ ജല്പനമായോ മേലുദ്ധരിച്ച സംഭാഷ

ണത്തെ കാണാനാവില്ല. കാരണം പണിയില്ല എന്നുപറയാൻ എന്താണ് അവകാശം? ഈ ചോദ്യത്തിന്റെ മൗലികതയും ആഴവും നമ്മളെയൊക്കെ ഭീതിപ്പെടുത്തുന്നുണ്ട്. ഒരുതരി മണ്ണുപോലും സ്വന്തമല്ലാതിരുന്നിട്ടും നിലം പണിയാതെ ഇടുന്നതിന്റെ വേദന താങ്ങാനാവാത്തതുകൊണ്ടാണ് ശീമത്തമ്പുരാൻ മാടയെ പൊന്തൻ എന്നു വിശേഷിപ്പിച്ചത്. അങ്ങനെ യാണ് മാട പൊന്തൻമാടയാകുന്നത്. അപ്പുമേലാനോട് *എന്താ തീരുമാനം ഉണ്ടായേ* എന്നു മാട ചോദിക്കുന്നുണ്ട്. *മാടയ്ക്ക് എന്തിനാ ഇപ്പൊ അതൊക്കെഅറിയണേ* എന്ന ചോദ്യത്തിന് *നാലും ഇമ്പടെ കോൾ നെലലെ* എന്ന മാടയുടെ മറുപടി മണ്ണിനോടുള്ള അഭാജ്യബന്ധത്തെ ക്കുറിക്കുന്നു. അതിനുമുണ്ട് ഗോപിത്തമ്പ്രാന് കൃത്യമായ മറുപടി

"ഇമ്പടെ നെലൊ. തനിക്കുണ്ടെടോ നെലം. ഇവിടെ നേമങ്ങളൊക്കെ ഇതു വരേ വന്നുള്ളു. വീട്ടിൽ കെടന്ന് ഉറങ്ങി കഴിഞ്ഞുകൂടിയവന്റെ നെലം എടുത്ത് വരമ്പത്ത് നടന്നവന് കൊടുത്തു. കണ്ടത്തിലിറങ്ങി പണിയെടുത്തവന് എന്തെങ്കിലും നിലം കിട്ടിയൊ. നിലം കിട്ട്യോരൊക്കെ ചേറിൽ ഇറങ്ങാനല്ല പോയത്. അവനും അവന്റെ മക്കളും ടാക്സി യോടിക്കാനും ലോറിയോടിക്കാനും ഓട്ടോറിക്ഷ ഓടിക്കാനും ബുക്ക് ബൈണ്ടിങ്ങിനും. ഒരു ജീവിതം മുഴുവൻ പായലിലും വെള്ളത്തിലും ഇഴഞ്ഞ ഈ ജലജീവി പൊന്തൻമാടയ്ക്ക് എന്തേ സർക്കാര് ഒരു പത്തു പറക്ക് നെലം കൊടുക്കാതിരുന്നത്."

കേവലം ഒരു കഥാപാത്രസ്വരം എന്നതിനപ്പുറം ചരിത്രത്തിന്റെയും രാഷ്ട്രീയത്തിന്റെയും പിൻബലത്തിലുള്ള ഒരു സാമൂഹികസ്വരമാണിത്. ഒരു മുഴുവൻസമയ ഇടതുപക്ഷപാർട്ടിപ്രവർത്തകനായ കഥാകൃത്തിന്റെ ഭൂപരിഷ്കരണ നിയമവ്യവസ്ഥയുടെ പ്രയോഗത്തെക്കുറിച്ചുള്ള ആന്ത രികവിമർശനവുമാണ്. മണ്ണുപോലെത്തന്നെ മാടയ്ക്ക് ഏറ്റവും പ്രിയ പ്പെട്ടതായിരുന്നു സ്വന്തം പെണ്ണും. മാടയുടെ അവസ്ഥകണ്ട് പൊന്തൻ മാടയ്ക്കും വേണ്ടേ ഒരു പെണ്ണൊക്കെ എന്നു പറഞ്ഞുകൊണ്ട് ശീമത്ത മ്പുരാനാണ് മാടയ്ക്ക് കാർത്തുവിനെ കൂട്ടിനുകൊടുത്തതും ഒപ്പം കിഴക്കേ പറമ്പിന്റെ അരികിൽ കുടിലുകെട്ടാൻ സൗകര്യം കൊടുത്തതും. അക്കാലത്തെ മുളയൻ-തിയ്യ പ്രാദേശികബന്ധത്തെ ഭംഗിയായി ശ്രീരാമൻ ആവിഷ്കരിക്കുന്നുണ്ട്. ഒപ്പം ഉടയോനും അടിയോനും തമ്മിലുള്ള മാനുഷികമായ സ്നേഹബന്ധവും ഇവിടെ പ്രകാശിത മാകുന്നു. ഒരു ചരിത്രത്തിലും രേഖപ്പെടുത്താൻ കഴിയാത്ത അപൂർവ്വ ബന്ധങ്ങളിലൂടെയും സി വി ശ്രീരാമൻ കടന്നുപോകുന്നുണ്ട്. ഇതിനുള്ള മറ്റൊരുദാഹരണമാണ് 'ശീമത്തമ്പുരാൻ' എന്ന കഥയും. മാടയും കാർത്തുവും തമ്മിലുള്ള ബന്ധം കാർഷികവൃത്തിയിലധിഷ്ഠി തമായിരുന്നു. പിന്നീട് വൈശ്ശേരി അങ്ങാടിക്കാരൻ മുതലാളിവന്ന് കാർത്തുവിനെ പത്തുദിവസം വീട്ടുപണിക്ക് വിളിച്ചുകൊണ്ടുപോയി. മാട സമ്മതം മൂളിയില്ലെങ്കിലും കാർത്തു പോയി.

"ചീരനെല്ല് കാറ്റാടി പ്രായമായപ്പോഴാണ് കാർത്തു പോയത്. മുറിക്കതിരും വന്നു. നെരക്കതിരായി. എന്നിട്ടും കാർത്തു വന്നില്ല."

കാർഷികവൃത്തിയും മനുഷ്യവൃത്തിയും പരസ്പരബന്ധിതമായി കഥയിലൂടെ സഞ്ചരിക്കുന്നു. ഒന്നിച്ചു വെള്ളം തേവിയും നനച്ചും വിതച്ചും കൊയ്തും കഴിഞ്ഞ പഴയ ഓർമ്മകൾ മാടയെ വിട്ടുപോവുന്നില്ല.

മണ്ണിനെയും പെണ്ണിനെയും അധികാരത്തിന്റേയോ ചൂഷണത്തിന്റേയോ ഭാഗമായി കാണാത്ത പഴയ കാർഷികപാരമ്പര്യത്തിന്റെ പ്രതിനിധിയാണ് *പൊന്തൻമാട*. പ്രമേയപരമായോ രൂപപരമായോ 'ദുരവസ്ഥ: പിന്നെയും വന്നപ്പോൾ' എന്ന കഥയും 'പൊന്തൻമാട' എന്ന കഥയും തമ്മിൽ യാതൊരു സാമ്യതയുമില്ല. പക്ഷേ, ആദ്യകഥയിലെ ഏറ്റവും പുതിയ ദളിത്പ്രതിനിധിയായ ചാത്തനും പൊന്തൻമാടയും തമ്മിൽ നിലനില്ക്കുന്ന വൈരുദ്ധ്യം ശ്രദ്ധേയമാണ്. ആധുനികവിദ്യാഭ്യാസം നേടി ബ്യൂറോക്രസിയുടെ പ്രതിനിധിയായ ക്ലാസ്‌വൺ ഓഫീസർ തന്റെ പഴയ മണ്ണുമായുള്ള ബന്ധം ഉപേക്ഷിക്കുകയും ഒപ്പം നിരാലംബയായി തന്നിലഭയംതേടിയ പഴയ സാവിത്രിയെ അവൾ പോലുമറിയാതെ ചൂഷണത്തിനിരയാക്കുകയും ചെയ്യുന്നു. മാടയാകട്ടെ താനത്രയും ആത്മാർത്ഥമായി സ്നേഹിച്ച മണ്ണിനെയും പെണ്ണിനെയും അവസാനം വരെ കൈവെടിഞ്ഞില്ല. മാടയെയും കൃഷിസ്ഥലത്തെയും ഉപേക്ഷിച്ച് കാർത്തു പോയത് നെല്ലിയാമ്പതി മലമുകളിലെ തോട്ടപ്പണിക്കാണ്. കാർത്തു വിളിച്ചിട്ടും തന്റെ മണ്ണുപേക്ഷിച്ച് മാട കാർത്തുവിനോടൊപ്പം മലമുകളിലേക്കു പോയില്ല. മണ്ണിനെയും പെണ്ണിനെയും ഒരിക്കലും കീഴടക്കാൻ മാടയ്ക്കാവുന്നില്ല. അവയ്ക്ക് ആത്മാർത്ഥമായി വിധേയനാകുന്ന മാനവികഭാവമാണ് മാടയിൽ വർത്തിക്കുന്നത്. എന്തിനെയും കീഴടക്കി മുന്നേറുന്ന ആധുനികതയുടെ വിജൃംഭിത മനുഷ്യവീര്യങ്ങൾക്ക് അപരങ്ങളായ ലോകങ്ങളാണ് സി വി ശ്രീരാമൻ മാടയെപ്പോലുള്ള തന്റെ കഥാപാത്രങ്ങളിലൂടെ തീർക്കുന്നത്.

ഇത്തരത്തിൽ തികച്ചും വിരുദ്ധങ്ങളായ കഥാപാത്രങ്ങളെ ചിത്രീകരിക്കുമ്പോഴും നന്മതിന്മകളെയോ ശരിതെറ്റുകളെയോ ഒരു വിഭജനത്തിനപ്പുറത്തും ഇപ്പുറത്തും പ്രതിഷ്ഠിച്ചുകൊണ്ട് യാന്ത്രികമായി നിർമ്മിച്ചെടുക്കുന്നവരല്ല ചാത്തനും പൊന്തൻമാടയുമടക്കം ഇവിടെ പരാമർശിക്കാത്ത ദളിത്പ്രമേയമുള്ള കഥകളിലെയും മറ്റുകഥകളിലെയും കഥാപാത്രങ്ങൾ. ഈ പ്രബന്ധത്തിൽത്തന്നെ പലയിടങ്ങളിലും ഇത്തരത്തിലുള്ള കഥാപാത്രങ്ങളും അതിനുള്ള സാധൂകരണങ്ങളും നല്കുന്നുണ്ട്.

'പൊന്തൻമാട' അവസാനിക്കുന്നത് മൂത്താശാരിയുടെയും അപ്പു മേലാന്റെയും സാന്നിദ്ധ്യത്തോടെയാണ്. പെട്ടിയും പറയും കൊണ്ട് ഒരു

പുതിയ പണിത്തരം മൂത്താശാരി ഉണ്ടാക്കുവാൻ പോകുന്നു. എന്താണാ പണിത്തരം എന്ന ചോദ്യത്തിന് എന്റെയും പൊന്തൻമാടയുടെയും ഒരു മഞ്ചപ്പെട്ടി എന്നാണ് മൂത്താശാരി ഉത്തരം പറഞ്ഞത്. കഴിഞ്ഞകാലത്തിന്റെ കണ്ണികളായ അപ്പുമേലാനും പൊന്തൻമാടയും മൂത്താശാരിയും പുഞ്ചപ്പാടത്തെ പായൽപ്പരപ്പിലേക്ക് നോക്കി നില്ക്കുന്നു.

പുത്തൂരാൻമാടിലേക്ക് വീണ്ടും

'പുത്തൂരാൻമാടിലേക്ക് വീണ്ടും' എന്ന കഥയിലും കഥാകൃത്ത് പ്രശ്നവല്ക്കരിക്കുന്നത് അധികാരിവർഗ്ഗത്തിന്റെ സ്വഭാവം സ്വീകരിക്കുന്ന ദളിത ജീവിതമാണ്. പുത്തൂരാൻമാട് ഒരു കാലത്ത് പുത്തൂരാൻമുതലാളിമാർ കൊല്ലും കൊലയും സഹകരണസംഘവും ബലാത്സംഗവും നടത്തിയിരുന്ന സ്ഥലമായിരുന്നു. പുത്തൂരാൻമുതലാളിയുടെ വലിയ മാളികയോടു ചേർന്നാണ് ചേമ്പൻ ശങ്കരന്റെയും മൂക്കാഢി താമിയുടെയും വീട്. വലിയ മാളികയോട് ചേർന്നുള്ള ചേമ്പൻ ശങ്കരന്റെയും മൂക്കാഢി താമിയുടെയും കുടികിടപ്പ് ഒഴിവാക്കാൻ പുത്തൂരാൻമുതലാളിമാർ നല്കിയ കേസിൽ മുതലാളിമാരുടെ എതിർഭാഗം വക്കീലാണ് കഥാകൃത്ത്. വക്കീലിനെ സ്വാധീനിക്കാൻവരെ പുത്തൂരാൻ മുതലാളിമാർ ശ്രമിക്കുന്നുണ്ട്. ഇവരെ ഒഴിപ്പിക്കാനായി പലതവണ വെട്ടും കുത്തും നടന്നു. ഒരു ചെറുത്തുനില്പിൽ മൂക്കാഢിതാമി മരിച്ചു എന്നുവരെ കരുതി. ഒരു കൈയിന്റെ ഞരമ്പ് നിശ്ശേഷം മുറിഞ്ഞുപോയി. ക്രമേണ ആ കൈ ശോഷിച്ചുവരും എന്ന് വിധിയെഴുതിയ വൈദ്യശാസ്ത്രത്തെയും അതിജീവിച്ച് മൂക്കാഢിതാമി ഇന്നും പണിയെടുത്ത് ജീവിക്കുന്നു. ചേമ്പൻ ശങ്കരന്റെ മകൻ അച്ചുതന്റെ പഠിപ്പുനിർത്താനായി അവനെ എല്ലാ കേസുകളിലും പുത്തൂരാൻ മുതലാളിമാർ പ്രതിചേർക്കുമായിരുന്നു. ഇന്ന് അച്ചുതൻ വിദേശത്ത് ബ്രിട്ടീഷ് കമ്പനിയിലെ മെക്കാനിക്കൽ എഞ്ചിനീയറാണ്. സംസ്ഥാനത്തെ ചീഫ് എഞ്ചിനീയറുടെ ശമ്പളത്തേക്കാൾ ഇരട്ടി ശമ്പളം വാങ്ങുന്നവനാണ്. കുട്ടിക്കാലത്ത് സ്കൂളിൽ പഠിക്കുമ്പോൾ അവൻ പലപ്പോഴും പട്ടിണികൊണ്ട് തലചുറ്റി വീണിരുന്നു. അങ്ങനെയുള്ള അവന് ഇപ്പോഴാകട്ടെ കേരളീയഭക്ഷണം പിടിക്കുന്നില്ല. അവന്റെ വിവാഹം വൈകാനുള്ള കാരണമാവട്ടെ എവിടെച്ചെന്നാലും പെണ്ണിനെ ബോധിക്കായ്കയാണ്. പെണ്ണിന്റെ കാര്യത്തിൽ അവനുള്ള നിർബ്ബന്ധങ്ങളെക്കുറിച്ച് ചേമ്പൻ ശങ്കരൻ ഇങ്ങനെ പറയുന്നു:

"പെണ്ണിന്റെ അച്ഛനും അമ്മയ്ക്കും ഇംഗ്ലീഷറിയണം. പെണ്ണിന് ചുരുങ്ങിയ പഠിപ്പൊന്നും പോരാ. പെണ്ണ് തൂവ്വെ വെളുത്തിരിക്കണം. അങ്ങനെ കുറേ നടന്നു."

കഥാന്ത്യത്തിൽ ചേമ്പൻശങ്കരനും മകനും കഥാകൃത്തിനോട് ഒരു കാര്യം ആവശ്യപ്പെടുന്നുണ്ട്. അത് മറ്റൊന്നുമല്ല തന്റെ വെൺമാടത്തിന് അപമാനമായി തൊട്ടടുത്ത് നിലനില്ക്കുന്ന മൂക്കാഢി താമിയുടെ കുടികിടപ്പ് ഒഴിവാക്കണമെന്നാണ്. കൊളോണിയൽ സംസ്കാരത്തി

നോടുള്ള ആധമർണ്ണ്യം, അടിച്ചമർത്തപ്പെട്ടവരോടുള്ള അസഹിഷ്ണുത എന്നീ ഉപരിവർഗ്ഗമൂല്യങ്ങൾ സ്വാംശീകരിച്ചവരാണ് കഥാന്ത്യത്തിൽ കാണുന്ന ചേമ്പൻ ശങ്കരനും അച്ചുതനും.

പന്തിഭോജനം

ഉപരിവർഗ്ഗമൂല്യങ്ങൾ സംവഹിക്കുന്ന ദളിത് കഥാപാത്രങ്ങളെ ത്തന്നെയാണ് മനുഷ്യജീവിതത്തിന്റെ വൈരുദ്ധ്യങ്ങൾ തുറന്നു കാട്ടാൻ 'പന്തിഭോജനം' എന്ന കഥയിലും സി വി ശ്രീരാമൻ ഉപയോഗിക്കുന്നത്. കൊച്ചുകൃഷ്ണൻ അയിത്തോച്ചാടനത്തിനായി പന്തിഭോജനം സംഘ ടിപ്പിച്ച് നാല്പതുപറയ്ക്കുള്ള പാട്ടനിലം നഷ്ടപ്പെടുത്തിയ കോമനുണ്ണി കൈമളുടെ അനന്തിരവനാണ്. കൊച്ചുകൃഷ്ണൻ ദാരിദ്ര്യംമൂലം ഹൈ സ്കൂളിനപ്പുറം പഠിക്കാനാവാതെ പട്ടാളത്തിൽച്ചേർന്ന് അവസാനം ഒരു സർക്കാർ ശിപായിയായിത്തീർന്നു. കൊച്ചുകൃഷ്ണന്റെ മേലുദ്യോഗസ്ഥ നായ ഡി ഐ സാർ കോമനുണ്ണിക്കൈമളുടെ പന്തിഭോജനത്തിന് പ്രത്യേകം ക്ഷണിക്കപ്പെട്ട ദളിത് വിദ്യാർത്ഥിയായിരുന്നു. അദ്ദേഹത്തെ ക്കുറിച്ച് കൊച്ചുകൃഷ്ണൻ ഇങ്ങനെ വിലയിരുത്തുന്നു:

"ഇന്നത്തെ ഡി ഐ സാറിന് അതിന്റെയൊന്നും അനുഭവം കാണില്ല. ഭക്ഷണത്തിന് ബുദ്ധിമുട്ടിക്കാണുമോ? പക്ഷേ, ഫീസ് എന്ന മാസാന്ത്യദുരന്തത്തെ നേരിടാൻ പരക്കം പാഞ്ഞുകാണില്ല. ആനുകൂല്യ ങ്ങൾ അവരെ തേടിപ്പാഞ്ഞു നടന്നു. കൈനീട്ടിയാൽ പുസ്തകങ്ങൾ."

ഇന്നത്തെ ഡി ഐ സാറ് പഠിച്ച് ഉയർന്ന ജോലി കിട്ടാൻ വൈകി യപ്പോൾ പാർട്ടിപ്രവർത്തനം നടത്തി. ജോലിക്കുള്ള സാദ്ധ്യത തെളി ഞ്ഞപ്പോൾ പെട്ടെന്ന് പ്രവർത്തനം നിർത്തി. പിന്നെ സമർത്ഥനായ സർക്കാർ ഉദ്യോഗസ്ഥനായി. കഥയിൽ ഡി ഐ സാർ സമനിലക്കാരായ ഉപരിവർഗ്ഗപ്രതിനിധികളോടൊപ്പം ശബരിമലയ്ക്കു പോവുകയാണ്. ഭക്തർ മദ്യം സേവിക്കുന്നു. അതിനുശേഷം അവർ ഭക്ഷണത്തിനു മുതിരുന്നു. അപ്പോൾ ദളിതനായ ഡി ഐ സാറും കൂട്ടരും ശിപായിയായ കൊച്ചുകൃഷ്ണക്കൈമളെ അവരോടൊപ്പം ഭക്ഷണം കഴിക്കാൻ അനുവദിക്കുന്നില്ല. അയ്യപ്പഭക്തിക്കും മദ്യത്തിനുംപോലും അവരെ ഒന്നിപ്പിക്കാൻ കഴിയുന്നില്ല. അത്തരമൊരു സാഹചര്യത്തിൽപ്പോലും അവർക്കിടയിൽ തൊഴിലുമായി ബന്ധപ്പെട്ട ശ്രേണി കടന്നു വരുന്നു. ഡി ഐ സാറിന്റെ അളിയൻ ഉണ്ണിയുടെ ആത്മഗതത്തോടെയാണ് കഥ അവസാനിക്കുന്നത്.

ഒരു വ്യവസ്ഥ പിടിച്ച പിടിയാലേ കീഴ്മേൽ മറിച്ചിട്ടു. ഫലമോ... പിന്നെയും പന്തികളുണ്ടാകുന്നു. പന്തിഭോജനം പിന്നെയും വിലക്കപ്പെ ടുന്നു.

ഇതിന്റെ കാരണം സി വി ശ്രീരാമൻ വിശദീകരിക്കുന്നതിങ്ങനെ യാണ്.

"ജാതിബന്ധസമ്പദ്ഘടനയിൽ തൊഴിൽ വിഭജനമായും തൊഴിലാളിവിഭജനമായും ജാതിവ്യവസ്ഥ സംഘർഷപ്പെടുന്നു. അത് ജാതിബന്ധവർഗ്ഗഘടനയുടെ ജാതിവർഗ്ഗസമരമാണ്."

6.1.5. ദുഃഖിതരുടെ ദുഃഖം

ഗതകാലാനുഭവങ്ങളിൽ മുഴുകിയുള്ള ജീവിതം നയിക്കുന്ന അനവധി കഥാപാത്രങ്ങൾ സി വി ശ്രീരാമന്റേതായുണ്ട്. 'ദുഃഖിതരുടെ ദുഃഖം' എന്ന കഥയിലെ ചിറകാളിക്ക് ഇന്ന് ഒന്നിനും ബുദ്ധിമുട്ടില്ല. ചിറകാളിയുടെ മക്കളും മക്കളുടെ ഭാര്യമാരും ആധുനികവിദ്യാഭ്യാസം നേടിയവരും ഉയർന്ന ഉദ്യോഗം ഭരിക്കുന്നവരുമാണ്. അവർക്കിപ്പോൾ ചിറകാളിയുടെ ഭാഷ മനസ്സിലാകുന്നില്ല എന്നുമാത്രമല്ല ചിറകാളിയുടെ ജീവിതരീതികളെല്ലാം മക്കൾക്കും അവരുടെ ഭാര്യമാർക്കും അപമാനകരമായി അനുഭവപ്പെടുന്നു. പഴയകാലജീവിതത്തിന്റെ സമ്പന്നമായ ഓർമ്മകൾ ബോധധാരകണക്കേ ചിറകാളിയിൽനിന്നു പ്രവഹിക്കുന്നുണ്ട്. ചിറകാളിയുടെ ഭർത്താവിന് കോളറ പിടിപെടുമ്പോൾ അതിന് ഒറ്റമൂലിയായി ചാരായവും കുരുമുളകും വാങ്ങുവാനുള്ള പണമില്ലാതെ അവർ കഷ്ടപ്പെടുന്നുണ്ട്. കോളറ പിടിപെട്ട് ഭർത്താവ് മരണമടയുന്നു. പണത്തിനുവേണ്ടി അവരുടെ മകൻ കുപ്പൻ തേങ്ങ മോഷ്ടിക്കാനൊരുങ്ങുന്നു. അത് കണ്ടെത്തിയവർ കുപ്പനെ തെങ്ങിൽനിന്ന് എറിഞ്ഞുവീഴ്ത്തുകയും പിന്നീട് അടിച്ചുകൊല്ലുകയും ചെയ്തു. അയൽവക്കത്തെ കുട്ടികൾ പില്ക്കാലത്ത് ചാപ്പാടൻ തെങ്ങിലെ അണ്ണാനെ എറിഞ്ഞുകൊല്ലുമ്പോൾ ചിറകാളിക്ക് ഓർമ്മ വരുന്നത് തേങ്ങ മോഷ്ടിക്കാനൊരുമ്പെട്ട തന്റെ മകന്റെ ആകെ വീർത്ത നീലനിറമുള്ള മൃതദേഹത്തെയാണ്. തന്റെ, ഉദ്യോഗസ്ഥരായ മറ്റു മക്കളെപ്പോലെ ആധുനികജീവിതമോ വരേണ്യസംസ്കാരമോ സ്വായത്തമാക്കാത്തതുകൊണ്ട് അടിച്ചമർത്തപ്പെട്ട് ദീനതപേറി ജീവിക്കുന്നവളാണ് ചിറകാളി. പൊന്തൻമാടയെപ്പോലെതന്നെ മണ്ണിന്റെ ചൂരും നനവുമുള്ള ഒരു ഭാഷ അവർക്കും സ്വന്തമായുണ്ട്. പഴയ ജന്മിത്തം അവർക്ക് വെറുക്കപ്പെടുന്ന അനുഭവങ്ങൾ മാത്രമല്ല നല്കിയിട്ടുള്ളത്. അതിന്റെ നല്ല അംശങ്ങളോട് സ്നേഹവും വിധേയത്വവും ചിറകാളി പുലർത്തുന്നുണ്ട്. കഥാപാത്രനിർമ്മിതിയിൽ കഥാകൃത്ത് പുലർത്തുന്ന സംയമനം ഇവിടെ പ്രത്യേകം ശ്രദ്ധിക്കേണ്ടതാണ്. ജന്മിയെ ചിത്രീകരിക്കുമ്പോൾ അവരെ തിന്മയുടെയും ദുഷ്ടപ്രവൃത്തികളുടെയും മൂർത്തീഭാവങ്ങളായിട്ടു മാത്രമല്ല കഥാകൃത്ത് ചിത്രീകരിക്കുന്നത്. ഇത് തന്റെ കഥകളിലൂടെ സി വി ശ്രീരാമൻ നിർമ്മിച്ചെടുക്കുന്ന എല്ലാ കഥാപാത്രങ്ങൾക്കും ബാധകമാണ്. പൊതുസമൂഹത്തിന്റെ പുരോഗമനസങ്കല്പങ്ങളിൽ ഇടംലഭിക്കാതെ പുറത്തു നില്ക്കുന്നവരാണ് പൊന്തന്മാടയും ചിറകാളിയും അടങ്ങുന്ന ഒരു വിഭാഗം മനുഷ്യർ. അവരുടെ ജീവിതവും ഭാഷയും കഥകളിലൂടെ

പുനർനിർമ്മിക്കപ്പെടുന്നുണ്ട്. ഒരു സിവിൽസമൂഹം അനുശാസിക്കുന്ന ജാതിമതവർഗ്ഗസംജ്ഞകൾക്കതീതമായി ഒരു സിവിൽസമൂഹം പുലർത്തിപ്പോരുന്ന മാമൂലുകളോടോ സങ്കല്പങ്ങളോടോ ഇണങ്ങി നില്ക്കാൻ ഇവർക്കൊരിക്കലും കഴിയുന്നില്ല. ഈയൊരവസ്ഥ തീവ്രമായി അനുഭവിപ്പിക്കുന്ന കഥകളാണ് 'മങ്കറ'യും 'ബോൺ ഫ്രീ'യും. കേരളീയ ജീവിതപരിസരങ്ങൾക്കപ്പുറം ആന്തമാനിലേക്കും ബീഹാറിലേക്കും വ്യാപിച്ചുകിടക്കുന്നൊരു കഥാലോകം നമുക്കിവിടെ ദർശിക്കാം.

6.1.6. ബോൺ ഫ്രീ

ആന്തമാൻ നിക്കോബാർ ദ്വീപസമൂഹങ്ങളിലെ അനുഭവപശ്ചാത്തലത്തിൽ സി വി ശ്രീരാമൻ എഴുതിയ കഥകളിൽപ്പെട്ടതാണ് 'ബോൺ ഫ്രീ' എന്ന കഥ. പ്രകൃതിയുമായി ഇണങ്ങി ജീവിക്കുന്ന ഓങ്കികളെന്ന ആദിവാസിവർഗ്ഗത്തെ പൊതുധാരയിലേക്കു കൊണ്ടുവരാൻ ശ്രമിക്കുന്നതും അതിന്റെ പരിണതികളുമാണ് കഥ. ആന്തമാനിലെ പൊതുസമൂഹത്തിന്റെ വേഷവിധാനത്തെക്കുറിച്ച് കഥാകൃത്ത് ഇപ്രകാരം പറയുന്നു.

"ഒരു ബനിയൻ, ഷർട്ട്, ഷർട്ടിനെ കോർത്തിണക്കുന്ന ടൈ, പിന്നെ ഒരു കോട്ടും. അതായിരുന്നു അന്നത്തെ പോർട്ട്ബ്ലെയർ പട്ടണത്തിലെ കൊളോണിയൽ പാരമ്പര്യം അനുവർത്തിക്കുന്ന വേഷവിധാനം. അതിലൊരെണ്ണമെങ്കിലും ഇല്ലാതിരുന്നാൽ അവിടെ അയാൾ അപരിഷ്കൃതനാണ്."

ഇതിൽനിന്നും വളരെ വ്യത്യസ്തരാണ് ഓങ്കികൾ. കോളനിവല്ക്കരണം അവരുടെ ചിന്തയിലോ ഭക്ഷണരീതികളിലോ വസ്ത്രധാരണരീതികളിലോ യാതൊരു മാറ്റവും വരുത്തിയിട്ടില്ല. മുൻഭാഗംമാത്രം മറയ്ക്കുന്ന കാട്ടുനാരിന്റെ വസ്ത്രമാണ് അവർ ധരിച്ചിരുന്നത്. അവർ കടൽ നീന്തിക്കയറി പട്ടണത്തിൽ വരുമായിരുന്നു. പോർട്ട്ബ്ലെയർ പട്ടണത്തിന്റെ ഒരറ്റംമുതൽ മറ്റേയറ്റംവരെ ചുറ്റിനടക്കുമായിരുന്നു. ആന്തമാനിലെ കാട്ടുമനുഷ്യരായ ഓങ്കികളെ റിപ്പബ്ലിക്ദിന പരേഡുമായി ബന്ധപ്പെട്ട ഒരു ഫ്ലോട്ടിൽ പ്രദർശിപ്പിക്കാൻ ഭരണകൂടം തീരുമാനിച്ചു. ഓങ്കികളുടെ രാജാവിനെയും റാണിയെയുമാണ് പരേഡിൽ അവതരിപ്പിച്ചത്. ഡൽഹിയിലെ അതിശക്തമായ തണുപ്പും കാറ്റും അതിജീവിച്ചുകൊണ്ട് ഓങ്കിഗോത്രരാജാവും റാണിയും പ്രധാന ചടങ്ങുകളിൽ പങ്കെടുത്തു. മുൻവശം മറയ്ക്കുന്ന നാരുകളുടെ കെട്ടുമാത്രം വേഷമാക്കിക്കൊണ്ട് അന്നത്തെ ഇന്ത്യൻ പ്രസിഡന്റ് ഡോ. രാജേന്ദ്രപ്രസാദിനോട് ഓങ്കിരാജാവ് തന്നെ പരിചയപ്പെടുത്തിയ വിധം സി വി ശ്രീരാമൻ ഇപ്രകാരം അവതരിപ്പിക്കുന്നു.

"മേം ആന്തമാൻ കാ രാജാ. ആപ്പ് ഇന്ത്യ കാ രാജെ ഹൈ. ആപ്പ് ബി കാലാ ഹെ. മേ ബി കാലാഹെ... ഹാത്ത് മിലാവോ."

അന്ന് ആ റിപ്പബ്ലിക്ക്ദിനത്തിൽ ഡോ. രാജേന്ദ്രപ്രസാദ് അജ്ഞാതമെങ്കിലും ഇത്തരത്തിൽ കഴിവുള്ള കാട്ടുവംശജരെ പൊതുധാരയിലേക്കു

കൊണ്ടുവരേണ്ട ആവശ്യകതയെക്കുറിച്ച് പറഞ്ഞു. ഒപ്പം ഇന്ത്യൻ സംസ്കാരത്തിന്റെ വലിയ തേജസ്സ് ഇത്തരത്തിലുള്ളവരാണെന്നും കൂട്ടിച്ചേർത്തു. ആന്തമാൻ സർക്കാർ അതുവളരെ ഗൗരവമായെടുത്ത് ഓങ്കി രാജാവിനെ ലോങ് ഐലന്റ് എന്ന സ്ഥലത്തെ സർക്കാർമില്ലിന്റെ സെക്യൂരിറ്റി ഗാർഡാക്കി. ഓങ്കിരാജാവിന് താമസിക്കാനായി ക്വാർട്ടേഴ്സ് നല്കി. റാണിയും കൂടെതാമസിച്ചിരുന്നു. ഓങ്കിരാജാവ് സ്വന്തം കൈകൊണ്ട് വാറ്റുന്ന കാട്ടുചാരായം കഴിക്കുമായിരുന്നു. കഥാകൃത്തിനെ കാണു മ്പോഴൊക്കെ ഓങ്കിരാജാവ് കാട്ടുകവുങ്ങിൻകുറ്റിയിൽ നിറച്ച ചാരായം നല്കുമായിരുന്നു. ഓങ്കിരാജാവിന് കഥാകൃത്ത് ഏറ്റവും സന്തുഷ്ടനായി കാണുന്ന സന്ദർഭം ഇതുമാത്രമാണ്. ഒഴിവുസമയങ്ങളിൽ അവർ കാക്കിപ്പാറാവുവേഷം അഴിച്ചുവെച്ച് മുൻഭാഗംമാത്രം മറയ്ക്കുന്ന കാട്ടുനാരുവസ്ത്രം ധരിച്ച് കടലോരത്തു വരുന്ന പർസാമീനിനെയും ഞണ്ടുകളെയും പിടിക്കുമായിരുന്നു. പൂക്കൈതകളുടെ വൻകായകൾ ചെത്തിനുറുക്കി മീൻകഷണങ്ങളും ചേർത്തുകഴിക്കുന്നതാണ് ഓങ്കികളുടെ പ്രധാന ഭക്ഷണം.

ഓർമ്മ, യാത്ര എന്നീ രണ്ടു ഘടകങ്ങളെ വളരെ മൂർത്തമായി സി വി ശ്രീരാമൻ കഥകളിൽ ഉപയോഗിക്കാറുണ്ട്. ഈ ഓർമ്മകളും പേറി വർഷങ്ങൾക്കു ശേഷം ആന്തമാനിലെ ലോങ് ഐലന്റിലേക്ക് യാത്ര ചെയ്തെത്തുന്ന കഥാകൃത്ത് ഓങ്കിരാജാവിനെയും റാണിയെയും പറ്റി അന്വേഷിക്കുമ്പോൾ കിട്ടുന്ന മറുപടി,

"അവരൊക്കെ എന്നോ കടൽ നീന്തി നീന്തി കാട്ടിൽ കയറിപ്പോയി. ആരോടും പറയാതെ ഒരു രാത്രി. എത്രയോ ശമ്പളം ബാക്കി അവർക്കു കിട്ടാനുണ്ടായിരുന്നു. അവർ വാങ്ങിയുമില്ല തിരിച്ചു വന്നതുമില്ല."

എന്നായിരുന്നു. ആദിവാസികളെ അവരുടെ ജീവിതസാഹചര്യങ്ങളിൽനിന്ന് പിടിച്ചുമാറ്റി നാം അവർക്കു നല്കുന്ന പുതിയ ജോലികളും സമ്പത്തും അവരുടെ തനതുജീവിതശൈലിക്ക് എത്രമാത്രം ആഘാതകരമാകുന്നുവെന്ന് കഥ വിശകലനം ചെയ്യുന്നു.

6.1.7. മങ്കറ

ബീഹാറിലെ റാഞ്ചി ജില്ലയിലെ കാടുകളിൽ കഴിഞ്ഞുവരുന്ന ആദിവാസിഗോത്രവിഭാഗത്തിന്റെ പ്രതിനിധിയാണ് 'മങ്കറ' എന്ന കഥയിലെ മങ്കറ. മങ്കറ റാഞ്ചിയിൽനിന്ന് ഒരു വർഷത്തെ കരാറിൽ ആന്തമാനിലേക്ക് കൂലിപ്പണിക്കു വന്ന ആദിവാസിയാണ്. കിഴക്കൻദ്വീപിലെ കാടുകളിലുള്ള ക്യാമ്പിലെ ഒരാനയെ പരിചരിക്കലായിരുന്നു അവന്റെ പണി. മങ്കറയുടെ പ്രിയപ്പെട്ട ആനയുടെ പേര് ഹാനിബോൾ എന്നായിരുന്നു. ഹാനിബോൾ എന്ന പേര് ചരിത്രവിദ്യാർത്ഥിയായിരുന്ന കഥാകൃത്തിന് നന്നേ ഇഷ്ടപ്പെട്ടു. ഹാനിബോളും മങ്കറയും തമ്മിലുള്ള ബന്ധം സവിശേഷമായിരുന്നു. ശബ്ദങ്ങളിൽനിന്നൊഴിഞ്ഞ്, മനുഷ്യരിൽനിന്നൊ

ഴിഞ്ഞ്, ആനകളിൽനിന്നൊഴിഞ്ഞ് ഹാനിബോളും മങ്കറയും കടൽത്തീരത്തോ അരുവിക്കരയിലോ കളിച്ചുകൊണ്ടിരിക്കും. ഒരു വർഷത്തെ കരാറിൽ റാഞ്ചിയിൽനിന്നു വരുന്ന കൂലിക്കാർക്ക് വർഷം തികയാറാവുന്നതിനുമുമ്പുതന്നെ കടുത്ത ഹോംസിക്നസ് തുടങ്ങും. അവർ കൈവിരലുകളിൽ ദിവസങ്ങൾ എണ്ണിത്തിട്ടപ്പെടുത്താൻ തുടങ്ങും. മങ്കറയ്ക്ക് റാഞ്ചിയിൽ ചെന്നിട്ടു വേണം ഗോത്രമുഖ്യന്റെ സാന്നിദ്ധ്യത്തിൽ ഒരു പെണ്ണിനെ കല്യാണം കഴിക്കാൻ. മങ്കറ അവരുടെ കല്യാണരീതികളെക്കുറിച്ചൊക്കെ അയാളോടു പറയാറുണ്ട്. ഒരു വ്യാഴാഴ്ചയാണ് മങ്കറയ്ക്ക് പോകേണ്ട ദിവസം. വ്യാഴാഴ്ച അടുത്തു വരുന്നു. മങ്കറ ഒരു പൂമ്പാറ്റയെപ്പോലെ പാറി നടന്ന് മനുഷ്യരോടും മരങ്ങളോടും യാത്ര ചോദിക്കയാണ്. ബുധനാഴ്ച അവൻ ഉറങ്ങിയിട്ടേ ഇല്ല. പക്ഷേ, വ്യാഴാഴ്ച മങ്കറയ്ക്ക് ഓഫീസിൽനിന്നു പോകാനുള്ള അനുവാദം കിട്ടിയില്ല. വിവരം അറിഞ്ഞപ്പോൾ മങ്കറ പൊട്ടിക്കരഞ്ഞു. പിറ്റേന്ന് ജോലിക്കു പോകയും ചെയ്തില്ല. ഹാനിബോളാകട്ടെ കാടു കയറി. ഹാനിബോളിനെ തിരിച്ചു വിളിച്ചുകൊണ്ടുവരാൻ ഓഫീസറായ യാങ്കിബാബു അലറി വിളിച്ചു. അതിനടുത്ത ദിവസം മങ്കറയെ ആന ചവിട്ടിക്കൊന്നു എന്ന വയർലെസ് മെസേജാണ് ഓഫീസർക്കു കിട്ടിയത്. ഗോത്രവർഗ്ഗത്തിൽപ്പെട്ട ഒരാദിവാസിയെ അധികാരിവർഗ്ഗം യാതൊരു പരിഗണനയുമില്ലാതെ നിർഭയം ഉപയോഗിക്കുകയും അങ്ങനെ അവന്റെ ജീവിതംതന്നെ നഷ്ടപ്പെടുകയും ചെയ്യുന്ന അവസ്ഥയാണ് കഥയിലുള്ളത്. ആദിവാസിക്ക് അധികാരികളിൽനിന്നും അനുഭവിക്കേണ്ടിവന്ന അപമാനവികമായ പെരുമാറ്റത്തിന്റെ ചിത്രം ഈ കഥയിൽനിന്നു കാണാം.

6.1.8. സ്നേഹത്തിന്റെ നെല്ലിക്ക

'സ്നേഹത്തിന്റെ നെല്ലിക്ക' എന്ന കഥയിലെ ജീവിതത്തിനും മരണത്തിനും സ്നേഹത്തിന്റെ ഭാഷ കൈവരുന്നുണ്ട്. ലഹരിയിലും രതിയിലും ജീവിതത്തിന്റെ അസ്ഥിരതകളിലും ആടിയുലയുന്നവരാണ് ബാബുവും കൂട്ടുകാരനായ അയാളും. മദ്യപാനം രണ്ടുപേർക്കും ലിവർ സിറോസിസ് എന്ന അസുഖം സമ്മാനിച്ചിട്ടുണ്ട്. ബാബുവിന് രോഗം ഗുരുതരം തന്നെയായിരുന്നു. ബാബുവിനെയുംകൂട്ടി അയാൾ വെല്ലൂർക്ക് ട്രെയിനിൽ ചികിത്സയ്ക്കു പോവുകയാണ്. യാത്രാമദ്ധ്യേ ഏതോ ഒരു സ്റ്റേഷനിൽനിന്ന് ഒരാദിവാസിസ്ത്രീ ട്രെയിനിൽ കയറുന്നു. പണ്ട് കുമ എന്നുപേരുള്ള ആ ആദിവാസിസ്ത്രീയെത്തേടി മലയാളിയായ ബാബു അവളുടെ ഗ്രാമത്തിൽ ചെല്ലുമായിരുന്നു. ഇപ്പോഴത്തെ സമാഗമം തികച്ചും അപ്രതീക്ഷിതമാണ്. ബാബുവിനെക്കണ്ട സന്തോഷത്തിൽ കുമ കൈയിലുണ്ടായിരുന്ന നെല്ലിക്കവാറ്റിയ മദ്യവും മുറുക്കും ബാബുവിനു സമ്മാനിക്കുന്നു. ബാബുവാകട്ടെ സന്തോഷത്തോടെ ആ മദ്യം വാങ്ങിക്കഴിക്കുന്നു. കുമയാകട്ടെ തൊട്ടടുത്ത സ്റ്റേഷനിൽ എത്തിയപ്പോൾ യാത്രപ

റഞ്ഞ് ഇറങ്ങുകയും ചെയ്തു. മദ്യം കഴിച്ചതിന്റെ ഫലമായി അതിന ടുത്ത സ്റ്റേഷനിലെത്തുമ്പോഴേക്കും രക്തംഛർദ്ദിച്ച് ബാബു മരിക്കുകയും ചെയ്തു. ആന്ധ്രയിലെ ഏതോ കുഗ്രാമത്തിലാണ് കുമ. മലയാളിയായ ബാബുവും ആദിവാസിയായ കുമയും തമ്മിലുള്ള ബന്ധം സംസ്കാര വ്യത്യാസത്തിനപ്പുറമുള്ള സ്നേഹമാണ്. അപ്രതീക്ഷിതമായ സമാഗ മവും പിന്നീട് അവർ പങ്കിട്ട സന്തോഷവും മദ്യവും ബാബുവിനെ മര ണത്തിൽ കൊണ്ടെത്തിച്ചു.

സ്ത്രീപുരുഷബന്ധങ്ങളുടെ തീവ്രത സി വി ശ്രീരാമന്റെ കഥാപാ ത്രങ്ങളെ ചിലപ്പോഴൊക്കെ മരണത്തിലേക്കോ ആത്മഹത്യയിലേക്കോ നയിക്കുന്നു. വ്യത്യസ്തസാംസ്കാരികതകളിൽ നിന്നുവരുന്ന പുരുഷ ന്റെയും സ്ത്രീയുടെയും ബന്ധങ്ങൾക്ക് ഒരുപാട് ഉദാഹരണങ്ങൾ നിര ത്താൻ കഴിയും.

ദളിത്ജീവിതത്തെ പ്രശ്നവല്ക്കരിക്കുന്ന സി വി ശ്രീരാമന്റെ ചെറു കഥകളിൽ രണ്ടുതരം ദളിതകഥാപാത്രങ്ങളെ ചിത്രീകരിക്കുന്നുണ്ട്. ഉന്ന തമായ അധികാരവർഗ്ഗശ്രേണിയിലേക്ക് കയറ്റം കിട്ടിയ ദളിത് കഥാ പാത്രങ്ങളാണ് അവയിലൊന്ന്. അടിസ്ഥാനവർഗ്ഗത്തിന് സമൂഹത്തിലു ണ്ടാവേണ്ട യഥാർത്ഥമാറ്റം ആവശ്യപ്പെടുന്ന സ്വത്വബോധമല്ല, അധികാ രജാതിയിലേക്കു കയറ്റം കിട്ടിയ ദളിത് കഥാപാത്രങ്ങൾ പ്രദർശിപ്പിക്കു ന്നത്. അവരാവട്ടെ തങ്ങളുടെ സ്വത്വം ആവശ്യപ്പെടുന്ന മൂല്യബോധമുള്ള വരല്ല. അധികാരിവർഗ്ഗത്തിന്റെ ജീവനതന്ത്രങ്ങൾ പ്രയോഗിച്ചാണ് അവർ ആധുനികസമൂഹത്തിൽ നിലനില്ക്കുന്നത്. ദളിതർ പൊതുസമൂഹ ത്തിൽ ഉൾച്ചേർന്ന് ഉയർന്ന ഔദ്യോഗികവൃത്തികൾ നിർവ്വഹിക്കുമ്പോൾ അവർ അധികാരിവർഗ്ഗത്തിന്റെ ദത്തുപുത്രന്മാരാകുന്ന കാഴ്ച മേല്പറഞ്ഞ കഥകളിൽ കാണാം. മറ്റൊന്ന്, പൊതുസമൂഹത്തിൽ ഉൾച്ചേരാനാകാതെ ഒറ്റപ്പെട്ടു പോകുന്ന നിസ്സഹായരായ പൊന്തൻ മാടയെയും ചിറകാളിയെയുംപോലുള്ള ദളിത് കഥാപാത്രങ്ങളാണ്. മാറിയ സാമൂഹികവ്യവസ്ഥിതി അവരിലേല്പിക്കുന്ന ആഘാതങ്ങളെ ഇത്തരം കഥകളിൽ കാണാം.

'മങ്കറ,' 'ബോൺ ഫ്രീ' എന്നീ ചെറുകഥകളിൽ ആദിവാസികളോട് പൊതു സമൂഹം സ്വീകരിക്കുന്ന സമീപനരീതികൾ സി വി ശ്രീരാമൻ വിശകലന വിധേയമാക്കുന്നു. 'മങ്കറ'യിൽ അധികാരിവർഗ്ഗത്തിന്റെ ധാർ ഷ്ട്യത്തിനു മുന്നിൽ ആദിവാസിജീവിതംതന്നെ ഹോമിക്കപ്പെടുന്നു. ആദി വാസികളോട് യാതൊരു പരിഗണനയുമില്ലാത്ത നിർദ്ദയസമീപനമാണ് അധികാരിവർഗ്ഗം 'മങ്കറ'യിൽ സ്വീകരിക്കുന്നത്. ആദിവാസികളുടെ നന്മ ലക്ഷ്യമിടുകയും എന്നാൽ അവരുടെ ജീവിതത്തെ എങ്ങനെ സമീപി ക്കണം എന്ന ധാരണക്കുറവുമൂലം അവരുടെ യഥാർത്ഥവികസനം സാദ്ധ്യമാക്കാൻ കഴിയാതെ അധികാരിവർഗ്ഗം പരാജയമടയുന്നതാണ് 'ബോൺ ഫ്രീ'യിൽ കാണാൻ കഴിയുന്നത്. വംശശുദ്ധിയുടെ പാഠങ്ങളു

രുവിടുന്ന സിവിൽ സമൂഹത്തിനും അധികാരിവർഗ്ഗത്തിനും ഇന്നും ആദിവാസി വിഷയത്തെ എങ്ങനെ സമീപിക്കണമെന്നുള്ള അജ്ഞത നിലനില്ക്കുന്നു എന്നു തന്നെയാണ് സി വി ശ്രീരാമന്റെ ഇത്തരം കഥകൾ നല്കുന്ന പാഠം.

6.2. ദേശീയത

ദേശം, ദേശരാഷ്ട്രം എന്നിവപോലെതന്നെ അതിനെക്കുറിച്ചുള്ള ആശയമായ ദേശീയതയും കൃത്യമായ ചില സാമൂഹിക-രാഷ്ട്രീയ ആവശ്യങ്ങളുടെ സൃഷ്ടിയാണ്. ദേശീയത എന്നത് ഭാവനയിലൂടെ നിർമ്മിക്കപ്പെടുന്നതും അസംഖ്യം പാഠങ്ങളിലൂടെ പ്രതിപാദിക്കപ്പെടുന്നതും ആവർത്തനത്തിലൂടെ അബോധത്തിലേക്ക് ആവാഹിക്കപ്പെടുന്നതും നിരവധി വ്യവഹാരങ്ങളെ സൃഷ്ടിക്കുന്നതുമായ ഒന്നാണ്. നിരന്തരം പ്രതിപാദിക്കപ്പെടുന്നതുകൊണ്ടുകൂടിയാണ് അത് നിലനില്ക്കുന്നത്. നമ്മുടെ ദേശീയത കൊളോണിയൽവിരുദ്ധമായ പ്രതിരോധങ്ങളുടെ നിർമ്മിതിയാണ്. കോളനീകരണത്തോടുള്ള പലമട്ടിലുള്ള എതിർപ്പുകളിലൂടെയാണ് നമ്മുടെ ദേശീയത രൂപപ്പെട്ടത്. ഇത്തരത്തിലുള്ള നമ്മുടെ ദേശീയതയെ നാനാത്വത്തിൽ ഏകത്വമെന്നാണ് പൊതുവിൽ പറയാറുള്ളത്. ഇന്ത്യയുടെ സാംസ്കാരിക മഹിമയുടെ എന്നപോലെ സാംസ്കാരികൈക്യത്തിന്റെയും യഥാർത്ഥ അടിത്തറ വിഭിന്ന ദേശീയ-ജനകീയസംസ്കാരങ്ങളുടെ വൈവിദ്ധ്യവും സമ്പന്നതയുമാണ്. എന്നിട്ടും നമ്മുടെ ദേശീയത ഒരു പ്രശ്നമേഖലയായിത്തീരുന്നത് അത് രാഷ്ട്രത്തിലെ എല്ലാ ജനവിഭാഗങ്ങളെയും ഒരുപോലെ ഉൾക്കൊള്ളുന്നില്ല എന്നിടത്താണ്.

കൊളോണിയൽവിരുദ്ധപ്രവർത്തനങ്ങളുടെ ഫലമായാണ് നമ്മുടെ ദേശീയത രൂപപ്പെട്ടതെങ്കിലും നമ്മുടെ ദേശീയതാസങ്കല്പത്തിൽ കൊളോണിയൽ ആധുനികതയുടെ വൈരുദ്ധ്യങ്ങൾ നിലനിന്നിരുന്നു. ഏകാത്മക ദേശീയതയുടെ യുക്തി കൊളോണിയൽയുക്തിയെയും സ്വാംശീകരിച്ചിരുന്നു. മാത്രമല്ല, കോളനിയധികാരത്തോടും ജാതിവ്യവസ്ഥയോടും പ്രത്യക്ഷമായി ഏറ്റുമുട്ടുമ്പോൾത്തന്നെ ദേശീയാധുനികതയുടെ ആന്തരയുക്തി സവർണ്ണവും പുരുഷപരവുമായ മനുഷ്യ മാതൃകയിൽ അധിഷ്ഠിതമായിരുന്നു. ബ്രാഹ്മണാധിപത്യത്തെ നിരാകരിക്കുമ്പോഴും ബ്രാഹ്മണികമായ മൂല്യസങ്കല്പം അവിടെ ഉണ്ടായിരുന്നു. അതിനാൽ ഈ ഏകാത്മകദേശീയതയിലെ കൊളോണിയൽയുക്തി കീഴാളലോകങ്ങളെ മറച്ചുവെച്ചു. ദളിതുകൾ, ആദിവാസികൾ, മതന്യൂനപക്ഷങ്ങൾ, സ്ത്രീകൾ എന്നിങ്ങനെയുള്ള ഭൂരിഭാഗം ജനവിഭാഗങ്ങളും കൊളോണിയൽ ദേശീയതയുടെ മറുപുറത്ത് നില്ക്കേണ്ടിവന്നു.

സ്ഥലകാലങ്ങൾക്ക് വ്യക്തത നല്കിയും, നിർവ്വാഹകകാലത്തിന് ദൈർഘ്യം നല്കിയും ഭാവഗാനാത്മകതയുടെ ഏകതാനതയെ പ്രതി

രോധിച്ചും കഥാപാത്രങ്ങളുടെ വ്യതിരിക്തതയും സ്വത്വവികാസവും കണ്ടെത്തി ക്കിലെടുത്തും സി വി ശ്രീരാമന്റെ കഥകളെ പരിശോധിക്കുമ്പോൾ അവയ്ക്ക് ഒരു നോവൽ സ്വഭാവം ഉണ്ടെന്ന് വ്യക്തമാണ്. ദേശീയതയ്ക്കു നിദാനമായ ശൈലീവിശേഷങ്ങൾ, ഭാഷാവ്യത്യാസങ്ങൾ, ഭൂപ്രകൃതികൾ, ആചാരവിശേഷങ്ങൾ, ദേശീയഭാഷകൾ, സാമൂഹ്യസ്മരണകൾ എന്നിവയെല്ലാം സി വി ശ്രീരാമന്റെ ചെറുകഥകളിലും ഉൾച്ചേർന്നുകിടക്കുന്നു. ഒന്ന്, കൊളോണിയൽ ദേശീയത തമസ്കരിക്കാൻ ശ്രമിച്ച പ്രാചീനമായ ജീവിതബന്ധങ്ങളുടെ ഊർജ്ജം വഹിക്കുന്നവരാണ് സി വി ശ്രീരാമന്റെ കഥാപാത്രങ്ങൾ. അതുകൊണ്ടു തന്നെ കൊളോണിയൽദേശീയത ഉയർത്തിപ്പിടിച്ച മനുഷ്യസങ്കല്പത്തിന്റെ അപരങ്ങളെ എഴുതുകയാണ് സി വി ശ്രീരാമൻ ചെയ്തത്. കൊളോണിയൽ ആധുനികത ഉയർത്തിപ്പിടിച്ച മനുഷ്യസങ്കല്പത്തിന്റെ അപരങ്ങളായ മനുഷ്യർ സി വി ശ്രീരാമന്റെ ചെറുകഥകളിലെ കഥാപാത്രങ്ങളായി ഇടം തേടുന്നു.

സാഹിത്യം ദേശത്തെ എഴുതുകകൂടിയാണ്. അതുകൊണ്ടുതന്നെ ഒരു ജനത സ്വന്തം അസ്തിത്വവും സ്വത്വബോധവും നിർവ്വചിക്കുന്നിടത്താണ് ദേശീയബോധം ആർജ്ജിക്കുന്നത്. ചരിത്രപരവും രാഷ്ട്രീയവും സാംസ്കാരികവുമായ ഒരിടപെടലും തുടർപ്രക്രിയയുമാണിത്. അതിന്റെ ആത്യന്തികരൂപമായി രാഷ്ട്രത്തെ നിർദ്ദേശിക്കാം. രാഷ്ട്രം അതിന്റേതായ പ്രത്യേക പൗരസമൂഹത്തെ സൃഷ്ടിക്കുന്നുണ്ട്.

യതീന്ദ്രദാസിന്റെ ആത്മാവ്

'യതീന്ദ്രദാസിന്റെ ആത്മാവ്' എന്ന കഥയിൽ കോളനിവിരുദ്ധമായ ദേശീയതയെ പ്രതിനിധാനംചെയ്യുന്ന കഥാപാത്രമാണ് മാധവൻമാസ്റ്റർ. എല്ലാ കഥകളിലെയുംപോലെ ആഖ്യാതാവും സാക്ഷിയുമായ അയാൾ എന്ന കഥാപാത്രം ഇവിടെയുമുണ്ട്. ഒരു കാലത്ത് മാധവൻമാസ്റ്ററുമായി അയാൾക്ക് അടുത്ത ബന്ധമുണ്ടായിരുന്നു. മാധവൻമാസ്റ്ററുടെ ഓരോ പ്രവൃത്തിയെയും അയാൾ സസൂക്ഷ്മം വിലയിരുത്തിയിരുന്നു.

ഇന്ന് വളരെക്കാലങ്ങൾക്കുശേഷം അയാൾ മാധവൻമാസ്റ്ററുടെ വീട്ടിലേക്ക് ചെല്ലുകയാണ്. പണ്ട് മാധവൻമാസ്റ്റർ ചർക്കയിൽ നൂൽ നൂല്ക്കാൻ പഠിപ്പിച്ചിരുന്ന കാലം അയാൾ ഓർത്തു. നൂൽനൂല്ക്കുന്നതിനുമുമ്പ് മൂന്നുപ്രാവശ്യം വന്ദേമാതരം ചൊല്ലിക്കുമായിരുന്നു. കൂടാതെ മാസ്റ്റർതന്നെ രചിച്ച 'ഭാരതാംബേ നമോസ്തുതേ' എന്നു തുടങ്ങുന്ന പ്രാർത്ഥനാശ്ലോകവും.

ഓർമ്മകളിൽ ആവർത്തിച്ചുവരുന്ന മറ്റൊന്ന് കറുപ്പോ കടുംനീലയോ എന്നു തീർത്തുപറയാൻ കഴിയാത്തവയാണ്. അതിൽനിന്നും ചിലർ കാക്കിത്തൊപ്പി ധരിച്ചിറങ്ങും. മുന്നിൽവന്ന ഉദ്യോഗസ്ഥൻ മാധവൻ മാസ്റ്ററോട് എന്തോ ചെവിയിൽ പറയും. 'ബോലോ ഭാരത് മാതാ

കീ...' എന്നുറക്കെ വിളിച്ചുകൊണ്ട് മാധവൻ മാസ്റ്റർ അവരോടൊന്നിച്ച് നടന്നുപോകും. ഓരോ തവണയും ജയിലിൽനിന്നു വരുമ്പോൾ മാധവൻമാസ്റ്റർ ഏക്റ്റീവ് പോളിറ്റിക്സിൽനിന്നു വിട വാങ്ങാനുള്ള ആഗ്രഹം പ്രകടിപ്പിക്കും. എന്തെങ്കിലും സോഷ്യൽവർക്കു മാത്രം മതി എന്നും പറയും. അതു പറഞ്ഞുതീർന്നതിന്റെ തൊട്ടടുത്ത ദിവസം പുലർച്ചയ്ക്കായിരിക്കും മാധവൻമാസ്റ്ററെ അറസ്റ്റുചെയ്ത് വീണ്ടും ജയിലിലേക്ക് കൊണ്ടുപോകുന്നത്.

മാസ്റ്ററുടെ മനസ്സിൽ പല പുതിയ പദ്ധതികളുമുണ്ടായിരുന്നു. രാജ്യത്തിന്റെ പല സ്ഥലത്തും നാട്ടുവൃക്ഷങ്ങൾ നട്ടുപിടിപ്പിച്ചുകൊണ്ടുള്ള തോട്ടം. ദേശീയമായ അദ്ധ്യയനരീതിക്കുമാത്രം പ്രാധാന്യം കൊടുക്കുന്ന നിശാപാഠശാലകൾ. രാഷ്ട്ര ഭാഷയും സംസ്കൃതവും നിർബ്ബന്ധവിഷയങ്ങൾ. മറ്റു വിഷയങ്ങളെല്ലാം മാതൃ ഭാഷയിൽമാത്രം. ദേശീയനേതാക്കന്മാർ എഴുതുന്ന ചരിത്രത്തിന് പ്രാധാന്യം കൊടുക്കുന്ന രീതി. ബിരുദം കിട്ടിയവർക്ക് അതു നല്കുന്ന കോൺവെക്കേഷൻ ചടങ്ങ് പാശ്ചാത്യരീതിയിലല്ല. ഖാദി ജുബ്ബയും ദോത്തിയുമാണ് കോൺവെക്കേഷൻചടങ്ങിന്റെ വേഷം. അങ്ങനെ മാസ്റ്ററുടെ ഓരോ പ്രവൃത്തിയിലും കറകളഞ്ഞ ദേശീയത മാത്രം. ഇന്ന് മാധവൻമാസ്റ്റർ അയാളെ കാണാൻ ആഗ്രഹിക്കുന്നു എന്ന് എഴുതിയതിന്റെ അടിസ്ഥാനത്തിലാണ് അയാൾ എത്തിച്ചേർന്നിരിക്കുന്നത്. സ്വീകരണമുറിയുടെ ഇടതുവശത്തുള്ള മാധവൻ മാസ്റ്ററുടെ സ്റ്റഡി റൂമിന്റെ വാതിൽ ചാരിയിട്ടിരിക്കുന്നു. ജനാലയിലൂടെ നോക്കിയപ്പോൾ അയാൾ കണ്ടത് ചുരുണ്ടുകൂടിക്കിടക്കുന്ന മാധവൻ മാസ്റ്ററെയാണ്. തൊട്ടടുത്ത് പുസ്തകങ്ങളൊന്നുമില്ല. മരുന്നുകുപ്പികൾ മാത്രം. ചുവരിൽ തൂങ്ങുന്ന മാധവൻമാസ്റ്ററുടെ പഴയ ഫോട്ടോ കണ്ടപ്പോൾ അയാൾക്ക് ആ പഴയ സംഭവം ഓർമ്മ വന്നു. മാധവൻമാസ്റ്റർ മദിരാശിയിലെ പ്രഭുക്കന്മാർ പഠിച്ചിരുന്ന കോളേജിലെ അവസാന വർഷ വിദ്യാർത്ഥിയായിരുന്നു. വിദേശവസ്ത്രബഹിഷ്കരണത്തിന്റെ സമരവുമായി ബന്ധപ്പെട്ട് കോളേജ്ഗേറ്റിനു മുന്നിൽ അഗ്നികുണ്ഡമുണ്ടാക്കി അതിൽ തന്റെ ഷർട്ടും പേന്റും എരിയിച്ചുകളഞ്ഞ് സ്വയം ഡിസൈൻ ചെയ്ത ഖാദിജുബ്ബയും ധോത്തിയും ധരിച്ച് ക്ലാസിലേക്ക് കയറിച്ചെന്നു.

സ്കോട്ട്ലന്റുകാരനായ പ്രൊഫസർ തന്റെ ഏറ്റവും പ്രിയപ്പെട്ട ശിഷ്യനു സംഭവിച്ച മനംമാറ്റംകണ്ട് നടുങ്ങി. മാധവൻമാസ്റ്റർ അവസാനമായി ക്ലാസിൽ കയറിയതും അന്നു തന്നെയായിരുന്നു. മകൻ ജനിക്കുമ്പോൾ മാസ്റ്റർ തഞ്ചാവൂർ ജയിലിലായിരുന്നു. മാസ്റ്റർ ഉടനേ വീട്ടിലേക്ക് എഴുതി. അവന് യതീന്ദ്രദാസ് എന്നു പേരിടണം. ജയിൽവിമുക്തനായ അന്നുതന്നെ മാധവൻമാസ്റ്റർ വീട്ടിൽച്ചെന്ന് മകനെ മടിയിലിരുത്തി ഇങ്ങനെ പാടി.

പത്തൊമ്പതും ഇരുപത്തൊമ്പതാം വരുഡം
പകർന്നിടും സെപ്റ്റംബർപതിമൂന്നാം നാൾ

പതിമൂന്നാം നാൾ പകർന്നിടും നാൾ
മണി ഒൻടേകാൾ ഒൻടേകാൾ
യതീന്ദ്രരർ പരമപദം അടൈന്തതും
മണി ഒൻടേകാൾ ഒൻടേകാൾ... ഒൻടേകാൾ...

ബ്രിട്ടീഷുകാർക്കെതിരായി അമ്പത്തിനാലുദിവസം നിരാഹാരം എടുത്ത് രക്തസാക്ഷിത്വം വരിച്ച യതീന്ദ്രദാസിന്റെ ആത്മാവാണ് തന്റെ മകനിൽ കുടി കൊള്ളുന്നത് എന്ന് മാധവൻമാസ്റ്റർ പറഞ്ഞു. കൊളോണിയൽ അധികാരി വർഗ്ഗത്തോട് സന്ധിയില്ലാസമരംനടത്തിയ യതീന്ദ്രദാസിന്റെ പേരിലാണ് തന്റെ മകൻ ജന്മംമുഴുവൻ ജീവിച്ചുതീർക്കേണ്ടതെന്നാണ് ആ പിതാവ് ആഗ്രഹിച്ചത്. മാധവൻമാസ്റ്റർ സമരമുഖത്തും ജയിലിലും ദേശീയതാപ്രവർത്തനങ്ങളിലും ഒക്കെ മുഴുകിനടക്കുന്നതിനിടയിൽ യതീന്ദ്രദാസ് പഠിച്ചു ഡോക്ടറായി. പിന്നീട് അവൻ വിവാഹം കഴിച്ചത് നിഷാദൻ നീലകണ്ഠന്റെ മകളെയാണ്. അതൊരു പ്രേമവിവാഹമായിരുന്നെങ്കിൽ മാസ്റ്റർ ഇത്രത്തോളം വിഷമിക്കില്ലായിരുന്നു. നിഷാദൻ നീലകണ്ഠൻ കൊളോണിയൽ അധികാരിവർഗ്ഗത്തിന്റെ ദത്തുപുത്രനായിരുന്നു. കൈക്കൂലിവാങ്ങാനും കൊടുക്കാനും മിടുക്കനായിരുന്നു. പലവട്ടം മാധവൻമാസ്റ്റർ നീലകണ്ഠനെതിരെ സംസാരിച്ചിട്ടുണ്ട്. ഒരിക്കൽ പൊലീസ് മൈതാനിയിൽവെച്ച് വിമർശിച്ചു സംസാരിച്ചതിന്റെ പേരിൽ പൊലീസ് ഓഫീസറായിരുന്ന നീലകണ്ഠൻ തന്റെ കീഴിലുള്ള എല്ലാ സ്റ്റേഷനിലെയും ലോക്കപ്പു മുറികളിൽക്കയറി സ്വാതന്ത്ര്യസമരസേനാനികളെ തേടിപ്പിടിച്ച് രണ്ടുമൂന്നു റൗണ്ട് തല്ലുകയായിരുന്നു. അതിന്റെ പേരിൽ നീലകണ്ഠൻപ്രയോഗമെന്ന തല്ലുമുറതന്നെ പ്രയോഗത്തിൽ വന്നു. ഇതിനൊക്കെപ്പുറമേ നീലകണ്ഠൻ മാധവൻ മാസ്റ്റർക്കെതിരെ മാനനഷ്ടത്തിനും കേസുകൊടുത്തിരുന്നു. ഇതെല്ലാം പഴയ കഥകളായിരിക്കുമ്പോൾത്തന്നെ നിഷാദൻ നീലകണ്ഠന് ഔദ്യോഗികജീവിതത്തിൽ ഉയർച്ചമാത്രമേ ഉണ്ടായിരുന്നുള്ളൂ. നിഷാദൻ നീലകണ്ഠൻ ഏറ്റവും ഉയർന്നത് സ്വാതന്ത്ര്യലബ്ധിക്കുശേഷമായിരുന്നു എന്നും കഥയിൽ സൂചനയുണ്ട്. സ്വാതന്ത്ര്യലബ്ധിക്കു ശേഷം സ്വാതന്ത്ര്യസമരകാലഘട്ടത്തിലുണ്ടായ ദേശീയ ബോധത്തിനെതിരേ പതിന്മടങ്ങ് ശക്തിയോടെ കൊളോണിയൽ ദേശീയതയുടെ അംശങ്ങൾ തിരിച്ചുവന്നു. ഇതെല്ലാം ഓർക്കുകയായിരുന്ന അയാൾ ചോദ്യോത്തര രൂപത്തിലുള്ള മാധവൻമാസ്റ്ററുടെ ആ പഴയ സംഭാഷണശൈലി ഓർത്തെടുത്തു. പക്ഷേ, ഇന്ന് ആ സ്വരദീനതയിൽ രോഗാതുരയായ ഒരു രാഷ്ട്രത്തെ അയാൾ കണ്ടു. ആ സമയത്താണ് തൊട്ടടുത്ത മെഡിക്കൽസ്റ്റോറിൽനിന്നും ഒരാൾ മൂന്നാഴ്ചത്തെ മെഡിക്കൽബില്ലിന്റെ കുടിശ്ശികയുമായി വന്നത്. അപ്പോൾ മാധവൻ മാസ്റ്റർ അയാളോട് ഇന്ന് ട്രഷറി മുടക്കമായതുകൊണ്ട് നാളെ വരാൻ ആവശ്യ പ്പെട്ടു. വളരെനേരം ചിന്തിച്ചതിനുശേഷമാണ് അയാൾക്ക് മാധവൻമാസ്റ്ററും ട്രഷറിയും തമ്മിലുള്ള ബന്ധം മനസ്സിലായത്. ഈ അടുത്തകാലത്തായി മാധവൻ

മാസ്റ്ററെപ്പോലെയുള്ളവർക്ക് ഇരുനൂറുരൂപ പെൻഷൻ അനുവദിച്ചകാര്യം അയാൾ ഓർത്തു. മെഡിക്കൽ ഷോപ്പിൽനിന്നുവന്ന ആൾ മറ്റൊന്നുകൂടി മാധവൻമാസ്റ്ററെ ഓർമ്മിപ്പിച്ചു. ഇനി ഇൻജക്ഷൻ ചെയ്യാൻ മരുന്നു ഷോപ്പിൽ നിന്ന് ആരെയും അയയ്ക്കാൻ പറ്റില്ല. വേറെ ആരെയെങ്കിലും കണ്ടുവെക്കണം. അതുപറഞ്ഞ ആഗതൻ ധൃതിയിൽ പോവുകയും ചെയ്തു. പെട്ടെന്നാണ് അയാൾക്ക് മാസ്റ്ററുടെ മകനായ യതീന്ദ്രദാസിനെ ഓർമ്മവന്നത്. യതീന്ദ്ര ദാസിനെക്കുറിച്ച് ചോദിച്ചപാടേ മാസ്റ്റർ പറഞ്ഞു. യതീന്ദ്രദാസ് ഇപ്പോൾ ഇംഗ്ലണ്ടിലാണ്. അവൻ ഇന്ത്യൻപൗരത്വം ഉപേക്ഷിച്ച് ബ്രിട്ടീഷ്പൗരത്വം എടുത്തിരിക്കുന്നു. ഒരുകാര്യം കൂടി പറഞ്ഞ് അവസാനിപ്പിച്ചു. അവൻ അവന്റെ യതീന്ദ്രദാസ് എന്ന പേരു കൂടി ഉപേക്ഷിച്ചാൽ വളരെ നന്നായിരുന്നു. രൂക്ഷമായ സാമൂഹികവിമർശ നമാണ് ഈ കഥ നിർവ്വഹിക്കുന്നത്.

6.4. അവിൽപ്പൊതി

വ്യത്യസ്തകാലങ്ങളിൽ, വ്യത്യസ്ത സാമൂഹ്യസന്ദർഭങ്ങളിൽ കഥാപാത്രങ്ങളുടെ മനോഗതികളും പ്രവൃത്തികളും വായനക്കാരന് താരതമ്യം ചെയ്യാൻ പാകത്തിൽ വൈരുദ്ധ്യാത്മകമായി അവതരിപ്പിച്ചു കൊണ്ടാണ് സി വി ശ്രീരാമൻ തന്റെ കഥകളെ മുന്നോട്ട് കൊണ്ടുപോകുന്നത്. 'അവിൽപ്പൊതി' നമ്മളിലെല്ലാം നിലനില്ക്കുന്ന ഒരു പൂർവ്വസാമൂഹികസ്മൃതിയാണ്. അതിനെ പുതിയ കാലവുമായി ബന്ധപ്പെടുത്തി ആധുനികദേശരാഷ്ട്രത്തിനു സംഭവിച്ച അപചയമായാണ് കഥാകൃത്ത് 'അവിൽപ്പൊതി' എന്ന കഥയിലൂടെ അവതരിപ്പിക്കുന്നത്. ഒരുകാലത്ത് കീഴാളരുടെ ശക്തമായ പിൻബലത്തോടെ പോരാട്ടവും ഒളിവുജീവിതവുമൊക്കയായി ഒരു ദേശത്തെ സംരക്ഷിക്കാനും അതുവഴി സമ്പൂർണ്ണ സ്വാതന്ത്ര്യം നേടാനും ആത്മാർത്ഥമായി ശ്രമിച്ച ഒരു നേതാവിന് പില്ക്കാലത്ത് സംഭവിച്ച മൂല്യച്യുതി ഇവിടെ വിഷയമാവുന്നു. ഗ്രാമത്തിലെ കലാസമിതിപ്രവർത്തകനായ ആനന്ദക്കുട്ടൻ കലാസമിതിയുടെ ഉദ്ഘാടനത്തിനായി പഴയ നേതാവിനെ ക്ഷണിക്കുകയാണ്. നേതാവാകട്ടെ ഒട്ടനവധി ജനകീയപോരാട്ടങ്ങളിലൂടെ, പുരോഗമനപ്രസ്ഥാനത്തിലൂടെ മുന്നോട്ടു വന്ന വ്യക്തിയാണ്. അയാളിപ്പോൾ ഡൽഹിയിലുമാണ്. അദ്ദേഹത്തെയാണ് കലാസമിതി ഉദ്ഘാടനത്തിനുവേണ്ടി ഇപ്പോൾ ക്ഷണിച്ചിരിക്കുന്നത്. പലപ്പോഴും കഥയ്ക്കകത്തെ ഒരു കത്തിലൂടെ ഒരു കഥാപാത്രത്തിന്റെ മനോഗതിയും പ്രവൃത്തിയും വെളിപ്പെടുത്താൻ കഥാകൃത്തിനു കഴിയാറുണ്ട്. പഴയ ജനകീയനേതാവിന്റെ മറുപടിക്കത്തിലൂടെയാണ് കഥ ആരംഭിക്കുന്നത്. അത് ഇങ്ങനെയാണ്:

"നിങ്ങളുടെ കലാസമിതിക്കു സ്വന്തമായി ഒരു കെട്ടിടമുണ്ടാക്കാൻ പോകുന്നു എന്നറിഞ്ഞതിൽ സന്തോഷിക്കുന്നു. ക്ഷണം സ്വീകരിച്ചിരിക്കുന്നു. ഞാൻ വന്ന് ഉദ്ഘാടനം ചെയ്യുന്നതാണ്. അങ്ങോട്ടു മറ്റെന്തെങ്കിലും കാര്യവുമായി യോജിപ്പിച്ചിട്ടു വരാം. തിരിച്ചു വരാനുള്ള പ്ലെയിൻ

ഫെയർ തന്നാൽ മതി. പിന്നെ എയർപോർട്ടിൽ നിന്ന് അവിടേക്ക് ഒരു കാറും അറെയ്ഞ്ച് ചെയ്യണം. ഇതേ സീറ്റിലുള്ള ചിലർ നിർദ്ദേശിക്കുന്നതുപോലെ ഒരു ഫോറിൻ കാർ അയക്കണമെന്നു പറയാനുള്ള അഹങ്കാരമൊന്നും എനിക്കില്ല. എങ്കിലും ടാക്സി ആകരുത്. ബ്രാൻഡ് ന്യൂ ആകണമെന്നില്ലെങ്കിലും പഴയമോഡലൊന്നും ആകരുത്. കാറിന്റെ പിൻസീറ്റിൽ ഞാൻ മറ്റാരെയും കയറ്റില്ല. പിന്നെ താമസിക്കുന്നതിന് ടൂറിസ്റ്റ് ഹോമിൽ ഒരു സ്യൂട്ട് നേരത്തേ റിസർവ്വ് ചെയ്തിടണം. സ്യൂട്ട് എന്നു പറഞ്ഞാൽ താങ്കൾക്ക് അറിയുമായിരിക്കില്ല. ബെഡ്റൂമും സ്വീകരണമുറിയും ചേർന്ന ഹോട്ടൽമുറി."

ഇങ്ങനെ നീണ്ടുപോകുന്ന എഴുത്തിന്റെ ഒടുവിൽ ചേമയുടെ കത്തു കിട്ടിയ കാര്യവും നേതാവ് സൂചിപ്പിക്കുന്നുണ്ട്. നേതാവും ചേമയുമായുള്ള ബന്ധം സന്ദർഭം വച്ച് വിശദീകരിക്കേണ്ട ഒന്നാണ്. വളരെ ചെറുപ്പത്തിൽത്തന്നെ ആ നാട്ടിലെ ഒരു സമ്പന്നകുടുംബത്തിലെ ഗൃഹനാഥയെ പരിചരിക്കാൻ എത്തിയവളാണ് ചേമ. ചേമ എന്ന പേര് ആ വീട്ടിലെ ഒരു ചെറിയ കുട്ടി ചെറിയമ്മ എന്നു വിളിക്കാനാഞ്ഞത് ലോപിച്ച് ചേമ എന്നായതാണ്. ആ വീട്ടിലെ ഗൃഹനാഥയുടെ ചുമതല ഏറ്റെടുത്ത് അഞ്ചു കുട്ടികളുടെയും അമ്മയായി അവരെയെല്ലാം ഒരു കരയ്ക്കെത്തിച്ചത് ചേമയായിരുന്നു. അതുകൊണ്ടുതന്നെ ചേമയെ കൈവിടാൻ ആ വീട്ടിലെ ആർക്കും കഴിഞ്ഞില്ല. ഒടുവിൽ വീടും വീട്ടുവകകളും ചേമയ്ക്ക് ജീവനാംശമായി നല്കുകയും ചെയ്തു. ഗൃഹനാഥ മരിച്ചുപോവുകയും എല്ലാവരും കൂടൊഴിഞ്ഞ ആ വീട്ടിൽ ചേമ ഇപ്പോൾ ഒറ്റയ്ക്കു കഴിയുകയാണ്.

കഥയിലെ നേതാവ് ഈ വീട്ടിലെ ഒരു പെൺകുട്ടിയെയാണ് വിവാഹം കഴിച്ചിരിക്കുന്നത്. കുട്ടിക്കാലത്ത് ഒഴിവുകാലങ്ങളിൽ ഈ നേതാവ് അവരുടെ അതിഥിയായി വന്നെത്തുമായിരുന്നു. അന്നൊന്നും ആ സമ്പന്നഗൃഹത്തിൽനിന്ന് ഒരു പെൺകുട്ടിയെ മോഹിക്കാൻ അയാൾക്ക് അർഹതയുണ്ടായിരുന്നില്ല. പിന്നീടുള്ള ഒളിവുജീവിതവും പാർട്ടിപ്രവർത്തനവും അതിനുശേഷമുള്ള തലസ്ഥാനനഗരിയിലേക്കുള്ള വളർച്ചയും ആരെയും അമ്പരപ്പിക്കുന്നതായിരുന്നു. കൊള്ളിമീനിന്റെ വേഗത്തിൽ സമൃദ്ധിയിലേക്കുയർന്നപ്പോൾ അയാൾക്ക് ചേമയുടെ വീട്ടിൽനിന്നുതന്നെ പ്രൊപ്പോസൽ ആകാമെന്നായി. ജാമാതാവായിത്തീർന്നിട്ടും അവിടെ വരുമ്പോഴൊക്കെ സ്വയം ചെറുതാവുന്നതായി അയാൾക്കു തോന്നിയിരുന്നു. ഒരു ചെറിയ കഥയ്ക്കകത്തും ഒരു വലിയ കഥയുടെ പരിതോവസ്ഥ സൃഷ്ടിക്കാൻ സി വി ശ്രീരാമൻ ശ്രമിക്കുന്നുണ്ട്. ഈ നേതാവിനെയാണ് കലാസമിതിയുടെ കെട്ടിടത്തിന്റെ ഉദ്ഘാടനത്തിനായി ആനന്ദക്കുട്ടൻ ക്ഷണിക്കുന്നത്. ആനന്ദക്കുട്ടന്റെ ക്ഷണക്കത്തിനോടൊപ്പം ചേമയുടെ കത്തും നേതാവിന് ലഭിക്കുന്നുണ്ട്. കലാസമിതി ഉദ്ഘാടനത്തിനെത്തുന്ന നേതാവിന്റെ ആദ്യജീവിതചിത്രം നേതാവയച്ച കത്തിൽ നിന്നുതന്നെ ലഭിക്കുന്നുണ്ട്. ഉദ്ഘാടനത്തിരക്കിനിടയിൽ ചേമയെ കാണാൻ നേതാവ് ആ വീട്ടിലെത്തുന്നുണ്ട്. ഗ്രാമ

പാരമ്പര്യവും കൃഷിയുമൊക്കെയായി ആ വീട്ടിലൊതുങ്ങുന്ന ചേമയെ അമ്പരിപ്പിക്കുന്ന പുത്തൻകൊളോണിയൽ നിലവാരങ്ങളാണ് നേതാവ് പ്രദർശിപ്പിക്കുന്നത്. തന്റെ കൈയിൽ കരുതിയിരിക്കുന്ന ഫോറിൻ ഹോർലിക്സും ഹൈജീനിക് ബിസ്കറ്റുകളും സ്വയം വിളമ്പി അയാൾ ചേമയുടെ നാട്ടുസൽക്കാരങ്ങളെല്ലാം നിരസിക്കുന്നു. പിന്നെ ചേമയ്ക്കു നല്കാനുണ്ടായിരുന്നത് പഴയ വേലായുധന്റെ ഭാര്യ നാരായണി കൊണ്ടു വന്ന ഒരു പൊതി അവിലാണ്. കഥയിലെ ബലങ്ങളും പ്രതിബലങ്ങളും ഈ ഒരു അവിൽപ്പൊതി യിലാണ് കഥാകൃത്ത് കേന്ദ്രീകരിച്ചിരിക്കുന്നത്. അവിൽപ്പൊതിയുടെ പിന്നിൽ കറകളഞ്ഞ മനുഷ്യസ്നേഹത്തിന്റെ ഒരു വലിയ മാതൃകയുണ്ട്. അനവധി കാലങ്ങൾക്കുശേഷവും അല്പം പോലും നശിക്കാത്ത ബാല്യകാലജീവിതത്തിന്റെ ഓർമ്മകളുണ്ട്. ഇവിടെയാണ് ഓർമ്മകളെ ഒരെഴുത്തുകാരൻ രാഷ്ട്രീയമായി ദർശിക്കുന്നത്. നമ്മുടെ സമൂഹത്തിന് സംഭവിച്ച ധാർമ്മികാധഃപതനത്തിന്റെ പ്രതീകമായി കഥ മാറുന്നു. കഥയ്ക്കകത്ത് ഉപകഥകൾ ചേർത്തുവെക്കാനുള്ള കഥാകൃത്തിന്റെ കൈയൊതുക്കവും ഇവിടെ ശ്രദ്ധേയമാണ്. ഇവിടുത്തെ അവിൽപ്പൊതിക്കു പിന്നിലെ ഉപകഥ ഇങ്ങനെയാണ്. അന്നുരാത്രി പെരുമഴയത്ത് നേതാവിന്റെ ഒളിവുജീവിതം വേലായുധന്റെയും നാരായണിയുടെയും ചാളയിലായിരുന്നു. ഉറങ്ങാതെ അവർ രണ്ടുപേരും അയാൾക്കായി കാവൽ ഇരിക്കുമായിരുന്നു. ഇന്ന് നേതാവിന് ഓർക്കാൻ വെറുപ്പുതോന്നുന്ന, എന്നാൽ, മറന്നുപോകാത്ത ഒരു ചരിത്രകഥ നിലനില്ക്കുന്നു. 1950 ആഗസ്ത് 25-ാം തീയതി രാത്രി രണ്ടുമണിക്ക് വേലായുധനും നാരായണിയും ചേർന്ന് അവിലിടിച്ച് ശർക്കരയും തേങ്ങാക്കൊത്തും ചേർത്ത് പിഞ്ഞാണത്തിൽ വച്ചുതന്നത് ഒരുപിടി വാരിതിന്നപ്പോളായിരുന്നു ആമ്ഡ് പോലീസുകാർ കുടിലിലേക്ക് ഓടിക്കയറിയത്.

ഇന്ന് അയാൾ ചേമയുടെ വീട്ടിലേക്കു വന്നപ്പോൾ അയാളെ കാത്തിരുന്ന അവിൽപ്പൊതി ആ പഴയ നാരായണിയുടേതായിരുന്നു. ഒരുതരത്തിലുള്ള ഹൈജീനും ഒബ്സർവ് ചെയ്യാത്ത ആ അവിലുണ്ടാക്കുന്നവിധം പഴയ നേതാവിനെ മടുപ്പിച്ചു. നാരായണി അവിൽ കൊണ്ടുവന്നത് അവരുടെ മകന് ജോലിക്കുള്ള ശുപാർശയ്ക്കാണെന്ന് നേതാവ് തെറ്റിദ്ധരിച്ചു. അപ്പോൾ നേതാവിന്റെ പഴയ വിപ്ലവവീര്യം പുതിയ അവസരവാദത്തിനു വഴിമാറി. വേലായുധന്റെ ചെക്കന് ജോലിയുണ്ടാക്കിക്കൊടുക്കാനല്ല നാടിന്റെ മുഴുവൻ മോചനത്തിനാണ് താൻ ഒളിവിൽ പോയതെന്ന് അയാൾ പ്രഖ്യാപിക്കുന്നു.

ഒടുവിൽ ചേമയുടെ ചില വെളിപ്പെടുത്തലുകളോടുകൂടിയാണ് കഥ അവസാനിക്കുന്നത്. നാരായണി ഇപ്പോൾ ഭ്രാന്തിയാണെന്നും അവിലിന്റെ കാര്യമൊക്കെ അവൾ മറന്നിട്ടുണ്ടാകുമെന്നും പത്താം ക്ലാസും ടൈപ്പ്റൈറ്റിങ്ങും പാസായ കവികൂടിയായ അവരുടെ മകൻ ഒരു വർഷംമുമ്പ് ആത്മഹത്യ ചെയ്തെന്നും ഒരു പൊട്ടിച്ചിരിയോടെ ചേമ അയാളെ അറിയിച്ചു.

ചെറുകഥയുടെ പരിമിതിക്കകത്ത് ഇവിടുത്തെ കഥാപാത്രങ്ങളുടെ വളർച്ചയും തളർച്ചയും ശ്രദ്ധേയമാണ്. ചേമയുടെ വളർച്ച വീട്ടുപണിക്കാരി യിൽനിന്ന് ഗൃഹനാഥയിലേക്കുള്ളതാണ്. തന്റെ ജീവിതവും ആത്മാർത്ഥതയുംകൊണ്ട് അഞ്ചു കുഞ്ഞുങ്ങളെ അണച്ചുപിടിച്ച് നിസ്വാർത്ഥമായി വളർത്തി വലുതാക്കിയ അവരുടെ മനസ്സും പക്വത നേടിയിരുന്നു. നൈസർഗ്ഗികമായി ആ വളർച്ചനേടിയ ശക്തികൊണ്ടാണ് രൂപവും ഭാവവും മാറി വന്ന പഴയ നേതാവിന്റെ മുന്നിലും അവൾ പ്രതിരോധിച്ചുനിന്നത്. ചേമയിൽനിന്ന് വരയ്ക്കുന്ന നേർവരയിലൂടെ ആ കുടുംബത്തിലേക്ക് ജാമാതാവായിവന്ന അയാളിലെത്തുമ്പോൾ പ്രാദേശികതയും ദേശീയതയും ഏതർത്ഥത്തിൽ വഴിമാറി എന്നും നാം ചിന്തിക്കേണ്ടതാണ്. ഒരുകാലത്ത് നേതാവിന് അഭയമായിരുന്ന കീഴാളകുടുംബത്തിലെ നാരായണിക്കും അടുത്ത തലമുറയിലെ മകനും എന്തു സംഭവിച്ചു എന്നും ഈ കഥ വെളിപ്പെടുത്തുന്നു.

ഇത് കണ്ടെത്തപ്പെട്ട ഒരു ചരിത്രമാണ് ബലങ്ങളും പ്രതിബലങ്ങളും ചേർന്ന ഒരു വ്യവസ്ഥയാണ് അവിൽപ്പൊതി സൃഷ്ടിക്കുന്നത്. കൊളോണിയൽ വിപ്ലവത്തിലേക്കും പാർലമെന്ററി വ്യാമോഹത്തിലേക്കും വഴിമാറിയ പഴയ ദേശീയപോരാളിക്ക് അവിൽപ്പൊതി മടുപ്പിക്കുന്ന സെന്റിമെന്റ്സ് മാത്രമാണ്. എന്നാൽ മകന്റെ ദുരന്തമരണത്തിൽ മനംനൊന്ത് സമനില തെറ്റിയ നാരായണിക്ക് അവിൽപ്പൊതി ഇപ്പോഴും സായുജ്യമുണർത്തുന്ന സ്മരണതന്നെയാണ്. നാരായണിയുടെ മകന് ഒരു ജോലി ആവശ്യപ്പെടുമ്പോൾ സ്വാർത്ഥതയുടെ കണക്കുകൾ നിരത്തുന്ന വിപ്ലവകാരികളുടെ ജീർണ്ണതയാണ് നേതാവ് പ്രകടിപ്പിക്കുന്നത്. നേതാവിന്റെ കാപട്യം നേതാവിനുതന്നെ ബോദ്ധ്യപ്പെടുത്തിക്കൊടുക്കുന്ന ചേമയാകട്ടെ വളരെ ഉയർന്ന വിതാനത്തിൽ വർത്തിക്കുന്ന കഥാപാത്രവുമാകുന്നു. നേതാവിന്റെ ഉയരങ്ങളെയൊക്കെ റദ്ദുചെയ്യുന്ന ഭാവമാണ് എല്ലാമറിയുന്ന ചേമയുടെ ചിരി.

ആഖ്യാനവൈവിദ്ധ്യങ്ങളും ആധികാരികതയും

സി വി ശ്രീരാമന്റെ മേൽസൂചിപ്പിച്ച കഥകളെ വിശകലനം ചെയ്യുമ്പോൾ വിശകലനം ചെയ്യപ്പെടുന്ന കാലത്തിന്റെ സത്യാത്മകതകളിലേക്കല്ല പ്രബന്ധത്തിന്റെ അന്വേഷണം ചെന്നെത്തുന്നത്. മറിച്ച്, രചനാകാലഘട്ടത്തിലെ ദേശീയതാസങ്കല്പനങ്ങളിലേക്കും അതിന്റെ പരിണാമങ്ങളിലേക്കുമാണ്. കഴിഞ്ഞകാല ചരിത്രാനുഭവങ്ങളെ സവിശേഷ നിലപാടുകളിൽ പുനർനിർമ്മിക്കുന്നു എന്ന നിലയിലും അപനിർമ്മിക്കുന്നുവെന്ന നിലയിലുമാണ് ഈ പില്ക്കാലപ്രതിനിധാനങ്ങൾ പ്രധാനമാകുന്നത്.

ദേശീയതയെക്കുറിച്ചുള്ള ഒരു പഠനത്തിന് സഞ്ചരിക്കേണ്ടിയിരിക്കുന്ന വ്യത്യസ്തവഴികളെ തുറന്നിടാൻ പര്യാപ്തമായ ഉപാദാന

ങ്ങളാണ് സി വി ശ്രീരാമന്റെ ചെറുകഥകൾ. പ്രമേയത്തിൽ, അതുൾച്ചേർന്നിരിക്കുന്ന കെട്ടുപാടുകളിൽ, രചനാസങ്കേതങ്ങളിൽ, നാടിനെയും രാഷ്ട്രത്തെയും ലോകത്തെയും നോക്കിക്കാണുന്ന രീതികളിൽ വേറിട്ടൊരു പതിപ്പാണ് ഈ ചെറുകഥകൾ. 1930 മുതൽ 1970 വരെയുള്ള കേരളീയാനുഭവങ്ങളാണ് കഥകളിൽ ഉൾക്കൊണ്ടിട്ടുള്ളത് എന്ന് സാമാന്യമായി പറയാം. ഒരു നാടിന്റെ സ്വാതന്ത്ര്യത്തിനുമുമ്പുള്ള ഉണർച്ചകളും സ്വാതന്ത്ര്യത്തിനുശേഷമുള്ള അവസ്ഥാവിശേഷങ്ങളും അതുപോലെ ഒരു നാട് രാഷ്ട്രത്തിന്റെയും ലോകത്തിന്റെയും ഭാഗമായി എങ്ങനെ വിഭാവനം ചെയ്യപ്പെടണമെന്നുള്ള കാഴ്ചകളും ഈ ചെറുകഥകളിലൂടെ സി വി ശ്രീരാമൻ അവതരിപ്പിക്കുന്നുണ്ട്. ഒരു നാട് അതിന്റെ തനതുവഴികളിലൂടെ എങ്ങനെ ആധുനികീകരിക്കപ്പെടുന്നുവെന്നും അത്തരത്തിൽ എങ്ങനെയാണ് അത് രാഷ്ട്രത്തിലേക്ക് കണ്ണിചേർക്കപ്പെടുന്നത് എന്നുമുള്ള കഥകൂടിയാണിത്. പാരമ്പര്യം ഏതൊക്കെ വഴികളിലൂടെയാണ് പുതിയ ഘട്ടത്തിലേക്ക് പ്രവേശിക്കുന്നതെന്ന കാര്യം വളരെ പ്രധാനപ്പെട്ടതാണ്. ദേശീയ സ്വാതന്ത്ര്യപ്രസ്ഥാനമായ കോൺഗ്രസ്, അതിന്റെതന്നെ പിരിവുകൾ, കമ്യൂണിസ്റ്റു പാർട്ടി, കർഷകപ്രസ്ഥാനങ്ങൾ, കൂടാതെ ആധുനികതയുടെ മറ്റു സ്ഥാപനങ്ങൾകൂടിയായ വിദ്യാഭ്യാസ സംവിധാനങ്ങൾ വായനശാല എന്നിങ്ങനെയുള്ള വ്യവസ്ഥകൾ. ഇവയ്ക്കെതിരായും ചിലപ്പോൾ അനുകൂലവുമായുള്ള പാരമ്പര്യത്തിന്റെയും പരിവർത്തനത്തിന്റെയും ചെറുത്തുനില്പുകൾ എന്നിവയൊക്കെ കൂടിച്ചേരുന്ന ഒരു സംഘർഷാത്മക ഇടമാണ് കഥ.

"പാരമ്പര്യത്തെ എങ്ങനെ പുതുക്കിയെഴുതുന്നുവെന്നത് ആധുനികമായ ഒരു ലോകബോധത്തിലേക്ക് പ്രവേശിക്കുമ്പോൾ ഏറ്റവും പ്രധാനപ്പെട്ട വിഷയമാണ്. ഏതൊക്കെയാണ് പാരമ്പര്യങ്ങൾ, അവ എങ്ങനെയാണ് പാരമ്പര്യഘടനയുടെ ഭാഗമായി പൊതുവെ മനസ്സിലാക്കപ്പെട്ടത്, പാരമ്പര്യംതന്നെയും ഏതുതരം നിർമ്മിതികളാണ്, പുതിയ ബോദ്ധ്യങ്ങളിലേക്ക് അത് എങ്ങനെയാണ് പരിവർത്തനപ്പെടുന്നത്, അത്തരം പരിവർത്തനത്തിന്റെ പലതായ വഴികൾ ഏതൊക്കെയാണ്, അഥവാ പരിവർത്തനങ്ങൾ തന്നെ അസാദ്ധ്യമാകുന്ന ഒരു ഘടനയുടെ തുടർച്ചകൾ എങ്ങനെയാണ് പുതിയഘടനയോട് ഇടഞ്ഞും ഇണങ്ങിയും ജീവിച്ചുപോരുന്നത് എന്നീ വിഷയങ്ങൾ പ്രധാനമാണ്."

വിവിധ കഥകളിലൂടെ പാരമ്പര്യത്തിന്റെ പല വഴികളെ പ്രതിനിധീകരിക്കുന്ന നിരവധിജീവിതങ്ങളെ സി വി ശ്രീരാമൻ ചിത്രീകരിച്ചിട്ടുണ്ട്. ഒരർത്ഥത്തിൽ ഏതൊരാളും പാരമ്പര്യത്തെ തനതായവഴികളിൽ പ്രതിനിദാനം ചെയ്യുക എന്നാണ് പറയേണ്ടത്. അങ്ങനെയാകുമ്പോൾ പാരമ്പര്യമെന്നത് ഏകവചനമല്ലാതാകും. അത്തരം പലതായ പാരമ്പര്യങ്ങളെ രാഷ്ട്രത്തിനനുഗുണമായി എങ്ങനെ ഒതുക്കിയെടുക്കുന്നു എന്നത് പ്രധാനപ്പെട്ട ഒന്നാണ്. ഈ വൈരുദ്ധ്യങ്ങളുമായുള്ള നിരവധി സംവാദങ്ങൾ സി വി ശ്രീരാമന്റെ കഥകളിൽ കാണാം.

'യതീന്ദ്രദാസിന്റെ ആത്മാവ്' എന്ന കഥയിൽ സ്വാതന്ത്ര്യസമര പ്രവർത്തകനായ മാധവൻമാസ്റ്ററുടെ മൗലികമായ ദേശീയബോധത്തിന്റെ പ്രതീകമായാണ് സ്വന്തം മകന് യതീന്ദ്രദാസ് എന്ന പേരുനല്കുന്നത്. ബ്രിട്ടീഷുകാർക്കെതിരെ അറുപത്തിനാലുദിവസം നിരാഹാരമെടുത്തു മരിച്ച യതീന്ദ്രദാസിന്റെ ആത്മാവാണ് തന്റെ മകനിൽ കുടികൊള്ളുന്നത് എന്ന ഉറച്ച വിശ്വാസമായിരുന്നു മാധവൻമാസ്റ്റർക്ക്. കഥയുടെ ഒടുവിൽ ദുഃഖിതനും രോഗിയുമായ മാധവൻമാസ്റ്റർ തനിക്കുവേണ്ട കുത്തിവെപ്പിനോ ഒരു നേരത്തെ മരുന്നുവാങ്ങാനോ നിവൃത്തിയില്ലാത്ത അവസ്ഥയിൽ മകൻ ബ്രിട്ടീഷ്പൗരത്വമെടുത്ത് ഡോക്ടറായി അവിടെ സേവനം നടത്തുകയാണ്. സ്വാതന്ത്ര്യസമരകാലഘട്ടത്തിൽ സജീവമായ ഇന്ത്യൻദേശീയതയ്ക്കു പില്ക്കാലത്ത് സംഭവിച്ച ദുരന്തം യതീന്ദ്രദാസിലൂടെ എഴുത്തുകാരൻ ആവിഷ്കരിക്കുന്നു. കഥാന്ത്യത്തിൽ യതീന്ദ്രദാസ് തന്റെ പേരുകൂടി ഉപേക്ഷിച്ചിരുന്നെങ്കിൽ എന്ന് മാധവൻമാസ്റ്റർ വേദനയോടെ ചിന്തിക്കുന്നു.

യൂറോപ്പിന്റെ അനുകരണവും ആവർത്തനവുമാണ് നമ്മുടെ രാഷ്ട്രീയസങ്കല്പം എന്ന വാദത്തെ യാതൊരു തരത്തിലും പിൻപറ്റുന്നവയല്ല സി വി ശ്രീരാമന്റെ കഥകൾ. എന്നാൽ കൊളോണിയൽ അംശങ്ങളെ, ഓർമ്മകളെ തന്റെ കഥകളിലേക്ക് കൊണ്ടുവരാൻ സി വി ശ്രീരാമൻ ശ്രമിക്കുന്നുമുണ്ട്. തദ്ദേശീയമായ ആധുനികതയുടെയും വഴികളന്വേഷിക്കുന്നതിലും അതിലേക്കുള്ള സൂചനകൾ നല്കുന്നതിലുമാണ് കഥകൾ ഊന്നുന്നത്. കോളനീകരിക്കപ്പെട്ട ജീവിതലോകം ഒരു പൊതു പാരമ്പര്യമായി കഥകളിൽ നിലനില്ക്കുന്നുണ്ട്.

'കലർപ്പില്ലാതെ' എന്ന കഥയിൽ കോളണീകരിക്കപ്പെട്ട ജീവിതബോധമാണ് പൊതുപാരമ്പര്യമായി നിലനില്ക്കുന്നത്. ഒപ്പംതന്നെ നവോത്ഥനപാരമ്പര്യത്തിന്റെ പ്രശ്നവല്ക്കരണം എന്ന നിലയിൽ കലർപ്പില്ലാത്ത ഏറനാടൻമാപ്പിള സംസ്കാരത്തെ കഥയിലൂടെ കൊണ്ടുവരുന്നു. ആന്തമാനിലെ മാപ്പിളമാരുടെ, രണ്ടാംതലമുറയിൽപ്പെട്ട, കലർപ്പില്ലാത്ത ഏറനാടൻഭാഷ സംസാരിക്കുന്ന വൃദ്ധയാണ് കഥയിലെ കഥാപാത്രം. അവരുടെ ബാപ്പയെ മലബാർ കലാപകാലത്ത് ആന്തമാനിലേക്ക് നാടുകടത്തിയതാണ്. ആഖ്യാതാവ് കഥ ആരംഭിക്കുന്നത് വൃദ്ധയെ കേന്ദ്രീകരിച്ചുകൊണ്ടല്ല. പക്ഷേ, കഥ തുടങ്ങുന്നത് പ്രകൃതിഭംഗിയും ഓർമ്മയും ഗൃഹാതുരത്വവും കെട്ടുപിണഞ്ഞു കിടക്കുന്ന തുറമുഖത്തിന്റെ ഒന്നരപ്പേജോളം നീണ്ട വിവരണത്തിലൂടെയാണ്. ഇതാകട്ടെ കൊളോണിയൽഗൃഹാതുരത്വസ്മരണകളുമാണ്. കുറച്ചുകാലം മുമ്പുവരെ അവിടെ അടുത്തിരുന്ന ഗ്രീക്ക്ചരക്കുകപ്പലുകൾ, യൂറോപ്പിൽ റെയിൽവേ സ്ലീപ്പറുകൾക്ക് ഉപയോഗിച്ചിരുന്ന ഗർജൻ പടാക്ക് മരങ്ങൾ, ഗേങ്വേയിലിരുന്ന് പേർഷ്യൻജഗ്ഗിൽ ബിയർ മുക്കിക്കുടിച്ച് കരുവാളിച്ച ബ്രഡ് കടിച്ചു തിന്നുന്ന കപ്പിത്താന്മാർ എന്നിവയെല്ലാം ഈ കഥാകൃത്തിന്റെ കൊളോണിയൽകാല വർണ്ണനകളിൽ കടന്നു വരുന്നുണ്ട്.

പിന്നീടാണ് കഥയിൽ ഒരു വൃദ്ധ കടന്നു വരുന്നത്. ബിലാനിപ്പൂരിലേക്കുള്ള ബോട്ട് കാത്തുനില്ക്കുന്ന അവർ ഒരു മാറ്റവുമില്ലാതെ ആഖ്യാതാവിനോട് തുറന്നു സംസാരിക്കുകയാണ്. നൂറ്റാണ്ടുകൾക്കു മുമ്പുള്ള ജീവിതരീതി നിലനിർത്തുന്ന, ആദിവാസിയെ കാണുന്ന പരിഷ്കൃതനായ മലയാളിയുടെ അത്ഭുതമാണ് ആഖ്യാതാവിലൂടെ പ്രദർശിപ്പിക്കുന്നത്. ആ വൃദ്ധ, തൊട്ടടുത്ത് ആധുനിക ഇംഗ്ലീഷ് ചികിത്സാരീതി ഉണ്ടായിട്ടും അകലെയുള്ള വൈദ്യശാലയിൽനിന്ന് കുഴമ്പും ലേഹ്യവും വാങ്ങിക്കാൻ പോകയാണ്. അവർ ബസിൽ കയറാറില്ല. അവരുടെ ഭാഷയാകട്ടെ ആഖ്യാതാവ് കുട്ടിക്കാലത്ത് കേട്ടിട്ടുള്ള കലർപ്പില്ലാത്ത ഏറനാടൻമൊഴിയാണ്.

"ഉമ്മാ എവിടെ പോവ്വാ?"

"ദില്ലാനിപൂർ"

"വീട് അവിടെയാ?"

"കുടിവണ്ടൂര് ബസ്തീലാ"

"പിന്നെ ദില്ലാനിപ്പൂര് ആരുണ്ട്?"

"അബടെ കോട്ടയ്ക്കൽ ആര്യവൈദ്യശാലേന്റെ യേജൻസിയുണ്ട്. അബടേന്നു കൊയമ്പും ലേഹ്യും ബേടിക്കാൻ പൂവ്വാ"

അത്ഭുതം ആരാധനയ്ക്ക് വഴിമാറിക്കൊണ്ടാണ് സി വി ശ്രീരാമൻ കഥ അവസാനിപ്പിക്കുന്നത്. ഇതെല്ലാം കാത്തുസംരക്ഷിച്ച വൃദ്ധയ്ക്കു കിട്ടിയത് അനാഥത്വമാണ്. വൃദ്ധയുടെ ഭർത്താവാകട്ടെ ആന്തമാന്റെ വികസനത്തിനുവേണ്ടി സ്വന്തം ജീവിതം ബലിയർപ്പിച്ച വ്യക്തികൂടിയാണ്. കാടു വെട്ടിത്തെളിക്കാൻ ഇറങ്ങിയ കുടിയേറ്റക്കാരായ മറ്റു മാപ്പിളമാരെപ്പോലെത്തന്നെ ക്ഷയം പിടിച്ചാണ് അയാൾ മരിച്ചത്.

അതായത് ധാർമ്മികജീവിതത്തിന്റെ പാളികളിൽ കൊളോണിയൽ ഭരണത്തിന്റെ ഫലമായി രൂപംകൊണ്ട ജീവിതരൂപങ്ങൾ എന്തൊക്കെയാണ്. അവ രൂപംകൊണ്ടത് എങ്ങനെയാണ്, പ്രവർത്തിക്കുന്നതെങ്ങനെയാണ് എന്നൊക്കെ അറിയേണ്ടതുണ്ട്. കൊളോണിയൽ ചരിത്രസങ്കല്പം ചോർത്തിക്കളഞ്ഞ ജീവിതത്തിന്റെ സജീവതയെ, പച്ചപ്പിനെ, സഹജസാന്നിദ്ധ്യത്തെ, സംഭവപരതയെ, നിലവിലുള്ള സ്വത്വസങ്കല്പങ്ങളിൽനിന്ന് പുറത്തുകൊണ്ടുവരാൻ ഈ കഥകൾ ഏതു രീതിയിൽ സഹായകമാകുന്നു എന്നുള്ള അന്വേഷണംകൂടിയാണ് ഈ കഥാപാഠനങ്ങൾ.

"ചരിത്രം പലപ്പോഴും മനുഷ്യന്റെ സ്ഥൂലജീവിതത്തെയാണ് വിഷയമാക്കിയിട്ടുള്ളത്. എന്നാൽ സാഹിത്യത്തിലെ ചരിത്രം മനുഷ്യന്റെ സൂക്ഷ്മജീവിതത്തെയും, ഭൗതികശാസ്ത്രം, നരവംശശാസ്ത്രം, ഭൂവിജ്ഞാനീയം, തത്ത്വചിന്ത തുടങ്ങിയ ചിന്താചരിത്രത്തെയുംകൂടി സ്വീകരിക്കുന്നു."

ചരിത്രത്തെ നിയതവും ഏകശിലാത്മകവുമായ ഒന്നായി കാണാൻ കഴിയില്ല. ചരിത്രത്തിന് ഒരൊറ്റ സാദ്ധ്യതയല്ല ഉള്ളത്. ഒരു കാലത്ത്

ഒരു പ്രത്യേക ഭൂവിഭാഗത്ത് മനുഷ്യരും മറ്റ് ചരാചരങ്ങളും ചേർന്ന് രൂപപ്പെടുത്തിയെടുത്ത ചരിത്രത്തിന്റെ മറ്റ് സാദ്ധ്യതകൾ കൂടി കണക്കിലെടുക്കുന്നുണ്ട്. ചരിത്ര മനുഷ്യന്റെ അനേകം മുദ്രകൾ കാണിക്കുന്നു. അനേകം ഭാവങ്ങൾ കാണിക്കുന്നു. അതിനാൽ സാദൃശ്യമുള്ള മുഖങ്ങളും മുഖഭാവങ്ങളും തിരയുകയാണ് ആധുനികചരിത്രം.

ചരിത്രത്തിൽ ഇന്നുവരെ മനുഷ്യനു സംരക്ഷണം നല്കുന്ന ഒരു നീതിശാസ്ത്രം രൂപപ്പെടുത്തുവാൻ അധികാരകേന്ദ്രങ്ങൾ അനുവദിച്ചിട്ടില്ല. ചരിത്രം ആവർത്തനമാണ്. ഓരോ ആവർത്തനത്തിലും മനുഷ്യനോടുള്ള സമീപനത്തിൽ മാറ്റമൊന്നുമുണ്ടായിട്ടില്ല എന്നതാണ് യാഥാർത്ഥ്യം. മേൽസൂചിപ്പിച്ച വസ്തുതകൾ സി വി ശ്രീരാമൻ വിദഗ്ദ്ധമായി തന്റെ കഥകളിലുപയോഗിക്കുന്നുണ്ട്. നിരീക്ഷണവും അനുഭവവും പ്രതിഭയും ചിന്തയുംകൊണ്ട് അദ്ദേഹം ചെറുകഥയെ തനിക്കിണങ്ങുന്ന ഏറ്റവും നല്ല സാഹിത്യരൂപമായി മാറ്റിയെടുത്തിട്ടുണ്ട്. അതിനൊപ്പം ചെറുകഥയുടെ പരിമിതമായ രൂപഭാവസങ്കല്പങ്ങളിൽനിന്ന് മാറി നടക്കാനും അദ്ദേഹത്തിനു കഴിഞ്ഞിട്ടുണ്ട്. യാത്രചെയ്തും ഓർമ്മിച്ചെടുത്തും വായിച്ചറിഞ്ഞും കഥകൾക്കകത്ത് മനുഷ്യാനുഭവങ്ങളുടെ വിസ്തൃതലോകം പണിയാൻ സി വി ശ്രീരാമനു സാധിച്ചിട്ടുണ്ട്. മനുഷ്യരുടെ പ്രവൃത്തികളും സംഭാഷണങ്ങളും നിറഞ്ഞതാണ് കഥയ്ക്കകം. ഇത്തരം സംഭാഷണങ്ങളിലൊന്നും എഴുത്തുകാരൻ ഇടപെടുന്നില്ല. തന്റെ പ്രത്യയശാസ്ത്രമോ ചിന്താപദ്ധതികളോ കഥാപാത്രങ്ങളുടെ കൈയിൽ അടിച്ചേല്പിക്കുന്നുമില്ല. ഒരു വായനക്കാരനെപ്പോലെത്തന്നെ മൂന്നാമതൊരാളായി വേറിട്ടു നിന്നുകൊണ്ട് കഥാപാത്രങ്ങളെ കാണാനും അവരുടെ സംഭാഷണങ്ങളെ ശ്രദ്ധിക്കാനും എഴുത്തുകാരനു കഴിയുന്നു. ഓരോ കഥയിലും സ്ഥലകാലങ്ങൾക്ക് ആഖ്യാതാവ് നല്കുന്ന പ്രാധാന്യം ശ്രദ്ധേയമാണ്. മറ്റ് ആധുനികരായ എഴുത്തുകാർ പുലർത്തിപ്പോന്ന അമൂർത്തമായ സ്ഥലകാലാനുഭവം സി വി ശ്രീരാമന്റെ കഥകളിൽ കാണാൻ സാദ്ധ്യമല്ല.

സ്ഥലവും കാലവും വ്യക്തമാക്കിക്കൊണ്ടുള്ള ആഖ്യാനഭൂപടത്തിൽ നിന്നുകൊണ്ട് കഥാപാത്രങ്ങളുടെ നീണ്ട സംഭാഷണങ്ങൾ സി വി ശ്രീരാമന്റെ കഥകളുടെ മുഖമുദ്രയാണ്. സംഭാഷണങ്ങളില്ലാത്ത ഒരു കഥപോലും സി വി ശ്രീരാമൻ എഴുതിയിട്ടില്ല. ചില കഥകളുടെ ഭൂരിഭാഗവും സംഭാഷണങ്ങൾതന്നെയാണ്. സംഭാഷണങ്ങളൊന്നും എഴുത്തുകാരന്റെ ഭാഷയിൽ പുലരുന്നവയല്ല. മറിച്ച്. കഥാപാത്രങ്ങളുടെ പ്രാദേശികഇടങ്ങൾ - കേരളത്തിനകത്തുള്ളതും പുറത്തുള്ളതും- അവരുടെ ഭാഷണങ്ങളെ സൂക്ഷ്മതലത്തിൽ സ്വാധീനിക്കുന്നുണ്ട്.

'മുഖം പത്മദളാകാരം' എന്നകഥ വിശദമായി വിശകലനം ചെയ്യപ്പെട്ട കഥയാണ്. കഥയിലെ കേന്ദ്രകഥാപാത്രമായ റോസമ്മ മാത്തൻ അപ്രതീക്ഷിതമായി ബസിൽവച്ച് വക്കീലായ കഥാകൃത്തിനെ കാണാ

നിടവരുമ്പോഴുണ്ടാകുന്ന സംഭാഷണങ്ങളും അതിനെ അടിസ്ഥാന മാക്കിയുള്ള അവരുടെ മനോഗതികളുമാണ് കഥ. കഥ പൂർണ്ണമായും പുലരുന്നത് സംഭാഷണങ്ങളിലൂടെയാണ്. ഒരു പ്രത്യേക ഭാഗത്തെ സംഭാഷണം ഇവിടെ എടുത്തുചേർക്കുകയാണ്.

"എവിടെ പൂവ്വാണ്..."

"ഇടത്വവാ...

"നാട് അവിടെയാണോ...

"അല്ല സാറെ ഇടത്വവാ പള്ളീപോകാന്നേ... ഒരു വഴിപാട് ഒണ്ടേ. ശയനപ്രദക്ഷിണം."

"അപ്പോൾ നാട് എവിടെയാണെന്ന് പറഞ്ഞില്ലല്ലോ?"

"നാട് ചേലക്കര...

"ചേലക്കരയോ. ഭാഷ കേട്ടാൽ അങ്ങനെ തോന്നുന്നില്ലല്ലോ...?"

"നേരാ സാറെ, ഒത്തിരി നാള് കൊണ്ട് ചേലക്കര വന്ന് താമസി ക്കുവാ... സ്വന്തം നാട് തൊടുപുഴയ്ക്കടുത്ത്... വാഴക്കുളം."

ഈ സംഭാഷണം ഇതേ ശൈലിയിൽത്തന്നെ കഥാവസാനംവരെ തുടരുന്നുണ്ട്. ചേലക്കരയ്ക്ക് കുടിയേറിയ ഒരു മൂവാറ്റുപുഴക്കാരി ക്രിസ് ത്യാനിയുടെ ഭാഷാശൈലി കഥയ്ക്കകത്തേക്ക് കൊണ്ടുവന്നിരിക്കുന്നു.

'നിർമ്മലമായ പ്രഭാതം' എന്ന കഥയിലെ ഒരു ഭാഗത്തെ സംഭാഷ ണ ശൈലി എടുത്തുചേർക്കുകയാണ്.

"സേർ, ഇങ്ങടെ ആള്കള് അയച്ചതാ. ഇങ്ങടെ ആള്കള് ഇതിനെ എവിടെയൊക്കെ തെരഞ്ഞുന്നോ! ഇന്ന് ശിവരാത്രിയല്ലേ? ശിവരാത്രി നോമ്പും നോറ്റ് അമ്പലത്തി കുത്തിരിക്കുന്നേടത്ത് അവർ ആളെ വിട്ട് വിളിച്ചതാ. നാളെ തിരിച്ചുപോകാനുള്ള ടാക്സിക്കൂലിവരെ അവര് കൊടു ത്തക്കണ്..."

അയാൾ മിഴിച്ചു നില്ക്കുന്നതു കണ്ട് ആ മനുഷ്യൻ പിന്നെയും പറയാൻ തുടങ്ങി.

"ഇത് ഇവിടെ മാത്രേ വരൂ. അതും വലിയ ഉദ്യോഗസ്ഥന്മാർക്ക് വേണ്ടി വിളിച്ചാമാത്രം... ഇങ്ങള് പേടിക്കണത് എന്തേന്ന് എനക്കറിയാം. അങ്ങനെ ഒരു പേടീം വേണ്ട. ഗേറ്റ് പൂട്ടി. ഇനി നേരം പുലർന്ന് ഗേറ്റ് തൊറക്കണവരെ ഇതിനകത്ത് ഒരു ഈച്ചേനെ വരെ കയറാൻ വിടൂലാ..."

ആ മനുഷ്യൻ പോയി. അവൾ ചിരിച്ചുകൊണ്ടു നിന്നു. പിന്നെ അല്പം സ്വാതന്ത്ര്യമെടുത്ത് അകത്തേക്കു വന്നു. അവളോട് എന്തുപറ യണമെന്ന് അറിയില്ലായിരുന്നു. പതിനഞ്ച് വർഷങ്ങൾക്കിപ്പുറം താൻ ഇത്തരം സ്ത്രീകളുമായി ഇടപഴകിയിട്ടില്ല. അന്നാണെങ്കിൽ ആമുഖമാ യി അവരോടൊന്നും പറയാറുമില്ലായിരുന്നു. കൈയെത്താവുന്ന ദൂരത്തെ ത്തുമ്പോഴേക്കും തന്റെ കൈ അവളുടെ ശരീരത്തിലെവിടെയെങ്കിലും പതിഞ്ഞു കാണും. ആ രംഗങ്ങളോർത്തിട്ടും അയാൾ വെറുതെയിരുന്നു.

അവൾ ചൊടിച്ചിരിക്കണം.

"ഇത്രേം രാത്രിനേരത്ത് എനക്കു പുറത്തിറങ്ങി നെരത്തുമ്മുടെ നടന്നൂടാ. ഞാൻ വന്ന ടാക്സി മടക്കിവിട്ട്. അത്ര ഉളുപ്പുകെട്ടിട്ടൊന്നും ഇനി ഞാൻ ഇങ്ങടെ മുറീല് കുത്തിരിക്കണില്ല. ഇത് ഞാൻ എടുത്തോട്ടെ?..."

വടക്കൻ ഭാഷാശൈലിയിലാണ് ഇവിടത്തെ കഥാപാത്രങ്ങൾ സംസാരിക്കുന്നത്. തെക്കൻശൈലിയിൽ നിന്ന് തികച്ചും വ്യത്യസ്തമായ ഒരു ഭാഷാശൈലി. അയാൾക്ക് ഹോട്ടലിലെ പരിചാരകൻ മുറിയിൽ കയറിവന്ന് പരിചയപ്പെടുത്തിക്കൊടുത്തത് ഒരു വേശ്യയെയാണെന്ന് കഥാസന്ദർഭത്തിൽനിന്നു മനസ്സിലാക്കാം. ഇവിടെ കഥാപാത്രത്തിന്റെ സ്വഭാവുമായിണങ്ങിനില്ക്കുന്ന സവിശേഷഭാഷണശൈലിയാണ് വായനക്കാരന് കാണാനാകുന്നത്.

'വിപുലാച പൃഥി' എന്ന കഥയിൽ കഥാകൃത്തായ അയാൾ അഞ്ജലി വെങ്കിടേശൻ എന്ന കഥാപാത്രത്തെ റെണുഗുണ്ട റെയിൽവേസ്റ്റേഷനിൽവെച്ച് കണ്ടുമുട്ടുന്ന രംഗമുണ്ട്. ആ ഭാഗം കഥയിലിങ്ങനെയാണ്.

ഏറ്റവും ഒടുവിൽ അഞ്ജലി വെങ്കിടേശനെ കണ്ടത് റെണുഗുണ്ട റെയിൽവേ സ്റ്റേഷനിൽവെച്ച്. കുടിവെള്ളം പിടിക്കാൻ കൂജയുമായി നില്ക്കുന്നേടത്ത്. ഇങ്ങോട്ട് മിണ്ടിയിരുന്നില്ലെങ്കിൽ തിരിച്ചറിയുമായിരുന്നില്ല. അവർ പരുക്കൻ ചേടിനിറമുള്ള ചേല ചുറ്റിയിരുന്നു. മൊട്ടയടിച്ച തല ചേലത്തലപ്പിൽ മുഴുവൻ മൂടിയിരുന്നില്ല.

"വല്ലാതെ ക്ഷീണിച്ചിരിക്കുന്നല്ലോ."

"പിന്നെ ക്ഷീണം കാണില്യേ."

"ഞാൻ തിരുപ്പതി ദേവസ്ഥാനത്തുനിന്നു വരുന്നു. എല്ലാ കർമ്മങ്ങളും ചെയ്ത് വരുന്നു. എന്റെ ഭർത്താവിന്റെ പേരിൽ, എന്റെ പേരിൽ ചെയ്ത് അവസാനിപ്പിക്കേണ്ട എല്ലാം. പ്രായശ്ചിത്ത കർമ്മങ്ങളും വിധി പ്രകാരം നടത്തിച്ചിട്ട് വരുന്നു. ഭർത്താവിന് പോയേടത്തും സിദ്ധി വേണ്ടേ. അതിന് വേണ്ട കർമ്മങ്ങളും. പിന്നെ മകളെ ഞങ്ങളുടെ വംശാവലിയിൽ നിന്നും വേർപ്പെടുത്തുന്ന എല്ലാ കർമ്മങ്ങളും നടത്തിച്ചു. ഇനി വാദ്ധ്യാർ മഠത്തിൽ പോയി ബാക്കി കാലം ഒളിച്ചിരിക്കും." അന്ന് പോകാൻ തുടങ്ങുമ്പോൾ അവർ പറഞ്ഞു.

"നാട്ടിൽ വരുമ്പോൾ അതുവഴി ഒക്കെ വരീൻ. ലക്ഷ്മീ നാരായണ പുരത്തേക്ക് നിറയെ ടൗൺബസുണ്ട്. വാദ്ധ്യാർ മഠത്തിന് നേരെ ഫ്രന്റിൽ തന്നെ ബസ് സ്റ്റോപ്പ്."

അഞ്ജലി വെങ്കിടേശന്റെയും വെങ്കിടേശന്റെയും മകളായ ഹേമ, ഇക്ബാൽ എന്ന അന്യമതസ്ഥനെ സ്നേഹിച്ച് വിവാഹം കഴിക്കുകയാണ്. ആ വേദനയിൽ വെങ്കിടേശൻ ആത്മഹത്യ ചെയ്യുന്നു. വെങ്കിടേശന്റെ ബലികർമ്മങ്ങളനുഷ്ഠിച്ച് അഞ്ജലി വെങ്കിടേശൻ തിരുപ്പതിദേവസ്ഥാനത്തുനിന്ന് മടങ്ങിവരുമ്പോഴാണ് അയാളെ കണ്ടത്. പിന്നീട് അഗ്രഹാരത്തെ പിടിച്ചുകുലുക്കിയതായിരുന്നു ഹേമയുടെയും ഇക്ബാലി

ന്റെയും പ്രണയവിവാഹം. ആ നാണക്കേടിൽനിന്ന് മോചനം ലഭിക്കാനായിരുന്നു അഞ്ജലി വെങ്കിടേശനും വെങ്കിടേശനും ഒന്നിച്ച് വിഷം കഴിച്ച് മരിക്കാൻ തീരുമാനിച്ചത്. പക്ഷേ, വെങ്കിടേശൻ മരിക്കുകയും അഞ്ജലി രക്ഷപ്പെടുകയും ചെയ്തു. അതെല്ലാം പകൽപോലെ അയാളുടെ ഓർമ്മയിലുണ്ട്. കൊല്ലങ്ങൾക്കുശേഷം അയാൾ ലക്ഷ്മീനാരായണപുരം എന്ന അഗ്രഹാരത്തിലെത്തുന്നുണ്ട്. വാദ്ധ്യാർമഠം എന്ന പേരിലുള്ള വെങ്കിടേശന്റെ മഠം ഇന്നറിയപ്പെടുന്നത് സി ഐ ഇക്ബാൽസാറിന്റെ വീട് എന്ന നിലയിലാണ്. അവിടെ അഞ്ജലി വെങ്കിടേശനും അവരോടൊപ്പം താമസിക്കുന്നുണ്ട്. അഞ്ജലി വെങ്കിടേശന്റെ നിർത്താതെ സംസാരിക്കുന്ന രീതിക്ക് യാതൊരു വ്യത്യാസവും വന്നിട്ടുള്ളതായി അയാൾക്ക് തോന്നിയില്ല. പൂജാമുറിയിൽ വെങ്കിടേശന്റെ ഒരു വലിയ ഫോട്ടോവിനുതാഴെ നിലവിളക്ക് കത്തുന്നു. മിസിസ്സ് അഞ്ജലി വെങ്കിടേശന്റെ ശബ്ദം പർവ്വതനിരയിൽനിന്ന് ഇറങ്ങിവരുന്നതായി അയാൾക്കു തോന്നി. അതിങ്ങനെയായിരുന്നു.

"എല്ലാം നിനയ്ക്കുമ്പോൾ എനിക്ക് ഒന്നേ തോന്നുന്നുള്ളു. റ്റയിം ഈസ് ദ ഹീലർ ഓഫ് എവരിത്തിങ്. കാലം എല്ലാ മുറിവുകളേയും ഉണക്കുന്നു. കാരണം ഈ പൃഥ്വി എത്രയ്ക്ക് വലുതാണ്. ഭവഭൂതിയും പറയുന്നു...

വിപുലാശ്ച പൃഥ്വി... ഇനി ഒന്നും ചോദിച്ച് എന്നെ വിഷമിപ്പിക്കരുതേ..."

തഞ്ചാവൂരിൽനിന്നുംമറ്റും കേരളത്തിലേക്ക് കുടിയേറിയ ന്യൂനപക്ഷവിഭാഗമായ തമിഴ് ബ്രാഹ്മണസമൂഹത്തെയും തന്റെ കഥകളിലേക്ക് കൊണ്ടുവരാൻ സി വി ശ്രീരാമനു കഴിഞ്ഞിട്ടുണ്ട്. ലോകനാഥനും ഗ്രേസിയും കഥാപാത്രങ്ങളായി വരുന്ന 'ശയനപ്രദക്ഷിണം' എന്ന കഥയും യാഥാസ്ഥിതികതയിൽനിന്ന് ആധുനികതയിലേക്ക് കടക്കുന്ന തലമുറയുടെ അനുഭവങ്ങളാണ്. കേവലാഖ്യാനത്തിലൂടെ സംഭവങ്ങളെമാത്രം അവതരിപ്പിച്ചുകൊണ്ട് കഥ പറയുന്ന വിവരണാത്മകരീതിയിൽനിന്നു വ്യത്യസ്തമായി കഥാപാത്രങ്ങളുടെ ഭാഷണത്തിലൂടെ അവരുടെ ജീവിതവും അനന്യതയും വ്യക്തമാക്കാൻ എഴുത്തുകാരന് കഴിയുന്നുണ്ട്. മേലുദ്ധരിച്ച വ്യത്യസ്ത ഭാഷണശൈലികൾ കേവലം ശൈലീപഠനത്തിന്റെ പരിധിയിൽ വരുന്നതല്ല. എഴുത്തുകാരന്റെ സാഹിത്യഭാഷ കഥാപാത്രത്തിന്റെ സാധാരണഭാഷയായി മാറുന്ന ഒരു തലം ഇവിടെയുണ്ട്. ആഖ്യാതാവിന്റെ സ്വരം സാഹിത്യവ്യവഹാരം, വാചികവ്യവഹാരം എന്നിങ്ങനെയുള്ള രണ്ടുതരം വ്യവഹാരങ്ങളായി മാറുന്നതിനെക്കുറിച്ച് മിഖായേൽ ബക്തിൻ സൂചിപ്പിക്കുന്നുണ്ട്.

ഇത്തരത്തിലുള്ള വാചികവ്യവഹാരത്തിലൂടെ ആഖ്യാതാവ് പാർശ്വവല്കൃതരായ ദളിതർ, ആദിവാസികൾ, സ്ത്രീകൾ എന്നിവരുടെ ക്ലേശകരമായ ജീവിതാവസ്ഥകളെ അവരുടെ പ്രതിനിധിയായി നിന്നുകൊണ്ട് അവതരിപ്പിക്കുന്നുണ്ട്.

ഇന്നത്തെ കാലത്തിന് അന്യമായ ഒരു കാർഷികാനുഭവം 'പൊന്തൻ മാട'യിലൂടെ ആവിഷ്കരിക്കുന്നത് ഇങ്ങനെയാണ്.

ചക്രം ചവിട്ടുകാർ നിരന്നു. ചക്രത്തിന്റെ അടിമുട്ടിൽ പൊന്തൻമാട.

നാക്കിന് ഇരിക്കുന്നത് അപ്പൻ, തറയിൽ അമ്മതാപ്ള, എടമരുങ്ങിൽ, തലപ്പിള്ളി ഉണ്ണിക്കോത. മുറിനാക്കിന് ചെറ്യേണ്ടൻ, തലമോളിൽ പിലാപറമ്പിൽ ശങ്കു. പറവളുപ്പൻ മുതലാളി മത്സരച്ചരടു കെട്ടുന്നു. വെള്ളം ചരടിനുമീതെ എട്ടുവിരൽ എകരത്തിൽ മറിയണം. അപ്പൻ തറയിൽ അമ്മതാപ്ള നാക്കിന് ഇരുന്നു താളം ചൊല്ലുന്നു...

അയ്യയ്യേ... അയ്യയ്യേ...

താളൊരു താളെ... താളൊരുതാളെ...

അയ്യമ്പേ... അയ്യമ്പേ...

നാലുനീളം മുറക്കം ചവുട്ടുന്നു. മാട ശ്രദ്ധിക്കുന്നു. അമരം പോരാത്തിടം നോക്കി പൊന്തൻമാട വിളിച്ചു പറയുന്നു...

അടിമരങ്ങെ... അയ്യയ്യടാ...

എടമരുങ്ങെ... അയ്യയ്യടാ...

മുറിനാക്കെ... അയ്യയ്യടാ...

തലമോളെ... അയ്യയ്യടാ...

മലയാളിയുടെ ഒപ്പം ഭാരതീയതയുടെ തനതുപൂർവ്വപാരമ്പര്യങ്ങളിൽ ഒന്നായാണ് മേൽസൂചിപ്പിച്ചതിനെ വിലയിരുത്തേണ്ടത്. ദേശരാഷ്ട്രത്തിന് ആധുനികപൂർവ്വമായ ഒരു നിലനില്പ് സാദ്ധ്യമാണ് എന്നു സ്ഥാപിക്കാൻ കഴിയുന്ന ഒന്നായി ഈ കാർഷികാനുഭവത്തെ കാണേണ്ടിയിരിക്കുന്നു.

ബീഹാറിലെ റാഞ്ചി ജില്ലയിലെ കാടുകളിൽ കഴിഞ്ഞുവരുന്ന ആദിവാസിഗോത്രവിഭാഗത്തിന്റെ പ്രതിനിധിയായ മങ്കറയെ 'മങ്കറ' എന്ന കഥയിലൂടെ സി വി ശ്രീരാമൻ അവതരിപ്പിക്കുന്നുണ്ട്. മങ്കറയുടെ ആദിവാസിഭാഷ കഥയിൽ കൊണ്ടുവരുന്നില്ലെങ്കിലും മങ്കറയുടെ ജീവിതത്തെ, ചിന്തകളെ കഥ ശക്തമായി ആവിഷ്കരിക്കുന്നുണ്ട്. ഒടുവിൽ മങ്കറ ബ്യൂറോക്രസിക്കു നിർദ്ദാക്ഷിണ്യം ഇരയാവുകയും ചെയ്യുന്നു. മലയാള ഭാഷയിലല്ലെങ്കിൽക്കൂടി മങ്കറ എന്ന ആദിവാസികഥാപാത്രത്തെ ഇവിടെ തീവ്രമായി ആവിഷ്കരിക്കപ്പെടുന്നു.

സി വി ശ്രീരാമന്റെ കഥകളിൽ പുരുഷാധിപത്യവ്യവസ്ഥയ്ക്കെതിരെ നിലകൊള്ളുന്ന ശക്തമായ സ്ത്രീസാന്നിദ്ധ്യങ്ങളുണ്ട്. 'വെളുത്ത പക്ഷിയെ കാത്ത്' എന്ന കഥയിലെ ധീരാദീദിയുടെ ഭാഷണങ്ങൾ രേഖപ്പെടുത്തിയിട്ടുണ്ട്. എന്തുകൊണ്ട് ധീരാദീദി ഇത്രയും ശക്തമായ സ്ത്രീസാന്നിദ്ധ്യമായി. എങ്കിൽ നാം തിരഞ്ഞുപോകേണ്ടത് ഭാരതത്തിൽ സ്ത്രീകൾക്കു പ്രാമാണ്യമുണ്ടായിരുന്ന ഗണഗോത്രങ്ങളിലേക്കും അവയുടെ വൈവിദ്ധ്യപൂർണ്ണമായ ജീവിതരീതികളിലേക്കുമാണ്.

പഴയ ഗോത്രജീവിതസംസ്കാരത്തിന്റെ ബാക്കിപത്രമാണ് ധീരാ

ദീദിയിൽ നമുക്ക് ദർശിക്കാനാവുന്നത്. ആന്തമാനിലെ ധീരാദീദിയുടെ സങ്കീർണ്ണവും വിവിധാനുഭവങ്ങളാൽ സമ്പന്നവുമായ ദീർഘകാലജീവിതം കഥയിലൂടെ ആവിഷ്കരിക്കപ്പെടുന്നുണ്ട്. പല പ്രദേശങ്ങളിൽനിന്ന് പല സംസ്കാരങ്ങളെയും പല വർഗ്ഗങ്ങളെയും പ്രതിനിധീകരിച്ച് പല പുരുഷൻമാരും അവരുടെ ജീവിതത്തിലേക്ക് കടന്നുവരികയും അതുപോലെ മടങ്ങിപ്പോവുകയും ചെയ്തു. അവരിൽ തൊഴിലാളിവർഗ്ഗപ്രതിനിധികളും അധികാരിവർഗ്ഗവും മറ്റു രാഷ്ട്രത്തിലെ ശക്തനായ ഉദ്യോഗസ്ഥപ്രമാണിയുമുണ്ടായിരുന്നു. യുദ്ധവും വിഭജനവും അഭയാർത്ഥിത്വവും അവരുടെ ജീവിതബന്ധങ്ങളെ നിർണ്ണയിക്കുന്നതിൽ മുഖ്യപങ്കുവഹിച്ചു. എങ്കിലും ഒരധികാരരൂപങ്ങൾക്കുമുന്നിലും അവർ തോല്വി സമ്മതിച്ചില്ല. ജയിലിൽവച്ചുണ്ടായ വിവാഹത്തിന്റെ പിറ്റേദിവസം ജീവിതയാത്രയ്ക്കിടയിൽ സഹയാത്രികയായിരുന്ന സരൂപിയെന്ന സഹതടവുകാരിയുടെ ആത്മഹത്യയും സ്വന്തം മകന്റെ അപമൃത്യുവും അവർക്കനുഭവിക്കേണ്ടിവന്നു.

ഗോത്രസമൂഹങ്ങൾ തകർന്ന് പൊതുസമൂഹമായി മാറിയപ്പോൾ സ്ത്രീകളുടെ അവസ്ഥയിലും കുടുംബപദവിയിലും സ്വാതന്ത്ര്യത്തിലും രീതിഭേദങ്ങൾ ഉണ്ടായി. ഭാരതീയസ്ത്രീകളുടെ പെൺമകളെ (Feminity) പറ്റി ചർച്ചചെയ്യുമ്പോൾ നാം ചെന്നെത്തേണ്ടത് പ്രാചീന ഭാരതീയ ഗോത്രവ്യവസ്ഥകളിലേക്കാണ്. ഒരേസമയം ഗോത്രവ്യവസ്ഥയുടെ ഊർജ്ജം പ്രാചീനമായ ഊർജ്ജം പേറുകയും നാം ആധുനികമെന്ന് വിവക്ഷിക്കുന്ന ജീവിതകാലാവസ്ഥയിലേക്ക് പ്രവേശിക്കുകയും ചെയ്യുന്ന ഒരു സ്ത്രീസ്വത്വത്തെയാണ് സി വി ശ്രീരാമൻ ഈ കഥയിൽ അവതരിപ്പിക്കുന്നത്. ഇത്തരത്തിൽ ഭാരതീയപെൺമയുടെ തുടർച്ചകളാണ് സി വി ശ്രീരാമന്റെ സ്വത്വബോധമുള്ള സ്ത്രീകഥാപാത്രങ്ങൾ.

മേൽസൂചിപ്പിച്ച ദളിതർ, ആദിവാസികൾ, സ്ത്രീകൾ എന്നീ കഥാപാത്രങ്ങളെ ചിത്രീകരിക്കുകവഴി കൊളോണിയൽ ദേശീയത ഉയർത്തിപ്പിടിച്ച മനുഷ്യസങ്കല്പത്തിന്റെ അപരങ്ങളായ മനുഷ്യരും സി വി ശ്രീരാമന്റെ കഥകളിൽ അരങ്ങേറി. കൊളോണിയൽ ദേശീയതയുടെ ആദർശസങ്കല്പത്തെ മലയാളത്തിലരങ്ങേറിയ ആധുനികതാവാദരചനകൾ നിരാകരിച്ചത് അയുക്തിയുടെയും ഭ്രമാത്മകതയുടെയും ലോകങ്ങൾ സൃഷ്ടിച്ചും താങ്ങാനാവാത്ത ദാർശനികഭാരം പേറുന്ന അരാജകകഥാപാത്രങ്ങളെ അവതരിപ്പിച്ചുമാണ്. ഇത്തരത്തിൽ മലയാളത്തിലെ ആധുനികതാവാദം മുന്നോട്ടുവെച്ച കഥാപാത്രങ്ങളായിരുന്നില്ല സി വി ശ്രീരാമന്റെ കഥാപാത്രങ്ങൾ. മലയാളത്തിലെ തീവ്ര ആധുനികവാദത്തിലെ താങ്ങാനാവാത്ത ദാർശനികവ്യഥയുള്ള കഥാപാത്രങ്ങൾക്ക് അപവാദമായി മണ്ണിനോടും യഥാർത്ഥ ഗ്രാമജീവിതത്തോടും ബന്ധപ്പെട്ട കഥാപാത്രങ്ങളെ ചിത്രീകരിക്കാൻ കഴിഞ്ഞത് *ഖസാക്കിന്റെ ഇതിഹാസ*ത്തിനു മാത്രമാണ്. അവിടെ രവിയെ അസ്തിത്വവ്യഥയുടേയോ ജീവി

തനിരാസത്തിന്റെയോ ഒക്കെ പ്രതീകമായി പറയാമെങ്കിലും ഖസാക്കിലെ മറ്റനേക കഥാപാത്രങ്ങൾക്ക് വ്യത്യസ്തതയും ജൈവസ്വരവുമുണ്ടായിരുന്നു. സി വി ശ്രീരാമന്റെ ചെറുകഥയിലെ കഥാപാത്രങ്ങളായി പൊന്തൻമാട, ചിറകാളി. മങ്കറ, ധീരാദീദി എന്നിവർ ഇത്തരത്തിലുള്ള ജൈവസ്വരവും വ്യത്യസ്തതയും നിലനിർത്തി കുറേക്കൂടി വിശാലമായ ഭാരതം എന്ന ഇടത്തിലെ കഥാപാത്രങ്ങളായി മാറുന്നുണ്ട്. ഇത് ദേശീയ മനുഷ്യജീവിതപ്രതിനിധാനം എന്ന രീതി കൈവരിക്കുന്നുണ്ട്. ഇത്തരത്തിൽ മലയാളത്തിലെ ആധുനികതാവാദം മുന്നോട്ടുവച്ച ഏകമുഖമായ വായനാസംസ്കാരത്തെയും ജീവിതാവബോധത്തെയും പൊന്തൻമാട, ചിറകാളി, മങ്കറ, ധീരാദീദി എന്നിങ്ങനെയുള്ള ദേശീയമനുഷ്യജീവിതത്തെ പ്രതിനിധാനം ചെയ്യുന്ന കഥാപാത്രങ്ങളെക്കൊണ്ട് പ്രതിരോധിക്കുകയാണ് സി വി ശ്രീരാമൻ ചെയ്തത്.

"രാഷ്ട്രം എങ്ങനെയാണ് അതിലെ വ്യത്യസ്തമായ ജനവിഭാഗങ്ങളെ ഉൾക്കൊള്ളുന്നത് എന്ന വിഷയത്തിൽനിന്നാണ് ദേശീയതാപഠനം ആരംഭിക്കുന്നത്. രാഷ്ട്രം അതിന്റെ വിവിധങ്ങളായ സങ്കല്പനങ്ങളും ആധുനികത എന്ന സവിശേഷാനുഭവത്തിന്റെ സൃഷ്ടിയാണ്."

ഇന്ത്യയുടെ ബഹുസാംസ്കാരികതയെ ഉൾക്കൊള്ളുന്ന സന്ദർഭങ്ങളും കഥാപാത്രങ്ങളും ഭൂവിഭാഗങ്ങളും മലയാളചെറുകഥയിൽ സി വി ശ്രീരാമന്റെ കഥകളുടെ മാത്രം സവിശേഷതയാണ്.

അകാല്പനികവും ആത്മനിഷ്ഠേതരവുമായ അവസ്ഥയിലെത്തുമ്പോഴേ ഇന്ത്യയിലെവിടെയുമുള്ള മനുഷ്യരെ കഥാപാത്രങ്ങളായി ചിത്രീകരിക്കാൻ കഴിയൂ. ഇതൊരു വർഗ്ഗരഹിതവീക്ഷണംകൂടിയാണ്. കേരളത്തിലെ പൊന്തൻമാടയും ബീഹാറിലെ മങ്കറയും തന്നിൽനിന്ന് അന്യരല്ല എന്ന ഒരൊറ്റ വർഗ്ഗവീക്ഷണത്തിൽനിന്ന് പുലരുന്ന ദർശനമാണിത്.

സി വി ശ്രീരാമന്റെ ഈ വീക്ഷണത്തെ ഏറ്റവും കൂടുതൽ സാമ്യപ്പെടുത്താൻ കഴിയുന്നത് ഇടശ്ശേരി ഗോവിന്ദൻനായരുമായാണ്. 'നെല്ലുകുത്തുകാരി പാറുവിന്റെ കഥ' കവിതയായവതരിപ്പിച്ച ഇടശ്ശേരിയും തന്റെ കഥാകാവ്യങ്ങളിലൂടെ കുറെ പച്ചയായ മനുഷ്യരെ ചിത്രീകരിച്ചു. ചിത്രീകരണത്തിനപ്പുറം സി വി ശ്രീരാമനെപ്പോലെ അവരുമായി തന്മയീഭവിക്കാൻ കഴിഞ്ഞു. ഇടശ്ശേരിയുടെ കവിതകളിലെന്നപോലെ ശ്രീരാമന്റെ കഥകളിലും കുറെ പച്ചമനുഷ്യരെ കാണാൻ സാധിക്കും.

സി വി ശ്രീരാമന്റെ കഥകൾ പ്രദാനം ചെയ്യുന്ന അനുഭവവും ഈ മാനവികതയെ അനുഭവപ്പെടുത്തലാണ്. എല്ലാ ദൗർബല്യങ്ങളോടെയും മേന്മകളോടെയും മനുഷ്യനെ ദർശിച്ച് ആവിഷ്കരിക്കുകയാണ് ശ്രീരാമൻ ചെയ്തത്. എല്ലാ തുടിപ്പുകളെയും വിളർച്ചകളെയും ഇടശ്ശേരിയെപ്പോലെ ശ്രീരാമനും പച്ചയായി കണ്ടു. രണ്ടുപേരും ജീവിതത്തെ യഥാതഥമായാണ് സമീപിച്ചത്.

കാലികപ്രസക്തിയുള്ള തത്ത്വശാസ്ത്രങ്ങൾക്കും പ്രലോഭനങ്ങൾക്കും എന്തിനേറെ രചനാരീതികൾക്കായിപ്പോലും വഴങ്ങിയല്ല ശ്രീരാമന്റെ കഥാജീവിതം രൂപപ്പെടുന്നത്. ഇടശ്ശേരിയുടെ കാവ്യജീവിതവും അത്തരത്തിൽത്തന്നെ ഈ മൗലികതയുടെ യാഥാർത്ഥ്യത്തോടു ചേർത്തുവെച്ചു പരിശോധിക്കേണ്ടതാണ്.

ഗ്രാമീണനായ പൊന്നാനിക്കാരന്റെ മനോരാജ്യം സി വി ശ്രീരാമനെപ്പോലെ ലോകത്തെ കവിഞ്ഞുനില്ക്കുന്നതായിരുന്നു.

സി വി ശ്രീരാമൻ വിട്ടുവീഴ്ചയില്ലാത്ത കമ്യൂണിസ്റ്റായി പാർട്ടിയിൽ തുടർന്നപ്പോഴും തന്റെ കഥകളെ പാർട്ടിസാഹിത്യം മാത്രമായി ചുരുക്കിയില്ല. പാർട്ടികൾക്കും പ്രത്യയശാസ്ത്രങ്ങൾക്കും തിരിച്ചറിയാൻ കഴിയാത്ത മനുഷ്യന്റെ അന്തർ മണ്ഡലങ്ങളിലൂടെയായിരുന്നു സി വി ശ്രീരാമൻ എന്ന കഥാകാരൻ യാത്രചെയ്തത്.

കൊളംബോയിലും ആന്റമാനിലും നിക്കോബാറിലും കല്ക്കത്തയിലും കുന്നംകുളത്തും അതിന്റെ പ്രാന്തപ്രദേശമായ പോർക്കുളത്തുമൊക്കെ അടിസ്ഥാനമനുഷ്യന്റെ ജീവിതവികാരങ്ങൾ ഒന്നുതന്നെയാണെന്ന് സി വി ശ്രീരാമൻ തിരിച്ചറിഞ്ഞു.

കല്ക്കത്തയിൽ കണ്ട വാസ്തുഹാരകളിൽ ശ്രീരാമൻ സ്വന്തം ബന്ധുക്കളെ കണ്ടത് വെറുമൊരു കഥാകല്പനകൊണ്ടല്ല. ലോകത്തെവിടെയുമുള്ള പീഡിതരായ മനുഷ്യർ തന്റെ ബന്ധുക്കളാണെന്നറിയുന്ന യഥാർത്ഥ കമ്യൂണിസ്റ്റ് ഉള്ളിലുള്ളതുകൊണ്ടാണ്. മനുഷ്യനുമായി ബന്ധപ്പെട്ട യാതൊന്നും തനിക്കന്യമല്ലെന്ന് സി വി ശ്രീരാമൻ വിശ്വസിച്ചു.

മനുഷ്യാവബോധത്തിൽ അധിഷ്ഠിതമായ പലതരം ഘടകങ്ങൾ പ്രതിജന ഭിന്നവിചിത്രമായ മനുഷ്യജീവിതത്തോട് ചേർക്കപ്പെടുമ്പോഴാണ് ശ്രീരാമനിലെ ജീവിതവൈവിദ്ധ്യവും രചനാവൈവിദ്ധ്യവും സമന്വയിക്കപ്പെടുന്നത്. ശ്രീരാമന്റെ പല കഥകളും ഒരു സാമൂഹികസംവാദത്തിന്റെ ആവശ്യത്തിലേക്ക് ഉദ്ധരിച്ചെടുക്കാൻ കഴിയുന്നവയാണ്. 'ദുരവസ്ഥ: പിന്നെയും വന്നപ്പോൾ,' 'പുത്തൂരാൻ മാടിലേക്ക് വീണ്ടും,' 'അവിൽപ്പൊതി,' 'പൊന്തൻമാട' എന്നിങ്ങനെ പല കഥകളും ഉദാഹരണങ്ങളാണ്.

ബക്തിന്റെ നിർവ്വചനമനുസരിച്ച് കഥയുടെ സംവാദാത്മകത എന്നതുകൂടി ബഹുസ്വരതയുടെ പരിധിക്കകത്തേക്ക് കൊണ്ടുവരാവുന്നതാണ്.

ശ്രീരാമൻകഥകളെക്കുറിച്ച് അടുത്തകാലത്ത് പ്രസിദ്ധീകരിച്ചിട്ടുള്ള പഠനങ്ങൾ കഥകളുടെ ഇത്തരത്തിലുള്ള പഠനസാദ്ധ്യത വ്യക്തമാക്കുന്നതാണ്. നമ്മുടെ പൂർവ്വകാല ബോദ്ധ്യങ്ങളെ പുതിയവായനയിലേക്കും സ്വാതന്ത്ര്യ ബോധത്തിലേക്കും മതവർണ്ണജാതിലിംഗ വിമർശനങ്ങളിലേക്കും സംക്രമിപ്പിക്കുന്ന ഒരുപാടു ചിത്രങ്ങൾ സി വി ശ്രീരാമന്റെ കഥകളുടെ വായനയിൽ നമുക്ക് കണ്ടെത്താം.

മാർക്സിന്റെ സൈദ്ധാന്തികഭൂമിക്കു വെളിയിലുള്ള ഇത്തരം കീഴാള

കർത്തൃത്വങ്ങളുടെ കൂട്ടായ്മയാണ് ഇന്ന് പല ജനകീയപ്രതിരോധങ്ങളും. ഇത്തരം ജനകീയപ്രതിരോധങ്ങളെ ഒറ്റയടിക്ക് നിഷേധിക്കാൻ കഴിയുന്നതല്ല.

ഉത്തരാധുനിക ചർച്ചകളുടെ വിശകലന പരിസരങ്ങളിൽ സി വി ശ്രീരാമന്റെ കഥകളുടെ പുനർവായനയ്ക്കും തുടർചിന്തയ്ക്കും സാദ്ധ്യതകളുണ്ട്. കൊളോണിയൽമോഡേണിറ്റിയുടെ പുനർവായന, പ്രതിരോധ രാഷ്ട്രീയത്തിന്റെ പുതിയ സാദ്ധ്യതകൾ, വിട്ടുവീഴ്ചയില്ലാത്ത ചരിത്ര ബോധം എന്നിവ സി വി ശ്രീരാമന്റെ കഥകൾക്കുണ്ടെന്ന് കണ്ടെത്തിക്കഴിഞ്ഞു.

ഉത്തരാധുനികതയെ ആധുനികതയുടെ തുടർച്ചയായി കാണേണ്ടിയിരിക്കുന്നു. എന്തെന്നാൽ ആധുനികതയുടെ രൂപപ്പെടലിനിടയിൽ അതിനു സംഭവിച്ച ഏകമുഖത്വത്തെയും സത്താപരമായ ലളിതീകരണത്തെയും അത് കാണാതെ പോയ മാനുഷികപ്രശ്നങ്ങളെയും വിമർശനസ്വഭാവത്തോടെ കണ്ട് പരിഹരിക്കുന്ന ഒന്നാവണം ഉത്തരാധുനികത. ആധുനികത ക്രമപ്പെടുത്തിയ ദേശരാഷ്ട്രങ്ങൾ പുറംതള്ളിയത് ആരെയൊക്കെയാണ് എന്ന് ചിന്തിക്കുമ്പോൾ അത് ലോകമൊട്ടുക്കും ശക്തിയാർജ്ജിച്ചുവരുന്ന കുടിയേറ്റക്കാരുടെയും സ്ത്രീകളുടെയും പ്രവാസികളുടെയും അഭയാർത്ഥികളുടെയും കർത്തൃത്വരൂപവല്ക്കരണം തീർക്കുന്ന രാഷ്ട്രീയമാണ്. ഇതിൽ 'പൊന്തൻമാട' എന്ന കഥയിലെ 'പൊന്തൻമാട' എന്ന കർഷകനുണ്ട്. 'വാസ്തുഹാര' എന്ന കഥയിലെ അഭയാർത്ഥികളുണ്ട്. 'ഒട്ടുചെടി' എന്ന കഥയിലെ കുടിയേറ്റക്കാരുണ്ട്. 'മങ്കറ' എന്ന കഥയിലെ ആദിവാസിയായ മങ്കറയുണ്ട്. 'പുറംകാഴ്ച' എന്ന കഥയിലെ ഒറ്റപ്പെട്ട മനുഷ്യനുണ്ട്. സി വി ശ്രീരാമന്റെ ചെറുകഥകളിലെ ഇത്തരത്തിലുള്ള കഥാപാത്രങ്ങളുടെ പുനർവായനയും പുനർചിന്തയും അവനിയതാർത്ഥത്തിൽ ബഹുസ്വരമാണെന്ന് ഉറപ്പിച്ചു പറയുന്നു. ഒപ്പംതന്നെ സി വി ശ്രീരാമന്റെ കഥകളിലെ കഥാപാത്രങ്ങൾ ഒരു നവസംസ്കാര രാഷ്ട്രീയദർശനം മുന്നോട്ടുവെക്കുന്നു.

ഗ്രന്ഥസൂചി

മലയാളഗ്രന്ഥങ്ങൾ

അച്യുതൻ എം, *ചെറുകഥ ഇന്നലെ ഇന്ന്,* (ഡി സി ബുക്സ്, കോട്ടയം, 2007)

അച്യുതൻ എം, *പാശ്ചാത്യസാഹിത്യദർശനം,* (ഡി സി ബുക്സ്, കോട്ടയം 2004)

അച്യുതൻ എം, *ചെറുകഥ ഇന്നലെ ഇന്ന്,* (ഡി സി ബുക്സ്, കോട്ടയം, 2007)

അപ്പൻ കെ പി, *വാക്കുകളല്ല മൗനവുമല്ല, ചിദംബരങ്ങൾ,* ഭാ.4, പ്രസാ. സലീംരാജ് (കേരള സാഹിത്യ അക്കാദമി, തൃശ്ശൂർ, 2010)

അരവിന്ദാക്ഷൻ, എ, *കഥയുടെ രാഗവിസ്താരം,* (കറന്റ് ബുക്സ് കോട്ടയം, 2012)

അരവിന്ദാക്ഷൻ വി, 'അവതാരിക,' *ശ്രീരാമന്റെ കഥകൾ, (കറന്റ് ബുക്സ്, തൃശൂർ, 2005)*

ഇർഫാൻ ഹബീബ്, 2008 *ദേശീയസമരത്തിലെ വഴിത്താരകൾ,* ചിന്ത പബ്ലിഷേഴ്സ്, തിരുവനന്തപുരം

ഇന്ദിര കെ കെ, *ദാർശനിക വൈരുദ്ധ്യത്തിന്റെ മഹത്വം ഇടശ്ശേരിയിൽ, സാഹിത്യലോകം* 15, 5, (ഒക്ടോബർ – സെപ്തംബർ 1990)

ഉണ്ണിക്കൃഷ്ണൻ എ എം, *വേരുകളിലെ ജീവതാളം,* (കറന്റ് ബുക്സ് കോട്ടയം, 2010)

ഉണ്ണികൃഷ്ണൻ ബി, *ഉത്താരധുനികത കാലത്തെ അടയാളപ്പെടുത്തുന്ന 'സൂചകം', ഭാഷാപോഷിണി* 23,1 (ജൂൺ, 1999)

ഉഷ ഇ, *കഥയുടെ യാത്രകൾ, ചിദംബരങ്ങൾ,* പ്രസാ. സലീംരാജ്, (കേരള സാഹിത്യ അക്കാദമി, തൃശ്ശൂർ, 2010).

കുഞ്ഞിക്കുട്ടൻ തമ്പുരാൻ, 2007, *ഭാഷാഭാരതം, ഭാഗം–4,* ഡി സി ബുക്സ്, കോട്ടയം.

കൗടില്യൻ, *അർത്ഥശാസ്ത്രം,* വിജ്ഞാനകോശം സാഹിത്യസഹകരണസംഘം 1970.

കുഞ്ചൻ നമ്പ്യാർ, *കിരാതം, കുഞ്ചൻ നമ്പ്യാരുടെ തുള്ളൽക്കഥകൾ* പ്രസാ: പി കെ ശിവശങ്കരപ്പിള്ള, (കേരളസാഹിത്യ അക്കാദമി, തൃശ്ശൂർ)

കുമാരനാശാൻ, *നളിനി അല്ലെങ്കിൽ ഒരു സ്നേഹം, കുമാരനാശാന്റെ മൗലികകൃതികൾ,* (സാഹിത്യപ്രവർത്തക സഹകരണസംഘം കോട്ടയം, 1999)

കുമാരനാശാൻ, *ലീല, കുമാരനാശാന്റെ മൗലികകൃതികൾ, (സാഹിത്യപ്രവർത്തക സഹകരണസംഘം കോട്ടയം, 1999)*

കൃഷ്ണപിള്ള എൻ, *ആരൂഢം പ്രതിപാത്രം ഭാഷണഭേദം,* (ഡി സി ബുക്സ്, കോട്ടയം 2011)

ഗണേഷ് സി, *ദൂരമാപിനി ചിദംബരങ്ങൾ,* പ്രസാ. സലീംരാജ് (കേരള സാഹിത്യ അക്കാദമി, തൃശ്ശൂർ, 2010)

ഗോപീകൃഷ്ണൻ പി എൻ, *തെറ്റായ പാരായണങ്ങൾ, ചിദംബരങ്ങൾ,* പ്രസാ. സലീംരാജ് (കേരള സാഹിത്യ അക്കാദമി, തൃശ്ശൂർ, 2010)

ഗോപിനാഥൻ കെ, *വാസ്തുഹാര കഥയും സിനിമയും, ചിദംബരങ്ങൾ,* പ്രസാ. സലീംരാജ് (കേരള സാഹിത്യ അക്കാദമി, തൃശ്ശൂർ, 2010)

ഗോവിന്ദൻ നായർ, ഇടശ്ശേരി, *നെല്ലുകുത്തുകാരി പാറുവിന്റെ കഥ, ഇടശ്ശേരിക്കവിതകൾ,* (മാതൃഭൂമി ബുക്സ്, കോഴിക്കോട് 2007)

ജിതേഷ് ടി, *വാമൊഴിക്കഥയിലെ ഭാഷ. കലാഭാഷ ത്രൈമാസിക* 2,15 (ജനുവരി –മാർച്ച് 2014)

ജെയിംസ് വി ജെ, *ഒട്ടുചെടിയുടെ വീറ്, ചിദംബരങ്ങൾ,* പ്രസാ. സലീംരാജ് (കേരള സാഹിത്യ അക്കാദമി, തൃശ്ശൂർ, 2010)

ജ്യോതി ലക്ഷ്മി, പി എസ്, *ഉറൂബിന്റെ സ്ത്രീത്വദർശനം,* (കേരള സാഹിത്യ അക്കാദമി, തൃശ്ശൂർ 2008)

ജ്യോതിക, *നേർക്കാഴ്ചയുടെ സാക്ഷ്യങ്ങൾ, ദേശാഭിമാനി വാരിക,* 44, (ഒക്ടോബർ 28, 23, 2012)

തരകൻ, കെ എം, *മലയാളനോവൽ സാഹിത്യചരിത്രം,* (കേരള സാഹിത്യ അക്കാദമി, തൃശ്ശൂർ 2005)

തോമസ്, തുമ്പമൺ, *തകഴി ശിവശങ്കരപ്പിള്ള കഥാപഠനങ്ങൾ* പ്രസാ. പ്രൊ. പൻമന രാമചന്ദ്രൻനായർ, (പരമേശ്വരൻനായർ സ്മാരക ഗ്രന്ഥാവലി, തിരുവനന്തപുരം, 2006)

താഹാ മാടായി, *ഉടലുകളുടെ ഉടമ്പടികൾ, ചിദംബരങ്ങൾ,* പ്രസാ. സലീംരാജ് (കേരള സാഹിത്യ അക്കാദമി, തൃശ്ശൂർ, 2010)

ദാമോദരൻ കെ, *ഭാരതീയചിന്ത,* (കേരള ഭാഷാ ഇൻസ്റ്റിറ്റ്യൂട്ട്, തിരുവനന്തപുരം, 1998)

ദാസ് കെ കെ എസ്, *ദലിത് പ്രത്യയശാസ്ത്രം ചരിത്രം–*

സാഹിത്യം- സൗന്ദര്യശാസ്ത്രം, (കേരള ഭാഷാ ഇൻസ്റ്റിറ്റ്യൂട്ട്, തിരുവനന്തപുരം, 2011,)

ദേവിക, ജെ, *മലയാളിയുടെ ലൈംഗികവിപ്ലവവും കുടുംബാസൂത്രണവും കേരളത്തിൽ, കേരളം ലൈംഗികത ലിംഗനീതി,* പ്രസാ. കെ എം വേണുഗോപാൽ, (സൈൻ ബുക്സ് തിരുവന്തപുരം 2006)

നാരായണൻ, കടത്തനാട്ട്, *വിശ്വാസത്തിന്റെ കാണാപ്പുറങ്ങൾ ചിദംബരങ്ങൾ,* പ്രസാ. സലീംരാജ് (കേരള സാഹിത്യ അക്കാദമി, തൃശ്ശൂർ, 2010)

നാരായണൻ, കൽപ്പറ്റ, *എത്ര മുനകൾ ആണ് ശ്രീരാമന്റെ കഥയിൽ, ചിദംബരങ്ങൾ,* ഭാ.12, പ്രസാ. സലീംരാജ് (കേരള സാഹിത്യ അക്കാദമി, തൃശ്ശൂർ, 2010)

നരേന്ദ്രൻ കെ എം, *തോമസ് കൂനും ശാസ്ത്രദർശനവും, ഭാഷാപോഷിണി* 39, 3 (മാർച്ച് 2015)

പണിക്കർ കെ എൻ, *സെക്യുലർ പാഠങ്ങൾ - പ്രമേയം ചരിത്രം പ്രത്യയശാസ്ത്രം,* (ചിന്ത പബ്ലിഷേഴ്സ്, തിരുവനന്തപുരം, 2007)

പണിക്കർ കെ എൻ, *സാംസ്കാരികഭൗതികവാദം, സംസ്കാരത്തിന്റെയും രാഷ്ട്രീയത്തിന്റെയും സന്ധിസ്ഥലികൾ,* പ്രസാ. പി കെ ഷാനവാസ്, (സാഹിത്യപ്രവർത്തക സഹകരണസംഘം, കോട്ടയം, 2013)

പത്മനാഭൻ ടി, *പ്രകാശം പരത്തുന്ന ഒരു പെൺകുട്ടി, മാതൃഭൂമി ആഴ്ചപ്പതിപ്പ്,* 90, 24 (ആഗസ്ത് 26 - സെപ്തംബർ 1, 2012)

പത്മനാഭൻ ടി, *കഥയുടെ കീർത്തനം, ചിദംബരങ്ങൾ,* ഭാ.10, പ്രസാ. സലീംരാജ് (കേരള സാഹിത്യ അക്കാദമി, തൃശ്ശൂർ, 2010)

പോൾ എം സി, *കഥയിലെ രാഷ്ട്രസങ്കല്പം, ചിദംബരങ്ങൾ, പ്രസാ. സലീംരാജ്* (കേരള സാഹിത്യ അക്കാദമി, തൃശ്ശൂർ, 2010)

ബഷീർ എം എം, *സി വിയും ദസ്തയേവ്സ്കിയും: പ്രേമത്തിന്റെ പീഡാനുഭവം,* (എച്ച്&സി ബുക്സ്, തൃശ്ശൂർ, 2010)

ബാലാമണിയമ്മ, *അമ്മയും മകനും, ബാലാമണിയമ്മയുടെ കവിതകൾ സമ്പൂർണ്ണ സമാഹാരം,* (മാതൃഭൂമി ബുക്സ്, കോഴിക്കോട്, 2008)

ബാലകൃഷ്ണൻ കെ, *ലാവണ്യത്തിന്റെ നടരാജവിഗ്രഹം. സമകാലിക മലയാളം,* (20-ാം നൂറ്റാണ്ട് പ്രത്യേകപതിപ്പ്, ജനുവരി 2000, 1175 ധനു 23)

ബാലകൃഷ്ണപ്പിള്ള, കേസരി, *കേസരിയുടെ സാഹിത്യവിമർശനങ്ങൾ,* (സാഹിത്യ പ്രവർത്തകസഹകരണസംഘം, കോട്ടയം, 2011)

ബാലകൃഷ്ണൻ പി കെ, *ഒരു നോവലിന്റെ പണിപ്പുര, നോവൽ സിദ്ധിയും സാധനയും,* (ഡി സി ബുക്സ്, കോട്ടയം, 2006)

ഭുവനേന്ദ്രൻ ബി, *സക്കറിയുടെ കഥകൾ ഒരു പഠനം* (കേരള സർവ്വകലാശാല, തിരുവന്തപുരം 2013)

മണികണ്ഠൻ പി, *കഥയിലെയും കാഴ്ചയിലെയും രാഷ്ട്രീയ പരിണാമം. ദേശാഭിമാനി വാരിക,* 39, 25 (നവംബർ 18, 2007)

മധുസൂദനൻ ജി, *ഭാവുകത്വം 21-ാം നൂറ്റാണ്ടിൽ,* (കറന്റ് ബുക്സ്, കോട്ടയം, 2009)

മഹേഷ് എം. ആർ, 'ആമുഖം', *മലയാളനോവലും ദേശീയതയും* (കേരള സർവ്വകലാശാല, തിരുവനന്തപുരം, 2012)

മഹാത്മാഗാന്ധി, *സ്ത്രീയും സമൂഹവും,* വിവ, ജമീലാ മേരി ചെറിയാൻ, (പൂർണ്ണോദയാ ബുക്സ് ട്രസ്റ്റ്, കൊച്ചി, 1999)

മാധവിക്കുട്ടി, *മാധവിക്കുട്ടിയുടെ കൃതികൾ* സമ്പൂർണ്ണം, വാല്യം 1, (ഡി സി ബുക്സ്, കോട്ടയം, 2009,)

മാധവൻ, എൻ എസ്, *യാത്രയുടെ അകവും പുറവും ചിദംബരങ്ങൾ,* ഭാ.12, പ്രസാ. സലീംരാജ് (കേരള സാഹിത്യ അക്കാദമി, തൃശ്ശൂർ, 2010)

മിനി, പ്രസാദ്, *മലയാളത്തിലെ അനശ്വര കഥകൾ പഠനങ്ങൾ,* (മാതൃഭൂമി ബുക്സ്, കോഴിക്കോട്, 2012)

മിനി, സുകുമാരൻ, *ക്ലയന്റ്, ചിദംബരങ്ങൾ,* പ്രസാ. സലീംരാജ് (കേരള സാഹിത്യ അക്കാദമി, തൃശ്ശൂർ, 2010)

മോഹനൻ, കെ പി, *സി വി ശ്രീരാമന്റെ കഥാപ്രപഞ്ചം, സാഹിത്യലോകം* 10,-3 (ജൂലായ്-ഡിസംബർ, 1985)

രവികുമാർ കെ എസ്, *ജീവിതത്തെ പ്രശ്നവല്ക്കരിക്കുന്ന കഥകൾ, വിജ്ഞാനകൈരളി,* 38, 11 (നവംബർ 2007)

രവികുമാർ കെ എസ്, *വ്യാഖ്യാനത്തിന് അപ്പുറത്തുള്ള ജീവിതം, ചിദംബരങ്ങൾ,* ഭാ.12, പ്രസാ. സലീംരാജ് (കേരള സാഹിത്യ അക്കാദമി, തൃശ്ശൂർ, 2010), പു. 450

രവികുമാർ കെ എസ്, *ചെറുകഥ വാക്കും വഴിയും,* (സാഹിത്യ സഹകരണസംഘം, കോട്ടയം, 2009)

രവികുമാർ കെ എസ്, *മനുഷ്യവീര്യത്തിന്റെ കഥകൾ മാതൃഭൂമി ആഴ്ചപ്പതിപ്പ്,* 78, 6 (ഫെബ്രുവരി 6 , 2000)പു.10

രവീന്ദ്രൻ പി പി, *ഇടപെടലുകൾ* (ഡി സി ബുക്സ്, കോട്ടയം, 2003)

രവീന്ദ്രൻ പി പി, *ആധുനികാനന്തരം വിചാരം വായന,* (കറന്റ് ബുക്സ്, തൃശ്ശൂർ, 1999),

രവീന്ദ്രൻ പി പി, *'ആമുഖം', എതിരെഴുത്തുകൾ: ഭാവുകത്വത്തിന്റെ ഭൂമിശാസ്ത്രം,* (സാഹിത്യപ്രവർത്തക സഹകരണസംഘം, കോട്ടയം 2013)

രവീന്ദ്രൻ പി പി, *മിഖായിൽ ബാഖ്തിന്റെ സാഹിത്യചിന്ത, ആധുനികാനന്തര സാഹിത്യസമീപനങ്ങൾ,* പ്രസാ. ജോർജ്ജ് സി ജെ, (ബുക്ക് വേം, തൃശ്ശൂർ 1996)

രവീന്ദ്രൻ എൻ കെ, *പെണ്ണെഴുതുന്ന ജീവിതം,* (മാതൃഭൂമി ബുക്സ്, കോഴിക്കോട്,2010)

രഘുനാഥൻ പറളി, *അനിശ്ചിതത്വത്തിന്റെയും അനുകൂലനത്തിന്റെയും കാവ്യനാടകം. ചിദംബരങ്ങൾ,* പ്രസാ. സലീംരാജ് (കേരള സാഹിത്യ അക്കാദമി, തൃശ്ശൂർ, 2010)

രമേശ് എ കെ, *മലയാള കഥ ഭാരതീയമാനം*, *ദേശാഭിമാനി വാരിക*, 31, 33, (ജനുവരി 23, 2000)

രാഘവൻപിള്ള കെ, *സർഗ്ഗാത്മകമായ ഭൂതകാലാവബോധം ചിദംബരങ്ങൾ*, പ്രസാ. സലീംരാജ് (കേരള സാഹിത്യ അക്കാദമി, തൃശ്ശൂർ, 2010)

രാജഗോപാലൻ ഇ പി, *വീണ്ടുവിചാരം*, *ചിദംബരങ്ങൾ*, ഭാ.12, പ്രസാ. സലീംരാജ് (കേരള സാഹിത്യ അക്കാദമി, തൃശ്ശൂർ, 2010)

രാജഗോപാലൻ ഇ പി, *ആഖ്യാനവും സ്വത്വവും*, *മാധവിക്കുട്ടി പഠനങ്ങളും രചനകളും*, പ്രസാ. രാമകൃഷ്ണൻ ഇ.വി, ഭാ.1 (ഡി സി ബുക്സ്, കോട്ടയം, 2011)

രാജഗോപാലൻ ഇ പി, *ആഖ്യാനത്തിന്റെ ജീവിതം*, (കേരളഭാഷാ ഇൻസ്റ്റിറ്റ്യൂട്ട്, തിരുവനന്തപുരം, 2012)

രാജഗോപാലൻ ഇ പി, *സംവാദം*, *കഥയുടെ ശ്രമങ്ങളും ആശ്രമങ്ങളും* ദേശാഭിമാനി വാരിക, 44, 23 (ഒക്ടോബർ 28, 2012)

രാജഗോപാലൻ ഇ പി, *വീണ്ടുവിചാരം*, *ഭാഷാപോഷിണി* 31, 6 (നവംബർ 2007)

രാജീവൻ ബി., *വാക്കുകളും വസ്തുക്കളും*, (ഡി സി ബുക്സ്, കോട്ടയം, 2001) പു. 213

രാധാകൃഷ്ണൻ എ, *എം ഗോവിന്ദൻ ജീവിതവും ആശയവും*, (ഡി സി ബുക്സ് കോട്ടയം, 2008)

രാധാകൃഷ്ണൻ സി, *ചിരിക്കാൻ വരൂ കണ്ണീരിലൂടെ*, 'ആമുഖം', *ഇനിയൊരു നിറകൺചിരി*, (ഹൈ-ടെക് ബുക്സ്, കൊച്ചി, 2010)

രാമകൃഷ്ണൻ ടി ഡി, *അനുഭവങ്ങളുടെ അക്ഷയഖനി*, *മാധ്യമം ആഴ്ചപ്പതിപ്പ്*, 10, 39 (ഒക്ടോബർ, 2007)

രാമകൃഷ്ണൻ ടി ഡി, *ചിദംബരം*, *സി വി ശ്രീരാമനും കാലവും 2*, *മാതൃഭൂമി* ആഴ്ചപ്പതിപ്പ് 2007 ജനുവരി 14 – 20

രാമകൃഷ്ണൻ ടി ഡി, സി വി ശ്രീരാമനുമായുള്ള അഭിമുഖം, *സി വി ശ്രീരാമനും കാലവും*, (ഡി സി ബുക്സ്, കോട്ടയം, 2011)

രാമകൃഷ്ണൻ ഇ വി, *അക്ഷരവും ആധുനികതയും*, (സാഹിത്യ പ്രവർത്തക സഹകരണസംഘം, കോട്ടയം, 2001)

രാമകൃഷ്ണൻ ഇ വി, *എഴുത്ത്*, *സ്ത്രീ*, *സമൂഹം*, *ആത്മനിഷ്ഠതയുടെ നിഹിതാർത്ഥങ്ങൾ മാധവിക്കുട്ടിയുടെ കഥകളിൽ*, *മാധവിക്കുട്ടി പഠനങ്ങളും രചനകളും* (ഡി സി ബുക്സ്, കോട്ടയം, 2011)

രാമകൃഷ്ണൻ ഇ വി, *ദേശീയതകളും സാഹിത്യവും*, (ഡി സി ബുക്സ് കോട്ടയം, 2001)

രാമകൃഷ്ണൻ ഇ വി, *പോർക്കളത്തിലെ ചിരി വാക്കിലെ സമൂഹം*, (ഡി സി ബുക്സ്, കോട്ടയം 1997)

രാമചന്ദ്രൻ ജി പി, *ശരീരവും ആത്മാവും ബന്ധങ്ങളുടെ ഭൂമദ്ധ്യരേഖകൾ*, *ചിദംബരങ്ങൾ*, ഭാ.6, പ്രസാ. സലീംരാജ് (കേരള സാഹിത്യ അക്കാദമി, തൃശ്ശൂർ, 2010)

ലീലാകൃഷ്ണൻ ആലങ്കോട്, *മറക്കാനാവാത്ത ചിരി*, സമകാലിക മലയാളം, 11, 22 (ഒക്ടോബർ 2007)

ലീലാവതി എം, *മാർക്സിസ്റ്റ് നിരൂപണസിദ്ധാന്തങ്ങൾ, സാഹിത്യ നിരൂപണത്തിലെ ദിശാബോധം*, (കേരള സാഹിത്യ അക്കാദമി, തൃശ്ശൂർ 2006)

ലീലാവതി എം, *ആദിപ്രരൂപങ്ങൾ സാഹിത്യത്തിൽ ഒരു പഠനം*, (കേരളഭാഷാ ഇൻസ്റ്റിറ്റ്യൂട്ട്, തിരുവനന്തപുരം 1998,) .പു16

വിജയൻ, പിണറായി., *പത്ര ഉടമയ്ക്കു മുന്നിൽ കുനിയാത്ത എഴുത്ത്, ദേശാഭിമാനി വാരിക*, 44, 23 (ഒക്ടോബർ 28, 2012)

വത്സലൻ വാതുശ്ശേരി, *കഥയുടെ ന്യൂക്ലിയസ്*, (ഒലിവ്, കോഴിക്കോട്, 2007)

വത്സലൻ വാതുശ്ശേരി *കഥയുടെ ഇടം കഥയിലെ ഇടം, സാഹിത്യ ലോകം 42*, 1–2, (2014, ജനുവരി –ഏപ്രിൽ)

വത്സലൻ വാതുശ്ശേരി., *ചെറുകഥയിൽ ഒരു ഇതിഹാസം, ഗ്രന്ഥാ ലോകം*52, 2 (ഫെബ്രുവരി, 2000)

വാസുദേവൻ നായർ എം ടി, *സത്യത്തിന്റെ നിമിഷം കാത്ത് കാഥികന്റെ കല*, (കറന്റ് ബുക്സ് തൃശൂർ 2011)

വാസുദേവൻ നായർ എം ടി, *വാനപ്രസ്ഥം* (കറന്റ് ബുക്സ്, തൃശൂർ 2007)

വാസുദേവൻ നായർ എം ടി, *എന്റെ പ്രിയപ്പെട്ട കഥകൾ*, (ഡി സി ബുക്സ് കോട്ടയം 2003,)

വിജയകുമാർ വി, *ക്ഷൗരക്കത്തിയുടെ വാൾത്തല, ചിദംബരങ്ങൾ*, പ്രസാ. സലീംരാജ് (കേരള സാഹിത്യ അക്കാദമി, തൃശ്ശൂർ, 2010)

വിജയൻ എം എൻ, 'അഭിമുഖം–1,' *എം എൻ വിജയൻ സമ്പൂർണ്ണ കൃതികൾ* വോള്യം 8 പ്രസാ: എൻ പ്രഭാകരൻ, (കറന്റ് ബുക്സ്, തൃശ്ശൂർ, 2009),

റൊമീലാ ഥാപ്പർ, 2009, *ആദിമ ഇന്ത്യാചരിത്രം*, ഡി സി ബുക്സ്, കോട്ടയം.

ശർമ ആർ എസ് 2009 *പ്രാചീന ഇന്ത്യ*, ഡി സി ബുക്സ്, കോട്ടയം

ശങ്കരൻ, കെ പി, *ശ്രദ്ധേയമായൊരു ശില്പം, ഗ്രന്ഥാലോകം* 52, 2 (ഫെബ്രുവരി 2000)

ശ്രീരാമൻ സി വി, *ചിറകുകൾ പാദുകങ്ങൾ, ചിദംബരങ്ങൾ*, ഭാ.7, പ്രസാ. സലീംരാജ് (കേരള സാഹിത്യ അക്കാദമി, തൃശ്ശൂർ, 2010)

ശ്രീരാമൻ സി വി, *അനുരാധപുരം*, ഭാഷാപോഷിണി 31, 6 (നവംബർ 2007)

ശ്രീരാമൻ സി വി, *നടന്നാലും നടന്നാലും നീങ്ങാത്ത വഴികളിലൂടെ, മാതൃഭൂമി ആഴ്ചപ്പതിപ്പ്* 83, 27 (സെപ്തംബർ 4–10, 2005)

ശ്രീരാമൻ സി വി, *ശ്രീരാമന്റെ കഥകൾ*, 2–ാം പ. (കറന്റ് ബുക്സ് തൃശ്ശൂർ, 2005)

ശ്രീരാമൻ സി വി, *വെളുത്ത പക്ഷിയെ കാത്ത്. മലയാളത്തിന്റെ സുവർണ്ണകഥകൾ,* (ഗ്രീൻ ബുക്സ്, തൃശ്ശൂർ 2013)

ശ്രീരാമൻ സി വി, *പുതുമയില്ലാത്തവരുടെ നഗരം,* (കറന്റ് ബുക്സ്, തൃശ്ശൂർ, 1991)

ശ്രീരാമൻ സി വി, *ചാക്കരി,* (ഗ്രീൻബുക്സ്, തൃശ്ശൂർ 2005)

ശ്രീരാമൻ സി വി, *എന്റെ പ്രിയപ്പെട്ട കഥകൾ* (ഡി. സിബുക്സ് കോട്ടയം, 2008)

ശ്രീരാമൻ സി വി, *പാമ്പൻപാലത്തിനും മുമ്പ്,* (കറന്റ് ബുക്സ് തൃശൂർ, 2001)

ശ്രീരാമൻ സി വി, *കൈയൊപ്പുകൾ, ചിദംബരങ്ങൾ,* പ്രസാ. സലീം രാജ് (കേരള സാഹിത്യ അക്കാദമി, തൃശ്ശൂർ, 2010)

ശ്രീരാമൻ സി വി, *അമ്മ അറിഞ്ഞിരുന്നു*, (സാഹിത്യപ്രവർത്തക സഹകരണസംഘം, കോട്ടയം 1999,)

ശ്രീരാമൻ വി കെ, *ബാലകാണ്ഡം, മാതൃഭൂമി ആഴ്ചപ്പതിപ്പ് 84*, 44 (ജനുവരി 6, 2007)

ശ്രീഹരി, 'സംവാദം', *കഥയുടെ ശ്രമങ്ങളും ആശ്രമങ്ങളും ദേശാഭിമാനി വാരിക* 44, 23 (ഒക്ടോബർ 28, 2012)

ശ്രീകുമാർ, എസ് എസ്, *കഥയിലെ അപഗ്രഥനപരത*, ചിദംബരങ്ങൾ, ഭാ, പ്രസാ. സലീംരാജ് (കേരള സാഹിത്യ അക്കാദമി, തൃശ്ശൂർ, 2010),പു. 467

ഷാജി ജേക്കബ്., സ്ഥലം യാത്ര നോവൽ, മലയാളനോവൽ ദേശഭാവനയും രാഷ്ട്രീയ ഭൂപടങ്ങളും, പ്രസാ. ഷാജിജേക്കബ്, (സാഹിത്യ അക്കാദമി, ന്യൂ ഡൽഹി, 2010)

ഷാജി ജേക്കബ്., *നോവൽ: ആഖ്യാനവും പ്രത്യയശാസ്ത്രവും, ഭാഷാപോഷിണി* 34,11 (നവംബർ, 2011)

ഷിഫ എസ്, *പെണ്ണെഴുത്ത് പൊരുളും പ്രസക്തിയും, പെണ്ണെഴുത്ത്,* പ്രസാ. എൻ ജയകൃഷ്ണൻ (കേരള ഭാഷാ ഇൻസ്റ്റിറ്റ്യൂട്ട്, തിരുവനന്തപുരം, 2011)

സലിംകുമാർ കെ എം, *നെഗ്രിറ്റ്യൂഡ്,* (ഡി സി ബുക്സ് കോട്ടയം 2011)

സാറാ ജോസഫ്, *അസാധാരണ കഥകളുടെ കഥാകൃത്ത്, ചിദംബരങ്ങൾ,* പ്രസാ. സലീംരാജ് (കേരള സാഹിത്യ അക്കാദമി, തൃശ്ശൂർ, 2010)

സുധീഷ് വി ആർ, *കഥാന്തരം (കഥാവിമർശനം)*, (ഹരിതം ബുക്സ്, കോഴിക്കോട്, 2002)

സുനിൽ ഇളയിടം പി, *വീണ്ടെടുപ്പുകൾ മാർക്സിസവും ആധുനികതാ വിമർശനവും*, (കേരള ശാസ്ത്ര സാഹിത്യ പരിഷത്ത്, തൃശ്ശൂർ, 2013)

സുനിൽ ഇളയിടം പി, *ഉരിയാട്ടം* (ഡി സി ബുക്സ്, കോട്ടയം, 2007)

സുനിൽ, ഇളയിടം പി, അവതാരിക, *ചാക്കരി,* (ഗ്രീൻ ബുക്സ്, തൃശ്ശൂർ, 2007)

സുനിൽ, ഇളയിടം പി., *ആധുനികതയുടെ നാനാർത്ഥം, ദമിതം,* (കേരളഭാഷാ ഇൻസ്റ്റിറ്റ്യൂട്ട്, തിരുവനന്തപുരം, 2009,)

സുനിൽ, ഇളയിടം *പി, അജ്ഞാതവുമായുള്ള അഭിമുഖങ്ങൾ,* (സാഹിത്യ പ്രവർത്തകസഹകരണസംഘം കോട്ടയം 2011)

സുനിൽ, ഇളയിടം പി, *കാലം ഒരു ദേശരൂപകം.* മലയാളനോവൽ ദേശഭാവനയും രാഷ്ട്രീയ ഭൂപടങ്ങളും, പ്രസാ. ഷാജിജേക്കബ്, (സാഹിത്യ അക്കാദമി, ന്യൂ ഡൽഹി, 2010)

സുനിൽ, ഇളയിടം. പി, *കഥയരങ്ങും കോടതിയും, ചിദംബരങ്ങൾ,* പ്രസാ. സലീംരാജ് (കേരള സാഹിത്യ അക്കാദമി, തൃശ്ശൂർ, 2010)

സുമംഗല, കെ വി, *കഥ എന്ന ബോധപ്രവാഹം,* അഭിമുഖം, *മാതൃഭൂമി ആഴ്ചപ്പതിപ്പ്* 73 , 50 (ഫെബ്രുവരി 11, 1996)

സുമഗല, കെ വി, *ലിംഗബന്ധങ്ങളുടെ ആഖ്യാനശാസ്ത്രം, സി വി ശ്രീരാമന്റെ കഥകളിൽ,* (കൈരളി ബുക്സ്, കണ്ണൂർ, 2011)

സുമംഗല, കെ വി, *കഥ എന്ന ബോധപ്രവാഹം,* മാതൃഭൂമി ആഴ്ചപ്പതിപ്പ് 73, 50 (ഫെബ്രുവരി 11-17, 1996)

സുരേശൻ നമ്പൂതിരി, ടി എൻ, *ജീവിതസ്പർശിയായ കഥകളുടെ ജനയിതാവ്,* സി വി ശ്രീരാമൻ, *സാഹിത്യലോകം* 12, 1-2, (ജൂൺ, 1987)

സെബാസ്റ്റ്യൻ, കാപ്പൻ, *മാർക്സിയൻ ദർശനത്തിന് ഒരാമുഖം,* പ്രസാ. സെബാസ്റ്റ്യൻ വട്ടമറ്റം, (സാഹിത്യപ്രവർത്തക സഹകരണ സംഘം, കോട്ടയം)

സോമൻ പി, *മാർക്സിസം ലൈംഗികത സ്ത്രീപക്ഷം വിമർശനാത്മക പഠനം* (കറന്റ് ബുക്സ്, കോട്ടയം, 2014.)

സുനീഷ് കെ, *ആത്മീയതയുടെ നിർവചനങ്ങൾ, മലയാളത്തിന്റെ സുവർണ്ണ കഥകൾ* (ഗ്രീൻ ബുക്സ്, തൃശ്ശൂർ, 2013)

English books

Abraham, Taisha, *Women's Writings in the Nineteenth and Twentieth Centuries Short stories,* (PHI Learning private limited, Delhi 2013)

Barry, Peter., *Beginning Theory: An Introduction to Literary and Cultural Theory*, (viva books pvt, New Delhi, 2011)

Bhakhtin M M, *Problems of Dostoevsky's Poetics*, Edited and Translated by Caryl Emerson Introduction by Waynce C Booth, Theory and History of literature Volume 8 (Minneapolis : University of Minnesota Press, 1984.)

Bhakhtin M M, the *Dialogic imagination : Four essays ed. Michael* Holquist, trans. Caryl Emerson and Michael Holquist. (Austin: University of Texas press, 1981)

Code, Lorraine, Rhetorical spaces, (Routledge, New York and London, 1995)

Eagleton, Terry, *Marxism and literary criticism* (Routledge, London, 1976)

Grasby Steven 2005 Nationalism. A very short introduction. Oxford University Press U.K.

Matthews, Brander, *The philosophy of the short-story* (Longmans, Green, and co, New York, London, 1901)

Ramakrishnan, E V, *Making it new: modernism in Malayalam, Marathi, and Hindi poetry*, (South Asia Books 1996))

Richards I A, *Principlesof literary criticism*, (Routledge London and New York, 2010)

Selden, Raman, / Widdowson, Peter / Brooker, Peter., *A Reader's guide to contemporary literary theory* , (Pearson Longman, 2005)

Vazqez, Adolfo Sanchez, *Art and Society, Essays in Marxist Aesthetics*, (Monthly Review Press, New York and London, 1973)

Volosinov V N / Bhaktin, *Marxism and the philosophy of Language*. trans. Ladislav Matejka and I.R. Titunik (New York: Seminar Press, 1973)

Williams, Raymond., Marxism and literature, (Oxford University Press, 1977)

www.ingramcontent.com/pod-product-compliance
Lightning Source LLC
LaVergne TN
LVHW060326051026
849517LV00004B/1244
* 9 7 8 9 3 9 3 4 6 8 2 6 0 *